गर्जा महाराष्ट्र

सदानंद मोरे

सकाळ प्रकाशन

सकाळ प्रकाशन

Garja Maharashtra

गर्जा महाराष्ट्र

प्रथम आवृत्ती : नोव्हेंबर, २०१३
जनआवृत्ती : जून, २०२५
प्रकाशक : सकाळ मीडिया प्रा. लि.
५९५, बुधवार पेठ, पुणे ४११ ००२
संपादन साहाय्य : दीपाली चौधरी
मुखपृष्ठ : राजू देशपांडे
मांडणी : सकाळ प्रकाशन
विशेष साहाय्य : सकाळ ग्रंथालय विभाग
मुद्रणस्थळ : विकास प्रिंटिंग ॲण्ड कॅरिअर्स प्रा. लि.
प्लॉट नं. ३२, एमआयडीसी, सातपूर, नाशिक
ISBN : 978-93-49487-59-8
संपर्क : ९८८१५ ९८८१५ / ८८८८८ ४९०५०
sakalprakashan@esakal.com

साक्षेपी संपादक आणि सहृदय स्नेही
सदा डुंबरे यांस

– सदानंद मोरे

मनोगत

महाराष्ट्र नावाचे 'प्रकरण' पहिल्यापासून म्हणजे अगदी बालपणापासूनच माझ्या उत्सुकतेचा व जिज्ञासेचा विषय राहिला आहे.

मी आठ वर्षांचा असताना महाराष्ट्र राज्याची स्थापना झाली. तोपर्यंत मी वाचायला शिकलो होतो. घरी वडिलांकडे आचार्य अत्र्यांच्या दै. *मराठा* आणि वा. रा. कोठारींचा दै. *प्रभात* अशी दोन वर्तमानपत्रे यायची. इतर पत्रे मी गावातील हॉटेले, दुकाने येथे जाऊन वाचू लागलो. *मराठा* आणि *प्रभात* ही दोन्ही पत्रे संयुक्त महाराष्ट्रवादी होती. परंतु महाराष्ट्राच्या निर्मितीनंतर समितीत फाटाफूट झाली. प्रजा समाजवादी पक्ष समितीतून बाहेर पडला. अत्रे कोणत्याच पक्षाचे नव्हते; पण कॉ. डांगे यांच्यामुळे त्यांची सहानुभूती कम्युनिस्टांना असे. उलट कोठारी प्रजासमाजवादी पक्षाकडे झुकलेले. कम्युनिस्ट आणि समाजवादी यांच्यात विळ्याभोपळ्याएवढे सख्य. त्यामुळे *मराठा* आणि *प्रभात* यांची जुगलबंदी चांगलीच रंगायची; पण मुद्दा तो नाही. महाराष्ट्राचा आणि माझा परिचय अशा प्रकारे संयुक्त महाराष्ट्राच्या चळवळीच्या अंगाने व तोही आचार्य अत्र्यांच्या माध्यमातून झाला. महाराष्ट्राच्या प्रश्नाचे गांभीर्य

कळण्याचे ते वय नसले तरी अत्रे नावाच्या माणसाने गारूड करण्याइतका मी निश्चितच समंजस होतो. परिणाम म्हणून मी 1962च्या सार्वत्रिक निवडणुकीत समितीचा व अत्र्यांचा प्रचारक बनलो. अत्रे पुणे मतदार संघातून लोकसभेसाठी समितीच्या वतीने रिपब्लिकन पक्षाचे हत्ती चिन्ह घेऊन उभे होते. आमचा देहू गाव (म्हणजे गावातील सवर्ण) काँग्रेस, प्रसोपा आणि जनसंघ या पक्षांत त्रिभंगलेला. अत्र्यांची म्हणजे समितीची सहानुभूतीदार मंडळी (म्हणजेच आंबेडकरवादी) गावाबाहेरील वस्तीत, गावात समितीवादी असा मी एकटाच आणि तो अर्थातच अत्र्यांचा प्रभाव; पण त्यानिमित्ताने आंबेडकर आणि आंबेडकरवादी राजकारणही समजू लागले. वारकरी संप्रदाय, ब्राह्मणेतर चळवळ आणि काँग्रेसचा स्वातंत्र्यलढा यांची पार्श्वभूमी घरातच वारसाहक्काने मिळाल्यासारखी होती. वडिलांचा आट ग्रंथसंग्रह, त्यांच्याकडे येणाऱ्या विद्वानांमधील चर्चा, शंकानिरसनासाठी कायमस्वरूपी उपलब्ध असणारे वडील श्रीधर अण्णा यामुळे मी अभ्यासक कधी आणि कसा झालो हे कळलेसुद्धा नाही. पण त्यामुळेच माझा अभ्यास महाराष्ट्रकेंद्रित झाला. अर्थात ते बरेच झाले. पुढे मी *साप्ताहिक सकाळ* मधून *तुकाराम दर्शन* आणि *लोकमान्य ते महात्मा* या दीर्घ लेखमाला लिहिल्या. त्यांचा विषय महाराष्ट्र हाच होता. अजूनही मी माझी ओळख 'महाराष्ट्राच्या लोकव्यवहाराचा अभ्यासक' अशीच सांगतो.

साप्ताहिक सकाळ मधील या दोन्ही मालिकांना वाचकांचा चांगलाच प्रतिसाद मिळाला. त्यांचे ग्रंथरूपाने प्रकाशनही झाले. ते ग्रंथही बऱ्यापैकी चर्चिले गेले. त्यांना अनेक पुरस्कारही मिळाले.

२०१० मध्ये महाराष्ट्र राज्याच्या निर्मितीचे पन्नासावे म्हणजेच सुवर्ण महोत्सवी वर्ष होते. त्या निमित्ताने आपण महाराष्ट्र नावाच्या 'प्रकरणा'चाच वेध घ्यावा असे मला वाटले. *साप्ताहिक सकाळ* हे तर हक्काचेच व्यासपीठ झाले होते. अगोदरच्या लेखमाला ज्यांच्यामुळे लिहिल्या होत्या त्या संपादक सदा डुंबरे यांनी माझी कल्पना उचलून धरली. दम्यान डुंबरे निवृत्त झाले. पण संध्या टाकसाळे आणि मल्हार अरणकल्ले या नंतरच्या संपादकांनीही दिलेल्या पूर्ववत प्रतिसादामुळे लेखमाला दोन वर्षे चालली. प्रस्तुत पुस्तक म्हणजे त्या लेखमालेचे ग्रंथरूप होय. आणि औचित्यपूर्ण योगायोगाची बाब म्हणजे या वेळी ग्रंथाचे प्रकाशन करायला खुद्द सकाळ प्रकाशनच सिद्ध झाले. यानिमित्ताने मी महाराष्ट्रविषयक ग्रंथांची हॅटट्रिक पूर्ण करू शकलो. या त्रयीच्या माध्यमातून मला माझ्यावरील महाराष्ट्राच्या ऋणातून अंशतः उतराई होता आले याचे खूप समाधान आहे.

तुकारामदर्शन मध्ये मी महाराष्ट्राच्या सांस्कृतिक इतिहासाची तुकारामकेंद्रित मांडणी केली. (संस्कृतीमध्ये राजकारणाचाही समावेश होतो. फार तर तेवढ्यापुरता राजकीय

संस्कृती असा शब्दप्रयोग करायला हरकत नाही.) ही मालिका लिहीत असतानाच मला महाराष्ट्राच्या आधुनिक इतिहासाचे टिळक-गांधी केंद्रित लंबवर्तुळाकार मॉडेल दिसू लागले व त्यातून *'लोकमान्य ते महात्मा'* ही लेखमाला मला लिहिता आली. महाराष्ट्राचा चेहरामोहरा बदलणाऱ्या नेतृत्वसंक्रमणाचा वेध मी त्यातून घेतला. दरम्यान मुळात ही महाराष्ट्र नावाची चीज काय आहे; तिची भाषिक, सामाजिक, धार्मिक, राजकीय ओळख कशी निर्माण झाली; त्यात कोणाचा किती वाटा या मूलभूत प्रश्नांना भिडावे असे मला वाटू लागले. पूर्वसूरींच्या मतांचा धांडोळा घेताघेताच उत्तरे सापडतील हे उघड होते. म्हणून विशेषतः राजारामशास्त्री भागवत, न्यायमूर्ती म. गो. रानडे, इतिहासाचार्य वि. का. राजवाडे, ज्ञानकोशकार डॉ. श्रीधर व्यंकटेश केतकर, महर्षी विठ्ठल रामजी शिंदे यांच्याशी झटापट अपरिहार्य ठरली. या मंडळींच्या ज्ञानकारणामागील राजकारणाचे पदर उलगडणे भाग पडले. जातकारण हा तर येथील राजकारणाचा जणू अविभाज्य घटकच. त्याचा परिणाम अभ्यासकांच्या मांडणीवर कसा झाला व शेवटी आपला एवढा समृद्ध इतिहास जातनिहाय तोडला-मोडला-वाटला गेल्याने त्याचे समग्र चित्र उभे करण्यात आपण कसे अपयशी ठरलो हेही त्या निमित्ताने समजून चुकले. आधी ब्रिटिश इतिहासकारांनी अवमूल्यन केलेल्या आपल्या इतिहासाला आपण आणखी खाली आणले.

अजूनही वेळ गेली नाही. इतिहासाच्या उपलब्ध मांडणीमागे दडलेल्या हितसंबंधांचा छडा लावून त्यामुळे ती ती मांडणी कशी आंशिक, अपूर्ण व दोषपूर्ण झाली हे उघड करत ते दोष घालवून तो सम्यक समग्र स्वरूपात मांडणे शक्य आहे. प्रस्तुत ग्रंथ म्हणजे त्या दिशेने टाकलेले एक पाऊल आहे. महाराष्ट्र व महाराष्ट्राचा इतिहास यांच्याविषयी आस्था असलेले वाचक त्याचे स्वागत करतील अशी अपेक्षा.

सदानंद मोरे

तत्त्वज्ञान विभाग,

पुणे विद्यापीठ,

पुणे - ४११००७

‘कोणा कारणे हे झालेसे निर्माण...?’

‘*गर्जा महाराष्ट्र*’ ही प्रा. सदानंद मोरे यांची केवळ डफावरील वीरश्रियुक्त शाहिरी थाप नाही. अखिल भारतीय दृष्टी विकसित करणाऱ्या मराठ्यांच्या राजनीतीच्या आणि ज्ञानोबा-तुकाराम-शिवछत्रपतींपासून ते यशवंतराव चव्हाणांपर्यंतच्या कर्तबगार मराठी माणसांनी केलेल्या वैचारिक व कृतिशील प्रबोधनातून प्रगल्भ होत गेलेल्या ‘महाराष्ट्र-संस्कृतीचा व राजकीय विचारदृष्टीचा उद्घोष आज घडीला नीरक्षीरविवेकाने भारतीय आणि वैश्विक पातळीवर कशा रीतीने करता येईल याचे दिशादिग्दर्शन करणारे ते एक ‘बृहत् संभाषित’ आहे.

आधुनिक कालखंडात महाराष्ट्राच्या राजकीय व सांस्कृतिक ओळखीची विविधांगी चर्चा व त्याविषयीचे विचारमंथन आजवर मुख्यत्वे दोन पर्वात झाले. पहिले पर्व हे एकोणिसाव्या शतकातील प्रबोधनाचे होते. तर दुसरे पर्व हे संयुक्त महाराष्ट्राच्या चळवळीचे होते. या दोन्ही पर्वात झालेल्या महाराष्ट्रविषयक विचारमंथनाचे संदर्भ

अर्थातच भिन्न होते. पहिल्या पर्वातील चर्चा ही मुख्यत्वे पारंपरिकता आणि आधुनिकता, पौर्वात्यवाद आणि पाश्चिमात्यवाद, ऐहिकता आणि पारलौकिकता, पारतंत्र्य आणि स्वातंत्र्य, विशिष्टता आणि वैश्विकता यातील द्वंद्वांचा होता. दुसऱ्या पर्वाचा संदर्भ हा मुख्यत्वे, भारतीय संघराज्याची उभारणी करताना भारतातील भाषिक राष्ट्रकांचे नाते, आपापली प्रदेशविवक्षित संस्कृती अधिक उन्नत रूपात जतन करत भारतीय राष्ट्रीयतेशी एकरूप कसे व्हावयाचे असा एका बाजूला होता तर दुसऱ्या बाजूला तो भारतीय समाज व राज्यव्यवस्थेच्या लोकशाहीकरणाचाही होता. भारतीय संघराज्याचे व भारतीयत्वाचे एक घटक म्हणून आम्ही मराठी भाषक कोण आहोत हे अखिल भारतीय संदर्भात स्पष्ट करण्याचा जो प्रयास या काळात झाला तो संकुचित प्रादेशिकतेचा परिपोषक करणारा नव्हता तर बहुभाषिक राष्ट्र-राज्यांत इतर भाषिक समूहांमध्ये बरोबरीच्या नात्याने आणि आत्मसन्मानाने सहजीवन जगण्यातच अखिल भारतीयत्व साकारू शकते ही दृष्टी त्यामागे होती. म्हणूनच संयुक्त महाराष्ट्राचे आंदोलन हे जसे जात-धर्मनिरपेक्ष राहिले तसेच त्याला फुटिरता किंवा विभक्ततेची दुर्गंधीही कधी आली नाही. कॉ. डांगे, माडखोलकर, धनंजयराव गाडगीळ, शंकरराव देव, आचार्य अत्रे, लालजी पेंडसे, एस. एम. जोशी प्रभृतींनी या काळात जे महाराष्ट्रविषयक विचारमंथन घडवून आणले त्यातून महाराष्ट्राची प्रगल्भता आणि प्रगतिशील राजकीय ओळख समोर आली आणि म्हणूनच संयुक्त महाराष्ट्राच्या आंदोलनपर्वात निर्माण झालेले महाराष्ट्रसंबंधी चर्चाविश्व अधिकाधिक समृद्ध होत गेले. यशवंतराव चव्हाणांच्या सर्वसमावेशक राजकारणाचा पायाच जणू या आंदोलनाने एकापरीने घालून दिला होता आणि यशवंतरावांनीही पुढे हा वारसा समर्थपणे पेलला.

प्रबोधनकाळ आणि संयुक्त महाराष्ट्र चळवळ या दोन पर्वात महाराष्ट्राचा इतिहास, संस्कृती, भाषा, साहित्य, राजकारण, समाज रचना, अर्थकारण, महाराष्ट्राचे जात-वर्गीय रूप इ. बाबींची जी जोरकस, रसरशीत आशयसंपन्न आणि उद्‌बोधक चर्चा झाली ती साठोत्तर महाराष्ट्रासंबंधीच्या लेखनात, काही अपवाद वगळता, अभावानेच आढळते. दि. के. बेडेकर, गं. बा. सरदार, रा. चिं. ढेरे, कॉ. शरद पाटील, य. दि. फडके यांसारख्या अभ्यासकांचे अपवाद वगळता साठोत्तर महाराष्ट्रासंबंधीचे मुख्यप्रवाहातील चर्चाविश्व हे एकतर उत्तरोत्तर राज्याश्रयी होत गेले किंवा ते मराठी साहित्य व वाङ्मयेतिहासाच्या अभ्यासकांच्या परिघात फिरत राहिले.

गेल्या शतकातील सत्तरीच्या दशकापासून काही परदेशी अभ्यासकांनी महाराष्ट्र-समाज-संस्कृती-राजकारण याकडे आपले लक्ष वळवले. गेल् ऑम्वेत, ॲन फेल्डहाऊस, रोझॅलिंड ओ'हॅन्लन, जयंत लेले ही त्यातील काही प्रमुख नावे.

आपापल्या विद्याशाखेच्या चौकटीत राहून या मंडळींनी महाराष्ट्रातील सामाजिक व राजकीय व्यवहारांचे तसेच विचारपरंपरेतील अनेक अलक्षित पैलूंवर प्रकाश टाकणारे व त्याविषयीची व्यवस्थित मांडणी करणारे लिखाण व अभ्यास सादर केले; पण हे विचारधन प्रामुख्याने इंग्रजी भाषेत असल्याने मराठी सार्वजनिक चर्चाविश्वात त्याची नोंद विशेषत्वाने घेतली गेली नाही. तसेच सत्तरीच्या दशकापासून सुरू झालेल्या स्त्रिया, मुस्लीम, दलित, आदिवासी, भटके-विमुक्त आणि बहुजनांच्या आंदोलनांमुळे तसेच आंदोलनाचाच एक भाग म्हणून त्यांनी सुरू केलेल्या साहित्य चळवळींच्या निमित्ताने महाराष्ट्राच्या राजकीय व सांस्कृतिक विश्वाचे अनेक पैलू सामोरे आले आणि त्यांनी महाराष्ट्रसंबंधीचे एकूण चर्चाविश्व समृद्ध केले. तथापि या सगळ्याची एक शिस्तबद्ध आणि व्यवस्थित मांडणी न झाल्यामुळे महाराष्ट्रसंबंधीचे मुख्य प्रवाही चर्चाविश्व हे म्हणावे तितके बहरले नाही. मुख्य प्रवाही विचार आणि व्यवहाराला कितीही मर्यादा असल्या किंवा तो कितीही खुरटला तरी त्याचा म्हणून काही एक अवकाश असतोच इतकेच नाही तर त्याला मिळालेली अधिमान्यता ही प्रभावशालीच असते. त्या अवकाशात पाय रोवून उभे राहिल्याशिवाय निव्वळ बाह्य टिकेद्वारा त्यात सुधारणा होत नसते. मुख्य प्रवाहाला निव्वळ 'तथाकथित' म्हटल्यानेही त्याची अधिमान्यता नष्ट होत नसते. या गोष्टीचे भान सुटल्यामुळे मुख्य प्रवाहाबाहेर अनेक विद्रोही व परिवर्तनवादी वर्तुळात निर्माण झालेले महाराष्ट्रसंबंधीचे चिंतन हे त्या त्या वर्तुळातच अडकून पडले. याचा परिणाम काय झाला? एक तर महाराष्ट्रसंबंधीचे चर्चाविश्व आपली समग्रता हरवून बसले. ते उत्तरोत्तर विखंडित होत गेले. आणि मुख्यप्रवाही महाराष्ट्र-संबंधीचे चिंतन प्रादेशिकतेत अडकत जाऊन आपली वैश्विकता हरवून बसले. १९८०नंतरच्या महाराष्ट्राची ओळख जितकी प्रादेशिकतेच्या अंगाने महाराष्ट्राबाहेर होत गेली तितकी ती महाराष्ट्रातील तत्त्ववैचारिक वैश्विकतेच्या अंगाने झाली नाही. राष्ट्रीय स्वातंत्र्य आंदोलनाच्या काळात छत्रपती शिवाजी महाराजांना ज्या महाराष्ट्रीयनांनी राष्ट्रप्रमुख म्हणून उभा केला त्याच शिवाजी महाराजांचे प्रथम प्रादेशिकीकरण आणि नंतर जमातवादीकरण करण्यात आले. फुले-शाहू-आंबेडकर यांना निव्वळ दलित-बहुजनांचे तारणहार करण्यात आले. जागतिकीकरणाचे पर्व सुरू होण्यापूर्वी कितीतरी आधी विनोबांनी महाराष्ट्रधर्माचा व्यापक अर्थ सांगत महाराष्ट्राची वैश्विकता 'जय जगत्'च्या शब्दातून व्यक्त केली. आणि भविष्यकाळात विज्ञान आणि अध्यात्मिकतेचा अनुबंध काय असणार आहे याविषयी जी मूलगामी मांडणी केली ती ना कधी महाराष्ट्रातील वैज्ञानिकांना समजून घ्यावीशी वाटली ना धर्मनिरपेक्षतावाद्यांना समजून घ्यावी वाटली. लोकशाही समाजवादाच्या जागतिक पातळीवरील चर्चाविश्वात आचार्य जावडेकरांचा

'सत्याग्रही समाजवाद' जसा पोचला नाही तसाच बाबासाहेब आंबेडकरांचा 'राज्यसमाजवादाचा' विचारही पोचवला गेला नाही. आंबेडकरांचा 'धम्म'विचार हा धर्मनिरपेक्षतेच्या चर्चाविश्वाचा भाग न बनवता तो बौद्ध अस्मितेचा भाग बनवण्यात आपण धन्यता मानली. मार्क्स आणि बुद्ध यांच्यातील अनुबंधांवर प्रकाश टाकणाऱ्या त्यांच्या प्रतिपादनास 'मार्क्स की बुद्ध' असे वैकल्पिक मांडून आपण आंबेडकरांच्या नवसिद्धान्तनाच्या प्रयासालाच सुरूंग लावला. १९८०नंतरच्या महाराष्ट्रात ज्या प्रकारचे राजकारण उदयास आले त्यातून यापेक्षा अधिक वेगळे काही निर्माण होण्याची शक्यताही नव्हती. राष्ट्रीय पक्षांना प्रादेशिक वा स्थानिक पक्षांच्या कुबड्या जेव्हा घ्याव्या लागतात किंवा प्रबळ जातींच्या पुढे गुडघे टेकवावे लागतात किंवा प्रतीके आणि प्रतिप्रतीके यांची स्पर्धा खेळावी लागते तेव्हा ते राजकारणाच्या खुरटलेपणाचेच लक्षण असते.

१९८०नंतरच्या महाराष्ट्रातील राजकारणाचे खुजेपण प्रा. मोरेंसारख्या समाजहितैषी अभ्यासक-संशोधकांना व्यथित आणि चिंतित न करेल तरच नवल. हे खुजेपण घालवावयाचे असेल तर काय करता येईल, काय केले पाहिजे याचा अखंड शोध प्रा. मोरे घेत आहेत. या शोधातून त्यांना उत्तरोत्तर एक गोष्ट प्रकर्षाने जाणवली आणि ती म्हणजे अर्वाचीन महाराष्ट्राच्या इतिहासाची समग्र आणि विवेचक अशी मांडणी होण्याची गरज आहे. विशेष करून महाराष्ट्राच्या सामाजिक, सांस्कृतिक आणि वैचारिक इतिहासाचे लेखन अद्यापही समग्रपणे झालेले नाही. य. दि. फडकेलिखित '*विसाव्या शतकातील महाराष्ट्र*'च्या अष्टखंडी प्रकल्पाचा अपवाद वगळता अशा प्रकारचे प्रकल्पही कोठे दृष्टिपथात येत असल्याचे दिसत नाही. प्रा. य. दि. फडके यांच्या इतिहास लेखनाचा भर हा प्रामुख्याने 'राजकीय इतिहासा'वर असल्याने प्रा. मोरे यांना अभिप्रेत असलेला अर्वाचिन महाराष्ट्रातील वैचारिक चर्चाविश्वाचे आलेखन प्रा. फडकेकृत महाराष्ट्रविषयक इतिहास लेखनात अनुषंगानेच आले आहे. शिवाय प्रा. मोरे यांना निव्वळ रूढ पद्धतीच्या इतिहास-लेखनात फारशी रूची नाही. ते स्वतःला इतिहासकार समजत नाहीत. महाराष्ट्राच्या लोकव्यवहाराचे अभ्यासक म्हणूनच ते आपल्याशी संवाद साधू इच्छितात, पण अशा लोकव्यवहाराचा अभ्यास करताना ऐतिहासिकतेचे भान सुटता कामा नये, इतिहास समजून घेण्यासाठी व्यापक सामाजिकतेचे भान; राजकारण नावाच्या मानवी व्यवहाराचे एक मार्मिक आकलन आणि ज्या देशाचा-समाजाचा लोकव्यवहार अभ्यासायचा त्या देशाच्या-समाजाच्या संस्कृतीविषयीची संवेदनशीलता असल्याशिवाय इतिहासाचे लेखन परिपूर्ण होत नाही अशी प्रा. मोरे यांची धारणा आहे आणि म्हणून '*गर्जा महाराष्ट्र*' हे रूढ अर्थाने महाराष्ट्राच्या किंवा मराठ्यांच्या इतिहासावरील ग्रंथ नसला तरी इतिहासविषयक दृष्टी

देणारा व एक प्रगल्भ राजकीय भान जागे करणारा महाराष्ट्रातील लोक व्यवहाराचा एक इतिहासनिष्ठ ग्रंथ आहे हे निश्चितच म्हणता येईल.

या ग्रंथाचे प्रयोजन तरी काय? सकृतदर्शनी हा ग्रंथ म्हणजे मराठ्यांच्या इतिहासविषयक कर्तबगारीचे आलेखन करणारा व त्यामागील त्यांची राजकीय दृष्टी स्पष्ट करणारा असल्याचे वाटू शकते, पण ही झाली या ग्रंथाकडे पाहण्याची स्थूल दृष्टी. वास्तविक पाहता, '*तुकारामदर्शन*', '*लोकमान्य ते महात्मा*' (२ खंड) आणि आता '*गर्जा महाराष्ट्र*' या आपल्या वैचारिक कृतीतून प्रा. सदानंद मोरे यांनी महाराष्ट्रासंबंधी चर्चाविश्वाचे तिसरे पर्व सुरू केले आहे. म्हणूनच '*गर्जा महाराष्ट्रा*'चे वाचन आणि आकलन प्रा. सदानंद मोरे यांच्या आधीच्या दोन वैचारिक कृतीतील संभाषितांच्या समवेत करणे गरजेचे आहे. तरच त्यांचे महाराष्ट्रविषयक बृहत संभाषित समजू शकते.

'इतिहास घडवण्यात महाराष्ट्राची समृद्धी दिसते, पण इतिहास लेखनात तो दरिद्रीच राहिला' असे मार्मिक विधान करीत प्रा. मोरे यांनी समकालीन महाराष्ट्राच्या समाजकारणात आणि राजकारणात दिसून येणाऱ्या खुजेपणाचे मूळ विद्यमान मराठी माणसाच्या इतिहासाच्या अनभिज्ञतेत आहे आणि ही अनभिज्ञता टिकून राहण्याचे कारण 'घडलेल्या घटनांची व केलेल्या कृत्यांची भाषाबद्ध हकिगत सांगण्यात' मराठी माणूस कमी पडला. या अनभिज्ञतेमुळे मराठी माणसाची अखिल भारतीय पातळीवरील राजकारणाची पकड सुटली व प्रादेशिकतेचा किंवा जातींच्या बेरीज-वजाबाकीच्या आधारे केंद्रीय पातळीवरील राजकारणात सौदेबाजीचे राजकारण करण्याची आपत्ती समकालीन महाराष्ट्रावर आली असा प्रा. मोरे यांचा अभिप्राय आहे. यातून सावरायचे असेल तर ही इतिहासविषयक अनभिज्ञता जाणे जरूरीचे आहे. इतिहास समजून घ्यायचा तर 'ज्या मराठ्यांचा हा देश आहे ते कोण कुठले, त्यांनी आपली आयडेंटिटी कशी निर्माण केली, भारताच्या इतिहासात त्यांचे योगदान काय, या प्रश्नांना भिडायला हवे. स्वभाववैशिष्ट्ये कोणती, त्यांचे गुणदोष याचा वेध घेतला पाहिजे... भारतीय जीवनात ते आज किती पुढे, किती मागे आहेत, जीवनाच्या वेगवेगळ्या क्षेत्रात ते आज कोठे उभे आहेत याचाही विचार व्हायला हवा' असे प्रा. मोरे यांना वाटते. इतकेच नव्हे तर 'छत्रपती शिवाजी महाराजांच्या नावाचे वारंवार स्मरण करून उपस्थित होणाऱ्या कोणत्याही प्रश्नाशी त्यांची सांगड घालण्यात मराठी माणूस त्यांच्यापासून स्फूर्ती घेतो की आपल्यावरील जबाबदारी टाळत असतो की ते नुसतेच स्मरणरंजन असते याचीही चिकित्सा व्हायला हवी' असा परखड इशाराही ते देत आहेत. महाराष्ट्राचा इतिहास हे जसे निव्वळ स्मरणरंजन असू नये तसेच ते स्वप्नरंजनही ठरू नये असे मोरे यांना तीव्रतेने वाटते. म्हणूनच महाराष्ट्राच्या स्थितिगतीचा पट मांडायचा असेल तर 'कर्तबगार मराठी

माणसे, त्यांनी घडवलेल्या इतिहासाला वळण देणाऱ्या घटना, मातब्बर घराणी, त्यांचे परस्परसंबंध, मराठ्यांनी उभारलेल्या यंत्रणा, त्यांचे अंतःसंघर्ष यांचा आवश्यक तेवढा उपयोग केला पाहिजे,' असे प्रा. मोरे यांनी म्हटले आहे. साहजिकच या सर्वांकडे प्रा. मोरे हे इतिहासाची अभिकरणे (एजन्सी) म्हणून पाहतात व या अभिकरणांच्या आधारे महानुभाव-ज्ञानेश्वर कालापासून ते यशवंतराव चव्हाणांपर्यंतच्या मराठी इतिहासाचा व संस्कृतीकरणाचा वेध त्यांनी घेतला आहे.

प्रा. सदानंद मोरे यांच्या मते महाराष्ट्राचा इतिहास हा जरी उत्तरोत्तर जाती-धर्मातीत होत अखिल भारतीयत्वाचे भान जागे करण्यापर्यंत उन्नत व ईहनिष्ठ होत गेला तरी इतिहास लेखन मात्र जातनिरपेक्षतेने झाले नाही. परिणामतः इतिहासमीमांसेचे ब्राह्मणी-अब्राह्मणी आणि नंतर जातनिहाय असेही संप्रदाय निर्माण झाले. आणि एकूण इतिहास लेखनाला जातिग्रस्ततेचे ग्रहण लागले. इतिहास लेखन जातिग्रस्त झाल्यामुळे जातिनिरपेक्ष इतिहास लेखन करू पाहणारे उदारमतवादी आणि मार्क्सवादी इतिहासकारांचे एक तर सीमांतीकरण झाले किंवा ते उपेक्षित राहिले. पण या व्यतिरिक्तही महाराष्ट्रात इतिहासलेखनात जातिनिरपेक्षतेचा आग्रह धरणारी राजारामशास्त्री भागवत, विठ्ठल रामजी शिंदे प्रभृतींची एक फार महत्त्वाची व सशक्त विचारपरंपरा होती. त्या विचार परंपरेची कास धरून महाराष्ट्राच्या इतिहासाचे आकलन व लेखन केले तर इतिहास लेखनाला लागलेले जातिग्रस्ततेचे ग्रहण सुटू शकेल असे प्रा. सदानंद मोरे यांना वाटते. या दृष्टीने त्यांनी राजारामशास्त्री भागवत आणि वि. रा. शिंदे यांच्या इतिहासमीमांसेची प्रगल्भता स्पष्ट केली आहे ती नुसतीच वाखाणण्यासारखी नाही तर एक नवी 'हिस्टेरिऑग्राफी' विकसित होण्याचे मार्मिक सूचन त्यात दडलेले आहे. त्याच बरोबर त्यांनी इतिहासाचार्य राजवाडे यांच्या इतिहासमीमांसेची केलेली परखड चिरफाड वि. रा. शिंदे यांच्या इतिहासमीमांसेशी नाते सांगणारी आहे.

'मी ब्राह्मण आहे पण हिंदू नाही' असे राजारामशास्त्री भागवत म्हणाले होते. तसेच 'मी जात न मानणारा मराठा आहे' असे विधान वि. रा. शिंद्यांनी केले होते. या दोन्ही विधानांचा खोल अर्थ जात व धर्मग्रस्त अशा भारतीय माणसाला जातनिरपेक्ष व धर्मनिरपेक्ष करू शकतो. जात ही जन्मानेच प्राप्त होत असल्याने ती न सांगितल्याने किंवा लपवल्याने नष्टही होत नाही. तसेच जातमुक्त होण्याच्या एकतर्फी घोषणेतून जातमुक्त होता येत नाही, कारण इतर लोक अशा व्यक्तीकडे त्याच्या जातीच्याच संदर्भात ओळखत असतात व त्यांच्या लेखी ती व्यक्ती त्या जातीचीच असते. राजारामशास्त्री भागवत आणि वि. रा. शिंदे यांच्या चिंतनात हा जो जातविषयक विवेक दिसतो, त्याचे मर्म प्रा. सदानंद मोरे यांनी अचूकपणे हेरले आहे. विवेकनिष्ठ आत्मटिका

आणि अंतःसंघर्ष केल्याविना व्यक्तिगत पातळीवर जातमुक्त होता येत नाही तसेच केवळ व्यक्तिगत पातळीवर जातमुक्त झाल्याने जातिनिर्मूलन होते असेही नाही. व्यक्तिगत पातळीवर जातमुक्त होण्याबरोबरच प्रत्येक जातीच्या अंतर्गत स्वजातीयांच्या जातिवादीप्रवृत्तीच्या विरोधात जेंव्हा अंतर्गत संघर्ष व आत्मटीका मोठ्या प्रमाणात होईल तेव्हाच जातिमुक्तीचे सर्व मार्ग खुले होतील. जात ही एकाच वेळी 'सार्वजनिक' व 'खाजगी' अशी बाब असते. एक सामाजिक संस्था म्हणून ती 'सार्वजनिक' असते, पण एक स्वायत्त जमात म्हणून ती त्या त्या जातीचा 'खाजगी' अंतर्गत' मामला असतो. आधुनिक भारतात एका जातीच्या माणसाला दुसऱ्या जातीच्या दोषाबद्दल बोलण्याचे कायदेशीर अभिव्यक्ती स्वातंत्र्य असले तरी त्या 'बोलण्याचा', 'टीकेचा' स्वीकार अन्य जातीत होत नाही. कारण ते बोलणे आपल्या 'जाती बाहेरील' व्यक्तीचे असते व त्याने त्या जातीच्या अंतर्गत हस्तक्षेप करू नये अशी एक अदृश्य लक्ष्मणरेषा आखली गेलेली असते. या मर्यादेमुळे जोवर जातिअंतर्गत स्वजातीयांची उघड चिकित्सा होत नाही तोवर जातिमुक्तीचा सामूहिक प्रवास सुरू होत नाही. जाति निर्मूलनातील सर्वात मोठा अडसर म्हणजे जातमुक्तीसाठी स्वजातीयांशी करावा लागणारा संघर्ष हा होय. जातिसंघटना प्रबळ होण्याच्या आजच्या काळात जातिनिर्मूलनासाठीचा स्वजातीयांशी करावा लागणारा संघर्ष जवळपास थांबलाय. परिणामतः एक जात दुसऱ्या जातीला जातिवादी ठरवून तिला जातमुक्तीचा सल्ला देते, पण स्वतःच्या जातीतील जात-बांधवांना जातमुक्त होण्याचा सल्ला देण्याबाबत मौन बाळगले. राजारामशास्त्री भागवत व वि. रा. शिंदे प्रभृतींनी स्वजातीयांशीही संघर्ष करण्याची जी हिंमत दाखवली व स्वजातीयांचा रोष ओढवून घेतला त्यातून जातमुक्त होण्याचा वस्तुपाठच त्यांनी दिला. अशी जातमुक्त झालेली व्यक्तीच जातनिरपेक्ष इतिहासलेखन करू शकते. अन्यथा इतिहास हेही जातवादाचे साधन कसे बनते व हत्यार म्हणून कसे वापरता येते हे प्रा. मोरे यांच्या विवेचनातून स्पष्ट झाले आहे.

महाराष्ट्राच्या जडणघडणीमध्ये आणि संस्कृतीकारणामध्ये मराठा-कुणबी जात समूहाचा वाटा अर्थातच सिंहाचा होता. शिवकालीन क्रांतीमुळे महाराष्ट्रातील मराठा समाजाला जे एक प्रगल्भ राजकीय भान आले त्याचा वेध प्रा. सदानंद मोरे यांनी अतिशय ताकदीने घेतला आहे. उत्तरेत अटकेपार आणि दक्षिणेत तंजावरपर्यंत मराठ्यांनी जो राज्यविस्तार केला त्यातून त्यांचा अखिल भारतीय पातळीवर लीलया वावरण्याचा आत्मविश्वास प्रकट झाला. एक राज्यकर्ती जमात म्हणून मराठा समाजाने राजकारणाला, मुत्सद्देगिरीला, लष्करीक्षेत्राला तसेच भाषा व्यवहाराला कोणते योगदान केले व त्याचे मोल काय होते हे प्रा. सदानंद मोरे यांनी बारीकसारीक पुराव्यानिशी स्पष्ट केले आहे,

पण त्याचबरोबर 'मराठा कोण?' हा एक कळीचा प्रश्न उपस्थित केलेला आहे. मराठी चर्चाविश्वात 'मराठा' शब्द हा कधी जात-समूह या अर्थाने वापरला जातो. तर कधी 'मराठी भाषिक' या अर्थाने वापरला जातो. '*गर्जा महाराष्ट्र*'मध्ये प्रा. सदानंद मोरे यांनी मराठा शब्द हा दुसऱ्या अर्थाने वापरलेला आहे. संयुक्त महाराष्ट्राच्या पर्वात महाराष्ट्र हे 'मराठी' राज्य असेल की 'मराठा' राज्य असेल असा शंकाकुल प्रश्न माडखोलकरांनी उपस्थित केला होता. त्याला उत्तर देताना यशवंतराव चव्हाणांनी ग्वाही दिली होती की 'मराठा हा जातिवाचक शब्द नाही; आचार्य अत्र्यांनी आपल्या वर्तमानपत्रास '*मराठा*' नाव दिले ते काय 'जातिवाचक' होते?' असा सवालही यशवंतरावांनी केला होता. इतकेच नव्हे तर जोवर महाराष्ट्राची सूत्रे माझ्या हातात आहेत तोवर महाराष्ट्र हे 'मराठा' किंवा कोणाही एका जातीचे होऊ देणार नाही, असेही यशवंतरावांनी स्पष्ट केले.

महाराष्ट्राचा इतिहास ज्यांना नीट माहीत होता आणि कळला होता त्यांना 'मराठा' शब्दाचा विकास व विस्तार होत होत तो राष्ट्रक- नॅशनॅलिटी - या धर्म-जातनिरपेक्ष राजकीय ओळखीपर्यंत कसा उन्नत होत गेला हे सांगायला नको. लो. टिळकांनी सुरू केलेल्या इंग्रजी वर्तमानपत्राला जे 'मराठा' नाव दिले तेही राष्ट्रवाचकच होते. प्रा. सदानंद मोरे हे महाराष्ट्राच्या इतिहासाचे जाणकार असल्याने त्यांनाही 'मराठा' शब्द निव्वळ जातवाचक अर्थाने अभिप्रेत नाही. किंबहुना 'मराठा' एक राजकीय एकक म्हणून (पॉलिटिकल एंटिटी) कसकसा विकसित होत गेला हेच सांगण्याचा प्रा. मोरे यांचा सारा खटाटोप आहे. कोणतेही राष्ट्र हे भिन्न भिन्न धर्म, जाती, पंथ-उपपंथ, वर्ग यांनी मिळूनच साकार होते. म्हणूनच राष्ट्रक नावाची भूमी (साईट) राजकीय संघटनाला व्यापक आधार प्राप्त करून देते. मराठा हे भाषिक राष्ट्रक म्हणून विकसित झाले. साहजिकच ते बहुधर्मीय, बहुजातीय, बहुवर्गीय असेच बनले. पण 'मराठा' शब्दाचा हा व्यापक अर्थ आज आक्रसत जाऊन तो पुन्हा जातीपाशी स्थिरावत आहे. ही प्रा. मोरे यांची खंत आहे. "मराठा या शब्दाचा अर्थाचा संकोच होऊन वेगवेगळ्या जातिसंघटनांना अस्मितांचे धुमारे फुटत आहेत. यदुनाथांचा अपेक्षाभंग झाला आहे. मराठी समाज सैरभैर झाला आहे." अशा शब्दांत प्रा. मोरे केवळ आपली व्यथाच मांडत नाहीत तर त्या बद्दलची चिंता ही बोलून दाखवत आहेत. ही चिंता गंभीर आहे. कारण संख्येने कमी असलेल्या जातिगटांचा जातिवाद हा तत्त्वतः वाईट असला तरी तो आटोक्यात ठेवता येतो. पण संख्येने मोठे असलेले आणि प्रभावशाली जातिसमूह जर जातिवादी झाले तर ते अधिक घातक व धोकादायक असते. आज महाराष्ट्रातील जातिसंघटनांचे पेव पाहता व त्याचेच अनुकरण मराठा आणि ब्राह्मणांसारख्या प्रबळ जातीही करू लागल्याचे जेव्हा प्रत्ययास येते तेव्हा न्या. रानडे यांच्या '*दि राईज ऑफ मराठा पॉवर*'मधील मराठा लुप्त कसा

झाला हा प्रश्न पडतो. १९२४साली '*महाराष्ट्र धर्म*' नावाचे साप्ताहिक सुरू करताना महाराष्ट्रधर्माचा व्यापक अर्थ स्पष्ट करताना विनोबा म्हणाले, "महाराष्ट्रधर्म हा प्रथमदर्शनी वामनासारखा दिला तरी वस्तुतः तो दोन्ही पावलात विराट विश्व व्यापून टाकणाऱ्या त्रिविक्रमासारखा आहे असे दिसून येईल. या त्रिविक्रमाचे एक पाऊल महाराष्ट्रीय, दुसरे राष्ट्रीय आणि तिसरे आंतरराष्ट्रीय आहे." आजच्या जातिसंघटनांच्या बुजबुजाटामध्ये महाराष्ट्रधर्माच्या या व्यापक अर्थाचे किती जणांना स्मरण आहे. हा प्रश्नही आपल्याला अंतर्मुख करतो. या पार्श्वभूमीवर राष्ट्रकाच्याही पुढे जाणारा 'मराठा' शब्दाचा म. वि. रा. शिंदे यांनी जो अर्थ सांगितला तो प्रा. सदानंद मोरे यांनी प्रमाण मानून मराठा शब्दाला मानवतेपर्यंत व्यापक केले आहे. 'जग हे नव्हे मराठ्यापुरते। पसरे ते अनाद्यनंती॥ राहणीचे जे साधे। स्वार्थाबाहेर जे पाहती॥ सत्याची भूक जयांना। अन्याया जे न सहती। ते सर्वस्वी अस्सल मराठे॥' तात्पर्य, ज्यांची राहणी साधी असते, जे स्वार्थाच्या पलीकडे पाहतात व ज्यांना सत्याची चाड आणि अन्यायाची चीड असते ते अस्सल मराठे असे शिंदे सांगतात. मराठा जातिसमूहासहीत प्रत्येक मराठी माणसाने 'मराठा' शब्दाचा हा व्यापक अर्थ आत्मसात केला आणि मराठ्यांच्या सामूहिक प्रयत्नातून निर्माण झालेल्या जात-धर्मनिरपेक्ष राष्ट्रीयतेचे स्मरण ठेवले तर जागतिकीकरणातून व नवउदारमतवादी धोरणांमुळे निर्माण झालेल्या सामाजिक पेचांचा व आव्हानांचा आत्मविश्वासाने सामना करण्याची क्षमता मराठी समाजात निर्माण होऊ शकते असे प्रा. मोरे यांना मनोमन वाटते. महाराष्ट्राच्या इतिहासाचे व संस्कृतिचे आकलन करून घेताना लोकव्यवहाराच्या अभ्यासाची आणि इतिहास लेखनास आवश्यक असलेली जात-निरपेक्ष दृष्टी कशी असू शकते याचा एक वस्तुपाठ '*गर्जा महाराष्ट्र*'मधून त्यांनी दिलेला आहे. म्हणूनच शिवाजी महाराजांना धर्मनिरपेक्ष राष्ट्रीय पुरुष म्हणून टिळकांनी कसे प्रॉजेक्ट केले हे निःसंकोचपणे सांगू शकतात. राजारामशास्त्री भागवतांच्या योगदानाचे महत्त्व अधोरेखित करतात. राजवाड्यांनी केलेल्या इतिहासाच्या विकृतीकरणाची परखड चिकित्सा करतात. ब्रिटिश इतिहासकार, बंगाली इतिहासकारांच्या महाराष्ट्रविषयक मतांची दखल घेतात. मोती बुलासासारख्या दुर्लक्षित व्यक्तीच्या कार्याची आवर्जून नोंद घेतात. इतिहासाचे जातीयीकरण ज्यांनी ज्यांनी केले त्यांच्या पदरात त्यांचे माप टाकतात. थोडक्यात म्हणजे महर्षी वि. रा. शिंदे यांना अभिप्रेत असलेला इतिहास लेखनातला 'तटस्थभाव' प्रा. मोरे यांनी आत्मसात केल्याचे जाणवते.

महाराष्ट्राच्या इतिहासात, समाजकारणात आणि मराठी संस्कृतीच्या जडणघडणीत अनेक धर्म आणि भक्तिसंप्रदायांचा वाटा मोठा आहे. महानुभाव, वारकरी, रामदासी, बौद्ध, जैन या पंथांचे योगदान कळीचे आहे. प्रा. मोरे हे मुळात तत्त्वज्ञानाचे व संत

साहित्याचे अभ्यासक असल्याने या संप्रदायांच्या कामगिरीचे ते अतिशय साक्षेपी आणि बहुपदरी विवेचन करतात. विशेष म्हणजे, त्यातून कोणता बोध घ्यावयाचा हे ते नेमकेपणाने सांगतात. बऱ्याचदा सामान्य माणूस इतिहास समजून घेताना एक तर तो त्यात रमून जातो किंवा त्याचे ओझे वाहू लागतो; पण त्यामुळे इतिहास स्मरणरंजनाचे साधन बनते किंवा सूड-प्रतिसूडाचा प्रेरणास्रोत बनतो. तो तसा बनू नये या पद्धतीने प्रा. मोरे इतिहासाचे आपले आकलन विकसित करतात. महाराष्ट्राच्या जडणघडणीत प्रदेशोपप्रदेशांचाही वाटा महत्त्वपूर्ण आहे. त्या दृष्टीने वैदर्भी संस्कृती, इतिहास; प्रदेश याचा प्रा. मोरे यांनी घेतलेला आढावा अर्थपूर्ण आहे. पण त्या तुलनेत खानदेश, कोकण किंवा वसाहतकालात भरभराटीस आलेले मुंबई शहर याची दखल फारशी घेतली गेल्याचे दिसत नाही. तसेच दत्तसंप्रदाय, मुस्लीम मराठी संत, पीर, फकीर याबाबतही फारसे विवेचन आढळत नाही. विशेषतः लोकव्यवहाराच्या अभ्यासाच्या संदर्भात या त्रुटी विशेषत्वाने जाणवतात. सर्वांत महत्त्वाची बाब म्हणजे महाराष्ट्राच्या इतिहासात व संस्कृतीकारणात ब्राह्मण, मराठा, कुणबी या जाती समूहाप्रमाणेच दलित व स्त्रिया तसेच भिल्ल, कोळी या जमातींचा वाटाही महत्त्वपूर्ण आहे. '*गर्जा महाराष्ट्र*'मध्ये या मंडळींच्याबाबत एक प्रकारची निःशब्दता आढळते. याला कारणे दोन असावीत. एक तर महाराष्ट्राच्या सामाजिक इतिहासावरही प्रा. मोरे यांना एक दीर्घ मालिका लिहायची असल्याने त्यात वरील बाबींचा विस्ताराने विचार करण्याचा त्यांचा मानस असावा किंवा '*गर्जा महाराष्ट्र*'चे सर्व लेखन हे 'स्तंभ लेखनाच्या' रूपात असल्याने त्या मर्यादा त्यांच्या लेखनास पडल्या असाव्यात. तथापि, या गोष्टी वगळता '*गर्जा महाराष्ट्र*'मधे त्यांनी प्रतिपादिलेली जातनिरपेक्ष इतिहासलेखनाची गरज, मराठेपणाचा सकलजनवादी आशय, त्यांनी स्वीकारलेली आंतरविद्याशाखीय आणि तौलनिक अभ्यासपद्धती, बारीकसारीक तपशीलांवरील त्यांची पकड, पौर्वात्य आणि पाश्चिमात्य दार्शनिक परंपरांचा चौकटीतून तसेच त्या चौकटीच्या मर्यादा सहज उल्लंघून केलेली इतिहासाची भाषाबद्ध मांडणी आणि त्यातून सूचित केलेल्या इतिहास, समाजकारण आणि संस्कृतीविषयक अभ्यासाच्या दिशा आणि क्षेत्रे लक्षात घेता '*गर्जा महाराष्ट्र*' ही प्रा. सदानंद मोरे यांची वैचारिक कृती महाराष्ट्रसंबंधीच्या अभ्यासास एक महत्त्वपूर्ण योगदान आहे, हे कोणीही म्हणेल. त्यांच्या आधीच्या लेखनाप्रमाणेच याही लेखनाचे मराठी वाचक व विविध ज्ञानशाखांचे अभ्यासक मोठ्या प्रमाणात स्वागत करतील यात काहीच शंका नाही.

डॉ. यशवंत सुमंत
राज्यशास्त्र विभाग,
पुणे विद्यापीठ,
पुणे ४११ ००७.

अनुक्रम

गर्जा महाराष्ट्र

१

गर्जा महाराष्ट्र माझा

'इतिहास या शब्दाचे दोन अर्थ आहेत. इतिहास म्हणजे प्रत्यक्षात ज्या घटना घडल्या त्या, हा एक अर्थ. आणि या घडलेल्या घटनांचा भाषेत सांगितला जाणारा वृत्तांत हा दुसरा अर्थ. यांतील पहिल्या अर्थाने महाराष्ट्राला इतिहास आहे, मराठी समाजाने इतिहास घडवला आहे, तो इतिहासाचा नायकच नव्हे, तर महानायकही होता याविषयी मतभेद होण्याचा संभव नाही.

मात्र घडलेल्या घटनांची किंवा केलेल्या कृत्यांची भाषाबद्ध केलेली हकिगत या दुसऱ्या अर्थाने महाराष्ट्रात जितका असायला हवा तितका इतिहास नाही, असे म्हणावे लागते. इतिहास घडवण्यात महाराष्ट्र आघाडीवर असल्यामुळे पहिल्या अर्थाने महाराष्ट्र समृद्धच आहे; परंतु इतिहास लिहिण्यात मागे पडल्यामुळे दुसऱ्या अर्थाने त्याला दरिद्री म्हणावे लागते.

कारणे काही का असेनात; परंतु इतिहास घडवण्यात तशा पिछाडीवरच असलेल्या बंगाली लोकांनी मात्र इतिहास लिहिण्यात आघाडी मारली. ब्रिटिश राजवटीच्या काळात भारतात घडून आलेल्या प्रबोधनाचे आपणच अग्रदूत असल्याची बंगाल्यांची समजूत असल्याने, त्यांनी भारतीय इतिहासाच्या नेमक्या याच पर्वावर भर देणे अगदीच स्वाभाविक होते. शिवाय मराठ्यांबद्दल त्यांचे विशिष्ट पूर्वग्रहही होते. त्यामुळे सत्ताधारी ब्रिटिश इतिहासकारांपेक्षा मराठ्यांबद्दल ते काही वेगळे म्हणतील ही शक्यता नव्हतीच. स्वातंत्र्यलढा सुरू झाल्यानंतर व विशेषतः लोकमान्य टिळकांचे नेतृत्व अखिल भारतीय स्तरावर पुढे आल्यानंतर त्यांचा महाराष्ट्र आणि मराठ्यांकडे पाहण्याचा दृष्टिकोन काहीसा साफ झाला; रवीन्द्रनाथ टागोरांसारखी माणसेही 'शिवाजी'वगैरे गोष्टींबद्दल चांगले लिहू लागली.

सर जदुनाथ सरकार हे बंगालमधील मानमान्यता पावलेले एक अग्रगण्य इतिहासकार. जदुबाबूंचा लौकिक मोगल कालखंडाचे व त्यातल्या त्यात औरंगजेबाचे इतिहासकार असाच होता. औरंगजेबाच्या चरित्राचा अभ्यास करताना वारंवार आढळणाऱ्या 'सिवा'

या उल्लेखामुळे सरकारांचे लक्ष शिवचरित्राकडे गेले व त्यातूनच त्यांचा Shiva and his Times हा शिवचरित्रविषयक ग्रंथ सिद्ध झाला.

जदुनाथांच्या लिखाणामुळे शिवाजी महाराजांचा इतिहास भारतीय पातळीवर गेला हे खरे असले तरी त्यांनी शिवचरित्राला पूर्ण न्याय दिला, असे म्हणता येत नाही. मराठ्यांचा इतिहास हा मोगलांच्या इतिहासाची पुरवणी असाच त्यांचा दृष्टिकोन राहिला.

जदुनाथांच्या शिवचरित्राची समीक्षा करण्याचे हे स्थळ नाही. मुद्दा एवढाच आहे, की मराठ्यांविषयी प्रतिकूल पूर्वग्रह असूनही, व हातचे राखूनच लिहिण्याकडे कल असूनही सरकारांना लिहिल्याशिवाय राहवले नाही की -

> *"हिंदुस्थानामध्ये मराठ्यांना आज अद्वितीय ऐतिहासिक महत्त्व प्राप्त झालेले आहे. त्यांच्या अगदी अलीकडच्या पूर्वजांनीसुद्धा शेकडो लढाया मारून धारातीर्थी आपले देह ठेविले आहेत. व्यवस्थित रीतीने मोठमोठ्या फौजांच्या हालचाली केल्या आहेत. विलक्षण राजकारणे लढविली आहेत. राज्याची फडणिशी यशस्वीपणे करून साम्राज्यातील महत्त्वाचे राजकीय प्रश्न उलगडून दाखविले आहेत. सारांश, त्यांनी आपल्या कृतीने हिंदुस्थानचा अगदी अलीकडचा इतिहास बनविला आहे. या सर्व पराक्रमाचे स्मरण, हेच महाराजांच्या वैभवाचे निदर्शक आहे. बुद्धीची तीक्ष्णता, दीर्घोद्योग, साधी राहणी, उच्च विचारसरणी, कोणताही सुविचार आचारात आणण्याची धमक, चारित्र्य, वसुधैव कुटुंबकम् वृत्ती इतक्या सर्व गुणांचा सान्निपात मराठ्यांच्या ठिकाणी झालेला असल्यामुळे आजतरी हिंदुस्थानात त्यांच्यापेक्षा वरचढ कोणी असेल अशी कल्पनासुद्धा करण्याचे कारण नाही."*

मराठ्यांचा भूतकाळ आणि वर्तमानकाळ यांचा एवढा गौरव करून बाबूमोशाय मराठ्यांच्या भविष्याबद्दलही लिहितात -

> *"वरील सद्गुणसमुच्चयात जर मराठ्यांमध्ये संघटनेचे चातुर्य, सहकारिता, आधुनिक यांत्रिक कलेचे ज्ञान आणि आहे त्याहून अधिक दूरदृष्टी इतक्या सद्गुणांची भर पडेल तर पृथ्वीच्या पाठीवर त्यांची बरोबरी कोणीही करू शकणार नाही."*

मराठ्यांसंबंधी जदुबाबूंनी उपरोक्त मजकूर प्रसिद्ध केला ते साल होते १९१९. हा अर्थातच पारतंत्र्याचा काळ होता. पहिले महायुद्ध नुकतेच संपले होते. या युद्धात ब्रिटनचा जय झाल्यामुळे इंग्रजांचे वजन चांगलेच वाढले होते. भारतीय स्वातंत्र्यलढ्याला होमरूलच्या चळवळीचे वळण मिळाले होते. ब्रिटिश सरकारनेही महायुद्धात भारतीयांनी

केलेली कामगिरी विचारात घेऊन राजकीय सुधारणांचा पुढील हप्ता निश्चित करण्यासाठी मॉंटेग्यू चेम्सफर्ड कमिशन बसवले होते.

लोकमान्य बाळ गंगाधर टिळक या मराठी माणसाची लोकप्रियता तेव्हा भारतव्यापी होऊन खुद्द बंगालमध्ये तर त्यांना महानायकाचाच मान दिला जात होता. नेतृत्वाच्या बाबतीत महाराष्ट्राला आता पूर्वीचे दिवस येतील असे जदुबाबूंनाच काय, सर्वांनाच वाटत होते.

सर जदुनाथ सरकार मराठ्यांकडून मोठ्या अपेक्षा

महात्मा गांधीजींच्या नेतृत्वाचा उदय अद्याप झालेला नव्हता व महाराष्ट्रात स्वतः टिळकांच्याच नेतृत्वाला ब्राह्मणेतर चळवळीकडून आव्हान उभे करण्यात आले होते. अर्थात या गोष्टीचा इतर प्रांतांवर फारसा परिणाम होण्याचेच कारण नव्हते.

आज इ.स. २००९ म्हणजे जदुबाबूंनी मराठ्यांबद्दल जे लिहिले त्याला ९० वर्षे झाली आहेत. दरम्यानच्या काळात १९४७मध्ये भारताला स्वातंत्र्य मिळाले आणि दीर्घ संघर्ष करून का होईना, भाषावार प्रांतरचनेच्या तत्त्वानुसार १९६०मध्ये मराठ्यांच्या म्हणजेच मराठी भाषकांच्या महाराष्ट्र नावाच्या राज्याची निर्मिती झाली.

महाराष्ट्र राज्याच्या निर्मितीला पुढील वर्षी १ मे २०१० या दिवशी ५० वर्षे पूर्ण झालेली असतील. तेव्हा आपण महाराष्ट्र राज्याचा सुवर्ण महोत्सव साजरा करण्यात दंग असू!

इतिहासकार हा काही भविष्यवेत्ता अथवा ज्योतिषी नसतो. त्यामुळे तो महाराष्ट्राची कुंडली मांडून तिच्या आधारे फलादेश सांगत नाही. त्याचप्रमाणे इतिहास हे अशा स्वरूपाचे विज्ञान नाही की ज्याचे नियम ज्ञात करून घेतले असता भविष्यकाळात घडणाऱ्या घटनांचे अचूक भाकीत (prediction) करता येते. कार्ल मार्क्स याने अशा प्रकारचे इतिहासविज्ञान निर्माण करून त्याच्या आधारे पुढील घटनांची भाकिते केली त्यांचे काय झाले, हे आपण जाणतोच. सर जदुनाथांसारख्या इतिहासकाराने मराठ्यांसंबंधी १९१९मध्ये जे लिहिले, ते भविष्य अथवा भाकीत न समजता मराठ्यांच्या भावी वाटचालीसंबंधी व्यक्त केलेली अपेक्षा मानण्यास काहीच हरकत नाही. जदुबाबूंचा इतिहासाचा अभ्यास आणि मराठ्यांविषयीचे त्यांचे प्रारंभिक पूर्वग्रह विचारात घेता, त्यांच्या अपेक्षा गांभीर्याने घेण्यासही हरकत नाही. मानवी व्यवहार हे अशा अपेक्षांच्या आधारेच चालत असतात.

अपेक्षांच्याच आधारे अंदाजअडाखे बांधले जातात, त्यानुसार प्रत्यक्ष कृतीही केली जाते.

सर जदुनाथांनी व्यक्त केलेल्या अपेक्षांनंतर आपण मराठी लोक २८ वर्षे पारतंत्र्यातच होतो. नंतरची काही वर्षे आपण मुंबई राज्य नावाच्या अस्ताव्यस्त भौगोलिक आणि प्रशासकीय मर्यादेत काढली, तर काही महाराष्ट्र आणि गुजरात या द्विभाषिक राज्यात काढली; परंतु १९६० पासूनच्या उण्यापुऱ्या पाच दशकांत तर आपली नियती आपणच घडवत आहोत ना?

सर जदुनाथांच्या अपेक्षांना आपण उतरलो आहोत, असा दावा करण्याचे धारिष्ट्य कोणी करील असे वाटत नाही. गेल्या शतकाच्या दुसऱ्या दशकाच्या अखेरीस साऱ्या हिंदुस्थानात मराठ्यांपेक्षा कोणी वरचढ नसल्याचा निर्वाळा जदुनाथांनी दिला होता. आणि भविष्यकाळात मराठे संपूर्ण पृथ्वीच्या पाठीवर श्रेष्ठ ठरतील, असाही त्यांचा अंदाज होता.

आज पृथ्वीच्या पाठीवर आपण सर्वश्रेष्ठ मानव समूह आहोत असे तर आपण म्हणू शकतच नाही; परंतु हिंदुस्थानात तरी आपण क्रमांक एकवर आहोत असेही वाटत नाही. त्याही पुढे जाऊन सांगायचे झाल्यास असे म्हणता येते, की आज मराठी समाज सैरभैर झालेला दिसत आहे. आपण मागे पडत आहोत, आपल्याला कोणी विचारत नाही, दिल्लीत आपली पत घसरली आहे, तर गल्लीतील आपले हक्काचे स्थानही परप्रांतीयांनी हिरावून घेतले आहे, अशा नाना न्यूनगंडांनी आपण पछाडलो गेलो आहोत. गोवा हातचा जायचा होताच; परंतु बेळगावचा प्रश्न अजूनही सुटलेला नाही. इंग्रजी, मराठी, हिंदी या तिहेरी भाषिक पेचातून आपण बाहेर पडू शकलो नाहीत. वीज आणि इतर पायाभूत सुविधांच्या अभावी उद्योगसमूह महाराष्ट्राकडे पाठ फिरवत आहेत. सरकारने उद्योगांसाठी आपल्या जमिनी ताब्यात घेऊ नयेत म्हणून आंदोलने उभारणाऱ्या शेतकऱ्यांना दुसऱ्या बाजूला आत्महत्या कराव्या लागत आहेत. या परिस्थितीच्या तव्यावर आपापल्या पोळ्या भाजून घेण्यास विविध राजकीय पक्ष व संघटना पुढे येत आहेत. 'मराठा' या शब्दाच्या अर्थाचा

बुद्धीची तीक्ष्णता, दीर्घोद्योग, साधी राहणी, उच्च विचारसरणी, कोणताही सुविचार आचारात आणण्याची धमक, चारित्र्य, वसुधैव कुटुंबकम् वृत्ती इतक्या सर्व गुणांच्या सान्निपात मराठ्यांच्या ठिकाणी झालेला असल्यामुळे आजतरी हिंदुस्थानात त्यांच्यापेक्षा वरचढ कोणी असेल अशी कल्पनासुद्धा करण्याचे कारण नाही. वरील सद्गुणसमुच्चयात जर मराठ्यांमध्ये संघटनेचे चातुर्य, सहकारिता, आधुनिक यांत्रिक कलेचे ज्ञान आणि आहे त्याहून अधिक दूरदृष्टी इतक्या सद्गुणांची भर पडेल तर पृथ्वीच्या पाठीवर त्यांची बरोबरी कोणीही करू शकणार नाही.

सर जदुनाथ सरकार

संकोच होऊन वेगवेगळ्या जातिसंघटनांना अस्मितांचे धुमारे फुटत आहेत. जदुनाथांचा अपेक्षाभंग झाला आहे.

असे का होते आहे याची कारणमीमांसा करायला हवी. निदान नीट झाले तरच योग्य चिकित्सा सुचवता येते. अर्थात याचे एकच कारण असेल असेही म्हणता येणार नाही. पण आपल्या स्वतःच्या इतिहासाबद्दलची अनभिज्ञता, हे त्याचे एक कारण निश्चित आहे. १७व्या आणि १८व्या शतकातील मराठी माणसे - अगदी सामान्य माणसेसुद्धा आपल्या इतिहासाविषयी विलक्षण जागरूक असायची. त्या वेळी आपल्याकडे मुद्रणकला नव्हती व म्हणून सहजासहजी व स्वस्तात उपलब्ध होणारी इतिहासाची पुस्तकेही नव्हती. मग हे ज्ञान तेव्हा कसे होत होते, असा प्रश्न कोणालाही पडेल. त्याचे उत्तर जदुनाथांनी उपरोक्त शिवचरित्रातच दिले आहे. ते लिहितात -

> *"अनेक वृत्तांत नीतिपर व अनेक देवतांच्या स्तुतिपर रचलेली नाना प्रकारची कविता मराठ्यांना फारशी ठाऊक नव्हती; किंबहुना अशा कवितेकडे त्यांचे चित्तही वेधणे शक्य नव्हते. त्यांचे चित्त वेधण्यास एकटे पोवाडेच समर्थ होते. तलवारीच्या जोरावर सत्ता प्रस्थापित करणारा किंवा लढाईत छातीवर शत्रूंचे वार झेलणारा बहाद्दर मराठा हा पोवाड्याला जितका उत्तेजक विषय आहे, तितका दुसरा कोणताही नाही."*

'*इतिहास विहारा*'तील मजकूर ते उद्‌धृत करतात -

> *"रंगपंचमीच्या दिवशी सायंकाळी पिंपळाच्या पारावर फाटकीतुटकी बैठक घातली आहे, बुदलीने ओतल्या जाणाऱ्या तेलाने पेटणारे हिलाल पाजळत आहेत; पायात जोडा, डोक्यावर कंगणीदार पगडी व त्यात तुरा खोवलेला, अशी अर्धगोंधळी अर्धतमासगीर मंडळी तुणतुणी खेचून तिसऱ्या सप्तकात सूर नेऊन गात वा साथ करीत आहेत. कडकडीत डफावर डाव्या हाताची थाप मारून त्यांचा पुढारी एकाहून एक सरस असे पोवाडे आठ-आठवून म्हणत आहे; आणि सर्व श्रोते मंडळी तल्लीन होऊन तटस्थ झाली आहेत - अशा अस्सल देशी थाटात पोवाडे ऐकण्याची गोष्ट काही वेगळीच आहे. तिचे स्वारस्य ज्याने अनुभविले नसेल त्याला ते काय कळणार?"*

पोवाड्यांनी मराठ्यांना केवळ आत्मभानच नाही, तर प्रेरणाही दिली. तसे भान व तशी प्रेरणा मिळण्याची आवश्यकता आज परत एकदा नव्याने निर्माण झाली आहे. त्यासाठीच हा प्रपंच.

अर्थात बदलत्या अशा आधुनिक युगात पारंपरिक पद्धतीचे पोवाडे चालणार नाहीत याची कल्पना प्रस्तुत लेखकाला आहे. त्यामुळे हा पोवाडा काही मराठ्यांच्या पराक्रमाची

बाळबोध गोष्ट असणार नाही. ते आंतरविद्याशाखीय विश्लेषणही असेल. त्याचे स्वतःचे असे पद्धतिशास्त्रही असेल; पण गाभ्यात, अंतरंगात तो पोवाडाच! महाराष्ट्राच्या सुवर्ण महोत्सवी वर्षानिमित्त मराठ्यांसंबंधी सर्वांगीण चर्चा होणे गरजेचे आहे. पण या चर्चेला आत्मगौरवाचे स्वरूप येता कामा नये. ते आत्मपरीक्षणही ठरले पाहिजे.

ज्या मराठ्यांचा हा देश आहे ते कोण, कुठले, त्यांची 'आयडेंटिटी' त्यांनी कशी प्रस्थापित केली, भारताच्या इतिहासात त्यांचे योगदान काय, अशा एक ना अनेक प्रश्नांना यानिमित्ते भिडायला हवे. मराठी माणसाची स्वभाववैशिष्ट्ये, त्याचे गुणदोष यांचा वेध घेतला पाहिजे. एके काळी संपूर्ण भारत आपल्या घोड्यांच्या टापांखाली तुडवून त्याची सत्तासूत्रे ताब्यात ठेवणाऱ्या या मराठ्यांची आज काय अवस्था आहे, भारतीय राजकारणात आज ते किती पुढे, किती मागे आहेत, जीवनाच्या वेगवेगळ्या क्षेत्रांत ते कोठे उभे आहेत, याचाही विचार व्हायला हवा. छत्रपती शिवाजी महाराजांच्या नावाचे वारंवार स्मरण करून उपस्थित होणाऱ्या कोणत्याही प्रश्नाशी त्यांची सांगड घालण्यात मराठी माणूस त्यांच्यापासून स्फूर्ती घेत असतो की आपल्यावरील जबाबदारी टाळत असतो, की ते नुसतेच स्मरणरंजन असते, याचीही चिकित्सा व्हायला हवी.

हा सर्व बाज मांडायचा तर त्यासाठी अर्थातच आंतरविद्याशाखीय पद्धतिशास्त्राची बैठक हवी; तसेच व्यापक व तौलनिक दृष्टीही हवी. मराठ्यांबद्दल परप्रांतीयांच्या आणि परदेशस्थांच्या काय कल्पना आहेत, त्या कोणत्या प्रकारच्या क्रियाप्रतिक्रियांमधून साकार झाल्या, याचा तटस्थ उलगडाही करता यायला हवा.

याला नेमके काय म्हणणार? महाराष्ट्राचे सुंबरान? पोवाडा? बखर? चिकित्सक सोपपत्तिक इतिहास? की अशी कोणतीच मर्यादा नको? ते स्मरणरंजन होऊ नये, तसेच ते स्वप्नरंजनही होऊ नये. आकडेवारीचा खेळही असू नये.

महाराष्ट्राच्या स्थितिगतीचा हा पट परिपूर्ण करायचा असेल तर कर्तबगार मराठी माणसे, त्यांनी घडवलेल्या इतिहासाला वळण देणाऱ्या घटना, मातब्बर घराणी, त्यांचे परस्परसंबंध, मराठ्यांनी उभारलेल्या संस्था, यंत्रणा, त्यांचे अंतःसंघर्ष यांचा आवश्यक तेवढा उपयोग केला पाहिजे.

■

२

शूर मर्दाचा पोवाडा

मराठी साहित्यातील कवितेचे दालन लक्षणीयरीत्या समृद्ध आहे, याबाबत दुमत होण्याचे कारण नाही. ज्ञानेश्वर-नामदेव-नरेंद्रांपासून कोलटकर, चित्रे, ढसाळ यांच्यापर्यंतचा मराठी कवितेचा इतिहास पाहिला तर या समृद्धीतील वैपुल्य आणि वैविध्य कोणाच्याही नजरेत भरेल. मराठी कवींनी वृत्त आणि छंद यांच्यात भरपूर प्रयोगही केलेले आहेत. विशेषतः इंग्रजी आमदानीत परकीय प्रभावास सन्मुख झालेल्या मराठी कवींनी सॉनेटपासून हायकूपर्यंत कशाचेच वावडे मानले नाही. कवितेला छंदमुक्त करण्यातही त्यांनी मागेपुढे पाहिले नाही.

असे असले तरी ओवी, अभंग, लावणी आणि पोवाडा हे अस्सल मराठी छंद मानावे लागतात. दिंडी, कटाव, फटका यांचीही नावे या संदर्भात पुढे येणार नाहीत असे नाही. परंतु अगोदरच्या चार छंदांनी लोकमानसाशी जेवढी जवळीक साधली ती इतरांना साधता आली नाही. ओवीचे नाते तर पहाटे पहाटे जात्यावर धान्य दळणाऱ्या स्त्रियांशी असल्याचे सर्वश्रुतच आहे. अभंग-ओवीचा सख्खा भाऊच म्हणावा लागतो.

व्युत्पत्तिशास्त्राच्या खोल पाण्यात पाय न घालता आणि अर्थच्छटांच्या नादी न लागता 'महाराष्ट्र शब्दकोश'कारांच्या आधारे प/पोवाडा म्हणजे

> *"वीरांच्या पराक्रमांचे, विद्वानांच्या बुद्धिमत्तेचे, तसेच एखाद्याचे सामर्थ्य, गुण, कौशल्य यांचे काव्यात्मक वर्णन, प्रशस्ती, स्तुति-स्तोत्र."*

भगवान कृष्णाने बालपणी केलेल्या पराक्रमाचे वर्णन करणारे 'बालक्रीडा'नामक प्रकरण लिहायला सिद्ध झालेल्या तुकाराम महाराजांनी कृष्णाला उद्देशून 'गाईन ते लीळाचरित्र पवाडे' असे म्हटले आहे.

'पवाडा' या शब्दाचा सर्वसाधारण अर्थ पराक्रमाचे काव्यात्म वर्णन, असा असला तरी अशा प्रकारचे वर्णन करणारा एक काव्यप्रकार असा मर्यादित अर्थही रूढ आहे आणि

पोवाडा हे अस्सल मराठी काव्य. वीरांच्या पराक्रमाचे, विद्वानांच्या बुद्धिमत्तेचे, सामर्थ्य, गुण, कौशल्य यांचे काव्यात्मक वर्णन. वीररसाने ओथंबणाऱ्या पोवाड्यांचे नायक, गाणारे शाहीर आणि ऐकणारे श्रोते सर्वच शूर वीर. पोवाडा हा मराठेशाहीतील असा समसमासंयोगच म्हणायला हवा.

हा शब्द सहसा याच मर्यादित अर्थाने वापरला जातो. पोवाडा रचणाऱ्या कवीला शाहीर म्हटले जाते. बरेचसे शाहीर स्वतः रचलेला पोवाडा स्वतः गातातही. महात्मा जोतिराव फुल्यांनी रचलेला छत्रपती शिवाजीराजे भोसले यांचा तर अण्णाभाऊ साठ्यांनी लिहिलेला लेनिनग्राडचा पवाडा ही अलीकडच्या काळातील पोवाड्यांची उदाहरणे. अण्णाभाऊ, अमरशेख आणि गवाणकर या त्रिमूर्तीने संयुक्त महाराष्ट्राच्या चळवळीत पोवाड्याच्या माध्यमातून केलेली कामगिरी सर्वज्ञात आहे.

ज्ञात असलेला पहिल्या मराठी पोवाड्याचा मान शाहीर अज्ञानदास किंवा अग्निनदास याच्या अफझलखानाच्या वधावरील पोवाड्याकडे जातो. स्वतः अज्ञानदास शिवकालीन असल्यामुळे व ही घटनाही त्याच्या हयातीत घडलेली असल्यामुळेही या पोवाड्याला महत्त्व आहे. विशेष म्हणजे आपला हा पोवाडा अज्ञानदासाने राजमाता जिजाऊ आणि स्वतः शिवबांच्या समोर गायला. त्यावर प्रसन्न होऊन

“शिवाजी सरज्याने । इनाम घोडा बक्षीस दिला ॥
शेरभर सोन्याचा । तोडा हातात घातला ॥”

अफझलखानाचा पराभव हा मराठेशाहीतील महत्त्वाचा असा पहिला विजय मानला तर खर्ड्याच्या लढाईत निजामाला चारलेली निर्णायक धूळ हा अखेरचा विजय होय. या विजयावर तर अनेक पोवाडे आहेत. अफझलखान वधावर अज्ञानदासाव्यतिरिक्त शाहीर फतनजीचा पोवाडा आहे. फतनजीचे वैशिष्ट्य म्हणजे, युद्धात जसे बाहुबळ महत्त्वाचे तसेच बुद्धिबळही, हे त्याला ठाऊक होते. विशेषतः व्यूहरचना व डावपेच हे तर बुद्धीचेच काम. त्याला अनुलक्षून ‘अकल बुद मऱ्हाट्याची विचार थोर,’ असा उल्लेख तो करतो. ‘मऱ्हाट्याची मत न कळे अफझलखानासी’ हा उल्लेखही असाच आहे.

एकोणिसाव्या शतकाच्या शेवटच्या चरणात महाराष्ट्रामध्ये मराठ्यांच्या इतिहासाचे सकौतुक कुतूहल निर्माण झाले. त्याची एक चांगली निष्पत्ती म्हणजे इतिहासलेखनाची साधनसामग्री शोधून तिचे प्रकाशन करण्याची अहमहमिका. समकालीन अस्सल सनदापत्रे, बखरी आणि पोवाडे ही इतिहासाची मुख्य साधने होत. शंकर तुकाराम शाळिग्राम यांनी पोवाडे छापण्यात विशेष पुढाकार घेतला. (त्यांची परंपरा पुढे य. न. केळकरांनी चालवली.)

'इतिहासप्रसिद्ध पुरुष व स्त्रिया यांचे पवाडे' या नावाचे त्यांचे संपादन चांगलेच गाजले.

स्वतः शाळिग्रामांनी विष्णुशास्त्री चिपळूणकरांसारख्या विद्वान रसिकाग्रणींसह अनेक पोवाडे ऐकले. चिपळूणकरांची इतिहासाची आवड सर्वज्ञात आहे. ते महाराष्ट्रातील राष्ट्रवादी संप्रदायाचे प्रणेते मानले जात. त्यांच्या '*निबंधमाले*'ने अनेकांना स्फूर्ती दिली. मालेतील त्यांचा इतिहासावरील निबंध एके काळी खूपच गाजला. स्वतः इतिहासाचार्य वि. का. राजवाडे यांचेही प्रेरणास्थान चिपळूणकरच. राजवाड्यांनी '*महिकावतीची बखर*' प्रसिद्ध केली. या बखरीच्या प्रस्तावनेत त्यांनी पोवाड्यांविषयी काही महत्त्वाच्या गोष्टी सांगितल्या आहेत.

राजवाडे सांगतात, की

> *'ज्याला संस्कृतात चंपुकाव्य म्हणतात त्या काव्याच्या सदरात पोवाडा पडतो, एवढे सांगितले म्हणजे पोवाडा हे गद्यपद्य असते, केवळ गद्य किंवा केवळ पद्य नसते, हे सांगण्याची जरूर नाही. शाळिग्रामाने जे पोवाडे गोळा केले ते पोवाड्यांचे सबंध रूप काय असते, त्याचा नीट बोध त्याला न झाल्यामुळे येथूनतेथून सर्व अर्धवट गोळा केले. भराडी व गोंधळी डफावर जेवढे गाणे म्हणतात तेवढा गाण्याचा जो पद्यमय भाग, तोच फक्त पोवाडा, अशी समजूत शाळिग्रामाची झाली. पद्य भागाला जोडून प्रत्येक कडव्याच्या प्रारंभाला, मध्ये व शेवटी भराडी व गोंधळी जो गद्य भाग म्हणत असतात तो भाग पोवाडा नव्हे, अशी समजूत शाळिग्रामाची झाली. त्यामुळे शाळिग्रामाने छापिलेला प्रत्येक पोवाडा अपूर्ण राहिला. पोवाडा हे केवळ काव्य नाही; ते दृश्य काव्यही आहे. पोवाडा हे एक प्रकारचे नाटक आहे. त्यात अनेक पात्रे असतात. मुख्य शाहीर व त्याचा साथीदार हे दोघे पोवाड्यातील व्यक्तींच्या सोंगांची बतावणी करतात. कडव्यांत वर्णिलेल्या प्रसंगांतील मुख्य पात्राची बतावणी मुख्य शाहीर करतो व गौण किंवा प्रतिस्पर्धी पात्राची बतावणी साथीदार करतो. मुख्य पात्राची बतावणी मुख्य शाहीर किंवा गोंधळी तर करतोच, परंतु त्याहूनही अधिक एक काम शाहीर करीत असतो. नाटकात ज्याला सूत्रधार म्हणतात व ज्याचे काम नाटकातील संविधानाचे सूत्र अथपासून इतिपर्यंत सबंध ठेवायचे व उकलावयाचे असते, त्या सूत्रधाराचे तिऱ्हाईतपणाचे कामही शाहीर करीत असतो. बतावणीचा व कथानकाचा धागा शाबूत ठेवून कथेचे तात्पर्य तिऱ्हाईतपणे सांगण्याचे काम शाहीर ऊर्फ सूत्रधार काही गद्यांत करतो व वीरश्रीचा अतिरेक झाला असता एकदम पद्याच्या वातावरणात उड्डाण करतो. वीरश्रीचा संचार होऊन ते वृत्तमय बोल शाहिरांच्या मुखातून*

प्रतिभेच्या विकसनाने अनिवारपणे प्रसवू लागतात व ते बोल पोवाडानामक चंपुकाव्यातील पद्य होय. वीरश्रीच्या आगीने धगधगणारे व रसरसणारे ते पद्य सहजच तुटक असून, कथानकाचा बराच भाग अध्याहृत ठेविते. तो अध्याहार शाहीर योग्य अभिनयाने गद्य भाषेने पुरा करून दाखवितो. शब्दाची ठेवण, म्हणण्याचा ठसका, विकारांचा हुंदका, वगैरे काव्याचे जे काही ढंग पद्याच्या ऊर्मींत आविष्कृत करण्यात सवड सापडत नाही ते ते सर्व नखरे शाहिरांच्या जिव्हेवर नाचणारी सरस्वती वैशिष्ट्येकरून गद्य भागातच दाखविण्याची हौस बाळगते. याकरिता सबंध पोवाडा ज्यास ऐकावयाचा व पाहावयाचा असेल, त्याने या गद्य भागाला काट देण्यात मतलब नाही."

राजवाड्यांनी उपस्थित केलेला मुद्दा बरोबरच आहे. दुर्दैवाने अशा प्रकारचे गद्यपद्यात्मक 'दुरंगी' संपादन करण्याची सवड खुद्द राजवाड्यांनाही मिळाली नाही.

शाळिग्रामांच्या कामाचे महत्त्व ओळखून त्यांना मदत करण्यासाठी एतद्देशीय संस्थानिक सरदार, जहागीरदार पुढे येणे अगदीच स्वाभाविक म्हणावे लागते. कारण पोवाडे म्हणजे त्यांच्याच पूर्वजांच्या कृत्यांची वर्णने होती. परंतु मराठ्यांच्या इतिहासामुळे प्रभावित झालेले हॅरी आर्बुथनॉट आक्वर्थ नावाचे ब्रिटिश सनदी अधिकारीही या पोवाड्यांच्या प्रेमात पडले. त्यांनी पुढे शाळिग्रामांना पोवाड्यांच्या संकलनात साह्य तर केलेच, परंतु पोवाड्यांचे इंग्रजी भाषांतर करून '*Ballads of the Marathas*' या शीर्षकाने त्यांनी ते प्रसिद्धही केले. मराठ्यांचे ऐतिहासिक पोवाडे स्कॉटिश बॅलड्सपेक्षाही सरस असल्याचा साहेबमजकुरांचा अभिप्राय आहे. आक्वर्थ यांच्या इंग्रजी संपादनातही पहिला पोवाडा अर्थातच *The Death of Abdulkhan* हाच आहे.

ब्रिटिश सरकारमध्ये प्रशासक म्हणून काम करणाऱ्या या साहेबाचा मराठ्यांशी असलेला संबंध हा जेते आणि जित यांच्यातील संबंध होता. परंतु आक्वर्थ हे खरे गुणग्राहक असल्यामुळे त्यांना मराठ्यांचा मोठेपणा मान्य करण्यात अडचण आली नाही. त्यासाठी लागणारा उमदेपणा आणि उदारता त्यांच्याकडे होती. ते लिहितात, "*The*

पोवाड्याच्या समारोपात तुळशीदास म्हणतो, की "*शूर मर्दाचा पोवाडा, शूर मर्दाने ऐकावा.*"
तानाजीसारख्या शूर मर्दाचा पोवाडा ऐकणारा अधिकारी श्रोताही शूरच, अशी तुळशीदासाची अपेक्षा आहे. खरे तर आपल्या मराठी श्रोत्यांच्या शौर्याबद्दल त्याला खात्रीच आहे.

Maratha race has been, for centuries and is still, among the most important of which inhabit the Indian Peninsula."

मराठ्यांचा दरारा आणि दबदबा यांचे वर्णन करताना आक्वर्थ हे शिंदे, होळकर आणि गायकवाड या समकालीन संस्थानिकांचा उल्लेख करतात. संभाव्य मराठा आक्रमणापासून बचाव करण्यासाठी कलकत्तेकर इंग्रजांनी शहराभोवती खणलेल्या व 'मराठा डिच' याच नावाने प्रसिद्ध असलेल्या खंदकाचा निर्देश मराठ्यांच्या सुदूर ख्यातीचा पुरावा म्हणून पुढे करतात. भारताचे रक्षण करण्यासाठी मराठे दिल्लीपासून पन्नास मैल अंतरावर असलेल्या पानपतवर गेले, या घटनेचीही ते आठवण करून देतात. ब्रिटिशांनी भारत काबीज करण्याचा सपाटा लावला असताना "*The Marathas were probably still the most powerful political integer within it,*" अशी कबुली देऊन आक्वर्थ पुढे असेही म्हणतात, की "*and if the British flag were withdrawn again into the ocean and if (an impossible 'if') no other European power intruded, I at least believe that once again, from the Punjab to Cape Comorin, princes and people would listen to the thundering tramp of the Maratha Horsemen.*"

मराठ्यांचा प्रसिद्ध इंग्रज इतिहासकार ग्रँट डफ यानेही आपल्या ग्रंथाच्या प्रस्तावनेत मराठ्यांच्या उल्लेख "*Our immediate predecessors in conquest*" असा केलेला आहे. आक्वर्थ त्याही पुढे जाऊन भविष्यात इंग्रजांनी भारत सोडला तर मराठ्यांचे राज्य येण्याचा इशारा देतात.

भारतीय अर्थनिर्णयशास्त्रात (*Hermeneutics*) एखाद्या साहित्यकृतीचा अन्वयार्थ लावण्यासाठी आवश्यक असलेल्या अनुबंधचतुष्टयाचे, म्हणजेच चार अनुबंधांचे विवेचन केलेले आहे, त्यात एक अनुबंध आहे 'अधिकारी - ग्रंथ कोणी वाचावा वा ऐकावा.' अशा पात्रतेचे निकष 'अधिकारी' या कॅटेगरीत स्पष्ट केले जातात. शाळिग्रामांच्या संग्रहात आणि आक्वर्थच्या भाषांतरात शाहीर तुळशीदासकृत तानाजी मालुसऱ्याच्या म्हणजेच सिंहगडाच्या पोवाड्याचा समावेश अर्थातच आहे. उण्यापुऱ्या पंचावन्न चौकांच्या या भल्याथोरल्या पोवाड्याचा कर्ता तुळशीदास हाही अज्ञानदासाप्रमाणे शिवकालीन असावा, असा शाळिग्रामांचा समज होता. म. म. द. वा. पोतदार यांनी तो उत्तरकालीन असल्याचे दाखवून दिले आहे.

पोवाड्याचा समारोप करताना तुळशीदासाने हा पोवाडा शिवरायांना ऐकवला, तेव्हा शिवरायांनी एक हजार रुपयांचा तोडा त्याच्या हातात घातल्याचा उल्लेख आहे, तो पोतदारांच्या संशयाला छेद देणारा आहे. वास्तविक प्रकार असा दिसतो, की मुळातला

तुळशीदास हा शिवकालीन शाहीरच होता व त्यानेच सिंहगडाचा पोवाडा महाराजांना ऐकवला. पेशवेकालीन कोण्यातरी शाहिराने नंतर त्या पोवाड्याचा विस्तार केला. त्यामुळे पोतदारांना खटकलेले पुण्यातील मंडईसारखे शिवकालोत्तर संदर्भ त्यात आहेत.

पोवाड्याच्या समारोपात तुळशीदास म्हणतो, की “शूर मर्दाचा पोवाडा, शूर मर्दानें ऐकावा.” तानाजीसारख्या शूर मर्दाचा पोवाडा ऐकणारा अधिकारी श्रोताही शूरच, अशी तुळशीदासाची अपेक्षा आहे. खरे तर आपल्या मराठी श्रोत्यांच्या शौर्याबद्दल त्याला खात्रीच आहे.

परंतु हे झाले श्रोत्यांचे. पोवाडा रचणारा वा गाणारा मराठी शाहीर शूरच असणार, हे तुळशीदासाने गृहीत धरलेले असावे. फार काय, तंजावरकडील अरणी गावातील आनंदतनय हा मराठी कवी स्वतःचा उल्लेख ‘अरणीचे शूर’ असा करतो.

शूरांच्या अशा पोवाड्यांचे भाषांतर करणारा आक्वर्थचा अधिकारही मानायला हवा. मराठ्यांसारख्या मर्दुमकीसाठी मशहूर झालेल्या जातीवर मात करणाऱ्या शूरवीर इंग्रजांच्या प्रशासनातील हा अधिकारीही शूर मर्दच मानायला हवा.

मराठ्यांच्या राज्यात जेव्हा केव्हा वीररस निष्पन्न करणारे असले पोवाडे शाहिरांच्या आवेशपूर्ण ओजस्वी वाणीतून गाइले जात असत तेव्हा तेव्हा ते ऐकणाऱ्या श्रोत्यांचे बाहूही पराक्रमासाठी स्फुरत असणार, हे वेगळे सांगायची गरज नाही. पोवाडा हा मराठेशाहीतील असा समसमासंयोग होता.

■

३

मराठ्यांची राजकीय नीतिमत्ता

ऑक्वर्थसारखे ब्रिटिश सनदी अधिकारी काय किंवा इंग्रजी शिक्षणपद्धतीच्या मुशीतून आकार घेतलेले जदुनाथांसारखे अमहाराष्ट्रीय इतिहासकार काय, त्यांनी मराठ्यांच्या कर्तृत्वाचे व योगदानाचे महत्त्व ओळखून त्यांची प्रशंसा केली, याबद्दल त्यांना धन्यवाद दिलेच पाहिजेत. त्यांच्या समकालिनांमध्ये ते यामुळे केवळ अलग पडतात, असे नसून उठूनही दिसतात. असे असले तरी विशेषतः शिवाजी महाराजांबद्दलच्या सर्वच्या सर्व पूर्वग्रहांवर त्यांनी मात केली होती, असे म्हणता येत नाही. ब्रिटिश इतिहासकारांनी मुसलमानी दरबारातल्या इतिहासकारांची सोईस्कर री ओढत शिवचरित्रातील अफजलखानवध, चंद्रराव मोऱ्यांची जावळी घेणे अशा कृत्यांना दगाबाजी ठरवून नैतिकदृष्ट्या निंदनीय मानले होते. स्वतः जदुनाथ सरकार अफजलखानप्रकरणात शिवरायांस दोषमुक्त करतात; परंतु चंद्रराव मोरेप्रकरणात दोषी ठरवतात. सरकारांच्या समकालीन मराठी इतिहासकारांनी याबाबत सरकारांच्या मताची सडेतोड चिकित्सा करून त्यांच्या विचारांतील त्रुटी दाखवल्या. रा. ब. चिंतामणराव वैद्य यांनी तर *शिवाजी आणि चंद्रराव मोरे* या नावाची पुस्तिकाच लिहिली. स्वतः चिंतामणराव ग्वाल्हेर संस्थानात न्यायाधीश होते. त्यामुळे त्यांच्या या पुस्तिकेस न्यायालयीन निवाड्याची (judgement) उंची प्राप्त झाली आहे. राजकारण, न्याय आणि नीती अशी सर्वांगीण चिकित्सा करून वैद्यांनी केलेला निवाडा हा पुराव्यावर आधारित आहे हे वेगळे सांगायची गरज नाही.

एकोणिसाव्या आणि विसाव्या शतकाच्या संधिरेषेवर अफजलखानवधाच्या नैतिकतेचा मुद्दा ऐरणीवर यायचे कारण महाराष्ट्रातील राष्ट्रवाद्यांनी सुरू केलेल्या ब्रिटिशविरोधी लढ्याचे स्फूर्तिकेंद्र शिवाजी महाराज होते. एकोणिसाव्या शतकाच्या शेवटच्या दशकात हिंदू-मुसलमानांचे दंगे झाले. त्यातूनच पुढे लोकमान्य टिळकांनी शिवाजी उत्सव सुरू केला.

दरम्यान, चाफेकरबंधूंनी रँड व आयर्स्ट या ब्रिटिश अधिकाऱ्यांना यमसदनास धाडले. त्यांचीही प्रेरणा शिवाजी महाराज होती. चाफेकरांचे कृत्य राजकीय खून या सदरात मोडले. यामागे मोठा कट असून, महाराष्ट्रातील ब्राह्मण संस्थानिक व सरदार-जहागिरदारांचाही त्यात हात आहे, असा संशय सरकारला आला. '*केसरी*'मध्ये छापून आलेले अग्रलेख व शिवाजी महाराजांचा उल्लेख असलेले अन्य लिखाण राजद्रोहास प्रवृत्त करणारे ठरवले गेले. टिळकांना शिक्षा झाली. अफजलखानवधाचे समर्थन करणारे प्रा. चिं. ग. भानू यांना डेक्कन कॉलेजातील नोकरीतून घरी बसावे लागले. डेक्कन कॉलेजचे प्राचार्य एफ. डब्ल्यू. बेन एतद्देशीय सरकारद्रोही विद्यार्थी-प्राध्यापकांचे प्रच्छन्न पाठीराखे आहेत, असे समजून त्यांना तंबी देण्यात आली.

एरव्ही मराठ्यांचे पक्षपाती असलेले ऑक्वर्थसाहेब अफजलखानवधाच्या पोवाड्याखाली लिहिलेल्या परिचयात्मक छोटेखानी प्रस्तावनेत, "*Afjal Khan and his attendant were treacherously attacked and killed by Shivaji*" असे म्हणतात. या परिस्थितीत *Our Troubles in Poona and the Deccan* हे पुस्तक १८९७मध्ये लिहिणारा ऑर्थर क्राफर्ड काही वेगळे लिहील, अशी अपेक्षा करणेच चुकीचे ठरेल. पुस्तकात अफजलखानवधाचे वर्णन ११०व्या पानावर केलेले असले, तरी या प्रसंगाचे चित्र पुस्तकाच्या सुरूवातीलाच छापून क्राफर्डने आपला हेतूच जणू उघड केला आहे. शिवरायांचे चित्र असलेले मुखपृष्ठही अफजलखानवधाच्या चित्रानंतर येते, यावरून काय समजायचे ते समजावे.

पृष्ठ ११०वर क्राफर्ड लिहितो, की अफजलखान "*advanced two or three paces to meet Shivaji. They were introduced, and in the midst of the customary embrace the treacherous Mahratta struck the wagnuk into the bowels*

'केसरी'मध्ये छापून आलेले अग्रलेख व शिवाजी महाराजांचा उल्लेख असलेले अन्य लिखाण राजद्रोहास प्रवृत्त करणारे ठरवले गेले. टिळकांना शिक्षा झाली. अफजलखानवधाचे समर्थन करणारे प्रा. चिं. ग. भानू यांना डेक्कन कॉलेजातील नोकरीतून घरी बसावे लागले.

of Afzal Khan."

क्राफर्ड लिहीत होता त्या काळात इंग्रजांनी मराठ्यांचा, विशेषतः पुण्यातील कोकणस्थ ब्राह्मणांचा धसका घेतला होता. ही मंडळी बुद्धिचातुर्याच्या बळावर परकीय सरकारविरुद्ध कटकारस्थाने करतील व ती यशस्वीही होऊ शकतील, अशी भीती इंग्रजांना वाटत होती. इंग्रजांचे अधिकृत इतिहासकार तांत्रिक आणि घटनात्मक बाबींचा कीस काढून मुगल इंडिया आणि ब्रिटिश इंडिया असे कालखंड असे करीत. रॅम्से म्यूर यांनी '*The Making of British India*' या ग्रंथात दिलेल्या कबुलीप्रमाणे "*"the real question for india in those years was whether the supreme power was to be British or Mahratta. There was no third alternative."* म्यूर यांनी ही कबुली दस्तुरखुद्द ऑर्थर वेलस्ली या सेनापतीच्या आधारे दिलेली आहे. वेलस्लीचाच हवाला देऊन म्यूर लिहितात की "*The Marathas are a clearly marked race, with a language of their own, as Arthur Wellesley acutely observed, theirs was the only Indian power which was strengthened by a national sentineuat."*

स्वतःची भाषा असलेल्या व राष्ट्रीय भावनेने समर्थ झालेल्या मराठ्यांच्या या जमातीचे मोठेपण वेलस्लीसारख्या प्रत्यक्ष रणमैदानावर तिच्याशी दोन हात केलेल्या सेनानीला पुरते ठाऊक होते. तो काही सर्व काही घडून गेल्यानंतर मल्लिनाथी करणारा इतिहास लेखक नव्हता.

चार्ल्स किंकेड
मराठ्यांविषयी सहानुभूती?

मराठा संस्थानिकांच्या आपापसातील तसेच हे संस्थानिक आणि पुण्याचे पेशवे यांच्यातील स्पर्धेचा व चुरशीचा फायदा घेऊन त्यांना एकमेकांशी झुंजवण्याचे राजकारण करण्यात इंग्रज यशस्वी झाले व मराठ्यांचा एकमेव पर्याय बाद झाला. आता परत एकदा ब्राह्मण मुत्सद्दी सर्व मराठ्यांना वंदनीय असलेल्या शिवाजी महाराजांच्या नावाने ब्रिटिशविरोधी राजकारण करत असल्याचा वास इंग्रजांच्या तीक्ष्ण

कोणतीही संस्कृती ही प्राधान्याने आणि पहिल्यांदा भाषिक संस्कृती असते. भाषा ही त्या संस्कृतीची प्रथम ओळख असते आणि या अर्थाने मराठी संस्कृती स्वतंत्र आणि स्वायत्त रूपाने तेराव्या शतकात उदयाला आली असे म्हणता येईल.

ब्रिटिश इतिहासकारांनी मुसलमानी दरबारातल्या इतिहासकारांची सोईस्कर री ओढत शिवचरित्रातील अफजलखानवध, चंद्रराव मोऱ्यांची जावळी घेणे अशा कृत्यांना दगाबाजी ठरवून नैतिकदृष्ट्या निंदनीय मानले होते. अफजलखानवधाच्या नैतिकतेचा मुद्दा ऐरणीवर यायचे कारण महाराष्ट्रातील राष्ट्रवाद्यांनी सुरू केलेल्या ब्रिटिशविरोधी लढ्याचे स्फूर्तिकेंद्र शिवाजी महाराज होते.

नाकाला आल्याशिवाय राहिला नाही. त्यांनी आधीच अस्तित्वात असलेल्या ब्राह्मण-ब्राह्मणेतरवादाला खतपाणी घालायला सुरुवात केली. येथे ब्राह्मणांची मुत्सद्देगिरी कमी पडली व पुणे विरुद्ध सातारा असा राजकारणाचा फड रंगला.

शिवाजी हे मराठ्यांच्या इतिहासाचे मर्मस्थान असल्याचे इंग्रजांना अर्थातच ठाऊक होते. शिवाजी महाराजांचे पुनरुत्थान करण्याच्या प्रयत्नात असलेल्या ब्राह्मण बुद्धिवंतांना शह देण्यासाठी त्यांनी खुद्द शिवरायांच्याच राजकीय नैतिकतेबद्दल प्रश्नचिन्ह उपस्थित केले.

या पार्श्वभूमीवर चार्ल्स किंकेड या ब्रिटिश सनदी अधिकाऱ्याने लिहिलेल्या *A History of the Maratha People* या ग्रंथाचा विशेष उल्लेख करावा लागतो. किंकेड न्याय खात्यात नोकरीला असून, त्याने सातारा, पुणे, कोल्हापूरसारख्या तेव्हाच्या राजकीयदृष्ट्या संवेदनशील असलेल्या शहरांमध्ये काम केले. किंकेडना मराठी भाषा आणि संस्कृती यांचे चांगले ज्ञान होते. त्यामुळे स्वातंत्र्यलढा दडपण्यासाठी सरकार त्याचा सल्ला घेत असे व तशा जबाबदाऱ्याही त्याच्यावर सोपवत असे. किंकेडने लिहिलेले *Forty Four Years : A Public Servant* हे आत्मचरित्र प्रसिद्ध आहे. डेनिस किंकेड हा चार्ल्सचा मुलगा. तोही असाच सनदी अधिकारी व लेखक संशोधक होता. डॉ. अरुण टिकेकर यांचा किंकेड पितापुत्रांच्या कामगिरीची चर्चा करणारा *The Kincaids* हा अभ्यासपूर्ण प्रबंध ग्रंथरूपाने उपलब्ध आहे.

एरव्ही साम्राज्यवादी असलेल्या चार्ल्सला महाराष्ट्र आणि मराठ्यांविषयी आस्था होती. शिवाजी म्हणजे महाराष्ट्राचा मानबिंदू. ग्रँट डफ या ब्रिटिश इतिहासकारांनी विश्वासघात व दगाबाजीचे आरोप करून शिवरायांवर तर अन्याय केलाच आहे; परंतु मराठ्यांच्या भावना दुखावल्या आहेत, असे त्याचे मत होते. इतिहास संशोधक रावबहादूर द. ब. पारसनीस यांच्या सहवासात आल्यावर व त्यांच्याकडून साह्याची हमी मिळाल्यावर किंकेडने हा अन्याय दूर करून मराठ्यांना मान्य होईल, असा इतिहास लिहिण्याचा निश्चय केला. या त्रिखंडात्मक बृहत् इतिहासात मराठ्यांचा उदय, विकास आणि ऱ्हास यांचा आढावा घेण्याची किंकेडची योजना होती. मराठ्यांच्या इतिहासावर प्रमाणभूत मानल्या गेलेल्या ग्रँट डफच्या इतिहासाविषयी किंकेडने स्पष्ट लिहिले, की "*it was written without any regard for the feelings of the race whose story the author related.*" आपल्या स्वतःच्या उद्दिष्टाविषयी रियासतकार गो. स. सरदेसाई यांना पाठवलेल्या पत्रात किंकेडने लिहिले, की "*I am trying to put the Maratha case fairly before the English public and to destroy the venomous atmosphere created by Grant Duff and his school.*"

चार्ल्सने आपले उद्दिष्ट साध्य केले, असेच म्हणावे लागते. विशेषतः अफजलखान, चंद्रराव मोरे आणि बाजी घोरपडे या तिन्ही प्रकरणांत त्याने शिवाजी राजांवरील आरोपांचे खंडन करून राजांचे समर्थन केले.

मराठ्यांविषयी एवढा सहानुभूतिपूर्ण दृष्टिकोन बाळगून आणि त्यांच्या नायकाचे ठायीठायी समर्थन करणाऱ्या किंकेडचे लिखाण इंग्रज वाचकांच्या पचनी पडणे शक्य नव्हते. या संदर्भात 'टाइम्स'च्या साहित्यविषयक पुरवणीत प्रसिद्ध झालेल्या किंकेडच्या ग्रंथाच्या पहिल्या खंडावरील परीक्षणातील नेमका मजकूर डॉ. टिकेकर यांनी उद्धृत केला आहे. शिवाजी संप्रदायातील अलीकडचे लोक ब्रिटिश राज्याचे शत्रू असल्याचे निदर्शनास आणून परीक्षणकाराने किंकेडला आपल्या जबाबदारीची जाणीव करून दिली आहे. मराठ्यांनी असा एकतर्फीपणा करणे क्षम्य आहे; पण ब्रिटिश लेखकाकडून आपण अधिक मानसिक ठामपणाची अपेक्षा करतो, असे एच. बिव्हरिज याने लिहिले. चार्ल्सने इतिहासाचे साधन म्हणून पोवाड्यांना फाजील महत्त्व दिले, असा ऐतिहासिक प्रमाणशास्त्रीय आक्षेपही घेतला.

सत्ताधारी इंग्रजांना किंकेडचा इतिहास न आवडणे आपण समजू शकतो; परंतु ज्यांची बाजू त्याने मोठ्या आस्थेने व सहानुभूतीने लावून धरली त्या मराठी वाचकांनीही त्याला अपेक्षित प्रतिसाद दिला नाही. काहीशा विसंगत व विचित्र वाटणाऱ्या या वस्तुस्थितीचे स्पष्टीकरण करणे गरजेचे आहे.

किंकेड ज्या काळात मराठ्यांचा इतिहास लिहीत होता त्या काळात विश्वनाथ काशिनाथ राजवाडे यांचा मोठाच दबदबा होता. राजवाडे कट्टर राष्ट्रवादी असल्यामुळे त्यांना मराठ्यांच्या इतिहासातली किंकेडसारख्या परकीय विद्वानांची लुडबूड अजिबात खपत नसे. ते या विषयात पूर्णपणे अनधिकारी असल्याचा त्यांचा समज असून, शिवाय त्यांच्या हेतूविषयीही त्यांना संशय असे.

महाराष्ट्राची पूर्वपीठिका विशद करताना किंकेडने व्युत्पत्तीच्या आधार घेऊन महाराष्ट्र हे महारांचे राष्ट्र असल्याचे म्हटले होते. वस्तुतः यात नवीन असे काहीच नव्हते. डॉ. विल्सनसारख्या परकीय; तसेच लोकहितवादी, राजारामशास्त्री भागवतांसारख्या एतद्देशीय संशोधकांनी हा दावा यापूर्वीच करून ठेवला होता. (शंकरराव खरात यांच्या अलीकडे प्रसिद्ध झालेल्या महाराष्ट्रातील महारांचा इतिहास या पुस्तकातही या दाव्याचे

समर्थन केले आहे.) परंतु तेव्हा महाराष्ट्रातील लोक इतिहासाविषयी तितके जागरूक नसावेत. आता हाच दावा किंकेडने केल्यावर ही मंडळी अस्वस्थ झाली. टिकेकरांच्या भाषेत सांगायचे झाले तर "*It was too much for the Poona high caste Brahmins to endure. They immediately bounced on the book and criticized its contents by pointing out inaccuracies committed by its author.*" स्वतः वि. का. राजवाड्यांनी राष्ट्रोदय नावाच्या नियतकालिकातून किंकेडवर टीकेचा भडिमार केला; परंतु व्यक्तिगत आणि जातीय कारणांपेक्षा एका वेगळ्या कारणाकडेही टिकेकरांनी बोट दाखविले आहे. किंकेडचे पुस्तक प्रमाणबद्ध नव्हते. शिवाजी महाराजांवरील म्हणजे पहिल्या खंडात मराठ्यांच्या इतिहासाची पार्श्वभूमी म्हणजे हिंदुस्थानचा अगोदरचा इतिहास सांगण्यात किंकेडने १०० पृष्ठे खर्ची घातली.

डॉ. टिकेकरांनी या संदर्भात मांडलेला एक मुद्दा पद्धतिशास्त्राच्या दृष्टीने फार महत्त्वाचा आहे. "*A real history of Maratha should begin with the rise and development of Marathi language which distinguishes Marathas from other people in the Deccan.*"

कोणतीही संस्कृती ही प्राधान्याने आणि पहिल्यांदा भाषिक संस्कृती असते. भाषा ही त्या संस्कृतीची प्रथम ओळख असते. या अर्थाने मराठी संस्कृती स्वतंत्र आणि स्वायत्त रूपाने तेराव्या शतकात उदयाला आली असे म्हणता येईल.

■

४

कर्नल टॉड आणि कॅप्टन डफ

जगाच्या इतिहासात महाराष्ट्राचे स्थान आणि महाराष्ट्राच्या लोकांनी केलेली कामगिरी या विषयाची चर्चा करण्याइतपत या देशाला आणि तेथील रहिवाशांना मुळात महत्त्व द्यायचेच का हा खरा प्रश्न आहे. हाच प्रश्न भारताच्या संदर्भातही उपस्थित होऊ शकतो. आधुनिक काळातील इतिहासलेखन मुख्यतः यूरोपकेंद्रित झाल्यामुळे आशियातील देशांना अडगळीच्या कोपऱ्यातील स्थान मिळणे साहजिकच होते. विशेषतः इतिहासाचा जेव्हा तत्त्वज्ञानाच्या अंगाने विचार होतो तेव्हा तर ही गोष्ट प्रकर्षाने पुढे येऊ लागते. 'मानवी इतिहास हा विश्वचैतन्याचे आत्मप्रगटीकरण आहे' असा सिद्धांत मांडणाऱ्या हेगेल या जर्मन तत्त्ववेत्त्याने हे प्रगटीकरण मुख्यत्वे मानवी संस्कृतीमधून व विशेषतः राज्यसंस्थेतून होत असल्याचा दावा केला. त्याच्या लिखाणात भारतालाही योग्य ते स्थान नाही तर मग महाराष्ट्राची गोष्टच सोडा. इतिहासाचार्य वि. का. राजवाडे यांना हेगेलच्या सिद्धांतामधील अपुरेपणा जाणवला. 'मराठ्यांच्या इतिहासाची न्या. महादेव गोविंद रानडे यांनी केलेली मांडणी हेगेलच्या वाचनात आली असती तर त्याला आपल्या सिद्धांताचा पुनर्विचार करावा लागला असता' असे ते म्हणाले.

अर्थात यात हेगेलला दोष देण्यात अर्थ नाही. एक तर तो न्यायमूर्तींनी *Rise of Maratha Power* लिहिण्याच्या पूर्वीच ख्रिस्तवासी झाला होता आणि दुसरे असे, की मराठ्यांच्या इतिहासाविषयी जी सामग्री हेगेलला उपलब्ध होती ती अगदीच तुटपुंजी आणि पूर्वग्रहग्रस्त होती. भारतात मोगलांचे साम्राज्य नुसतेच दृढमूल झालेले नव्हते तर जगभर पुरेसे प्रतिष्ठाही पावले होते. त्याचा ताबा मिळवणाऱ्या इंग्लंडचे खरे तर ब्रिटिश ईस्ट इंडिया कंपनीचे कौतुक होणेही क्रमप्राप्तच होते. या कौतुकात ब्रिटिशांनी हिंदुस्थानचा ताबा प्रत्यक्षात मोगलांकडून न घेता मराठ्यांकडून घेतला होता, खरे तर मराठ्यांच्या ताब्यात

असलेल्या मोगल बादशहाला आपल्या ताब्यात घेऊन त्यांनी एक तांत्रिक औपचारिकताच पार पाडली होती, हे कोणी ध्यानात घ्यायलाच तयार नव्हते. खरे तर जर्मनीमधील हॅले विद्यापीठात इतिहासाचे अध्यापन करणाऱ्या एम. सी. स्प्रेंगेल या प्राध्यापकाने इ. स. १७९१मध्ये इंग्रज व मराठ्यांमधील सालबाईच्या तहापर्यंतचा (१७८२) मराठ्यांचा इतिहास सांगणारा २८८ पृष्ठांचा *Geschichte der Maratten* ग्रंथ प्रसिद्ध केला होता. हेगेलने तो पाहिला नसावाच आणि पाहिला असता तरी दरम्यानच्या काळात मराठ्यांच्या राज्याचाच ग्रंथ आटोपल्यामुळे त्याला मराठ्यांचे महत्त्व समजून घेण्याचे काही कारणही उरले नव्हते.

ते काहीही असो. एकूणच इंग्रज लोकांची मानसिक ठेवण घटनात्मक (*Constitutional*) असल्यामुळे त्यांनी वास्तविकतेपेक्षा (*de facto*) वैधानिकतेवर (*de jure*) भर दिला. (इंग्रजांनी आपण हिंदुस्थान मोगलांकडून घेण्याचा प्रचार केला. पण मोगल बादशहाला अशा प्रकारे एक '*constitutional tool*' म्हणून वापरायची मूळ क्लृप्ती मराठ्यांचीच व तिचा शाहू छत्रपती - बाळाजी विश्वनाथांपासून महादजी शिंद्यांपर्यंत विकास होत गेला हे ते कशाला सांगणार?) शिवाय दुसरे असे, इतिहासप्रसिद्ध मोगल साम्राज्य जिंकल्यामुळे त्यांना जी प्रतिष्ठा मिळणार होती, त्यांचा दरारा व दबदबा जितका वाढणार होता तसे काही त्यांनी मराठ्यांना पराभूत करून त्यांच्याकडून हिंदुस्थान घेतला असे म्हटल्याने झाले नसते. त्यामुळे मराठ्यांचा 'फॅक्टर' हा इतिहासातील एक आगंतुक आणि उपटसुंभ घटक होता अशी भूमिका घेणे त्यांना परवडणार होते. इतिहासातील हा अपघाती अडथळा दूर करून आपण इतिहासाचा भरकटलेला प्रवाह जणू सुरळीत केला असेच म्हणणे त्यांना उपयुक्त होते.

या संदर्भात मराठ्यांचा नाणावलेला इतिहासकार जेम्स कनिंगहॅम ग्रँट डफ याच्याच पुस्तकाचा दाखला घेणे उचित ठरेल. डफचे मराठ्यांच्या इतिहासावरील पुस्तक छापायला काकू करणारा मरे नावाचा प्रकाशक पुस्तकाचे नाव बदलले, तर ते प्रकाशित करायला तयार होत होता. नावात त्याला 'मराठा' शब्द नको होता. '*Downfall of the Mogals and the Rise of the English*' किंवा तत्सम शीर्षक त्याला चालणार होते. मराठे कोण? आणि त्यांना ओळखतो तरी कोण? अर्थात मुद्दा केवळ व्यावहारिक नसून तात्त्विकही होता. नुसत्या सत्तेचा नसून सत्तेच्या नैतिक अधिष्ठानाचाही होता.

ग्रँड डफ तडजोडीस तयार झाला नाही व सुदैवाने जेम्स मॅकिनटॉशच्या मध्यस्थीने त्याने लिहिलेला मराठ्यांचा इतिहास लाँगमन कंपनीने प्रकाशित केला. या व्यवहारात डफला जे काही मानसिक समाधान लाभले असेल ते असो; पण त्यात त्याने गुंतवलेल्या २००० पौंडांपैकी त्याला (रॉयल्टीच्या रूपाने) ३०० पौंडच परत मिळाले. १७०० पौंड

बुडाले असे डॉ. अ. रा. कुलकर्णींनी डफवरील अलीकडच्या ग्रंथात नमूद केले आहे.

मराठ्यांच्या राजकारणाप्रमाणेच त्यांच्या इतिहासावरील हा ग्रंथ तसा आतट्ट्याचाच व्यवहार ठरला तरी तो त्यानंतरच्या सर्व ब्रिटिश इतिहासकारांना आणि महाराष्ट्रातील प्रारंभीच्या लेखकांना आधारभूत प्रमाणग्रंथ ठरला. नीलकंठ जनार्दन कीर्तने यांनी आपल्या डेक्कन कॉलेजमधील दिवसांत १८६७मध्ये डफच्या इतिहासातील चुका दाखवून दिल्यानंतर विशेषतः चिपळूणकर संप्रदायातील इतिहासकारांनी डफची कठोर चिकित्सा केली.

कीर्तन्यांपासून राजवाड्यांपर्यंतच्या अभ्यासकांनी ग्रँट डफच्या इतिहासातील दाखवलेल्या त्रुटी व दोष जमेस धरूनही युरोपला व विशेषतः इंग्लंडला मराठ्यांचा जो काही इतिहास कळला तो त्याच्यामुळेच असे म्हणावे लागते. मराठ्यांचा इतिहास लिहिण्याची डफची पात्रता नव्हती हे राजवाड्यांचे मत एका अर्थाने खरेच आहे. एक तर त्याची पुरेशी पूर्वतयारी नव्हती आणि दुसरे असे, की हे काम त्याने स्वयंस्फूर्तीने स्वतः होऊन केले नाही. माउंट स्टुअर्ट एल्फिन्स्टन या 'बॉस'च्या सूचनेवरून तो ते करण्यासाठी प्रवृत्त झाला. त्यामुळे अनेकदा त्याच्या वाट्याला 'बोअर' होण्याचे क्षणही आले. डफच्या इतिहासातील तपशिलांच्या चुका कीर्तनेप्रभृतींनी उजेडात आणल्या होत्याच, परंतु मुख्य मुद्दा डफच्या दृष्टिकोनाचा आहे. मराठ्यांच्या इतिहासाच्या साधनांच्या पहिल्या खंडाला लिहिलेल्या प्रस्तावनेत राजवाड्यांनी दाखवून दिल्याप्रमाणे मराठ्यांच्या हालचालींना, कृतींना व गतीला काही एक अधिष्ठान आहे हेच त्याच्या लक्षात आले नव्हते. अशा सूत्राशिवाय पुष्कळदा एखाद्याच्या कृती निरर्थक, अनावश्यक, स्वैर व प्रसंगी अनैतिकही वाटू शकतात.

स्वतः ग्रँट डफ सातारचे राजे प्रतापसिंह भोसले यांच्या दरबारात ब्रिटिशांचा पोलिटिकल एजंट व रेसिडन्ट होता. मराठ्यांचा इतिहास लिहिण्याचे काम खरे तर स्वतः एल्फिन्स्टनला करायचे होते पण त्याला ते जमेनासे झाल्याने त्याने ते डफवर सोपवले. डफने सातारच्या दप्तरात उपलब्ध होणारी अनेक सनदापत्रे पाहिली, बखरी चाळल्या. विशेष म्हणजे दरबारातील पारंपरिक मानकऱ्यांशी प्रत्यक्ष चर्चा केली.

शिवाजी महाराजांच्या व एकूणच मराठ्यांच्या कृतींचे घटनात्मक आणि नैतिक अधिष्ठान कोणते हा खरा मुख्य प्रश्न होता. डफ त्याबाबत चांगलाच गोंधळलेला दिसतो. प्रतापसिंह महाराजांच्या रोजनिशीत डफबरोबरचे काही संवाद आलेले आहेत. त्यावरून त्याच्या दृष्टिकोनावर प्रकाश पडतो. १७ जुलै १८१९ या दिवशीची चर्चा महाराजांनी नोंदवली आहे.

> *"नंतर तृतीय प्रहरी कचेरी तावदानात झाली. मंडळी सर्व आली. नंतर आबा पारसनीस ग्रांट याजकडून आले. त्यांनी वर्तमान सांगितले, की जुनी बुके नाना प्रकारची काढून वाचून दाखविली आणि बोलिले जे आम्हापासी लिहिले आहे यास व चिटणीस माजी बखर लिहून दिल्ही यास मिळत*

नाही. महाराजाची (म्हणजे शिवाजी महाराज) बढाई करून लिहिले आहे. लटके आहे व सर्व राज्य दिलीपासून मोजावयाचे आहे व सिवाजी महाराजास जरीपटका निशाण कधी पातशहांनी दिले वगैरे पुसिले. पहिले सिवाजी बंडच होते. पातशहाचे देणे नव्हे."

२५ जुलैचा संवाद.

"चंद्रराव मोरे मारले. त्यास का मारले? बंड होते? रडतोंडीच्या घाटात मदत केली सिवाजीस, आसे आमचे बुकात आहे. तुम्ही बखरीत का लिहिले नाही हे समजले. काये कसे म्हणून माहाराजानी पुसले. त्याजवर ग्रांटानी उत्तर केले की, सिवाजी माहाराजास मदत केली. उपयोगी पडले. त्यास मारिले राज्य लोभे, तेव्हा हरामखोरी माहाराजाकडे येईल याकरिता लिहिले नाही. त्यावर बळवंतराव चिटणीस याणी उतर केले की मदत केलीच नाही. केली असती तर लिहितो. परंतु केलीच नाही म्हणोन लिहिले नाही. वडिलांनी लिहिले ते खरे म्हणोन आम्ही मानतो."

थोडक्यात सांगायचे म्हणजे शिवरायांच्या व एकूणच मराठ्यांच्या हालचालींचा अन्वयार्थ लावण्यासाठी आवश्यक असलेली प्रतिभा व सहानुभूती डफच्या ठायी नव्हती. त्याच्या इतिहासामुळे मराठ्यांचे नाव शाबूत राहिले हे खरे असले तरी मराठ्यांबद्दल ते लुटारू वगैरे असल्याचे अपसमजही पसरले. अफजलखानाला दगा केल्याची दंतकथा सर्वतोमुखी झाली. इतिहासकारांचे सोडा पण जी. ए. हेंटीसारखा सामान्य कादंबरीकारसुद्धा *At the Point of the Bayonet* या कादंबरीच्या प्रस्तावनेत मराठ्यांच्या बाबतीत "*a race*

इतिहास के परमानुरागी
पुरातत्त्वानुसंधान के अपूर्व प्रेमी
राजपूत जाति के सच्चे मित्र
राजपूतों के इतिहास के पिता
और
उनकी कीर्ति के रक्षक
महानुभाव
कर्नल जेम्स टॉड
की
पवित्र स्मृति को
सादर
समर्पित

कर्नल जेम्स टॉड : राजपूतांचे मित्र की मराठ्यांचे शत्रू?

शिवरायांच्या व एकूणच मराठ्यांच्या हालचालींचा अन्वयार्थ लावण्यासाठी आवश्यक असलेली प्रतिभा व सहानुभूती ग्रँट डफच्या ठायी नव्हती. त्याच्या इतिहासामुळे मराठ्यांचे नाव शाबूत राहिले हे खरे असले तरी ते लुटारू वगैरे असल्याचे अपसमजही पसरले.

that was a scourage - faithless, intriguing and crafty, cruel, and reckless of life" असे बिनदिक्कत लिहून जातो.

प्रा. ना. के. बेहरे यांनी '*मराठे, रजपूत व शीख*' नामक लेखातून या परिस्थितीचे विदारक दर्शन घडवले आहे. ते लिहितात,

> *"इंग्रजांनी मराठ्यांपासून हिंदुस्थानचे राज्य जिंकून घेतल्यामुळे मराठ्यांना तुच्छ लेखण्याची त्यांची स्वाभाविक प्रवृत्ती बनली. मराठे म्हणजे चोर, भुरटे, लुटारू! इतिहासात त्यांना मग कसे स्थान मिळणार? निःपक्षपाती म्हणविणाऱ्या इंग्रज इतिहासकारांनाही ही धुंदी चढली. टॉडने रजपुतांच्या वीर्यकथा गौरवाने रंगवून सांगितल्या. सेवेलने वैभवशाली हिंदू राज्याचा इतिहास भडक कुंचलीने उघड उघड अतिशयोक्तिपूर्ण वाटण्याइतपत रेखाटन केला. मोगलांच्या स्तुतिपर तर अनेक इंग्रजी ग्रंथ निर्माण झाले. रणजितसिंहावर सुमनांजली वाहण्यात आली. फार काय, पण हैदरअली व त्याचा क्रूर पुत्र टिपू यांनाही इंग्रजांकडून प्रसंगोपात्त प्रशंसापत्रे मिळाली परंतु मराठ्यांच्या शिवाजीच्या कपाळी लागलेला लुटारूपणाचा टिळा मात्र वज्रलेप झाल्यासारखा वाटू लागला. हिंदुस्थानच्या गेल्या सहाशे-सातशे वर्षांच्या इतिहासात मराठ्यांना स्थान देण्यासारखा कालखंडच इंग्रज व हिंदी इतिहासकारांच्या दृष्टीने उपलब्ध नव्हता. मोगल रियासतीचा सविस्तर इतिहास लिहिताना केवळ नाईलाज म्हणून चोर व लुटारू ठरवलेल्या मराठ्यांचा प्रसंगोपात्त आनुषंगिक उल्लेख अधूनमधून इतिहासकार करीत असत."*

प्रा. बेहरे यांनी उल्लेख केलेला राजस्थानचा इतिहासकार जेम्स टॉड आणि ग्रँड डफ यांची तुलना केल्यास ही परिस्थिती आणखी स्पष्ट होईल. आपापल्या इतिहासलेखनाची सामग्री व खर्डे घेऊन दोघांनीही हिंदुस्थानचा किनारा सोडून मायदेश म्हणजे इंग्लंड गाठले. ग्रँट डफच्या मराठ्यांच्या इतिहासाची पहिली आवृत्ती १८२६मध्ये प्रकाशित झाली. टॉडचा *Annals and Antiquities of Rajasthan* हा ग्रंथ त्यानंतर तीन वर्षांनी म्हणजे

१८२९मध्ये प्रकाशित झाला.

ग्रँट डफप्रमाणे टॉडही ब्रिटिशांच्या लष्करी आणि प्रशासकीय सेवेशी संबंधित होता. निवृत्तीच्या वेळी डफ कॅप्टन तर टॉड कर्नल अशा पदांवर आरूढ होते हा मुद्दा त्यांच्या पात्रतेच्या संदर्भात तितका महत्त्वाचा नाही. परंतु इतिहासकार म्हणून टॉडची पात्रता डफपेक्षा नक्कीच वरच्या दर्जाची होती. त्याला इतिहासाच्या अनेक शाखांमध्ये गती होती. बलराम आणि हर्युलिस यांच्यातील साम्यस्थळापासून वेरूळ लेण्यातील मूर्त्यांपर्यंत त्याची बुद्धी सहज संचार करी. सर्वांत महत्त्वाची बाब म्हणजे राजपूतांचा इतिहास त्याने स्वयंस्फूर्तीने लिहिला. राजपुतांबद्दल म्हणजेच आपल्या इतिहासलेखनाच्या विषयीभूत लोकांबद्दल त्याला परम सहानुभूती होती. राजपुतांचे हितसंबंध रक्षिण्यासाठी त्याने केलेली धडपड पाहून कंपनीच्या वरिष्ठ अधिकाऱ्यांना त्याच्या राष्ट्रनिष्ठेविषयी संशयसुद्धा आला होता. १९२७मध्ये प्रसिद्ध झालेल्या गौरीशंकर ओझाकृत टॉडच्या इतिहासाच्या हिंदी अनुवादाच्या अर्पणपत्रिकेतील शब्दयोजना पाहिली म्हणजे माझा मुद्दा लक्षात येईल. अनुवाद खुद्द टॉडलाच अर्पण आहे.

> *"इतिहास के परमानुरागी, पुरातत्त्वानुसंधान के अपूर्व प्रेमी, राजपूत जाति के सच्चे मित्र राजपूतों के इतिहास के पिता और उनकी कीर्ति के रक्षक महानुभव कर्नल जेम्स टॉड की पवित्र स्मृती को सादर समर्पित."*

अशा प्रकारची अर्पणपत्रिका ग्रँट डफच्या मराठ्यांच्या इतिहासाच्या मराठी भाषांतरासाठी लिहिण्याची कोणी कल्पना तरी करू शकेल का?

■

५

इंग्रजांचा धनमेध

टॉड या इतिहासकाराच्या राजस्थानच्या इतिहासाच्या हिंदी अनुवादग्रंथाच्या अर्पणपत्रिकेत आणि स्वतः टॉडने आपल्या मूळ इंग्रजी ग्रंथाला जोडलेल्या अर्पणपत्रिकेत लक्षणीय साम्य आहे. हिंदी ग्रंथ स्वतः टॉडलाच अर्पण करण्यात आलेला आहे. टॉडने आपला इंग्रजी ग्रंथ चौथ्या जॉर्जला अर्पण केला. ब्रिटिश सम्राटाला उद्देशून लिहिलेल्या अर्पणपत्रिकेत टॉड राजपुतांबद्दल काय म्हणतो हे महत्त्वाचे आहे...

> *"The Rajpoot princes, happily rescued, by the triumph of the British arms, from the yoke of lawless oppression, are now the most remote tributories to Your Majesty's extensive empire"*

टॉड ज्याचा उल्लेख "the yoke of lawless oppression" (नियमरहित दमनाचे जोखड) असा करतो आणि ब्रिटिश सैन्याने ज्याच्यातून राजपुतांची सुखद सुटका केली असे म्हणतो ते जोखड अर्थातच मराठ्यांचे!

मराठ्यासंबंधी लिहिताना टॉडची दुटप्पी भूमिका आणि दुहेरी मापदंड लपून राहत नाहीत. बंगाल, अयोध्या आणि हैदराबाद येथील राज्ये शुद्ध उठावगिरांची होती व त्यांना प्रजेशी काही देणे-घेणे नव्हते, असे स्पष्ट करून टॉड शिवाजी महाराजांनी स्थापिलेल्या मराठी राज्याचे कौतुक करतो.

> *"With the Marattas the case is different : their emergence to power claims our admiration, when the tyranny transformed the industrious husbandman, and the minister of religion, into hardy*

and enterprizing, soldier, and a skilful functionary of government."

औरंगजेबाच्या जुलूमशाहीविरुद्ध उठाव करून शिवरायांनी स्थापन केलेल्या मराठी राज्याचे टॉड कौतुक करतो. पण त्याचे पुढचे म्हणणे असे आहे, की मराठ्यांनी तेथेच थांबायला हवे होते! या बिंदूवर टॉड हा मुद्दा राजनैतिक आणि नैतिक करतो.

> *"Had their ambition been restrained within the legitimate bounds, it would have been no less gratifying than politically and morally just that the family of Sevaji should have retained its authority in countries which his active valour wrested from Aurangzeb."*

मराठ्यांनी दख्खनपुरतेच सीमित राहायला हवे होते, कारण त्यांच्या सवयी भाषा, भावभावना (sentiment) तेथील लोकांशीच मिळत्याजुळत्या होत्या. राजपुतांचा व मराठ्यांचा धर्म एकच असला तरी भावनिक ठेवण वेगळी होती. एवढे सांगून टॉड थांबत नाही. तर मराठे व राजपूत यांच्यातील हा फरक दिल्लीचे मोगल सत्ताधीश व राजपूत यांच्यामधील फरकापेक्षा जास्त होता असा दावा करतो. मोगलांचा "*tyranical intolerance was more endurable, because less degrading, than rapacious meanness of the Southern.*" हा त्याचा आणखी धाडसी दावा.

वस्तुतः आपली निसर्गदत्त भूमी ओलांडून राजपूतांवर (किंवा भारताच्या इतर प्रांतांतील लोकांवर) राज्य करणे हे जर मराठ्यांसाठी नैतिक नसेल तर हीच गोष्ट मोगलांसाठी आणि त्यांच्यापेक्षा ब्रिटिशांसाठी नैतिक कशी ठरते हे अनाकलनीय आहे. औरंगजेबाच्या अत्याचारांमुळे मराठ्यांना आपला शेतकरी पेशा सोडून लष्करी बाणा पत्करावा लागला असे मराठ्यांना समजून घेतल्याबद्दल टॉडचे आभार. पण मग आपली मूळची व्यापारउदिमाची वाणिज्य वृत्ती सोडून अंगात सैनिकी गणवेश चढवून भारतभर लढाया करत सुटावे असा कोणता अत्याचार इंग्रजांवर भारतात होत होता? मराठ्यांची कारकीर्द राजपुतांना सर्वस्वी सुखकर होती असा दावा कोणीच करणार नाही. उलट तेथे त्यांनी जे अतिरेक केले त्याबद्दल राजारामशास्त्री भागवतांपासून त्र्यं.शं. शेजवलकरांपर्यंतच्या मराठी संशोधकांनी त्यांना

> **भारत आणि इंग्लंड यांच्यातील देवाणघेवाणीच्या व्यवहाराचा हिशेब त्यांनी चोख मांडला. आकडे तर खोटे बोलत नव्हते. मग या शोषणाचे काय? लोकहितवादी म्हणतात *"द्रव्यदृष्टीने पाहिले तर तोटा आहे. ज्ञानदृष्टीने पाहिले तर सदरी फायदे दिले आहेत."***

नको तितके धारेवर धरले आहे. पण टॉड नैतिकतेचाच प्रश्न उपस्थित करतो. मराठ्यांनी काही गैरवर्तणूक केले असेल तर तिची नैतिक चिकित्सा करायला काहीच हरकत नाही परंतु त्यांना त्यांच्या राज्याचा विस्तार करण्याचा हक्क मुळातच नैतिक कारणावरून अगदि तत्त्वतः नाकारायचा हे फारच झाले.

एकदा मराठी साम्राज्याच्या नैतिक पायालाच असा सुरुंग लावल्यानंतर त्याच्या वेगवेगळ्या इमल्यांवर तोफा डागणे अवघड नाही. मराठ्यांना 'लेफ्ट हँडेड कॉम्प्लिमेंट' देत टॉड पुढे लिहितो.

> *"But the genius of conquest changed their natural habits, they devastated instead of consolidating, and in lieu of that severe and frugal simplicity and that energy of enterprize, which were their peculiar characteristics, they became distinguished for mean parsimony, low cunning, and dastardly depredation."*

मेवाडच्या राज्यात मराठ्यांनी वसूल केलेल्या रकमांचे हिशेब मांडून त्यांची निंदा करताना टॉड आपल्या लेखणीला मराठा सेनानींच्या नावाचा विटाळसुद्धा होऊ नये याची दक्षता घेतो. "*we may be content to say their name was 'legion*" असे तो म्हणतो. रोमन सैनिकांच्या मोठ्या तुकडीला तेव्हा 'legion' म्हणत. पण या ठिकाणी टॉडला केवळ जमाव अभिप्रेत असावा, खरे तर टोळधाडच! मराठ्यांच्या उल्लेख तो "*the rapacious individuals who shared in the spoils of this devoted country*" असा करतो आणि त्यांच्या अमलाचा लेखाजोखा "*These forty years were surcharged with evil.*" असा करून टाकतो. "*The Mahrattas were associations of vampires, who drained the very life-blood wherever the scent of spoil attracted them.*" असे त्याच्या विवेचनाचे सार आहे.

राजपूत म्हणजे सीधेसाधे, सरळ, निष्कपट, दिलदार, उमदे लढवय्ये आणि मराठे म्हणजे धूर्त लबाड, कपटी, कारस्थानी, लुटारू अशी प्रतिमा टॉडच्या लिखाणामुळे प्रस्थापित झाली. मराठ्यांनी इंग्रजांना अखेरपर्यंत दमवले. इंग्रजांच्या विजयात नशिबाचाही बऱ्यापैकी वाटा असल्याचे दस्तुरखुद्द आल्फ्रेड लायलही नाकारू शकला नाही. याउलट मराठ्यांच्या जाचातून सुटण्यासाठी राजपुतांनी आपला गळा सुखासुखी इंग्रजांच्या पाशात अडकू दिला. त्यामुळे इंग्रजांना राजपूत केव्हाही मराठ्यांपेक्षा प्यारे असणार हे उघड आहे.

मराठ्यांची एवढी निंदा अन्य कोणी केली असेल असे वाटत नाही. इतिहासकार म्हणून टॉडची प्रतिष्ठा युरोपीय आणि भारतीय अभ्यासकांमध्ये ग्रँट डफच्या तुलनेत कितीतरी अधिक होती हे वेगळे सांगायला नको. टॉडने वाजवलेल्या राजपुतांच्या नौबतीच्या आवाजापुढे डफने हातचे राखून लिहिलेला मराठ्यांचा इतिहास टिमकीच्या आवाजासारखा लुप्त झाला असणार हे सांगायची गरज नाही. राजपूत म्हणजे सीधेसाधे, सरळ, निष्कपट, दिलदार, उमदे लढवय्ये आणि मराठे म्हणजे धूर्त लबाड, कपटी, कारस्थानी, लुटारू अशी प्रतिमा टॉडच्या लिखाणामुळे प्रस्थापित झाली. मराठ्यांनी इंग्रजांना अखेरपर्यंत दमवले. इंग्रजांच्या विजयात नशिबाचाही बऱ्यापैकी वाटा असल्याचे दस्तुरखुद्द आल्फ्रेड लायलही नाकारू शकला नाही. याउलट मराठ्यांच्या जाचातून सुटण्यासाठी राजपुतांनी आपला गळा सुखासुखी इंग्रजांच्या पाशात अडकू दिला. त्यामुळे इंग्रजांना राजपूत केव्हाही मराठ्यांपेक्षा प्यारे असणार हे उघड आहे. टॉड जेव्हा राजपुतांच्या इतिहासाचे निमित्त करून मराठ्यांच्या अत्याचारांच्या कहाण्या सांगत होता तेव्हा लॉर्ड क्लाइव्हची केव्हाच निर्दोष मुक्तता झाली असली तरी वॉरन हेस्टिंग्जवरील इंपिचमेंटचे पडसाद लॉर्डांच्या आणि लोकांच्या सभागृहात अजूनही घुमत होते. नंदकुमार आणि अयोध्येच्या नबाबाच्या बेगमांवर त्याने केलेल्या अन्यायाची लक्तरे युनियन जॅकच्या बरोबरीने टांगली गेली होती.

इंग्रज तसे जात्याच हुशार. ते मराठ्यांच्या चुकांपासून शिकले आणि पुढच्यास ठेच मागचा शहाणा ही लोकोक्ती त्यांनी सार्थ करून दाखवली. त्यांनी प्रचलित अव्यवस्था संपवून व्यवस्था प्रस्थापित केली. विशेषतः ठग आणि पेंढारी यांचा बंदोबस्त केला. सारावसुली राज्यकर्त्यांच्या लहरीनुसार केव्हाही आणि कितीही न करता नियमानुसार होईल, अशी खबरदारी घेतली. त्यामुळे साहजिकच शांतता प्रस्थापित होऊन लोकांच्या मनात सुरक्षिततेची भावना निर्माण झाली. इंग्रजांच्या राज्यात काठीला सोने बांधून काशीला जावे असे ते म्हणू लागले. अर्थात आपली राजवट प्रजेस स्वीकार्य व्हावी म्हणून अशा काही गोष्टी करणे इंग्रजांना भागच होते. इंग्रजी राज्याच्या या पहिल्या पर्वात त्यांनी प्रजेला चांगलेच प्रभावित केले. परंतु त्यांची व्यवस्था ही अंतिमतः एक पद्धतशीर शोषणयंत्रणा होती हे सुरुवातीला कुणालाच समजत नव्हते. रक्तशोषणाची जी उपमा टॉड देतो तिचाच उपयोग करून हा मुद्दा स्पष्ट करायचा झाल्यास असे म्हणता येईल की मराठ्यांनी जेवढे रक्त प्रत्यक्षात शोषले असेल त्याच्या प्रमाणात जखमाच जास्त करून त्याचा भेसूरपणा त्यांनी अधिक भासू दिला. इंग्रजांनी जखमा न करता रक्तशोषणाच्या 'सोफिस्टिकेटेड' पद्धती शोधून काढल्या. सोने काठीला बांधून काशीला जाण्याच्या गोष्टी करणाऱ्यांच्या हळूहळू लक्षात आले की सोने तर गायब झालेच आहे; परंतु हातातील काठीही काढून घेण्यात आलेली आहे. पैसा तर चाललाच आहे; पण प्रतिकारही करता येत नाही. आता या लोकांनी

प्रतिकाराच्या दुसऱ्या पद्धती शोधून काढायचा प्रारंभ केला. लोकहितवादी गोपाळराव हरी देशमुख आणि विष्णुशास्त्री चिपळूणकर यांच्या मतांमध्ये कमालीची तफावत दिसून येत असली तरी त्यांच्यातील एक खरा व दुसरा खोटा असे नाही. पहिला इंग्रजी राजवटीच्या पहिल्या पर्वात डोळे दिपून गेलेल्या प्रामाणिक माणसांचे प्रतिनिधित्व करतो तर दुसरा याच राजवटीच्या दुसऱ्या पर्वात डोळे उघडलेल्या माणसांचे प्रतिनिधित्व करतो. लोकहितवादींनी टॉडच्या ग्रंथाचे चांगले अवगाहन केले होते. त्यांनी राजस्थानच्या इतिहासावरही लेखन केले. परकीय टीकाकारांनी दाखवलेल्या दोषांच्या संदर्भात लोकहितवादींनी आत्मटीका केली. त्यामुळे ती अधिकच दाहक झाली. लोकहितवादींनी केलेल्या पूर्वजांच्या निंदेची प्रतिक्रिया म्हणजे चिपळूणकरांनी केलेला पूर्वजांचा गौरव. लोकहितवादींनी स्वतःवर ओढलेल्या कोरड्यांशिवाय समाजाला जागच आली नसती आणि चिपळूणकरांनी फिरवलेल्या मोरपिसांशिवाय त्याला प्रेरणाही मिळाली नसती.

आत्मपरहक्षण की आत्मताडण? लोकहितवादी गोपाळ हरी देशमुख

पूर्वगौरववादी विचारवंत मालाकार विष्णुशास्त्री चिपळूणकर

मराठ्यांचे नैतिक खच्चीकरण (Demoralization) व तेजोभंग करणे ही इंग्रजांची गरज होती. स्वतःच्या देशाच्या गरजा भागवून वर नफा मिळवण्याच्या उद्देशाने भारतात पाऊल टाकलेल्या इंग्रजांना आपल्या सत्तेचे समर्थन करण्याचीही गरज होतीच, ती त्यांनी स्वतःच्या नैतिक उंचीचा डांगोरा पिटत भागवली. भारतामधील मागासलेल्या व असंस्कृत लोकांना सुशिक्षित व सुसंस्कृत करणे; तेथील अनीती दूर करून नैतिक पातळी वाढवणे हे आपले येथे येऊन राज्य करण्याचे 'मिशन'च असल्याचे ते सांगू लागले. हे ईश्वरदत्त कृत्य किपलिंगच्या भाषेत सांगायचे म्हणजे 'white man's burden' होय. तो काही त्यांचा वसाहतवाद, विस्तारवाद वा साम्राज्यवाद नव्हता!

स्वतः लोकहितवादी अर्थशास्त्राचे चांगले अभ्यासक होते. त्यांनी क्लिफ्टच्या *Political Economy* या ग्रंथाचे आधारे लक्ष्मीज्ञान नामक मराठी पुस्तक केले. ते लिहिताना त्यांच्या डोळ्यांपुढे अर्थात मराठी माणूसच होता. सद्यःस्थितीचे अवलोकन करून त्यांनी लिहिले,

"मराठे लोक नीच अवस्थेत आहेत, प्रथम हे लोक सरळ भले प्रामाणिक असे होते. त्यांस पुढे सुखानुभव जाहला, परंतु त्याजमुळे ते इतके माजले की त्यानी सर्व भान सोडले व बाजीरावाचे वेळेस तर मराठे लोक भ्रष्ट होऊन गेले. म्हणून लागलेच राज्य बुडाले. हिंदू लोक मुख्यत्वे करून मराठे लोक यांची सांप्रत अवस्था आहे त्याहून चांगली स्थिती होण्यास याणी शोध बहुत केले पाहिजेत व विद्या वाढविली पाहिजे व हल्लीच्या रीती व समजुती सोडल्या पाहिजेत."

इंग्लंडमधील औद्योगिक क्रांती ही ब्रिटिशांनी भारताचे आर्थिक शोषण करून उभारलेल्या भांडवलावर आधारित असल्याचे एक मत प्रचलित आहे. ब्रिटिशांनी चालवलेले शोषण लोकहितवादींनाही दिसत होतेच. परंतु इंग्रजांनी भारतात ज्या सुधारणा आणल्या, जी शांतता व स्वस्थता प्राप्त करून दिली, जी मोठी माणसे त्यांच्या राज्यात निर्माण झाली, लिहिण्याबोलण्याची त्यांनी जी मोकळीक उपलब्ध करून दिली, सतीची चाल थांबवून आपल्या विधवा आयाबहिणींचे प्राण वाचवले त्यांची ही शोषण म्हणजे किंमत समजावी अशी समजूत त्यांनी काढली. भारत आणि इंग्लंड यांच्यातील देवाणघेवाणीच्या व्यवहाराचा हिशेब त्यांनी चोख मांडला. आकडे तर खोटे बोलत नव्हते. मग या शोषणाचे काय? लोकहितवादी म्हणतात *"द्रव्यदृष्टीने पाहिले तर तोटा आहे. ज्ञानदृष्टीने पाहिले तर सदरी फायदे दिले आहेत. ते मानून घ्यावे."* ब्रिटिश म्हणजे हिंदुस्थानचे सांप्रतकालीचे देवच असा उपहास करून ते पुढे लिहितात की

"पूर्वीच्या देवांची तृप्ती तूप, तांदूळ, फार झाले तर दोन-चार बकरे दिले तरी होत होती. या देवांस वीस कोटी रुपयांचा हविर्भाग दिला तरी प्रसन्नता नाहीच असा हा धनमेध हल्ली चालला आहे. पूर्वी इंग्रजी अंमल आला की खुषी होत होती आता दुःखी होतात."

पूर्वी कोणीही न दाखवलेली निर्दयता आणि अमानुषता इंग्रजांनी दाखवली असल्याचा लोकहितवादींचा दावा आहे. त्यांनी पूर्वजांची निंदा केली, समकालीन ब्राह्मणांची खरडपट्टी काढली हे खरे. पण इंग्रजी शोषणाबद्दलही ते तितकेच साक्षेपी होते. यज्ञात पशू बुकलून मारला जातो रक्ताचा एकही थेंब न सांडता! हा पशुवध हिंसा मानला जात नाही. मराठ्यांनी पशू मारला तर तो बळी देऊन, रक्त सांडून; इंग्रजांनी मारला तर, तो यज्ञात आहुती म्हणून, रक्त न सांडता; म्हणून समर्थनीय!

■

६

लुटारूंची टोळी की राष्ट्रसाधकांची मांदियाळी?

शुश्रूषाशास्त्रातील प्रावीण्य आणि अंगभूत सेवाभाव यामुळे विश्वविख्यात झालेल्या फ्लॉरेन्स नायटिंगेल यांच्याविषयी येथे आणखी माहिती द्यायचे काही कारण नाही; पण या बाईंना भारताविषयी आणि त्यातल्या त्यात मुंबई शहराच्या आरोग्य व्यवस्थेविषयी विशेष जिव्हाळा होता, हे सांगायलाच हवे. एकोणिसाव्या शतकातील भारतामधील प्रख्यात ब्रिटिश प्रशासक विल्यम विल्सन हंटरला बाईंनी मुंबई प्रांताची माहिती द्यायची विनंती केली. हंटरने सकारात्मक प्रतिसाद देऊन *Bombay 1885 to 1890 : A Study in Indian Administration* नामक पुस्तकच सिद्ध केले. या पुस्तकात त्याने अर्थातच मुंबई प्रांतातील लोकसमूहांची माहिती दिलेली आहे. १७७९ ते १८१८ या काळात ब्रिटिश आणि मराठा या बलाढ्य सत्ता समोरासमोर ठाकल्या होत्या, अशी माहिती देऊन हंटर पुढे सांगतो,

> *"त्यांच्यातील संघर्षाचा सर्व इतिहास आपणास ठाऊकच असल्यामुळे ब्रिटिशांचा विजय हा आपणास पूर्वनिश्चित परिणामच वाटतो. परंतु समकालीन कागदपत्रे सिद्ध करतात, की आधीच्या ब्रिटिश सत्ताधाऱ्यांना तसे वाटत नव्हते. पुण्यामध्ये लढाऊ नेतृत्व असते तर शिवाजीचे वंशज शोभणाऱ्या या मराठ्यांनी हिंदुस्थानचा सध्याचा नकाशाच बदलून टाकला असता, अगदी एक-दोन शतकांपूर्वीच मराठ्यांनी प्रत्यक्ष किंवा महसूल व्यवस्थेच्या माध्यमातून जवळजवळ सर्व हिंदुस्थान काबीज केला होता आणि मोगल साम्राज्याच्या वारसदाराला, दिल्लीच्या बादशहाला आपल्या हातातील बाहुले करून ठेवले होते."*

नाइटिंगेल बाईंना इतिहास शिकवण्यात हंटरला रस नव्हता व बाईंनाही तो शिकण्यात नसावा. मुंबई प्रांताची ही ऐतिहासिक माहिती देऊन हंटर सूचित करतो, की मराठ्यांच्या या देशात प्रशासकीय कारभार करणे ही काही सोपी गोष्ट नाही.

"The problem of administration in a Maratha country is therefore to deal not with a quick-witted Hindu people like Bengalis who had long been accustomed to foreign subjection, but with an equally able Hindu people who have been accustomed to consider thesmselves a conquering and governing race."

विल्यम विल्सन हंटर मराठ्यांच्या पराक्रमाला मनमोकळी दाद

राज्य जिंकणारी आणि राज्याचा कारभार चालवणारी इंग्रजांच्या इतकीच सक्षम जमात म्हणून हंटर मराठ्यांना ओळखतो. हंटरसारख्या राजपुरुषाच्या या मताला व्हिन्सेंट स्मिथसारख्या वावदूक इतिहासकाराच्या मतापेक्षा निश्चित अधिक विश्वसनीयता आहे. ऑक्सफर्ड हिस्टरी ऑफ इंडियात स्मिथ लेखणीच्या एका फटकाऱ्यात शिवछत्रपतींपासून दुसऱ्या बाजीरावापर्यंतच्या सर्वच्या सर्व मराठा सत्ताधीशांची वासलात लावतो. "*The Maratha independent rule in all its varieties until 1818 was the rule of professed robbers.*" शिवाजी महाराज हे मराठ्यांचे सर्वश्रेष्ठ राजे असल्यामुळे स्मिथच्या लेखी ते अर्थातच "*A robber chieftain who inflicted untold misery on hundreds of thousands of innocent people, Hindus and Mahomedans alike, merely for the sake of gain, using without scruple kinds of cruelty and treachery to attain his wicked end.*" ठरतात.

एरवी मुसलमानांच्या समस्येविषयी हंटरला सतत विरोध करणारा समकालीन ब्रिटिश प्रशासक आल्फ्रेड लायल मराठ्यांच्या संदर्भात मात्र हंटरच्या सुरात सूर मिळवतो. "*जर मोगल साम्राज्याच्या विघटनाच्या वेळी भारताला त्याच्या स्वतःच्या भवितव्यावर सोपवण्यात आले असते, आणि जर युरोपीयन लोक या भूमीत अवतरलेच नसते, तर संपूर्ण दक्षिण आणि मध्य भारत मराठ्यांच्या वर्चस्वाखाली आला असता - आमचे सर्वांत धोकादायक प्रतिस्पर्धी मराठेच होते,*" असे लायलनी *English Domain in India* या पुस्तकात लिहिले आहे. या संदर्भात त्याने मद्रास कौन्सिलच्या अध्यक्षांनी ऑटोबर १७५६मध्ये लिहिलेल्या पत्रातील ओळी उद्धृत केल्या आहेत. "युरोपीय शक्तींच्या हस्तक्षेपाच्या अभावी आम्ही मराठ्यांना संपूर्ण मोगल साम्राज्यासाठी अधिक लायक समजतो."

भारतात ब्रिटिशांची सत्ता स्थापन करण्यात लक्षणीय वाटा असलेल्या वॉरन हेस्टिंग्जचे मत या संदर्भात निर्णायक समजायला हरकत नाही. तो म्हणतो-

> *"The Marathas possess, alone of all the people of Hindusthan and Deccan a principle of national attachment, which is strongly ingrained on the minds of all individuals of the nation, and would probably unite their chiefs, as in on common cause, if any great danger were to threaten the general state."*

ब्रिटिश इतिहासकार भले मराठ्यांना लुटारू म्हणोत व टॉडसारखे मराठ्यांचे निंदक त्यांना आधार देवोत, महत्त्वाचे असे अनेक ब्रिटिश लढवय्ये, मुत्सद्दी आणि प्रशासक मराठ्यांकडे जबरदस्त समतुल्य प्रतिस्पर्धी म्हणून पाहत होते आणि मराठे हे विजेते व शासक होते, इतकेच नव्हे तर त्यांच्याकडे राष्ट्रभावनाही होती अशी कबुलीही देत होते. या संदर्भात हंटरसाहेबाची मते अगदी स्पष्ट आहेत. मराठ्यांविषयी "*They very nearly succeced in creating a Hindu Empire of their own,*" आणि त्यामुळेच ब्रिटिशांनी हिंदुस्थान मोगलांकडून किंवा मोगलांच्या फुटीर सुभेदारांकडून घेतले नसून, मराठ्यांकडून घेतले असे तो म्हणतो. आता मुद्दा असा आहे, की लुटारूंची टोळी असते, स्वराज्य, साम्राज्य किंवा राष्ट्र नसते, लुटारूंमध्ये टोळीच्या प्रमुखाविषयी पराकोटीची निष्ठा असू शकते; पण तिला कोणी राष्ट्रनिष्ठा म्हणत नाही.

मराठ्यांच्या 'राजन्यत्वा'ची प्रशंसा करूनच हंटर थांबत नाही. तो असे म्हणतो, की मराठे केवळ लढाऊ जात नसून ती साहित्यिक जमातही (literary race) आहे. "*The Marathas are a people proud not only of their history as a conquering and governing race but also of their national literature.*" मराठ्यांमध्ये आर्य आणि द्रविड या दोन्ही वंशांच्या सद्‌गुणांचा समुच्चय झाला आहे असे निरीक्षण नोंदवून हंटर असेही म्हणतो, की मराठ्यांच्या स्वभावात कृतिशीलता आणि वैचारिकता या दोन्ही बाजूंचा समावेश झालेला आहे.

थोडी वेगळी भाषा वापरून भागवत-हंटर-रानड्यांचा मुद्दा सांगायचा झाला तर असे म्हणता येईल, की मराठी संस्कृती ही एक स्वायत्त परिपूर्ण आणि स्वयंपूर्ण संस्कृती आहे. अशी संस्कृती नसेल तर राष्ट्र या संकल्पनेला काही अर्थ राहत नाही आणि स्वराज्य किंवा राजकीय स्वातंत्र्य असल्याशिवाय संस्कृती टिकणे दुरापास्त असल्यामुळे हे राष्ट्र राज्य बनावेच लागते. मराठ्यांचे राज्य, राष्ट्र आणि संस्कृती या गोष्टी अशा एकमेकांत गुंतलेल्या आहेत.

न्या. महादेव गोविंद रानडे मराठ्यांच्या इतिहासाचे तत्त्वविवेचक

मराठ्यांचे स्वतःचे असे वैशिष्ट्यपूर्ण वाङ्मय आहे, याचा अर्थ मराठ्यांची स्वतःची अशी प्रगल्भ भाषा असणार असा होतो; हंटरने हा मुद्दाही हाताळला आहे. मराठी भाषा ही आर्य कुलातील एक प्रगत अशी भाषा असून, तिच्यात अभ्यासकांना आकर्षित करणारी संरचनात्मक जटिलताही आहे. आणि तोच मराठीचा मूळ अस्सल घटक होय, असे हंटरचे म्हणणे आहे.

हंटरच्या म्हणण्याकडे कोणी गंभीरपणे लक्ष दिले असेल असे वाटत नाही. एक स्वतंत्र राष्ट्र होण्यासाठी ज्या काही घटकांची आवश्यकता असते, ते सर्वच्या सर्व घटक मराठ्यांमध्ये आहेत, असे हंटरच्या विवेचनाचे सार सांगता येईल.

हंटरसाहेबांचे ग्रंथ इ.स. १८९२चे आहेत. त्यानंतर आणखी आठ वर्षांनी म्हणजे १९००मध्ये न्यायमूर्ती रानड्यांच्या *Rise of the Maratha Power* हा प्रबंध प्रकाशित झाला. हंटरच्याही अगोदर राजारामशास्त्री भागवत यांचे *मराठ्यांसंबंधाने चार उद्‌गार* १८८७मध्येच प्रकाशित झाले होते. भागवतांची मांडणी अनघड, अनवट किंवा आर्ष म्हणावी अशी होती. रानड्यांचे लिखाण संस्कारित, 'सोफिस्टिकेटेड' आणि सोपपत्तिक असायचे.

हंटरप्रमाणे राजारामशास्त्र्यांचेही लक्ष मराठी भाषा आणि मराठी साहित्याकडे गेले होते. पण त्यांनी त्याचबरोबर धर्मभावनेलाही महत्त्व दिले. रानड्यांबद्दलही असेच म्हणावे लागेल. थोडी वेगळी भाषा वापरून भागवत - हंटर - रानड्यांचा मुद्दा सांगायचा झाला तर असे म्हणता येईल, की मराठी संस्कृती ही एक स्वायत्त परिपूर्ण आणि स्वयंपूर्ण संस्कृती आहे. अशी संस्कृती नसेल तर राष्ट्र या संकल्पनेला काही अर्थ राहत नाही आणि स्वराज्य किंवा राजकीय स्वातंत्र्य असल्याशिवाय संस्कृती टिकणे दुरापास्त असल्यामुळे हे राष्ट्र राज्य बनावेच लागते. मराठ्यांचे राज्य, राष्ट्र आणि संस्कृती या गोष्टी अशा एकमेकांत गुंतलेल्या आहेत. या गुंतागुंतीचे आणि अन्योन्य संबंधाचे सर्वांगीण व यथार्थ आकलन रानडे - भागवतांना झालेले होते. हंटरसारख्या विदेशी माणसाला ते तितके व्हावे अशी अपेक्षा करणे चुकीचे होईल; पण त्याला त्याची जाणीव झाली होती, हे निश्चित.

शास्त्रीबुवांचे मराठ्यासंबंधीचे उद्‌गार *विविधज्ञानविस्तार* या नियतकालिकातून १८८५पासून मालेच्या रूपात प्रसिद्ध होत होते. त्यांच्या या पुस्तकाचे नाव अगदीच अन्वर्थक आहे. भागवतांनी व्यक्त केलेले विचार खरोखरच 'उद्‌गार' आहेत, ते सहजस्फूर्त

केवळ लुटारू व धाडसी लोकांच्या हातून पिढ्यान्‌पिढ्या टिकणाऱ्या राज्याची उभारणी होत नसते आणि एका मोठ्या खंडाच्या राजकीय नकाशास वाटेल तो रंग देण्याचे आणि तसे कायमपणे देण्याचे घडत नाही. अत्यंत प्रतिकूल परिस्थितीला तोंड देऊन पुन्हा पुन्हा उत्पन्न पावणाऱ्या मराठ्यांना न्यायमूर्ती रानडे ग्रीक पुराणातील राखेतून उठणाऱ्या फिनिक्स पक्ष्याची उपमा देतात.

आहेत. प्रसंगोपात्त त्यांनी आपल्याला न पटणाऱ्या मतांचा यथोचित समाचार घेतलेला आहे, पण ते त्यांचे उद्दिष्ट नव्हते. अर्थात आपल्या विचारांच्या वेगळेपणाविषयी ते निःशंक होते, हे त्यांनीच आपल्या कृतीसाठी वापरलेल्या 'लहानसे व साधेच पण अपूर्व असे 'लेणे' या शब्दांवरून दिसून येते.

न्यायमूर्ती रानडे यांचा बाज अगदी वेगळा आहे. त्यांना मराठ्यांसंबंधी स्वतंत्र सिद्धान्त तर करायचे होतेच; पण हे आपण कोणत्या संदर्भात आणि कोणाच्या विरोधात करत आहोत याची जाणीवही करून द्यायची होती. मराठ्यांच्या इतिहासाचा अभ्यास मुळातच करायचा कशाला? ज्या इतिहासातून काही नैतिक तत्त्व निष्पन्न होत नाही त्याच्या अभ्यासाचे समर्थनच करता येत नाही. मराठ्यांची सत्ता म्हणजे जर केवळ लुटारूंचा सुळसुळाट असेल, ते जर मोगल राजशाहीचे तुकडे करण्याचा डाव साधणारे लुच्चे, धूर्त आणि धाडसी असतील तर त्यांचा इतिहास बाजूला ठेवलेलाच बरा.

अशा प्रकारचा एक साधारण पूर्वपक्ष करून न्यायमूर्ती थेट ग्रँट डफच्या मताकडे वळतात. डफने मराठ्यांचा उदय हा सह्याद्री पर्वतातील अरण्यात अचानक अपघाताने लागलेल्या वणव्याप्रमाणे होता, असा सिद्धांत मांडला होता, त्याचा निर्देश ते करतात. मात्र तो करताना आहेर पलटवण्याला ते विसरत नाहीत. "*हिंदुस्थानातील ब्रिटिशवर्चस्वाची उपपत्ती केवळ क्लाइव्हसाहेबांच्या धाडसी स्वभावावरून किंवा वॉरन हेस्टिंगच्या राज्यकारस्थानावरून कोणी करू पाहील, तर त्यास ब्रिटिश राज्याचे महत्त्व कळून येणार नाही.*" हे त्यांचे विधान पुरेसे बोचणारे आहे. ब्रिटिशांचेच उदाहरण घेऊन ते सांगतात की "*तसेच केवळ शूर व धाडसी आणि चतुर मुत्सद्दी वीर एवढ्यांच्या हातून महाराष्ट्र मंडळासारख्या राज्याची स्थापना होणे संभवनीय नाही. केवळ लुटारू व धाडसी लोकांच्या हातून पिढ्यान्‌पिढ्या टिकणाऱ्या राज्याची उभारणी होत नसते आणि एका मोठ्या खंडाच्या राजकीय नकाशास वाटेल तो रंग देण्याचे आणि तसे कायमपणे देण्याचे घडत नाही.*" अत्यंत प्रतिकूल परिस्थितीला तोंड देऊन पुन्हा पुन्हा उत्पन्न पावणाऱ्या मराठ्यांना न्यायमूर्ती रानडे ग्रीक पुराणातील राखेतून उठणाऱ्या फिनिक्स पक्ष्याची उपमा देतात. महाराष्ट्र मंडळामध्ये काही जीवनतत्त्वे

विशेष जोमाची असल्याचे स्पष्ट दिसून आल्याचा दावा आहे. मराठ्यांच्या या उत्थानाचे विश्लेषण करताना ते म्हणतात- *"It was not the outcome of the successful enterprise of any individual adventure. It was the upheaval of the whole population, strongly bound together by the common affinities of language, race, religion and literature and seeking, further solidarity by a common independent political existence."* म्हणजेच मराठ्यांचे राज्य हा अचानक लागलेला वणवा नसून, जाणीवपूर्वक चेतवलेला वन्ही होता. वैदिकांची उपमा वापरून सांगायचे झाले तर ते मंथा आणि अरणी यांच्यासारखी यज्ञीय उपकरणे वापरून केलेले जणू अग्न्यधान होते.

मराठ्यांच्या कर्तबगारीमुळे काही शतके महाराष्ट्राचा इतिहास हा भारताच्या इतिहासाशी समव्याप्त झालेला होता, या वस्तुस्थितीची जाणीव असल्यामुळेच न्यायमूर्ती निष्कर्ष काढतात की "It is the History of the formation of a true Indian Nationality" आणि म्हणतात,

> *"जेव्हा एकूण एक माणसाच्या हृदयात राष्ट्रत्वाचे बीज पेरले जावे किंवा स्वत्वाचा भक्कम आणि खोल पाया बसावा, तेव्हाच असे अलौकिक पराक्रम घडून येतात... एकट्यादुकट्या साहसी व्यक्तीच्या धाडसास यश येऊन मराठी सत्तेची उभारणी झाली नाही... प्रथमतः लोकांत स्वत्वाची जागृती झाली. नंतर आपण एकाच जातीचे, एकच भाषा बोलणारे आणि एकाच ग्रंथसमूहास पूज्य मानून अध्ययन करणारे लोक आहोत, अशा प्रकारची ऐक्यवर्धक बुद्धी उत्पन्न झाली."*

मराठ्यांच्या राजकीय स्वत्वाचा वेध घेऊन धर्म, वाङ्मय आणि भाषा या पायापर्यंत न्यायमूर्ती पोचतात आणि तेराव्या शतकातील मराठ्यांचा धर्म, ग्रंथ आणि भाषा यांचे महत्त्व स्पष्ट करतात. परंतु तेराव्या शतकातील मराठी भाषा काही आकाशातून अवतरली नव्हती. तेराव्या शतकातील महाराष्ट्रीय लोक त्यापूर्वी कोणत्या प्रकारची भाषा बोलत होते, त्यांनी काय पराक्रम केले, याबद्दल न्यायमूर्ती फारसे विवेचन करत नाहीत. त्यासाठी आपणास राजारामशास्त्री भागवत यांचाच आधार घ्यावा लागतो.

■

७

संयुक्त महाराष्ट्राचा तात्त्विक आधार

अपहार म्हटल्यानंतर आपल्या मनात आर्थिक अपहाराची किंवा घोटाळ्याची कल्पना प्रथम येते. परंतु अपहाराची व्याप्ती फार मोठी आहे. पाश्चात्त्य इतिहासकारांनी इतिहासाच्या खजिन्यामधून मराठ्यांच्या कालखंडाचेच अपहरण करण्याचा घाट घातला. इतिहासातून त्यांना बेदखल करण्याचा, त्यांची ओळख पुसून टाकण्याचा प्रयत्न केला. 'अधिकृत सत्ताधीश' म्हणून मान्यता देण्याऐवजी त्यांनी मराठ्यांना लुटारूंच्या पंगतीत बसवण्याचे कारस्थान केले. माधवराव रानड्यांनी मराठ्यांचा इतिहास घटनात्मक चौकटीत (constitutional frame) बसवता येईल, अशी सरणी अथवा व्यवस्था लावली. हे त्यांचे मोठेच योगदान म्हणावे लागते.

मराठ्यांच्या ऐतिहासिक हालचालींना पायाभूत असलेल्या वैचारिक सूत्राची सैद्धान्तिक व पद्धतशीर मांडणी पहिल्यांदा न्यायमूर्ती महादेव गोविंद रानडे यांनी केली. ती करताना त्यांनी महाराष्ट्राचा भूगोल, महाराष्ट्रातील माणसे आणि महाराष्ट्राची भाषा यांचाही थोडक्यात विचार केला. महाराष्ट्राची हवा कधी उष्ण, तर कधी अति थंड, अशी नाही; परंतु म्हणजेच ती 'फार चांगली असून उत्साहवर्धक आहे,' 'प्रदेश डोंगराळ आहे, त्यामुळे जमीन असावी तशी सुपीक नाही; पण लोक सशक्त, काटक व काटेकोर आहेत,' 'हा महाराष्ट्र देश उत्तर हिंदुस्थान व दक्षिण द्वीपकल्प यांच्या अगदी नाक्यावर असल्यामुळे, यास इतिहासात फारच महत्त्व आले आहे.' थोडक्यात सांगायचे म्हणजे, 'महाराष्ट्राची स्वभावतःच ठेवण अशी आहे, की त्यात राहणाऱ्या लोकांचा उत्कर्ष झालाच पाहिजे.'

प्रदेश जरी अनुकूल असला तरी त्या अनुकूलतेचा फायदा घेऊन आपला उत्कर्ष करण्याची इच्छा व सामर्थ्य तेथील लोकांमध्ये असेल तरच त्याचा उपयोग. महाराष्ट्रातील लोकांसंबंधीचे न्यायमूर्तींचे मत असे-

"उत्तर हिंदुस्थानात आर्य लोकांचा प्रसार अधिक झाल्यामुळे, तेथील मूळ रहिवासी लोक बहुधा नामशेष झाले आहेत. दक्षिण द्वीपकल्पात तर मूळच्या द्रविड लोकांनी आपले वर्चस्व सोडले नाही. महाराष्ट्रातील लोकसंख्येत या दोन्ही जाती सारख्याच प्रमाणात मिसळल्यामुळे दोन्ही जातींतील अवगुण नाहीसे होऊन गुण मात्र तेथील लोकांत उतरले आहेत. या गोष्टींचे उत्तम दर्शक म्हणजे मराठी भाषा होय. मराठी भाषेचे मूळ रूप द्राविड आहे; पण आर्य लोकांनी तिच्या रचनेत बदल करून तीस पूर्णत्व आणले आहे."

"लोकसंख्येतील प्रमाण संमेलनांमुळे महाराष्ट्रातील धर्म व संस्था यांत जी समता आढळून येते, तशी हिंदुस्थानात कोठेही आढळून येत नाही," असे न्यायमूर्तींचे निरीक्षण आहे. त्यांच्या म्हणण्याप्रमाणे, "या संस्थांत विशेष लक्षात ठेवण्यासारखी संस्था म्हणजे ग्रामव्यवस्था होय."

महाराष्ट्राच्या व्यक्तिमत्त्वाचे असे भौतिक, आत्मिक आणि संस्थात्मक विश्लेषण केल्यावर रानडे सवाल करतात, की "अशा प्रकारचे देशाचे नैसर्गिक स्वरूप, लोकांचा स्वभाव व संस्था असल्यावर तेथे परकीयांचा अंमल फार दिवस कसा टिकावा?" 'महाराष्ट्रातील लोक जात्याच स्वातंत्र्यप्रिय' असल्याचे ते सांगतात. त्यामुळेच 'महाराष्ट्रावर कोणत्याही एका राजसत्तेचा अंमल फार वेळ कधीच टिकला नाही.'

महाराष्ट्रातील लोक व त्यांची भाषा यासंबंधीचे न्यायमूर्तींचे प्रतिपादन अशा प्रकारे मर्मग्राही असले तरी तपशीलवार नाही. दुसरे असे, की ते मराठ्यांच्या सत्तेच्या उत्कर्षाची मीमांसा करताना महाराष्ट्रीय संतांनी केलेल्या धार्मिक चळवळीचा व अर्थातच त्या चळवळीचे माध्यम असलेल्या मराठी भाषेतील त्यांच्या साहित्याचाही विचार करतात. परंतु असे असले तरी ते या विचारांची व्याप्ती तेराव्या शतकाच्या पलीकडे नेण्याच्या खटपटीत पडत नाहीत. तेराव्या शतकात समतेवर आधारलेला भागवत धर्म स्थापन करणाऱ्या, सतराव्या शतकात स्वराज्याची निर्मिती करणाऱ्या आणि अठराव्या शतकात त्याचे साम्राज्य करण्यासाठी धडपडणाऱ्या मराठ्यांची पाळेमुळे त्याआधी कुठे रुतलेली

रमेशचंद्र दत्त : मराठ्यांचे महत्त्व मान्य

होती, त्यांच्या 'आयडेंटिटी'त ऐतिहासिकता आणि सातत्य होते का, हा एक वेगळाच विषय आहे.

प्रसिद्ध बंगाली इतिहासकार रमेशचंद्र दत्त स्वातंत्र्यप्रियता आणि राजकीय सत्ता हे घटक विचारात घेऊन मराठ्यांची आयडेंडिटी अथवा निजात्मता शिवाजी महाराजांच्या एक हजार वर्षे अगोदर नेऊन भिडवतात. तेव्हा महाराष्ट्रात चालुक्यांचे राज्य असून, पुलकेशी राजा होता. त्याने उत्तरेतून आक्रमण करून येणाऱ्या शिलादित्य हर्षाचा पराभव केला. या घटनेचा संबंध दत्तमहाशय आपल्या "Ancient India" मध्ये सतराव्या शतकातील मराठ्यांच्या स्वातंत्र्ययुद्धाशी लावतात. पुलकेशीच्या या पराक्रमाचा उल्लेख प्रसिद्ध चिनी बौद्ध प्रवासी 'युवान च्वांग' याच्या आधारे करून दत्त लिहितात. पुलकेशीचे वारसदार असलेले स्वाभिमानी मराठे "*a thousand years later defied Aurangzeb, Emperor of Northern India and restored of the Marathas their lost independence and greatness. And when the Mughal and Rajput alike declined in power it was the countrymen of Pulkeshi who struggled with English for the mastery of India.*"

दत्तांची ही दृष्टी महत्त्वाची आहे. तिच्या अभावी कालखंडाच्या अपहारासारखी आणखी एक आपत्ती उभी ठाकू शकते. एका बाजूने शिवाजी महाराजांच्या पराक्रमाला व कर्तबगारीला दाद द्यायची, परंतु त्याचबरोबर दुसऱ्या बाजूला त्यांचे येथे अवतीर्ण होणे, हाच एक अपघात मानायचा. पहिल्या आपत्तीत शिवरायांसकट सर्वांनाच मोडीत काढले जाते, तर दुसरीत शिवरायांचा एकट्याचाच अपवाद करून इतर सर्वांची वासलात लावण्यात येते. बाभळीच्या बनात चंदनाचे झाड उगवावे तसा हा प्रकार मानण्यात येतो. महाराष्ट्रात शिवाजींचा पाऊस पडला नसला (अशा महापुरुषांचा पाऊस कोठेही आणि कधीच पडत नसतो.) तरी ती अगदीच अपवादभूत अशीही गोष्ट नव्हती. तिला पूर्वसुरीही होते आणि उत्तराधिकारीही होते. महाराष्ट्राची ही भूमी हिऱ्यांची खाण असली तरी खाणीत हिरे काही रोजच्या रोज सापडत नसतात, हेही लक्षात ठेवले पाहिजे. सांगायचा मुद्दा हा, की मराठ्यांचे राज्य ग्रँट डफ म्हणतो तसा अपघात नव्हता, त्याचप्रमाणे या मराठ्यांमध्ये शिवाजी निर्माण होणे हाही केवळ योगायोग नव्हता. महाराष्ट्र म्हणजे एक बरड भूमी, मराठे म्हणजे कोणी भुरटे आणि शिवरायांनी या भुरट्यांचे उत्थान घडवून त्यांच्याकडून या जमिनीची मशागत करवून तिच्यात स्वराज्याचे पीक काढले, असा मामला कधीच नव्हता. महाराष्ट्र, मराठे आणि शिवराय ही त्रिपुटी अतूट आहे. स्वतः न्यायामूर्तींनीच हे नाव वेगळ्या शब्दांत सांगितले आहे. ते म्हणतात,

महाराष्ट्र म्हणजे मराठ्यांचे राष्ट्र असे एकदा ठरले की मराठा कोणाला म्हणायचे, हा प्रश्न पुढे येणारच. राजारामशास्त्री भागवतांच्या मते, मराठी भाषा बोलतो तो मराठा. त्यामुळे मराठ्यांचे राज्य याचा अर्थ मराठी बोलणाऱ्यांचे राज्य...

"शिवाजीने मराठ्यांच्या अंगी नवीन जोम किंवा शक्ती उत्पन्न केली, असे नाही. त्यांच्या अंगी ती मूळची होतीच. पण ती एकवटण्याचीच काय ती जरूरी होती. शिवाजीने ती एकवटून तिचा महत्कार्याकडे उपयोग केला. त्याने जी देशसेवा बजावली, त्याबद्दल महाराष्ट्रीयांस त्याचे उतराई कधीच होता येणार नाही. ही मोठी कामगिरी त्याने बजावली म्हणून त्यास महाराष्ट्रीयांनी पूज्य मानले पाहिजे. शिवाजीच्या चरित्रावरून तत्कालीन मराठ्यांच्या शक्तीचीच केवळ नव्हे, तर देशाभिमान, स्वधर्मप्रीती, समाजहित वगैरे बाबतींत ज्या उदात्त कल्पना लोकांच्या मनात खेळू लागल्या होत्या त्यांचीही बरोबर अटकळ करता येते. लोक शिवाजीस ईश्वरी अंश मानीत होते ते वृथा नव्हे."

शिवाजी महाराजांचा महाराष्ट्राशी असलेला संबंध लक्षात घेऊन सेनापती बापटांनीही महाराष्ट्र हे शिवराष्ट्र असल्याचे म्हटले होते. शिवरायांच्या कार्याचे महत्त्व सांगता सांगता रानड्यांनी महाराष्ट्रातील लोकांचे जे अंगभूत गुण सांगितले ते त्यांच्यात पहिल्यापासूनच होते, असे सूचित करून मराठ्यांची 'आयडेंटिटी' मागे नेली खरी, पण या मुद्द्याचे पुरेसे स्पष्टीकरण वा विस्तार त्यांनी केला नाही. त्यासाठी आपणाला राजारामशास्त्री भागवतांकडेच जावे लागते.

राजारामशास्त्री हे विलक्षण प्रतिभावंत तर होतेच, परंतु तितकेच मनस्वीही होते. आपल्याला पटलेली वा सत्य वाटलेली गोष्ट सत्ताधाऱ्यांची किंवा स्वजातीयांची पर्वा न करता ते बेधडक सांगत असत. या गोष्टी प्रस्थापितांच्या पचनी पडण्यासारख्या नसल्यामुळे शास्त्रीबोवांची 'विक्षिप्त' अशी संभावना पद्धतशीरपणे करण्यात येऊ लागली. एखाद्याला विक्षिप्त ठरवल्यानंतर त्याच्या मतांकडे दुर्लक्ष करणे सोपे जाते. तो प्रकार भागवतांच्या बाबतीत घडला. अर्थात भागवत अशा गोष्टींना भीक घालणाऱ्यांपैकी नव्हते हा भाग वेगळा. राम गणेश गडकरी 'भागवतांची धराच हिंमत' असे म्हणतात ते उगाच नाही.

सर्वात महत्त्वाची बाब म्हणजे, भागवतांची गाठ राष्ट्रीय मानल्या गेलेल्या चिपळूणकर संप्रदायाशी पडली. हा संप्रदाय स्वातंत्र्य मिळवण्यासाठी उत्सुक असला तरी सामाजिक सुधारणांच्या बाबतीत तो कधी उदासीन, तर कधी प्रतिगामी असायचा. भागवत स्वतः

चिपळूणकरी भाषेची संभावना पिळांनी फुगलेले पुणेरी पागोटे अशी तर करीतच, परंतु महाराष्ट्राच्या इतिहासातील पेशव्यांच्या कामगिरीविषयी कठोर चिकित्सकाची भूमिका घेत. शिवाय त्यांची ब्राह्मणेतर चळवळीला सहानुभूती असे. कोल्हापूरच्या शाहू छत्रपतींनी सुरू केलेल्या वेदोक्त चळवळीची प्रेरणा राजारामशास्त्री भागवतच होती, हे लक्षात घेतले म्हणजे या प्रकरणाचे गांभीर्यही समजून घेता येईल. वि. का. राजवाडे भागवतांवर 'अतिशयोक्तिनिष्णात' व त्यांच्या लिखाणावर 'निर्लज्ज व अज्ञ' असे म्हणत का तुटून पडत, याचेही रहस्य उलगडेल. परंतु भागवत काही घरच्या म्हातारीचे, म्हणजे स्वतःच्या ज्ञातिबांधवांचे काळ नव्हते. १८५७च्या उठावासंबंधी इंग्रजांना 'करावे तसे भरावे' या न्यायालाच तोंड द्यावे लागले, असे स्पष्ट सांगून त्यांच्या लोभीपणावर बोट ठेवायला भागवत कचरले नाहीत.

मराठपणाचे म्हणजेच मराठी असण्याचे स्पष्टीकरण भागवतांइतके विस्ताराने दुसऱ्या कुणीच केलेले नाही. आपल्याला आपल्या ब्राह्मण जातीचा अभिमान जरूर असला, तरी त्यापेक्षा अधिक अभिमान आपल्या मराठपणाचा असल्याचे शास्त्रीबोवांनी ठणकावून सांगितले. त्यांचे मराठ्यांसंबंधाने चार उद्‌गार हा मराठ्यांच्या ओळखीचा किंवा 'आयडेंटिटी'चा पहिला स्पष्ट व सविस्तर उच्चार आहे आणि आजपर्यंत या बाबतीत अद्याप कोणीही त्यांच्या पुढे गेलेला नाही.

राजारामशास्त्र्यांची एक महत्त्वाची कामगिरी म्हणजे, ज्याला खऱ्या अर्थाने शिवचरित्र म्हणता येईल असे लिखाण करणारे ते पहिले होत. त्यांच्या शिवचरित्रातील पहिल्या प्रकरणाचे नावच 'मऱ्हाटे; मराठी व महाराष्ट्र ही त्रयी पुष्कळ जुनाट आहे' असे आहे. यात सर्व काही आले. मी महाराष्ट्र, मराठे आणि शिवाजी अशी त्रिपुटी असल्याचा उल्लेख वर केलेला आहेच. तो भागवतांच्या विवेचनाशी जोडून घेतला तर एक चौकोन तयार होईल.

भागवतांच्या महाराष्ट्राविषयीच्या लिखाणाचे प्रमुख वैशिष्ट्य म्हणजे त्यांनी भाषाविकासशास्त्र आणि व्युत्पत्तिशास्त्राचा केलेला उपयोग. भाषेला पद्धतिशास्त्रात इतके बेमालूम सामावून घेणारे भागवत हे पहिलेच मराठी अभ्यासक होय. भाषा या हत्याराच्या आधारे भागवत प्रचलित समजुतींमध्ये जी क्रांतिकारक उलथापालथ घडवून आणतात, ती भोवळ यावी इतकी धक्कादायक असते. तिला या क्षेत्रातील कोपर्निकन क्रांती म्हटले तरी चालेल. भाषा आणि विशेषतः मराठी भाषा हा भागवतांच्या विवेचनाचा केंद्रबिंदू आहे असे म्हटले तरी चालेल.

एकदा महाराष्ट्र म्हणजे मराठ्यांचे राष्ट्र असे ठरले, की मराठा कोणाला म्हणायचे, हा प्रश्न पुढे येणारच. राजारामशास्त्री भागवतांच्या मते मराठी भाषा बोलतो तो मराठा, त्यामुळे मराठ्यांचे राज्य याचा अर्थ मराठी बोलणाऱ्यांचे राज्य. एका लेखात ते म्हणतात,

“जर घरातील भाषा मराठी नव्हे, तर जसा अतिवरिष्ठ ब्राह्मण तसाच अतिनिकृष्ट ब्राह्मणेतर मराठा ठरणे नाही. जशी ब्राह्मणांची तशीच अतिनिकृष्ट ब्राह्मणेतरांचीही घरातील भाषा ज्या प्रांती मराठी आहे तो प्रांत मराठ्यांचा होय, आणि म्हणून तसल्या प्रांताचा महाराष्ट्रात समावेश झाला पाहिजे. ज्या प्रांती वस्ती उघड मराठी बोलणाऱ्या ब्राह्मणादी महारान्त लोकांची आहे तो प्रांत उघड महाराष्ट्रीय होय.”

या नियमाला शास्त्रीबोवा 'सूर्यासारखा झळकणारा महानियम' म्हणतात. हा महानियम संयुक्त महाराष्ट्राच्या चळवळीचा तात्त्विक आधारही ठरतो, हे वेगळे सांगायला नको.

■

८

मराठ्यांच्या अग्रेसरपणाचे रहस्य

स्वदेश, स्वधर्म आणि स्वभाषा या त्रिसूत्रीचा पुरस्कार करण्याचे श्रेय विष्णुशास्त्री चिपळूणकर यांना दिले जाते. शास्त्रीबोवांनी सुरू केलेल्या '*निबंधमाले*'ने इतिहास घडवला. मराठी साहित्यात एका युगाची निर्मिती त्यांच्या खात्यावर जमा आहे. चिपळूणकरांच्या सामाजिक प्रतिगामित्वावर नेहमीच टीका होते हे खरे असले तरी आज आपण जी मराठी बोलतो वा लिहितो ती मुख्यत्वे चिपळूणकरांनी घडवली आहे, हे कोणी नाकारू शकत नाही. काव्याच्या प्रांतात मराठी भाषेने आश्चर्यकारक उंची गाठली होती; परंतु गद्य लेखनात ती मागे पडली होती. प्रारंभिक काळात '*लीळाचरित्रा*'सारख्या महानुभावीय गद्य ग्रंथाने मोठी आशा दाखवली हे खरे, परंतु नंतर महानुभावांचे साहित्य सांकेतिक लिप्यांच्या कड्याकुलपांत बंदिस्त झाल्यामुळे त्याची महानुभावेतर साहित्याशी देवघेव होऊ शकली नाही. मराठेशाहीच्या काळातील पत्रव्यवहार आणि बखरी यामुळे मराठी गद्य समृद्ध झाले असले तरी ती समृद्धी राजकीय व्यवहारापुरती मर्यादित राहिली. एकोणिसाव्या शतकाच्या उत्तरार्धात इंग्रजीच्या संपर्कामुळे मराठी गद्य बाळसे धरू लागले. चिपळूणकरांनी त्याला इंग्रजी नावाच्या वाघिणीचे दूध पाजून धष्टपुष्ट केले. विशेषतः जॉन्सन आणि मेकॉले यांचे वळण मराठी गद्याला देऊन त्यांनी त्याला आधुनिक चर्चाविश्व पेलण्यास सक्षम केले.

परंतु एका बाजूला भाषेच्या क्षेत्रात मेकॉलेचे अनुकरण करणारे चिपळूणकर दुसरीकडे हिंदुस्थान देश आणि हिंदू धर्म यांच्याविषयी मेकॉले व त्याच्या जेम्स मिलसारख्या देशबांधवांनी मांडलेल्या विपर्यस्त आणि एकतर्फी मतांवर तुटून पडताना दिसतात. त्यांच्या या टीकेमुळे महाराष्ट्रात स्वदेश आणि स्वधर्म यांच्याविषयीचा अभिमान जागृत झाला. इतकेच नव्हे, तर त्यातूनच राष्ट्रीय पक्षाचा उदयही झाला.

चिपळूणकरांच्या पार्श्वभूमीवर व तुलनेतच राजारामशास्त्री भागवतांच्या मतांचा विचार करावा लागतो. चिपळूणकर मराठी भाषेचे अभिमानी असले आणि आपल्या मराठी पूर्वजांच्या कामगिरीबद्दलही त्यांना पुरेसा आदरभाव असला तरी त्यांना अभिप्रेत असलेला स्वदेश महाराष्ट्र नसून, ज्याला पूर्वी आर्यावर्त म्हटले जाई तो भारत देश होता. ज्या स्वधर्माबद्दल ते बोलत होते तो वैदिक हिंदू धर्म होता आणि ज्या स्वभाषेचा ते उपयोगपूर्वक पुरस्कार करीत होते ती मराठी पंडिती वळणाची, म्हणजेच संस्कृतनिष्ठ होती. तिच्यावरील जगन्नाथ पंडितांचा प्रभाव स्पष्ट आहे. मराठी काव्यातही मोरोपंत हा त्यांचा अखेरचा मुक्काम ठरला.

याचा अर्थ असा होतो, की चिपळूणकरांच्या विचारव्यूहात महाराष्ट्र देश, त्याचा धर्म व त्याची भाषा यांना लक्षणीय स्थान असले तरी अंतिमतः ते स्वायत्त राहत नाहीत. आर्य वंश, वैदिक धर्म आणि संस्कृत भाषा यांच्यात त्यांचा लोप होतो.

भागवतांच्या विचारव्यूहात मात्र मराठपण अखेरपर्यंत अबाधित व स्वायत्त राहते. चिपळूणकरांप्रमाणे भागवतांकडे आर्यवंश, संस्कृत भाषा वा वैदिक धर्म यांच्या वर्चस्वाला स्थान नाही. शुद्ध, निरुपाधिक मराठमोळा जर कोठे असेल तर भागवतांकडेच.

चिपळूणकरांच्या हयातीतच त्याचा संप्रदाय कसा निर्माण होतो आणि भागवतांना भवभूतीप्रमाणे काळ अनंत आहे आणि पृथ्वी अफाट आहे, असे म्हणत आपल्या समानधर्मीची का वाट पाहत बसावे लागते, हे आता खरे तर वेगळे सांगायला नको. भागवतांच्या विचारातील इतिहासविषयक काही विचारच पुढे त्र्यं. शं. शेजवलकरांनी विकसित केले आणि ते स्वतःच जवळपास बहिष्कृत झाले. भागवत म्हणजे महाराष्ट्राच्या वैचारिक इतिहासातील शोकात्म नायक म्हणायला हरकत नाही.

'*मराठ्यासंबंधाने चार उद्‌गार*' लिहिताना भागवत केवळ इतिहासात रममाण होत नाहीत. ते पहिल्यांदा मराठ्यांच्या स्वभाववैशिष्ट्यांचा शोध घेतात; मराठ्यांची सद्यःकालीन स्थिती काय आहे, याचे विश्लेषण करतात आणि त्याआधारे त्यांना भविष्यात काय करणे शक्य आहे, याविषयीचे दिग्दर्शन करतात. एखादा प्राणी मुळातच गाढव असेल तर कितीही खरारा केला किंवा कितीही चंदी चारली तरी त्याचा घोडा होणार नाही; पण पुरेशा खाद्याच्या अभावी व अन्य कारणांमुळे घोडा अशक्त होऊन त्याच्या अंगभूत गुणांचा लोप होऊ शकतो, अशा परिस्थितीत त्याची योग्य काळजी घेऊन त्याला पूर्ववत् करणेही शक्य आहे. मराठ्यांच्या बाबतीत असेच करण्याचा सल्ला शास्त्रीबोवा देतात.

भारतवर्षात सध्या बंगाली आणि मराठे याच लोकांच्या अंगी थोडेबहुत कर्तृत्व दिसून येते व त्यातही बंगालमध्ये इंग्रजी भाषेचा प्रादुर्भाव महाराष्ट्राच्या आधी साठ वर्षे झाला असल्यामुळे या आघाडीवर बंगाल महाराष्ट्राच्या पुढे असल्याचे भागवत सुरुवातीलाच

नमूद करतात. पण आता परिस्थिती पालटत असल्याचे त्यांचे निरीक्षण आहे. या संदर्भात ते न्यायमूर्ती रानडे, न्या. काशिनाथपंत तेलंग व पंडित महादेव मोरेश्वर कुंटे यांच्या नावांचा उल्लेख करतात. बंगाली लोक जसे स्पष्टवक्ते आहेत तसे मराठेही आहेत, हे सांगून त्यासाठी भागवत नुकताच तुरुंगवास भोगलेल्या '*केसरी*'कर्त्यांची (म्हणजे टिळक आणि आगरकर यांची) उदाहरणे देतात. मात्र बंगाल्यांमध्ये ज्या गुणांचा अभाव आहे ते गुण मराठ्यांमध्ये प्रकर्षाने तळपताना दिसतात. "*महाराष्ट्रात क्षत्रियच शूर असतात असे नाही, तर ब्राह्मणही प्रसंगी शस्त्र धरितात. फार तर काय, क्वचित बायकाही लढाईत अग्रेसर होऊन पुरुषास लाजवितात.*" येथे पहिला बाजीराव, चिमाजी अप्पा, शिंद्यांचा सेनापती जिवबादादा बक्षी व राणी लक्ष्मीबाई यांची नावे भागवत वानगीदाखल घेतात.

भागवत अशा प्रकारे गांभीर्याने मराठ्यांसंबंधी चिंतन करत होते तेव्हा महाराष्ट्राच्या धर्मजीवनात प्रार्थना समाजाचा उदय झालेला होता. प्रार्थना समाजावर बंगालमधील ब्राह्मो समाजाच्या विचारांचा प्रभाव होता. राजा राममोहन रॉय आणि केशवचंद्र सेन हे ब्राह्मो समाजाचे अध्वर्यू संपूर्ण भरतखंडात गाजले होते. बंगाली ब्राह्मोंच्या नादी लागून येथील मराठ्यांनी आपल्या मूळ स्वभावास पारखे होऊ नये, असा इशारा देताना राजारामशास्त्री लिहितात-

> "*राममोहन गुणी होता व केशवचंद्रही गुणी होता. पण त्याच्या गुणीपणाच्या तारतम्याचा विचार करण्याची आम्हा मराठ्यांस मुळीच गरज नाही. आमच्या संत मंडळीच्या पासंगास ते लागतील की नाही, याची वानवाच आहे; पण याचा तूर्त विचार नको. तरी मऱ्हाटे काही बंगाली नव्हेत, ते प्रार्थना सामाजिकांनी अवश्यमेव लक्षात ठेवले पाहिजे. मराठ्यांच्या स्वलक्षणपणास आंधळे होऊन विनाकारण दुसऱ्याचे अनुकरण करणे बिलकूल सोसत नाही. जे परयामध्ये अनुकरणीय दिसते, ते विचारपूर्वक हळूहळू त्याच्यावर आपली सावली पडलीसे करून घेण्याचा आम्हा मराठ्यांचा संप्रदाय अनादी आहे.*"

मराठ्यांची ही गुणग्राहकता आणखी एका प्रकाराने स्पष्ट केली आहे- "*आम्ही मराठे पावसाच्या पाण्याप्रमाणे किंवा स्फटिकाप्रमाणे स्वच्छ आहोत. पावसाचे पाणी ज्या रंगाच्या कुपीत घालावे त्या रंगाचे दिसते. काळ्या कुपीत पावसाचे पाणी घातले म्हणजे काळेसा भास होतो. काळ्या कुपीतून तांबड्या कुपीत ओतले म्हणजे तेच तांबडे भासू लागते.*" मात्र "*हा आमचा स्वच्छपणा पारशांच्या स्वच्छपणासारखा नाही,*" हे सांगायलाही भागवत विसरत नाही. पारशांचा स्वच्छपणा आत्मलोपी आहे. तसा तो मराठ्यांचा नाही. "*मराठ्यांचा स्वच्छपणा दुसऱ्याचे चांगले असेल ते तसेच्या तसेच किंवा त्यात यथारुची*

मऱ्हाटे काही बंगाली नव्हेत, ते प्रार्थना सामाजिकांनी अवश्यमेव लक्षात ठेवले पाहिजे. मराठ्यांच्या स्वलक्षणपणास आंधळे होऊन विनाकारण दुसऱ्याचे अनुकरण करणे बिलकूल सोसत नाही. जे परयामध्ये अनुकरणीय दिसते, ते विचारपूर्वक हळूहळू त्याच्यावर आपली सावली पडलीसे करून घेण्याचा आम्हा मराठ्यांचा संप्रदाय अनादी आहे.

– राजारामशास्त्री भागवत

फेरफार करून एक प्रकारचा खमंगपणा आला म्हणजे आपणामध्ये प्रतिबिंबवण्यापुरते."

"*आम्ही बंगाल्यासारखे धांदल्ये किंवा गडबडे नव्हो,*" याची आठवण भागवत प्रार्थना समाजिस्टांना करून देतात.

"*सारांश, बंगाली लोकांमधील सर्व गुण असून त्यांच्यात नाहीत असेही स्पृहणीय गुण जर मराठ्यांच्या अंगी आहेत, तर इंग्रज सरकारच्या राज्यात हळूहळू मराठ्यांस हिंदुस्थानातील सर्व लोकांना अग्रेसरता मिळण्यास अडचण कोणती?*" असा सवाल करून भागवत पुढे निदर्शनास आणतात, की '*आजपर्यंत ही अग्रेसरता मराठ्यांनी भोगली. जरी पुनः पुनः विघ्ने आली, तरी लव्हाळ्याप्रमाणे प्रसंगविशेषी नमून देशकालवर्तमान लक्षातून न घालविता व उगीच बडबड न करिता, सवड सापडताच आपला फायदा करून घेणे, हा गुण मराठ्यांमध्ये बराच आहे. 'तटस्थः स्वानर्थान् घटयति च मौनं च भजते' असे भवभूतीने मालती-माधवात कामंदकीच्या तोंडी घातले आहे, ते मराठ्यांस बरोबर लागू होते,*' असे मराठ्यांचे एक महत्त्वाचे स्वभाववैशिष्ट्य शास्त्रीबोवा निदर्शनास आणतात.

बंगाल्यांच्या गडबडीनंतर भागवत आता रजपूतांच्या बडबड्या स्वभावाकडे वळून त्यांच्या तुलनेत मराठ्यांचे गुणवर्णन करतात -

"*रजपूतामध्ये फुशारकी मारण्याचा व वल्गना करण्याचा गुण फाजील असतो. हा गुण त्यांनी अविंधांकडून घेतलेला दिसतो. रजपूत मराठ्यांप्रमाणेच जातीचा शूर; पण आपल्या बंधूस एकवटण्याची शक्ती त्यांच्यात नाही. जितके रजपूत तितक्या चुली. राजकारणे शोधून काढणे व शत्रूचा पराभव होऊन तो हळूहळू झुरणाऱ्या कामपीडिताप्रमाणे बुडण्याच्या पंथास लागेल असा*

योग आणणे, हे रजपूताचे काम नाही. सारांश, रजपूतामध्ये युक्तिपाटव व योगदर्शित्व कमी. रजपूत मात्र स्थूलदर्शी, सूक्ष्मदर्शी नव्हे. जशी नर्मदेच्या उत्तरेकडील लोकांची स्थितिशालिता आहे, तशी आम्हा मराठ्यांची नाही. वडिलांनी दाखविलेल्या मार्गाचे माहात्म्य नर्मदेच्या उत्तरेस विशेष असते, त्याचे कारण ही त्यांची स्थितिशालिता. एखादा नवीन योग मराठ्यास फायदेशीर मात्र दिसला पाहिजे, म्हणजे हळूहळू तो महाराष्ट्रभर पसरतो."

"*मराठ्यांमध्ये स्थितिशालिता बिलकूल नाही. उलट अस्थिरस्थितिता विशेष आहे,"* असे म्हटल्यावर मराठ्यांची अस्थिरता बंगाल्यांच्या अस्थिरतेपेक्षा वेगळी कोठे आणि कशी आहे, हे दाखविण्याची जबाबदारी भागवत घेतात. "*मराठ्यांची अस्थिरस्थितिता बंगाली लोकांची आपण पाहतो, त्या वर्गातली नव्हे."*

> "*बंगाली लोकांत जो एक प्रकारचा उतावळेपणा दिसतो, तो मराठ्यांत दृष्टिगोचर होत नाही. मराठ्यांमध्ये एकंदरीत दृष्टी दिल्यास ते सामान्यपणे कधी घाईने काम करत नसतात. पण एकदा त्यांनी सर्व योगांचा विचार करून कोणतेही काम पत्करले, म्हणजे मग ते इष्टसिद्धीची तड दिसल्याशिवाय प्राणांतीही हटत नाहीत. ...मराठ्यांमध्ये एक प्रकारचा हट्ट स्वाभाविक असतो."*

मराठ्यांमधील या हट्टीपणाचे उदाहरण म्हणून भागवत अहमदनगरच्या निजामशाहीसाठी शहाजीराजे भोसले यांनी दिल्लीच्या बलाढ्य मोगल बादशहाशी दिलेल्या टकरीचा उल्लेख करतात. त्यांच्या मते, हा एक प्रकारचा 'आकाशावर चित्र काढण्याचाच' प्रयत्न होता.

भागवतांच्या मते, मराठ्यांमधील सर्व गुणांचा परमोत्कर्ष शिवाजी महाराजांमध्ये सापडतो.

> "*त्यांच्या अंगी मराठ्यांचे गुण पूर्णपणे वसत होते. शिवाजीने मराठेशाहीची प्रतिष्ठा करण्यास साधने शुद्ध मराठ्यांतून मिळवली व ती त्यास तशी मिळाली. महाराष्ट्र मंडळात विलक्षण प्रकारची कैद ठेवून व दुसऱ्याच्या दृष्टीने प्रसंगी नमून व प्रसंगी ताठ उभे राहून शिवाजीने मराठेशाही स्थापिली."*

शालिवाहन वंशापासून शिंदे-होळकरांच्या काळापर्यंत मराठ्यांनी 'वंशपरंपरागत अग्रेसरता' भोगली, हे ऐतिहासिक सत्य सांगताना भागवत राजकीय सत्तेबरोबरच भाषा व धर्म यांचेही निकष वापरतात. त्यावरून निष्कर्ष काढतात, की

> *'आमच्या अंगी पूर्णपणे देशकालवर्तमानाचा विचार करून या जगात वागण्याचा व ज्या लोकांबरोबर किंवा ज्या धर्माबरोबर चिरकालिक किंवा क्षणिक संबंध जडेल त्या सर्वांवर यथायोग्य आपल्या निशाण्या ठेवीत*

> *जाण्याचा असाधारण गुण वसत आहे, असे कोणासही कळून येईल. आजपर्यंत या हिंदुस्थानात अतिप्राचीन काळापासून झालेल्या घडामोडींत मराठ्यांचे अंग सर्वत्र दिसून येते. या सर्व घडामोडींवरून पाहता आम्ही* मराठे हिंदुस्थानातील *इतर लोकांप्रमाणे* नव्हो. आपली स्थिती सुधारण्याचे सामर्थ्य व योग्यता आम्हामध्ये आहे.'

"हे सामर्थ्य योग्यतेसहित हिंदुस्थानात एका आम्हांमध्ये विशेष असावे व इतर लोकांमध्ये फारसे किंवा मुळीच नसावे, याचे कारण काय?" असा स्वाभाविक प्रश्न शास्त्रीबोवा स्वतःच उपस्थित करतात व त्याचे उत्तरही स्वतःच देतात, *'याचे मुख्य कारण आमचा संकीर्णपणा, हे होय. हे त्यांचे उत्तर आहे.'*

> *"आम्ही सर्व मराठे सब्राह्मण संकीर्ण आहो. आजवर सर्वांवर आम्ही ताण केली व आजमितीस आमच्यामध्ये इतर हिंदुस्थानातील लोकांपेक्षा कर्तृत्व विशेष दिसत आहे, याचे कारण हाच आमचा संकीर्णपणा होय."*

■

१

मराठे स्वस्थ बसणार नाहीत!

महाराष्ट्रासंबंधी राजारामशास्त्री भागवत यांनी जो विचार केला त्याचा मूलाधार भाषा असून, भाषेच्या अनुषंगाने त्यांनी मराठ्यांच्या इतिहासाची रचना केली आहे. संस्कृतीच्या केंद्रस्थानी भाषा असते हे खरे असले, तरी भाषा म्हणजे सबकुछ नव्हे, हे लक्षात घ्यायला हवे. जीवनाच्या सर्व क्षेत्रांमधील व्यापाराचे वा हालचालींचे प्रतिबिंब भाषेत पडते, याबद्दल दुमत नाही; पण याचा अर्थ असाही होत नाही, की भाषा ही आपली आपणच, आपोआप विस्तार पावणारी गोष्ट आहे. भाषा बोलणारे लोक कर्तबगार असतील, तरच त्यांची भाषा त्यांच्या कर्तबगारीच्या प्रमाणात प्रसरण पावेल. मानवी जीवनातील इतर व्यवहार जैसे थे असतील, तर नुसता भाषिक व्यवहार कसा विकसित व्हावा? भाषा स्वयंभू व स्वायत्त नसते. साहजिकच नुसते कोश आणि भाषांतरे करून घेऊन भाषेचा विकास होणार नाही. माणसांच्या चलनवलनाचे क्षेत्र वाढले, की त्या प्रमाणात नव्या शब्दांची, अभिव्यक्तीच्या नव्या तऱ्हांची गरज वाढते व या बाबी त्या भाषेत स्वाभाविकपणे निर्माण होतात. राजारामशास्त्र्यांच्या काळातील मराठी माणसे फक्त भाषिक व्यवहारापुरते कर्तृत्व दाखवत असतील, तर त्यांच्याविषयीच्या शास्त्रीबोवांच्या अपेक्षा निरर्थक ठरल्या असत्या. त्यामुळे पहिला मुद्दा मराठी माणसे बंगाल्यांप्रमाणे इंग्रजीत फर्डे लिहू बोलू शकतात काय, हा असला आणि त्याचे उत्तर होकारार्थी येत असले, तरी ते काही प्रगतीचे एकमेव लक्षण मानता आले नसते. ती एक प्रकारची 'क्रियेविण वाचाळता' झाली असती आणि वाचाळता म्हणजे खरा भाषाविकास नव्हे. त्यामुळे भागवत

राजारामशास्त्री भागवतः मराठ्यांच्या कर्तृत्वाचा निःपक्ष लेखाजोखा

समकालीन मराठी माणसांच्या इतर क्षेत्रांमधील कर्तबगारीकडे निर्देश करण्याची खबरदारी घेतात. *'इंग्रजी राज्याची हवा बंगाली लोकांस निःसंशय मानवली आहे,'* असे निश्चयात्मक विधान करून, *'आम्हा मराठ्यांस आजचा विचार करिता ही हवा मानवली नाही, असे नाही,'* असे काहीसे आडवळणाने लिहितात. *'बंगाली लोकांमध्ये ख्रिस्तोदास पालसारखे इंग्रजी लोकही माना डोलवतील, असे लिहिणारे आहेत. तंजावर माधवरावांसारखे हिरे तिकडे दूरदूर चमकत आहेत. तंजावर माधवराव मोठे मुत्सद्दीदेखील आहेत. मद्रास इलाख्यात जी थोडीबहुत हालचाल आढळते, ती सर्व महाराष्ट्र ब्राह्मणांच्या वसाहती आहेत तेथे. इतर वेळी तद्देशीय मद्रासी सुस्थ निजले आहेत, असे म्हटले असता चालेल.'* दक्षिण भारतासंदर्भात भागवतांनी मांडलेला हा मुद्दा अत्यंत महत्त्वाचा आहे. इंग्रजी राजवटीत दक्षिणेत जे काही प्रबोधन घडले त्यात विशेषतः तंजावरच्या मराठी राजांचा नेमका वाटा किती याबद्दल संशोधन होणे अद्याप बाकी आहे. या राजांनी केवळ इंग्रजीच नव्हे, तर पाँडिचेरीमार्फत फ्रेंच आणि मिशनऱ्यांमार्फत युरोपातील अन्य प्रवाहांचाही परिचय करून घेतला होता व ते प्रवाह आपल्या प्रजेत रुजवायचे त्यांचे प्रयत्न होते.

भागवत समकालीन इतर मराठ्यांविषयीही माहिती देतात.

> *'बंगाल्यांत नावाजलेला गणिती बापूदेव शास्त्री हा महाराष्ट्रीय ब्राह्मण. येथील केरोपंत छत्रे यांनी तर अनेक वर्षे एखाद्या आंग्ल गणितगुरूप्रमाणे गणितशास्त्र पुण्यातील राजकीय विद्यामंदिरात शिकविले. माधवराव रानडे यांनी काही दिवस इंग्रजी भाषा एखाद्या इंग्रजाप्रमाणे येथील राजकीय विद्यामंदिरात शिकवली व सर अलेक्झांडर ग्रांटसारख्या गुणज्ञ व मार्मिक पुरुषाकडून वाहवा यांनी वऱ्हाडातील सरकारी विद्या खात्याच्या महाध्यक्षाचे काम अनेक वर्षे चालवून अशेष हिंदुस्थानात आपले नाव केले. एव्हढ्या मोठ्या व जबाबदारीच्या हुद्द्यावर श्रीराम भिकाजी जठार आहेत. हे महाराष्ट्रीयच आहेत. बंगाल्यांत एतद्देशीयांमध्ये शिलालेखज्ञ ते एकटे बाबू राजेंद्रलाल मित्र! आपल्या देशात शिलालेख वाचून त्यांच्यावर*

> ***'जरी कितीही विघ्ने आली, तरी आमचे देशबांधव त्यांच्या पार निःसंशय जातील व इंग्रजी राज्यात अशेष हिंदू लोकांची अग्रेसरता पावतील, असा रंग दिसत आहे. इतकेच की त्यांनी स्वस्थ मात्र बसता कामा नये. पूर्वीच्या त्यांच्या इतिहासावरून पाहता ते स्वस्थ बसणारे नव्हते व वरील उदाहरणांवरूनही ते स्वस्थ बसलेले नाहीत, हे उघड आहे. जर पूर्वी मराठे कधीही स्वस्थ बसले नाहीत व हल्ली स्वस्थ बसलेले नाहीत, तर पुढे तरी स्वस्थ कसे बसतील?'***
>
> **– राजारामशास्त्री भागवत**

तर्कसूत्र बांधण्यास पहिल्यांदा बाळ गंगाधरशास्त्री जांभेकर यांनी सुरूवात केली. ते काम पुढे त्यांच्या मागे डॉ. भाऊ दाजी, रावसाहेब मंडलिक, रामकृष्णपंत भांडारकर, काशीनाथपंत तेलंग व शंकरराव पंडित यांनी तसेच यत्किंचितही कमी न पडू देता चालविले.'

त्यानंतर भागवत महादेव मोरेश्वर कुंटे यांच्याकडे वळतात. '*आर्य लोकांच्या प्राचीन काळच्या घडामोडींसंबंधी जो निबंध इंग्रजीत लिहून यांनी इटलीस पाठविला तो चांगला पसंत होऊन, यास बक्षीस मिळाले.*'

भागवत हे उद्‌गार काढीत होते तेव्हा कुंटे यांनी संशोधनात्मक लिखाणावरील लक्ष काढून घेऊन ते देशी किंवा गावठी शिसपेन्सिली तयार करण्याकडे लावले होते. त्याचाही उल्लेख भागवत करतात. याच कुंटे यांचे बंधू डॉ. अण्णा मोरेश्वर हे उत्तम स्त्रीरोगतज्ज्ञ असून, त्यांनी एम.डी. पदवी संपादन केली होती. त्यांनी चरक, वाग्भट्ट यांचे ग्रंथ प्रसिद्ध करून आयुर्वेदाचे पुनरुज्जीवन करण्यास सुरुवात केली होती. इतकेच नव्हे, तर ते स्वदेशी आगपेट्याही करत. भागवत त्यांचाही परामर्श घेतात. याच अण्णा मोरेश्वरांनी *ज्ञानेश्वरी* आणि *अमृतानुभवा*वरील शिवकल्याणांची मराठी टीका *नित्यानंदी* छापून प्रसिद्ध केली. त्यांनी छापलेल्या *ज्ञानेश्वरी*ला प्राचीन वारकऱ्यांत अद्यापही मान असून, ती 'कुंटे प्रत' म्हणूनच ओळखली जाते.

महादेव मोरेश्वर कुंटे यांचा उल्लेख मराठीपणासंदर्भात एका वेगळ्या कारणाने करणे जरुरीचे आहे. दक्षिणा प्राइज कमिटीने शिवाजी महाराजांवरील काव्य करण्याची स्पर्धा आयोजिली होती. ज्यांनी असे काव्य लिहून या स्पर्धेत भाग घेतला त्या सारस्वतांमध्ये अण्णासाहेब किर्लोस्कर, महात्मा जोतीबा फुले आणि महादेव मोरेश्वर कुंटे यांचा समावेश होता. कुंटे यांच्या काव्याचे नाव *राजा शिवाजी*!

कुंटे यांनी ही काव्यरचना केली तेव्हा मराठी कविता एका कोंडीत अडकली होती. पारंपरिक संस्कृतपंडित तिला संस्कृतच्या वळणावर नेण्याचा प्रयत्न करत होते, तर आधुनिक आंग्लविद्याविभूषित तरुण मंडळी तिच्यावर इंग्रजी पद्धत लादत होते. विष्णुशास्त्री चिपळूणकरांसारखे मातब्बर विचारवंतसुद्धा इथून पुढची मराठी कविता एक तर संस्कृतच्या वळणाने जाईल किंवा इंग्रजीच्या असे भाकित करत होते. मराठी कवितेची स्वायत्तता धोक्यात आली होती.

मराठी कवितेची ही कोंडी कुंटे यांनी फोडली. त्यांनी मराठी कवितेचे मराठीपण सांभाळण्याचा जाणीवपूर्वक प्रयत्न केला. *राजा शिवाजी* आणि *मन* या कवितांमध्ये त्यांनी मराठीपणाचा शब्द हा प्राथमिक घटक मानून मुद्दाम बाळबोध व ओबडधोबड शब्दांचा वापर केला. या कारणावरून विष्णुशास्त्र्यांनी त्यांचा उपहासही केला. विष्णुशास्त्री

स्वतःला मराठी भाषेचे शिवाजी म्हणवत असले, तरी संस्कृत, इंग्रजी भाषांच्या सर्वंकष सत्तेपुढे त्यांची भूमिका मांडलिकत्वाची होती, असेच म्हणणे भाग पडते.

कुंटे हे कोणी अलबते गलबते अडाणी नव्हते. जोतीबा फुले यांच्या व्याकरणाच्या ज्ञानाचा उपहास करण्याची जी सोय चिपळूणकरांना सापडली ती कुंटे यांच्या संदर्भात सापडूच शकत नव्हती. कुंटे यांना मराठी, संस्कृत आणि इंग्रजी भाषा तर चांगल्या अवगत होत्याच; पण ग्रीक आणि लॅटिनही त्यांना समजत होत्या. भारतीय दर्शनावर त्यांनी लिहिलेल्या इंग्रजी ग्रंथाला रोमच्या विद्वत् परिषदेने गौरवले होते. कुंटे यांची किंमत करणारे विद्वान कोणी झालेच नाहीत, असे मात्र नव्हे. वि. सी. सरवटे यांनी कुंटे यांना आधुनिक मराठी कवितेचे जनक ठरवले, तर प्रख्यात कवी माधव ज्यूलियन यांनी

'करवीर वीर कुंटे, मुजरा तुज अडदांड शूरा,
जा बंड प्रचंड काव्य करून शिवाजीपरी न तू राजा'

असे नमन *नकुलालंकार* या काव्याच्या आरंभी केले.

आहिताग्नी शंकरराव राजवाडे यांनी तर अशी कबुलीच दिली आहे, की पूर्ववयात चिपळूणकरांचे लिखाण वाचून आपण खूपच प्रभावित झालो होतो; परंतु कुंटे यांचे साहित्य वाचल्यावर त्याच्यापुढे चिपळूणकरांचे लेखण क्षुद्र आणि उथळ वाटू लागले.

ज्याला संस्कृत आणि इंग्रजी समजत नाही, असा मोठा समाज कुंटे यांच्या काळातील महाराष्ट्रात अस्तित्वात होता. या सामान्य मराठी माणसाविषयी कुंटे यांना अतिशय आस्था आणि आपुलकी होती; पण ती पालकत्वाच्या भूमिकेतून वा दयाबुद्धीतून उगम पावली नव्हती. या समाजाबद्दलची कणव काय किंवा तुच्छताबुद्धी काय वर्चस्ववादी अहंकारातूनच उगम पावते. कुंटे या लोकांना तथाकथित सुशिक्षित मंडळींपेक्षा अधिक महत्त्व देतात. हे लोक विद्वत्तेपेक्षा स्वतःला काय वाटते याला अधिक महत्त्व देतात. यांचा हा वर्ग स्वतंत्र विचारांचा असतो. त्यांच्याकडे एक प्रकारचे उपजत शहाणपण असते. कुंटे लिहितात - "*Yet the uneducated in Maharashtra are not a herd that can be easily led. Because they have resisted the influence of the Mohomedan Civilization and of Sanskrit Civilization.*"

मानवी जीवनातील इतर व्यवहार जैसे थे असतील, तर नुसता भाषिक व्यवहार कसा विकसित व्हावा? भाषा स्वयंभू व स्वायत्त नसते. साहजिकच नुसते कोश आणि भाषांतरे करून घेऊन भाषेचा विकास होणार नाही. माणसांच्या चलनवलनाचे क्षेत्र वाढले, की त्या प्रमाणात नव्या शब्दांची, अभिव्यक्तीच्या नव्या तऱ्हांची गरज वाढते व या बाबी त्या भाषेत स्वाभाविकपणे निर्माण होतात.

कुंटे यांच्या मते सर्वसामान्य मराठी माणसे पुरेशी चोखंदळ असतात. त्यांना बऱ्या-वाईटाची पारख असते. म्हणून तर ती इस्लामच्या धार्मिक-राजकीय, तर संस्कृत-पर्शियनच्या भाषिक आक्रमणांवर मात करू शकली, असे त्यांना वाटते. वाङ्मयनिर्मिती केली जावी ती हीच माणसे समोर ठेवून, त्यांच्याच भाषेत व अर्थात त्यांच्यासाठी. कुंटे यांनी अशी ठाम स्वायत्ततावादी भूमिका घेतली आणि म्हणूनच ते वामन मोरोपंतांना 'degenerate Marathi poet' असे निःशंकपणे म्हणू शकले. विशेषतः मोरोपंतांबद्दल त्यांनी असे म्हटल्यामुळे चिपळूणकर त्यांच्यावर संतापावेत हे अगदीच स्वाभाविक म्हटले पाहिजे.

थोडक्यात सांगायचे म्हणजे मराठ्यांच्या स्वतंत्रपणाचा आणि स्वायत्ततेचा उद्घोष राजारामशास्त्री भागवत यांच्याही अगोदर महादेव मोरेश्वर कुंटे यांनी केला. हा उद्घोष करताना भागवतांप्रमाणेच त्यांनी सर्वसामान्य म्हणता येईल अशा बहुजन समाजाची बाजू घेतली होती. चिपळूणकरांच्या संप्रदायाने दोघांचीही प्रसंगी उपेक्षा, तर प्रसंगी उपहास करण्याचे धोरण ठेवले होते. कुंटे यांनी मराठी संतांच्या साहित्याचे अनुसरण केले, तर चिपळूणकरांनी राष्ट्रीय संप्रदायाची उभारणी करताना प्रतिस्पर्धी इंग्रजांकडून काही गोष्टी उचलल्या व वेगळेपण दाखवण्यापुरता प्राचीन संस्कृत साहित्याचा आश्रय घेतला. कुंटे-भागवत मात्र मराठी कवितेच्या आणि भाषेच्या माध्यमातून मराठी माणसाची स्वायत्तता व शहाणपणा प्रस्थापित करतात.

मराठ्यांच्या कर्तबगारीचा हिशेब मांडताना भागवतांनी भाषाव्यवहाराच्या बाहेरही लक्ष दिले. अर्थात, या बाहेरच्या व्यवहारांचा भाषाव्यवहाराशी संबंध असतोच असतो. प्रसिद्ध पाश्चात्त्य तत्त्ववेत्ता विट्गेन्स्टाईन याने भाषिक खेळ व जीवनप्रकार (Form of life) अशा संकल्पना मांडल्या होत्या. त्याची येथे आठवण होते.

> *'श्रीपाद बाबाजी ठाकूरांसारखे केवळ बुद्धीच्या बळावर सनदी नोकऱ्यांमध्ये शिरले व विशेष गवगवा न करिता स्वतः कऱ्हाडे असता त्यांनी एका चित्पावन ब्राह्मणांच्या कुळातल्या कन्येबरोबर द्वितीय संबंध करून महाराष्ट्र ब्राह्मणांस सदुदाहरण घालून दिले व शुष्क गोष्टी सांगणाऱ्या प्रार्थना सामाजिकास खाली डोके घालण्यास लाविले.'*

त्याचप्रमाणे, आत्माराम बापू दळवी यांनी सारस्वतांमधील पोटभेद नष्ट करून जात एकवटण्याचा कित्ता घालून *'प्रार्थना समाजातल्या सगळ्या अध्वर्यू मंडळींस लाजविले.'* *'सर्जन कीर्तिकर यांचाही दीर्घ उद्योग व सत्कार्यी परिश्रम आम्ही उदाहरणीय समजतो.'*

प्रसिद्ध मुद्रक-प्रकाशक गणपत कृष्णाजी आणि जावजी दादाजी यांच्याही कार्याचा उल्लेख भागवत आवर्जून करतात. *'गणपत कृष्णाजींचे नाव छापण्याच्या कामाच्या व टैपांच्या संबंधाने अशेष हिंदुस्थानात पसरले आहे.'* हे भागवतांचे निरीक्षण ऐतिहासिक

तथ्याला धरूनच आहे. '*संस्कृत ग्रंथ अत्यंत शुद्ध छापून काढण्याचे व प्राचीन काव्यांचा जीर्णोद्धार करण्याचे मोठ्या जोखमीचे काम यांनी आपल्या शिरावर घेतले आहे व ते नीट, सर्वांपासून वाहावा मिळावी अशा रीतीने चालविले आहे.*'

मराठ्यांच्या कर्तृत्वाचे वर्णन करताना भागवत मराठी स्त्रियांना टाळत नाहीत. अहल्याबाई, झाशीची राणी या ऐतिहासिक काळातील स्त्रियांबरोबर ते पंडिता रमाबाई, अनसूयाबाई आणि डॉ. आनंदीबाई यांचा उल्लेख करतात. वर्तमानाचा आढावा घेऊन शास्त्रीबोवा भविष्याबद्दलही आशावादी भाकीत करतात.

> "*जरी कितीही विघ्ने आली, तरी आमचे देशबांधव त्यांच्या पार निःसंशय जातील व इंग्रजी राज्यात अशेष हिंदू लोकांची अग्रेसरता पावतील, असा रंग दिसत आहे. इतकेच की त्यांनी स्वस्थ मात्र बसता कामा नये. पूर्वीच्या त्यांच्या इतिहासावरून पाहता ते स्वस्थ बसणारे नव्हते व वरील उदाहरणांवरूनही ते स्वस्थ बसलेले नाहीत, हे उघड आहे. जर पूर्वी मराठे कधीही स्वस्थ बसले नाहीत व हल्ली स्वस्थ बसलेले नाहीत, तर पुढे तरी स्वस्थ कसे बसतील?*"

■

१०

महाराष्ट्रातील प्रतिभावंतांची 'मोजदाद'

मराठ्यांसंबंधी गंभीरपणे आणि सांगोपांग विचार करणारे प्रमुख विचारवंत म्हणजे राजारामशास्त्री भागवत आणि इतिहासाचार्य वि. का. राजवाडे; परंतु या दोघांचे विचार अगदी मोयाच्या ठिकाणी परस्परांना छेद देणारे दोन ध्रुव म्हणता येतील इतके परस्परविरोधी होते. त्यांना मराठ्यांसंबंधीचे दोन स्वतंत्र 'पॅरॅडाइम्स' म्हटले तरी चालेल.

राजारामशास्त्र्यांचा 'पॅरॅडाइम' हा व्यापक आणि समावेशक असून, राजवाड्यांच्या 'पॅरॅडाइम' संकुचित आणि वर्जक आहे. राजवाडे आर्यवंशश्रेष्ठत्ववादी असून, मराठे शुद्ध आर्यवंशीय असल्याचे त्यांचे म्हणणे होते. याउलट भागवत मराठ्यांना नुसते संकीर्ण मानतात. एवढेच नसून, हा संकीर्णपणाच मराठ्यांच्या अग्रेसरपणाचे मर्म असल्याचे समजतात.

भागवत-राजवाडे यांच्या या गृहीतकांचा परिणाम त्यांच्या विचारांवर झालेला दिसून येतो. भागवत-राजवाड्यांमधील असे हे मूलभूत भेद जमेस धरूनही ते एकाच विचारविश्वात वावरत असल्यामुळे त्यांना सारखेच विषय हाताळावे लागतात. मराठ्यांसंबंधाने चार उद्गार काढताना त्यांनी समकालीन कर्तबगार मराठ्यांच्या कर्तृत्वाचा धावता आढावा घेऊन, आशावादी निष्कर्ष काढले आहेत. त्यानंतर पंचवीसेक वर्षांनी - १९१३मध्ये राजवाड्यांनी मराठ्यांमधील बुद्धिमान, प्रतिभावान व कर्त्या लोकांची मोजदाद केली. राजवाड्यांची ही मोजदाद सन १८१८पासूनच्या म्हणजे मराठ्यांचे स्वराज्य बुडून आंग्लाई स्थापन झाल्यापासूनच्या म्हणजेच पारतंत्र्याच्या काळातील आहे.

'कोणत्याही देशाची रया त्यातील बुद्धिमान व प्रतिभावान माणसांवरती असते,' अशा गृहीतापासून राजवाडे सुरुवात करतात. मराठ्याची त्यांची व्याख्या *'जन्मापासून मराठी भाषा बोलणारा तो मराठा,'* अशी आहे आणि त्यांचा हा दृष्टिकोन भागवतांच्या दृष्टिकोनाशी

जुळणाराच आहे. मराठेशाहीच्या काळात मराठी समाज महाराष्ट्र प्रांताच्या भौगोलिक सीमा ओलांडून हिंदुस्थानभर पसरल्यामुळे महाराष्ट्राबाहेरील मराठे म्हणजे मराठी भाषा बोलणारे लोक भागवत व राजवाडे या दोघांनाही विवक्षित आहेत.

राजवाड्यांच्या निरीक्षणानुसार *'सामान्य बुद्धीची बहुतेक सर्वच माणसे असतात. हजारांत एखादा प्रकृष्ट बुद्धीचा असतो आणि दोन-चार लाखांत एखादा असामान्य बुद्धीचा ऊर्फ प्रतिभावान माणूस निपजतो. त्यातही एखादाच विचाराने, आचाराने किंवा कर्तृत्वाने समाजाला मार्गदर्शक होतो.'* मराठा समाजातील अशा शतकभरातील वेगवेगळ्या क्षेत्रांतील दीडशे माणसांची यादी राजवाडे सादर करतात.

भागवतांनी दिलेली नावे केवळ उदाहरणादाखल होती. संपूर्ण यादी देण्याचा त्यांना उद्देश नव्हता. याउलट राजवाड्यांनी अशा लोकांची मोजदाद करून यादीच बनवायचे ठरवले होते. त्यामुळे ही गणना दीडशेच्या घरात जाणे साहजिकच होते. विशेष म्हणजे झाशीची राणी, पंडिता रमाबाई असे काही अपवाद वगळता भागवतांच्या बहुतेक सर्व नावांचा समावेश राजवाड्यांच्या यादीत आहे. राजवाड्यांच्या यादीत मराठा संस्थानिकांचा अंतर्भाव त्यांच्या कामगिरीच्या क्षेत्रांसह केला गेला आहे. इतकेच नव्हे, तर बायजाबाई शिंदे आणि जमनाबाई गायकवाड या मराठा राजस्त्रियांचा समावेश त्यात आहे. विशेष म्हणजे जमनाबाईंना ते मुत्सद्दी मानतात.

जीवन्मुक्त या सदरात मोडणाऱ्या काही व्यक्तींचा समावेश राजवाडे करतात तो त्यांच्याच संबंधित व्यक्ती समाजाला उपयुक्त ठरणारी हवी या निकषाशी विसंगत आहे.

राजवाड्यांनी समाजजीवनातील एकही क्षेत्र सोडलेले नाही. *रियासत*कार गो. स. सरदेसाई, अण्णासाहेब किर्लोस्कर, अनंत वामन बर्वे असे नाटककार, मद्यपान निषेधक लवाटे, माधवराव पाटणकर, मोरोबा वाघोलीकर, भाऊराव कोल्हटकर, गणपतराव जोशी, बालगंधर्व असे नट, विष्णुपंत छत्र्यांसारखे सर्कसवाले, बाळासाहेब पंतप्रतिनिधींसारखे चित्रकार, शांताराम अनंत देसाईंसारखे वेदांती, म्हात्र्यांसारखे मूर्तिकार, नाना शंकरशेटसारखे दानशूर कोट्यधीश, धों. के. कर्व्यांसारखे समाजसुधारक या यादीत आढळून येतात. अण्णासाहेब किर्लोस्करांसारख्या नाटककाराची योग्य किंमत करणारे राजवाडे आपल्या यादीत केशवसुतांसह कोणत्याही आधुनिक कवीचा समावेश करत नाहीत. परंतु, ही झाली राजवाड्यांच्या मोजणीची पहिली फेरी. राजवाडे तसे फार काटेकोर आहेत. दुसऱ्या फेरीत त्यांना *'ज्यांची कामगिरी ठळक, टिकाऊ व परिणामकारक झालीशी म्हणता येईल, अशा व्यक्तींची निवड करायची आहे. थोडक्यात त्यांना 'शॉर्ट लिस्ट' करायची आहे.'*

ही 'लिस्ट' करताना राजवाडे बुद्धिमान व प्रतिभावान यांच्यामधील भेद स्पष्ट करतात.

> *"अनंत काम करण्याची अनंत शक्ती म्हणजे प्रतिभा किंवा नवनवोन्मेषशालिनी प्रतिभा... बुद्धिमान प्रायः संग्राहक असतात व शोध करताना बिकट व दुर्भेद्य स्थळे पाडून चाचपडतात किंवा असली स्थळे त्यांच्या ध्यानातच येत नाहीत. दुर्भेद्य व बिकट स्थलांवर हल्ला करण्याची अनंत शक्ती प्रतिभावानाच्या ठायी असते, ती केवळ बुद्धिमानाच्या जवळ असत नाही. बिकट संकटाला जिंकून काबीज करण्याच्या ईर्षेत प्रतिभावान पुरुष प्रसंगी सर्वस्वाचीही आहुती सहज देऊन जातो; परंतु हा योग बुद्धिमानाच्या ठायी संभाव्यही नसतो. संकटाला जिंकावे कसे, या विषयाची चर्चा करण्यातच बुद्धिमानाचा सर्व आवेश खर्च होतो."*

यावरून असे मात्र समजायचे नाही, *'बुद्धिमान लोक कुचकामी आहेत. प्रतिभावानांची मुख्य मदार तर बुद्धिमानांवर आहे. काबीज केलेल्या वस्तूंची व्यवस्था करणे, परिपोष करणे, ती जनतेला सुलभ करणे वगैरे अनेक उपयुक्त कृत्ये समाजात बुद्धिमान व्यक्तीच करीत असतात.'* असा भेद स्पष्ट केल्यानंतर राजवाडे आपल्या पहिल्या यादीतून स्वल्प

काम करून विराम पावणारे बुद्धिमानांपैकी अल्पसाहसी लोकांना वगळून दुसऱ्या फेरीत ४३ लोकच ठेवतात.

राजवाड्यांच्या पहिल्या यादीत स्वतः राजारामशास्त्री भागवतांचे नाव 'वेदविद्या संशोधक' म्हणून समाविष्ट होते, ते या दुसऱ्या यादीत नाही. राजारामशास्त्र्यांनी उद्‌गारात उल्लेखिलेल्या नावांपैकी शंकर पांडुरंग पंडित, भांडारकर, तेलंग, जावजी दादाजी, म. मो. कुंटे, टी. माधवराव अशी नावे राजवाड्यांच्या दुसऱ्या यादीतही आहेत.

चिपळूणकर पितापुत्रांचा समावेश राजवाड्यांच्या दुसऱ्या यादीत तर आहेच आणि विष्णुशास्त्री हे अखेरच्या तिसऱ्या फेरीतही टिकतात. भागवत मात्र दोघांचीही दखल घेत नाहीत. भागवतांनी 'उद्‌गार' लिहिले तेव्हा विठ्ठल रामजी शिंदे यांचा उदय झाला नव्हता. अंत्यजोद्धारक म्हणून राजवाड्यांच्या गणनेत ते दोन फेऱ्यांपर्यंत टिकतात, तिसरीत वगळले जातात. राजवाडे यांची ठाम खात्री आहे, *'जगातील कोणत्याही भावी चरित्रकोशात यांपैकी बहुतेकांचा समावेश बिनतक्रार करता येईल.'*

४३ कर्तबगारांच्या या यादीतून राजवाडे आता अंतिम संक्षिप्त यादीकडे- तिसऱ्या फेरीकडे वळतात. म्हणजेच त्यातून प्रतिभाशाली व्यक्तींची निवड करतात. ही यादी फक्त सात लोकांची आहे : १. सयाजीराव गायकवाड, २. विष्णुशास्त्री चिपळूणकर, ३. महादेव गोविंद रानडे, ४. बाळ गंगाधर टिळक, ५. शंकर बाळकृष्ण दीक्षित, ६. अण्णासाहेब किर्लोस्कर, ७. गोपाळराव गोखले.

आपण घडीभर या महानुभवांना राजवाड्यांचे सप्तर्षी म्हणू. राजवाड्यांच्या पहिल्या यादीत स्त्रियांचा समावेश आहे. वि. रा. शिंदे दुसऱ्या यादीपर्यंत टिकतात. सयाजीराव गायकवाडांचे नाव तिसऱ्या यादीत पहिल्या क्रमांकाने झळकते. त्यामुळे राजवाड्यांनी या संदर्भात स्वतःला तरी स्त्रीद्वेष्टा किंवा ब्राह्मणेतरांचा द्वेष्टा असे म्हणायची सोय ठेवली नाही; मात्र पहिल्या दोन याद्यांत आपले नाव टिकविणारे सुधारकाग्रणी गोपाळ गणेश आगरकर अंतिम यादीत आपले नाव कायम ठेवू शकले नाहीत; याचे कारण राजवाड्यांची सुधारकांविषयीची प्रतिकूलता यापेक्षा वेगळे असू शकत नाही. शं. बा. दीक्षितांची माहिती आजच्या पिढीला नसल्यातच जमा आहे. त्यामुळे 'हे कोण बुवा दीक्षित?' असा प्रश्नही तिला पडेल. दीक्षित मोठे ज्योतिर्गणती असून, प्रतिभावंत म्हणून राजवाड्यांना त्यांच्याविषयी विलक्षण आदर होता. पुरेशी साधनसामग्री व मनुष्यबळाअभावी दीक्षितांनी अनेक जणांचे काम एकट्यानेच करायचा घाट घातला व त्यामुळे त्यांचा अकाली मृत्यू ओढवला. या गोष्टीची राजवाड्यांना मोठीच खंत वाटे. समाजाने अशा प्रतिभावंतांना जपले पाहिजे अशी आग्रहपूर्वक विनंती त्यांनी तुकोबारायांच्या अभंगात फेरफार करून एके ठिकाणी केलेली आहे-

'आता तरी पुढे हाचि उपदेश । नका करू नाश प्रतिभेचा ॥'

राजवाड्यांच्या मोजदादीतील खटकणारी बाब म्हणजे महात्मा जोतीबा फुल्यांना त्यांच्या पहिल्या यादीतही प्रवेश नाही. अर्थात, त्याबद्दल आश्चर्य वाटायचे कारण नाही. राजवाडे कट्टर चिपळूणकरवादी होते आणि चिपळूणकरांनी फुल्यांना एवढे खुजे करून सोडले होते, की त्यांच्या संप्रदायातील कोणताही परंपरावादी फुल्यांकडे खुल्या नजरेने पाहणे शक्यच नव्हते.

राजारामशास्त्र्यांची गोष्ट वेगळी. ते पहिल्यापासूनच उदार विचारांचे होते. त्यांनी नेहमीच अस्पृश्य, मराठा जात, क्षत्रिय वर्ण आणि ब्राह्मणेतर यांची पाठराखण केली होती. शाहू छत्रपतींच्या वेदोक्त चळवळीच्या मागे त्यांची प्रेरणा होती. खुद्द 'उद्‌गारां'मध्येच त्यांनी ब्राह्मण पुरोहितांशिवाय लग्ने लागणाऱ्या जुन्नर-ओतूरकडील डुंबरे-पाटील प्रभृती सत्यशोधकांना प्रोत्साहन दिलेले दिसते; पण तरीही या सत्यशोधकांची मूळ प्रेरणा असलेल्या जोतीबा फुल्यांचा उल्लेख ते करत नाहीत, याचे आश्चर्य वाटल्याखेरीज राहत नाही.

राजवाडे यांनी बुद्धिमान व प्रतिभावान पुरुषाचे जे काही निकष सांगितले आहेत त्या सर्वांना फुले उतरतात, याविषयी कुणी दुमत व्यक्त करील असे वाटत नाही. या मुद्द्याचा 'सध्या फुल्यांचे दिवस आहेत' अशा तऱ्हेने होणाऱ्या तिरकस अभिव्यक्तीशी वा फुल्यांच्या सद्यकालीन लोकप्रसिद्धीशी संबंध नाही. राजवाड्यांच्या अंतिम यादीतील चिपळूणकरांनी लिहिलेल्या निबंधांना हल्लीच्या शालेय पाठ्यपुस्तकात स्थान नसते, एवढ्यावरून जसे चिपळूणकर बाद होत नाहीत; तसेच राजवाड्यांच्या पहिल्या यादीतसुद्धा स्थान मिळवता आले नाही किंवा उदारमनस्क भागवतांनी देखील उल्लेख केला नाही म्हणून फुल्यांच्या प्रतिभावंतपणाला बाधा येत नाही. एखाद्या प्रतिभावंताच्या झेपेचा पल्लाच एवढा प्रचंड असतो, की त्याचे आकलन होण्याची पात्रताही समकालीनांमध्ये नसते. प्रसंगी ते त्याची गणना वेड्यातही करू शकतात! दामोदर विश्वनाथ नेवाळकर यांनी *धर्मरहस्य* नावाचे जे नाटक लिहिले त्यात वेड्या पीराचे एक पात्र आहे ते राजारामशास्त्रींवरून बेतले आहे!

अशा प्रकारे बुद्धिमान, प्रतिभावान कर्त्या लोकांची नुसती यादी करून राजवाडे थांबले असते, तर त्यांच्या या उपक्रमाचे महत्त्व कमी झाले असते; परंतु याही पुढे जाऊन राजवाडे महाराष्ट्राची, इंग्लंडची आणि जगाची तुलना करतात. त्यांनी गोळा केलेल्या आकडेवारीनुसार गेल्या १०० वर्षांतील ब्रिटिश समाजात व मराठा समाजात बुद्धिमत्तेचे प्रमाण ४०:१ असे पडते. असेच गुणोत्तर जगातील बुद्धिमत्तेच्या सामान्य प्रमाणाशी काढले, तरीही मराठा समाजातील प्रमाण फारच खाली आलेले दिसते. यावरील राजवाड्यांचा शेरा मननीय आहे. *'बुद्धिमान व कर्त्या जगात आपली किंमत नाही. शंभर वर्षांपूर्वी सगळ्या भरतखंडाचे साम्राज्य करण्याची महत्त्वाकांक्षा बाळगणारे आपण शके १८३५ त (सन*

१९१३) केवळ निर्माल्यवत ठरलो. महाराष्ट्रात बुद्धी व प्रतिभा यांचा ऱ्हास गेल्या शंभर वर्षांत बेसुमार झाला.'

राजवाडे ज्ञानाच्या आणि कार्यकर्तृत्वाच्या पंचवीस-तीस शाखांचा निर्देश करून असेही दाखवून देतात, की त्यांच्यापैकी कितीतरी क्षेत्रांत आपल्यापैकी कोणाचाच वावर नाही.

१८८५च्या दरम्यान भागवत आपण सुरुवात तर चांगली केली असल्याचे सांगून आशावाद व्यक्त करतात, तर १९१३मध्ये राजवाडे निराशजनक चित्र उभे करतात.

या ऱ्हासाचे निदान आणि चिकित्सा करताना चिपळूणकर संप्रदायाशी सुसंगत असाच निष्कर्ष राजवाडे काढणार हे उघड आहे. याचे कारण म्हणजे अर्थातच पारतंत्र्य. समाजात काही सुधारणा घडवून आणल्याने यात फरक पडेल, असे मानणाऱ्या सुधारकांचा उपहास करायलाही ते विसरत नाहीत. ते काहीही असो, राजवाड्यांनी दिलेला इशारा मात्र गंभीरपणे घ्यायला हरकत नव्हती.

> *'कसोशीने काम करणाऱ्या पाश्चात्त्य राष्ट्रांशी आपली गाठ पडली आहे. तीत आपला निभाव लागावयाचा म्हणजे त्या राष्ट्राइतक्या किंबहुना त्याहून जास्त कसोशीने व शास्त्रीय पद्धतीने आपण कामाला लागले पाहिजे. टंगळमंगळ करून भागणार नाही.'*

■

११

मराठपणाचा सकलजनवादी सिद्धान्त

इतिहासाचार्य राजवाड्यांनी केलेल्या कर्तबगारांच्या यादीतील त्रुटी दाखवणे, म्हणजे काही नावे कमी करून, काहींचा समावेश करणे, हे फारसे अवघड नाही. उदाहरणार्थ, पैसाफंड अंताजी काळे, भिकाजीपंत हर्डीकर, शिवराम हरी साठे यांची नावे पहिल्या फेरीत ठीक आहेत; पण राजवाड्यांनी ती दुसऱ्या फेरीतही कायम ठेवली व त्याचे समर्थनही केले. हे फारसे पटण्यासारखे नाही. विष्णू दिगंबर पलुसकरांचे नाव असायला हरकत नाही; परंतु ग्वाल्हेर घराण्याच्या गाण्याचा वृक्ष महाराष्ट्रात ज्यांनी लावला, त्या बाळकृष्णबुवा इचलकरंजीकरांना का वगळावे, हे समजत नाही.

यादीत स्वतःचा समावेश करायचे टाळून राजवाड्यांनी 'विद्या विनयेन शोभते' या सुभाषिताचा प्रत्यय आणून दिला. एरवी राजवाड्यांना स्वतःच्या स्थानाची अभिनिवेशपूर्ण जाणीव होती. ती त्यांच्या नेहमीच्या बोलण्याचालण्यातूनही व्यक्त होई. त्यांचे एक सहकारी कृ. पां. तथा नानासाहेब कुलकर्णी यांनी लिहिल्याप्रमाणे *'त्यांची मुद्रा बेदरकार, वृत्ती बेगुमानी, चालताना पाऊल टाकले, की ते लांब व जोरातच पडायचे, असे की खालची धरित्री जणू काय नमलीच पाहिजे. जी गत चालण्याची तीच गत बोलण्याची.'*

इतिहासाचार्य वि. का. राजवाडे

असे असले तरी कुठे थांबावे, हे राजवाड्यांना निश्चितच समजत असणार. म्हणून यादीत त्यांचे नाव दिसत नाही.

तपशिलाचा मुद्दा महत्त्वाचा असला तरी त्याच्याहीपेक्षा दुसरा एक मुद्दा महत्त्वाचा ठरतो. समाजातील एकूण लोकसंख्या आणि समाजातील प्रतिभावंत यांच्यातील प्रमाणाचा अभ्यास करून राजवाड्यांनी महाराष्ट्रातील संबंधित गुणोत्तर- विशेष करून ब्रिटनच्या आणि सामान्यपणे एकूणच जगाच्या प्रमाणापेक्षा कसे कमी आहे, हे निदर्शनास आणून महाराष्ट्राला एक सज्जड इशाराही दिला.

परंतु, ही तुलना एका दृष्टिकोनातून अन्यायकारक ठरते. ब्रिटिश समाजातील प्रतिभावंतांचे प्रमाण काढताना समाजातील एकूण लोकांची जी संख्या गृहित धरली जाते, तशी महाराष्ट्रातील (किंवा भारतातील) समाजाच्या लोकसंख्येबाबत धरता येईल काय? आपल्याकडील बुद्धी, प्रतिभा आणि कर्तृत्व यांच्या अभिव्यक्तीची आणि विकासाची जेवढी संधी सर्व ब्रिटिश लोकांना उपलब्ध होती, तेवढी सर्व महाराष्ट्रीयांना होती काय? अर्थातच नव्हती. राजवाड्यांच्या यादीत स्थान मिळवू शकणारे भाग्यवान ब्राह्मण, सारस्वत, प्रभू आणि उच्च मराठा याच जातींतील सहसा दिसून येतात. याचा सरळसरळ अर्थ असा होतो, की उरलेल्या बहुसंख्य लोकांमधील बुद्धी, प्रतिभा आणि कर्तृत्वशक्ती यांना वावच न मिळाल्यामुळे त्या तशाच कुजून जात होत्या. प्रतिभावंतांचे वा बुद्धिवंतांचे प्रमाण शोधताना अशा लोकांना गृहित धरणे, ही त्यांची चेष्टाच करण्यासारखे आहे. राजवाडे जेव्हा महाराष्ट्रातील एक लाख लोकांमध्ये बुद्धिमंत वा प्रतिभावंत लोक अमुक इतके सापडतात असे म्हणतात, तेव्हा ते खरे तर एक लाखांबद्दल म्हणत नसून, फारतर दहाएक हजारांबद्दल बोलत असतात. उरलेले लोक हे केवळ मोजण्यापुरतेच. इंग्लंडमधील एक लाख लोकांमधील प्रतिभावंत इत्यादींचे चे प्रमाण आपण शोधतो, तेव्हा ते खरोखर एक लाखांमधील असते. कारण तेथे खरोखरच त्यांच्यापैकी प्रत्येकाला तत्त्वतः का होईना; पण संधी उपलब्ध असते. साहजिकच इथून पुढे टंगळमंगळ करून चालणार नाही, असा इशारा राजवाडे आणि देतात, तेव्हा ज्यांना मुळात हातपाय हलवण्यालाच वाव नाही, त्यांच्यासाठी तो फोल ठरतो; आणि म्हणून त्यांना या प्रमाणशोधात समाविष्ट करून घेण्यात काही अर्थ नसतो. तसे करणे हे त्यांच्या जखमेवर मीठ चोळण्यासारखे होईल.

राजारामशास्त्रींनी केलेल्या आवाहनाचा अर्थ असा नाही, की ते ब्राह्मणक्षत्रिय युतीच्या वर्चस्वाचे पुरस्कर्ते होते. मराठपणाची त्यांची संकल्पना सर्वसमावेशक होती. मराठ्यांचा जो शिवपूर्व इतिहास त्यांनी मांडलेला आहे, त्यावरून त्यांचा हा सकलजनवाद पुरेसा स्पष्ट होण्यासारखा आहे. भागवतांचा उपदेश महाराष्ट्राने शिरोधार्य मानला असता, तर बरेचसे प्रश्न आपोआपच मिटले असते.

आपल्या समाजातील समान संधीच्या अभावाचे एक महत्त्वाचे कारण म्हणजे आपल्याकडील जातिव्यवस्था. राजवाड्यांच्या काळातील परतंत्र भारतामधील काही विचारवंतांनी सुधारणेचा आग्रह धरला. स्त्रिया, शूद्र आणि अतिशूद्र अशा संधीला वंचित राहिलेल्या बहुसंख्यांना समान पातळीवर म्हणजे वर आणले पाहिजे, असा आग्रह धरला. त्याशिवाय आपल्या समाजात अनुस्यूत असलेल्या सर्वच्या सर्व क्षमतेला (potential) वास्तवात व्यक्त कसे होता येईल? परंतु, राजवाडे या सुधारकांची आणि त्यांच्या कार्याची कुचेष्टा करतात. जातिव्यवस्था नसलेल्या किंवा स्त्रियांना समान दर्जा देणाऱ्या ब्रह्मदेशासारख्या राष्ट्राचे उदाहरण घेऊन ते कोठे पुढे गेले आहे, असा प्रश्न करतात!

राजवाडे आणि भागवत यांच्यात हाच तर फरक आहे. आणि म्हणून तर त्यांचे 'पॅरेडाइम्स' वेगळे झाले आहेत. राजवाडे उघडउघड अभिजनवादी आहेत. त्यांच्या या अभिजनवादाची तीव्र प्रतिक्रिया बहुजनवादाच्या रूपाने उमटत होतीच. भागवत हे अभिजनांमधील सकलजनवादी होते. त्यांची भूमिका व्यापक, उदार आणि सर्वसमावेशक होती. त्यामुळे एका बाजूला ते अभिजनांचे कान पकडू शकतात, तर दुसऱ्या बाजूला बहुजनांना चार खडे बोल सुनावू शकतात. 'उद्‌गारां'मध्ये ते ब्राह्मणांना उद्देशून स्पष्ट सांगतात,

> *"पेशवाई होण्याच्या पूर्वी एकट्या ब्राह्मण जातीने म्हणून महाराष्ट्रात काही केलेले नाही. धर्मप्रकरणी व राज्यप्रकरणी जे काही ध्यानात ठेवण्यासारखे महाराष्ट्रात केले, ते सर्व मराठ्यांनी मिळून. मराठ्यांमध्ये जसे ब्राह्मण, शिंपी व तसेच अतिशूद्र व अविंध हेही येतात. शिवाजी महाराजांनी मराठेशाही स्थापिली, ती क्षत्रिय, ब्राह्मण व कायस्थ या तिहींचा एकोपा होता म्हणून. या तीन जातींत शिवाजी महाराजांनी वाणीने व कृतीने ओतलेले महाराष्ट्रपण कायम होते, म्हणून पुढे राजारामाच्या वेळेस दिल्लीपतीस अकृतार्थ मरावे लागले. पेशव्यांच्या वेळीही महादजीसारख्या क्षत्रियाचा नानासारख्या ब्राह्मणास मोठा वचक असे. क्षत्रियांचा सोन्यासारखा उपदेश मनात ठसेना म्हणून भाऊसाहेबास पानिपतच्या रणभूमीवर लोखंडाची स्थिती प्राप्त झाली. असे असता, ब्राह्मण 'सुवर्ण' व 'ब्राह्मणेतर' लोह असा लेख लिहिताना इंदूस संकोच वाटला नाही, हे एक मोठे दुश्चिन्हच आम्ही समजतो. लिंगाइताबरोबर पुण्याची 'सार्वजनिक सभा' विरोध दाखविते व 'इंदू'च्या कर्त्यांचाही मेंदू मंदावतो, हा एक मोठा चमत्कार होय. सरकारी नोकरी जर ब्राह्मणास हवी, तर लिंगायतांस का नको? सरकारी नोकरीचे सुख ब्राह्मणास भोगता येईल तितके लिंगाइतास भोगता येऊ नये, अशी काही देवाने गुप्त कृती लिंगायताच्या शरीरात करून ठेवली आहे की काय?"*

'इंदू'च्या प्रकरणाबद्दल थोडी माहिती द्यायला हवी. हे तसे नेमस्त राजकारण्यांचे मुखपत्र आणि चिपळूणकरांच्या राष्ट्रिय संप्रदायापेक्षा उदार भूमिका घेणारे. परंतु, बडोद्यासारख्या संस्थानने धामणस्करांसारख्या अब्राह्मणाची नियुक्ती दिवाणपदी केली, तेव्हा ते नाराजी व्यक्त करू लागले. इतरांना ही जबाबदारी कशी निभावणार, अशी शंका घेऊ लागले. राजारामशास्त्री या वृत्तीवर टीका करतात.

पारंपरिक पद्धतीने विचार केला तर लिंगायत समाज हा व्यापारउदीम करणारा समाज. इंग्रजी अमदानीत तो सरकारी नोकऱ्यांची स्वप्ने पाहू लागला. त्यामुळे सामाजिक असमतोल होईल, अशी भीती सार्वजनिक सभेला वाटू लागली. तिला भागवत कानपिचया देतात. लिंगायतांना सहानुभूती दाखवताना ते लिहितात -

> *"सरकारी खात्यात लहानमोठे कारकून महाराष्ट्र देशात जितके ब्राह्मण जातीचे आहेत, तितके इतर जातींचे नाहीत. त्यामुळे मामलतदार वगैरे ब्राह्मण असले म्हणजे सहजच ब्राह्मणांची पंढरी पिकते व इतर जातीच्यांस ते फारसा आश्रय देत नाहीत, असे गाऱ्हाणे लिंगायतांनी करणे हे साहजिक होय."*

इंग्रजांच्या प्रशासनात खुद्द इंग्रज आणि अँग्लो इंडियन (भागवत त्यांना 'गंगाजमनी' म्हणतात.) वंशांच्या लोकांना झुकते माप मिळायचे याविरुद्ध तेव्हाची एतद्देशीय उच्चवर्णीय मंडळी तक्रार करायची आणि ती रास्तच होती. तिचा उल्लेख करून भागवत म्हणतात, की

> *'ज्या कारणांनी हल्ली एतद्देशीय आंग्ल व गंगाजमनीयांस विशेष आश्रय मिळतो, असे आम्ही म्हणतो, त्याच कारणांनी ब्राह्मण जातीस सरकारचा आश्रय हल्ली फाजील मिळत आहे, असे लिंगायत व दुसरे ब्राह्मणेतर लोक गाऱ्हाणे करतात. जसे आमच्या लोकांचे गाऱ्हाणे आम्हास वाजवी दिसते, तसेच लिंगायतांचे व ब्राह्मणेतरांचेही गाऱ्हाणे निदान आम्हास वाजवी दिसते. ते त्यांनी तसे केले म्हणून त्यांचा दोष काढणे किंवा त्यास सरकारी नोकऱ्या न शोधता स्वतंत्र धंदे करण्याचा उपदेश करून आपल्या पोळीवर तूप घालण्यास व साक्षात आपल्या बंधूंस आपल्या तोंडाकडे पाहू लावण्यास प्रयत्न करणे, हे आम्हा धर्मगुरू म्हणवणाऱ्या ब्राह्मणांस तरी बिलकूल शोभत नाही. असल्या आमच्या कृतीने निःसंशय घरफूट मनस्वी वाढेल व तिचा परिणाम अतिभयंकर होईल."*

हेच राजारामशास्त्री आता ब्राह्मणेतरांना कसे सुनावतात हे पाहा -

> *"महाराष्ट्र क्षत्रियांची उन्नती करू पाहणारा 'सत्यशोधक' समाज व 'दीनबंधू' यांच्या संबंधाने आता दोन शब्द लिहिले पाहिजेत. दोहोंसही आमची हात जोडून सविनय विनंती आहे, की उगीच ब्रह्मद्वेष करणे व*

ब्राह्मणांच्या विरुद्ध क्षुल्लक व कुत्सित मनाच्या पुरुषांनी लिहिलेल्या कचऱ्याच्या पेटीत टाकण्यासारख्या लेखास एकसारखी सतत जागा देऊन एकमेकांमधील द्वेष माजविणे, यात बिलकूल शहाणपण नाही. ज्या एकनाथस्वामींनी अतिशूद्रांचाही उद्धार व्हावा या हेतूने सर्व धर्मतत्त्व मराठीत उतरविले व श्राद्धाचे ब्राह्मण जेवण्यापूर्वी अतिशूद्रांस जेऊ घातले, ते जातीचे ब्राह्मणच होते. ज्या अनंत भट्टाने चोख्यासारख्या अतिशूद्राचे प्रासादिक अभंग लिहून ठेवण्याचे पत्करले, तोही जातीचा ब्राह्मण. तेव्हा दरोबस्त ब्राह्मणावर जेव्हा तेव्हा उतरता, ही तुम्ही मोठीच चूक करिता. जसे एकट्या ब्राह्मण जातीच्या हातून महाराष्ट्र मंडळाचे गाडे चालणे नाही, तसेच एकट्या क्षत्रिय जातीच्याही हातून चालणे नाही. शिवाजी महाराजांसारखे अवतारी क्षत्रिय झाले, ते काही ब्रह्मद्वेष करणारे नव्हते. जर त्यांनी ब्रह्मद्वेष केला असता, तर त्यांचे हातून मराठेशाहीची प्राणप्रतिष्ठा निःसंशय झाली नसती. जर शिवाजी महाराजांची पावले तुम्हास वंद्य असली, तर त्यांच्यासारखे जितके लवकर तुमचे वर्तन होईल, तितके सुंदर होईल. प्रल्हादपंतासारखा ब्राह्मण प्रतिनिधी कानडी महाराष्ट्रात हुजूर होता व रामचंद्रपंतांसारखा अमात्य ब्राह्मण आपल्या मराठी महाराष्ट्रात एकसारखा खपत होता, म्हणून राजाराम महाराजांचे वेळी मराठेशाही जीव धरून राहिली व दिल्लीपतीस अकृतार्थच या अशाश्वत लोकाचा त्याग करणे भाग पडले.”

राजारामशास्त्री असेही सांगायला विसरत नाहीत, की “जे ब्राह्मण तुम्हास कुळंबट किंवा शूद्र म्हणतील व तुमच्या वित्तादिकांच्या अभिलाषा करतील, त्यांच्याबरोबर तुम्ही वाद खुशाल चालवावा; पण महाराष्ट्रातील दरोबस्त ब्राह्मण जातीवर कृपा करून उतरू नये.”

या काळात जुन्नर-ओतूरकडील ब्राह्मणेतर मंडळी सत्यशोधक पद्धतीने विवाहादि क्रिया करू लागले होते. त्यात ब्राह्मण पुरोहितांना स्थान नव्हते. याबाबत त्यांचे अभिनंदन करताना शास्त्रीबोवा म्हणतात, “भटांशिवाय लग्न लावण्याची चाल पाडून तुम्ही अतिप्राचीन काळच्या आपल्या पूर्वजांचा कित्ता गिरविता, हे पाहून आम्हास फार संतोष होतो.” परंतु, त्याचबरोबर ते इशाराही देतात, की

“तुम्ही एक चूक करीत आहात, ती जर लवकरच दुरुस्त कराल तर बरे. लग्न लावण्यासाठी भटांऐवजी लहानशी जात उत्पन्न करण्याकडे तुमच्या मनाचा ओघ वळलेला दिसतो. अशा रीतीने जर भिक्षुकांची नवीन जात तुमच्यामध्ये उत्पन्न कराल, तर केवळ आगीतून निघून फोफाट्यात

गेल्यासारखे होईल. याचा नीट शांतपणे आजच विचार केला तर बरे; नाहीपेक्षा पुढे निःसंशय पस्तावावे लागेल."

भागवत प्रार्थनासमाजातील उच्चशिक्षितांनादेखील सूट देत नाहीत. ज्ञानेश्वर, एकनाथ, रामदासांना वगळून तुकोबांच्या अभंगांनाच प्रार्थना समाजिस्ट नेहमी आळवत असत. शिवाय त्यांच्या सुबोध पत्रिकेतून ब्राह्मणी धर्म, कर्मकांड इ. वर जी टीका होई, ती बऱ्याच अंशी ब्राह्मण जातीलाच लागू पडत असे. त्याचा परिणाम म्हणून, *'सामाजिक सुधारणा व लोकहित एकीकडे राहून ब्रह्मद्वेषाची शंका पुष्कळांच्या मनात येते.'*

शास्त्रीबोवा 'उद्‌गार' लिहीत होते, तेव्हा मराठ्यांच्या क्षत्रियत्वाच्या अनुषंगाने वेदोक्ताच्या अधिकाराचा प्रश्न ऐरणीवर आलेला नसला तरी त्याची चर्चा मात्र होत होती. तिला अनुलक्षून,

> *'शिवाजी वगैरे वीरमंडळी ज्या कुळात जन्मली ती कुळे अस्सल क्षत्रियांची असली पाहिजेत,' 'असे असता दुराग्रहाने त्यास 'कुळंबट' किंवा 'कुळंबी' किंवा शूद्र म्हणणे, वरील ब्राह्मण मंडळीचे जर आम्ही अस्सल वंशज असू खरे, तर आम्हास बिलकूल शोभत नाही. चाक कितीही सुबक व मजबूत असले, तर जसे त्या एका चाकाने गाडे चालत नाही, तसेच आम्ही कितीही गुणी असलो, तरी महाराष्ट्रमंडळाचे खटारे एकट्या आमच्या ब्राह्मण जातीच्या बळाने चालणे नाही."*

या राजारामशास्त्रींनी केलेल्या आवाहनाचा अर्थ असा मात्र नाही, की ते ब्राह्मण-क्षत्रिय युतीच्या वर्चस्वाचे पुरस्कर्ते होते. मराठपणाची त्यांची संकल्पना सर्वसमावेशक होती. मराठ्यांचा जो शिवपूर्व इतिहास त्यांनी मांडलेला आहे, त्यावरून त्यांचा हा सकलजनवाद पुरेसा स्पष्ट होण्यासारखा आहे.

भागवतांचा उपदेश महाराष्ट्राने शिरोधार्य मानला असता, तर बरेचसे प्रश्न आपोआपच मिटले असते.

■

१२

महाराष्ट्राचा राष्ट्रीय धर्म

महाराष्ट्र आणि महाराष्ट्रातील माणसे यांच्याविषयीचे भागवत आणि राजवाडे यांचे परस्परविरोधी विचारव्यूह महाराष्ट्राच्या अभ्यासकांसाठी आव्हान देणारे असेच आहेत. राजवाड्यांनीच म्हटल्याप्रमाणे शब्दशास्त्र हा प्राचीन इतिहासाचा प्राण आहे. कारण प्राचीन इतिहासाची साधने मुबलक प्रमाणात उपलब्ध नसतात. मग शब्द आणि शब्दांच्या व्युत्पत्तींवर निर्वाह करावा लागतो. स्वतः राजवाडे (आणि भागवत) यांनीही तो पुरेसा केलेला आहे.

मात्र इतिहासकार जसजसा अलीकडच्या काळाकडे येऊ लागतो, तसतसे त्याचे हे शब्दावलंबित्व कमी होत जाते. त्याला अन्य साधने उपलब्ध होतात. मात्र त्यामुळे इतिहासकार पूर्णपणे वस्तुनिष्ठ होतोच अशी खात्री देता येत नाही. इतिहासकाराचे बलवत्तर असे पूर्वग्रह असतात, लाडके सिद्धांत असतात, आणि विशेषतः त्याला स्वतःला वर्तमानात रस असल्यामुळे वर्तमान आपल्या मतानुसार घडावा असे वाटत असल्यास तो इतिहासाचा उपयोग राजकारणाचे हत्यार म्हणूनही करू शकतो. राजवाड्यांचे पूर्वग्रह बळकट होतेच, सिद्धांत लाडाचे होते आणि त्यांना वर्तमान बदलण्याचे राजकारणही – अर्थात अप्रत्यक्षपणे – करायचे होते. भागवत या सगळ्या गोष्टींपासून अजिबातच अलिप्त होते असे समजायचे कारण नाही. परंतु राजवाड्यांपेक्षा ते निश्चितच खुल्या मनाचे आणि अनाग्रही होते. किंबहुना त्यामुळेच ते स्वजातीयांचे दोष निर्भीडपणे दाखवू लागले. स्वतः 'भागवत' असूनही विष्णू देवतेचे महत्त्व वाढवण्यासाठी काल्पनिक कथाकथन करणाऱ्या वैष्णव पुराणिकांवर घसरू शकले. त्यांच्या आणि राजवाड्यांच्या 'पॅरेडाइम्स'मध्ये ध्रुवीय विरोध दिसतो तो मुख्यत्वे याच कारणांमुळे.

भागवत ज्याप्रमाणे अभिजनांमधील सकलजनवादी तसे महर्षी विठ्ठल रामजी शिंदे

हे बहुजनांमधील सकलजनवादी. मौजेची गोष्ट ही, की 'बहुजन' हा शब्द रूढ करण्यात शिंद्यांचा मोठा वाटा आहे. (भागवतांनी 'ब्राह्मणेतर' शब्द रूढ केला) इतकेच नव्हे तर त्यांनी बहुजन पक्षाचीही स्थापना केली होती. (कांशीराम यांच्या बसपाच्या जवळपास पाऊणशे वर्षे अगोदर) परंतु नीट न्याहाळले तर त्यांच्या बहुजन पक्षाचा आशय सकलवादीच असल्याचे दिसून येते.

महाराष्ट्रेतिहासाच्या आणि मराठ्यांच्या संदर्भात राजवाडे-भागवत हा विरोध जितक्या स्पष्टपणे दृग्गोचर झाला, तितक्याच प्रकर्षाने नंतर राजवाडे-शिंदे विरोधही पुढे आला. भागवतांप्रमाणेच शिंद्यांनाही राजवाड्यांविरुद्ध अब्राह्मणांची, अवैदिकांची आणि अनार्यांची फळी लढवावी लागली. भागवतांप्रमाणेच शिंद्यांचेही उपेक्षा हेच भागधेय होते, हे त्या दोघांमधील दुसरे साम्य. ब्राह्मणांना भागवत आणि मराठ्यांना शिंदे दूर ठेवावेसे वाटणे ही बाबच त्या त्या जातींच्या ग्रहणशीलतेवर (receptivity) प्रकाश टाकणारी आहे. वेदोक्त प्रकरणात करवीर शाहू छत्रपतींची आणि मराठ्यांची बाजू घेणारे भागवत आणि स्वातंत्र्यलढ्यात लोकमान्य टिळकांची पाठराखण करणारे शिंदे यांनी आपल्या सकलवादी भूमिकेमुळे स्वजनांची चांगलीच पंचाईत करून ठेवली होती. गप्प बसायचे काय घ्याल, असे त्यांना विचारण्याची सोयच नव्हती. कारण ते गप्प बसणाऱ्यांपैकी नव्हतेच. त्यांचे नाते होते ते थेट 'सत्य असत्याशी मन केले ग्वाही' असे म्हणणाऱ्या तुकोबांशी.

तूर्त येथे शिंद्यांच्या विचारांची चर्चा अभिप्रेत नाही. ती योग्य स्थळी होईलच. राजवाड्यांच्या ग्रहआग्रहांची त्यांच्या महाराष्ट्रविषयक विचारात गर्दी झाल्यामुळे त्यांचे विचार कसे वर्जनवादी (exclusivist) झाले व नेमके तेथेच भागवत कशी समावेशक भूमिका घेतात हे दाखवणे जरूरीचे आहे.

या संदर्भात आपल्याला छत्रपती शिवाजी महाराजांची मदत घेता येते. शिवराय म्हणजे महाराष्ट्राचा मानबिंदू, असे सर्वच म्हणतात. मान याचा एक अर्थ मापन- मापदंड असाही आहे. त्यानुसार महाराष्ट्रातल्या माणसांचे मापन करण्यासाठी शिवाजी महाराज हा एक संदर्भबिंदू मानावा. तुम्ही कोण आहात, तुमची काय पात्रता आहे, हे ठरवण्याचे एक माप म्हणजे तुमची शिवरायांच्या संदर्भात काय भूमिका आहे हे पाहणे. तुम्ही शिवरायांचे मूल्यमापन कसे करता हे पाहणे. सुदैवाने भागवत व राजवाडे या दोघांनीही शिवाजीसंबंधी आणि त्या अनुषंगाने शिवपूर्ण काळासंबंधीही पुरेसे लेखन केले आहे. भागवत तर मराठीतील पहिले शिवचरित्रकार. राजवाड्यांनी असे शिवचरित्र लिहिले नसले तरी शिवचरित्राची साधने उपलब्ध करून देण्यात त्यांचा लक्षणीय वाटा आहे. शिवाय प्रसंगोपात्त त्यांनी शिवाजी या विषयावर जे लिहिले ते काही कमी नाही.

इ.स. १८९५मध्ये महाराष्ट्रात शिवस्मारकाची चर्चा सुरू झाली आणि तेव्हापासून

शिवस्मारक हा महाराष्ट्रासाठी जिव्हाळ्याचा; परंतु त्याचबरोबर वादाचाही विषय ठरला आहे.

१८९५च्या चर्चेत राजारामशास्त्रींनी हिरिरीने भाग घेतला होता. 'इंदुप्रकाश' मध्ये त्यांची मते 'शिवाजीचे स्मारक' या मथळ्याखाली प्रसिद्ध झाली होती. शास्त्रीबुवांचे सर्वांत महत्त्वाचे विधान म्हणजे

> *"शिवाजी जितका देशाभिमानी होता, तितका धर्माभिमानी किंवा जात्यभिमानी नव्हता.' शिवाजीस जो अभिमान होता तो देशाभिमान होता, धर्माभिमान किंवा जात्यभिमान नव्हता, हा एक मोठा मुद्दा स्मारक करू पाहणाऱ्यांनी विशेष लक्षात ठेवला पाहिजे. पुष्कळ स्वदेशी मुसलमानांनी शिवाजीच्या काळापासून महाराष्ट्राची सेवा केवळ देशाभिमानाने धर्माभिमानास बरेच प्रसंगी पाठी ढकलून केली आहे, हाही मुद्दा स्मारक करू पाहणाऱ्यांच्या दृष्टीपुढून जाता कामा नये. शिवाजीच्या आरमाराचा मुख्य दर्यासारंग हा मुसलमान असून, त्याने अखेरपर्यंत शिवाजीची सेवा नेकीने आणि इमानाने केली. घोड्याचा पाय किल्ला चढताना घसरला, तेव्हा शेख मिरा पुढे न होता, तर शाहू धडपडून ठार झाला असता. पानिपतच्या लढाईत इब्राहीमखान गारदी याने कशी शिकस्त केली ती मशहूर आहे. अयोध्येचा नबाब सुजाउद्दौवला बाजूला होता म्हणून मराठी लोकांचे लेश पानिपत मुक्कामी पुष्कळ कमी झाले. याप्रमाणे मुसलमानांनी जी देशसेवा आजपर्यंत केली, तीही स्मारक करू पाहणाऱ्यांनी आपल्या दृष्टीपुढे खडी करून ठेविली पाहिजे."*

भागवतांचे असे म्हणणे आहे,

> *"शिवाजीच्या अंगी धर्माभिमान आणि जात्यभिमान या दोहोहून देशाभिमान वरचढ झाला होता. असल्या महापुरुषाचे जर स्मारक करावयाचे, तर ते देशाभिमानात धर्माभिमान आणि जात्यभिमान बुडून जाईल अशा प्रकारचे हवे. दुसऱ्या प्रकारचे कोते किंवा एतद्देशीय स्मारक करू पाहणे हे शिवाजीच्या वंद्य नावाची मस्करी करू पाहण्यासारखे भासते!"*

"शिवाजी महाराजांच्या अंगी धर्माभिमान आणि जात्यभिमान या दोहोहून देशाभिमान वरचढ झाला होता. असल्या महापुरुषाचे जर स्मारक करावयाचे, तर ते देशाभिमानात धर्माभिमान आणि जात्यभिमान बुडून जाईल अशा प्रकारचे हवे. दुसऱ्या प्रकारचे कोते किंवा एतद्देशीय स्मारक करू पाहणे हे शिवाजीच्या वंद्य नावाची मस्करी करू पाहण्यासारखे भासते!"

– राजारामशास्त्री भागवत

शिवस्मारकाच्या उभारणीचे मार्गदर्शक तत्त्वही शास्त्रीबोवा सांगतात. ते फारच महत्त्वाचे आहे. *“जर शिवाजीचे स्मारक करावयाचे, तर त्या अवतारी पुरुषानेच दाखवलेली दिशा स्वीकारली पाहिजे.”*

ही दिशा दुसरी-तिसरी कोणती नसून अर्थातच जिच्यामुळे हिंदू-मुसलमानांमधील फूट आणि एकंदरीत हिंदूंच्या आणि मराठी हिंदूंच्या पोटभेदामधील फुटी कमी होऊन महाराष्ट्र देशातील ऐक्य वाढणे हीच होय. हाच भागवतांचा सकलवाद.

ही फूट कमी करून ऐक्य वाढवण्याचा भागवती मार्ग म्हणजे शिक्षण. भागवतांच्या शिक्षणात धर्मशिक्षणाला महत्त्वाचे स्थान आहे. भागवतांचे धर्मशिक्षण हे वेदांचे नाही, संस्कृतातूनही नाही. ते आहे मराठीतून आणि संतांच्या ‘भक्तिपर सरस्वतीचे.’ या संतांमध्ये ज्ञानेश्वर, एकनाथ, रामदास, तुकाराम, चोखामेळा, शेख महंमद यांचा समावेश आहे. *“जाऊ देवाचिया गावा । देव देईल विसावा ॥ असले तुकारामाचे अभंग मुसलमानांसही शिकवता येतात.”*

असल्या शिक्षणास भागवतांच्या मते तीन किंवा चार वर्षे बस झाली.

> *“ज्या शाळा अशा प्रकारचे शिक्षण देण्यासाठी स्थापन करण्यात येतील, त्या शाळांस ‘शिवाजी शाळा’असे नाव देण्यात यावे आणि जो फंड जमविण्यात येईल त्यासाठी ‘शिवाजी फंड’ नाव द्यावे. ज्याची जन्मभाषा मराठी असेल त्यास हे शिक्षण तीन किंवा चार वर्षे फुकट मिळाले. जो कोणी आपला मुलगा पाठवणार नाही, त्यास शिक्षा मिळण्याचा कायदा सरकारकडून पसार करून घ्यावा, पांढरपेश्यांच्याही मुलांकडून फी घेऊ नये, तर दर माणसी प्रत्येक वर्षी त्यांनी ‘शिवाजीची पट्टी’ इतकी घ्यावी असा म्युनिसीपालटीने नियम ठेवावा. असे केल्याने खालचे शिक्षण एकंदरीत लोकांच्या हाती येईल आणि शिवाजीचे नाव सर्वतोपरी गाजेल. इतकेच नव्हे तर लोकास भक्तीचा मार्ग दाखवण्यासारखा होऊन संत मंडळींचीही आठवण जागती राहील.”*

भागवतांनी शिवछत्रपतींच्या चरित्राबरोबरीने संत एकनाथांचेही चरित्र लिहिले होते. या चरित्राच्या उपसंहारात ते एकनाथांना महाराष्ट्राचा जणू प्रातिनिधिक संत मानून लिहितात-

> *“जो पुरुष महाराष्ट्र मंडळात जन्मून मग तो ब्राह्मण असो किंवा अतिशूद्रांत वा अविंधांत असो, जो शिवाजीच्या नावाने व करणीने तसेच एकनाथाच्या नावाने व करणीने आपले कर्ण पवित्र करून घेत नाही, तो केवळ अभागी होय.”*

छत्रपतींच्या संदर्भात देशाभिमानापुढे धर्माभिमान व जात्यभिमान गौण असल्याचे

सांगणारे भागवत अशाच प्रकारची गोष्ट ज्ञानेश्वर-एकनाथांच्या संदर्भात सांगतात-

> *"ज्ञानेश्वरांसारखी व एकनाथांसारखी मंडळी सर्वस्वी राष्ट्रीय होत. असी मंडळी पहिल्याने राष्ट्रिय असते व नंतर जातीकडेस दृष्टी पोचविते. असल्या मंडळीचा उदाहरणीयपणा विशेष करून राष्ट्रीयपणात वास करतो व त्यामुळे खोट्या जात्यभिमानाची दिशाही या मंडळींस कळत नाही."*

या ज्ञानेश्वर-एकनाथ-तुकारामाच्या धर्माला भागवत महाराष्ट्राचा 'राष्ट्रीय धर्म' मानतात. *"रामेश्वरभटाने तुकारामाच्या वह्या बुडविल्या, जसा काय 'वह्या' बुडविल्याने महाराष्ट्र मंडळाच्या राष्ट्रीय धर्मास हरताळ लागला."*

रेव्ह. मरे मिचेल, सर अलेक्झांडर ग्रँट आणि ऑक्वर्थ या तीन आंग्ल विद्वानांची उदाहरणे भागवत देतात. त्यातील ऑक्वर्थ साहेबाचे अवतरण विशेष महत्त्वाचे आहे. भारतातील इतर प्रांतीयांशी मराठ्यांची तुलना करून ऑक्वर्थ लिहितात, *"Others in this country are knit together in this country by other causes : they are castes, religious sects, tribes but the Marathas are a nation, and from the Brahman to the Kunbi they glory the fact."*

आता या तीन आंग्लदेशीयांच्या आधारे भागवत सवाल करतात, "जसे आमचे राष्ट्र तसाच आमचा राष्ट्रीय धर्म म्हणून पदार्थ निःसंशय आहे, हे वरील तिन्ही नामांकित आंग्लांच्या लिखाणावरून निर्विवाद होत नाही काय?"

येथे राजारामशास्त्र यांच्या 'राष्ट्रीय' आणि 'राष्ट्रीय धर्म' या संकल्पनांची चर्चा करणे आवश्यक ठरते. साधारणपणे 'राष्ट्रीय' शब्द उच्चारला की चिपळूणकर आणि त्यांच्या प्रभावातील मंडळींनी मांडलेले विचार पुढे येतात. स्वतः लोकमान्य टिळकांच्या अनुयायांना राष्ट्रीय पक्षाचे लोक म्हटले जायचे. याच वर्तुळातून राष्ट्रीय शिक्षणाचा पुरस्कार व प्रचार झाला.

राजारामशास्त्रींची राष्ट्रीयपणाची संकल्पना मुख्यत्वे सामाजिक आहे. ते राजकारण आणि अध्यात्म यांच्या विचार एकत्रितपणे करतात व त्यांना सामाजिकतेच्या पायावर उभे करतात.

> *"आमच्या संत मंडळींमध्ये व ऐतिहासिक दर्बारी मंडळींमध्ये जसा उक्तीने तसा कृतीनेही राष्ट्रीयपणा ओतप्रोत भरलेला दिसतो. संतमंडळींमध्ये व राजप्रकरणी मंडळींमध्ये आमच्या मंडळात जसे ब्राह्मणेतरांस वंद्य ब्राह्मण होऊन गेले, तसे ब्राह्मणांसही वंद्य अतिशूद्रांत अनेक ब्राह्मणेतर होऊन गेले. ज्ञानेश्वर, एकनाथ, रामचंद्र नीळकंठ, प्रल्हाद निराजी, असली मंडळी जर ब्राह्मण असली तर नामदेव जातीचे शिंपी असून, राजप्रकरणी*

वंद्य झालेल्या शिवाजीप्रमाणे धर्म प्रकरणी वंद्य झालेले तुकाराम व चोखामेळा अनुक्रमे क्षत्रिय व महार होते. जर एकच जातीचे वर्चस्व राखण्यासाठी ज्ञानेश्वरादिकांचा उपदेश असता किंवा शिवाजीसारख्याची कृती असती तर, तदुदित धर्मास 'राष्ट्रीय' नाव निःसंशय न समजते व त्याने एकवटलेल्या लोकासही 'राष्ट्र' नाव न साजते."

भागवतांच्या मतानुसार "ज्या भक्तिरूप धर्माचे ज्ञानेश्वरादिकांनी सुरस निरूपण केले आहे तोच आमचा राष्ट्रीय धर्म होय. या धर्मास 'राष्ट्रीय' किंवा 'देशी' हेच नाव साजेल. दुसरे नाव साजेणे नाही. या राष्ट्रीय धर्माचा अमक्या एका विशिष्ट जातीबरोबर संबंध आहे असे नाही." महाराष्ट्राचा व राष्ट्रीय धर्माचा आगम राजारामपंतांच्या म्हणण्यानुसार अर्थातच संस्कृतात नसून मराठीत आहे व तो म्हणजे *ज्ञानेश्वरी* आणि (तुकोबांची) *गाथा*. तो हाती असला म्हणजे आम्हाला ना वेदोपनिषदांची गरज ना शंकराचार्यांच्या भाष्यग्रंथांची.

मराठी ही अशा प्रकारे आमची धर्मभाषा असताना आणि तिच्यातील साहित्याच्या अध्ययनाने नैतिक आणि आध्यात्मिक भावनांचा परिपोष होत असताना तिचा विद्यापीठाच्या अभ्यासक्रमात समावेश केला जात नसल्याचे पाहून राजारामशास्त्र्यांनी संस्कृतचा आग्रह धरणाऱ्या सनातनी व कर्मठ शास्त्री पंडितांवर तसेच इंग्रजी फारशीचा पुरस्कार करणाऱ्या सुधारकांवर टीकेची झोड उठवली. संस्कृत साहित्यातील अश्लीलता चव्हाट्यावर आणली. सुधारकांवर त्यांनी केलेल्या टीकेमधील एक मुद्दा फारच महत्त्वाचा आहे.

"आमचे राष्ट्र म्हणून पूर्वी कधी नव्हते, तेव्हा राष्ट्रीय धर्महीअर्थातच नव्हता, मग राष्ट्रीयपणा तरी कोठून असणार, हा पोकळ सिद्धांत एकदा वाग्जाळाची मदत घेऊन लिहून ठेविला म्हणजे मंडळाच्या अनेक कारणांनी उदाहरणीय झालेल्या धर्मसंबंधी राजकीय व सामाजिक इतिहासावर झाकण पडून कर्मठांचे आयते पिकले व जातिभेदाचे सहजच पुष्टीकरण होऊन आमच्या दयाळू व न्यायप्रिय सरकारचे लेशही वाढले."

महाराष्ट्राच्या या राष्ट्रीय धर्मालाच भागवतांनी महाराष्ट्र धर्म म्हणून गौरवले. महाराष्ट्र धर्म हा तेव्हा महाराष्ट्रातील महाचर्चेचा विषय झाला होता. भागवतांचे प्रतिपक्षी होते अर्थातच राजवाडे! भागवत महाराष्ट्र धर्माची संकल्पना अधिकाधिक व्यापक आणि विशाल करत असताना राजवाडे ती संकुचित करू पाहत होते.

■

१३

सनातन धर्म हाच महाराष्ट्र धर्म?

राजारामशास्त्री भागवतांनी महाराष्ट्राच्या राष्ट्रीय धर्माची मांडणी मराठी संतांच्या विचारांना केंद्रस्थानी ठेवून केली, ही गोष्ट कोणाला कदाचित भाबडेपणाची वाटेल. भागवतांना संस्कृत व प्राकृत साहित्याचे खूप ज्ञान असेल, त्यांचा वैदिकादी धर्मांचा गाढा अभ्यासही असेल; पण ते काही आधुनिक ज्ञानविज्ञानांनी संपन्न नव्हते. त्यांनी या संतांना वाजवीपेक्षा फाजील महत्त्व दिले, असाही आक्षेप कोणी घेऊ शकेल.

अशा आक्षेपकांसाठी प्रख्यात मानवशास्त्रज्ञ इरावती कर्वे यांचा उतारा गुणकारी ठरावा. इरातीबाईंवर भाबडेपणाचा वा अवैज्ञानिकतेचा आरोप कोणी करील असे वाटत नाही. त्यांची मानववंशशास्त्राची आणि सामाजिक विज्ञानांची जाण तर मान्यता पावली होतीच, शिवाय आधुनिक सामाजिक विज्ञानांचे पद्धतिशास्त्र व संशोधनतंत्रेही त्यांना चांगली अवगत होती. त्यांचे *'मराठी लोकांची संस्कृती'* हे पुस्तक या संदर्भात महत्त्वाचे असून, ते चांगल्यापैकी गाजलेही होते.

तपशिलात न शिरता सारांशाने सांगायचे म्हणजे, महाराष्ट्र भूमीचा विस्तार पश्चिम समुद्रापासून हळबी मुलखापर्यंत आहे. या सबंध पट्ट्यात एक राष्ट्र वा एक राज्य नव्हते. अशा परिस्थितीत एवढा मोठा मुलूख एकभाषकांचा झाला कसा, या प्रश्नाचे उत्तर देणे आवश्यक आहे.

या प्रश्नाची स्वतः इरावतीबाईंना सुचलेले उत्तर असे, की *'महाराष्ट्राच्या तीन विभागांत निरनिराळ्या उपभाषा बोलतात व त्यांच्या एकीकरणाचे कार्य संतवाङ्मयाने केले.'*

मराठ्यांच्या राष्ट्राचा भाषिक आधार संत साहित्याने पुरवला, असे बाई सुचवतात.

> *"वस्तुतः अशा प्रकारचे मध्ययुगीन भक्तिमार्गी कवी व त्यांनी रचलेली पद्ये व प्रबंध इतर भाषांतही अमाप आहेत. ती सर्व भावमधुर आहेत; पण*

बुद्धीचे हे प्रौढत्व हिंदू तत्त्वज्ञानाचे गाढ व दृढ अधिष्ठान, त्यांत कोठेही दिसून येत नाही. ज्ञानदेवांनी पाया रचला व तुकारामांनी कळस बांधला. एकदा जी परंपरेला सुरुवात झाली, त्यात कोठेही खंड पडला नाही. विशेष आश्चर्य म्हणजे बुद्धीची ही पकड एकाच जातीत होती असेही नाही. मराठा, कुणबी, ब्राह्मण, शिंपी, स्त्रिया, कुणीही या पंथापासून ढळले नाही. महाराष्ट्रीय वैष्णवांनी महाराष्ट्रात समतेचा पाया घातला. ती समता खालच्या थरावरची नसून, सर्वांना हिमालयाच्या उंचीवर नेऊन साधलेली आहे. कविश्रेष्ठ रवींद्रनाथांची गीतांजली जगत्वंद्य झाली आहे; पण त्यात एकही असा तत्त्वविषयक विचार नाही, की जो ज्ञानदेवांनी किंवा तुकाराम महाराजांनी सांगून टाकलेला नाही. आणि भाषेच्या दृष्टीने पाहिले, तर रवींद्रनाथांच्या संस्कृतप्रचुर भाषेपेक्षा मराठी कवींची बोली कितीतरी पटींनी सहज सुंदर व भावमधुर आहे. विचारांची प्रौढता व बुद्धीचा प्रखरपणा मराठीच्या अमर वाङ्मयात पहिल्यापासून आढळतो."

इरावतीबाई मराठी संतसाहित्याची काही प्रमुख वैशिष्ट्ये हेरतात-

"मराठी वाङ्मय जन्माला आले ते प्रौढावस्थेतच. वाङ्मयाच्या बाल्यावस्थेची लक्षणेच त्यात नाहीत. भावनांच्या आविष्कारात एक प्रकारचा बळकटपणा, खंबीरपणा व धार दिसते. विष्णुदास मेणाहून मऊ खरे; पण त्यांचे वाङ्मय भावनाविवश, रडवे व हळवे असे कुठेही आढळत नाही. संसारातून लक्ष काढून हरिचरणी लावा असे सांगणाऱ्या या लोकांचे मानवी संसाराचे अवलोकन सूक्ष्म होते व त्याचा उपयोग वाङ्मयात केल्यामुळे ते कंटाळवाणे वाटत नाही. मराठ्यांचा बुद्धिवाद कधी लोपत नाही. रामदासासारख्यांच्यात काव्य लोपते; पण बुद्धिवाद कायम राहतो, तर तुकारामांत काव्य व बुद्धिवाद यांचा अपूर्व अद्भुत संगम दिसून येतो."

भागवत ज्याला पंढरपूरचे किंवा पुंडलिकाचे सातवे प्रस्थान आणि महाराष्ट्राचा राष्ट्रीय धर्म समजतात, त्यासंबंधी इरावतींचे आणखी एक निरीक्षणही महत्त्वाचे आहे. *'विठ्ठलभक्तीवर आधारलेला वारकरी संप्रदायही गुरुप्रधान आहे,'* हे सांगून त्या ज्ञानदेवाच्या गुरुभक्तीकडे लक्ष वेधतात. परंतु लगेचच, गुरू करणे व गुरुमंत्र घेणे या दोन महत्त्वाच्या विधींबद्दल त्या असेही लिहितात की,

"पण खोटा देखावा व लबाडी दिसेल तेथे झोडायचे या न्यायाने संप्रदायातील या दोन गोष्टींवर महाराष्ट्रातील परमवैष्णव श्री तुकोबारायांनी या दोन्हींतूनही मार्ग काढला. त्यांच्यावर स्वप्नात अनुग्रह झाला होता तो

व त्यांना मिळालेला गुरुमंत्र हे त्यांनी उघड करून सांगितले. कोणत्याही गोष्टीचे अवडंबर माजवायचे, याचा त्यांना अतिशय तिटकारा, म्हणून त्यांनी भक्तिसंप्रदायातील या दोन गोष्टींचे स्तोम नाहीसे केले. अजूनही गुरू करणे व माळ घेणे हे दोन विधी आहेत; पण त्यातून गुरुमाहात्म्याची निष्पत्ती न होता विठ्ठलाच्या भक्तीची निष्पत्ती होते."

भागवतांनी सांगितलेलाच मुद्दा इरावतीबाई वेगळ्या पद्धतीने सांगतात. मात्र भागवतांनी काढलेला निष्कर्ष स्पष्टपणे काढायचा त्या टाळतात.

"या नव्या पंथाच्या निर्मितीत महाराष्ट्रातील सर्व जमातींचा हात असल्याने, तो सर्वांचा पंथ आहे. महाराष्ट्रातील दैवते सर्वांची आहेत. गुजरातेतील किंवा त्याहीपेक्षा दक्षिणेतील कडक सोवळी वैष्णव मंदिरे पाहिली म्हणजे, एका अंत्यजाखेरीज इतर सर्वांना जाऊन विठ्ठलाच्या पायावर डोके ठेवायला मिळत असे, याचे आश्चर्य वाटले पाहिजे. वारकरी ब्राह्मण असो वा मराठा असो, एकमेकाला बरोबरीच्या नात्याने भेटू शकेल, हे काय कमी आहे?"

या ठिकाणी बाई वैष्णवांना जरा जास्त सवलत देतात असे म्हणणे भाग आहे. कालानुरूप संतांच्या विचारांचा यथायोग्य विस्तार करण्यात वारकरी नेतृत्व कमी पडले व त्यामुळे अंत्यजांच्या प्रवेशासाठी साने गुरुजींना उपोषण करावे लागले.

इरावतीबाईंच्या मते, महाराष्ट्रातील हा वारकरी भक्तिमार्ग डोळस असून, त्याला बुद्धिवादाची बळकट बैठक आहे. सगुण-निर्गुण, द्वैतअद्वैत, एक-अनेक या सर्व पारंपरिक प्रश्नांना त्यात समर्पक उत्तर आहे, *'ते मला तरी कोठल्याही तत्त्वज्ञानाविषयक ग्रंथातून आढळले नाही.'*

डॉ. इरावती कर्वे : मराठी संस्कृतीचा शास्त्रीय अभ्यास

या संदर्भात बाई विश्वाकडे पाहण्याचा ख्रिस्ती दृष्टिकोन आणि तुकोबांचा दृष्टिकोन यांची तुलनाही करतात. तुकोबांच्या 'देवाच्या संबंधे विश्वची सोयरे' या अभंगातील विश्वाशी एकात्मता 'Fatherhood of God and Brotherhood of Man' या ख्रिस्ती वचनाने भाषांतर करण्यासारखी नाही. ख्रिस्ती धर्मात येशू आज्ञा करणारा बाप राहतो; मानव चुका करणारी मुले राहतात. मानवाव्यतिरिक्त सृष्टीला या धर्मात मुळी जागाच नाही. अद्वैत मतात जगातील सुख दुःखे, पाप-पुण्य यांना स्थान काय, या तत्त्वज्ञानातील गहन प्रश्नाला तुकोबांचे अभंग हे उत्तर आहे. *"विश्व सोयरे होते, ते कौटुंबिक*

नात्याने नव्हे, तर स्वतःच विश्व झाल्यामुळे. 'जीवी जीव देखे सामावले' आणि त्यामुळे 'आणिकांचे सुखदुःख उमटते अंतरी' ही परदुःखाची जाणीव कल्पनेवर आधारलेली नसून, ते दुःख स्वतःचे होते, अंतरी उमटते. म्हणून ही जाणीव स्वानुभूतीची आहे."

अशा प्रकारे मराठी संतांची सामाजिक भूमिका सर्वव्यापक आणि सर्वसमावेशक असल्यामुळे त्याच्या धर्मातून कोणाचीही वगळ होत नाही. आणि म्हणूनच भागवतांना तो राष्ट्रीय धर्म वाटतो. भागवतांना समकालीन असलेल्या डॉ. भांडारकर प्रभृती प्रार्थना समाजिस्टांनी हा धर्म विश्वधर्म होण्याच्या पात्रतेचा असल्याचे प्रतिपादन सुरू केले होते आणि तुकोबांना तर ते जगद्गुरू म्हणू लागले होते. तुकोबांचे महत्त्व भागवतांना मान्य होतेच; परंतु प्रार्थना समाजाची मंडळी ज्ञानदेवादि संतांना बाजूला ठेवून एकट्या तुकोबांचेच महत्त्व वाढवतात, हे त्यांना योग्य वाटत नव्हते. महाराष्ट्राच्या राष्ट्रीय धर्मातील ज्ञानेश्वरांचा महिमा त्यांनी फार चांगल्या रीतीने उलगडून दाखवला आहे. *"कुळ ब्राह्मणाचे, सहा शस्त्रे हातचा मळ झालेला, योगाचा अभ्यास केलेला, असा तीन प्रकारचा विशिष्टपणा अंगी जडलेला असतानाही केवळ भक्तीने नामांकित झालेल्या नामदेवाच्या पाया स्वतःच पडून ज्ञानेश्वरांनी मराठी ब्राह्मणांस अत्युत्तम उदाहरण घालून दिले, आणि हेच धोरण ठेवून जातीची मातब्बरी मुळीच न मानणाऱ्या पंढरपूरच्या संप्रदायाची स्थापना केली."*

ज्ञानेश्वरांनी ज्ञानेश्वरी लिहिण्याचे प्रयोजनही शास्त्रीबोवा स्पष्ट करतात- *'जातीने कितीही निकृष्ट असला तरी अतीव उत्कृष्टपणा आणणारा भक्तिरूपी चिंतामणी मराठी मंडळात सर्वांच्या हाती लागावा, हा ज्ञानेश्वरी अवताराचा मोठा हेतू होता.'*

भागवत पुढे असेही सांगतात,की

> *"हा मोठा हेतू सहज सिद्ध होईल, अशीच व्यवस्था ज्ञानेश्वरांनी पहिल्यापासून चालविली. चौफेर संतांची मंडळी माळेसारखी बसलेली असून, मेरूच्या स्थानी निवृत्तिनाथ असत; आणि चौफेर पसरत गेलेल्या वर्तुळाच्या मध्यभागी निवृत्तिनाथाकडे तोंड केलेले ज्ञानेश्वर बसून भागवती धर्माचा जीर्णोद्धार त्या काळच्या कर्मठांनी तुच्छ आणि निःसार मानलेल्या*

अलीकडच्या काळात अत्यंत लोकप्रिय झालेल्या ज्ञानेश्वरांच्या पसायदानामधील वैश्विक आशयाकडे पहिल्यांदा लक्ष वेधण्याचे श्रेय राजारामशास्त्र्यांनाच द्यावे लागते. या पसायदानास ते 'महाप्रसाद' अशी संज्ञा देतात. 'हा महाप्रसाद आता कोणत्याही प्रकारच्या कोतेपणास वाव मिळालेला नसल्यामुळे फारच सुरेख बनला आहे,' असा शेरा मारून शास्त्रीबोवा हे पसायदान संपूर्णपणे जसेच्या तसे उद्धृतही करतात. पसायदानाचे महत्त्व ओळखून त्याला असे स्वतंत्र स्थान पहिल्यांदा भागवतांनी दिले. पसायदानातील ज्ञानेश्वरांच्या उद्गारांना भागवत 'भूपृष्ठावरील ऐक्याच्या संबंधाने काढलेले सार्वत्रिक उद्गार' असे म्हणतात.

मराठी भाषेत करीत. संतमंडळी फिरती असल्यामुळे जिकडे-तिकडे ज्ञानेश्वरांनी पाजळलेली मशाल नेत, त्यामुळे मराठी मंडळात या मशालीचा उजेड जिकडेतिकडे थोडक्याच काळात पडत चालला."

अलीकडच्या काळात अत्यंत लोकप्रिय झालेल्या ज्ञानेश्वरांच्या पसायदानामधील वैश्विक आशयाकडे पहिल्यांदा लक्ष वेधण्याचे श्रेय राजारामशास्त्र्यांनाच द्यावे लागते. या पसायदानास ते 'महाप्रसाद' अशी संज्ञा देतात. '*हा महाप्रसाद आता कोणत्याही प्रकारच्या कोतेपणास वाव मिळालेला नसल्यामुळे फारच सुरेख बनला आहे,*' असा शेरा मारून शास्त्रीबोवा हे पसायदान संपूर्णपणे जसेच्या तसे उद्धृतही करतात. पसायदानाचे महत्त्व ओळखून त्याला असे स्वतंत्र स्थान पहिल्यांदा भागवतांनी दिले. पसायदानातील ज्ञानेश्वरांच्या उद्गारांना भागवत '*भूपृष्ठावरील ऐक्याच्या संबंधाने काढलेले सार्वत्रिक उद्गार*' असे म्हणतात. आणि तेराव्या शतकात ज्ञानेश्वरांनी काढलेल्या या उद्गारांच्या वरची दिशा एकोणिसाव्या शतकात कोणासही दिसलेली असण्याचा संभव नाही, असे निरीक्षणही नोंदवतात.

ज्या शब्दावरून महाराष्ट्रात कित्येक वर्षे रण माजले होते, त्या 'महाराष्ट्र धर्म' या शब्दाचा वापर न्या. रानडे यांनी १८९५मधील एक व्याख्यानात केला. भागवतांनी हा शब्द उचलून त्याची सांगड महाराष्ट्राच्या राष्ट्रीय धर्माशी घातली. 'महाराष्ट्र धर्म वाढवावा' हे वचन समर्थ रामदासांच्या लिखाणात असल्याचे सर्वज्ञात आहे, त्यामुळे राजवाड्यांनी महाराष्ट्र धर्माचे विवेचन करताना रामदासांच्या संदर्भात केले व ते करताना रामदासांना वारकरी संतांपेक्षा वेगळी वागणूक देत रामदासप्रणीत धर्म हाच खरा महाराष्ट्र धर्म, त्याचा वारकरी संतांच्या उपदेशाशी काही संबंध नसल्याचे ठाम प्रतिपादन केले. पुढे *महिकावतीच्या बखरी*चे संपादन करताना त्यांना या शब्दप्रयोगाचा रामदासपूर्व संदर्भ सापडला. तो त्यांच्या मूळ रामदासी महाराष्ट्र धर्माच्या निरूपणाशी सुसंगत व त्यालाच पुष्ट करणारा ठरल्यामुळे त्यांचा ठामपणा अधिकच वाढला.

राजवाड्यांनी ज्ञानेश्वर-तुकारामादि वारकरी संतांचा तो भागवत धर्म आणि रामदासांचा तो महाराष्ट्र धर्म, असा स्पष्ट भेद करून रामदासांचा महाराष्ट्र धर्म हा वारकऱ्यांच्या भागवत धर्मापेक्षा श्रेष्ठ असल्याचे सांगितले. त्यांच्या मते, भागवत ज्या धर्माचे वर्णन करतात तो रामदासांचा महाराष्ट्र धर्म नसून, संतांचा भागवत धर्म अथवा वारकरी पंथ आहे. रामदासांच्या पंथाला समर्थ संप्रदाय असे नाव आहे. राजवाड्यांनी वारकरी संप्रदाय आणि समर्थ संप्रदाय असे द्वंद्व उत्पन्न केल्यानंतर त्यांना मानणाऱ्या लेखक-संशोधकांकडून तदनुषंगिक अशी खरीखोटी अनेक द्वंद्वे पुढे करण्यात आली. त्यात वारकरी विरुद्ध धारकरी, परळी विरुद्ध पंढरी, प्रवृत्ती विरुद्ध निवृत्ती; इतकेच नव्हे तर कोंदडधारी राम विरुद्ध कमरेवर हात ठेवलेला निःशस्त्र विठोबा अशा द्वंद्वांचा समावेश होतो. या साऱ्या चर्चेची परिणती आधीच धुमसत

असणाऱ्या ब्राह्मण-ब्राह्मणेतरवादाची आग भडकण्यात झाली व महाराष्ट्रातले वातावरण गढूळ झाले. महाराष्ट्राच्या सामाजिक, राजकीय व सांस्कृतिक इतिहासात हा वाद म्हणजे एक महत्त्वाचा टप्पा आहे.

'महाराष्ट्र धर्म' हा शब्द रामदासस्वामींनी भोसले घराण्यातील राजपुरुषांच्या संदर्भात वापरल्यामुळे साहजिकपणे त्याची चर्चा विशेषतः शिवाजी महाराजांच्या ध्येयधोरणांची व प्रत्यक्ष कार्याच्या संदर्भात होणार, हे उघड आहे. म्हणजे पूर्वी सूचित केल्याप्रमाणे आपणास परत शिवछत्रपतींच्या कार्याच्या मूल्यमापनाकडे वळावे लागते. राजारामशास्त्रींनी लावलेला शिवकार्याचा अन्वयार्थ व केलेले मूल्यमापन याची चर्चा आपण शिवस्मारकाच्या संदर्भात केलेली आहेच. शिवकार्याचा विचार शास्त्रीबुवा महाराष्ट्राच्या राष्ट्रीय धर्माच्या अर्थात महाराष्ट्र धर्माच्या बरोबरीने करतात, हेही आपण पाहिले आहे. शास्त्रीबुवांच्या अन्वयार्थानुसार, संत काय किंवा शिवराय काय, जातिधर्मांच्या पलीकडे जाऊन व्यापक आणि समावेशक विचार करणारे होते. त्यांच्याकडे विषमतेला थारा नव्हता. आता या बाबतीतील राजवाड्यांच्या मांडणीकडे वळू.

पहिला मुद्दा दैवताचा. रामदासांनी रघुवंशातील दाशरथी रामाची आपल्या संप्रदायाचे दैवत म्हणून निवड केली, हे वेगळे सांगायला नको. त्याची मीमांसा करताना राजवाडे लिहितात,

> "राम हे उपास्य केल्याने लिंगायत, जैन, मानभाव, ख्रिस्ती वगैरे सर्व अल्पसंख्याक विपरीतबुद्धी समाज आपोआपच वगळून एकीकडे बिनबोभाट पडले. कृष्ण उपास्य केला असता, तर लिंगायत व मानभाव, कदाचित जैन व बौद्धही समर्थ समुदायात प्रवेश करू शकते. सबब ज्याच्यामुळे इतर सर्व समाजाची सहजरीत्या वगळ व्हावी व सनातन धर्मीयांचीच तेवढी फक्त निवड व्हावी, असे उपास्यदैवत निवडले. समर्थांच्या अनुयायांत एकही लिंगायत, जैन किंवा मानभाव शिरला नाही. पंढरीच्या विठोबाच्या उपासकांत लिंगायत, जैन, मुसलमान वगैरे लोक आढळतात; परंतु समर्थांच्या रामोपासनेत असल्या वैधर्म्यांचा गंधही नाही."

याचा अर्थ असा होतो, की राजवाड्यांच्या मते समर्थांचा महाराष्ट्र धर्म म्हणजे राजवाडेप्रतिपादित वर्जनप्रवण सनातन हिंदू धर्म. आता हाच धर्म जर रामदासांनी शिवछत्रपतींना उपदेशिला असेल आणि तोच जर छत्रपतींच्या राज्याचा पाया असेल तर मराठ्यांच्या राज्याच्या विस्ताराला वावच नाही. म्हणजे ते सनातन धर्मी नसलेल्यांना बाहुबलाने जिंकून त्यांच्यावर जबरदस्तीने सत्ता गाजवू शकतात; पण त्यांना आपलेसे करू शकत नाहीत. काही लोक कायमचे वर आणि काही कायमचे खाली अशीच या राज्याची रचना राहणार.

■

१४

समता आणि विषमता

भारतीय सामाजिक वास्तव हे मुख्यत्वे वर्णजात्यात्मक राहिलेले आहे, याबाबत शंका घेण्याचे कारण नाही. जोपर्यंत ही व्यवस्था एक समाजोपयोगी, कार्यकारक (Functional) व म्हणून परिवर्तनीय आहे आणि तिच्यातील घटक एकाच समान पातळीवर आहेत, असे मानले जाते व त्यानुसार व्यवहारही होतो तोपर्यंत काही समस्या निर्माण होऊ नयेत; परंतु वास्तवात असे घडल्याचे क्वचितच दिसते. ही व्यवस्था कार्यकारक न समजता रचनात्मक (Structural) कायमस्वरूपी मानली गेली व तिच्यातील घटक समस्तरीय (Horizontal) मानले जाण्याऐवजी ऊर्ध्वस्तरीय (Vertical) मानले जाऊन त्यांच्यात श्रेष्ठ-कनिष्ठ वा उच्च-नीच भाव असल्याचेही मानले गेले.

सकलवादी भागवतांनी महाराष्ट्राच्या संदर्भात समाजरचनेचे एक वेगळेच 'मॉडेल' दिले आहे ते म्हणजे दोरखंड अथवा सुंभाचे. सुंभ हा दिसायला एकच दोर दिसत असला तरी त्याच्यात एकापेक्षा अधिक धाग्यांचा गोफ असतो. वेणी घालताना केसांची पेडी करून ती एकमेकांत गुंफली जातात तसा हा प्रकार असतो. भागवत समाजाला सुंभाची उपमा देऊन काय सांगतात ते महत्त्वाचे आहे. *"महाराष्ट्र मंडळ हे एक घर असून, जितके म्हणून लोक महाराष्ट्रभूमीचे पयःपान करीत आहेत, तितकी सर्व सख्खी भावंडे होत असा प्रत्येकाचा समज झाला पाहिजे."* (एके ठिकाणी ते 'महाराष्ट्रमाता' असा शब्दप्रयोगही करतात) अशी सुरुवात करून ते लिहितात,

> *"सुंभाने हत्तीस बांधता येते; पण त्यातील एकच तंतू घेतला तर हत्ती त्यास सहज तुडवून टाकील. सुंभामध्ये इतके तंतू असतात, त्यात वरचा कोणता व खालचा कोणता? वर असतो तो वरचा व खाली असतो तो खालचा. जसा तंतूचा वरचेपणा व खालचेपणा कायमचा करून ठेवण्यात अर्थ नाही,*

तसाच देशरूपी सुंभाचे तंतूभूत जे दरोबस्त जातींचे लोक त्यांचा वरचेपणा व खालचेपणा कायमपणा करून ठेवण्यात हाशील नाही."

ब्राह्मणांसह महाराष्ट्र समाज हा मुळातच संकीर्ण असल्याचे शास्त्रीबोवांचे मत यापूर्वीच उद्धृत केलेले आहे. ही संकीर्णता आणखी वाढली पाहिजे, अशी शिफारस ते करतात.

"दरोबस्त जाती जसजशा एकमेकांत मिसळत जातील तसतसा हिंदू धर्माचा पाया निःसंशय अधिकाधिक मजबूत होईल. शेतातील जमिनीची उच्चावचता ठेवून जर बियाणे पेरले, तर पुष्कळ बियाणे फुकट जाते व शेत चांगलेसे पिकत नाही; पण डिकळे असतील तर ती खेंगऱ्याने फोडून जर सपाट पूर्वी केले व नंतर बीजारोप केला तर कुत्रे खाईना इतकेही धान्य पिकते. महाराष्ट्र मंडळरूपी देशातील जमीन जितकी अन्नोदकाच्या संबंधाने व वैवाहिक संबंधाने सपाट होईल व केवळ कृत्रिम उच्चावचता टाकून देईल तितके ऐश्वर्याचे बी पेरल्यास ऐश्वर्य दाट उगवेल."

राजारामशास्त्री हे समतेच्या तत्त्वाचे पूर्ण पुरस्कर्ते होते, हे आता वेगळे सांगायची गरज नाही. राजवाड्यांचा व्यवहार मात्र स्वजनांशी समतेचा व इतरेजनांशी विषमतेचा असून, या दुहेरीपणाला त्यांनी धर्माचे अधिष्ठान दिले आणि समर्थ रामदासांना या धर्माचे प्रवक्ते बनवले.

'करायला गेलो एक -' या वाक्संप्रदायाचे उदाहरण घ्यायचे झाले, तर ते राजवाड्यांच्या समर्थविषयक लिखाणाचे देता येईल. कोणत्या का हेतूने म्हणा, राजवाडे रामदासांची प्रतिमा उत्तुंग करण्याचा उपक्रम करायला गेले आणि तो महाराष्ट्राच्या सामाजिक, राजकीय, सांस्कृतिक इतिहासातील एक उपद्व्याप ठरला. राजवाड्यांनी रामदासांना मराठी संतमालिकेतून बाजूला तर काढलेच; परंतु इतर सर्वच संतांना त्यांच्या तुलनेत लहान ठरवून टाकले. राजवाड्यांच्या या मांडणीचे दुष्परिणाम ध्यानात न आल्यामुळे समकालीन उत्साही व उतावळ्या रामदासभक्तांनी त्यांच्याही पुढे मजल मारली. साहजिकच रानडे-भागवतांनी केलेल्या महाराष्ट्र धर्माच्या व्यापक मांडणीत फूट पडून रामदासांचा महाराष्ट्र धर्म आणि इतर संतांचा भागवत धर्म असे द्वैत निर्माण झाले. हळूहळू या विचारंची निष्पत्ती लक्षात आल्यावर डॉ. शं. गो. तुळपुळे, डॉ. र. रा. गोसावी अशा अभ्यासकांनी परत एकदा रामदासांची व्यापक परिप्रेक्ष्यात पुनःस्थापना करण्याचे प्रयत्नही केले; परंतु तोपर्यंत व्हायचे ते नुकसान होऊन गेले होते.

सकलवादी भागवतांनी महाराष्ट्राच्या संदर्भात समाजरचनेचे एक वेगळेच 'मॉडेल' दिले आहे ते म्हणजे दोरखंड अथवा सुंभाचे. सुंभ हा दिसायला एकच दोर दिसत असला तरी त्याच्यात एकापेक्षा अधिक धाग्यांचा गोफ असतो. समाजाला सुंभाची उपमा देऊन भागवत काय सांगतात ते महत्त्वाचे आहे.

वस्तुतः स्वतः राजवाडे हे काही परंपरेने वा अन्य कारणाने समर्थ सांप्रदायिक नव्हते. त्यांची स्वतःची अशी एक विशिष्ट विचारसरणी होती. आपल्या या विचारसरणीला पुढे नेण्यासाठी त्यांना रामदास योग्य वाटले; परंतु त्यामुळे उलट रामदास संकुचित होत असल्याचे ना त्यांना समजले ना त्यांच्या अनुयायांना वा सहकाऱ्यांना.

स्वतः तुळपुळ्यांनी या प्रकारासाठी राजवाडे, प्रा. श्री. म. माटे, डॉ. पु. ग. सहस्त्रबुद्धे आणि म. म. द. वा. पोतदार यांना जबाबदार ठरवले. रामदासांच्या विचारांमधील परमार्थ आणि निवृत्ती प्रपंच आणि प्रवृत्तीपेक्षा महत्त्वाचे आहेत. राजवाडेप्रभृतींनी त्यांची उलटापालट केली. विमानाच्या कारखान्यातून 'बायप्रॉडक्ट' म्हणून खेळणी निर्माण करावीत तसे रामदासांच्या पारमार्थिक विचारांना त्यांचे प्रपंचविषयक विचार आनुषंगिक अतएव गौण आहेत, असे तुळपुळे मानतात. राजवाड्यांनी सुरू करून दिलेल्या या मांडणीमुळे अंतिमतः *'रामदास हे शिवाजीच्या चळवळीमधील एकमेव सूत्रधार ठरून शिवाजीकडे एका साध्या कळसूत्री बाहुल्याची भूमिका आली व या कल्पनेत ब्राह्मण-ब्राह्मणेतर या वादाचे विष पडून शिवसमर्थसंबंधास जातीयतेच्या भुतानेही पछाडले. महाराष्ट्रातील एकांतिक समर्थभक्तीने गाठलेली ही सीमा होय,"* असे तुळपुळेंचे निरीक्षण आहे.

परंतु या सर्वांमागचे कारण स्वतः राजवाड्यांचीच वर्जनवादी संकुचित वृत्ती हेच असल्याचे डॉ. त्र्यं. वि. सरदेशमुख यांनी स्पष्ट शब्दांत उघडकीस आणले. ते लिहितात,

> *"श्रीसमर्थ संप्रदायाचे हेतू, उगम व रूप या आपल्या लेखात ज्ञानदेव-तुकारामांचा नामोल्लेख न करता एका कुढ्या सफाईने वि. का. राजवाडे लिहितात, "समर्थांच्या पूर्वीचे विचारी पुरुष प्राक्तनाला बोल लावून स्वस्थ बसत किंवा हरिभजन करीत किंवा संन्यास घेऊन एक प्रकारची आत्महत्या करीत किंवा सर्वत्र समभाव उत्पन्न करण्याचा प्रयत्न करीत. हे मार्ग दुर्बल म्हणून समर्थांनी सोडून दिले आणि लोकोद्धार करण्याच्या*

महाराष्ट्राची समाजरचना

"महाराष्ट्र मंडळ हे एक घर असून, जितके म्हणून लोक महाराष्ट्रभूमीचे पयःपान करीत आहेत, तितकी सर्व सखखी भावंडे होत असा प्रत्येकाचा समज झाला पाहिजे." (एके ठिकाणी ते 'महाराष्ट्रमाता' असा शब्दप्रयोगही करतात) **अशी सुरुवात करून ते लिहितात,** ***"सुंभाने हत्तीस बांधता येते; पण त्यातील एकच तंतू घेतला तर हत्ती त्यास सहज तुडवून टाकील. सुंभामध्ये इतके तंतू असतात, त्यात वरचा कोणता व खालचा कोणता? वर असतो तो वरचा व खाली असतो तो खालचा. जसा तंतूचा वरचेपणा व खालचेपणा कायमचा करून ठेवण्यात अर्थ नाही, तसाच देशरूपी सुंभांचे तंतूभूत जे दरोबस्त जातींचे लोक त्यांचा वरचेपणा व खालचेपणा कायमपणा करून ठेवण्यात हाशील नाही."***

आपल्या प्रयत्नास प्रारंभ केला." पुढे राजवाडे म्हणतात, *"जुलूम करणारा राज्यकर्ता समाज व त्याला साह्य करणारे देशी-विदेशी अल्पसंख्य समाज यांचे सनातनधर्मीयांशी सख्य उत्पन्न करण्याच्या खटपटीत ते पडले नाहीत."*

राजवाड्यांच्या या विचारसरणीतील अनर्थही सरदेशमुख उघडकीस आणतात.

"देश-विदेशी अल्पसंख्याक समाज कोणता, तर राजवाडेच यादी देतात त्याप्रमाणे ख्रिस्ती, यहुदी, पारशी, लिंगायत, जैन, मानभाव, बौद्ध, कातकरी, कोळी, ठाकूर, भिल्ल इत्यादी. शिवाय पंजाबी, बंगाली, गुजराती, हिंदी, कन्नड, तमीळ, मल्याळी हे विविध प्रांतीय. आसेतुहिमाचल पसरलेला हा समाज अल्पसंख्य आणि महाराष्ट्रातले शुद्धबीजवादी क्षत्रिय-ब्राह्मण हे बहुसंख्य. मनुष्यत्वाचे मूल्य राजवाड्यांच्या दृष्टीने काहीच नव्हते. मनुष्याने सनातनधर्मीय शुद्धबीजवादी असणे अत्यावश्यक होते. तशी माणसेच ऐक्यास व मुमुक्षेस पात्र, बाकीची सगळी पायदळी घालून गुलाम म्हणूनच राबवली पाहिजेत हे ओघानेच येते. खानदान क्षत्रिय आणि पूज्यपाद ब्राह्मण, वैदिक धर्माभिमानी आणि वर्णशौंड यांचे ऐक्य करायचे आणि त्यांनी सर्व अल्पसंख्य समाजाच्या डोक्यावर वरवंटा फिरवीत मुमुक्षेचे अधिकारी व्हायचे यासाठी रामदासांनी कंबर कसली होती.

"मराठा तितुका मेळवावा' यातील 'मराठा' शब्दाचा अर्थ इतिहासाचार्यांनी 'सनातनधर्मीय' असा करून ठेवला व त्यावर प्रतिष्ठित भाष्य केले. पण रामदासांच्या कवितेत सहस्रशः येणाऱ्या 'जन' व 'लोक' या संज्ञांवर फुली मारून त्यांच्या जागी 'सनातनधर्मीय' हा शब्द ठेवून घालावा म्हणजे त्यातील आक्रमक चलाखीची उत्तम उमज पडेल."

तुळपुळे आणि सरदेशमुख यांचा आधार यासाठी घेतला, की मराठपणाचा अर्थ राजवाडे कसा वर्जक संकुचित करतात हे समजावे आणि त्याच्या तुलनेत भागवतांचा समावेशक व्यापक अर्थ स्पष्ट व्हावा. महाराष्ट्राच्या वैचारिक इतिहासातील या 'सेमॅन्टिक' म्हणजे अर्थात्मक पैलूकडे पुरेशा गांभीर्याने पाहिले गेलेले नाही. महाराष्ट्राच्या लोकव्यवहारातील संघर्ष समजून घेण्यासाठी 'महाराष्ट्र' आणि विशेषतः 'मराठा' या शब्दांचे अर्थ विचारात घ्यायला हवेत. एका बाजूला या शब्दांचा अर्थ संकोच करण्याचे व दुसऱ्या बाजूला या शब्दांचा अर्थविस्तार करण्याचे प्रयत्न स्पष्टपणे दिसून येतात. महाराष्ट्राचा अंतर्गत इतिहास हा या संकोचक आणि विस्तारक प्रवृत्तींमधील संघर्षाचा इतिहास आहे. राजवाडे संकोचक प्रवृत्तीचे, तर भागवत विस्तारक प्रवृत्तीचे प्रतिनिधित्व करतात.

या दोन प्रवृत्तींमध्ये एक मजेशीर विरोधाभासही आहे. एरव्ही शब्दांच्या वरवरच्या अर्थाच्या अनुषंगाने विचार केला तर विस्तारक म्हणजे आक्रमक असे वाटण्याचाच संभव जास्त; परंतु या संदर्भात भागवतांचा अर्थविस्तारवाद आक्रमक नसून समावेशक आहे. तो अन्य समूहांना गिळंकृत करण्याऐवजी आलिंगन देऊन कवेत घेऊ इच्छितो. उलट इतरांना वगळू इच्छिणारा अर्थसंकोचवाद आक्रमक बनून सरदेशमुख म्हणतात त्याप्रमाणे इतरांच्या डोक्यावर वरवंटा फिरवू इच्छितो. त्यासाठी तो गरज पडेल त्याप्रमाणे या इतरांच्या पैकी काहींना जवळही करील. पण ती केवळ स्वतःचे वर्चस्व अबाधित राखण्यासाठी केलेली व्यावहारिक तडजोड असेल हे लक्षात घ्यावे.

बडोदानरेश सयाजीराव गायकवाड : राजवाड्यांच्या आशेचा किरण

राजवाड्यांनी रामदासांना आपल्या आक्रमक विस्तारवादाचे विचारवंत प्रवक्ते बनवले आणि शिवछत्रपतींच्या हातून त्याची कार्यवाहीसुद्धा घडवली! अर्थात, शिवछत्रपतींनी केलेली ही कार्यवाही महाराष्ट्रापुरती सीमित असल्याने राजवाड्यांचा नाइलाज झाला! मात्र पुढे पेशवाईत मराठ्यांनी उत्तरेत हातपाय पसरले. त्यासंबंधी राजवाडे लिहितात, *“मराठ्यांनी सर्व भरतखंड आपल्या साम्राज्याखाली आणण्याचे- भारतीय साम्राज्य स्थापण्याचे म्हणजे भारतातील सर्व राष्ट्रांचे संयुक्त राष्ट्र करण्याचे योजिले होते व त्यात त्यांना बहुतेक यश आले होते; परंतु ऐन घास मुखात पडण्याच्या संधीस त्यांची गळचेपी झाली.”*

ही ‘गळचेपी’ म्हणजे अर्थातच इंग्रजी राजवटीचे आगमन. परंतु राजवाडे अजूनही आशा सोडायला तयार नाहीत. त्यांचा आशावाद सांगतो, की *“अर्थात, थोडा मोकळेपणा झाला म्हणजे भारतीय संयुक्त संस्थानांची स्थापना समतेच्या व विषमतेच्या तत्त्वावर पुन्हा उभारण्यास निसर्ग त्यांना लावील. त्यांच्याइतके सामर्थ्य इतर कोणाला नाही. लढाऊ लोक, संस्थाने व शास्त्रज्ञान यांची जोड त्यांनाच आहे. सबब भारतीय संयुक्त संस्थान तेच पुन्हा स्थापू शकतील.”*

मराठ्यांच्या अग्रेसरपणाबद्दल भागवतही निःशंक आहेत; परंतु राजवाड्यांचे वैशिष्ट्य असे, की त्यांच्या मते मराठ्यांच्या संयुक्त संस्थानांची उभारणी ‘समतेच्या व विषमतेच्या तत्त्वावर’ होणार आहे; केवळ समतेच्या नाही. भागवतांना अभिप्रेत असलेले मराठ्यांचे

राज्य स्थापन झाले, तर ते फक्त समतेच्याच तत्त्वावर होईल हे आता वेगळे सांगायचे कारण नाही.

महाराष्ट्रातील बुद्धिमान, कर्तृत्ववान आणि प्रतिभावंत पुरुषांच्या सात मातब्बरांच्या अंतिम यादीत राजवाडे बडोदा संस्थानचे अधिपती महाराज सयाजीराव गायकवाड यांचा समावेश का करतात, याचे उत्तर येथे सापडते. ब्रिटिशांच्या जोखडातून भारताला मुक्त करण्याचे कार्य सशस्त्र उठावानेच होऊ शकेल, अशी राजवाड्यांची खात्री होती. या उठावाचे नेतृत्व करण्याचे सामर्थ्य फक्त मराठा संस्थानिकांमध्येच आहे व सयाजीराव हे त्यात आघाडीवर असल्याचेही त्यांचे मत होते. त्यामुळेच त्यांची बडोद्यामधील हालचालींवर बारीक नजर असायची. या संदर्भात राजवाड्यांनी १९०७मध्ये लिहिलेला *'बडोद्यातील सुधारणा'* हा लेख वाचला तर एकूण परिस्थितीच्या आकलनात निश्चितच भर पडते. १८८१मध्ये सयाजीराव गादीवर आले आणि थोड्याच अवधीत त्यांनी बडोदा संस्थानात सामाजिक व शैक्षणिक सुधारणा राबवण्याचा उपक्रम हाती घेतला. तो काळच पारतंत्र्याचा असल्यामुळे राजकीय सुधारणांना फारसा वाव नव्हताच.

सनातन धर्मावर अधिष्ठित असलेले स्वराज्य हे राजवाड्यांचे अंतिम उद्दिष्ट असल्यामुळे कोणतीही सुधारणा जोपर्यंत आणि जेथपर्यंत या उद्दिष्टाशी सुसंगत व त्याला पूरक ठरेल तोपर्यंत आणि तेथपर्यंतच राजवाड्यांना मान्य असे आणि या उद्दिष्टाशी विसंगत सुधारणांना त्यांचा विरोध असे. *'बडोद्यातील सुधारणा'* या लेखात राजवाड्यांनी महाराजांच्या सद्यकालीन व संकल्पित सुधारणांची आपल्या उद्दिष्टाच्या प्रकाशात समीक्षा केली व त्यांना नाना प्रकारच्या सूचना केल्या. राजवाड्यांचे उद्दिष्ट या लेखाच्या समारोपात प्रकट झाले आहे. बडोदा संस्थानात सयाजीरावांच्या पुढाकाराने अस्तित्वात येणाऱ्या भावी प्रतिनिधी सभेला ते सूचना करतात. त्यानुसार 'प्रतिनिधी सभेने संस्थानिकांशी एक करारपत्र करावे. त्यात इतर मुद्द्यांबरोबर एक मुद्दा हा असावा, की बडोद्याच्या राजाने यावच्चंद्रदिवाकरौ सनातनधर्मीच असले पाहिजे, जो सनातन धर्माने व आचाराने वागणारा पुरुष नसेल त्याला बडोद्याची प्रतिनिधी संस्था संस्थानिक म्हणून मान्य करणार नाही."

या सनातन धर्माचे दुसरे नाव महाराष्ट्र धर्म. राजवाड्यांच्या मते हाच धर्म रामदासांनी शिवरायाला उपदेशिला व त्या दोघांनी मिळून याच धर्माला अनुसरून महाराष्ट्रातील सामाजिक रचनेची घडी बसवली. या दृष्टीने पाहता राजवाड्यांचा *'महाराष्ट्रातील शिवकालीन समाजरचना'* हा लेख अत्यंत महत्त्वाचा ठरतो.

■

१५

सयाजीरावांनी कोणाचे ऐकावे?

इतिहासाचार्य राजवाड्यांच्या प्रतिभावंत पुरुषांच्या यादीचे विवरण करताना तिच्यात सात जणांचा समावेश असल्यामुळे पौराणिक धाटणीने या सात जणांना महाराष्ट्राच्या आकाशातील सप्तर्षी असे म्हटले. हीच उपमा आणखी पुढे न्यायची म्हटले, तर या सातांपैकी सहा ब्रह्मर्षी व एक राजर्षी अशी विभागणी करावी लागते. बडोदा संस्थानाचे अधिपती महाराज सयाजीराव गायकवाड हे ते राजर्षी होत. सर्व महाराष्ट्रास अभिमान वाटावा असे जे महापुरुष ब्रिटिश आमदानीत होऊन गेले, त्यात सयाजीरावांचे नाव ठळक अक्षरांत लिहावे लागते. महाराजांनी स्वतःच्या बडोदा संस्थानात घडवून आणलेल्या सुधारणांची भारतातील अन्य कोणी संस्थानिक बरोबरी करू शकेल, असे वाटत नाही. विद्या, कला, क्रीडा आणि संस्कृतीच्या सर्व क्षेत्रांत सयाजीरावांनी आपला ठसा उमटवला. आर्थिक व राजकीय क्षेत्रातही पुरोगामी पावले टाकली. भारताच्या स्वातंत्र्यलढ्यासही त्यांनी हस्तेपरहस्ते मदत केली असल्याचे इतिहासाला ज्ञात आहे.

महाराष्ट्रातील ज्ञात्या व कर्त्या पुरुषांना सयाजीरावांचे छत्र नेहमीच लाभले आहे. कितीतरी विद्यार्थ्यांच्या शिक्षणाची सोय त्यांनी केली. विठ्ठलराव शिंदे, बाबासाहेब आंबेडकर अशा बुद्धिवंतांना विद्यासंपादनासाठी परदेशगमन करण्यास त्यांनी आर्थिक साह्य केले होते. लोकमान्य टिळकांना त्यांनी पुण्यातील प्रसिद्ध गायकवाड वाडा विकत दिला असला, तरी टिळकांकडून घेतलेल्या पैशांपेक्षा अधिक किंमत घेऊन त्यांना तो दुसऱ्या कोणाला विकता आला असता आणि टिळक तेव्हा ब्रिटिश सरकारच्या 'ब्लॅक लिस्ट'मध्ये होते, हे विसरता कामा नये. एकूणच बडोदा संस्थान आणि विशेषतः सयाजीराव महाराज यांचे महाराष्ट्राशी असे घट्ट नाते असल्यामुळे, महाराष्ट्रातील चळवळ्या मंडळींना बडोद्याकडून नेहमीच अपेक्षा असत. बडोद्याबद्दल वाटणाऱ्या आपलेपणापोटी ती अशा अपेक्षा हक्काने व्यक्त

करत, प्रसंगी टीकेच्या सीमारेषेला स्पर्श होईल, अशा सूचनाही ते निःसंकोचपणे करत असत. त्यामुळे राजवाड्यांनी बडोद्यातील सुधारणांवर टीकाटिप्पणी करून महाराजांना अनाहूत सल्ला दिला असेल, तर त्यात आश्चर्य वाटण्याचे काही कारण नाही. महाराजांनी संस्थानात चालणारे 'बाबाशाही'च्या नावाने ओळखले जाणारे नाणे चलनातून काढून घेऊन रद्द केले, तेव्हा टिळकांनी त्याविषयी अग्रलेख लिहून खेद व्यक्त केला.

सयाजीरावांना सल्ला देण्याचे काम एकदा महात्मा जोतीबा फुले यांनीही केले होते. राजवाड्यांची महाराष्ट्र समाजाच्या रचनेबद्दलची सम-विषम भूमिका समजून घेताना तिची फुले यांच्या भूमिकेशी तुलना केली, तर ती निश्चितच फलप्रद ठरेल.

या संदर्भात एक गोष्ट स्पष्ट करायला हवी. गायकवाड आदी मराठा संस्थानिकांचा उल्लेख समकालीन अभिजनवादी पत्रे शूद्र संस्थानिक म्हणून तुच्छतेने करीत. फुले यांनी मात्र, या सर्व संस्थानिकांसह मराठ्यांचे शूद्रत्व गौरवाने मिरवायचा निश्चय करून त्यांना येथील भूमिपुत्र मानले. अर्थात, या गौरवासाठी क्षत्रित्वाचे पिढ्यान्‌पिढ्या चालत आलेले भूषण टाकून देणे कोणत्याही मराठा संस्थानिकाला मानवणे शक्य नव्हते. उलट थोड्याच कालावधीत मराठेतर जातींमध्येही आपले क्षत्रियत्व सिद्ध करण्याची अहमहमिका लागली.

जोतीबा फुले यांनी शेतकऱ्यांच्या समस्यांची चर्चा करणारी *'शेतकऱ्याचा असूड'* नावाची पुस्तिका लिहिली आणि बडोद्याला जाऊन महाराजांच्या समोर तिचे वाचन केले. पुस्तिकेच्या उपोद्‌घातात स्वतः फुले यांनीच निवेदिल्याप्रमाणे, *"श्रीमंत सरकार गायकवाड समशेर बहादूर सयाजीराव महाराज यांनी मी बडोद्यास गेलो होतो, त्या वेळी आपल्या सर्व राजकीय कामातील अमूल्य वेळात काटकसर करून अप्रतिम उल्हासाने व सप्रेम भावाने मजकडून हा ग्रंथ वाचवून साग्र लक्षपूर्वक ऐकिला व श्रीमन्महाराजांनी आपल्या औदार्याप्रमाणे मला द्रव्याद्वारे मदत करून माझा यथासांग अत्युत्तम सत्कार केला, त्याबद्दल मी त्यांचा फार फार ऋणी आहे."*

'सार्वजनिक सत्यधर्म' पुस्तक लिहिताना जोतीबा फुले यांना पक्षाघाताचा त्रास झाला. या वेळी त्यांना मदत करणाऱ्या महाभागांचा ऋणनिर्देश त्यांनी पुस्तकाच्या अखेरीस केला आहे. त्यात सयाजीरावांचे नाव सर्वप्रथम येते. महाराजांच्या प्रचलित बिरुदावलीबरोबर फुले त्यांचा उल्लेख 'सदसद्‌विचारसंपन्न' असा करतात, तो लक्षणीय आहे.

दरम्यान जोतीबा फुले यांनी बडोद्याचे दिवाण लक्ष्मण जगन्नाथ आणि स्वतः सयाजीराव यांना लिहिलेली काव्यात्मक पत्रे उपलब्ध आहेत. 'आधी बोधु लक्षुमणी' अशी सुरुवात करून ते 'मांगभटा ऐक्य करू बसवू पंक्तींनी' अशा प्रकारे समतेची भाषा करतात.

सयाजीरावांना उद्देशून लिहिलेल्या पत्ररूप कवितेतून फुले शूद्र शेतकऱ्यांच्या हालअपेष्टांचे वर्णन करतात. सयाजीरावांनी उत्तम शेती करणाऱ्यांना बक्षीस द्यावे, अक्षरशून्य शूद्रादिक

मुक्यांचे बाप व्हावे, अशा विनंतीवजा सूचना करतात. शेतीतून मिळणाऱ्या महसुलाच्या उत्पन्नातून भटाभिक्षुकांना दानदक्षिणा न देण्यावर त्यांचा कटाक्ष आहे. जोतीबा फुले यांच्या सूचना शूद्रातिशूद्रांना केंद्रस्थानी ठेवून केलेल्या आहेत, तर राजवाड्यांनी केलेल्या सूचना ब्राह्मण-क्षत्रिय या उच्चवर्णीयांना समोर ठेवून केल्या गेल्या आहेत. शूद्रातिशूद्रांना शिकवून सज्ञान करावे, असे फुले सुचवतात, तर या वर्गाला शिकवले, तर समाजाची परिस्थिती 'खाली डोके वर पाय' अशी होऊन विनाकारण गोंधळ माजेल, अव्यवस्था होईल, असा इशारा राजवाडे देतात. *'आधी ब्राह्मण-क्षत्रियादी वर्ग राजकीयदृष्ट्या सर्व अथवा बऱ्याच प्रकारे समर्थ होऊ द्या आणि मग अतिशूद्रादिवर्गाला समर्थ करण्याच्या खटपटीला लागा,'* असा प्राधान्यक्रम राजवाडे सुचवतात.

विशेष म्हणजे फुले आणि राजवाडे यांनी केलेल्या सूचनांमध्ये काही समान सूचनाही आहेत. शास्त्री भिक्षुकांची दक्षिणा बंद करावी, अशी सूचना राजवाड्यांनीही केलेली आहे. संस्थानात दारूबंदी करण्याबाबत दोघांचेही मतैय आहे. तमासगीर आणि नायकिणी यांना आश्रय न देण्याविषयी दोघांचाही सारखाच कटाक्ष आहे.

एका बाजूने विचार केला असता, महाराष्ट्रासह संपूर्ण भारत या काळात पारतंत्र्यात म्हणजे ब्रिटिश सत्तेच्या अमलाखाली होता; परंतु दुसऱ्या बाजूने पाहिले, तर भारतातील काही प्रदेशांत ब्रिटिशांनी खालसा न केलेली देशी संस्थाने अस्तित्वात होती. गुजरातमधील गायकवाडांचे संस्थान हे त्यांपैकी एक. आता गुजरातमधील स्थानिक प्रजेच्या दृष्टिकोनातून पाहिले, तर ती पारतंत्र्यात म्हणजे मराठ्यांच्या सत्तेच्या अमलाखाली होती. अशा वेळी सत्ताधारी मराठ्यांचे स्थानिक गुजराथी प्रजेशी नाते कसे असावे, हा प्रश्न निश्चितच महत्त्वाचा होता. राजवाड्यांनाही या प्रश्नाचे गांभीर्य समजल्याशिवाय राहिले नाही. त्यावर त्यांनी काढलेला तोडगा त्यांच्या एकंदर विचारांशी व त्यांनी रचलेल्या महाराष्ट्राच्या इतिहासाशी सुसंगतच आहे. राजा व प्रजा सजातीय असणे इष्ट, असे सांगून हे सजातीयत्व एकतर गुजराथी प्रजेच्या ठिकाणी मराठी प्रजा आणून ठेवणे अथवा बडोद्यात राजा, जहागीरदार व इनामदार वगैरे जे मराठे आहेत, त्यांनी गुजराथी होणे या दोन उपायांनी निर्माण होऊ शकेल, असे राजवाडे पुढे सांगतात; परंतु यातील पहिला उपाय किंचित आसुरी असून, सांप्रत अशक्य असल्याचे निदर्शनास आणून, ते महाराष्ट्रीयांना गुजराथी बनण्याचा सल्ला देतात. ते कसे तर-

> *"राजपुत्र, जहागीरदार, इनामदार, शिपाई, कारकून वगैरे जे महाराष्ट्रीय ब्राह्मणादी लोक बडोद्यात आहेत, त्यांनी आपापल्या जातीप्रमाणे गुजराथी ब्राह्मण, शूद्र वगैरे स्त्रियांशी लग्नादि कायदेशीर शरीरसंबंध केले, तर पुढील शंभर-दीडशे वर्षांत या संस्थानातील जिंकलेली गुजराथी प्रजा व*

जिंकणारे मराठे लोक सजातीय होऊन, त्यांचे हितसंबंध व मनोरचना एक होईल. फार काय सांगावे, या उपायाने गुजराथी-मराठी असे नवीनच एक सजातीय राष्ट्र उत्पन्न होईल. गुजराथ्यांची व्यापारदृष्टी मराठ्यांत येईल व मराठ्यांचा झुंजारपणा गुजराथी मिश्रप्रजेत उतरेल."

राजवाड्यांचा हा मुद्दा अत्यंत महत्त्वाचा आहे. त्यावरून इतिहासाची सरणी लावण्याच्या त्यांच्या पद्धतीचा परिचय होतो. त्यांना सनातन्यांमधील सुधारक म्हणावे, की काय असे वाटू लागते.

राजवाड्यांचा चातुर्वर्ण्य समाजरचना पद्धतीच्या उपयुक्ततेवर व श्रेष्ठत्वावर विश्वास आहे. या पद्धतीची अंमलबजावणी व रक्षण करण्यासाठी चातुर्वर्ण्याचा अभिमान धरणारा सनातनधर्मीय क्षत्रिय राजा व या राजाला योग्य उपदेश करणारा ब्राह्मण पुरोहित हवे असतात. हा राजा प्रजेला आपला वर्ण सोडून दुसऱ्या वर्णात प्रवेश करण्यास प्रतिबंध करतो व तरीही कोणी केलाच, तर त्याचे पारिपत्य करायलाही मागेपुढे पाहत नाही. परंतु ही झाली आदर्श परिस्थिती. प्रत्यक्ष व्यवहारात एका वर्णाच्या स्त्री-पुरुषांचा इतर वर्णांच्या स्त्रीपुरुषांशी संबंध आला व अशा जोडप्यांना संततीही झाली.

सुरुवातीच्या काळात वरच्या वर्णांच्या पुरुषांनी खालच्या वर्णांच्या स्त्रियांशी केलेल्या विवाहांना मान्यता असे. या विवाहांना अनुलोम विवाह म्हटले जायचे व यातून होणाऱ्या संततीला पित्याच्या म्हणजे वरच्या वर्णाची प्राप्ती व्हायची; मात्र वरच्या वर्णाच्या स्त्रीने खालच्या वर्णाच्या पुरुषाशी केलेल्या विवाहांना धर्मशास्त्राची मान्यता प्रारंभीच्या काळात असली, तरी नंतरच्या काळात नव्हती. या विवाहांना प्रतिलोम विवाह म्हणत व त्यातून होणाऱ्या संततीला मातेचा वा पित्याचा वर्ण मिळण्याऐवजी तिची गणना तिसऱ्याच एका वर्गात होई- तो वर्ग म्हणजे संकरज प्रजेचा. पुढे पुढे अनुलोम विवाहाची मान्यताही संपुष्टात आली व त्यातून होणाऱ्या प्रजेलाही आता संकर जातीचा दर्जा देण्यात येऊ लागला. अशा प्रकारे चार वर्णांच्या अनुलोम-प्रतिलोम संकरांमधून निर्माण झालेल्या जाती व या जातींच्याही अशाच प्रकारच्या संकरांपासून निर्माण झालेल्या जाती यांचे एक प्रकारचे कॉम्बिनेशन-पर्म्युटेशन म्हणजे सध्याची समाजरचना.

भारतातील हजारो जातींच्या अस्तित्वाचे धर्मशास्त्राने दिलेले हे गणिती स्पष्टीकरण राजवाड्यांना मान्य आहे. धर्मशास्त्राने आपल्या पुरुषप्रधान दृष्टीने मांडलेला वर्णोन्नतीचा सिद्धांतही ते मान्य करतात आणि आधुनिक काळात अनुलोम विवाहांना मान्यता देऊन त्यातून होणाऱ्या संततीला वरच्या वर्णात सामावून घेण्यासही त्यांची हरकत नाही. अर्थात, हे सर्व ते मनापासून करतात, अशातला भाग नाही. कदाचित परिस्थितीच्या रेट्यामुळे असेल.

बडोदा संस्थानातील मराठ्यांना गुजराथी बनवण्याचा राजवाड्यांचा हा प्रकल्प तसा

फसवा आहे. ते मराठी पुरुषांनी गुजराथी स्त्रियांशी विवाह करावेत, असे सुचवतात. गुजराथी पुरुष व मराठी स्त्री हा त्यांच्या लेखी प्रतिलोम विवाहच असल्यामुळे तो त्यांना मान्य नसणार हे उघड आहे आणि अनुलोम विवाहातून झालेल्या संततीवर गुजराथी संस्कृतीचे संस्कार झाले, तरी धर्मशास्त्रानुसार ती मराठीच राहील; पण येथेही हा मान्यताप्राप्त अनुलोम, उदाहरणार्थ मराठा ब्राह्मण पुरुष व गुजराथी वैश्य स्त्री यांच्यातला नसेल, तर मराठा ब्राह्मण पुरुष व गुजराथी ब्राह्मण स्त्री यांच्यातील असेल. म्हणजेच हे आनुलोम्य वर्णावर्णातील व जाती-जातीतीलच नाही, तर ते प्रांताप्रांतांमधीलही आहे. महाराष्ट्रीय ब्राह्मण आणि शूद्र हे अनुक्रमे गुजराथी ब्राह्मण आणि शूद्र यांच्यापेक्षा श्रेष्ठच होत असे राजवाड्यांचे म्हणणे दिसते. धर्मशास्त्राच्या बीजक्षेत्र न्यायावर आधारित पुरुषवर्चस्ववादी सिद्धांताचे राजवाडे नव्या संदर्भात उपयोजन करू पाहतात.

धर्मशास्त्राला मान्य असणाऱ्या वर्णोन्नतीच्या सिद्धांतानुसार खालच्या वर्णाच्या स्त्रीच्या माध्यमातून वर्णोन्नती होऊ शकते. उदाहरणच द्यायचे झाले, तर शूद्र वर्णाच्या स्त्रीने वैश्य वर्णाच्या पुरुषाशी विवाह करून तिला झालेल्या कन्येने परत वैश्य पुरुषाशी विवाह करायचा. या कन्येच्या कन्येने परत वैश्य पुरुषाशी असा प्रकार पाच किंवा सात पिढ्या सातत्याने चालू राहिला, तर मग होणारे पुरुषलिंगी अपत्य वैश्य वर्णाचा दर्जा मिळवील! महाराष्ट्रातील अशाच एका जातीच्या बढतीची शिफारस करून या पद्धतीने तिला वरचा दर्जा देण्याची शिफारस राजवाड्यांनी केली होती; परंतु या जातीला स्वतःच्या क्षत्रियत्वाची तेव्हाही पक्की खात्री असल्यामुळे तिच्या रोषाला व तद्जन्य गदारोळाला राजवाड्यांना तोंड द्यावे लागले!

राजवाड्यांच्या या विचारव्यूहाचा थोडक्यात तपशील येथे देण्याचे कारण म्हणजे राजवाड्यांनी महाराष्ट्राच्या इतिहासाची व समाजरचनेची जी सरणी लावली ती याच व्यूहाच्या अनुषंगाने किंवा याच विचाराच्या चौकटीत. पुरुषश्रेष्ठता, आर्यवंशश्रेष्ठता, वंशशुद्धी, रक्तशुद्धी, बीजक्षेत्रन्यायाप्रमाणे (क्षेत्रापेक्षा) बीजाला प्राधान्य ही त्यांच्या विचारव्यूहाची वैशिष्ट्ये आहेत. चातुर्वर्ण्यव्यवस्था ही इतिहासात तावूनसुलाखून निघालेली सर्वश्रेष्ठ समाजरचना असून, इतर वर्ण कमी-अधिक प्रमाणात वांशिकदृष्ट्या भ्रष्ट झाले असले, तरी ब्राह्मण आपले आर्यत्व टिकवण्यात यशस्वी झाले आहेत, असाही त्यांचा ग्रह होता.

राजारामशास्त्री भागवतांना यापैकी एकही गृहीत तत्त्व मान्य नसल्याची आठवण ठेवूनच राजवाडे महाराष्ट्राचा इतिहास कसा रचतात, ते पाहू.

राजवाड्यांनी रचलेला मराठी समाजाचा इतिहास हा मुख्यत्वे त्यांनी लावलेल्या अन्वयार्थानुसार चातुर्वर्ण्यव्यवस्थेचा, तिच्यावर आलेल्या संकटांचा व त्या संकटांवर मात करून तिचा बचाव करण्यासाठी केल्या गेलेल्या प्रयत्नांचा इतिहास आहे. अगदी सूत्ररूपाने

सांगायचे म्हणजे महाराष्ट्रातील मराठे म्हणजे मुख्यत्वे ब्राह्मण व क्षत्रिय वर्णांमधील लोक महाराष्ट्राचे मूळ रहिवासी नव्हते. ते उत्तरेतून म्हणजे नर्मदेच्या पलीकडील प्रदेशातून येथे आले, का तर त्यांना आपल्या प्राणापेक्षा प्रिय असलेली चातुर्वर्ण्य समाजरचना बौद्ध-जैनांच्या धार्मिक आणि मौर्यांच्या राजकीय क्रांत्यांमुळे धोक्यात आली होती. ती वाचवण्यासाठी आवश्यक असलेले धार्मिक व राजकीय सामर्थ्य त्यांच्याकडे नव्हते. म्हणून त्यांनी नर्मदा ओलांडून महाराष्ट्रात वसाहत केली. या बचावकार्यात त्यांना यशही मिळाले; परंतु नंतर मधल्या काळात मुसलमानी राजवटीमुळे ही व्यवस्था पुन्हा डळमळीत झाली. राजवाडे शिवाजी महाराजांना महत्त्व यासाठी देतात, की महाराजांनी चातुर्वर्ण्य समाजरचनेची पुनःस्थापना केली!

■

१६

हिंदू 'हिजरत' करतात तेव्हा...

महाराष्ट्रातील धर्म, भाषा, साहित्य, कला, समाजकारण आणि राजकारण या सर्वांचे इतिहास एकमेकांशी संबंधित असून, एकमेकांत मिसळून गेले आहेत, असे राजवाडे आणि भागवत या दोघांचेही म्हणणे आहे व त्यानुसारच त्यांनी आपापले विचारव्यूह रचिले आहेत. महाराष्ट्रातील संतांचा भक्तिमार्ग आणि महाराष्ट्रातील राजकारण यांच्यातील संबंध राजवाडे *'नाभाजीने व महीपतीने वर्णिलेले हिंदुस्थानातील व महाराष्ट्रातील संत'* या लेखात स्पष्ट करतात. महाराष्ट्र हा हिंदुस्थानातील एकमेव 'प्रवृत्तिपर व राष्ट्रपर' प्रांत असल्याचे त्यांचे मत आहे. आता महाराष्ट्रातील (रामदासेतर) संतांचा भक्तिमार्ग जर निवृत्तिपर आणि राष्ट्राविषयी उदासीन असेल तर ज्ञानदेव-नामदेवांच्या बाराव्या शतकापासून त्याने मराठी मनाची पकड मुळात घेतलीच कशी, हा प्रश्न उभा राहतो. यावरील राजवाड्यांचे स्पष्टीकरण त्यांच्या एकंदर विचारव्यूहाशी सुसंगत असेच आहे. ज्ञानदेव-नामदेवांच्या काळात म्हणजेच यादवांच्या राजवटीत महाराष्ट्रात निवृत्तिप्रधान भक्तिमार्ग प्रविष्ट झाला तो महाराष्ट्राबाहेरील नर्मदेच्या उत्तरेकडील संतांद्वारा. राजवाडे ठामपणे सांगतात, की *"बौद्ध धर्माचा मोड व सनातन धर्माची प्रस्थापना करणाऱ्या आंध्रभृत्य, चालुक्य, राष्ट्रकूट, उत्तरचालुक्य व यादव या पाच मराठा राजघराण्यांच्या बाराशे वर्षांच्या राजवटीत प्रपंचपराङ्मुख व निवृत्तिपरायण भक्तिमार्गाचा उदय महाराष्ट्रातील लढवय्या लोकांच्या हातून होणे संभाव्य नव्हते."* त्यांच्या मतानुसार, पुंडलिकाने विठोबाची मूर्ती मथुरेहून शके ११५०मध्ये आणली व तिची स्थापना पंढरपुरास केली. तेव्हापासून महाराष्ट्रात भक्तिमार्गाचा प्रवेश झाला. त्याची एक निष्पत्ती म्हणजे ११९०पासून महाराष्ट्रावर मुसलमानांचा अंमल सुरू झाला. *"प्रपंचाला सोडून देणारा संतांचा भक्तिमार्ग राष्ट्राच्या बळकटीला शालिवाहनाच्या बाराव्या शतकात घातक झाला, हा सिद्धान्त निर्विवाद झाला."*

राजवाडे केवळ महाराष्ट्रातील नव्हे, तर अखिल भारत वर्षातील सर्वच संतांची संभावना निवृत्तिमार्गी अशी करून रामदास हेच एकमेव प्रवृत्तिमार्गी संत असल्याचे तितक्याच ठामपणे सांगतात. रामदासांनीच शिवरायांच्या हस्ते मुसलमानी सत्तेचा अंत घडवून आणल्याचे त्यांचे यापुढील प्रतिपादन असल्याचे सर्वज्ञात आहे.

महाराष्ट्रातील लोकांचा स्वभाव, महाराष्ट्राची जडणघडण, महाराष्ट्राचे हिंदुस्थानातील स्थान अशा कळीच्या मुद्द्यांविषयीच्या राजवाड्यांच्या मतांचा संबंध त्यांच्या महाराष्ट्रातील धर्म आणि राजवटी याविषयीच्या मतांशी कसा पोचतो, हे पाहणे जितके बोधप्रद, तितकेच आव्हानात्मकही आहे. महाराष्ट्र हा अखिल भारतातील वंशदृष्ट्या जास्तीत जास्त शुद्ध आर्य वंशाचा आणि म्हणूनच वर्णजातिव्यवस्थेचे रक्षण करणारा व पर्यायाने सनातन हिंदुत्वाची जोपासना करणारा प्रांत आहे म्हणून तो भारताचे नेतृत्व करू शकतो; किंबहुना नेतृत्वाचा अथवा धुरीणत्वाचा मुद्दा हे महाराष्ट्र धर्माचे अविभाज्य अंग असल्याचे राजवाडे सांगतात. एका बाजूला अशा वर्णजात्यधिष्ठित रचनेचे धर्मकारण व समाजकारण आणि दुसऱ्या बाजूला तिचेच राजकारण या दोघांची तिच्या रक्षणासाठी जरूरी आहे व हाच महाराष्ट्राचा इतिहास आहे. या महाराष्ट्र धर्माच्या आचरणातून स्वप्रांताचे म्हणजे महाराष्ट्राचे रक्षण करून हिंदुस्थानच्या रक्षणासाठी अग्रेसर राहणे, हाही महाराष्ट्र धर्माचाच भाग म्हणजे महाराष्ट्राचे कर्तव्य ठरते. महाराष्ट्राचा इतिहास हा याच कर्तव्यपूर्तीसाठी महाराष्ट्राने केलेल्या प्रयत्नांचा इतिहास आहे. या प्रयत्नात महाराष्ट्र एकमेवच ठरला आहे असे नसून, एकाकीही पडल्याचे राजवाड्यांची इतिहासमीमांसा सांगते. बरे, महाराष्ट्राच्या या महाकर्तव्याची जाणीव व त्या अनुषंगाने येणारी कृतज्ञता तरी अन्य प्रांतांमध्ये आहे काय? निखालसपणे नाही. उलट त्यांनी चुका करायच्या आणि महाराष्ट्राने त्या निस्तरायच्या! आणि या निस्तरानिस्तरीच्या धडपडीत महाराष्ट्राला साह्यभूत होण्याऐवजी त्यांनी अडथळेच आणायचे!

राजवाड्यांचा इतिहासव्यूह किती घट्ट विणीचा आहे, हे आता वेगळे सांगायला नको. तो भेदून त्यातून सहीसलामत बाहेर पडणे हे सोपे काम नाही. भागवत निजधामास गेल्यामुळे त्यांचा व राजवाड्यांचा जो सामना समोरासमोर झाला असता, तो होऊ शकला नाही. ते काम एकट्या विठ्ठल रामजी शिंद्यांनी केले. पण एकतर राजवाड्यांची इतिहासकार म्हणून जशी ख्याती झाली होती तशी शिंद्यांची झालेली नव्हती. आणि दुसरे असे, की

राजवाड्यांच्या महाराष्ट्र धर्मात अभिप्रेत असलेला धुरीणत्वाचा सिद्धान्त हातात घेऊन महाराष्ट्रात हिंदुत्ववादी संघटना व व्यक्ती कार्यरत होऊ लागल्या होत्या. त्यांच्यातील एका गटाला वर्णाश्रमधर्माचे आकर्षण होते आणि दुसऱ्या गटाला त्याचे ओझे वाटत होते. ती हिंदुत्वाच्या मांडणीतील अडगळ व अडचण वाटत होती. महाराष्ट्रातील हिंदुत्ववाद्यांचा अंतर्गत इतिहास म्हणजे या दोन गटांमधील संघर्षाचा इतिहास आहे.

शिंद्यांनी हा व्यूह फोडला तोपर्यंत खूप उशीर झाला होता. राजवाड्यांच्या महाराष्ट्र धर्मात अभिप्रेत असलेला धुरीणत्वाचा सिद्धांत हातात घेऊन महाराष्ट्रात हिंदुत्ववादी संघटना व व्यक्ती कार्यरत होऊ लागल्या होत्या. त्यांच्यातील एका गटाला वर्णाश्रमधर्माचे आकर्षण होते आणि दुसऱ्या गटाला त्याचे ओझे वाटत होते. ती हिंदुत्वाच्या मांडणीतील अडगळ व अडचण वाटत होती. महाराष्ट्रातील हिंदुत्ववाद्यांचा अंतर्गत इतिहास म्हणजे या दोन गटांमधील संघर्षाचा इतिहास आहे. आपल्या सोयीनुसार आणि सोयीपुरते प्रतिभावंतांचे विचार वापरून घेणे, हा काही नवा प्रकार नाही. राजवाड्यांनी इहलोकीचा निरोप घेतला तेव्हा ते इतिहासाचा अन्वयार्थ लावण्याच्या बाबतीत मार्क्सप्रमाणे भौतिक-आर्थिकवादी होत चालले होते आणि प्रत्यक्ष राजकीय कृतीच्या बाबतीत महात्मा गांधींच्या असहकारी सत्याग्रहाचा पुरस्कार करू लागले होते. परंतु त्यांच्यातील या परिवर्तनाकडे त्यांच्याच अनुयायांनी दुर्लक्ष केले.

महाराष्ट्रातील मराठ्यांच्या अस्तित्वाचे आणि कर्तृत्वाचे आकलन करताना राजवाड्यांनी मांडलेले गृहीतक (Hypothesis) त्यांना कळत नकळत मुसलमानांच्या इतिहासातून घ्यावे लागले, ही एक प्रकारची नियतीने केलेली थट्टाच म्हणावी लागते. इस्लाममधील तत्त्व असे सांगते, की मुसलमानांना आपल्या धर्मानुसार आचरण करायचे असेल तर त्यांनी जेथे इस्लामी राजवट आहे, तेथे वास्तव्य करणे सर्वांत उत्तम. अर्थात हे भाग्य सर्वच मुसलमानांच्या मस्तकी लिहिले गेले असेल असे नाही. मुसलमानांना मुसलमानेतर काफिरांच्या सत्तेखाली नांदावे लागले आणि ती सत्ता त्यांना आपल्या धर्माप्रमाणे आचरण करू देण्यास तयार नसेल तर त्यांनी ती सत्ता उलथून टाकून तेथे इस्लामी राजवट स्थापन करण्याचा प्रयत्न करावा. त्यासाठी कराव्या लागणाऱ्या युद्धाला जिहाद म्हणतात. अर्थात संबंधित मुसलमानेतर राजसत्ता अतिशय प्रबळ असेल आणि तिच्या विरोधात जिहाद करणे पुरेशा सामर्थ्याभावी तेथील मुसलमानांना व्यावहारिकदृष्ट्या शक्य नसेल तर जिहाद करणे हे आत्मघातकी ठरेल. मग अशा परिस्थितीत काय करावे, कोणत्या पर्यायांचा अवलंब करावा, या प्रश्नाचे इस्लामी उत्तर आहे 'हिजरत' - म्हणजे स्थलांतर. ज्या राजवटीत किंवा ज्या ठिकाणी मुसलमानांना आपल्या शरीयतप्रमाणे आचरण करणे शक्य होईल, तेथे त्यांनी स्थलांतर करावे. खुद्द हजरत महंमद पैगंबरसाहेबांच्या चरित्रात अशा हिजरतीचा प्रसंग आला होता. तेव्हा त्यांनी मक्केहून मदिनेला स्थलांतर केले होते. पैगंबरांच्या चरित्रात या हिजरतीला एवढे महत्त्वाचे स्थान आहे, की तेव्हापासून मुसलमानांनी हिजरी साल नावाची स्वतंत्र कालगणनाच सुरू केली.

राजवाडेकृत महाराष्ट्राच्या इतिहासाची सरणी या इस्लामी हिजरतच्या मॉडेलचे अनुसरण करणारी आहे. तिच्यात मुसलमानांची जागा चातुर्वर्ण्याधिष्ठित सनातन वैदिक धर्मीय घेतात

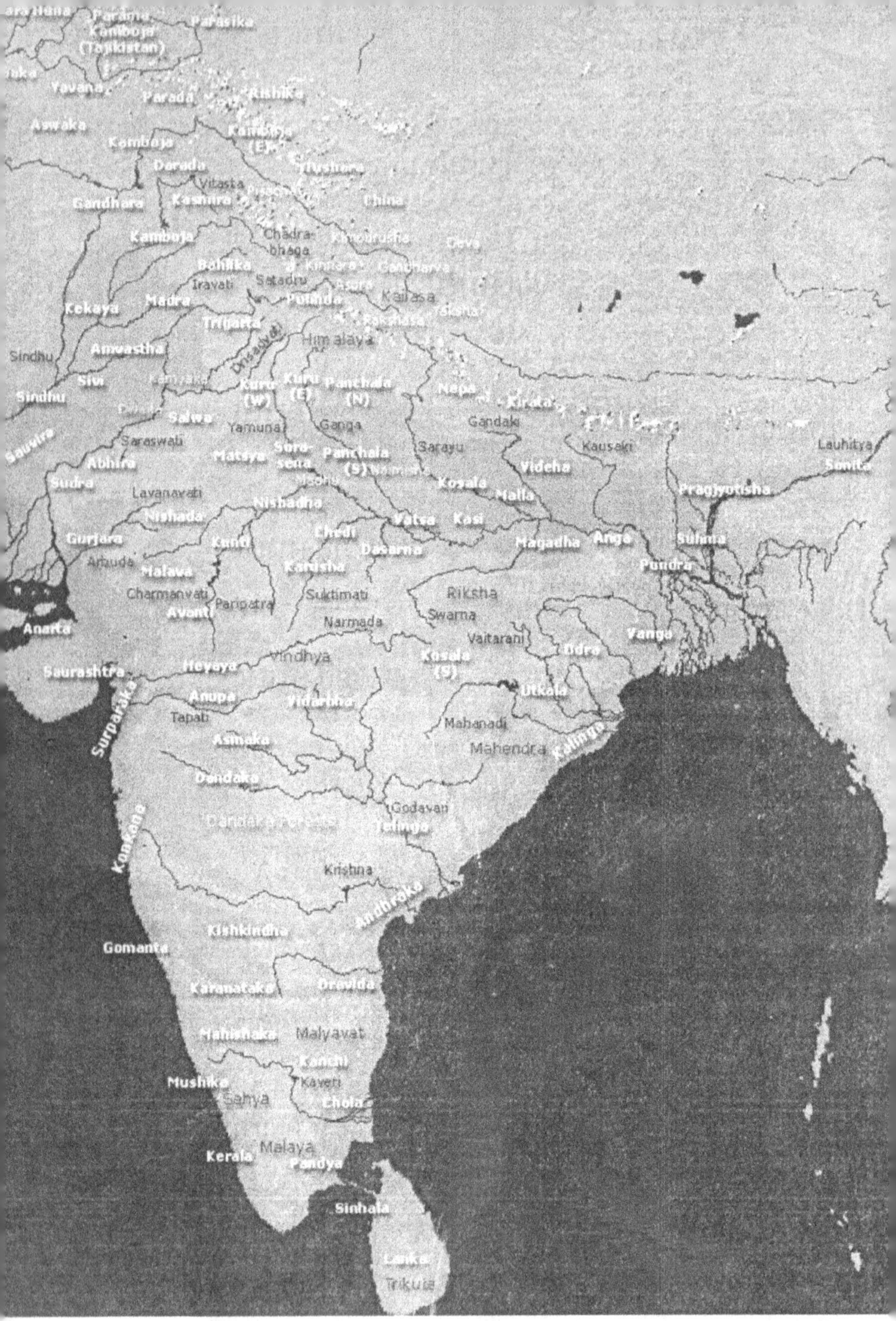

प्राचीन भारतातील काही महत्त्वपूर्ण शहरे / राज्ये

आणि सनातन वैदिक धर्माप्रणित आचरणाला प्रतिबंध करणारी राजवट मुख्यत्वे बौद्धधर्मीय बलिष्ठ राजवट, खरे तर मगधदेशीय मौर्यांची. परंतु या प्रतिकूलतेला सुरुवात शूद्रवर्णीय नंद राजांपासून झाली. भरीत भर म्हणजे जोडीला जैन, लोकायत चार्वाक, आजीवक यांची अवैदिक पाखंडेही होतीच. या अशा प्रतिकूल आणि प्रतिबंधक वातावरणात वैदिक धर्मीयांना धर्माचरण अशक्यप्राय झाले व त्यांनी नर्मदा ओलांडून दक्षिण दिशेस स्थलांतर ऊर्फ हिजरत करण्यासाठी प्रस्थान ठेवले. ज्या प्रदेशात उतरून त्यांनी आपल्या वसाहती केल्या, तोच आजचा महाराष्ट्र असला तरी तेव्हा त्याला महाराष्ट्र म्हणत नव्हते. आजचा महाराष्ट्र तेव्हा दंडकारण्य नावाने ओळखला जाई. उत्तरेकडून स्थलांतरित झालेल्या सनातन वैदिक धर्माच्या रक्षणाची चाड असणाऱ्या लोकांना माहाराष्ट्रिक हे नाव होते. महाराष्ट्र या प्रदेशात राहणारे ते माहाराष्ट्रिक असा हा सरळ साधा प्रकार नसून, उत्तरेकडून आलेल्या माहाराष्ट्रिकांनी जेथे वसाहत केली त्या प्रदेशाला महाराष्ट्र म्हणू लागले, असा हा जबरदस्त पेचिदा मामला आहे.

या मुद्द्याचा थोडा विस्तार करायला हवा. *'महाराष्ट्र धर्म'* या नावाचे मासिक १९१६मध्ये निघाले होते. त्याचा फक्त एकच अंक निघून ते बंद पडले, तरी त्यात *'महाराष्ट्र धर्म'* नामक लेख स्वतः राजवाड्यांनीच लिहिला आहे. त्यात महाराष्ट्राच्या इतिहासासंबंधीच्या व धर्मासंबंधीच्या त्यांच्या मतांचे सार त्यांच्याच शब्दात आलेले आहे. ते समोर ठेवून आवश्यक तेथे त्यांच्या इतर लेखनाचा आधार घेऊन मांडणी करता येईल. त्यांच्या मीमांसेनुसार '

> *"अडीच हजार वर्षांपाठीमागे नर्मदोत्तर प्रदेशात राष्ट्रीक किंवा महाराष्ट्रीक नावाचा एक आयुधोपजीवी संघ होता. हा संघ चातुर्वर्ण्याभिमानी असून वैदिक धर्माचा पुरस्कार करी. उत्तरेत वैदिक धर्माचा छळ व ऱ्हास होऊ लागला असता राष्ट्रीकांनी नर्मदेच्या दक्षिणेस स्वधर्माचे निर्वेध पालन व्हावे म्हणून स्वतंत्र वसाहती केल्या. मराठ्यांच्या वसाहती ज्या प्रदेशात झाल्या, त्या सर्व प्रदेशाला कालांतराने वसाहतकारांच्या नावावरून 'महाराष्ट्र' ही संज्ञा मिळाली. वसाहतीत राहिल्यावर धर्माचे जे स्वरूप महरट्टांमध्ये प्रचलित झाले त्या धर्मरूपाला महाराष्ट्र धर्म असे नाव पडले."*

राजवाड्यांनी महाराष्ट्राच्या वसाहतकालाविषयी बरेच लेखन केले आहे. *'राधामाधवविलासचंपू'* या जयराम पिंडेलिखित पुस्तकाच्या प्रस्तावनेतही त्यांनी यासंबंधी लिहिले आहे. त्यानुसार 'जैन बौद्धांनी शुद्ध ब्राह्मणादिकांचा पूर्ण पाडाव केला आणि शूद्रांचा पूर्ण विजय झाला. उत्तर कुरूत जो अर्धरानटी शूद्र केवळ दासकर्म करून समाजसोपानाच्या अगदी खालच्या पायऱ्यांवर लाथाडला जात होता, तो आता नंदांच्या व मौर्यांच्या शूद्र

व वृषल राजवटीत अध्यात्म, नीति, प्रव्रज्या, एकवर्णता, सर्वसमता व साम्राज्य यांचा विजयी चालक झाला. बुद्ध व जिन यांनी विशेषतः गौतम बुद्ध याने केलेली ही क्रांती केवळ

> *"सामान्य धर्मक्रांती नव्हे, किंवा राजक्रांती नव्हे, किंवा मतक्रांती नव्हे, ही सर्वव्यापी अशी भयंकर सामाजिक क्रांती होती. या प्रचंड क्रांतीने वैदिक समाजाचा पाया उखडून, चातुर्वर्णिक समाज सुलटाचा उलटा होऊन गेला... त्यात महापद्मनंद हा शूद्र सम्राट सत्क्षत्रियांचा संहार करण्यास उद्युक्त झाला. (विष्णुपुराण) अशा अराजक, अधार्मिक व असत्य राज्यात व राष्ट्रात राहण्यात शोभा नाही हे उत्कटत्वाने ज्यांच्या प्रत्ययास आले अशा नर्मदोत्तर प्रदेशातील अनेक चातुर्वर्णिकांनी दक्षिणारण्यात वसाहती करण्याच्या निमित्ताने देशांतर केले. 'महाराष्ट्रिक अथवा मरहट्ट हे त्यांच्यातील एक.' हे मरहट्ट लोक महापद्मादि दुष्ट शूद्र राजांच्या, जैनबौद्धादी पाखंडांच्या व व्रात्यशूद्रादि उत्पथांच्या जुलमाला कंटाळून स्वधर्म, स्वराज्य व स्ववृत्ति यांचा अनुभव घेण्यास दक्षिणारण्यात बौद्ध कालाच्या प्रथमज्वानीत म्हणजे शकपूर्व सहाशेच्या सुमारास वसाहती करण्यास शिरले."*

पण मुळात हे मरहट्ट अथवा महाराष्ट्रिक होते तरी कोण? राजवाडे या प्रश्नाचा उलगडा पाणिनीच्या व्याकरणाच्या आधारे करतात.

> *"महाराज हा ज्यांच्या भक्तीचा विषय त्यांना महाराजिक म्हणतात. महाराज म्हणजे केवळ सामान्य राजांहून मोठा जो राजा तो. महाराजसंज्ञक किंवा महाराजपदवीधर भूपतीचे जे भक्त ते माहाराजिक ठरतात. राजा ज्या भूमीवर राज्य करतो त्या भूमीला राष्ट्र म्हणत आणि राष्ट्र हे ज्यांच्या भक्तीचा विषय त्यांना राष्ट्रिक म्हणत. त्याचप्रमाणे महाराजा ज्या भूमीवर महाराज्य करी त्या भूमीला महाराष्ट्र म्हणत आणि महाराष्ट्र हे ज्यांच्या भक्तीचा विषय त्यांना महाराष्ट्रिक म्हणत. तात्पर्य, महाराज या व्यक्तीच्या अनुलक्षाने माहाराजिक हा शब्द व महाराष्ट्र या देशाच्या अनुलक्षाने महाराष्ट्रिक हा शब्द असे. हे दोन्ही शब्द वस्तुतः एकार्थक आहेत."*

राजवाड्यांच्या मताप्रमाणे उत्तर हिंदुस्थानात महाराष्ट्र हे नाव शोभेल असा देश त्या काळी मगध होता. *"एकछत्री सत्तेला महाराज्य म्हणत. या मगधाधिपती महाराजांचे जे भक्त ते महाराष्ट्रिक म्हणून स्वतःला म्हणवत."* या महाराष्ट्रिकांप्रमाणे इतरही काही लोक बौद्ध क्रांतीला कंटाळून दक्षिणेत उतरले. त्यांचे नाव राष्ट्रिक. अशोकाच्या शिलालेखात त्यांचा उल्लेख 'रास्टिक' असा होतो. हे राष्ट्रिक लोक मगधातले नसून, कुरुपांचाल या

देशातील होत. कुरुपांचलातील नरपतींना राजा हा किताब असे व त्या राजांच्या राज्याला राष्ट्र. त्या राष्ट्राचे जे भक्त ते राष्ट्रिक.

याशिवाय वैराष्ट्रिक नावाचे तिसरे लोकही याच कारणामुळे दक्षिणेत उतरले. ते उत्तरकुल व उत्तरमद्र येथील विराट नामक राजाच्या विराष्ट्र नावाच्या राज्याचे रहिवासी होते. या विराष्ट्रावर ज्यांची भक्ती ते वैराष्ट्रिक.

ते तिन्ही लोक आपापल्या भाषा घेऊन दक्षिणेत आले. परंतु या तिन्ही वसाहतकारांत वजनाने व कर्तबगारीने महाराष्ट्रिक लोक सर्वांहून वरचढ असल्यामुळे त्यांच्या भाषेपुढे इतरांच्या भाषा फिक्या पडल्या.

हे महाराष्ट्रिकादी लोक वैदिक धर्माचे अभिमानी असल्यामुळे आपली धर्मकृत्ये करण्यासाठी येताना त्यांनी यज्ञयागार्थ आपले आपले पुरोहितही आपल्याबरोबर आणले. ते बहुतांशी यजुर्वेदी व खालोखाल ऋग्वेदी होते.

महाराष्ट्रिकांच्या कर्तबगारीमुळे पुढे या तिन्हीही समूहांना महाराष्ट्रिक असेच म्हणण्याचा प्रघात पडला. महाराष्ट्रिकांनाच महाराष्ट्रिन् अशी संज्ञा प्रचलित झाली. तिचे स्त्रीलिंगी रूप महाराष्ट्रिणी. महाराष्ट्रिणी या संस्कृत शब्दाचे प्राकृत रूप महारठिणी असून ते कार्ले, भाजे व बेडसे येथील शिलालेखात येते. या शब्दांचा उच्चार महाराष्ट्रिणी, महारठिणी असाही होई.

राजवाड्यांच्या मते हे *'महरट्ट अथवा महाराष्ट्रिक लोक चातुर्वण्यबद्ध असून पुरोहितांवाचून त्यांचे एक पाऊलही पुढे पडत नसे.'* तसेच *"हे माहाराष्ट्रिक आपली उपजीविका मगधांत आयुधांवर करीत म्हणजे ते आयुधोपजीवी ऊर्फ शस्त्रोपजीवी संघ होते. मगधातील महाराजांचे ते ते गण म्हणजे भाडोत्री सैनिक होते."* या गणांमधील पुरुष आपणास राजे म्हणवत. ही गणराज्य संस्था राज्य करण्याची अगदी प्राथमिक पद्धती असल्याचे राजवाड्यांचे म्हणणे आहे. ते जेव्हा दंडकारण्यात आले तेव्हा त्यांनी नागपूरपासून तुंगभद्रेपर्यंतच्या प्रांतात अक्षरशः हजारो चिमुकली चिमुकली गणराज्ये स्थापिली.

महंमद पैगंबर आणि त्यांचे सहकारी मक्केहून मदिनेला हिजरत करून आले खरे; परंतु मक्केमधील परिस्थिती अनुकूल झाल्याची खात्री पटल्यावर ते मक्केला परत गेले. मात्र उत्तरेतून बौद्धजनांच्या प्रतिकूलतेला कंटाळून हिजरत करून दंडकारण्यात आलेले माहाराष्ट्रिक नावाचे वैदिक हिंदू मात्र तेथे राहिले. त्यांच्यावरून या प्रदेशाला महाराष्ट्र हे नाव पडले. हे लोक म्हणजेच पुढे इतिहासात गाजलेले मराठे होते. राजवाड्यांच्या या मताचे परीक्षण करणे गरजेचे आहे.

■

१७

दंडकारण्याचे महाराष्ट्र होताना...

इतिहासाचार्य राजवाडे राष्ट्रवादी असले तरी त्यांच्या राष्ट्रकल्पनेची व्याप्ती हिंदुस्थानशी समकक्ष नसून, महाराष्ट्रापुरती मर्यादित होती. मराठ्यांनी हिंदुस्थानभर साम्राज्य स्थापणे, हे त्यांना नैतिकदृष्ट्या योग्य वाटत नसे. युरोपभर आपले साम्राज्य (Empire) करू इच्छिणारा नेपोलियन त्यांना 'बदनजरेचा पाजीतला पाजी राक्षस' वाटे. ज्युलियस सीझर, तैमूर इत्यादींसारख्या अशाच साम्राज्येच्छूंचा त्यांना तिटकारा होता. इतकेच नव्हे, तर "श्रीरामदास व श्री शिवाजी यांनी स्वराज्य स्थापिल्यावर बाजीरावादी मंडळींना सर्व हिंदुस्थानभर नव्हे, तर संपूर्ण दुनियेपर्यंत Empire स्थापण्याची दुष्ट व अन्याय्य बुद्धी झाली," असे म्हणत त्यांनी मराठ्यांचीही निंदा केली.

राजवाड्यांना संघराज्याच्या - United States चा पर्याय न्याय्य वाटे. *"मराठ्यांना United State स्थापण्याची न्याय्य बुद्धी झाली नाही. त्यामुळे रजपूत, रांगडे, पंजाबी, गुजराती, काठी, कानडी, तेलगू, मल्याळम, मुसलमान अशी हिंदुखंडातील सर्व राष्ट्रे व लोक मराठ्यांच्या विरुद्ध होऊन पानिपत येथे भिकार अबदालीकडून रेच मिळाला."* अशी त्यांची पराभवमीमांसा होती.

राजवाडे भाषावार आणि संस्कृतीवार राष्ट्रांच्या निर्मितीचे पुरस्कर्ते असून, अशा राष्ट्रांची लीग, कॉन्फिडरसी वा युनियन व्हायला त्यांची हरकत नाही.महाराष्ट्राने राष्ट्र व्हावे आणि हिंदुस्थानच्या संयुक्त संस्थानांचे धुरीणत्व करावे, अशी त्यांची कल्पना दिसते. त्यांच्याच शब्दांत त्यांचे स्वप्न सांगायचे झाल्यास,

> *"मनात येते, की एखादा सर्वज्ञ, धर्मनिष्ठ व महाराष्ट्रनिष्ठ संस्थानिक निर्माण व्हावा, त्याच्या मनात महाराष्ट्राला राष्ट्र बनविण्याचा सद्हेतू उतरवावा, त्याच्या पदरी नीतिनिपुण मुत्सद्दीमंडळ जमावे, त्यांच्या सल्ल्याने राजाने राष्ट्राच्या*

ऱ्हासाची कारणे निर्मलान्तःकरणाने शोधून काढणारे एखादे कमिशन नेमावे आणि त्या कमिशनने केलेल्या शिफारसी राजाने अमलात आणाव्यात."

"असा काल्पनिक राजा निर्माण झाला व असले काल्पनिक कमिशन नेमले गेले, तर पहिले प्रश्न विचाराकरिता जे निघतील, ते हे - सध्या म्हणजे आजमितीस महाराष्ट्राचा खरोखरच ऱ्हास झाला आहे की काय? महाराष्ट्र म्हणजे कोण?"

हे प्रश्न दोन स्वतंत्र प्रश्न दिसत असले तरी राजवाड्यांच्या मते ते एकमेकांशी निगडित आहेत. पहिल्या प्रश्नाचे उत्तर दुसऱ्या प्रश्नाच्या उत्तरावर अवलंबून आहे. या मुद्द्याचा विस्तार त्यांच्याच शब्दांत... *"इंग्रज, अंग्लोइंडियन्स, पारशी, ज्यू, लिंगायत, मानभाव, महार, शूद्र, मराठे, कातकरी, मुसलमान, गुजराथी, मारवाडी, जैन, ब्राह्मण व सुधारक यांपैकी महाराष्ट्र कोणाचे? एकेकाचे की साऱ्या मिळूनचे? साऱ्या मिळूनचे म्हटले तर उत्तर एक येणार नाही. एकेकाचे म्हटले तरी उत्तर एक येणार नाही, हे ठरलेलेच."*

याही पुढे जाऊन राजवाडे असे विधान करतात, की *"बहुतम व जुनाट जे हिंदू त्यांचे महाराष्ट्र म्हटले तत्रापिही ही एकच एक उत्तर येणे अशक्य आहे."*

याचा अर्थ असा होतो, की सर्वसाधारण हिंदूला महाराष्ट्राच्या ऱ्हासाची जाणीव होईलच, असे नाही. म्हणजेच राजवाडे शिवसेनेप्रमाणे महाराष्ट्रीयत्व आणि हिंदुत्व यांच्यात अनिवार्य संबंध मानायला तयार नाहीत.

राजवाड्यांचे असे मत आहे,

"फक्त ब्राह्मण व मराठे यांच्या दृष्टीला राष्ट्राचा ऱ्हास झालेला दिसेल. अन्य कोणाच्याही दृष्टीला ऱ्हास दिसणार नाही. कित्येक तर प्रगती चाललेली आहे, असेच म्हणतील. ... दोन्ही प्रश्नमालिकासंबंधाने फक्त ब्राह्मण व मराठे यांची बरीच एकवाक्यता होईल. इतरांचे हितसंबंध, आकांक्षा, भविष्य व उमेद अगदी निराळी. त्यांची उत्तरे ब्राह्मणमराठ्यांच्या उत्तराहून अगदी उलट येणार, यात संशय नाही. खंगले कोण? तर ब्राह्मण-मराठे. स्वराज्य व साम्राज्य गेले कोणाचे? तर ब्राह्मणमराठ्यांचे. पोटभर भाकरी मिळत नाही कोणाला? तर ब्राह्मणमराठ्यांना. शरीराने क्षीण कोण? ब्राह्मणमराठे. धंदा नाही कोणाला? ब्राह्मणमराठ्याला. रेल्वेवरती हरघडी पाणउतारा होतो कोणाचा? तर ब्राह्मणमराठ्यांचा. धर्म गेला कोणाचा? तर ब्राह्मणमराठ्यांचा. मराठी मंडळ कोणाचे? ब्राह्मणमराठ्यांचे. सर्वतोपरी ऱ्हास भासतो कोणाला? ब्राह्मणमराठ्यांना. प्रस्तुत ऱ्हासाचा प्रश्न काढला कोणी? ब्राह्मणमराठ्यांनी. उन्नतीचे उपाय हवेत कोणाला?

ब्राह्मणमराठ्यांना. विशेष नीच लुच्चे व धर्मभ्रष्ट कोण? तर ब्राह्मणमराठे. धर्मसचोटी व शील वाढवावेसे 'वाटते' कोणाला? तर ब्राह्मणमराठ्यांना. महाराष्ट्र बुडविला कोणी? ब्राह्मणमराठ्यांनी. महाराष्ट्रावर निःसीम प्रेम कोणाचे - प्रिय महाराष्ट्रातील ब्राह्मणमराठ्यांचे, असा हा ब्राह्मणमराठ्यांचा आजपर्यंतचा प्रश्न आहे."

उतारा काहीसा लांबलचक असला तरी राजवाड्यांचा दृष्टिकोन समजण्यासाठी आवश्यक आहे. महाराष्ट्र हा ब्राह्मण आणि मराठा या दोन राज्यकर्त्या अभिजनांचा असल्याचे राजवाड्यांचे मत आहे. महाराष्ट्र सर्वांचा आहे, जे राजारामशास्त्री भागवतांचे मत होते, त्याच्या अगदी विरोधी असा हा राजवाड्यांचा वर्चस्ववाद आहे. या दोन विद्वानांची यथायोग्य तुलना राजवाड्यांचे वारसदार मानल्या गेलेल्या दत्तोपंत पोतदारांनी अत्यंत समर्पकरीत्या केली आहे. पोतदार लिहितात-

"राजारामशास्त्र्यांची राजवाड्यांशी पुष्कळ बाबतीत तुलना करता येईल. दोघेही नैरूक्तिक होते. दोघेही इतिहासपंडित होते. दोघेही लोकांना विक्षिप्त वाटत. दोघेही सडेतोड व बाणेदार होते. मऱ्हाटी व मऱ्हाटे यांचा जाज्वल्य अभिमान दोघांच्या ठायी उत्कट होता. दोघांची भाषासरणी व विचारसरणी स्वतंत्र होती. साधी राहणी व उच्च विचारसरणी या कोटीत दोघेही पडतात. दोघांचेही जगाशी पटत नसे... एकास ब्राह्मण्याचा उत्कट अभिमान होता, तर दुसरा ब्राह्मणी काव्याच्या कल्पनांनी व्याप्त झाला होता. एकास युरोपियनांचे वावडे असे, तर दुसऱ्यास मिशनऱ्यांच्या सहवासात व सेवेत आयुष्य कंठणे परवडले... दोघेही समकालीन असून, 'भेटी नाही जन्मवरी' असा प्रकार होता. एकाच पर्वताच्या एकाच सोंडेमुळे दोन अंगाला बनलेल्या दोन खोऱ्यांतून दोन स्वतंत्र प्रवाह निघावेत आणि दोन्ही एकाच दिशेने; परंतु एकमेकांस स्पर्श न करता समुद्रास मिळावेत, असा काहीसा प्रकार या दोन जबरदस्त विद्वानांच्या लेखनप्रवाहासंबंधाने झाला, असे म्हटले असता उचित दिसेल."

दत्तोपंत पोतदारांची निरीक्षणे वस्तुस्थितीस धरूनच असल्याचे म्हणावे लागते. राजवाड्यांमधील ब्राह्मण्याच्या ज्या उत्कट अभिमानाचा ते उल्लेख करतात, त्याने राजवाड्यांची इतिहासमीमांसा झाकोळून गेली आहे. वरील लांबलचक उताऱ्यात त्यांनी महाराष्ट्र हा ब्राह्मण मराठ्यांचा व म्हणून त्याची काळजी ब्राह्मण मराठ्यांनाच, असे म्हटले असले आणि त्यामुळे ते सकृत्‌दर्शनी ब्राह्मण मराठा युतीचे पुरस्कर्ते वाटत असले, तरी विश्लेषणाअंती त्यांनी मराठ्यांना कसे दुय्यम ठरवले आहे, ते दिसून येईल. महाराष्ट्राच्या

“मानव्य, हैहय, भोज, यादव, नल, कदंब, मौर्य, चालुक्य इत्यादी शेकडो गोत्रांचे रट्ट दंडकारण्यात वसत्यर्थ शिरले. शहाण्णव कुळींच्या रट्टांवरून व महारट्टांवरून सबंध देशाला महरट्टांचा देश ऊर्फ महाराष्ट्र ही संज्ञा पडली. मराठ्यांचा इतिहास म्हणजे या शहाण्णव कुळींच्या कर्तृत्वाचा दंडकारण्यातील प्रवेशाच्या आदीपासून आतापर्यंतचा इतिहास.” - इतिहासाचार्य वि. का. राजवाडे

प्राचीन वसाहतीकरणाचा जो इतिहास त्यांनी मांडला, त्यातून हे चित्र स्पष्ट होते. हा इतिहास मांडताना त्यांनी महाराष्ट्रातील हजारो ग्रामनामांची जी व्युत्पत्तिशास्त्रीय छाननी केली, त्यावरून त्यांना पारंपरिक यास्क, पाणिनी, पतंजलींसारख्या नैरूक्तिकांच्या डोक्यावर बसवण्याचा मोह भल्याभल्यांना आवरला नाही. ते इतिहाससंशोधक म्हणून अधिक गाजले असले, तरी ज्ञानकोशकार श्रीधर व्यंकटेश केतकरांनी भाषाशास्त्रज्ञ आणि वैयाकरण या नात्याने त्यांची कामगिरी अधिक महत्त्वाची असल्याचे मानले होते. महाराष्ट्राच्या प्राचीन अथवा वासाहतिक इतिहासाची राजवाड्यांची मांडणी मुख्यत्वे भाषेच्या पायावरच आधारित आहे. पाणिनी, कात्यायन, पतंजली अशा व्याकरणकारांच्या लिखाणाचे ऐतिहासिक भाषाशास्त्राच्या अंगाने विश्लेषण, पुराणग्रंथातील उल्लेख आणि प्रचलित ग्रामनामांच्या व्युत्पत्त्या या साधनसामग्रीच्या जोरावर आणि अर्थातच आर्यवंशश्रेष्ठत्व आणि गौणत्वाने ब्राह्मणमराठा वर्चस्व; परंतु प्राधान्याने व अंतिमतः ब्राह्मणवर्चस्व या गृहितकांच्या आधारावर राजवाडे आपली इतिहासाची इमारत उभी करतात.

या इतिहासाच्या पहिल्या भागाची मांडणी आपण यापूर्वीच केली आहे. नर्मदेच्या पलीकडे, उत्तरेतील विशेषतः मगध नावाच्या महाराष्ट्रातील चातुर्वर्ण्याधिष्ठित सनातन वैदिक धर्मावर बौद्ध-जैन लोकायतादी अवैदिक पाखंडे आणि नंद व मौर्य घराण्यांतील शुद्ध क्षत्रियांचे द्वेष्टे असणारे सत्ताधीश यांच्या रूपाने कोसळलेल्या दुहेरी संकटातून सुटका करून घेण्यासाठी तेथील महाराजिक ऊर्फ महाराष्ट्रीक गणाच्या लोकांनी दक्षिणेत स्थलांतर करून तेथील दंडकारण्यात वसाहती केल्या. त्यांचाच मार्ग कुरुपांचालदेशातील राष्ट्रिकांनी आणि उत्तरकुरू व उत्तरमद्रातील वैराष्ट्रिकांनीही अवलंबला. पुढे या तिघांचाही उल्लेख महाराष्ट्रीक या सामान्य नावानेच होऊ लागला.

परंतु या महाराष्ट्रिकांना दंडकारण्यातील आद्य वसाहतकार म्हणता येईल काय? वैदिक साधनांनाच अनुसरायचे झाल्यास आर्यांच्या दक्षिणेतील वसाहतीचा पहिला मान निःसंशयपणे अगस्ती ऋषींकडे जातो; परंतु अगस्ती कोणी सत्ताधारी राजेमहाराजे नव्हते. वाल्मिकी रामायणानुसार इक्ष्वाकू कुळातील दंडक नावाचा राजा दक्षिणापथात राज्य करत होता. त्याच्यावरूनच या प्रदेशाला 'दंडकारण्य' हे नाव पडले.

हा दंडक इक्ष्वाकूच्या शंभर पुत्रांपैकी तिसरा. इक्ष्वाकूने त्याला विंध्याद्री व शैवल पर्वत

या दोहोंमधील प्रदेशाचे राज्य दिले. या प्रदेशातील मधुमंत नावाची नगरी त्याने आपली राजधानी केली. वस्तुतः वसिष्ठ हा इक्ष्वाकूचा पुरोहित. इक्ष्वाकूचा दुसरा पुत्र निमि याने वसिष्ठालाच आपला पुरोहित नेमले. दंडकाने भृगूच्या कुळातील एका ऋषीस आपले पौरोहित्य दिले. एकदा त्याने कामातुर होऊन आपल्या गुरूच्या अरजा नावाच्या कन्येवर बलात्कार केला. त्यामुळे क्रोधाविष्ट होऊन त्या भार्गव पुरोहिताने दंडकाला बल, कोश इ. राज्यांगांसह शापाने भस्मसात केले. तेव्हापासून त्याच्या राज्याच्या चारशे योजनांचा प्रदेश उजाड झाला. त्याला 'दंडकारण्य' असे नाव पडले. (इकडे निमि आणि वसिष्ठ यांनीही एकमेकांना वेगळ्या कारणांमुळे शाप देऊन नष्ट केले.) पुढे इक्ष्वाकू वंशातीलच दाशरथी राम आपली पत्नी सीता आणि बंधू लक्ष्मण यांच्यासमवेत वनवासाला गेला, तेव्हा त्याच्या वनवासाचा बराच काळ याच दंडकारण्यातील जनस्थान नामक भागात व्यतीत झाला. दंडकारण्य त्या वेळी लंकाधिपती रावणाच्या राज्याचा भाग बनला होता. रावणाने तो आपली विधवा बहीण शूर्पणखा हिला देऊन आपला सावत्र भाऊ खर यास सेनापती दूषणासह तेथे ठेवले होते.

दंडकारण्याच्या संबंधी एका वेगळ्या मताचीही येथे नोंद घ्यायला हवी. जैन परंपरेतील आचार्य विमलसुरींच्या 'पउमचरियं' या ग्रंथात (शूर्पणखेऐवजी?) चंद्रनखा नावाच्या स्त्रीचा उल्लेख आहे; परंतु त्याहीपेक्षा महत्त्वाची बाब म्हणजे त्यानुसार दंडक नावाचा पर्वत होता व त्या पर्वतावर दंडक याच नावाच्या एका महानागाचे वास्तव्य होते. त्यामुळे या प्रदेशाला दंडकारण्य हे नाव प्राप्त झाले.

दंडकारण्य शब्दाची व्युत्पत्ती काहीही असो. महाराष्ट्राचा व त्याचा संबंध आजही इतका दृढ आहे, की कोणत्याही वैदिक कर्माचा संकल्प सांगताना आपण राहतो त्या प्रदेशाचा उल्लेख 'दंडकारण्य' असाच केला जातो. मध्ययुगीन दानपत्रांमधून दान दिलेल्या भूमीच्या वर्णनात दंडकारण्याचा उल्लेख अनेकदा येतो. उदाहरण म्हणून डॉ. ब्रह्मानंद देशपांडे यांच्या 'शोधमुद्रा' (खंड १) मध्ये प्रसिद्ध झालेल्या वसमतजवळील रांजणा येथील नृसिंह मंदिरातील शके ११३९ मधील आमणदेवाचा शिलालेख घेऊ. या लेखातील स्थलाचा उल्लेख 'भारत वर्षे जंबुद्वीपे दंडकारण्ये' असा झाला आहे.

राजवाड्यांच्या मते वऱ्हाड, नागपूर, उत्तर कोकण, आंध्र प्रदेश, गोदातीर या दंडकारण्याच्या भागात आर्यांच्या वसाहती प्रथम झाल्या. नाणे मावळातील १६८ गावांच्या नावांचा अभ्यास करून त्यांनी असा अंदाज बांधला, की दंडकारण्यातील हा "मावळ प्रांत अरण्याच्या अगदी गाभ्यात व सह्यपर्वताच्या कुहरात असल्यामुळे यात वसाहती बऱ्याच उशिरा झाल्या असाव्यात."

मावळातील ग्रामनामांच्या संस्कृतोद्भवतेवर बोट ठेवून राजवाडे सांगतात, की आधी हा भाग निर्भेळ अरण्य होता. तेथे मनुष्यवस्ती अजिबात नव्हती. पहिल्यांदा तेथे राक्षस

अवतरले. (राक्षस ही माणसांचीच एक जात). मग नाग (हाही मनुष्यवंशच) आणि मग आर्य. ते असेही मान्य करतात, की "ग्रामनामांवरून दिसते, की सनातन धर्म नाणेमावळात असून, शिवाय बौद्ध धर्माची छाया या मावळावर बरीच दाट पडली होती."

राजवाड्यांची महाराष्ट्रातील आर्य वसाहतीकरणाची कथा खूप गुंतागुंतीची आहे. ते नेमके केव्हा झाले, हे त्यांना सांगता येत नसले तरी ज्या अर्थी अशोकाच्या शिलालेखात रस्तिकांचे नाव अवतीर्ण होते, त्या अर्थी रस्तिक किंवा राष्ट्रिक किंवा रट्ट हे तेव्हा येथे येऊन स्थिरावले असणार, हे उघड आहे. या रट्टांनी वसाहतीकरणात पुढाकार घेतल्यामुळे, खरे तर ते उत्तरेत असल्यापासूनच त्यांच्याकडे प्रादेशिक किंवा स्थानिक अधिकारपदे असल्यामुळे, पाटील, देसाई, देशमुख ही पदे त्यांच्याकडे आपोआपच आली व पिढीजात किंवा वंशपरंपरागत झाली. ते वर्णाने क्षत्रिय व पेशाने देशाधिकारी. त्यांच्यापेक्षा उच्च दर्जाच्या क्षत्रिय अधिकाऱ्यांना सरपाटील, सरदेशमुख, सरदेसाई असे म्हणण्यात येई. पण ही पदे सांभाळणारे साधे राष्ट्रीक किंवा रट्ट नसून महाराष्ट्रिक होत. महाराष्ट्रिक याचाच अपभ्रंश महरट्ट व महरट्ट याचा अपभ्रंश मऱ्हाट.

"हे रट्ट जी संस्कृतोत्पन्न अपभ्रष्ट भाषा बोलत ती दंडकारण्यातील राजमान्य, लोकमान्य व कविमान्य महाराष्ट्री ऊर्फ महरट्टी व पुढे कालांतराने मराठी भाषा सर्व प्राकृत भाषांत प्रकृष्ट म्हणून प्रख्या पावली... रट्ट व महरट्ट हे वर्णाने व जातीने क्षत्रिय, दर्जाने देशाधिकारी आणि सत्तेने राष्ट्राधिकारी, देशाधिकारी व ग्रामाधिकारी पडल्यामुळे, मुलखातील सर्व प्रकारचे पुढारपण यांच्याकडे आले होते. आणि असले हे सर्वतो प्रकारे उच्चस्थानापन्न लोक जो अपभ्रंश बोलत तो सर्व अपभ्रंशांत श्रेष्ठतम ठरावा यात नवल कोणते? भारत वर्षातील काश्मीरपासून कन्याकुमारीपर्यंत जे जे संस्कृतप्राकृत नाटककार होऊन गेले, त्यांनी उच्च दर्जाच्या पात्रांच्या तोंडी महाराष्ट्री भाषा घातलेली जी आढळते, तिचे कारण ही महाराष्ट्री भाषा द्रव्यबल, मनुष्यबल व सत्ताबल अशा विविध बलांनी समलंकृत अशा उच्चवर्णाच्या क्षत्रियरट्टांची भाषा होती."

राजवाडे असाही तपशील सांगतात,

"मानव्य, हैहय, भोज, यादव, नल, कदंब, मौर्य, चालुक्य इत्यादी शेकडो गोत्रांचे रट्ट दंडकारण्यात वसत्यर्थ शिरले. शहाण्णव कुळींच्या रट्टांवरून व महारट्टांवरून सबंध देशाला महरट्टांचा देश ऊर्फ महाराष्ट्र ही संज्ञा पडली. मराठ्यांचा इतिहास म्हणजे या शहाण्णव कुळींच्या कर्तृत्वाचा दंडकारण्यातील प्रवेशाच्या आदीपासून आतापर्यंतचा इतिहास. अर्थात या रट्टांबरोबर निरनिराळ्या दीडशे प्रकारचे लोक दंडकारण्यात भारतवर्षाच्या नाना प्रदेशांतून शिरले. परंतु या सर्व लोकांचे पुढारपण रट्ट व महारट्ट यांजकडे असे... हे लोक यद्यपि भिन्नप्रांतीय, भिन्नजातीय व भिन्नवृत्तीय होते. तत्रापि, रट्टांचे तेज सर्वांवर पडून त्या सर्वांना कालांतराने महाराष्ट्रीय ऊर्फ मऱ्हाटा ही संज्ञा प्राप्त झाली."

१८

उस्ताद 'सोशल इंजिनिअरिंग'चे?

इतिहासलेखन वस्तुनिष्ठ हवे आणि त्यासाठी इतिहासलेखकाने तटस्थ व निष्पक्ष राहायला हवे, असा दंडक खुद्द राजवाडेच घालून देतात; परंतु त्यांचे स्वतःचेच लिखाण या कसोटीला उतरत नाही. त्यांनी विशिष्ट जातीचा अभिमान धरून लिहिले ही गोष्ट ल. रा. पांगारकरांसारख्या राजवाड्यांच्या चाहत्यांनाही नाकारता आली नाही. इतर जातीजमातींमधील इतिहासकारांनी त्यांच्यावर तसा आरोप करणे समजून घेता येईल; परंतु खुद्द ब्राह्मणांमधील काही पोटजातींनीही राजवाडे विशिष्ट पोटजातीचा अभिमान व पक्षपात धरून लिहितात, असा संशय व्यक्त केला, तेव्हा मामला अधिकच गंभीर झाला. ज्ञानकोशकार श्रीधर व्यंकटेश केतकरांच्या ज्ञानव्यवहारातील दबदब्याबद्दल वेगळे काही लिहिण्याची गरज नाही. केतकर राजवाड्यांचे चाहते होतेच. राजवाड्यांबद्दल त्यांना नितांत आदरभावही होता. *'गोंडवनातील प्रियंवदा,' 'ब्राह्मणकन्या'* कादंबऱ्यांमधील वैजनाथशास्त्रींचे पात्र राजवाड्यांवरूनच बेतलेले आहे. राजवाड्यांचे स्वज्ञातिपक्षपातित्व इतके ठसठशीत होते, की केतकरांनाही ते नाकारता येणार नव्हते. केतकरांनी मग अतिशय सफाईदारपणे त्याचे समर्थन करण्याचा मार्ग शोधला. 'कला, नीती आणि ऐतिहासिक सत्य' या लेखात केतकरांनी इतिहासकाराला अलिप्त राहता येत नाही, त्याला धर्मोपदेशकाचे व नीतिवेत्त्याचे काम करावे लागते, असे ठामपणे सांगितले. त्यानुसार वाचकांच्या मनात देशाभिमान निर्माण करणे हा त्याच्या कामाचाच भाग ठरतो. *'राष्ट्रातील एखाद्या विवक्षित पक्षाबद्दल, अगर वर्गाबद्दल, अगर जातीबद्दल जनतेमध्ये आदरबुद्धी उत्पन्न करून देणे, ही सर्व कार्ये नीतिविषयकच होत व वरील हेतूंनी जो ग्रंथकार लेखनास प्रवृत्त होतो, तो नीतिप्रचारकच होय,'* असा निर्णय केतकर देतात. *'ज्या पक्षाची तरफदारी इतिहासकार करतो, त्या पक्षाचे राजकीय महत्त्व इतिहासकारास वाटते म्हणून तो करतो व त्या पक्षाची*

अंगभूत, अगर मूलभूत जी तत्त्वे असतात, त्या तत्त्वांचा जय व्हावा व त्या तत्त्वांनी राष्ट्र शासित व्हावे, अशी त्या इतिहासकाराची इच्छा असते. त्यांचा पक्षाभिमान हा देशाभिमानाचा अंश होय.'

केतकरांचे हे तत्त्वाला आणि पक्षाला धरून केलेले विवेचन स्थूलमानाने मान्य करणारी मंडळी बहुसंख्येने भेटतील; परंतु केतकर आता हळूच पुढची पायरी चढतात.

> *'जो नियम एखाद्या पक्षाविषयी सांगितला, तो नियम एखाद्या जातीविषयीही करता येईल. कल्पना करा, की आज ब्राह्मणांचे अभिमानी इतिहासकार आहेत व पेशवाईदेखील आज चालू आहे, अशा प्रसंगी जे इतिहासकार ब्राह्मणांविषयी व शास्ते पेशवे असल्यामुळे विशेषतः कोकणस्थ ब्राह्मणांविषयी अधिक आदरबुद्धी वाढावी म्हणून खटपट करतील. ती खटपट शास्त्यांच्या मोठ्या उपयोगाची ठरेल. राष्ट्राच्या सर्व तऱ्हेने उन्नतीस अवश्य असे जे शासनयंत्र, त्या शासनयंत्राची स्थिरता अधिक वाढविण्यास त्यांचे लेख कारण होतील.'*

केतकरांचे हे विवेचन एका विशिष्ट कल्पनेवर अवलंबून आहे; परंतु लगेचच म्हणजे पुढच्याच परिच्छेदात कल्पनेच्या वारूवरून पायउतार होऊन केतकर लिहितात-

> *'शासनयंत्राची स्थिरता वाढविणे हे तर एक मोठे कर्तव्यकर्म आहे. आज पेशव्यांचे राज्य जरी गेले आहे, तरी ब्राह्मणांचे पौरोहित्य अजून कायम आहे व हे पौरोहित्य देशास उपयोगी पडण्याचा बराच संभव आहे. आज महाराष्ट्रातील चळवळींत ब्राह्मणांनी पुढाकार घेतल्याशिवाय त्यांस यश येणे शक्य नाही व यासाठी ब्राह्मणांमध्ये जो योग्य जात्यभिमान असेल,* तो वाढविणे व आपण कर्तृत्ववान लोकांचे वंशज आहोत, ही भावना कायम राखणे, हे कार्य एका दृष्टीने उपयुक्त व सर्व समाजहिताचे आहे आणि हे काम देखील जो इतिहासकार करील, तो अल्पदृष्टीने तरी नीतिप्रवर्तकच होय.'

'प्रभात' मासिकाच्या ऑटोबर १९१४च्या अंकात केतकरांचा हा लेख प्रसिद्ध झाला, तेव्हा त्यांच्या समोर असलेला उपयुक्त व समाजहिताचे हे काम करणारा नीतिप्रवर्तक इतिहासकार दुसरा-तिसरा कोणी नसून, राजवाडेच होते, हे वेगळे सांगायची गरज नाही.

सकृतदर्शनी केतकरांची विचारसरणी लोभसवाणी वाटते खरी; परंतु खोलवर विचार केला असता, असे दिसते, की 'उपयुक्त व सर्व समाजहिताचे कार्य' कोणते याविषयी एकाच समाजातील वेगवेगळ्या समूहांमध्ये मतभेद असू शकतात. उदाहरणच घ्यायचे म्हटले, तर राजवाडे वा केतकर यांना राजकीय स्वातंत्र्याचे जेवढे महत्त्व वाटत होते, त्यापेक्षा अधिक

ज्ञानकोशकार श्री. व्यं. केतकर राजवाड्यांचे समर्थक

महत्त्व सुधारकांना समाजसुधारणांचे वाटत होते आणि ब्राह्मणेतरांच्या मनात याविषयी ज्या कल्पना होत्या, त्यापेक्षाही वेगळ्या कल्पना अस्पृश्यांच्या मनात येणे शक्य होते.

दुसरे असे, की इतिहासकाळात इतरही जातींनी 'पौरोहित्य' गाजवलेले आहे. आपल्या पौरोहित्याचे पुनरुज्जीवन करण्याची आकांक्षा त्यांच्याही मनात जागृत होणे मानवी स्वभावाला धरूनच आहे. त्यांच्यावर ब्राह्मणांचेच पौरोहित्य त्यांच्या मनाविरुद्ध तरी लादता येणार नाही. इतकेच नव्हे, तर इतिहासकाळात मागे राहिलेल्या एखाद्या जातीला वर्तमानात अग्रेसर होण्याची आकांक्षा उत्पन्न झाली व त्यासाठी आवश्यक तेवढे प्रयत्न करण्याचीही तयारी तिने दाखवली, तर तिला कोण थोपवणार व का? आणि त्याहीपेक्षा महत्त्वाची तिसरी गोष्ट अशी, की ब्राह्मणांमधील कार्यप्रवणतेला उत्तेजना देण्यासाठी त्यांच्यात योग्य तो जात्यभिमान राजवाडे चेतवत असतील तर हरकत नाही; परंतु त्यासाठी इतर जातींचा अभिमान दुखावण्याचे काहीच कारण नव्हते. राजवाड्यांच्या हातून नेमके हेच घडले आणि त्याचे उत्तम उदाहरण म्हणजे दंडकारण्याचा महाराष्ट्र होताना झालेल्या प्रक्रियेची त्यांनी केलेली मीमांसा.

राजवाडेकृत मीमांसा ही मुख्यत्वे भाषा या प्रमाणावर आधारित आहे. इतर प्रमाणांअभावी भाषेवर भिस्त ठेवण्याशिवाय पर्याय नसतो, हे खरे असले, तरी भाषा हे निर्णायक व विश्वसनीय प्रमाण नव्हे हे लक्षात ठेवायला हवे. त्यातही परत संस्कृतसारख्या मूठभर अभिजनांच्या आणि कदाचित त्यामुळे प्रवाहीपणा संपलेल्या भाषेवर विश्वास ठेवताना फारच जपून असले पाहिजे. राजवाड्यांनी हे पथ्य पाळलेले दिसत नाही. दुसरे असे, की संस्कृत ही पुढे मुख्यत्वे धर्माची आणि त्यातही परत कर्मकांडाची भाषा म्हणून उरली. एक काळ तर असा होता, की फक्त ब्राह्मण वर्णातील पुरुषच ही भाषा बोलू शकत होते. ब्राह्मणांच्या स्त्रिया त्या त्या प्रदेशात प्रचलित असलेली प्राकृत भाषा बोलत. आता अशा भाषेत प्रतिबिंबित झालेले समाजजीवन हे ब्राह्मण पुरुषांच्या दृष्टीने पाहिले गेलेले समाजजीवन हे उघड आहे. त्यामुळेच संस्कृत भाषा हे मुख्य प्रमाण मानून केलेली इतिहासाची मांडणी ही संशयास्पद ठरते. त्यातही ही मांडणी करणारा इतिहासकार हाच मुळी केतकर म्हणतात तशा उच्च नैतिक हेतूने प्रेरित झालेला असला, तरी ब्राह्मणांचा पक्षपाती असेल, तर त्या मांडणीच्या संशयास्पदतेत अधिक भर पडते.

चातुर्वर्ण्यव्यवस्था ही वांशिकदृष्ट्या एकाच एकजिनसी समाजाची विभागणी नसून, वेगवेगळ्या वांशिक मानवसमूहांच्या एकत्रीकरणातून, वेगवेगळ्या कालखंडांतून उत्क्रांत झालेली समाजरचना आहे. ही उत्क्रांती अर्थात पुरुषसूक्ताच्या पूर्वीच पूर्ण झाली होती आणि या उत्क्रांतीचा राजवाड्यांनी रचलेला इतिहास हा पूर्णतः काल्पनिक आहे. तो तसा असणे हे अपरिहार्यच आहे; कारण त्याची भाषिक वा अन्य अशी कोणतीही साधनसामग्री उपलब्ध नाही.

एवढा इशारा देऊन आता राजवाडे ही मांडणी कशी करतात, ते पाहू.

ऋग्वेदाच्या दहाव्या मंडळातील पुरुषसूक्त हा राजवाडेकृत इतिहासाचा सर्वांत प्राचीन भाषिक प्रारंभबिंदू आहे. त्यानुसार या इतिहासाचे कालखंड पुढीलप्रमाणे होतात-

१) पुरुषसूक्तपूर्व काळ, २) पुरुषसूक्त काळ, ३) यजुःसंहिता काळ, ४) पाणिनी काळ, ५) कात्यायन काळ, ६) पतंजली काळ.

पाणिनी ते पतंजली यांच्या दरम्यानच्या काळातच कोठेतरी सूत्र आणि स्मृतिकाळ येतो. तो फारच पसरट आहे. काही सूत्रे व स्मृती कात्यायनाच्या आधीची असतील, तर काही नंतरची.

पुरुषसूक्तात प्रथमच ब्राह्मण, क्षत्रिय, वैश्य व शूद्र या चारही वर्णांचा एकत्रित असा स्पष्ट उल्लेख आलेला आहे. म्हणजेच येथपर्यंत आर्यांच्या समाजरचनेची प्रक्रिया पूर्णावस्थेस पोचली होती.

या संदर्भात आर्यांची समाजरचना असा उल्लेख केला, तरी या चारही वर्णांचा आर्य हा एकच वंश होता काय? हे चारीही वर्ण वांशिकदृष्ट्या एकाच मानवसमूहाचे वंशज होते काय?

राजवाड्यांच्या इतिहासव्यूहाच्या मुळाशी गेलो, तर आर्य ही वांशिक कॅटेगरी ठरत नाही. सगळ्यात आधी शूद्र वर्ण बाजूला पडतो. वांशिकदृष्ट्या शूद्रांचे अन्य तीन वर्णांशी काहीही नाते नाही. इतकेच नव्हे, तर मुळात त्रैवर्णिक असलेल्या आर्य समाजाने शूद्र नावाच्या वेगळ्या चौथ्या मानवसमूहाला आपल्या व्यवस्थेत नंतर सामावून घेतले व त्यामुळे मुळातील त्रैवर्ण्यव्यवस्था चातुर्वर्ण्यव्यवस्था बनली.

वेगळ्या शब्दांत सांगायचे म्हणजे चातुर्वर्ण्यव्यवस्था ही वांशिकदृष्ट्या एकाच एकजिनसी समाजाची विभागणी नसून, वेगवेगळ्या वांशिक मानवसमूहांच्या एकत्रीकरणातून, वेगवेगळ्या कालखंडातून उत्क्रांत झालेली समाजरचना आहे. ही उत्क्रांती अर्थात पुरुषसूक्ताच्या पूर्वीच पूर्ण झाली होती आणि या उत्क्रांतीचा राजवाड्यांनी रचलेला इतिहास हा पूर्णतः काल्पनिक आहे. तो तसा असणे हे अपरिहार्यच आहे; कारण त्याची भाषिक वा अन्य अशी कोणतीही साधनसामग्री उपलब्ध नाही. परंतु, कल्पनेला सुद्धा काहीतरी आधार लागतोच. राजवाड्यांकडे तो होता. संपूर्ण वैदिक वाङ्मयात वर्ण आणि

जाती यांच्याविषयी बरेच उल्लेख सापडतात; परंतु हे उल्लेख परस्परांना छेद देणारे आहेत. राजवाड्यांची दृष्टी मुख्यत्वे ऐतिहासिक असल्यामुळे त्यांनी या उल्लेखांमधील विसंगती आणि विरोध, त्यांची ऐतिहासिक कालक्रमाने मांडणी करून दूर करण्याचा प्रयत्न केला. थोडक्यात, राजवाड्यांच्या पद्धतीशास्त्राचे वर्णन ऐतिहासिक समन्वयवाद असे करता येईल. वैदिक धर्म आणि तत्त्वज्ञान यांची सुसंगत मांडणी करताना त्याला प्रमाणभूत असलेल्या वेदवाङ्मयातील विसंगतींची जाणीव आधी पूर्वमीमांसकांना आणि नंतर वेदांत्यांना झाल्यावर त्यांनी त्या विसंगतींचा परिहार करण्यासाठी समन्वयाची पद्धत शोधून काढली. राजवाड्यांनी या पद्धतीला ऐतिहासिकतेची जोड दिली आणि तेही साहजिकच आहे. त्यांना धर्म किंवा तत्त्वज्ञान सांगायचे नसून, इतिहास लिहायचा होता.

वर्णजातीसंबंधीच्या अनेक उल्लेखांपैकी एक उल्लेख चार वर्णांच्या चार वर्णांचा अर्थात रंगांचा होय. उल्लेख 'वर्ण' या शब्दाच्या रंग या रूढ अर्थावर अवलंबून आहे, हे वेगळे सांगायची गरज नाही. राजवाड्यांच्या इतिहासलेखनात वर्ण या शब्दाच्या रंगवाचक अर्थाला अत्यंत महत्त्व आहे.

राजवाड्यांच्या काल्पनिक इतिहासानुसार ब्राह्मण नावाचा एक शुक्लभास्वर (गौर म्हणता येईल असा) वर्णाचा देवधार्मिक मनोरचनेचा, आत्मानात्मविचाराचा हव्यास असणारा वर्ण होता. तो मूळ भारतीय नव्हेच. त्याची गाठ पामीरच्या पठारावर वर्णाने लाल अशा दुसऱ्या लोकांशी पडली. हे *'रक्तवर्ण लोक शौर्याने सिंहासारखे, क्रौर्याने लांडग्यासारखे, कजाखीने कुक्कुटाप्रमाणे, सोशीकपणे कुत्र्यासारखे असून, डोक्याने किंचित मंद असत.'* हेच क्षत्र किंवा क्षत्रिय होत. तीव्र डोक्याचे ब्राह्मण आणि कणखर मनगटाचे क्षत्रिय यांच्यापुढे शत्रूचा पराभव होऊन यांच्या म्हणजे ब्रह्मक्षत्राचा सर्वत्र विजय झाला. हे वर्ण तसे एकत्र असले, तरी त्यांच्यात बेटी-व्यवहार अत्यल्प असे. राजवाड्यांच्या मते आपली वर्णशुद्धी राखण्यासाठी ब्राह्मणांचाच तसा जास्त कटाक्ष होता. *'या ब्राह्मणक्षत्राची लवकरच पिवळ्या रंगाच्या तिसऱ्या एका टोळीशी गाठ पडली. त्या टोळीतील लोक कृषी, पशुपाल्य व वाणिज्य करण्यात कुशल असून, स्वास्थ्याच्या काळात ब्रह्मक्षत्रांहून जास्त पटाईत असत; परंतु डावपेचांच्या व ठोकाठोकीच्या कामात पंगू असत. या पंगू; परंतु द्रव्योत्पादक टोळीला ब्रह्मक्षत्रांनी विश् हे नाव ठेवले.'* (हा झाला वैश्य वर्ण.) आणि त्यामुळे त्रैवर्ण्यव्यवस्था पूर्ण झाली.

शुक्लवर्ण ब्राह्मण आणि रक्तवर्ण क्षत्रिय यांच्यात या तिसऱ्या पीतवर्णीय वैश्यांची भर पडल्यानंतरही अगोदरच्या दोघांत आणि अर्थात आता तिघांत विवाहसंबंधांचे प्रमाण अत्यल्पच राहिले व त्यामुळे या तिघांची व त्यातल्या त्यात ब्राह्मणांची वंशशुद्धी बऱ्याच प्रमाणात अबाधित राहिली, हे राजवाडे बजावून सांगतात.

याचाच अर्थ असा होतो, की राजवाड्यांच्या मते, आर्य हा एकात्म वंश नव्हता, तर तो तीन भिन्नवंशीय व कदाचित म्हणूनच भिन्नवर्णीय (रंगीय) टोळ्यांचा व बहुधा समान आचारविचारांच्या धाग्याने बांधला गेलेला सांस्कृतिक लोकसमूह होता. त्याचे एकत्व हे स्वाभाविक किंवा नैसर्गिक नसून, कृत्रिम होते. पुढे 'अशा तऱ्हेने क्रमयोगेकरून विकास पावलेले हे त्रैवर्ण्य पामीर प्रदेशातून दक्षिण दिशेने उत्तरकुरू, हिरण्मय, रम्यक, इलावृत, हरिवर्ष, किंपुरुष अशा उत्तरोत्तर दक्षिणेकडील देशांतून भारतवर्ष म्हणून ज्यास पुढे म्हणू लागले त्या देशात उतरले. हिमालयापलीकडील उत्तरकुरू व उत्तरमद्र या प्रांतात असताना या त्रैवर्णिकांची कृष्णवर्ण अशा शूद्र नामक अर्धरानटी लोकांशी गाठ पडली आणि त्या लोकांना माणसाळवून त्यांना त्यांनी आपले दास्यकर्म करायला लावले. रानटी शूद्र माणसाळल्यावर त्रैवर्णिकांनी चातुर्वर्ण्य नावाची जी त्रिखंडप्रसिद्ध समाजसंस्था ती निर्माण केली. त्रैवर्णिकांनी ही चातुर्वर्ण्यसंस्था प्रथम उत्तरकुरू व उत्तरमद्र नावाच्या हिमालयापलीकडे देश होते त्यात सुरू केली. या नवीन संस्थेचे सुंदर व भव्य वर्णन ऋग्वेदातील पुरुषसूक्तात प्रथम केलेले आढळते.'

*पुरुषसूक्ता*चा अन्वयार्थ लावताना यास्क, शंकराचार्य, सायण, महर्षी दयानंद व अलीकडील पाश्चात्य पंडितांनी तो अध्यात्मशास्त्राला अनुसरून लावण्याचा प्रयत्न केलेला दिसतो. राजवाडे तो चुकीचा ठरवून राजनीतिशास्त्र आणि समाजशास्त्र यांच्या अंगाने लावू पाहतात. पुरुषसूक्तातील पुरुष ही चातुर्वर्ण्यात्मक सामाजिक संस्था असल्याचे ते सांगतात. त्याचा जीवात्मा आणि परमात्मा यांच्याशी संबंध नाही. या चातुर्वर्ण्याधिष्ठित सामाजिक व्यवस्थेची जी राज्यपद्धती तिला वैराज्य असे नाव होते. शूद्र या कृष्णवर्णीय एतद्देशीय अनार्य समाजाला या संस्थेत सामावून घेण्यात येऊन त्याला काबाडकष्टाची, अंगमेहनतीची कामे देण्यात आली. राजवाडे या संदर्भात आर्यांनी या रानटी समाजाला 'माणसाळविले' असा शब्दप्रयोग करतात. त्यामुळे एवढ्या मोठ्या लोकसमुदायाचे काय करायचे हा प्रश्न आपसूकच मिटला व उरलेल्या तीन वर्णांना आपापल्या कामावर लक्ष केंद्रित करण्यास पुरेसा अवसर मिळाल्याने *'आफ्रिकन गुलाम मिळाल्यामुळे, युरोपियन व अमेरिकन राष्ट्रांची गेल्या चारशे वर्षांत जशी अभूतपूर्व भरभराट व प्रगती झाली तशीच प्रगती उत्तरकुरूतील आर्यांची शूद्रप्राप्तीने झाली.'*

राजवाडे ज्या काळात हे लिहीत होते, त्या काळात भारतावर ब्रिटिशांचे राज्य होते व या आपल्या राज्याचे समर्थन करताना ते भारतातील व एकूणच आशिया खंडातील लोक अर्धरानटी, असंस्कृत असून, त्यांना सुसंस्कृत करण्यासाठी आम्ही येथे आलो आहोत, असे म्हणत असत. लॉर्ड किपलिंग वगैरे साम्राज्यवाद्यांनी सांगितलेले हेच ते 'सिव्हिलायझिंग मिशन' होय; पण राजवाडे आपल्या आर्यपूर्वजांना हेही समाधान मिळू

द्यायला तयार नाहीत.

त्रैवर्णिकांनी या काळ्या रंगाच्या रानटी लोकांना आपल्या व्यवस्थेत सामावून घेतले ते परोपकारबुद्धीने नसून, आपल्या कामाचा भार हलका करण्यासाठी. बरे, व्यवस्थेत सामावून घेऊनही, त्यांना अंतरावर ठेवायची योग्य ती तरतूदही त्यांनी केली होतीच. एकूण त्यांना 'सोशल इंजिनिअरिंग'मधील 'उस्तादोंके उस्ताद' म्हणायला हरकत नाही; परंतु इतिहासाचे चलन नेहमी सरळच असते, असे नाही. शेवटी हा चौथा शूद्र वर्ण त्रैवर्णिकांत घुसायचा तो घुसलाच. आपले रक्त आणि आपला रंग घेऊन घुसला! भरभराटीची व प्रगतीची किंमत त्रैवर्णिकांना चुकती करावी लागणार होती ती अशी!!

■

१९

महाराष्ट्राची महाकादंबरी

राजवाड्यांच्या मते, त्रैवर्णिकांनी शूद्रांना आपल्या समाजरचनेत सामावून घेतले, हेच त्यांचे मोठे उपकार झाले. आर्य गौरवर्णीय आणि सरळ नाकाचे तर शूद्र फेपट्या नाकाचे व काळ्या रंगाचे. *"त्यांनी झाडलोट करावी, लाकूडफाटे आणावे, बैठकबिछाना साफसूफ ठेवावा आणि धनी देईल तो तुकडा खाऊन कुत्र्याप्रमाणे घराच्या पडवीत गुराढोरांशेजारी धन्याचे हितचिंतन करीत सुखाने राहावे."*

परंतु आर्यांच्या या अभेद्य तटबंदीला जेथे पहिल्यांदा खिंडार पडले, तो कच्चा बुरूज वैश्य वर्णीयांचा होता. वैश्यांच्या कामाचा पसारा मोठा असल्यामुळे त्यांना घरात बरेच शूद्र ठेवावे लागत. त्याचा परिणाम व्हायचा तोच झाला. वैश्यांच्या "घरीदारी, शेतीहाटीत, हाटबाजारात, सर्व व्यवहार शूद्रसाहाय्याने होई. अर्थात शूद्रांतील नरमाद्यांचा वैश्यगृहातील स्त्रीपुरुषांशी एकांती लोकांशी संबंध पडे. त्यानिमित्ताने शूद्र स्त्रीपुरुषांचा वैश्य स्त्रीपुरुषांशी अधर्म्य शरीरसंबंध होई."

राजवाड्यांचा शूद्रांकडे पाहण्याचा दृष्टिकोन किती तुच्छतेचा होता, हे वरील वाक्यावरून दिसून येईल. त्रैवर्णिकांमधील सर्वांत खालच्या वर्णातील लोकांचा उल्लेख ते 'स्त्रीपुरुष' असा करतात, तर शूद्रांचा उल्लेख करताना 'नरमादी' हा शब्द प्रयुक्त करतात! त्यांचे इतिहासलेखन याच ज्येष्ठतागंडातून प्रेरित झाले आहे.

वैश्य आणि शूद्र यांच्याबाबत जे घडले तेच पुढे क्षत्रिय व शूद्र आणि ब्राह्मण व शूद्र यांच्या बाबतही घडले. ब्राह्मण पुरुष आणि क्षत्रिय पुरुष शेवटी पुरुषच! ब्राह्मणांनी त्रैवर्णिक पुरुषांना शूद्र स्त्रियांशी विवाह करण्यास रीतसर परवानगी दिली. अशा शूद्र स्त्रियांच्या पोटी जी संतती होई, तिला पित्याचाच वर्ण बहाल केला जाई. विशेष म्हणजे या प्रकाराला त्रैवर्णिकांच्या स्त्रियांनी विरोध न करता पाठिंबाच दिलेला दिसतो. राजवाडेच सांगतात,

“घरातले सर्व काम एका ब्राह्मणीच्याने आटोपत नसे. तशात विटाळपण, बाळंतपण इत्यादी अडचणींस्तव कायमची मोलकरीण गृहपत्नीला अवश्य असे. कायमचे मायेचे फुकट माणूस हाताखाली राबायला सापडावे म्हणून गृहपत्नीला त्यातल्या त्यात सपत्नीभाव लादून ब्राह्मणाला शूद्री भार्या करून देणे जास्ती सोईचे दिसे.”

यातून काय अनर्थ ओढवू लागला, हेही राजवाड्यांकडूनच समजून घ्यावे. *“ब्राह्मणाने घरात कामाचा पसारा विशेष असल्यास, जर दोनचार शूद्र स्त्रिया केल्या तर ब्राह्मणाच्या घरात शूद्र्यूत्पन्न ब्राह्मण पोरांचे केवळ पेवच फुटे. ब्राह्मणीची पोरे व शूद्रीची पोरे, अशी सर्वच पोरे ब्राह्मण म्हणून गणली जात.”*

आता या अनुलोम विवाहातून जन्मलेला ब्राह्मण पोर घरातील संस्कारांमुळे शूद्राच्या पोरापेक्षा 'बहुत श्रेष्ठतर' बनला तरी त्याच्या *“कातडीवरील मातेच्या कृष्णवर्णाची छटा कोणत्याही सहवासाने धुऊन जाण्यासारखी नसे.”* त्यामुळे आता ब्राह्मणांमध्येच *“शुक्लभास्वर वर्णाचे व कृष्ण वर्णाचे असे दोन प्रकारचे ब्राह्मण दिसू लागले. असा हा फेरबदल पाणिनीकालापर्यंत होत राहिला.”* राजवाडे खेद करतात, की *“प्रगती करण्यास स्वास्थ्य मिळावे म्हणून अर्धरानटी शूद्रांचा समावेश त्रैवर्णिकांनी चातुर्वर्ण्य निर्मून करून घेतला खरा, पण तत्प्रीत्यर्थ त्यांना पुढे भरपूर भुर्दंड भरावा लागला.”*

पाणिनीच्या काळात या काळ्या रंगाच्या ब्राह्मणांची नुसती संख्याच वाढली, असे नसून, त्यांची व गोऱ्या ब्राह्मणांची स्पर्धा होऊ लागली. राजवाडे म्हणतात, की शुक्ल यजुर्वेद आणि कृष्ण यजुर्वेद यांच्यातील वाद हे खरे गोऱ्या आणि काळ्या रंगांच्या ब्राह्मणांमधील भांडण होते. वैशंपायन हा कृष्णवर्णीय ब्राह्मणांचा कैवारी होता, तर त्याचा भाचा याज्ञवल्य हा शुक्लवर्ण ब्राह्मणांचा पुरस्कर्ता होता. पुढे या दोन शाखांचे ब्राह्मण एकमेकांशी विवाहसंबंधही करीनासे झाले.

ब्राह्मणांच्या घरांत जे घडले तेच इकडे क्षत्रिय आणि वैश्य यांच्याही घरात घडत होते. तेथेही काळ्या शूद्र स्त्रियांचा प्रवेश झाला व काळी प्रजा निपजली. त्यांच्यातील काळ्या क्षत्रियांना आणि काळ्या वैश्यांना गोऱ्या क्षत्रियवैश्यांचा वरचढपणा सहन होईना. मग या तिन्ही वर्णांतील कृष्णवर्णीयांनी ब्राह्मणधर्माच्या आचारविचारांची, भाषेची, वेदांची, श्राद्धादि विधींची निंदा करायला सुरुवात केली. “शुक्लपक्षाचा द्वेष करता करता त्यांनी मूळच्या ब्राह्मणधर्माचाच द्वेष आरंभिला. ब्राह्मणांचे गुरुत्व झुगारण्याच्या उद्देशाने त्यांनी उपनयनादि क्रियांचा त्याग करून त्यांचे तोंड देखील न पाहायचा निश्चय केला. धर्मशास्त्रानुसार याचा परिणाम म्हणून हे लोक संस्कारांच्या अभावी आपापल्या वर्णांस मुकून व्रात्य झाले.” शुद्ध ब्राह्मण, वैश्य आणि क्षत्रिय एका बाजूला व असे सावित्रीपतित व्रात्य ब्राह्मण, क्षत्रिय आणि वैश्य दुसऱ्या बाजूला. यांच्यातील झगडा हा राजवाड्यांच्या

मते मुख्यतः गोऱ्या रंगाचे ब्राह्मण, क्षत्रिय, वैश्य आणि काळ्या रंगाचे ब्राह्मण, क्षत्रिय, वैश्य यांच्यामधील झगडा होता. पुराणग्रंथांच्या आधारे राजवाडे असेही सांगतात, की महावीर आणि बुद्ध हे अनुक्रमे नट व्रात्य क्षत्रिय आणि शक व्रात्य क्षत्रिय होते. त्यांनी *"स्वतंत्र अशा वेदबाह्य व चातुर्वर्ण्यविरोधी मतांची स्थापना करून व देशातील बहुतम व्रात्यांना व शूद्रांना एकजुटीत आणून शुद्ध त्रैवर्णिकांचा अथवा शुद्ध चातुर्वर्णिकांचा बीमोड करण्याचा उद्योग आरंभिला."* भरीस भर म्हणून पाणिनीकाळाच्या आधीच चार्वाकाने आपले लोकायतिक मत शूद्रांत व शूद्रोत्पन्न त्रैवर्णिकांत पसरवून ठेवले होतेच.

जैनबौद्धांनी चातुर्वर्ण्यव्यवस्था मोडून सर्वांची एक जात करण्याचा उपदेश व उद्योग आरंभला. शूद्रादी सर्व वर्णांना समजणाऱ्या प्राकृत भाषांत लिहिण्याचा व बोलण्याचा उपक्रम करून त्रैवर्णिकांच्या संस्कृत व वैदिक भाषांना काट दिला. हिंसात्मक यज्ञयागांची निंदा केली, आश्रमधर्म बंद पाडले, श्राद्धकर्म बालिश ठरवून त्रैवर्णिकांच्या वंशपरंपरेला लत्ताप्रहार केला.

व्रात्यक्षत्रियांचे आयुधजीवी गण लढाऊ असल्यामुळे शुद्ध क्षत्रियांची राज्ये त्यांनी आस्तेआस्ते आक्रमण केली. शेवटी महानंदी शैशुनाग या क्षत्रिय सम्राटाचा शूद्रागर्भोद्भव जो महापद्मनंद नामक पुत्र त्या शूद्राने मगधाचे साम्राज्यपदारोहण केले. त्याने शुद्ध क्षत्रियांचा संहार केला, असे राजवाडे विष्णू पुराणाच्या आधारे सांगतात.

या सर्व प्रकाराला राजवाडे सुलट्याचे उलटे करणारी भयंकर सामाजिक क्रांती, असे म्हणतात. आता हा सर्व प्रकार शुद्ध ब्राह्मणक्षत्रियवैश्य हे त्रैवर्णिक उघड्या डोळ्यांनी कसा पाहणार? पाणिनीच्या नंतर काळ्या शूद्र स्त्रियांशी विवाह करण्यास बंदी घालण्यात आली. अर्थात हा पर्याय व्यवहार्य नव्हताच. या बायकांची एवढी जुनी सवय आणि त्यांच्यामुळे होणारी सोय त्रैवर्णिक एकाएकी कशी सोडणार? तेव्हा सोयही कायम राहावी; परंतु त्यामुळे उत्पन्न होणारी काळी प्रजा मात्र बाहेर राहावी, यासाठी पूर्वीच्या पितृसावर्ण्याचा त्याग करून मातृसावर्ण्यपद्धती रूढ करण्यात आली. म्हणजे आता ब्राह्मण पुरुषाला शूद्र स्त्रीच्या ठायी झालेल्या संततीला ब्राह्मण वर्ण मिळणे बंद झाले. पण मग तिला शूद्र म्हणायचे का? तर नाही. ती एक वेगळीच संकर जात झाली. तिचे नाव निषाद ऊर्फ पारशव. त्याचप्रमाणे क्षत्रिय व शूद्रा यांचे अपत्य उग्र, वैश्य आणि शूद्रा यांचे अपत्य रथकार त्याचप्रमाणे ब्राह्मण आणि क्षत्रिय यांचे अपत्य मूर्धावसिक्त, क्षत्रिय आणि वैश्या यांचे अपत्य माहिष्य, व ब्राह्मण आणि वैश्या यांचे अपत्य अंबष्ठ असा हा प्रकार. ही अपत्ये वर्णबाह्य होत. त्यांचे स्थान चार वर्णांत नाही. ही जातिसंस्थेच्या रचनेची सुरुवात.

या सर्व इतिहासाचे सार राजवाड्यांच्याच शब्दांत थोडक्यात सांगावयाचे झाल्यास

"शूद्रसमावेश करून घेऊन चातुर्वर्ण्याची स्थापना उत्तरकुरूंत त्रैवर्णिकांनी

केली आणि शूद्राविवाहाचे नियमन मातृसावर्ण्याच्या कायद्याने करून चातुर्वर्णिकांनी जगभर गाजणारी जातिसंस्था नर्मदोत्तर प्रदेशात बुद्धकालीन निर्माण केली... मातृसावर्ण्याच्या पद्धतीने लखोटबंद जाती अस्तित्वात येऊन काही काळ चातुर्वर्णिक समाजात कोणतीही चलबिचल किंवा उलटापालट होण्याचे थांबले. त्यामुळे त्रैवर्णिकांना बौद्धादि पाखंडांशी एकतानतेने झगडण्यास अवकाश मिळाला."

असे असले तरी *"अशा अराजक, अधार्मिक व असत्य राज्यात व राष्ट्रात राहण्यात शोभा नाही, हे उत्कटत्वाने ज्यांच्या प्रत्ययास आले, अशा नर्मदोत्तर प्रदेशातील अनेक चातुर्वर्णिकांनी दक्षिणारण्यात वसाहती करण्याच्या निमित्ताने स्थलांतर केले."* यातील प्रमुख लोक म्हणजे माहाराष्ट्रीक होत. यांनाच महरट्ट म्हणत. हे *"महरट्ट लोक महापद्मादि दुष्ट शूद्र राजांच्या, जैनबौद्धादि पाखंडांच्या व व्रात्यशूद्रादि उत्पथांच्या जुलुमाला कंटाळून स्वधर्म, स्वराज्य व स्ववृत्ति यांचा अनुभव घेण्यास दक्षिणारण्यात बौद्धकाळाच्या प्रथम ज्वानीत म्हणजे शकपूर्व सहाशेच्या सुमारास वसाहती करण्यास शिरले."*

राजवाड्यांच्या या साऱ्या इतिहासलेखनाचा निष्कर्ष दोन शब्दांत सांगताना मी 'हिंदूंची हिजरत' असा शब्दप्रयोग केला होता. त्याची येथे आठवण करून देतो.

राजवाड्यांचा काळ हा भारतावरील ब्रिटिश साम्राज्याचा काळ होता. या काळाच्या सुरुवातीलाच युरोप खंडातील आधुनिक ज्ञानविज्ञान इंग्रजी भाषेद्वारा भारतातील नवशिक्षितांमध्ये पोहचू लागले. युरोपातील अन्य भाषांतील वाङ्मयही पोहचले. नव्या वाङ्मयप्रकारांची ओळख झाली. कादंबरी (Novel) हा त्यातलाच एक वाङ्मयप्रकार. कादंबरीच्या उगमाबद्दल वाङ्मयेतिहासकारांनी बरीच डोकेफोड केली आहे. मार्क्सवादी इतिहासकार त्याचा संबंध औद्योगिक क्रांतीनंतर अवतीर्ण झालेल्या भांडवलशाहीशी लावतात. स्वतः राजवाड्यांनी मराठी कादंबरीविषयी लिहिलेला लेख खूप गाजला होता. आजही तो आपले महत्त्व राखून आहे.

'कादंबरी' या लेखात राजवाड्यांनी कादंबरीचा उगम आणि स्वरूप यांचीही चर्चा केली आहे. यहुदी लोकांचा जुना करार ही राजवाड्यांच्या मते पश्चिम पृथ्वीवरील सर्वांत जुनी अद्‌भुत कादंबरी होय. आपल्याकडील गाणगापूरच्या नृसिंहसरस्वतींचे चरित्र- *'गुरुचरित्र'* हीही त्यांच्या ते अद्‌भुत कादंबरी होय. कोणत्याही मताचा प्रसार करायचा असेल तर अद्‌भुत कादंबरीचा जरूर उपयोग करावा, असे ते म्हणत. ते याच कारणासाठी प्रार्थना समाजालाही कादंबरीचा आश्रय घ्यायला सुचवतात. महाराष्ट्रात अद्‌भुत कादंबरीचे साम्राज्यच असल्याचेही त्यांचे निरीक्षण आहे. *"महाराष्ट्रातील अद्‌भुत कादंबऱ्या सांगणाऱ्यांचा, वाचणाऱ्यांचा व ऐकणाऱ्यांचा सपाटा काही विलक्षणच! कोणत्याही*

गोष्टीची अतिशयोक्ती करण्याचा महाराष्ट्रातील लोकांचा स्वभावच आहे; व या स्वभावाला अनुसरून अद्‌भुत कथांचाही सुकाळ महाराष्ट्रात इतर सर्व देशांपेक्षा जास्त आहे.”

राजवाडे कादंबऱ्यांचे दोन प्रकार सांगतात. एक व्यक्तिविषयक आणि दुसरा समाजविषयक. अद्‌भुत कादंबरीबरोबर वास्तविक कादंबरीचे अस्तित्वही त्यांना मान्य आहे. मात्र,

> *“समाज व संसार यांच्यात अद्‌भुत व वास्तविक यांचे नाना प्रमाणांचे मिश्रण असते. शुद्ध अद्‌भुत किंवा शुद्ध वास्तविक, असे या जगात काहीच नाही. सर्व मिश्र असाच प्रकार आहे; आणि असा जर प्रकार आहे; तर निव्वळ शुद्ध वास्तविक कादंबरी लिहू जाण्याचा आव घालणे केवळ थोतांड आहे; व थोतांड नसले तर चूक आहे. चित्रकर्माप्रमाणे कादंबरीलेखन ही कला आहे आणि चित्रांत हुबेहूब वस्तू उठवणे हे जसे अशक्य असते, पांढरे व काळे यांचे मिश्रण करून नेत्रांना हुबेहूब वस्तू दिसली, असा भ्रम पाडावयाचा असतो, तीच तऱ्हा कादंबरीचीही असते. संसारातील किंवा समाजातील जी हरतऱ्हेची कृत्ये त्यांपैकी अनेकांचा लोप करून काही तेवढी प्रामुख्याने, ती मुळात असतील त्यापेक्षा जास्त ठसठशीत अशी दाखवावयाची, हेच कादंबरीरचनेचे मुख्य रहस्य आहे.”*

कादंबरी या वाङ्मय प्रकाराचे सर्वसाधारण विवेचन करून राजवाडे समकालीन मराठी कादंबरी व कादंबरीकार यांच्याकडे वळतात. हरी नारायण आपटे हे त्यांच्या मते सर्वश्रेष्ठ मराठी कादंबरीकार होत. आपट्यांच्या कादंबऱ्या व्यक्तिविषयक असून, ते स्वतः सुधारक असल्यामुळे त्यांच्या कादंबऱ्यांमधील बरीच पात्रेही सुधारक असल्याचे राजवाडे निदर्शनास आणून देतात. हरिभाऊंच्या कादंबऱ्यांमुळे “सुधारणेचा जो हा प्रकाश पडला तो असाच पडत जावा, असे माझे मत आहे,” असे स्पष्ट करून राजवाडे पुढे सांगतात, की

> *“सुधारणेच्या या जंगम प्रेरणेला तोलून धरणारा जो उद्धारक पक्ष त्याची स्थावर मते कायम करण्याला कादंबरीद्वारा काही प्रयत्न झाले आहेत, असे दिसत नाही. अपवादाला प्रो. गोळे यांचा ‘हिंदू धर्म आणि सुधारणा’ हा एकच उत्कृष्ट ग्रंथ आहे. असो. मूळ स्थावरच जर जाग्यावर नसले तर जंगमतेचा प्रयोग कशावर करावयाचा? तेव्हा रा. आपटे यांच्या प्रगतिशील प्रयत्नांना तोलून धरण्यास स्थितिशील प्रयत्नांची जरूर आहे, अशी इशारत करून आणि या वास्तविक कादंबऱ्यांचा पुढील दहा-वीस वर्षांत स्वतंत्र उत्कर्ष व्हावा, असे इच्छून या प्रकरणाला येथेच तूर्त सोडून देतो.”*

राजवाड्यांनी हे प्रकरण ज्या मुद्द्यावर सोडून दिले, तोच घेऊन पुढे जायचे झाले तर

असे म्हणता येईल, की हा स्थावर आणि जंगम किंवा स्थिती आणि गती यांच्यातील भेद राजवाड्यांनी फ्रेंच पॉझिटिव्हिस्ट तत्त्ववेत्ता ऑगस्त कोंत यांच्याकडून उचलला आहे. कोंतने पदार्थविज्ञानाला अनुसरून समाजशास्त्राच्याही 'Social Statics' आणि 'Social Dynamics' अशा शाखा मानल्या. पहिली समाजाच्या स्थितीचा, स्थैर्याचा म्हणजेच स्थावर अवस्थेचा विचार करते, तर दुसरी समाजाच्या परिवर्तनशील, गतिमान अवस्थेचा विचार करते. आगरकरांना अनुसरणारे हरिभाऊ आपटे हे सुधारणेच्या परिवर्तन पक्षाचे होते.

समाजातील बदल रोखून धरता येत नाहीत, हे राजवाड्यांना चांगले समजत होते. अशा वेळी असे बदल गतिकीच्या ऐवजी स्थितिकीच्या पद्धतीने व्हावेत, म्हणजे समाजाच्या स्वत्वाचे रक्षण होईल, असे त्यांना वाटे. म्हणून त्यांनी स्थितिकीवर आधारित उद्धारक पद्धतीचा पुरस्कार केला. त्यांची ही उद्धारक पद्धती पारंपरिक धर्मशास्त्रावर आधारित आहे. त्यात बौद्ध, जैन, नंद, मौर्य यांच्यासारख्या वेदबाह्य पाखंडाला, संकराला स्थान नाही. पितृसावर्ण्य तर केव्हाच प्रतिबंधित झालेले. उद्धाराचे दिव्य काही पिढ्या करावे लागते. पूर्वीच एका लेखात स्पष्ट केल्याप्रमाणे खालच्या जातीतील स्त्रीचा त्या जातीच्या लगत वरच्या जातीतील पुरुषाशी विवाह करायचा. या विवाहातून झालेल्या कन्येचा परत त्याच वरच्या जातीतील पुरुषाशी विवाह करायचा. अशा विवाहाची व अपत्यांची तीन, पाच किंवा सात पिढ्या पुनरावृत्ती होत गेली म्हणजे पुरुषलिंगी अपत्याला एकदाचा वरच्या जातीत प्रवेश मिळेल, त्याचा उद्धार होईल! अर्थात या पद्धतीने स्थावर सुधारणा करण्यासाठी बराच धीर धरावा लागेल, हा भाग वेगळा. शिवाय दरम्यान या विवाहांमधून जन्मलेल्या पुरुषांचे काय करायचे, याचे उत्तर ना धर्मशास्त्रे देतात, ना राजवाडे. आणि अशा प्रकारच्या प्रयोगांचे बळी व्हायला कोण पुढे येणार? आणि कशासाठी? या प्रक्रियेचे नियमन व नियंत्रण कोण करणार? ती शेवटी एक तात्त्विक शक्यताच राहते. बोलाचा भात व बोलाचीच कढी राहते. राजवाडे हरिभाऊंच्या जंगम सुधारणेचा प्रकाश फाकण्यासाठी ज्या शुभेच्छा देतात, त्यामुळे हुरळून जायचे कारण नाही. हरिभाऊंच्या सुधारणा उच्चवर्णीयांच्या कौटुंबिक सुधारणा होत्या. त्यांचा जातिव्यवस्थेशी संबंध नव्हता.

स्वतः राजवाड्यांचा महाराष्ट्राचा इतिहास हा 'इतिहास' नसून, उद्धारक पक्षाच्या प्रचारासाठी लिहिलेली अद्‌भुत कादंबरीच आहे. हिंदूंच्या हिजरतीपर्यंतची हकिगत हा त्या महाकादंबरीचा पूर्वार्ध आहे.

■

२०

अद्‌भुत सृष्टीतील अरेरावी

वास्तविक सृष्टीत जो गुलाम असतो आणि म्हणून ज्याला सृष्टीतील उणिवांवर वास्तविक मात करता येत नाही, तो अद्‌भुताच्या सृष्टीत मनाला येईल तेवढी अरेरावी करू शकतो, हे राजवाड्यांनीच सांगितले आहे. राजवाड्यांचे इतिहासलेखन होत होते तेव्हा भारत पारतंत्र्यात होता, ब्रिटिशांचा गुलाम होता. आता या गुलामीवर मात करून आपण ब्रिटिशांच्या व युरोपियनांच्या बरोबरीचे आहोत, किंबहुना त्यांच्याहीपेक्षा श्रेष्ठ आहोत. आपली समाजरचना व त्या समाजरचनेमागील तत्त्वेही त्यांच्यापेक्षा श्रेष्ठ होती, असे दाखवण्यासाठी अद्‌भुतातील अरेरावी, हा एक मार्ग शिल्लक होता. वास्तव सृष्टीतील अपूर्णता अद्‌भुताच्या काल्पनिक सृष्टीत पूर्ण करणे कादंबरीने शक्य होते. आपले अद्‌भुत तर्काच्या कक्षेत बसेल याची खबरदारी घेताना त्याला कादंबरी न म्हणता इतिहास म्हटले म्हणजे झाले. या इतिहासात पुराणांप्रमाणे तर्काला न पटणारे जीव राजवाड्यांनी येऊ दिले नाहीत. पुराणात एखाद्या कुलाचा इतिहास सांगताना मूळ पुरुष कोणीतरी चंद्र, सूर्य अशी अतींद्रिय देवता असल्याचे सांगितले जाते, ते त्यांनी कटाक्षाने टाळले. इतकेच नव्हे तर तो आधिदैविक, आध्यात्मिक काळ आता जाऊन ऑगस्ट कोंत याचे पॉझिटिव्ह आधिभौतिक युग सुरू झाल्याचीही हाकाटी केली.

पुरुषसूक्त पूर्वकालीन इतिहास रचताना राजवाडे गोऱ्या रंगाच्या, तांबड्या रंगाच्या आणि पिवळ्या रंगाच्या माणसांच्या टोळ्यांचा उल्लेख करतात. त्या एकमेकांना भेटल्या व पुढे त्यांची एका काळ्या रंगाच्या लोकांच्या टोळीशी भेट झाली, असे सांगतात. हे अद्‌भुत नाही तर काय आहे? कोणत्याही समूहाला आपल्या संरक्षणाची, उत्पादनाची आणि सेवेची तरतूद आपली आपणच करावी लागते. देवधार्मिक आणि आत्मानात्मविचारांचा हव्यास असणारा तरतरीत डोक्याचा म्हणजे बुद्धिमान गौरवर्णाचा कोणी ब्राह्मणनामक समूह होता, असे म्हणणे हे एक मोठे 'फिक्शन'च होय. या लोकांचे बाह्य आक्रमणापासून

संरक्षण कोण करत होते? त्यांच्या खाण्यापिण्यासाठी शेती, उद्योग, व्यापार यांची गरज नव्हती काय? आणि सेवाशुश्रूषेचे काय? बरे! त्यांची गाठ दुसऱ्या रक्तवर्ण टोळीशी पडली ती कशी? म्हणजे हे गोरे लोक आपला मूळ प्रदेश सोडून कोठे चालले होते, की रक्तवर्णीय लोक तेथे आले? आणि कशासाठी? हे आणि असेच प्रश्न लाल आणि पिवळ्या टोळ्यांच्या संदर्भातही उपस्थित होतात. क्षत्रियांच्या बाबतीत डोक्याने किंचित मंद आणि वैश्यांच्या संदर्भात डावपेचांच्या व ठोकाठोकीच्या कामात पंगू, अशा उणिवा त्यांनी सांगितल्या, हे ठीक झाले. पण मग ब्राह्मणांच्या बाबतीतही त्यांना ठोकाठोकी आणि द्रव्योत्पादन यांच्यात मागासलेले, असे का म्हणू नये? 'संसारातील किंवा समाजातील जी हरतऱ्हेची कृत्ये त्यांपैकी अनेकांचा लोप करून किंवा काही तेवढी प्रामुख्याने, ती मुळात असतील त्यापेक्षा जास्त ठसठशीत अशी दाखवायची, हे कादंबरीरचनेचे मुख्य रहस्य' असल्याचे राजवाडे सांगतात, तेच ते त्यांच्या इतिहासलेखनाचेही रहस्य आहे. अगदी आदिवासींसारख्या आदिम व वन्य समूहातील लोकांमध्ये देवधर्माचा आणि आत्माअनात्म्याचा प्राथमिक स्तरावर का होईना, विचार करणारे भगत असतात. मग तसे भगतवजा ब्राह्मण तांबड्या किंवा पिवळ्या रंगांच्या टोळ्यांत का असू नयेत? त्यांना आपल्या पारलौकिकाची पर्वा नव्हती की काय? मुद्दा असा आहे, की एका गटाने बौद्धिक काम करणे तेव्हाच शक्य होते, की त्याच्या संरक्षणाची व भरणपोषणाची जबाबदारी दुसऱ्या गटांनी उचललेली असते. त्याचप्रमाणे एखादा गट इतरांच्या भरणपोषणाचे काम तेव्हाच करील जेव्हा त्याच्या धार्मिक पारलौकिक कल्याणाची जबाबदारी उचलणारे व त्याचे संरक्षण करणारे अन्य समाजगट अस्तित्वात असतात. चातुर्वर्ण्यव्यवस्था ही भिन्न भिन्न कामांत तरबेज असणाऱ्या गटांची गोळाबेरीज असण्यापेक्षा एकाच समाजातील भिन्न भिन्न कामात पटाईत लोकांची विभागणी असणे अधिक शक्य आहे. भगवद्गीतेत भगवंतांनी यालाच 'गुणकर्मविभागशः' असे म्हटले. राजवाडे भगवंताचे किंवा गीताकाराचे हे मत त्याच्या स्वतःच्या काळातील समजून त्याला पूर्वेतिहास ठाऊक नसल्याचे ठणकावून सांगतात. त्यांनी या प्रक्रियेचीच उलटापालट केलेली आहे.

वर्ण म्हणजे रंग, हा राजवाड्यांचा इतिहासलेखनाचा एक महत्त्वाचा निर्णायक घटक आहे. राजवाडे इतिहासाची रचना करत होते तेव्हाच्या भारताच्या राज्यकर्त्यांच्या कातडीचा रंग गोरा होता. या ब्रिटिश गोऱ्या लोकांच्या अन्य युरोपियन आणि अमेरिकन रंगबंधूंनी आपले राजकीय व सांस्कृतिक वर्चस्व सर्व जगभर स्थापन केले होते. इतकेच नव्हे, तर गौरवर्ण नसलेल्या इतरांना, त्यातल्या त्यात काळ्या रंगाच्या आफ्रिकन व आशियाई लोकांना ते तुच्छ लेखीत. आता त्यांच्याशी स्पर्धा करायची म्हणजे आपणही त्याच रंगाचे असले पाहिजे, अशा तीव्र 'ओरिएन्टालिस्ट' प्रेरणेतून बहुधा राजवाड्यांनी गोऱ्या टोळीचा अद्‌भुत शोध लावला असावा. भारतीयांच्या, हिंदूंच्या त्वचेच्या रंगात जवळजवळ सर्व

छटा दिसून येतात, ही उघड्या डोळ्यांना दिसून येणारी ढळढळीत वस्तुस्थिती तर नाकारता येणे शक्य नव्हते. शूद्र काळ्या वर्णाचे असतात, हेही पूर्ण सत्य नव्हे. इतकेच काय, अतिशूद्रांमध्येही गोरा आढळतोच आणि अर्थात ब्राह्मणांमध्येही काळ्या वर्णाचा आढळ डोळ्यांत भरेल इतका आहे. क्षत्रियवैश्यांमध्येही तो अर्थातच आहे. त्याचे स्पष्टीकरण करण्यासाठी राजवाड्यांनी ही रंगसंघर्षाची व रंगसंकराची अद्‌भुतकथा बनवली. त्यामुळे भारताचा आणि अर्थातच महाराष्ट्राचा सामाजिक इतिहास हा रंगांचा, रंगपालटाचा आणि रंग टिकवण्यासाठी केलेल्या प्रयत्नांचा इतिहास झाला. आपण एकदम युरोप अमेरिकेच्या इतिहासाची बरोबरी करू लागलो.

परंतु राजवाड्यांच्या सर्व बौद्धिक श्रमांवर पाणी पाडणारी बाब म्हणजे रंगांचे अद्‌भुत मिथक उभे करून त्यांनी शुद्ध बीजक्षेत्र आणि दुष्ट अथवा दूषित – अशुद्ध बीजक्षेत्र, असा जो वांशिक भेद केला तो गुणात्मक नव्हताच. शुद्ध बीजाचे चातुर्वर्णिक वा त्रैवर्णिक आर्य आणि भेसळीच्या बीजाचे वा क्षेत्राचे चातुर्वर्णिक वा त्रैवर्णिक आर्य याऐवजी जास्त शुद्ध आणि कमी शुद्ध, असा भेद त्यांना करावा लागला. ज्या भेदावर राजवाडे इतिहासाचा डोलारा उभा करू पाहतात तो भेद गुणात्मक नसून, प्रमाणाचा असेल तर कच्च्या पायावरील हा डोलारा कोसळायला फार वेळ लागणार नव्हताच.

राजवाड्यांच्या या रंगवादी भेदाभेदी दृष्टिकोनामुळे समाजात शूद्र आणि त्रैवर्णिक अशी उभी फूट पडून त्रैवर्णिकांत ब्राह्मण व क्षत्रियवैश्य इतकेच नव्हे, तर ब्राह्मणांमध्येही शुक्ल आणि कृष्ण, अशा आडव्या फुटी पडतात. ब्राह्मणेतरांसाठी राजवाड्यांचा इतिहास कुऱ्हाडीचे पाते ठरतो, तर स्वतःच्याच गोताच्या ब्राह्मणांसाठी तो कुऱ्हाडीचा दांडा बनतो.

कोणत्या का कारणामुळे होईना, राजवाड्यांनी स्पष्ट उच्चार केला नसला, तरी त्यांनी अंगीकारलेल्या पद्धतीमुळे, त्यांची स्वतःची पोटजात अधिक गौरवर्णीय असल्यामुळे सर्वांत शुद्ध आर्य रक्ताची ठरते. राजवाड्यांनी *'चित्पावनांची सामाजिक मूळ पीठिका - मध्य व सद्यःस्थिती'* नावाचा लेख लिहिलेला आहे. त्यानुसार परशुरामाने १४ आर्यवंशीय ब्राह्मणांची कोकणातील चिपळूणजवळ वसाहत केली. ते चित्पावनांचे मूळ गोत्रपुरुष. त्यांच्या संततीचा नर्मदोत्तर प्रदेशात झालेल्या गोऱ्या व काळ्या रंगांच्या ब्राह्मणांमधील सांस्कृतिक व वांशिक रंग संघर्षाशी काहीही संबंध नव्हता. इतकेच नव्हे, तर बाळाजी विश्वनाथ भट राजाराम छत्रपतींच्या मृत्यूनंतर कोकणातून घाटावर येईपर्यंत ही मंडळी इतरत्र होत असलेल्या सामाजिक घुसळणीपासून पूर्णपणे अलिप्त राहू शकली व संकराचा स्पर्शही न होऊ देता आपला शुक्लभास्वर वर्ण व पर्यायाने शुद्ध आर्यत्व अबाधित राखू शकली.

परंतु राजवाडे नेमके याच ठिकाणी, नकळत म्हणा किंवा इतिहासातील सर्वच्या सर्व तपशील आपण भरू शकतो, अशा भावनेतून म्हणा, घसरले. या मूळ चौदा गोत्रपुरुषांना

कोकणात वसवताना त्यांच्या वंशवृद्धीसाठी बायकांची तरतूद करणेही परशुरामाला अगत्य होते. कारण त्यांच्याबरोबर त्यांच्या बायका त्यांच्या मूळ ठिकाणाहून आलेल्या नव्हत्या. शकपूर्वी साधारण १२५२ या वर्षी म्हणजे तीन-सव्वातीन हजार वर्षांपूर्वी परशुरामाने या चौदा ब्राह्मणांची लग्ने जोगाईच्या आंब्याकडून - आंबेजोगाईहून तीर्थाटनासाठी कोकणात आलेल्या चौदा ब्राह्मण स्त्रियांशी लावून दिली. या चौदा दांपत्यांचा वंशविस्तार म्हणजे चित्पावन ब्राह्मणांची पोटजात होय.

राजवाड्यांच्या या विवेचनावरून चौदा ब्राह्मणांच्या चौदा पत्नी मूळ चित्पावन शाखेच्या म्हणता येत नाहीत. राजवाडे म्हणतात, त्याप्रमाणे त्या ब्राह्मण वर्णातीलच होत्या, असे गृहीत धरले, तरी त्या नर्मदेच्या पलीकडील उत्तर प्रदेशातून दंडकारण्यात वसाहत करण्यासाठी दक्षिणेत स्थलांतर केलेल्या ब्राह्मणांच्या वंशातील असणार, हे उघड आहे. हे ब्राह्मण उत्तरेत बौद्धजैन अवैदिक धर्मीय आणि नंदमौर्यादि शूद्र राजे यांच्या जाचाला कंटाळून धर्मरक्षणासाठी दक्षिणेत उतरलेल्या महाराष्ट्रिकांबरोबर त्यांचे पुरोहित म्हणून आलेले असणार, हेही तितकेच स्पष्ट आहे. ते कृष्ण यजुर्वेदी असतील तर त्यांच्या चौदा मुलींमध्ये शूद्रांच्या काळ्या रंगाचा प्रादुर्भाव लक्षणीयरीत्या झालेला असणारच. परंतु त्या शुक्ल यजुर्वेदी असल्या तरीही तो काही प्रमाणात का होईना, झालेला असणे स्वाभाविक आहे. याचा अर्थ असा होतो, की अगदी सर्वांत शुद्ध ठरलेल्या ब्राह्मणांच्या शाखेतही शूद्रांच्या व त्यांच्या काळ्या रंगाचा अंश आहेच.

मुळात उत्तरेतील सनातनधर्मीयांचा धर्मच्छळ होत असल्यामुळे त्यांनी- विशेषतः त्यांच्यातील महाराष्ट्रिक या आयुधजीवी क्षत्रिय गणाने दक्षिणेत स्थलांतर केले, हेच एक अद्‌भुत प्रकरण आहे. बौद्ध जैनादि अवैदिक धर्मांनी महाराष्ट्रिक किंवा महाराजिक गणांसारख्या खालच्या प्रतीच्या मानल्या गेलेल्या क्षत्रियांना उच्च वर्णीयांचे सर्व अधिकार दिलेले असताना आणि त्याचप्रमाणे नंदमौर्यांच्या राज्यात सुखासुखी वरचा दर्जा मिळण्याचा संभव नव्हे, खात्री असताना दक्षिणेत जाऊन परत एकदा ब्राह्मणांच्या व उच्च क्षत्रियांच्या हाताखाली नांदण्यास त्यांनी तयार व्हावे, हेच मानवी स्वभावाशी विसंगत आहे. एरवी ते आयुधजीवी अर्थात भाडोत्री सैनिकांचेच गण असल्यामुळे आपण कोणाची चाकरी करत आहोत, यामुळे त्यांना काय फरक पडणार होता? महाराष्ट्रात आल्यानंतर त्यांनी पुढे मुसलमानांच्या सैन्यातही भाडोत्री चाकरी केली, असे राजवाडेच सांगतात. मग उत्तरेत नंदमौर्यांची चाकरी करण्यात त्यांना काय अडचण होती?

राजवाड्यांच्या महाकादंबरीतील आणखी एक ठसठशीत विसंगती म्हणजे धार्मिक अत्याचार सहन न झाल्याने महाराजिकांसारखे नीच दर्जाचे क्षत्रिय स्थलांतर करतात, त्यांचे तशाच दर्जाचे काळे ब्राह्मणही पुरोहित म्हणून त्यांच्याबरोबर दक्षिणेत येतात आणि इकडे राजवाडे ज्यांना शुद्ध क्षत्रिय आणि शुद्ध ब्राह्मण मानतात ते मात्र बौद्धजैनांचा आणि

नंदमौर्यांचा जुलूम मुकाट्याने सहन करीत तेथेच भुई धरून बसतात. शुद्ध ब्राह्मणक्षत्रियांचा हाच का धर्माभिमान? नंतरच्या इतिहासातही दक्षिणेत उतरलेल्या याच कमतर महाराष्ट्रिकांनी जेव्हा इस्लामी राजवटींना आव्हान देत स्वराज्याची निर्मिती केली, तेव्हा उत्तरेतील शुद्ध रक्ताचे व वर्णाचे ब्राह्मणक्षत्रीय मुगल दरबारात बादशहापुढे तीन तीन वेळा झुकून कुर्निसात करण्यात धन्यता मानत होते.

राजवाडेकृत महाराष्ट्राच्या महाकादंबरीच्या पूर्वार्धाची समीक्षा संपवून आता उत्तरार्धाकडे वळू. या पूर्वार्धाची मांडणी व समीक्षा विस्ताराने करायचे कारण एवढेच, की या विषयावर इतक्या विस्ताराने, सुसंगतपणे आणि तितक्याच जोरकसपणे लिहिणारे राजवाडे हे पहिले आणि सर्वांत प्रभावशाली इतिहासकार होत. त्यांना टाळून पुढे जाणे म्हणजे इतिहासशास्त्राशी प्रतारणा करणे झाले असते.

जे राजवाडे स्वतःच्या वर्णातही फूट पाडून त्यात श्रेष्ठ-कनिष्ठभाव करतात, ते इतर वर्णांची पर्वा करणे शक्यच नाही. धर्मरक्षणासाठी उत्तरेतून दक्षिणेत आलेला हा माहाराष्ट्रिक गण दक्षिणेत आपली जी काही शुद्धता (व ती टिकवण्याची चाड) घेऊन आला, ती टिकवू शकला काय? तर नाही.

हे महाराष्ट्रिक विंध्याद्री ओलांडून दक्षिणेत उतरले, तेव्हा त्यांना तेथे त्यांच्यापेक्षा 'संस्कृतीहून कनिष्ठ' असे दुसरे लोक भेटले. हे लोक म्हणजे नाग. जनमेजयाने सर्पसत्र आरंभिले, तेव्हा आपला वंशसंहार टाळण्यासाठी हे नाग लोक दक्षिणेत उतरले. राजवाडे सांगतात, की *"ह्यांशी शरीरसंबंधादी मिलाफ महाराष्ट्रिकांचा होऊन आस्तेआस्ते महाराष्ट्रिक व नाग यांच्या मिश्रणातून एक नवीन राष्ट्र उत्पन्न होत होते. हे नवीन राष्ट्र म्हणजे ज्यांना महरट्टे, म्हराटे, मराठे म्हणतात, ते शक पाचशेच्या सुमारास मराठे म्हणून ज्यांना म्हणतात, ते लोक महाराष्ट्रिक व नाग यांच्या हजारपाचशे वर्षांच्या संगमापासून महाराष्ट्रात निपजले."*

स्वधर्माचे रक्षण करण्यासाठी परप्रदेशात स्थलांतर करून वसाहती करणाऱ्या या माहाराष्ट्रिकांबद्दल राजवाड्यांना कवडीची कृतज्ञता नाही. त्यांच्यात स्वतंत्र राज्य उभारण्याची, कलाकौशल्य दाखवण्याची पात्रता मुळीच नव्हती. राजकीयदृष्ट्या ते प्राथमिक स्तरावर होते. उच्चक्षत्रिय राजांची सेवा करणे, हेच काय ते त्यांचे काम.

> *"महाराष्ट्रिकांनी वसाहती केल्या म्हणजे उत्तरेकडील बलिष्ठ व कर्ते क्षत्रिय येऊन त्यांच्या वसाहतींवर आयतेच अधिराज्य करीत. संस्कृतीने कनिष्ठ दर्जाच्या कोंबडीने अंडी घातली म्हणजे वरिष्ठ संस्कृतीच्या गांवंढ्याने त्यापैकी काही खाल्ली असता कोंबडीचे जसे काहीच बिघडत नाहीसे दिसते, ती अंडी घालण्याचे काम चालूच ठेवित्ये, त्याचप्रमाणे महाराष्ट्रिकांनी वसाहती घातल्यावर त्यातून कर घेण्याचे काम अधिराज येऊन हलकेच करीत व नवीन वसाहती वाढविण्याचे मेहनतीचे व*

सोशीकपणाचे काम महाराष्ट्रिक चालू ठेवीत."

सातवाहन, शिलाहार, चालुक्य, राष्ट्रकूट, यादव हे राजवाड्यांच्या कादंबरीतील अधिराज ऊर्फ नायक होत.

राजवाड्यांच्या म्हणण्याप्रमाणे स्थानिक नाग स्त्रियांशी विवाहादी संबंध करण्यात माहाराष्ट्रिकांचे यजुर्वेदी ब्राह्मण पुरोहितही मागे नव्हते. केवळ भाषिक पुराव्यावरून राजवाडे असेही विधान करतात, की *"महाराष्ट्रिकांत नागवंशाचे प्रमाण एकास दीड, असे आहे."*

> *"हे मराठे लोक क्षत्रिय खरे; परंतु रामकृष्णजनकादिक आत्मानात्मविचार करणाऱ्या व साम्राज्ये चालविणाऱ्या थोर क्षत्रियांचे हे साक्षात वंशज नव्हते. रामकृष्णादिकांच्या काळच्या काही कम सुधारलेल्या आयुधजीवी क्षत्रियांचे व नागांचे हे मुख्यत्वे करून वंशज होत... त्यांना धड आर्य ऐतिह्यही माहीत नव्हते, धड बौद्ध ऐतिह्यही माहीत नव्हते. आणि नागांच्या वन्य धर्मात मुळी ऐतिह्यच नव्हते. त्या काळी मराठे म्हणजे आडमुठ्यांचा अव्यवस्थित जमाव होऊन बसला होता. निश्चित देव नाही, निश्चित धर्म नाही. अक्षर नाही, असे हे लोक राज्यकर्त्यांच्या व देवाब्राह्मणांच्या अखंड पराभवाला कारण होऊन गेले. जो खायला देईल, त्याच्या बाजूने लढावयाचे, एवढाच एक त्यांचा धंदा राहिला. आज चालुक्यांच्या बाजूने लढले. उद्या राष्ट्रकूटांच्या तैनातीत शिरून चालुक्यांना पाडिले. पर्वा यादवांची पाइकी स्वीकारून चालुक्यांचा धुव्वा उडविला आणि शेवटी मुसलमानांचे बंदे बनून यादवांचे उच्चाटन केले. असा हा मराठा क्षत्रियवर्ग अजाणतेपणे देशात राजकीय अस्वस्थतेला कारण झाला होता."*

चालुक्य राष्ट्रकूट यादवांप्रमाणे भोसलेसुद्धा या मराठ्यांपैकी नव्हते, असे राजवाडे आवर्जून सांगतात. शहाजी-शिवाजीसह ही सारी मंडळी उत्तरेकडील उच्च क्षत्रिय. येथील स्थानिक मराठे म्हणजे नागमहाराष्ट्रिकोत्पन्न कमअस्सल क्षत्रिय. ते राज्यकर्ते होऊच शकत नाहीत. राजवाड्यांच्या अद्‌भुत कादंबरीत एकदा सातवाहन नावाचे शूद्र राज्यकर्ते झाले, तर एकदा चित्पावन ब्राह्मणांनीही राज्य केले. मराठ्यांनी कामकरी मुंग्यांप्रमाणे फक्त राबायचेच काम करावे!

शेवटी मुसलमानांचे बंदे बनून या मराठा क्षत्रियांनी यादवांचे उच्चाटण केले हे विधान राजवाडे कशाच्या आधारे करतात हे समजत नाही. अल्लाउद्दिन खिलजीचा सेनापती मलिक काफूर पहिल्यांदा यादवांच्या देवगिरीवर स्वारी करून आला. त्याच्या सैन्यात कोणी मराठा क्षत्रिय असल्याची गंधवार्ताही इतिहासाला नाही. राजवाड्यांच्या घसरण्याला मर्यादा नाही हेच खरे!

■

२१

इतिहासाचे राजकारण

बौद्ध धर्माने प्रभावित शूद्र राजांच्या राजवटीत आपल्या धर्माचे पालन व्यवस्थितपणे करता येत नाही म्हणून महाराजिक गणाने इतर अशाच समविचारी आयुधजीवी गणांच्यासह दक्षिणेत स्थलांतर केले. आता या मंडळींचा वैदिक धर्माभिमान इतका जाज्वल्य असेल, तर त्यांनी इसवीसनाच्या तेराव्या शतकात स्थापन झालेल्या इस्लामी राजवटीला कोणता प्रतिसाद देणे अपेक्षित होते, असा प्रश्न निश्चितच उचित ठरेल. त्यांची हीच मानसिकता कायम असेल तर त्यांनी या राजवटीतही असेच स्थलांतर करायला हवे होते. त्यांनी तसे केल्याचे आढळत नाही. त्याची कारणमीमांसा केली, तर राजवाड्यांची मांडणी शृंगापत्तीत सापडते. एक तर ते स्वतः समजतात त्याप्रमाणे इस्लामी राजवटीत वैदिकांचे धर्मजीवन धोक्यात आले नव्हते. (पण मग त्यांच्याच चौकटीत शिवाजी महाराजांचे स्वराज्य अनावश्यक वा निरर्थक ठरते.) किंवा ते या स्थलांतरितांचा स्वधर्माभिमान ते समजतात तितका जाज्वल्य नव्हता. पण मग त्यांच्या स्थलांतराचे कारण दुसरेच काहीतरी असले पाहिजे.

परंतु आपल्या कादंबरीलेखनाला इतिहासाच्या चिरेबंदी चौकटीत बसवणारे राजवाडे कच्च्या गुरूचे चेले नव्हते. ते असे म्हणतील- महाराष्ट्रिकांचा गण बौद्ध काळाच्या भर ज्वानीत जितका धर्मनिष्ठ होता, तितका तो इस्लामी राजवटीत राहिला नाही. कशामुळे असे विचाराल, तर अर्थातच त्यांच्यात झालेल्या त्यांच्यापेक्षा कमतर संस्कृतीच्या नागांच्या दीडपट भेसळीमुळे. महाराष्ट्रिकांमध्ये स्वधर्माचा जितका अभिमान होता, त्यापेक्षा तो त्यांच्या आणि नागांच्या मिश्रणापासून झालेल्या मराठ्यांमध्ये कमीच असणार. मराठे जरी नागांपेक्षा सांस्कृतिकदृष्ट्या वरच्या पायरीवरील होते, तरी महाराष्ट्रिकांच्या मानाने त्यांची इयत्ता खालचीच. अतएव धर्मनिष्ठाही कमीच. ते फार तर मुसलमानांची चाकरी करता करता उत्तरेतील एखादा उच्च क्षत्रिय येऊन आपली मुक्तता करील, या आशेवर दिवस कंठणार!

तेव्हा मुळात या नागांच्या प्रकरणाचाच छडा लावला पाहिजे आणि त्यासाठी फार दूर

जाण्याचीही गरज नाही. दस्तुरखुद्द राजवाड्यांनीच १९०९मध्ये साताऱ्याच्या 'इतिहाससंग्रहात' *'कोकण व नागलोक'* हा लेख लिहून अभ्यासकांना उपकृत करून ठेविले आहे.

श्रीहर्षाने *'नागानंद'* नाटक लिहिले, तेव्हा नागलोक पाताळात किंवा रसातलात राहत असल्याची समजूत होती. पाताळाजवळच तल नावाचा प्रदेश होता व तो मलयपर्वत आणि गोकर्ण यांना जवळ होता. नागलोकांचा राजा वासुकी याची राजधानी भोगवती, उपरोक्त प्रदेशांप्रमाणेच पश्चिम समुद्रालगत दक्षिण दिशेला होती. नागद्वीप नावाचा प्रदेश भारताच्या नऊ विभागांपैकी होता व तो वारुण्यद्वीपाच्या लगत दक्षिणेला होता. पश्चिम समुद्राकडील या प्रदेशाला स्थूलमानाने महीतल असे नाव होते. याच प्रदेशाच्या काही भागाला पुढे अपरान्त असे नाव पडले. इंद्राचा सारथी मातली, आपल्या कन्येसाठी वरसंशोधन करायला निघाला आणि बरेचसे वर नाकारत अखेर रसातलाची राजधानी भोगवती येथे येऊन तेथील चिकुर नामक राजाच्या सुमुख नामक नागपुत्राला त्याने पसंत केले. *महाभारता*च्या उद्योगपर्वाच्या एकशेविसाव्या अध्यायात रसातलातील अनेक नागकुलांचा निर्देश करण्यात आलेला आहे. त्यातील एका कुलाचे नाव कुकुण असे आहे. तेच आजचे कोकण. राजवाड्यांच्या सांगण्यानुसार, 'कोकण हे नाव त्या प्रदेशात राहणाऱ्या नागांच्या एका पराक्रमी कुलाच्या नावावरून पडले आहे.'

पुराणकथांनुसार गरुड आणि नाग हे एकमेकांचे बंधू असून, ती कश्यप ऋषीला अनुक्रमे विनता आणि कद्रू या बायकांपासून झालेली मुले होत. गरुड किंवा सुपर्णाचे आईबाप दोघेही ब्राह्मण, पण क्रूर कर्मामुळे त्यांची गणना क्षत्रियांत होत असे. त्यामुळे नागांचीही जात क्षत्रियच समजली जाई. जरत्कारू नावाच्या ब्राह्मणाने वासुकी नागाची बहीण वरली होती.

महाभारतकाळी खांडव वनात नागांची वस्ती होती. अर्जुनाची एक पत्नी उलुपी नागकन्या होती. कल्हणाच्या *'राजतरंगिणी'* ग्रंथात काश्मिरातील पुरातन नागराजांचा इतिहास येतो. तेथील नागवंश कर्कोट म्हणून प्रसिद्ध होता. या वंशातील चंद्रापीड राजाला चिनी सम्राटाने इ.स. ७२०मध्ये राजा म्हणून मान्यता देऊन त्याच्याशी सख्य जोडले होते. तो त्याच्या काटेकोर न्यायदानासाठी प्रसिद्ध होता. ललितादित्य राजा तर दिग्विजयी होता. याशिवाय पुराणग्रंथांतूनही नागराजांनी विदिशा, मथुरा, कांतिपुरी, पद्मावती येथे राज्य केल्याचे उल्लेख आहेत. पद्मावतीच्या नागराजांची नाणीही सापडतात. या राजांनी अनेक अश्वमेध यज्ञ केल्याचेही वि. वा. मिराशी सांगतात. नागांचे वाकाटक, गुप्त, परमार अशा अन्य राजघराण्यांशी वैवाहिक संबंधही होते. सेंद्रक आणि अलूप ही ऐतिहासिक राजघराणीही नागवंशीयच. हे वंश शेषवंशीय म्हणून प्रसिद्ध आहेत.

१९०९मधील उपरोक्त लेखाचा समारोप करताना राजवाडे लिहितात- *"सध्याच्या कित्येक मराठ्यांच्या अंगात, पुरातन क्षत्रिय जे नाग, त्यांचे रक्त खेळत आहे, हे*

इतिहासपरंपरेने सिद्ध आहे."

नागांविषयीच्या एवढ्या माहितीवरून तो एक प्रसिद्ध वंश होता. त्याचा देव, ब्राह्मण, क्षत्रिय, अशा सर्व प्रकारच्या महत्त्वाच्या लोकांशी संबंध असे, हे सिद्ध होते. निदान *'राधामाधवविलासचंपू'*च्या प्रस्तावनेत राजवाडे म्हणतात, तेवढा तो निकृष्ट नक्कीच नव्हता. १९०९च्या लेखात राजवाडे नागांबद्दल एकही अधिक्षेपक विधान करत नाहीत. मग १०-१५ वर्षांत काय चमत्कार घडला असावा, की राजवाडे नागांबद्दल एवढे प्रतिकूल लिहू लागले?

खरे तर त्यात चमत्कार वगैरे काही नाही. राजवाड्यांचे चरित्र अवलोकिले तर असे दिसले, की त्यांना ब्रिटिश साम्राज्यशाहीविरुद्धचे राजकारण करायचे होते. स्वातंत्र्यप्राप्तीसाठी ते उत्सुक होते आणि यासाठी लोकमान्य टिळकांचा मार्ग त्यांना योग्य वाटत होता. टिळकांच्या बदलत्या राजकारणाचा परिणाम त्यांच्या इतिहासलेखनावरही झालेला दिसतो. मुसलमानांबरोबर १९१६चा लखनौ करार करून त्यांना स्वराज्याच्या चळवळीत सामावून घेण्याच्या प्रयत्नात टिळक होते. तेव्हा राजवाडे महाराष्ट्र हा इतरांप्रमाणे मुसलमानांचाही असल्याचे म्हणू लागले. ब्राह्मणेतर चळवळ जोम धरू लागली व मराठे टिळकांच्या राजकारणापासून दुरावू लागले, तेव्हा राज्य ब्राह्मणांचे आणि मराठ्यांचे गेले आहे, ते त्यांनी मिळवायला हवे, असे ते सांगू लागले. *'राधामाधवविलासचंपू'*च्या वेळी ब्राह्मणेतर चळवळ ऐन भरात होती व स्वतः राजवाडे जशी गांधींकडे कलू लागले होते, तरी मराठे ब्राह्मणांशी संघर्ष करण्यातच धन्यता मानून गांधींकडेही वळत नव्हते. *चंपू*च्या प्रस्तावनेत राजवाड्यांनी मग मराठ्यांचा तेजोभंग करण्याची शल्यनीती अंगीकारिली व त्यासाठी महाराष्ट्राच्या इतिहासाची अद्‌भुत कादंबरी रचली. कर्णाचे सारथ्य करताना शल्य कर्णाच्या प्रदेशातील स्त्री-पुरुषांच्या वागणुकीचा वारंवार उल्लेख करतो. त्या पद्धतीने आपल्या विरोधकांवर टीका करणे राजवाड्यांना अवघड होते. राजवाड्यांनी त्यासाठी इतिहासाचे शस्त्र उपसले. 'इंद्राय स्वाहा, तक्षकाय स्वाहा' या न्यायाने मराठ्यांबरोबर त्यांचे पौरोहित्य करणाऱ्या काळ्यासावळ्या देशस्थ ब्राह्मणांवरही त्यांची वक्र दृष्टी गेल्याशिवाय राहीना. वस्तुतः चित्पावन ब्राह्मण घाट उतरून देशावर येण्यापूर्वीचा महाराष्ट्रात जे काही ज्ञानव्यवहार झाला तो याच देशस्थ ब्राह्मणांनी केलेला होता आणि त्यात यजुर्वेदी अग्रेसर होते. ज्या शाखेत मुकुंदराज, हेमाद्री, ज्ञानेश्वर असे ग्रंथकार निपजले, व्याकरणासारख्या अभ्यासकांच्या कष्टाची व सहिष्णुतेची परीक्षा पाहणाऱ्या ज्ञानशाखेत ज्यांनी पारंगतता प्राप्त केली, काशीसारख्या विद्वत्तेच्या गड्ड्यात ज्या गागाभट्टांनी धर्मशास्त्रावरील प्रभुत्वाने आपले वर्चस्व सिद्ध केले आणि सर्वांत महत्त्वाची गोष्ट ज्या रामदासांच्या जिवावर राजवाड्यांना शिवकालीन इतिहासाच्या क्षेत्रात एवढ्या उलटसुलट कोलांट उड्या मारता

आल्या, त्या सर्वांच्या कुलगोत्रांना केवळ काळ्या रंगाच्या छटेच्या आधारे कलंकित करण्याचे धाडस केवळ राजवाडेच करू जाणोत. आणखी तपशील द्यायचा झालाच तर असेही दाखवता येईल. बाळाजी विश्वनाथांनंतर देशावर आलेले चित्पावन पेशवाई बुडेपर्यंत ज्ञानव्यवहारापेक्षा राजकीय व प्रशासकीय कृत्यांतच गुंतून पडले होते. या संपूर्ण कालखंडात त्यांच्यात एकही नाव घेण्यासारखा कवी, लेखक किंवा चिंतक झाल्याचे दिसत नाही. ते ज्ञानकारणाकडे व ग्रंथरचनेकडे वळले ते राजकारण व राजकारणाशी संबंधित व्यवसायांचे दरवाजे इंग्रजी राजवटीमुळे बंद झाल्यामुळे. अर्थात तेथे त्यांनी स्वकर्तृत्वावर अव्वल दर्जा पटकावला हे कोणी नाकारू शकत नाही, हा भाग वेगळा. मुद्दा एवढाच आहे, की हा सारा पूर्वेतिहास राजवाडे सोईस्कर नजरेआड करून देशस्थ म्हणजे जणू काही ढ गोळे असे भासवण्याचा प्रयत्न करतात. आता कादंबरीकाराला एवढा 'लोप' अथवा 'अध्याहार' क्षम्यच समजला पाहिजे; नाही का?

अनुषंगाने नोंद करायची एक गोष्ट. राजवाड्यांचेच एक भक्त नाथ निफाडकर यांनी १९३६मध्ये *'राजवाड्यांची इतिहासशास्त्रमीमांसा'* या निबंधात असे म्हटले आहे, की असा प्रवाद आहे, की *"खुद्द राजवाड्यांनाही रामदास देशस्थ असल्याचे सत्य फार तापदायक होत होते."* अर्थात अशा प्रवादाला आपण किंमत देत नसल्याचा खुलासाही निफाडकर लगेच करतात. हा प्रवाद खरा असण्याची शक्यता, तो खरा नसण्याच्या शक्यतेपेक्षा अधिक आहे, हे वेगळे सांगायची गरज नाही. राजवाड्यांचे दुसरे एक चाहते ज्ञानकोशकार श्री. व्यं. केतकर 'राजवाडे यांची जीवनपद्धती' या एक मार्मिक लेखात सांगतात,

> *"राजवाड्यांस चित्पावन ब्राह्मणांचे पुरस्कर्ते समजून, किंबहुना पेशव्यांची किंवा भटशाहीची किंवा कोकणस्थशाहीची परंपरा चालविणारे हे गृहस्थ आहेत, अशी कल्पना करून त्यांच्यावर टीका होई. या प्रकारची टीका करण्यामध्ये युरोपियन, सारस्वत, कायस्थ प्रभू आणि देवरुखे यांचा उल्लेख केला पाहिजे... राजवाडे यांच्या कायस्थ प्रभुविषयक एका लेखावरून 'कोदंडाचे टणत्कार' आणि 'राजवाड्यांची गागाभट्टी' ही पुस्तके निर्माण झाली. त्यांनी 'शेणवी' या शब्दाची व्युत्पत्ती 'सैन्यपती' अशी लावून, शेणव्यांस क्षत्रिय ठरविण्याचा प्रयत्न केला, याबद्दल सारस्वतांकडून त्यांना बराच प्रसाद मिळाला आहे. सरदेसायांसदेखील मनातून असे वाटे, की राजवाड्यांनी पानिपतच्या मोहिमेचे खापर गोविंदपंत बुंदेल्यांच्या डोक्यावर फोडले आहे. कऱ्हाड्यांनी गोविंदपंतांची बाजू घेतली पाहिजे. देवरुखे प्रकरण तर अगदी ताजे आहे."*

मात्र केतकर ज्ञानव्यवहाराच्या खुलेपणाविषयी निःशंक असल्यामुळे असेही स्पष्ट करतात,

> *"राजवाड्यांच्या ग्रंथांचे पुनर्मुद्रण जेव्हा होईल, तेव्हा त्यांच्यावर होणाऱ्या टीकांपैकी निवडक टीकांचेही पुनर्मुद्रण व्हावे. राजवाड्यांविरुद्ध होणाऱ्या टीका प्रज्ञायुक्त नसतील. तथापि, कोणत्या मानसिक परिस्थितीत राजवाडे यांनी लेख लिहिले, ती समाजाची मानसिक परिस्थिती स्पष्ट करण्यास, त्यांच्यावर होणाऱ्या टीका पुन्हा छापल्या गेल्या तर उपयोगी पडतील."*

राजवाडे आणि केतकर या दोन विद्वानांमध्ये बरीच साम्यस्थळे सापडतात. 'समानशीलेषु व्यसनेषु' असेच त्यांचे वर्णन करायला लागेल. दोघांवरही विक्षिप्तपणाचा आळ घेऊन तशा दंतकथा पसरवण्यात आल्या. त्यांच्याशी आपल्याला कर्तव्य नाही. आपल्यासाठी महत्त्वाचा मुद्दा हा आहे, की दोघांनीही महाराष्ट्राच्या जडणघडणीच्या इतिहासात मोलाची भर घातली आहे. दोघेही आपापली मते परखडपणाने, कोणाचीही पर्वा न करता मांडीत. इतरांना काय वाटेल, याची त्यांनी कधी पर्वा केली नाही. दोघेही आपला सिद्धान्त त्याच्या तार्किक टोकापर्यंत नेताना मध्ये कोठेही थांबत नसत आणि आपापल्या सिद्धान्ताच्या सत्यतेविषयी ते पूर्णपणे निःशंक असत.

आणखी महत्त्वाचा मुद्दा हा, की राजवाडे सामाजिक क्षेत्रात ज्या मताचे होते, त्याच म्हणजे उद्धारक पक्षाचे केतकरही कैवारी होते. त्यांचेही लेखन याच पक्षाच्या समर्थनार्थ झालेले दिसते. राजवाड्यांप्रमाणेच केतकरांनाही चित्पावनांच्या पौरोहित्याचा म्हणजे समाजातील अग्रेसरत्वाचा सिद्धान्त मान्य होता आणि इतिहासलेखन करताना ते अग्रेसरत्व टिकवण्यासाठी करण्यात काही आक्षेपार्ह नसल्याचे किंबहुना ते नीतीचेच कृत्य असल्याचे त्यांचे मत होते. राजवाड्यांनी सुधारक पक्षाचे कादंबरीकार हरिभाऊ आपटे यांची तरफदारी करताना उद्धारक पक्षाचा कोणी कादंबरीकार नाही, अशी खंत व्यक्त केली होती. ती केतकरांनी स्वतः अशा कादंबऱ्या लिहून अंशतः का होईना कमी केली. अर्थात, त्यांना कादंबरीकार म्हणून हरिभाऊंइतकी मान्यता मिळाली नाही हा भाग वेगळा.

उद्धारक पक्षाची कादंबरी लिहायची असेल, तर तिच्या नायकत्वासाठी राजवाड्यांइतके योग्य पात्र दुसरे कोणते मिळणार? केतकरांनी हे बरोबर हेरले आणि वैजनाथशास्त्री धुळेकर या नावाने राजवाड्यांनाच नायक बनवले. पुण्यातील भारत इतिहास संशोधन मंडळ ही संस्था सरदार ख. चिं. तथा तात्यासाहेब मेहेंदळे आणि दत्तो वामन पोतदार यांना हाताशी धरून राजवाड्यांनी काढली खरी, परंतु तिचा कारभार आपल्या मताप्रमाणे चालत नाही, हे पाहून राजवाड्यांनी धुळ्याचा रस्ता धरला. तेथे त्यांना भा. वा. भटांसारखे

समानशील मिळाले व तेच शहर त्यांनी आपले 'हेडक्वार्टर' बनविले. म्हणूनच केतकरांच्या *'गोंडवनातील प्रियंवदा'* कादंबरीच्या नायकाचे नाव वैजनाथशास्त्री धुळेकर. हे धुळेकरही खरोखरच राजवाड्यांप्रमाणे विधुर आहेत.

या वैजनाथशास्त्रींवर भक्तिभाव असलेल्या शारदाबाई सोमण असतात. त्या दोघांत निर्माण होणाऱ्या भावबंधांचे वर्णनही केतकर करतात. पण आपल्या दृष्टीने ते महत्त्वाचे नाही. "राजकारणविषयक भावनेने मी इतिहासाकडे प्रवृत्त झालो" असे आत्मनिवेदन वैजनाथशास्त्री शारदाबाईंपुढे करतात, ते खरोखरच्या राजवाड्यांचेच आहे. या शास्त्रीबोवांचा राजकीय दृष्टिकोन व्यापक आणि दूरच्या पल्ल्याचा आहे. बाई त्यांना विचारतात,"जगाच्या विकासक्रमाकडे लक्ष देऊन आयुष्याचे ध्येय ठरवावे, ही बुद्धी तरी तुम्हांस कशी उत्पन्न झाली?" त्यावर बोवा खुलासा करतात,"ही बुद्धी कोकणस्थ ब्राह्मणांस स्वाभाविक आहे. कोकणस्थ ब्राह्मणांस राजकारण कोणी शिकवावयास नको." "देशातले इतर लोक म्हणजे 'आहारनिद्राभयमैथुनां'पैकी आहेत," असेही त्यांचे मत आहे. अर्थात इतरांप्रमाणे या गोष्टी कोकणास्थांकडेही आहेत. परंतु "देशाच्या पारतंत्र्याबद्दल ज्यांना काही वाटते, असे कोकणस्थांतच आहेत" अशी भर ते टाकतात. "आपले राज्य असावे, त्या राज्यात कोकणस्थांच्या हाती नेतृत्व असावे आणि त्यांनी सर्व लोकांच्या सुखासाठी राज्य चालवावे," अशी कोकणस्थांची इच्छा असल्याचा त्यांना अनुभव आहे. तसेच 'एका जातीच्या हाती अधिकार असणे हे राज्यास नाशकारक नसून बळकटी आणणारे' असल्याचाही त्यांचा दावा आहे. पुन्हा राज्य परत आणण्याच्या खटपटीस लागणारा वर्ग "मला कोकणस्थ ब्राह्मणांशिवाय दुसरा कोणताही दिसत नाही. दुसऱ्या इतर जातींस राष्ट्रांत दुय्यम पद होते व आजही ते त्यांचे आहेच. राज्य कोकणस्थांचे गेले आणि ते पुन्हा त्यांनी मिळवले पाहिजे.'

खरोखरच्या राजवाड्यांचे इतिहासलेखनही साधारणपणे याच राजकीय प्रेरणेतून झालेले दिसते. या प्रेरणेमुळे आपला महाराष्ट्रेतिहास कादंबरी होतो आहे, याचे भान त्यांना राहिले नाही. केतकरांनीही त्यांच्याच पावलांवर पाऊल टाकलेले दिसते. पण केतकर राजवाड्यांपेक्षा अधिक लवचिक आहेत.

महाराष्ट्राचे हे दोन महापंडित काही दिवस तरी राजारामशास्त्री भागवतांच्या पाठशाळेत गेले असते, तर कदाचित त्यांची भूमिका अधिक व्यापक झाली असती व त्यांच्या हातून प्रत्यक्षात झाली, त्याहून अधिक चांगली कामगिरी झाली असती.

■

२२

अद्‌भुत सृष्टीत राजवाडे

इतिहासाचार्य राजवाड्यांचे पात्र वैजनाथशास्त्री हे नाव धारण करून केतकरांच्या *'गोंडवनातील प्रियंवदा'* आणि *'ब्राह्मणकन्या'* या दोन कादंबऱ्यांमध्ये अवतीर्ण झालेले आहे. *'गोंडवनातील प्रियंवदा'*मध्ये केतकरांनी वैजनाथशास्त्री आणि शारदाबाई यांचा विवाह करून अद्‌भुत सृष्टीत राजवाड्यांचे विधुरपण संपुष्टात आणले आहे. परंतु *'ब्राह्मणकन्ये'*चे कथानक सुरू होईपर्यंतच्या काळात केव्हातरी शारदाबाईंचा मृत्यू दाखवून वैजनाथशास्त्रींना पुन्हा एकदा विधुर बनवले आहे. 'महाराष्ट्रीय विद्वानांचा मुकुटमणी', 'मोठा बुद्धिमान' आणि 'प्राचीन दुर्वास ऋषींचा अवतार' अशा विशेषणांनी मंडित होऊनच *'गोंडवनातील प्रियंवदा'*मध्ये वैजनाथशास्त्री पहिला प्रवेश करतात. हा गृहस्थ 'परोपकारी, जातीचा आणि देशाचा अभिमानी आहे' असे एक महत्त्वाचे वाक्य शारदाबाईंच्या तोंडी आहे. राजवाड्यांच्या व्यक्तित्वातील मुख्य संघर्ष या वाक्यात प्रकट झालेला आहे. एका बाजूला देशाभिमान आणि दुसऱ्या बाजूला जात्यभिमान यांच्या द्वंद्वात राजवाडे सापडलेले दिसतात. जात्यभिमानावर देशाभिमानाने मात केल्याची स्थळे क्वचित सापडतात, नाही असे नाही; पण तेथेही आपल्या जातीला अग्रेसर बनवून तिच्या माध्यमातून देशाचा उद्धार करायचा, असेच धोरण दिसते.

'गोंडवनातील प्रियंवदा' तील वैजनाथशास्त्र्यांपेक्षा *'ब्राह्मणकन्ये'*तील वैजनाथशास्त्री एकदम निराळे आहेत. खुद्द राजवाड्यांच्या आयुष्यात एवढे वैचारिक परिवर्तन घडले होते का? परिवर्तन घडले होते- निदान घडत होते- हे नक्की. परंतु ते वैजनाथशास्त्र्यांच्या संदर्भात केतकर सांगतात तसे होते, याचा पुरावा नाही. कदाचित केतकरांनी आपली स्वतःची मते त्यांच्यावर लादली असतील. *'ब्राह्मणकन्ये'*त वैजनाथांचा मृत्यू होतो. मृत्यूपूर्वी त्यांनी आपल्या बदललेल्या मतांना अनुसरून एक नवी स्मृती बनवली होती,

पण ती त्यांच्या स्वतःच्या हस्ताक्षरात नसून, अप्पासाहेब डग्गे आणि सत्यव्रत या दोन लेखनिकांकडून लिहून घेतली होती. तिच्या खर्ड्यावर त्यांची स्वतःची सही होण्यापूर्वीच ते मरण पावल्यामुळे लोक त्यावर विश्वास ठेवणार नाहीत, अशी सार्थ भीती या दोघांना वाटत होती.

आयुष्याच्या अखेरच्या पर्वात राजवाड्यांचे केतकरांशी घनिष्ठ संबंध आले होते. पुण्यात ते केतकरांच्या बंगल्याशेजारी राहत होते. असे असेल काय, की राजवाड्यांनी मृत्यूपूर्वी आपली बदललेली मते केतकरांना सांगितली? कदाचित केतकरांनी त्यांचे टाचणही करून ठेवले असेल परंतु ही मते राजवाड्यांची आहेत असे सांगण्याचे त्यांचेही धैर्य न झाल्यामुळे त्यांनी ती वैजनाथशास्त्र्यांकडून वदवली? अर्थात अशीही शक्यता आहे, की कादंबरीत ज्याप्रमाणे एखाद्या गोष्टीचा 'लोप' करता येतो त्याप्रमाणे एखाद्या गोष्टीची भरही टाकण्याची सोय असल्यामुळे केतकरांनीच ही भर टाकली.

वैजनाथशास्त्र्यांच्या बदललेल्या मतांचा नुसता उल्लेखच केतकर *'ब्राह्मणकन्ये'* त करतात असे नसून, हा बदल ते स्वतः वैजनाथशास्त्र्यांकडून वदवून घेतात. शास्त्रीबोवांच्या नव्या स्मृतीचे लेखनिक अप्पासाहेब डग्गे यांना शास्त्री मजकूर सांगतात व डग्गे यांना तो लिहून घेताना 'प्रिॲम्बल' ऐकूनच धक्का बसतो. वैजनाथशास्त्री संपूर्ण जगाची समाजघटना नव्याने करायला सिद्ध झालेले आहेत. त्यासाठी त्यांना 'ऋषिमंडल' नावाची नवी संघटना करायची आहे. डग्गे त्यांना विचारतात, "तुम्ही आपले कर्तव्य राष्ट्रापुरते धरीत होता, आणि कर्तव्य जे करावयाचे ते अस्तित्वात असलेला कोकणस्थ ब्राह्मणांचा समाज हाताशी धरून करणार होतात ना?"

यावर वैजनाथशास्त्री स्पष्ट सांगतात,"तशी माझी एकेकाळी मते होती, पण ती सोडून दिल्याला कितीतरी दिवस झाले."

वैजनाथशास्त्र्यांचा वैश्विक नवसमाज चक्क पुरुषसत्ताहीन मातृसत्ताक कुटुंबपद्धतीवर आधारित असणार आहे आणि तो सार्वराष्ट्रीय आहे. या समाजाच्या स्थापनेच्या कार्याचा आरंभ करण्यासाठी ते "सर्व अविवाहित राहिलेल्या व वैधव्यात असलेल्या स्त्रियांस स्पष्ट सांगत आहे(त), की त्यांनी जर एक होऊन पितृसत्ताक कुटुंबपद्धतीविरुद्ध बंड केले, तर ते अधर्म न होता उच्चतर धर्म होईल." शास्त्रीबोवा स्त्रियांच्या अविवाहित अवस्थेतील मातृत्वाचेही समर्थन करतात.

वैजनाथशास्त्र्यांमधील हे परिवर्तन धक्का देणारे आहे, यात संशय नाही. विशेषतः त्यांची

स्त्रियांबद्दलची व वर्णजातिसंस्थेबद्दलची मते आपल्या मतांशी मिळतीजुळती असल्याचे वाटल्यामुळे अहिताग्नी शंकरराव राजवाडे यांनी आपला *'नित्शेचा ख्रिस्तांतक आणि ख्रिस्तांतक नित्शे'* हा ग्रंथ विश्वनाथ राजवाडे यांना अर्पण केला होता. स्वतः अहिताग्नी राजवाडे सनातन वैदिक धर्माचे कट्टर अनुयायी असून, या धर्मातील तत्त्वांप्रमाणेच जर्मन तत्त्वज्ञ नित्शे स्त्रियांना कमी लेखणारा व मनुस्मृतीचा चाहता होता. इतिहासाचार्यही तसेच आहेत, अशी खात्री असल्यानेच अहिताग्नींनी हा ग्रंथ त्यांना अर्पण केला व अर्पणपत्रिकेत त्यांचा 'महाराष्ट्राचे नित्शे' असा गौरवही केला.

*'राधामाधवविलासचंपू'*च्या प्रस्तावनेत राजवाड्यांनी मराठ्यांना तुच्छ मानले होते. *'ब्राह्मणकन्या'*तील वैजनाथशास्त्री मात्र मराठ्यांविषयी काही बोलत नाहीत, परंतु राजवाड्यांची मराठ्यांविषयीची मते चुकीची असल्याचा संकेत रामराव नावाच्या कम्युनिस्ट पात्राकरवी केतकर देतात. अप्पासाहेब डग्गे रामरावांना वैजनाथ स्मृतीनुसार नवीन विचारांचा समाज स्थापन करण्याची कल्पना सांगतात, तेव्हा रामराव म्हणतात, "नवीन विचाराचा समाज स्थापन करावयाचा आणि त्याची एक निराळी जात बनवायची, या कल्पनेच्या मी विरुद्धच आहे. सर्व सुशिक्षित लोकांची निराळी जात करण्याचे कारण नाही. मराठा जातच कितीतरी व्यापक आहे. तिच्यातच सर्वांचा समावेश होईल. आज ही जात अशिक्षित असल्यामुळे हिच्यात तुम्हाला प्रवेश आवडत नाही, म्हणून तुम्ही हिच्यातून निसटू पाहत आहात. मला तर महाराष्ट्रातले सर्व जातिभेद मोडू पाहणारे लोक पुढे मराठ्यांच्याच जातीत समाविष्ट होतील असे वाटते."

छत्रपती शिवाजी महाराज यांचा महाराष्ट्राच्या राजकीय उभारणीत फार मोठा वाटा आहे. ते महाराष्ट्राचा मानबिंदू आणि मर्मस्थान आहेत. त्यामुळे महाराष्ट्रातील लोकांना काहीही करायचे असेल तर ते शिवबांच्या नावाने करण्याची जणू रुढीच पडली आहे. यातील व्यावहारिक कारण असे, की यामुळे आपण महाराजांचे कार्य पुढे चालवत आहोत आणि आपल्या कार्यात त्याचा पाठिंबा आहे, असे भासवून लोकांचा पाठिंबा मिळवता येतो. साहजिकच महाराष्ट्रातल्या अनेक चळवळी शिवरायांच्या नावाने चालवतात. असे करण्यात आपण त्यांच्या विचारांशी कितपत प्रामाणिक आहोत, त्यांच्याशी प्रतारणा तर करत नाही ना, त्यांच्या नावाचा दुरुपयोग तर करत नाही ना, असे प्रश्न स्वतःला कोणी विचारताना दिसत नाही. तसेच इतरांनाही असे प्रश्न उपस्थित करण्याची गरज भासत नाही.

इतिहासाचार्य राजवाड्यांचे पात्र वैजनाथशास्त्री हे नाव धारण करून केतकरांच्या *'गोंडवनातील प्रियंवदा'* आणि *'ब्राह्मणकन्या'* या दोन कादंबऱ्यांमध्ये अवतीर्ण झालेले आहे. पण *'गोंडवनातील प्रियंवदा'*तील वैजनाथशास्त्र्यांपेक्षा *'ब्राह्मणकन्ये'*तील वैजनाथशास्त्री एकदम निराळे आहेत.

स्वतः राजवाडेसुद्धा महाराष्ट्रातील या मुख्य प्रवाहातून स्वतःला दूर ठेवू शकले नाहीत. खरे तर राजवाडेकृत महाराष्ट्रातील समाजाच्या इतिहासाच्या मांडणीची सविस्तर चर्चा आपणास करावी लागली. त्याचे कारण म्हणजे सुरुवातीलाच स्पष्ट केल्याप्रमाणे राजवाड्यांनी मांडलेले शिवकालीन समाजरचनेविषयीचे विचार राजवाड्यांचे हे विचार १९१०मध्ये *'केसरी'*तून प्रसिद्ध झाले होते. त्यांचे हे विचार *'राधामाधवविलासचंपू'*, *'महिकावतीची बखर'* या १९२० नंतर प्रसिद्ध झालेल्या त्यांच्या संपादनांच्या प्रस्तावनांमधील विचारांना पूरकच आहेत.

शिवराज्याभिषेकाच्या सोळाव्या सार्वजनिक उत्सवाच्या वेळी व्यक्त केलेल्या या विचारात राजवाड्यांना चंपूच्या प्रस्तावनेतील रंगभेदाची बाधा झालेली दिसत नाही. भगवद्‌गीतेतील 'गुणकर्मविभागशः' म्हणजे चार वर्ण त्या त्या व्यक्तींच्या गुणकर्मानुसार निर्माण झालेले आहेत, अशी त्यांची भूमिका आहे. विष्णुपुराणातील हकिगतीला अनुसरून, गृत्समद शौनक नावाच्या राजाने ही चातुर्वर्ण्यसंस्था भारतवर्षात अनुशासिली, असे ते सांगतात. अर्थात ही रचना आर्य समाजात शेकडो वर्षे नावारूपाला येत होती. गृत्समद शौनकाने तिला कायद्याचे स्वरूप दिले एवढेच, असे सांगायलाही ते विसरत नाहीत. अपाशास्त्री राशिवडेकर या विष्णुपुराणाच्या अनुवादक पारंपरिक शास्त्र्यांनाही भगवंतांनी निर्माण केलेल्या या व्यवस्थेचा गृत्समद शौनकासारख्या मर्त्य मानवाचा संबंध कसा काय येईल, हा प्रश्न पडला. परंतु मध्यंतरीच्या काळात अव्यवस्थित झालेल्या चातुर्वर्ण्याची घडी गृत्समद शौनकाने नीट बसवली, असा खुलासा टिपेत करून त्यांनी या प्रश्नाचे उत्तर देऊन टाकले.

परंतु सगळ्यात महत्त्वाचा मुद्दा म्हणजे, राजवाड्यांच्या १९१०मधील मतानुसार, "वर्णव्यवस्थेमधील चारी वर्ण एकाच मानववंशातील होते; कित्येक अर्वाच्य पंडित म्हणतात त्याप्रमाणे श्वेत, रक्त, पीत, कृष्ण अशा भिन्न वंशांतील नव्हते. पाश्चात्त्य अर्वाच्य पंडित ऐतिहासिक आधाराच्या जोरावर हे विधान करीत नाहीत. निव्वळ कल्पनेच्या जोरावर करतात; आणि या काल्पनिक आधाराला ते काल्पनिक व्याकरणाची जोड देतात. चातुर्वर्ण्य या शब्दातील 'वर्ण' या पदाचा अर्थ ते 'रंग' असा करतात. वस्तुतः तसा अर्थ नाही. भगवंतांनी गीतेत वर्ण या पदाचा अर्थ स्पष्ट सांगितलेला आहे. 'चातुर्वर्ण्यं मया सृष्टं गुणकर्मविभागशः' असे वाक्य घालून 'वर्ण' म्हणजे 'गुणकर्म' असा व्याकरणशुद्ध अर्थ सुचविलेला आहे व तो पाणिनीय धातुपाठाला अनुसरून आहे."

चंपूच्या प्रस्तावनेत राजवाडे आपले आणखी एक मत पातळ करतात. त्याचाही उल्लेख करायला हवा. १९१३मधील *'लोकशिक्षण'* च्या अंकात राजवाड्यांच्या *'हिंदुस्थानातील आर्य लोकांचा वर्ण'* शीर्षकाचा लेख प्रसिद्ध झालेला आहे. त्यात ब्राह्मण शुक्लभास्वर रंगाचे हे मनूचे मत आणि 'शुक्लभास्वर वर्णावरून ब्राह्मण माणूस

ओळखावा' ही पतंजलीच्या व्याकरणभाष्यातील कसोटी, यावरून पतंजली आणि मनू यांच्या काळात ब्राह्मणांचा रंग शुक्लभास्वर होता, असे ते म्हणतात. 'शुक्लभास्वर' या शब्दाचे समानार्थक दोन इंग्लिश पर्याय राजवाडे देतात. पहिला 'White - brilliant' आणि दुसरा 'Clean - brilliant' हे ते अर्थ होत. यातील दुसरा म्हणजे 'Clean - brilliant' हाच अर्थ मनू व पतंजलीला अभिप्रेत असल्याचेही ते स्पष्ट करतात. शिवाय ख्रिस्तपूर्व ४१५ मधील Ktesias नामक ग्रीक वैद्याचे हिंदू लोकांचा वर्ण काळा असल्याचे मतही ते उद्धृत करतात. त्यावरूनही ब्राह्मणाचा वर्ण पांढरा समजायला अडचण येते. तेव्हा शुक्लभास्वर म्हणजे स्वच्छ लखलखीत, म्हणजे शुचिर्भूत व लखलखीत, असाच अर्थ घेणे उचित असल्याचे राजवाडे सांगतात. यम आणि अग्नी या ब्राह्मण देवतांचे रंग अनुक्रमे श्याम व ताम्र असल्याचे प्राचीन उल्लेख असल्यामुळे ब्राह्मण श्यामल व तांबडा असल्याचे ध्वनित होते, हेही त्यांना माहीत आहे, आणि दुसरीकडे महाराष्ट्रातील सर्वच जातीजमातींच्या कातडीचा रंग Black-brown किंवा Brown आहे, Black-black नाही, हे तर डोळ्यांनी दिसते, ही वस्तुस्थितीही ते मान्य करतात. या सर्व जंजाळातून मार्ग काढत ते या तात्पर्यावर स्थिरावतात, की

> "भारतीय आर्यांचा मूळचा रंग श्यामल किंवा श्यावल आहे. बर्फासारखा पांढरा कधीही नव्हता. अगदी काश्मिरातला हिंदू घेतला किंवा काफरीस्तानातला हिंदू घेतला, तरी त्याच्या कातडीचा रंग बर्फासारखा बिलकूल नसतो. श्यामल असून पांढुरकेपणाची किंचित त्याच्यावर झाक मारते. मनू, भृगू, पतंजली ही माणसे मध्य देशातील आहेत. काश्मिरातील किंवा काफरीस्तानातील नाहीत. तेव्हा त्यांच्या अनुभवाला जे आर्य आले ते प्रायः श्यावल वर्णाचे असले पाहिजेत, हे सांगावयास नको."

'भारतीय आर्यांच्या वंशाला मानवाचा सावळा वंश म्हणणे सर्वथा शास्त्रोक्त' असल्याचे राजवाडे ठासून सांगतात. राम आणि कृष्ण या दोन्ही पूज्य व प्रसिद्ध व्यक्तींचा रंग 'काळासावळा' असल्याचेही निदर्शनास आणून देतात.

राजवाडे असे स्पष्ट सांगतात, की

> "मनू जेव्हा म्हणतो, की ब्राह्मण शुक्लभास्वर रंगाचा असतो तेव्हा तो एवढेच म्हणतो, की ब्राह्मण मूळ श्याम वर्णाचा असून, शिवाय स्वच्छ लखलखीत म्हणजे शुचिर्भूत व लखलखीत असतो. मनू जेव्हा म्हणतो की क्षत्रिय तांबडा असतो तेव्हा तो एवढेच म्हणतो, की क्षत्रिय श्याम असून शिवाय धंद्याच्या साहसाने व श्रमाने ताम्रवर्णी असतो. त्याचप्रमाणे वैश्य मूळचा श्याम असून, त्याच्या बैठ्या निरुपद्रवी धंद्यामुळे त्याच्यावर

> पिवळट रंगाची छाया येते. तात्पर्य, भारतीय आर्यांचा मूळचा रंग श्यामल किंवा श्यावल आहे."

*'राधामाधवविलासचंपू'*ची प्रस्तावना लिहून होईपर्यंत हिंदुस्थानातील आर्यांनी हजारो वर्षे आपल्या पिढ्यांमधून संक्रमित केलेला मूळ श्यामल ऊर्फ सावळा रंग कोठे उडून गेला कोणास ठाऊक! तेथे ब्राह्मण वर्णाच्या शुक्लभास्वर रंगाचा अर्थ स्वच्छ लखलखीत असल्याचे मुळीच ध्वनित होत नाही आणि सावळ्या रंगाचा उल्लेखही होत नाही. आर्य नावाच्या एका वंशाच्या तीन वेगवेगळ्या टोळ्या होतात त्या वेगळ्याच. ब्राह्मणांच्या शुक्लभास्वर म्हणजे लखलखीत वर्णातून मूळ श्यामल रंग वजा केला तर ते बर्फासारख्या पांढुरया रंगाचे बनतील. तसेच महाराष्ट्रातील लोकांच्या कातडीचा सर्वसाधारण रंग Black-brown म्हणता येणारच नाही.

वस्तुतः भारतातील व अर्थातच महाराष्ट्रातील सर्व वर्णांच्या लोकांत सर्व प्रकारचे रंग आढळतात. आता ही वस्तुस्थिती वर्णावर्णांच्या संकरांकडे निर्देश करतच असेल, तर अमुक एका वर्णात तो झालाच नाही किंवा झाला असेलच तर तो अत्यल्प प्रमाणात झाला, असा आग्रह धरण्यात काय मतलब आहे? आणि त्या रंगसंकरावरून शुद्धाशुद्ध ठरवण्यात तरी काय स्वारस्य आहे?

'शुद्धाशुद्ध निवडी कैसे। मांसचर्म भिन्न नाही' असा सवाल तुकाराम महाराजांनी उपस्थित केला होता. त्यातील 'चर्म' हा निर्देश त्या चर्माच्या रंगासह घ्यावा लागणार, हे उघड आहे आणि वेगळ्या वेगळ्या चर्मरंगांचे वेगवेगळे लोक असले तरी त्यांच्यातील चैतन्य तत्त्व एकच आहे, असा साक्षात्कार होण्यासाठी डोळ्यांत घालण्यास जे अंजन लागते ते तुकोबांनी आपल्या डोळ्यांत घातले होते. *"रक्त, श्वेत, कृष्ण, पीत प्रभा भिन्न। चिन्मय अंजन सुदले डोळा॥"* राजवाड्यांच्या डोळ्यांत अंजन कोण घालणार?

■

२३

शिवकालीन महाराष्ट्रातील क्रांती

कोणाला आवडो वा न आवडो, महाराष्ट्राचे इतिहासलेखन शिवकेंद्रित राहिले आहे. ही वस्तुस्थिती एका बाजूला शिवाजी महाराजांचा मोठेपणा अधोरेखित करते हे जरी सत्य असले, तरी दुसऱ्या बाजूला तिच्यामुळे महाराष्ट्राच्या इतिहासकारांमध्ये एक अपप्रवृत्ती शिरली हे नाकारता येत नाही. ही अपप्रवृत्ती म्हणजे पहिल्यांदा आपल्या विचारसरणीला अनुकूल ठरेल, अशा रीतीने शिवचरित्राचा अन्वयार्थ लावायचा आणि नंतर एकीकडे शिवचरित्राची पार्श्वभूमी किंवा पूर्वतयारी म्हणून शिवपूर्व इतिहासाची मांडणी करायची आणि दुसरीकडे शिवोत्तर इतिहास हा शिवरायांच्या धोरणांशी सुसंगत व अनुकूल रीतीने घडला (किंवा त्यापासून बाजूला गेला) असे दाखवायचे. आता हे सर्व करायचे झाले, तर त्याची सुरुवात मुळात शिवचरित्राचीच मोडतोड करण्यापासून करावी लागणार हे उघड आहे. या इतिहासलेखन पद्धतीचा परिणाम म्हणून महाराष्ट्रातील सामाजिक दरी रुंदावली.

इतिहासाचार्य राजवाड्यांचे उदाहरण आपण पाहतच आहोत. राजवाड्यांनी शिवचरित्राची व एकूणच महाराष्ट्राच्या इतिहासाची साधने गोळा केली व इतरांनाही तसे करण्याची प्रेरणा दिली याबद्दल महाराष्ट्र त्यांचा सदैव ऋणी राहील. त्यांनी स्वतंत्र असे संपूर्ण शिवचरित्र लिहिले नाही. शिवाजी महाराजांनी त्या वेळच्या इस्लामी राजवटींना आव्हान देऊन स्वराज्य उभे केले, असे ते म्हणत असतील, तर त्यालाही हरकत घ्यायचे कारण नाही. अनेक इतिहासकार असेच समजतात आणि असे म्हणण्यासाठी हिंदुत्ववादीच असावे लागते असेही नाही; तसेच त्यामुळे शिवरायांच्या धर्मविषयक उदार धोरणाला बाधा येते असेही नाही. राजवाड्यांनी मुख्य गुंता निर्माण केला तो महाराजांच्या हिंदू धर्मविषयक विशेषतः हिंदूंच्या जातवर्णाधिष्ठित समाजरचनेविषयीच्या विवेचनातून.

राजवाड्यांसारखाच भाषिक पद्धतीचा उपयोग करून अलीकडच्या काळात प्रख्यात

अभ्यासक शरद पाटील यांनी राजवाड्यांच्या अगदी उलट निष्कर्ष काढले यात आश्चर्य नाही. हा एक प्रकारचा नेमिसिस – काव्यगत न्यायच – म्हणावा लागतो. राजवाड्यांनी अतिरिक्त महत्त्व दिलेल्या संस्कृत साधनांऐवजी पाली-मागधीतील साधनांना महत्त्व द्यावे हा काही पाटील यांचा महत्त्वाचा मुद्दा नव्हे. संस्कृत साधने ब्राह्मणी आणि बौद्ध-जैनांची प्राकृत साधने अब्राह्मणी यावरही त्यांचे संशोधन आधारलेले नाही. त्यांनी पतंजलींच्या संस्कृत व्याकरणग्रंथांना शह देत शाकटायनासारख्या अब्राह्मणी संस्कृत

कॉ. शरद पाटील

व्याकरणांकडे लक्ष वेधले; पण प्रमाणांमधील हा फरक वगळता व्युत्पत्तिशास्त्राच्या पुराव्यावर इतिहासाचा डोलारा उभा करण्याकडे राजवाड्यांप्रमाणेच पाटील यांचाही कल आहे. फरक इतकाच आहे, की राजवाड्यांनी आधी शिवाजी महाराजांच्या कामगिरीपासून महाराष्ट्राच्या प्राचीन काळाकडे वाटचाल केली. पाटील आधी प्राचीन इतिहासाच्या प्रांतात शिरले आणि नंतर शिवचरित्राकडे वळले. आपल्या इतिहास संप्रदायाला अब्राह्मणी असे नाव देण्यात त्यांना संकोच वाटला नाही. ब्राह्मणी-अब्राह्मणी या ज्ञानक्षेत्रातील 'कॅटेगरीज' असल्याचे त्यांनी स्पष्ट केलेले आहे.

पाटील मुळात मार्क्सवादी असल्यामुळे त्याच वर्तुळात प्रचलित असलेली भाषा वापरून त्यांच्या कामगिरीचे वर्णन करणे उचित ठरावे. मार्क्सने हेगेलला डोक्यावर उभे केले – उलट केले – असे म्हटले जाते. त्याचप्रमाणे पाटलांनी राजवाड्यांना डोक्यावर उभे केले असे म्हणता येईल. ज्या समाजव्यवस्थेचे शिवाजी महाराज कैवारी होते असे राजवाडे समजतात, त्या चातुर्वर्ण्य समाजसंस्थेचे महाराज वैरी असल्याचा पाटलांचा दावा आहे. वर्ग-वर्ण-जाती आणि स्त्रीदास्य यांचा अंत घडवून आणण्याची पाटलांची विचारप्रणाली आहे. राजवाडे वर्ण-जाती-व्यवस्थेचे समर्थक आणि पुरुषसत्तेचे पुरस्कर्ते असल्याचे दिसते. केतकरी कादंबरीतील काल्पनिक स्त्रीदास्यांतक राजवाड्यांचे म्हणजे वैजनाथशास्त्रींचे विचार आपण पाहिले आहेत. पाटील मात्र खरोखरच स्त्रीदास्यांताची हिरिरीने पाठराखण करतात. श्री. विजय सातपुते यांची *'महामुद्रा'* कादंबरी पाटलांच्या विचारांवर आधारित असल्याचे मानले जाते. तिच्यातील स्त्रीविषयक भूमिकेची वैजनाथशास्त्रींच्या भूमिकेशी तुलना करायला हरकत नसावी. स्त्रीदास्यांतासाठी पाटलांनी शिवरायांना एरव्ही बदनाम झालेल्या शाक्त तंत्राचा आश्रय घ्यायला लावले आहे. बौद्धादि अवैदिक पाखंडांनी

रामदासांनी सामाजिक क्रांती घडवून आणल्यावर शिवरायांनी राजकीय क्रांतीस प्रारंभ केला. चातुर्वर्ण्य समाजरचना, सनातन धर्मस्थापना आणि गोब्राह्मणप्रतिपालन ही तीन अद्‌भुत कृत्ये रामदास आणि शिवाजी महाराज यांनी अंशतः संपादिली. ती पूर्णपण संपादिली गेली असती तर महाराष्ट्राच्या, भरतखंडाच्या आणि सर्व पृथ्वीच्या इतिहासाला निराळेच रूप आले असते.

ब्राह्मणप्रधान जातिव्यवस्था खिळखिळी केल्याबद्दल राजवाड्यांना त्यांचा राग आहे, तर याच कारणामुळे ती पाखंडे पाटलांच्या प्रशंसेस पात्र ठरली आहेत. मार्क्सवादी पद्धतीनेच मांडणी करायची म्हटले, तर राजवाड्यांचे मत थेसिस, तर पाटलांचे अँटिथेसिस म्हणावे लागते; पण चमत्कार असा, की त्यांच्या मतांचा समन्वय अथवा सिंथेसिस जो खरे तर त्या दोघांच्या नंतर यायला हवा होता, दोघांच्याही अगोदरच मांडला गेला होता. तो मांडला होता भागवतांनी. म्हणजे येथे मार्क्सवादच डोक्यावर उभा राहिला म्हणायचा! थेसिस आणि अँटिथेसिस यांच्यामधील द्वंद्वावर मात करतो तो सिंथेसिस. राजवाड्यांचा 'ब्राह्मणी' शिवाजी आणि पाटलांचा 'अब्राह्मणी शिवाजी' या द्वंद्वावर मात करणारे भागवतांचे समन्वित शिवाजी महाराज महाराष्ट्रात कायमचेच उपेक्षित राहिले.

पाटलांच्या मांडणीची चर्चा नंतर केली जाईलच, तूर्त या संदर्भात एक मुद्दा मांडण्याची गरज आहे. विज्ञानाचा व्यवहार कसा चालतो आणि त्याचा विकास कसा होतो याविषयी पश्चिमेत विज्ञानाचे तत्त्वज्ञान या ज्ञानशाखेत बरीच चर्चा झाली आहे. कोणत्याही काळातील विज्ञान हे एका विशिष्ट 'पॅरेडाइम'ने नियंत्रित होत असल्याचे थॉमस कुन्ह यांनी निदर्शनास आणले. वैज्ञानिक आपापल्या बुद्धीनुसार स्वतंत्रपणे संशोधन करणारे एकांडे शिलेदार असतात हे कार्ल पॉपर यांचे मत कुन्हना मान्य नव्हते. त्यांनी वैज्ञानिक संशोधन हीही एक सामुदायिक गोष्ट असल्याचा दावा केला. समुदायातील वैज्ञानिक आपली बुद्धी आपणास हवी तशी चालवण्यास स्वतंत्र व समर्थ नसतात. आपल्या समुदायाने अंगीकारलेल्या शोधचौकटीत राहूनच त्या चौकटीचे नियम आणि संकेत पाळूनच ते संशोधन करत असतात. असे संशोधन फलप्रदही होते. नव्याने उत्पन्न होणाऱ्या समस्यांची उत्तरे प्रचलित शोधचौकटीत मिळू शकत नाहीत, असे वैज्ञानिकांच्या लक्षात येते तेव्हा एखादा प्रतिभावंत वैज्ञानिक नवी चौकट मांडतो व ती नवी चौकट जुन्या चौकटीची जागा घेते, अशी कुन्हची मांडणी थोडक्यात सांगता येईल. अशा प्रकारचे चौकटपरिवर्तन म्हणजेच वैज्ञानिक क्रांती. जशी खगोलशास्त्रात टॉलेमीच्या पृथ्वीकेंद्री शोधचौकटीची जागा घेणारी कोपर्निकसची सूर्यकेंद्री चौकट आली व क्रांती झाली. अर्थात, चौकटपरिवर्तन ही काही रोजच्या रोज घडणारी घटना नव्हे. बुद्धिनिष्ठ वैज्ञानिकांचा समुदाय नवी चौकट स्वीकारायला

सहजासहजी तयार होत नाही. जुन्या चौकटीच्या विरुद्ध जाणाऱ्या पुराव्याकडे दुर्लक्ष करत ती वाचवण्याचा त्यांचा प्रयत्न असतो.

पॉपर यांच्या विचारांमधील अतिवैयक्तिकता व कुन्ह यांच्या विचारांची अतिसामुदायिता यांना मर्यादित करून लॅकेटॉस या हंगेरियन तत्त्ववेत्त्याने 'पॅरेडाइम'ऐवजी शोध कार्यक्रम (Scientifi c Research Programme) ही संकल्पना मांडली. त्यानुसार कोणत्याही काळातील वैज्ञानिकांचा समुदाय अनेक उपपत्तींनी युक्त असा व्यापक शोधकार्यक्रम राबवत असतो. या शोधकार्यक्रमात तो बदल करतो; पण त्याचा गाभा मात्र सुरक्षित ठेवण्याचा त्याचा प्रयत्न राहतो. त्यासाठी एक संरक्षककवचही तयार केले जाते. जेणेकरून विरुद्ध पुराव्याचे वार त्याच्यापर्यंत पोचू नयेत. कार्यक्रमाचा बचाव करण्यासाठी वेळोवेळी ज्या तात्पुरत्या कल्पना सुचवल्या जातात त्यांचे हे कवच असते.

आता प्रत्यक्ष कार्यक्रम कसा अमलात आणायचा यासाठी संशोधन कोणत्या दिशेने करायचे व कोणत्या दिशा टाळायच्या याचे मार्गदर्शन करणारे सकारात्मक आणि नकारात्मक (Heuristics) कार्यक्रमाचे एक अंग बनते.

राजवाडे काय किंवा पाटील काय, व्यासंगी व मेहनती संशोधक. त्यांच्या लेखनाकडे एक शोध कार्यक्रम म्हणून पाहता येणे शक्य आहे. शोध कार्यक्रमाच्या गाभ्यामध्ये संशोधकाच्या सद्‌वस्तुविषयक धारणांचाही (Metaphysics) समावेश होतो. आता त्यांचे संशोधन नैसर्गिक विज्ञानातील नसून, सामाजिक विज्ञानातील आहे. तेव्हा त्याचा गाभा त्यांच्या Social Metaphysics ने बनलेला असणार हे उघड आहे. राजवाडे यांचा तात्त्विक दृष्टिकोन वेदांत्याचा असल्यामुळे ते नित्यवस्तुवादी होते, तर पाटलांचा कल बुद्ध-मार्क्सच्या अनित्यतावादाकडे. वर्ण-जातींनी बनलेली समाजवास्तविकता शाश्वत असणे राजवाड्यांना अधिक आवडेल, तर बौद्ध दार्शनिक धर्मकीर्तीप्रमाणे ती अशाश्वत असल्याचे पाटील ठामपणे सांगतील. या दोघांचीही गाभा मते त्यांच्या कार्यक्रमाच्या इतर अंगांवरही प्रभाव पाडणार हे उघड आहे. राजवाड्यांचा शिवाजी जातिरक्षक होणार, तर पाटलांचा जातिउच्छेदक.

आपल्या इतिहासाच्या शोधकार्यक्रमाच्या गाभ्याचे उद्‌घाटन राजवाड्यांनी *'महाराष्ट्रातील शिवकालीन समाजरचना'* या पूर्वोल्लेखित लेखातून केले. त्यांचा हा शोध कार्यक्रम *'राधामाधवविलासचंपू'*च्या व *'महिकावतीची बखर'*च्या प्रस्तावनांपर्यंत चालू होता.

तथापि, यादवांच्या काळात समाज धर्माच्या नावाखाली सुखैकपरायण व कार्यशिथील झाल्यामुळे इस्लामी आक्रमणाला बळी पडला. आलेल्या परया इस्लामी राजवटीला येथील समाजव्यवस्थेचे सोयरसुतक असण्याचे कारण नव्हते. तिच्या काळात चातुर्वण्य

पुन्हा विस्कळित झाले. वर्ण-जातींच्या कर्मांचा कमालीचा संकर झाला. कोणाचा पायपोस कुणात राहिला नाही.

या सामाजिक अराजकातून महाराष्ट्राला वाचवणे दक्षिणेतील कमतर संस्कृतीच्या क्षत्रियांना शक्यच नव्हते. ते परकीयांची चाकरी करण्यातच पुरुषार्थ मानीत होते. पुन्हा एकदा हे काम उत्तरेतील शुद्ध उच्च क्षत्रिय घराण्याला करावे लागले. हे घराणे म्हणजे अर्थातच छत्रपती शिवाजी महाराजांचे भोसले घराणे. अर्थात, इतर बरेच अभ्यासक मानतात त्याप्रमाणे राजवाडे भोसले ही शिसोदिया राजपुतांची शाखा मानत नाहीत; कारण त्यांच्या मतानुसार, राजपूत हे मुळात संकरज उग्र क्षत्रिय होत. 'भोसले' घराण्याची व्युत्पत्ती लावत ते त्याचे मूळ भोज या चांद्रवंशीय शुद्ध क्षत्रिय यादव घराण्यात असल्याचे दाखवतात.

शिवाजी महाराज चातुर्वर्ण्यव्यवस्थेचे पुनरुज्जीवन करू शकले ते काही त्यांच्या एकट्याच्या बळावर नव्हे. त्यासाठी प्राचीन काळात होते तसे ब्रह्मक्षत्रसहकार्य आवश्यकच होते. समर्थ रामदास व त्यांचे अनुयायी पुढे सरसावल्यामुळेच हे शक्य झाले. राजवाडे लिहितात,

> *'दादाजी कोंडदेवादी मंडळींनी क्षत्रियवर्ण स्वधर्मनिष्ठ करण्याचे कंकण बांधले व रामदासादी पंचकाने ब्राह्मणवर्ण बनवण्याचा भगीरथ प्रयत्न केला. रामदासी संप्रदायातील जी ब्राह्मण मंडळी, तीच महाराष्ट्रातील तत्कालीन ब्राह्मणवर्ग होय आणि सह्याद्री खोऱ्यातील शिवाजी-तानाजी मालुसऱ्यादी वीरपुरुष महाराष्ट्रातील तत्कालीन क्षत्रियवर्ण होय. देशात जे काही थोडे धर्मनिष्ठ ब्राह्मण-क्षत्रिय राहिले होते त्यांना घेऊन या नखशिखांत रामदासी ब्राह्मणांनी व दादाजी कोंडदेवी क्षत्रियांनी पुन्हा चातुर्वण्यसमाजरचना सिद्ध केली.'*

रामदासोच्चारित महाराष्ट्रधर्म हा वर्णव्यवस्था व ब्राह्मणगुरुत्व मानणारा सनातन धर्मच असल्याचे राजवाड्यांचे म्हणणे आपणास ठाऊक आहेच. हाच महाराष्ट्र धर्म शिवराज्याचा तात्त्विक पाया होय. तो रामदासांनी आधी घातला व त्यावर शिवराज्याची इमारत उभी राहिली. शिवपूर्वकालीन अव्यवस्थित समाजरचनेचे वर्णन करून राजवाडे लिहितात, 'अशा स्थितीत रामदासांना हा दुर्बल व विस्कळित समाज आढळला. हिच्यातून चातुर्वर्ण्य समाजरचना व अर्थात क्षत्रियकुलोत्पन्न राज्यस्थापना त्या बहाद्दराने निर्माण केली.' रामदासांनी 'अस्सल नखशिखांत ब्राह्मण' असलेले 'चार-पाच हजार स्त्री-पुरुष शिष्य-प्रशिष्य बारा-बारा वर्षे स्वतःच्या देखरेखीखाली ठेवून तयार केले व प्रांतोप्रांती स्थापिले.' त्यांना राजवाडे रामदासी ब्राह्मण असे म्हणतात. त्यांच्या शिकवणुकीचा योग्य परिणाम तरुण मराठ्यांवर होऊन त्यांनी परकीय सत्तेची दास्यवृत्ती सोडली व ते रामदासी बनले. या

दोन वर्णांनी गुजरात-मारवाडमधून वैश्य आणून येथे स्थापिला.

> *'येणेप्रमाणे चातुर्वर्ण्य समाजरचना रामदासांनी निर्माण केली. रामदासांनी दासपंथ काढून जे अद्भुत कृत्य केले ते हेच होय. पूर्वीच्या विस्कळित समाजात स्वधर्मनिष्ठ अशा त्रैवर्णिकांचा प्रादुर्भाव झाल्यामुळे एका सामाजिक क्रांतीचे राजकीय क्रांतीत स्वाभाविकपणे रूपांतर झाले. अस्सल चातुर्वर्णिक समाजरचना तेथे अवतीर्ण झाली... रामदासांनी सामाजिक क्रांती घडवून आणल्यानंतर शिवरायांनी राजकीय क्रांतीस प्रारंभ केला... चातुर्वर्ण्यसमाजरचना, सनातन धर्मस्थापना व गोब्राह्मण प्रतिपालन ही तीन अद्भूत कृत्ये रामदास व शिवाजी यांनी अंशतः संपादिली. ती पूर्णपणे संपादिली गेली असती, तर महाराष्ट्राच्या, भरतखंडाच्या व सर्व पृथ्वीच्या इतिहासाला निराळेच रूप आले असते.'*

राजवाडे यांच्या अद्भुत कादंबरीचा हा 'क्लायमॅक्स' म्हणायला हरकत नाही. कादंबरीलेखनासाठी करायचा तेवढा अध्याहार, लोप त्यांना करावा लागला हे उघड आहे. आवश्यक ती भरही त्यांनी टाकलीच आहे; मात्र त्यांनीच स्थल, काल आणि व्यक्ती ही ऐतिहासिक घटनेची जी त्रिपुटी सांगितली आहे, तिच्या चौकटीत हे बसत नाही. *'रामदासांनी सामाजिक क्रांती घडवून आणल्यानंतर शिवरायांनी राजकीय क्रांतीस प्रारंभ केला,'* असे तेच लिहितात. रामदासांनी भारतभ्रमण केल्यानंतर ते साधारणपणे सन १६४४च्या सुमारास महाराष्ट्रात कृष्णाकाठी उतरले व त्यांनी आपल्या कार्यास प्रारंभ केला. याच दरम्यान शिवरायांनी पुणे-मावळ भागात स्वराज्याच्या हालचाली सुरू केल्या. दहा-बारा वर्षांत त्यांचा हा उद्योग बराच पुढे गेला असणार हे उघड आहे. या काळात रामदास आपले शिष्य-प्रशिष्य तयार करत होते, असे राजवाडेच सांगतात. म्हणजे हे रामदासी ब्राह्मण सामाजिक क्रांतीचे कार्य करण्यास बाहेर पडण्यापूर्वीच शिवरायांची राज्यक्रांती अर्धीअधिक आटोपली होती.

■

२४

गुरुत्वमध्य आणि समरसता

समाजातील ज्या लोकांना आपण कमतर संस्कृतीचे अतएव तुच्छ मानतो. ते बहुसंख्य असल्यामुळे त्यांना बरोबर घेतल्याशिवाय आपले राजकारण सिद्धीस जाणार नाही, हे राजवाड्यांना उमगले होते. धरले तर चावते व सोडले तर पळते अशा परिस्थितीत चावूही नये आणि पळूनही जाऊ नये, अशा बेताने धरून ठेवण्याची राजवाड्यांची धडपड *'राधामाधव विलासचंपू'*मध्ये दिसून येते. कमतर संस्कृतीच्या नागमहाराष्ट्रीकोत्पन्न बहुसंख्य प्रजेचे नेतृत्व उच्च ब्राह्मण व उच्च क्षत्रिय या राष्ट्रधुरीणांनी करायला हवे. या त्यांच्या तत्त्वाची उलट बाजूची निष्पत्ती अशी आहे, की समाजातील बहुसंख्य प्रजेने आपली पायरी ओळखून कामकरी मुंग्यांप्रमाणे राबराब राबावे व उच्च अल्पसंख्यांनी राणी मुंगीप्रमाणे ऐश्वर्य भोगावे; हेच ते 'राजन्यत्व.'

अशा या बहुसंख्यांची उपेक्षा न करता त्यांना बरोबर घेऊन जाणे यातच आपले हित असल्याचा शहाणा व दूरदृष्टीचा स्वार्थ राजवाडे कसा सांगतात, ते पाहा.

> *"नागमहाराष्ट्रिकोत्पन्न मराठ्यांची उपेक्षा करून भागणार नाही. ते गुलाम झाले तर ब्राह्मण-क्षत्रियांना गुलाम व्हावे लागे. त्यांच्यात साथीचे रोग, दुष्काळ व अज्ञान पसरले तर ब्राह्मण-क्षत्रियांनाही त्यांच्याबरोबर उपाशी बनावे लागे व आडमुठे बनावे लागे. ते अजाणपणे जी बाजू घेत, ती बाजू विजयी होई. त्यांनी मुसलमानांची बाजू पोटाकरिता उचलली, तेव्हा यावनी सत्ता देशात प्रचलित झाली. त्यांनी शहाजीची बाजू पोटाकरिता धरली तेव्हा यवनांचा पाडाव झाला आणि शिवाजीची साथ जेव्हा त्यांनी महाराष्ट्र धर्माभिमाने केली, तेव्हा स्वतंत्र महाराष्ट्र राज्य उभारले गेले. त्यांनी चित्पावनांशी फारकत केली, तेव्हा चित्पावनी साम्राज्य लंगडे झाले.*

तात्पर्य महाराष्ट्र देशाचे गुरुत्वमध्य उपरीर्निदिष्ट चार जातींच्या (मराठा क्षत्रिय, मराठा कुणबी, शूद्र कुणबी व नागवंशी महार) ठायी आहे आणि ते म्हणतील, ती बहुत कालांतराने होईना, पण पूर्व दिशा होते.”

राजवाडे असेही सांगतात, की शहाजीशिवाजींचे नेमके हेच धोरण होते. त्यामुळेच त्यांनी *“या जातींचे साहाय्य पैदा केले आणि मराठा तेवढा मेळवावा हा सिद्धान्त रामदासांनी उच्चरवाने पुकारिला.”*

महाराष्ट्राच्या समाजकारणाचा व राजकारणाचा हा जो महासिद्धान्त राजवाड्यांनी रामदास आणि शहाशिवांवर प्रक्षेपित केला आहे, त्याला त्यांनी 'समरसता' असे गोंडस नावही दिले आहे. पण ही समरसता समतेच्या पायावर उभी नसून, उच्चनीच भावावर आधारित आहे, हे आता वेगळे सांगायला नको. *“महाराष्ट्रातील हे प्राकृत लोक महाराष्ट्र क्षत्रियांच्या व ब्राह्मणांच्या राष्ट्राचे अवयव नव्हते, फक्त परकीय कामकरी होते,”* असे राजवाडे ज्यांच्याविषयी लिहितात, त्यांच्याशी खरीखुरी 'समरसता' होणे एरवी अशक्यच होते, मग या 'राष्ट्रचालकांनी' एक युक्ती केली. *“देवगिरीय मराठी भाषेला शिष्टत्व देऊन तिच्या द्वारा उच्च आर्य संस्कृतीचा प्राकृत जनात फैलाव करण्याचा निश्चय राज्यकर्त्या ब्राह्मण-क्षत्रियांनी केला. या (म्हणजे मराठे) नव्या लोकांचे नवे राष्ट्र बनवण्याच्या उच्च संकल्प तत्कालीन परकीय महाराष्ट्र क्षत्रिय व ब्राह्मण यांच्या मनात स्वहितार्थ व स्वसंरक्षणार्थ उपरीर्निदिष्ट समरसतेच्या सिध्यर्थ आला.”*

या समरसतेची चार द्वारे ऊर्फ उपाय राजवाडे सांगतात,

> *“असंस्कृत बुद्धीच्या अव्युत्पन्न मराठ्या लोकांत राम, कृष्ण इत्यादी देवतांची भक्ती पसरविण्याकरिता अभंग, ओव्या इत्यादी छंदांत काव्यनिर्मिती शक ९०० पासून ब्राह्मण कवींनी रचिली. दुसरे द्वार ऐतिह्याचे. भारत, भागवत व रामायण प्रसंगांवर गद्यपद्य रचना करून भारतीय ऐतिह्याचे ज्ञान मराठ्यांत फैलावण्याचा उपक्रम याच काळी झाला. तिसरे द्वार वेदांताचे. शांकरीय वेदांताचा प्रसार करण्याकरिता छिंदवाड्यातील सिंद राजांचा आश्रित जो मुकुंदराज त्याने ग्रंथरचना संस्कृतात व प्राकृतात याच कालावधीत केली आणि पांचरात्रीय*

मराठी ही पदरी पडल्यामुळे पवित्र झालेली भाषा मानायची की केवळ अगतिकतेपोटी स्वसंरक्षणार्थ उच्च संस्कृतीच्या राज्यकर्त्यांनी हातात धरलेले हत्यार समजायचे, हे कळेनासे होते. एकेकाळी राजवाड्यांनाच 'वर्धमान' वाटणारी मराठी भाषा त्यांनाच 'क्षीयमान' का वाटावी, हा गूढ प्रश्न नव्याने उपस्थित होतो.

राजवाड्यांच्या लिखाणाचा काळ भारताच्या स्वातंत्र्यलढ्याचा ऐन भरातला असून, तेव्हा सर्व समाजघटकांना एकत्र करून त्यांना ब्रिटिशांविरुद्ध उभे करण्याची गरज होती. अशा वेळी राजवाड्यांचे लिखाण विघटनास प्रोत्साहन देणारे ठरले. जातीजातींमध्ये आणि इतकेच काय तर एकाच जातीच्या उपजातींमध्ये श्रेष्ठ-कनिष्ठत्वाच्या भावनेला राजवाड्यांनी खतपाणी घातले.

वेदांत ज्ञानदेवाने याच मोसमात गायिला. चवथे द्वार ग्रामजोश्यांच्या व कुणब्यांच्या उपयोगाचे ग्रहज्योतिषाचे व फलज्योतिषाचे. श्रीपतीने आपली ग्रहगणिताची रत्नमाला असंस्कृतज्ञ ग्रामजोश्यांना ग्रहगणित करून पंचांगे बनविता यावीत म्हणून याच काळी मराठीत गुंफिली आणि सहदेव भाडळीने मेघमाला व संवत्सरफले मराठीत कुणब्यांच्या माहितीकरिता संस्कृतग्रंथांतून याच काळी मराठीत उतरविली."

'*संस्कृत भाषेचा उलगडा*' लिहिताना राजवाडे मराठी भाषा ही भारताच्या भाषिक इतिहासातील उत्क्रांत टप्पा मानून पाणिनीपासून तर आजवरच्या वैयाकरणांना त्यांच्या ऐतिहासिक दृष्टीच्या अभावाबद्दल धारेवर धरतात. *"या इतिहासांधतेमुळे वेदांच्या पाठीमागे जग नव्हते व काल नव्हता, इत्यादी प्रगतिविरोधक कल्पना समाजात प्रचलित झाल्या व भावी काळासंबंधी तुच्छता वाटू लागली."* नंतर हेच राजवाडे '*राधामाधव*'ची प्रस्तावना लिहिताना प्राकृत व मराठीविषयक तुच्छता व्यक्त करताना आपल्या इतिहासांध पूर्वसुरींवर कशी मात करतात, ते पाहताना आपण एक थोर इतिहासकाराची शोकात्म अधोगती पाहत आहोत असे वाटल्याशिवाय राहत नाही. ते लिहितात-

"व्रात्यांच्या व पतितांच्या व पाखंडांच्या बौद्ध क्रांतीला व त्यांच्या प्राकृत भाषांना आळा घालता घालता, वैदिक धर्माचे व संस्कृत भाषेचे पुनरुज्जीवन ब्राह्मणांना व त्रैवर्णिकांना शक चारशे-पाचशेच्या सुमारास शक्य झाले. संस्कृतसिंह आखाड्यात उतरल्याबरोबर प्राकृतमर्कटांनी बहुतेक प्राणत्याग केला... शहाजीकालीन मराठे लोक वैदिक व पाणिनीय क्षत्रियांच्याहून इतके सरस्वतीपराङ्मुख का झाले, ते महाराष्ट्री व संस्कृत भाषा सोडून अडाणी मराठी भाषा बोलू का लागले, त्यांचे किंवा त्यांच्याकरिता निर्मिलेली मराठी वाङ्मय इतके बाल्यावस्थेत का दिसते... वैदिक मंत्र टाकून मराठी आरत्या मराठे का म्हणतात... साम्राज्ये करण्याचे सोडून सामान्य ग्रामसंस्थाही चालवण्याची अक्कल मराठ्यांत अद्यापही का नाही,"

हे आणि असेच इतरही काही 'गूढ प्रश्न' पडले. आणि ते "स्पष्ट व खुलासेवार सुटून शंकास्थाने झाडूनपुसून मोकळी झाली" असे ते लिहितात, तेव्हा ते वाचताना त्यांचे गेली कित्येक वर्षे कौतुकाने चर्चिले गेलेले मराठी भाषेचे प्रेम खरे किती आणि वर्चस्ववादी समरसतेच्या भूमिकेतून आलेले किती हीच एक शंका छळू लागते. मराठी ही पदरी पडल्यामुळे पवित्र झालेली भाषा मानायची की केवळ अगतिकतेपोटी स्वसंरक्षणार्थ उच्च संस्कृतीच्या राज्यकर्त्यांनी हातात धरलेले हत्यार समजायचे, हे कळेनासे होते. एके काळी त्यांनाच 'वर्धमान' वाटणारी मराठी भाषा आता त्यांनाच 'क्षीयमान' का वाटावी हा एक 'गूढ प्रश्न' नव्याने उपस्थित होतो.

महाराष्ट्रातील मराठ्यांचे एकूण वंश तीन आणि कुळ्या शहाण्णव असा सर्वसाधारण समज आहे. सूर्य, चंद्र आणि शेष हे तीन वंश पुराणांतरीही वर्णिले आहेत. या तिन्ही वंशांच्या कुळींमध्ये विवाह होत असतात आणि त्याला शिवाजी महाराजांचे भोसले घराणेही अपवाद नाही. शिवाजी म्हणजे उच्चक्षत्रियांचा प्रतिनिधी असे ठरवून टाकल्यामुळे राजवाड्यांना भोसल्यांच्या चांद्रवंशाला झुकते माप देणे भागच आहे. या झुकत्या मापाचा परिणाम म्हणून ते उर्वरित मराठ्यांना शिवाजीपासून दूर ठेवू शकले. *"माहाराष्ट्रिक हे वंशाने सूर्यवंशी क्षत्रिय होते आणि नाग हे शेषवंशी क्षत्रिय होते. या दोन वंशांचा मिलाफ होऊन जे मराठे लोक शक चारशेच्या सुमारास निपजले, त्यांच्यात सहजच सूर्यवंश व शेषवंश असे दोन वंश दिसू लागले."* हे

> *"राजकीयदृष्ट्या अर्धवट, लज्जास्पद व अधम स्थितीत दक्षिणेतील नागमहाराष्ट्रिकोपन्न मराठे लोक असता, उत्तरेकडील ऐतरेय ब्राह्मणाने गायिलेल्या भोज-क्षत्रियांचे वंशज जे शहाजीराजे भोसले त्यांनी यवनाशी करामतीने व पराक्रमाने झुंजून स्वराज्याचा पाया घालण्याचा साहसी उपक्रम स्वतःच्या एकट्याच्या हिमतीवर रचिला, आर्य-क्षत्रियांचे नाव पुनरपि त्रिभुवनभर गाजविले आणि अखिल आर्यांच्या बेचाळीस पिढ्यांचा उद्धार केला."*

शहाजी राजांनी मराठी साम्राज्याचा पाया स्वतःच्या हिमतीवर घातला असे म्हणण्यात

> ***"मराठा क्षत्रिय, मराठा कुणबी, शूद्र कुणबी व नागवंशी महार बहुप्रजा पडल्याकारणाने, अल्पसंख्याक ब्राह्मणांना व महाराष्ट्र क्षत्रियांना संस्कृत भाषा सोडून मराठ्यांची मराठी भाषा स्वीकारावी लागली. महाराष्ट्र क्षत्रियांनी राजकीय स्वामित्व मराठ्यांवर गाजविले, तर उलट मराठ्यांनी आपली भाषा या सम्राटांवर लादली. तेव्हा नागमहाराष्ट्रिकोत्पन्न मराठ्यांची उपेक्षा करून भागणार नाही."***
>
> **– इतिहासाचार्य राजवाडे**

राजवाड्यांना शहाजी महाराजांची प्रशंसा जितकी अभिप्रेत आहे, त्यापेक्षा इतर मराठ्यांपासून त्यांना बाजूला करण्यात अधिक स्वारस्य असल्याचे दिसते. इतिहाससंशोधनाच्या क्षेत्रातील राजवाड्यांचा दबदबा जमेस धरूनही तेव्हाचे काही समंजस विद्वान त्यांचा प्रतिवाद करण्यास पुढे सरसावले. विठ्ठल रामजी शिंदे आणि चिंतामणराव वैद्य ही त्यातील प्रमुख नावे होत. शिंद्यांनी एकूणच अवैदिक पंथ, ब्राह्मणेतर आणि मराठे यांचा कैवार घेत राजवाड्यांचा प्रतिवाद केला. आता स्वतः शिंदे ब्राह्मणेतर व त्यातही मराठा असल्यामुळे त्यांच्याकडे दुर्लक्ष करण्यास सोय तरी आहे. परंतु वैद्यांच्या बाबतीत तसे करता येणार नाही. भारताचार्य या सार्थ उपाधीने प्रख्यात असलेले वैद्य स्वतः राजवाड्यांच्याच जातीचे असून, संशोधक म्हणूनही मान्यता पावले होते. त्यांनी मध्ययुगीन भारताचा इतिहास तीन खंडांत लिहिला. दुसऱ्या खंडाच्या प्रस्तावनेला जोडलेल्या पाचव्या परिशिष्टात वैद्यांनी राजवाड्यांना खोडण्याचा प्रयत्न केला आहे... चालुक्यादिकांना परकीय म्हटलेले पाहून वाचकांना आश्चर्य वाटेल," हे राजवाड्यांचे विधान उद्धृत करून वैद्य त्यामुळे आपल्याला "आश्चर्यच नव्हे तर सखेदाश्चर्य वाटेल असे म्हटले तरी चालेल." या शब्दांत आपली नाराजी व्यक्त करतात. *"इकडील जुन्या पद्धतीचे विद्वान शास्त्री हे राजवंश मराठे आहेत, क्षत्रिय नाहीत असे म्हणत आहेत, तर याउलट रा. राजवाडे हे क्षत्रिय आहेत, पण मराठे नाहीत असे म्हणून लागले आहेत."* याचीही नोंद वैद्य घेतात.

काशिनाथशास्त्री उपाख्य भाऊशास्त्री लेले यांच्यासारख्या या जुन्या पद्धतीच्या विद्वानांचा प्रतिवाद स्वतः वैद्यानींच *'मध्ययुगीन भारत'*च्या पहिल्या खंडात केलेला होता. या शास्त्री-पंडितांनी करवीर शाहू छत्रपतींच्या वेदोक्त प्रकरणात कलियुगात क्षत्रियवर्णच नाही, अशी टोकाची भूमिका घेतली होती. तिला भोसल्यांसारख्या महाराष्ट्र क्षत्रियांच्या घराण्यांचा अपवाद करायला ते अर्थातच तयार नव्हते. स्वतः राजवाड्यांनी या विषयावर 'वेदोक्त' या शीर्षकाचा लेख लिहिला, पण या लेखात त्यांनी मूळ प्रश्नाला बगल दिलेली आढळते. जुन्या पद्धतीचे हे शास्त्री कमालीचे कर्मठ आणि आडमुठे असल्याने त्यांना आपल्या या भूमिकेचा समाजावर काय परिणाम होईल, विशेषतः बहुजन समाज स्वातंत्र्यलढ्यापासून आणखीनच दुरावेल काय याच्याशी देणेघेणे नव्हते. राजवाड्यांचे मात्र तसे नव्हते. एक तर त्यांना स्वातंत्र्य मिळवण्यात रस होता आणि ते जनसामान्यांच्या पाठिंब्याशिवाय मिळवत येणार नाही, याचीही कल्पना आली होती. मग त्यांनी चंपूच्या प्रस्तावनेचे निमित्त करून एक नामी शक्कल लढवली, ती म्हणजे इतिहासकाळात ज्यांनी निर्विवादपणे राज्यस्थापनेचे कर्तृत्व गाजवले आहे, अशा चालुक्य राष्ट्रकूट भोसले घराण्यांचे उच्च क्षत्रियत्व मान्य करायचे. परंतु ज्यांच्या सहभागामुळे आणि सहकार्यामुळे या घराण्यांना असे कर्तृत्व गाजवता आले, त्यांची कमअस्सल, पोटार्थी व भाडोत्री क्षत्रिय

म्हणून वासलात लावायची. राज्यकर्ते उच्च क्षत्रिय उत्तर भारतातून आलेले परकीय. त्यांनी येथील नीच संस्कृतीच्या स्थानिकांना, ब्राह्मणांच्या मार्गदर्शनाने कामाला जुंपले व तेवढ्यापुरते सुसंस्कृत केले. हा राजवाड्यांच्या समरसतेचा अर्थ. 'सर्वनाशे समुत्पन्ने अर्धं त्यजति पंडितः' या न्यायाने राजवाड्यांनी अर्ध्याचा त्याग केला तो असा. महाराष्ट्रातील मराठे हे (उच्च) क्षत्रिय नाहीत या विधानाचीच महाराष्ट्रातील (उच्च) क्षत्रिय मराठे नाहीत ही अपरिहार्य निष्पत्ती ठरते, ती अशी!

जुन्या पद्धतीचे शास्त्री प्राचीन इतिहासाच्या म्हणजेच पुराणकाळाच्या स्मरणरंजनात मग्न होते. राजवाड्यांना मात्र लगतचा म्हणजे पेशवाईचा इतिहास अवगत होता. त्यांनी महाराष्ट्रातील लोकांची एका बाजूला उच्च ब्राह्मण व उच्च क्षत्रिय व दुसऱ्या बाजूला नीच ब्राह्मण व नीच क्षत्रिय अशी विभागणी केली व तसा इतिहास रचला. *"शहाजी व शिवाजी या उत्तरदेशीय भोज-क्षत्रियांच्या नंतर फक्त पंचवीस वर्षांत सर्व राजकीय सत्ता चित्पावन ब्राह्मणांच्या हाती का गेली, पुढे शंभर वर्षांनी चित्पावन सत्ता अस्तंगत झाली असता, मराठ्यांच्या हाती राजसत्ता येणे शक्य का नव्हते,"* या आपणच उपस्थित केलेल्या प्रश्नांची उत्तरे देणारा तपशील आपणच पुरवला असल्याचा राजवाड्यांचा दावा आहे. राजकारणाची यत्किंचित पूर्वपीठिका नसतानाही ज्यांनी शिवाजीनंतर फक्त पंचवीस वर्षांत सर्व राजकीय सत्ता हाती घेतली. ते चित्पावन ब्राह्मणच परत एकदा धुरीणत्व घेऊन स्वराज्य स्थापन करतील, अशीही त्यांची आशा आहे. मात्र त्यासाठी त्यांनी या कमतर संस्कृतीच्या लोकांशी 'समरस' व्हायला हवे. 'त्यांनी चित्पावनांशी फारकत केली तेव्हा चित्पावन साम्राज्य लंगडे झाले' हा ताजा इतिहास त्यांच्या नजरेपुढे आहे व त्यातून त्यांना समरसतेचा धडा शिकवायचा आहे.

■

२५

शोधकार्यक्रम आणि कृतिकार्यक्रम

संशोधनलेखनाचे विश्व हे एक स्वतंत्र आणि स्वायत्त विश्व असून त्याचा आसपास घडत असलेल्या घडामोडींशी काही संबंध नसतो, असा काहींचा समज आहे. हा समज भाबडाच म्हणायला हवा. अशा प्रकारची अलिप्तता नैसर्गिक विज्ञानात काही प्रमाणात शक्य असते. सामाजिक विज्ञानात संशोधनाचा घडामोडींवर आणि घडामोडींचा संशोधनावर असा दुहेरी परिणाम होत असतो. इतकेच नव्हे, तर आसपासच्या घटनांवर आपणाला हवा तसा परिणाम घडवून आणता यावा, त्यांना हवे तसे वळण देता यावे अशा हेतूनेही संशोधन प्रेरित होऊ शकते. इतिहासाला विज्ञान म्हणावे किंवा नाही याबद्दल मतभेद असला तरी इतके निश्चित म्हणता येते, की इतिहास नावाच्या ज्ञानशाखेत चालणाऱ्या ज्ञानव्यवहाराचा आणि तो करणाऱ्यांच्या भोवताली घडणाऱ्या घटनांचा परस्परसंबंध असतो आणि त्यांच्यात परस्पर प्रभावही असतो. एकोणिसाव्या शतकाच्या उत्तरार्धातील व विसाव्या शतकाच्या पूर्वार्धातील महाराष्ट्रात झालेल्या अशा व्यवहारात हा संबंध स्पष्टपणे प्रतिबिंबित झाल्याचे दिसून येते. या काळात धर्मवादी, राष्ट्रवादी, जातवादी, वर्गवादी अशा विविध प्रेरणा कार्यरत होत्या. या प्रेरणांचा आपापसात कधी विरोध तर प्रसंगी समन्वयही दिसून येतो.

एखाद्या प्रभावशाली सिद्धान्ताचा शोधकार्यक्रम कसा बनतो हे आपण यापूर्वीच लॅकेटॉस या हंगेरियन तत्त्वज्ञाच्या आधारे पाहिले आहे. सामाजिक अभ्यासाच्या क्षेत्रात या सिद्धान्तातून एखादा कृतिकार्यक्रमसुद्धा उद्‌भवू शकतो.

महाराष्ट्रातील राजघराण्यांना महाराष्ट्राच्या सर्वसामान्यांपासून बाजूला करणे हा या शोधकार्यक्रमाचा एक महत्त्वाचा भाग होता. तो राजवाड्यांना मानणाऱ्या हिंदुत्वनिष्ठ इतिहासकारांनी कसा उचलला हे दाखवणारी दोन उदाहरणे माझ्या समोर आहेत. संदर्भ अर्थातच शिवाजी महाराजांचा आहे. *'राजवाड्यांची इतिहासशास्त्रमीमांसा'* या गाजलेल्या

निबंधाचे लेखक आणि मनस्वी विचारवंत नाथ निफाडकर त्याच निबंधात *"शिवाजी महाराजांना आपले क्षत्रियत्व सिद्ध करून घ्यावे लागले व त्याही गोष्टीचा फायदा घेऊन आता श्री. वा. कृ. भावे आपल्या 'पेशवेकालीन महाराष्ट्रात' शिवाजी क्षत्रिय, महाराष्ट्रातील मराठा नव्हे, असे म्हणून महाराष्ट्रातील मराठ्यांना कमी लेखण्याचा ध्वनी उमटवतात!"* अशी नोंद करून तळटिपेत लिहितात, "याविषयी मी खुद्द भावे यांचीच प्रत्यक्ष गाठ घेऊन विचारले असता त्यांनी सांगितले, "मी असे 'पेशवेकालीन महाराष्ट्र' या पुस्तकात म्हटले नसून, श्री. शेजवलकर यांच्या टीकेस उत्तर देताना एका व्याख्यानात तसे म्हटले आहे. खुद्द पुस्तकात 'श्री समर्थ झाले नसते तरी शिवाजी झाला असता,' हे माझे विधान आहे व ते अनेकांना लागले!"

भाव्यांच्या याही वाक्याचा ध्वनी निफाडकरांच्या ध्यानी आल्यावाचून राहिला नाही. ते विषादाने लिहितात- *"म्हणजे महाराष्ट्राच्या अभ्युदयाचे श्रेय जे काही आहे ते सारे चित्पावनांचे, मराठ्यांचे नाही व देशस्थांचेही नाही हा भाव्यांचा हट्ट. भ्याड ग्रंथकार पुस्तकात जे लिहू शकत नाही, त्याची पुस्ती अशी व्याख्यानाद्वारे जोडीत असतो खरा!"* निफाडकरांचा त्रागा आपण समजू शकतो. राजवाड्यांनी ब्राह्मणांच्या पोटजातींत भांडणे लावली ती अशी!

दुसरे उदाहरण 'क्रांतिकारक टिळक नि त्यांचा काळ' या पुस्तकाचे लेखक अ. ज. करंदीकर यांचे. करंदीकर लिहितात, *"टिळकांनी अखिल भारतीय स्वातंत्र्यवीराचा उत्सव म्हणून ज्या शिवाजी उत्सवाचे प्रवर्तन केले, तो शिवाजी उत्सव आज जातिनिष्ठ मराठ्यांनी जवळजवळ आपल्या जातीपुरता आणि महाराष्ट्रापुरता मर्यादित करून टाकला असला तरी शिवाजीमहाराज स्वतःला मराठा म्हणवत नव्हते."*

भारतात जन्मलेला प्रत्येक माणूस कोणत्या तरी जातीचा असतोच. पण महत्त्वाची गोष्ट म्हणजे जोपर्यंत तो आपल्या जातीच्या मर्यादा उल्लंघू शकत नाही, तोपर्यंत तो मोठा होत नाही. पण त्यामुळे त्याच्या बायोडेट्यातील त्याचे जातवास्तव बदलत नसते हेही खरे. सगळ्यात महत्त्वाची गोष्ट म्हणजे करंदीकरांनी या वादात स्वतः लोकमान्य टिळकांनीही कारण नसताना ओढले. शिवाजी उत्सव कलकत्त्यात साजरा करायला गेलेल्या टिळकांनी शिवरायांना सर्व भारताने आपले म्हणून स्वीकारायला हवे या उद्देशाने तुम्ही त्यांना हवे तर

भारतात जन्मलेला प्रत्येक माणूस कोणत्या तरी जातीचा असतोच. पण महत्त्वाची गोष्ट म्हणजे जोपर्यंत तो आपल्या जातीच्या मर्यादा उल्लंघू शकत नाही, तोपर्यंत तो मोठा होत नाही. पण त्यामुळे त्याच्या बायोडेट्यातील त्याचे जातवास्तव बदलत नसते हेही खरे.

हिंदुत्वावरील प्रबंधात 'हिंदुत्व' या संकल्पनेची लक्षणात्मक प्रतिष्ठापना केल्यानंतर सावरकर त्याच्या राजकीय निष्पत्तीकडे वळले. त्यासाठी त्यांनी 'हिंदुपदपातशाही' हे पुस्तक लिहिले. प्रस्तुत पुस्तकातील मांडणी मुख्यत्वे राजवाड्यांच्याच सिद्धान्तावर आधारित असून, ते मराठ्यांच्या इतिहासाचे हिंदुत्ववादी पुनर्लेखनच आहे.

बंगाली म्हणू शकता, राजपूत म्हणू शकता, अशा अर्थाचे विधान केले. त्यांचे मराठापण नाकारण्यासाठी नव्हे. 'वन्ही तो चेतवावा' असे समर्थ रामदासांनी म्हटले होते खरे, राजवाड्यांनी तो जणू विपरीत अर्थाने घेऊन आग लावायचे काम केले व करंदीकरांसारखे त्यात तेल ओतत राहिले.

परंतु टिळक किंवा आणखी कोणी काय म्हणतात याला या संदर्भात काही महत्त्व नाही. याचा अंतिम निवाडा स्वतः शिवाजी महाराजांच्या स्वतःबद्दलच्या समजुतीनेच होणार हे उघड आहे. आदिलशहाची चाकरी करणाऱ्या मालोजी घोरपडे या सरदाराने स्वराज्याला सामील व्हावे यासाठी त्याला लिहिलेल्या एका पत्रात महाराज लिहितात, *"आपल्या जातीच्या मराठी या लोकांचे बरे करावे हे आपणास उचित आहे ऐसे मनावरी आणून तुमचा आमचा वडिलांपासून दावा वाढत आला तो तुम्ही मनातून टाकून निःकपट होऊन, तुम्ही मराठे लोक, कामाचे, तुमचे बरे करावे ऐसे मनी धरून, हसरत कुतुबशहासी बहुत शेती बोलोन, तुम्हास हजरत कुतुबशहाचा कौलाचा फर्मान घेऊन पाठविला आहे."*

राजवाड्यांच्या सिद्धान्ताचा महाराष्ट्रातील कृती कार्यक्रमांवरही प्रभाव पडला असे म्हटले तर आश्चर्य वाटायचे कारण नाही. स्वतः स्वातंत्र्यवीर सावरकरांची हिंदुत्वाची मांडणी व एकूणच इतिहास लेखन राजवाड्यांच्या प्रभावाखाली झालेले स्पष्ट दिसते. फर्गसन कॉलेजातून ग्रॅज्युएट झालेल्या सावरकरांनी बॅरिस्टर होण्यासाठी लंडन गाठले तेव्हा राजवाड्यांनी सैद्धांतिक असे फार काही लिहिले नव्हतेच व सावरकरांच्या वाचनालाही वयाच्या मर्यादा होत्याच. इंग्लंडमधील वास्तव्यात सावरकर मॅझिनी आणि १८५७च्या स्वातंत्र्य समरावर ग्रंथ लिहिण्यात मग्न असल्यामुळे व नंतर राजद्रोहाच्या आरोपावरून अंदमानात एक दशक काढावे लागल्यामुळे तेथेही त्यांचा राजवाड्यांच्या लिखाणाशी फारसा संबंध येणे शक्य नव्हते. १९२२मध्ये म्हणजे अंदमानातून सुटून आल्यावर रत्नागिरी येथील स्थानबद्धतेच्या काळात त्यांनी राजवाडे वाचले व आत्मसात केले.

हिंदुत्वाची मांडणी करताना सावरकरांपुढील पहिला प्रश्न हिंदू कोणाला म्हणावे या व्याख्येचाच होता. व्याख्या ही अव्याप्त वा अतिव्याप्त असू नये, असा दंडकच होता. लोकमान्य टिळकांनी केलेल्या हिंदुत्वाच्या लक्षणात वेदप्रामाण्याचा अंतर्भाव असल्यामुळे त्यांच्या व्याख्येतून जैन, बौद्ध, लिंगायत अशा अवैदिक पंथीयांची वगळ होण्याचा

बाबाराव आणि तात्याराव सावरकर :
राजवाड्यांपासून प्रेरणा

धोका होता, तो सावरकरांना परवडण्यासारखा नव्हता. बरे वेदप्रामाण्य काढून टाकले तर ख्रिस्ती व मुसलमान धर्मीयांचाही हिंदूमध्ये समावेश होतो. तेही त्रासदायकच ठरले असते. अशा परिस्थितीत राजवाडेच सावरकरांच्या उपयोगी पडले. महाराष्ट्रातील शिवकालीन समाजरचनेचे विवरण करताना राजवाड्यांनी लिहिले होते - "धर्म्य समाजाला विशिष्ट देश प्राप्त होतो व त्या देशाला ते आपली धर्म्यभूमि, पुण्यभूमि व जन्मभूमि हक्काने समजू लागतात."

आता बौद्ध-जैनांसारख्या धर्मांच्या अनुयायांना वेद प्रमाण नसले तरी त्यांचे धर्मसंस्थापक, बौद्धिसत्व, तीर्थंकर, सिद्ध आणि तीर्थक्षेत्रे भारत देशातच असल्यामुळे त्यांना या देशाला पुण्यभूमी मानण्यात काहीच अडचण नाही. याउलट ख्रिस्ती आणि मुसलमान यांची तीर्थे जेरुसलेम व मक्का ही भारताबाहेरील म्हणजेच त्यांची 'पुण्यभू' भारताबाहेरील. सावरकरांनी हिंदूंच्या आपल्या व्याख्येत 'पुण्यभू' शब्दाचा समावेश करून हा परिणाम साधला.

राजवाड्यांच्या महाराष्ट्र-धर्माच्या संकल्पनेत ब्राह्मण-मराठ्यांच्या धुरीणत्वाची कल्पना अंतर्भूत होती. सावरकर भारतातील हिंदूंचे धुरीणत्व आता स्वाभाविकपणे महाराष्ट्राकडे आलेले असल्याचा उच्चार करतात. अर्थात, राजवाड्यांनी केलेला अतिरिक्त स्वज्ञातिगौरव सावरकर टाळतात.

स्वातंत्र्यवीरांचे ज्येष्ठ बंधू बाबाराव हेही राजवाड्यांच्या प्रभावापासून अलिप्त नव्हते. औरंगजेबाच्या भेटीसाठी आग्र्याला गेलेल्या शिवाजीच्या मनात भर दरबारात औरंगजेबाच्या सिंहासनावर उडी मारून त्याचा तेथल्या तेथेच खात्मा करण्याची धाडसी योजना असल्याचे राजवाड्यांनी *'महिकावतीच्या बखरी'*च्या प्रस्तावनेत लिहिले आहे. त्या कल्पनेचा विस्तार करून बाबारावांनी *'गरुडझेप'* नावाचे पुस्तकच लिहिले.

एखाद्या प्रभावशाली सिद्धान्ताचा शोधकार्यक्रम कसा बनतो हे लॅकेटॉस या हंगेरियन तत्त्वज्ञाच्या माध्यमातून स्पष्ट झाले आहे. सामाजिक अभ्यासाच्या क्षेत्रात या सिद्धान्तातून एखादा कृतिकार्यक्रमसुद्धा उद्‌भवू शकतो.

डॉ. मुंजे

डॉ. हेडगेवार

स्वतः बाबाराव राष्ट्रीय स्वयंसेवक संघाचे संस्थापक डॉ. हेडगेवार यांचे ज्येष्ठ मार्गदर्शक होते. द. स. हर्षे संघावरील आपल्या पुस्तकात 'हेडगेवार हे राष्ट्रीय स्वयंसेवक संघाचे जनक, तर बाबाराव, डॉ. मुंजे त्याचे काका होत,' असे याच अर्थाने म्हणतात. डॉक्टरांनी हिंदुराष्ट्रवादी जहाल व लढाऊ संघटनेची कल्पना बाबांना आणि डॉ. मुंज्यांना सांगितली. त्यांना ती आवडली व त्यांनी हेडगेवारांना रत्नागिरीस जाऊन तात्यारावांशी सल्लामसलत करण्यास सुचवले. त्यानुसार हेडगेवारांनी कृती केली. राजवाड्यांचा प्रभाव सावरकरबंधूंमार्फत हेडगेवारांपर्यंत म्हणजेच संघापर्यंत झिरपणे हे अगदीच स्वाभाविक होते. विशेषतः संघाच्या बौद्धिकांमध्ये इतिहासाची जी मांडणी असते ती या राजवाडेप्रणीत इतिहासाला धरूनच असल्याचे सर्वज्ञात आहे. अर्थात, संघाला हिंदूंचे संघटन करायचे असल्यामुळे राजवाड्यांप्रमाणे ब्राह्मणवर्चस्ववादाचा सरळसरळ पुरस्कार करणे शक्य नव्हते, तसेच मराठ्यांना एकदम धुडकावून लावणेही चालले नसते हे उघड आहे. मात्र राजवाड्यांनी भर दिलेल्या शिवसमर्थ युतीचा पुरस्कार हा या हिंदुत्ववादी संघटनेचा गाभा राहिला आहे तो राजवाड्यांमुळेच. इतिहासकार शेजवलकरांनी याविषयीची आपली नाराजी स्पष्ट शब्दांत प्रगट करताना लिहिले -

> *"राजवाड्यांनी भटकुलपातशाही आणि ब्राह्मणकुलबादशाही अशासारखे जे केवळ काल्पनिक चित्तविलास व भाषाविलास ध्वनिक्षेपित केले आहेत, त्यामुळे महाराष्ट्रातील ब्राह्मणांची पिढी चुकीची वाटचाल करून आपली ढोपरे मोडून बसली आहे. राष्ट्रीय स्वयंसेवक संघाच्या व हिंदू महासभेच्या बौद्धिकांनी हा अनर्थ फारच फैलावला आहे. जे कधी झालेच नाही, ते झाल्याची पुनःपुन्हा घोषणा करून व त्या घोषणेच्या विरुद्ध कोणी कोठे आवाज वाढल्यास तो आपल्या ताशामरफ्यांच्या कर्कश आवाजात बुडवून टाकून खोटा इतिहास प्रस्थापित करण्यात यश आले आहे."*

दत्तोपंत ठेंगडींसारख्या ज्येष्ठ व जाणकार हिंदुत्ववादी विचारवंताला राजवाड्यांची महाराष्ट्राच्या इतिहासाची सरणी माहीत नसेल असे म्हणता येत नाही. त्यामुळे बहुधा

त्यांच्या आशीर्वादाने स्थापन झालेल्या समरसता मंचाची मूळ प्रेरणा राजवाडे असू शकते. राजवाड्यांच्या मांडणीतील समरसता ही समतेवर आधारित नसून अभिजनांच्या वर्चस्ववादावर उभी असल्याचे आपण पाहिले आहेच. मंचाच्या प्रवर्तकांना असे काही अभिप्रेत नसल्याची आशा करू या.

महाराष्ट्राच्या जडणघडणीत व मराठ्यांच्या ऐतिहासिक कृत्यांच्या मागे महाराष्ट्रधर्माचे अधिष्ठान असून, तो धर्म समर्थ रामदासांनी प्रवर्तित केला, असे राजवाड्यांचे मुख्य प्रतिपादन आहे. याच धर्माच्या उपदेशाने शिवाजीराजे प्रेरित झाले व हाच धर्म पेशव्यांच्या प्रसरणशील प्रवृत्तीची प्रेरणा होती, असेही त्यांचे म्हणणे होते. ही मांडणी शेजवलकरांना मान्य नाही. त्यांच्या म्हणण्याप्रमाणे पेशव्यांचे राजकारण शिवरायांच्या राजकारणाशी सुसंगत नसून त्याचा विस्तारही नव्हते. शेजवलकरांचे हे मत राजवाडे-सावरकर परंपरेच्या विरोधी आहे हे वेगळे सांगायची गरज नाही.

महाराष्ट्राच्या अभ्यासकांना महाराष्ट्रातील लोकांच्या विचारांचा आणि तदनुषंगिक कृत्यांचा अभ्यास करताना धर्म, समाजकारण आणि राजकारण यांचा एकाच वेळी विचार करावा लागतो. न्यायमूर्ती म. गो. रानडे महाराष्ट्रातील एका प्रभावी विचारप्रवाहाचे प्रवर्तक आणि पुढारी होते. ते समाजकारणात सुधारक, राजकारणात नेमस्त आणि धर्मकारणात भागवत धर्माचे पुरस्कर्ते होते. त्यांनी महाराष्ट्र धर्माला भागवत धर्माचे अंग व म्हणून तदंतर्भूत मानले. विष्णुशास्त्री चिपळूणकरांना अनुसरत रानडेविचारांना विरोध करणारा जो वर्ग पुढे आला, तो साधारणपणे समाजकारणात स्थितिवादी व राजकारणात जहाल होता. धर्मकारणात त्याने महाराष्ट्रधर्म हा भागवत धर्मापेक्षा नुसताच निराळा नसून ओजस्वी व लढाऊ असल्याचा दावा करत भागवत धर्माला निष्प्रतिकारक व दास्यवृत्तीला पोषक मानले. प्रार्थना समाजाचे म्हणजेच नवभागवत धर्माचे पाईक असलेल्या विठ्ठल रामजी शिंदे यांनी वैचारिक स्तरावर भागवत धर्माचा किल्ला लढवण्याची त्याचप्रमाणे समाजकारणात सुधारणांची जबाबदारी शिरावर घेतली हे स्वाभाविकच म्हटले पाहिजे.

■

२६

विठ्ठल रामजींना महाराष्ट्र का विसरला?

भागवत, राजवाडे, वैद्य, केतकर, शिंदे अशा सर्व अभ्यासकांचे आद्यपुरुष म्हणजे डॉ. रामकृष्ण गोपाळ भांडारकर. भांडारकर संस्कृत-प्राकृत भाषांचे गाढे अभ्यासक होतेच. शैव, वैष्णव आणि इतर धर्मपंथांचा इतिहास लिहिताना त्यांना या अभ्यासाचा उपयोग झाला; पण या भाषांचा विकासक्रमही त्यांनी विल्सन व्याख्यानांतून उलगडून दाखवला आणि आपल्या दृष्टीने महत्त्वाची बाब म्हणजे भांडारकरांनी सिद्ध केलेला दख्खनचा प्राचीन इतिहास. हा इतिहास सिद्ध करताना त्यांना अर्थातच प्राचीन शिलालेख व ताम्रपट यांचेही वाचन करून त्यांचा अन्वयार्थ लावावा लागला.

याव्यतिरिक्त भांडारकरांनी समाजसुधारणा आणि धर्मचिंतन या क्षेत्रांतही महत्त्वाची कामगिरी बजावली. प्रार्थना समाजाच्या पहिल्या फळीतील नेतृत्वात भांडारकर बिनीला असत. विधवा विवाह, आंतरजातीय विवाह, स्त्रीशिक्षण अशा जिव्हाळ्याच्या; परंतु नाजूक समस्या सोडवताना ते नेहमी पुरोगामी सुधारणावादाचा पुरस्कार करत. राजकारणात ते नेमस्त विचारसरणीचे होते.

भांडारकरांचे नाव घेतले, की न्या. महादेव गोविंद रानडे यांचेही नाव नजरेसमोर यायला वेळ लागत नाही. रानडे काही भांडारकरांप्रमाणे प्राच्यविद्यापंडित नव्हते; तसेच त्यांना संस्कृतचे पंडितही म्हणता येणार नाही; मात्र भांडारकरांच्या पिढीचेच असलेले रानडे भांडारकरांप्रमाणे उदारमतवादी व परमतसहिष्णू होते. समाजसुधारणेच्या बाबतीत भांडारकरांसारखेच त्यांचेही पाऊल पुढे असे. दोघेही प्रार्थना समाजाचे अनुयायी- खरे तर संस्थापक म्हटले तरी चालेल - होते. राजकारणातही ते नेमस्त विचारसरणीचे होते. इतक्या साम्यस्थळांमुळे रानडे-भांडारकर असा द्वंद्व समासच तेव्हा रूढ झाला असेल, तर त्यात आश्चर्य नाही. त्यांच्यातील एक महत्त्वाचा फरक सांगायचा झाला, तर भांडारकरांना प्राच्यविद्येत गती होती; रानडे त्यात उतरले नाहीत.

महाराष्ट्राचे चर्चाविश्व नीट समजून घ्यायचे झाल्यास सामाजिक, धार्मिक, बौद्धिक आणि राजकीय क्षेत्रांमधील असे पक्षोपपक्ष समजून घेतले पाहिजेत. रानडे-भांडारकर हे दोघेही सरकारी नोकर असल्यामुळे त्यांनी चालवलेल्या बहुतेक चळवळी सरकारी पाठिंब्याने, प्रसंगी आश्रयाने चालायच्या. निदान त्यामुळे सरकार रुष्ट होणार नाही, अशी खबरदारी ते घेत असत.

रानडे-भांडारकरांची ही सर्वंकष मक्तेदारी जणू मोडून काढण्यासाठी चिपळूणकर-टिळकांचा संप्रदाय पुढे सरसावला असे म्हणण्यात काही अतिशयोक्ती नाही. चिपळूणकरांनी सरकारी नोकरीला रामराम ठोकला, तर टिळक पहिल्यापासूनच त्या सोनेरी बेडीत अडकायचे नाही, याविषयी कृतनिश्चयी होते.

नोकरीच्या पाशातून मुक्त झाल्यावर चिपळूणकरांनी *निबंधमाला* सुरू केली. *निबंधमाला* हा जणू एक तोफखानाच ठरला. त्यातून त्यांनी जी जबरदस्त सरबत्ती केली, तिच्यामुळे सरकारी उपाधिधारक रावसाहेब, रावबहादूर, प्रार्थना समाजिस्ट, सत्यशोधक, लहान-मोठ्या नोकऱ्या करणारे सरकारधार्जिणे अशा प्रकारचे लोक घायाळ झाले आणि सर्वांत महत्त्वाची गोष्ट म्हणजे मधल्या काळात नवमतवाद्यांच्या हल्ल्यामुळे गांगरून गेलेल्या परंपराभिमान्यांना चिपळूणकरांच्या रूपात आपला प्रवक्ता सापडला. चिपळूणकरांनी मराठी भाषा आणि महाराष्ट्राचा इतिहास यांच्या अभिमानाच्या माध्यमातून लोकांमध्ये स्वाभिमानाची जागृती केली. स्वधर्म, स्वभाषा आणि स्वदेश यांचा जणू काही एक त्रिशूळच त्यांनी हत्यार म्हणून वापरला. पारंपरिक हिंदू धर्माची बाजू घेऊन त्यांनी प्रार्थना समाजिस्ट व सत्यशोधक यांच्यावर चाल केलीच; पण वैदिक धर्माचा प्रसार करणाऱ्या महर्षी दयानंदांना व त्यांच्या आर्य समाजालाही त्यांनी सोडले नाही.

पारतंत्र्यामुळे निपचित पडलेल्या समाजाला शुद्धीवर आणून, त्याला आत्मभान देण्यासाठी चिपळूणकरांनी दिलेली मात्रा लागू पडून तो भानावर येऊन उठला खरा; पण त्याच वेळी या मात्रेचे 'साइड इफेक्ट्स'सुद्धा दिसू लागले. राजवाडे संप्रदायाचे इतिहासलेखन हा चिपळूणकरी मात्रेच्या वळशाचा एक 'साइड इफेक्ट'च होय. स्वतःच्या जातीचा दुरभिमान, पूर्वगौरव आणि इतरांविषयीची तुच्छता या संप्रदायात आढळते. स्वतः टिळकांना रानडे-भांडारकर-गोखल्यांसारख्या आपल्या प्रतिस्पर्ध्यांच्या पात्रतेची पूर्ण कल्पना असल्यामुळे जरूर पडेल, तेथे त्यांचा योग्य तो गौरव करताना त्यांचा हात आखडत नसे; पण राजवाडे

रानडे-भांडारकरांची सर्वंकष मक्तेदारी मोडून काढण्यासाठी चिपळूणकर-टिळकांचा संप्रदाय पुढे सरसावला, असे म्हणता येईल. चिपळूणकर सरकारी नोकरीला रामराम ठोकून रिंगणात उतरले, तर टिळक नोकरीच्या बेडीत कधीच अडकले नाहीत.

विठ्ठल रामजी शिंदे ब्राह्मो-प्रार्थना समाजाचे प्रचारक. त्यामुळे पुराणमतवादी चिपळूणकरी संप्रदायाशी त्यांचे जुळणे शक्य नव्हते. जोतिराव फुले यांच्या सत्यशोधक समाजाचेही शिंद्यांना वावडे नव्हते; पण ब्राह्मो आणि प्रार्थना समाजावर सत्यशोधक मंडळी 'ब्राह्मणी' असा शिक्का मारत, तेव्हा 'जोतीबाने प्रार्थना समाजाचा विपर्यास केला,' अशी स्पष्टोक्तीही शिंदे करत.

संप्रदायातील शेवटचे शिलेदार अ. ज. करंदीकर रानडे-गोखल्यांबद्दल लिहिताना कसलेच तारतम्य बाळगत नसत.

धार्मिक क्षेत्राचा विचार केला, तर विठ्ठल रामजी शिंदे ब्राह्मो-प्रार्थना समाजाचे प्रचारकच होते. त्यामुळे पुराणमतवादी हिंदुत्वाचे समर्थन करणाऱ्या चिपळूणकरी संप्रदायाशी त्यांचे जुळणे शक्यच नव्हते. प्रार्थना समाजाचे सदस्य असलेल्या शिंदे यांना जोतिराव फुले यांच्या सत्यशोधक समाजाचे वावडे नव्हते; पण जेव्हा सत्यशोधक ब्राह्मणेतर मंडळी ब्राह्मो व प्रार्थना समाजावर 'ब्राह्मणी' असा शिक्का मारून मोकळे व्हायची तेव्हा शिंदे 'जोतीबाने प्रार्थना समाजाचा विपर्यास केला' अशी स्पष्टोक्ती सुनावण्यास मागेपुढे पाहत नसत. त्याहीपेक्षा महत्त्वाची बाब म्हणजे ब्राह्मणेतर चळवळीच्या शत्रुस्थानी असलेल्या टिळकांबरोबर राजकारणात सहकार्य करायलाही शिंदे तत्पर असत.

एवढ्या साऱ्या उलाढाली करूनही शिंद्यांमधील व्यासंगी संशोधक सतत जागरूक असे. त्यांना तौलनिक धर्माभ्यास, दैवतविज्ञान, तत्त्वज्ञान, भाषाशास्त्र, इतिहास, समाजशास्त्र अशा विविध ज्ञानशाखांमध्ये गती होती. अस्पृश्यांच्या प्रश्नाचा त्यांच्याइतका अभ्यास त्यांच्या पिढीतील कोणाचाच नव्हता आणि हा अभ्यास केवळ पुस्तकी नसून, क्षेत्रीय (Field Study) प्रकारचा अनुभवाधिष्ठित होता. अशा शिंद्यांनी महाराष्ट्र आणि मराठे यांच्याविषयी लिहावे, महाराष्ट्र धर्म आणि भागवत धर्म यांचेही विवेचन करावे, हे अगदीच क्रमप्राप्त मानावे लागते.

विठ्ठल रामजी शिंदे: अभ्यासकारणात राजकारण नको!

न्या. रानडे, राजारामशास्त्री भागवत आणि डॉ. भांडारकर यांनी भागवत धर्म आणि त्याचे परिणत व परिपक्व रूप असलेला संतांचा वारकरी संप्रदाय या विषयी पुष्कळ विवेचन केले. शिंद्यांनी भागवत धर्माचे हे चर्चाविश्व आणखी समृद्ध केले. त्यांनी मुळात भागवत धर्म या संकल्पनेचा अर्थविस्तार करून त्यात बौद्ध, जैन, लिंगायतादी अवैदिक पथांचा समावेश बौद्ध भागवत, जैन भागवत अशा प्रकारे केला. राजवाडे सांप्रदायिक महाराष्ट्र धर्माचे श्रेय समर्थ रामदासांना देत, भागवत धर्मावर टीका करू लागले व त्याच

दृष्टीने तुकाराम-रामदास यांची तुलना करून त्यांच्या श्रेष्ठ-कनिष्ठत्वाचा वाद माजवू लागले, तेव्हा शिंद्यांनी भागवत धर्माचा कैवार घेत बाजू उलटवली. सर्वांत महत्त्वाची बाब म्हणजे महाराष्ट्राचा प्राचीन इतिहास उलगडण्याचे निमित्त करून राजवाडे जातींचे राजकारण करू लागले, तेव्हा त्यांचा अभ्यासपूर्ण प्रतिवाद करणारेही शिंदेच निघाले.

१९३५मध्ये बडोदा येथे भरलेल्या साहित्य संमेलनात शिंदे तत्त्वज्ञान आणि समाजशास्त्र या शाखेचे अध्यक्ष होते. आपल्या भाषणात त्यांनी मागे वळून काही गोष्टींचा सूचक उल्लेख केला. ज्ञानक्षेत्राचे राजकारण करणाऱ्या अभ्यासकांना या नूतन (शास्त्रीय) दृष्टीची निरपेक्षताच कळली नाही, असा शेरा शिंदे यांनी मारला.

शिंदे मॅक्स वेबरने मांडलेल्या विज्ञानाच्या मूल्यनिरपेक्षतेचा पुरस्कार करताना दिसतात. *'रणसंग्रामाची शस्त्रास्त्रे शोधून गोळा करण्यासाठी दोन्हीकडचे योद्धे आणि मुत्सद्दी या नवीन शास्त्राचा आश्रय अलीकडे करू लागले आहेत व पुढे करतील; पण ते या शास्त्राचे केवळ बरेवाईट योजकच म्हणजे फायदा घेणारे होत. अध्यापक किंवा आचार्य मुळीच नव्हेत!'* हा शिंद्यांनी केलेला निवाडा फार महत्त्वाचा आहे.

आपल्या अध्यक्षीय भाषणाचा समारोप करताना शिंद्यांनी महाराष्ट्रातील तरुण अभ्यासकांना केलेली सल्लावजा विनंती आजही मोलाची वाटते, *"बाबांनो, तुम्ही आपले पूर्वग्रह पुन्हा सोडून द्या आणि तुमच्यासाठी आधीच मिळवून ठेवलेल्या माहितीला तुमच्या स्वतःच्या स्थानिक निर्विकार अनुभवांची जोड देऊन, अशी काही नवी दिशा दाखवा, की जेणेकरून आमचे पूर्वग्रह नाहीसे होतील आणि नवीन आशा उत्पन्न होईल."*

वैदिक धर्मीयांच्या संस्कृत साधनांवर अवलंबून राहिले, तर संशोधनात एकांगीपणा येणार हे उघड आहे. याची स्पष्ट जाणीव झाल्यामुळे, *'ज्ञानकोश'*कार केतकरांनी महाराष्ट्रासंबंधीच्या आजवरच्या लेखनाला मर्यादा पडल्याची कबुली देऊन भविष्यकाळात द्राविड भाषांचे जाणकार पुढे येऊन ही उणीव भरून काढतील, असा आशावादही व्यक्त केला होता. नंतरच्या काळात शं. बा. जोशी, लोकापुरे, विश्वनाथ खैरे यांच्यासारखे असे अभ्यासक पुढे आले व त्यांनी तसा प्रयत्नही केला. डॉ. रा. चिं. ढेरे यांच्यासारखे संशोधकही महाराष्ट्राच्या अभ्यासकांना दक्षिणाभिमुख होण्याचे आपल्या संशोधनातून सुचवीत आहेत. या प्रक्रियेची सुरुवात स्वतः विठ्ठल रामजी शिंदे यांनी पूर्वीच केली होती.

महाराष्ट्राला नाना शंकरशेठनी घालून दिलेला कित्ता गिरवता न आल्याने आर्थिक क्षेत्रात तो मागे पडला म्हणून 'महाराष्ट्र नाना शंकरशेटला का विसरला?' असा सवाल एकदा शिंद्यांनीच केला होता. 'महाराष्ट्र विठ्ठल रामजींना का विसरला?' असाही प्रश्न विचारला पाहिजे. तसे झाले नसते, तर महाराष्ट्रातली सामाजिक तटबंदी आणि गटबाजी कोसळली असती, हे निश्चित!

■

२७

महाराष्ट्राचे उत्तर-रामायण

भारत नावाच्या उपखंडाचे दक्षिण आणि उत्तर असे दोन भौगोलिक भाग केले, तर महाराष्ट्र दक्षिण भारतात मोडतो; मात्र तरीही तो दक्षिण भारतातील उत्तर भारताच्या सर्वांत निकट असलेला प्रदेश असल्यामुळे त्याचे इतिहासातील स्थानही वैशिष्ट्यपूर्ण ठरले आहे. विंध्य पर्वत आणि नर्मदा नदी ओलांडून दक्षिणेत उतरणाऱ्या कोणाचेही पहिले पाऊल महाराष्ट्रात पडते. याचा परिणाम म्हणून की काय, नैसर्गिकदृष्ट्या महाराष्ट्राची भौगोलिक संलग्नता दक्षिणेशी निगडित असली, तरी त्याचे उत्तरेशी असलेल्या संपर्काचे आणि संबंधाचे प्रमाण अधिक असल्यामुळे सांस्कृतिक दृष्ट्या तो हळूहळू उत्तरेशी जास्त संलग्न होऊ लागला.

महाराष्ट्राचे मूलनिवासी कोण आणि उत्तरेकडून (आणि दक्षिणेकडूनही) महाराष्ट्रात कोणते लोक आले हा प्रश्न अत्यंत गुंतागुंतीचा असला आणि त्याचे समाधानकारक उत्तर उपलब्ध नसले, तरी अशा प्रकारची जा-ये आणि तद्नुषंगिक सांस्कृतिक देवाणघेवाण व राजकीय सत्तेची खांदेपालटही होत असणार हे निश्चित. प्रचलित समजुतीप्रमाणे उत्तरेतील लोकांना आर्य व दक्षिणेतील लोकांना द्राविड अशी नावे देऊन विचार केला, तर डॉ. श्रीधर व्यंकटेश केतकर यांचे मत महत्त्वाचे ठरते. केतकर म्हणतात,

> *"द्राविडांची संस्कृती आणि उत्तरेतील आर्यन् लोकांची संस्कृती यांच्या एकीकरणाचे स्थान महाराष्ट्र होय. ही एकीकरणाची क्रिया जोपर्यंत सांगोपांग स्पष्ट झाली नाही, तोपर्यंत महाराष्ट्राचा इतिहास समजला नाही, असे म्हणावे लागेल. या दोन संस्कृतींचे ऐक्य ही भारतीय संस्कृतीतील अत्यंत महत्त्वाची क्रिया होय आणि तिचे स्थान महाराष्ट्र हेच प्राधान्याने असल्यामुळे महाराष्ट्राचा सांस्कृतिक इतिहास हा भारताच्या सांस्कृतिक इतिहासातील अत्यंत महत्त्वाचा भाग होय."*

'आर्य' व 'द्राविड' या शब्दप्रयोगांबरोबर येणारे सत्तेचे वंशवादी राजकारण टाळण्यासाठी आपण 'उत्तरीय' आणि 'दाक्षिणात्य' असे शब्द योजू. या विवेचनाचा इत्यर्थ हाच, की महाराष्ट्राची नैसर्गिक जवळीक व संलग्नता दाक्षिणात्यांशी असली, तरी उत्तरीय लोकही त्यांच्या संपर्कात बऱ्यापैकी आल्यामुळे महाराष्ट्र ही त्यांच्यामधील अभिसरणाची व देवाणघेवाणीची प्रयोगभूमी ठरली. इरावती कर्वे यांनाही महाराष्ट्र ही दोन संस्कृतींची समन्वयभूमी वाटते व त्यामुळेच महाराष्ट्र हा त्यांच्या संस्कृतिसंघर्षात व समन्वयात निर्णायक भूमिका बजावू शकेल, असेही वाटते. महाराष्ट्राने उत्तरीय आणि दाक्षिणात्य या दोघांचे सद्गुण आत्मसात करून घेऊन आपल्यात त्यांचा संगम घडवून आणला, असा त्यांच्या विवेचनाचा रोख दिसून येतो.

खरोखरच अशा प्रकारचा निकोप संस्कृतिसंगम घडला असेल, तर ते चांगलेच झाले; परंतु या प्रक्रियेत महाराष्ट्राचा काटा उत्तरेकडे नको तेवढा तर झुकला नाही ना, त्याने आपली नैसर्गिक ओळख टाळून उत्तरेशी जरा जास्तच सलगी केली नाही ना याचाही तपास केला पाहिजे. दस्तुरखुद्द विठ्ठल रामजी शिंदे यांच्यापासून साहित्य अकादमीचे भाषा सन्मान पुरस्कारभूषित विश्वनाथ खैरे यांच्यापर्यंतच्या दाक्षिणात्य भाषा आणि संस्कृतीच्या अभ्यासकांनी महाराष्ट्राच्या दक्षिणेतील मुळांचा शोध घेत तिकडे लक्ष वेधण्याचे काम केले आहे.

वेगळ्या प्रकारे या समस्येची जाणीव झालेल्या वेगवेगळ्या क्षेत्रांमधील पूर्वसुरींचा आधार येथे घेता येईल. छत्रपती शिवाजी महाराजांनी विजापूर आणि गोवळकोंडा या दक्षिणी पातशाह्यांची फळी उभारून उत्तरेच्या मोगल तख्ताला शह देण्याचे राजकारण केले हे आपण जाणतोच. याचा अर्थ असा होतो, की राजनीतीच्या दृष्टीने महाराजांना दक्षिण हे एक एकसंध राजकीय एकक (Political Unit) वाटत होते. कदाचित या विचारातूनच त्यांनी दक्षिणेतील प्रदेश जिंकत थेट जिंजी गाठली. महाराजांच्या पश्चात औरंगजेब बादशहाची टोळधाड महाराष्ट्रावर कोसळली. तिला परतवण्याच्या प्रयत्नात संभाजी राजांच्या प्राणांची आहुती तर पडलीच; परंतु युवराज शाहूंसह त्यांचा कुटुंबकबिलाही औरंगजेबाला हस्तगत झाला. अशा निर्वाणीच्या प्रसंगी मराठा मंडळाने धाकट्या राजारामाला छत्रपती करून दक्षिणेतल्या जिंजीच्या किल्ल्यात हलवले. त्यानंतर काही वर्षे महाराष्ट्राची राजधानी जिंजीच्या किल्ल्यात होती. शिवछत्रपतींच्या दक्षिणाभिमुख राजकीय दूरदृष्टीचा हा विजय मानावा लागतो.

काही वर्षांनी म्हणजे हेच युवराज शाहू मोगलांच्या ताब्यातून मुक्त होऊन सातारा येथील राजधानीत छत्रपतींच्या गादीवर आरूढ झाल्यानंतर थोरल्या बाजीराव पेशव्यांनी उत्तरेत थेट दिल्लीवर चालून जाण्याचा प्रस्ताव मांडला. या प्रस्तावाला श्रीपतराव प्रतिनिधीने विरोध केला. आधी दक्षिण सुरक्षित करून तिची व्यवस्था लावू व मग उत्तरेचे पाहू, असा त्याचा सावध व्यवहारवादी पवित्रा होता; परंतु शाहू महाराजांनी बाजीरावाचे म्हणणे मान्य

महाराष्ट्र सांस्कृतिकदृष्ट्या दक्षिण भारताशी जोडलेला असला, तरी उत्तरेकडून येणाऱ्याचे दक्षिणेतील पहिले पाऊल महाराष्ट्रातच पडते. या दृष्टीने उत्तर आणि दक्षिणेत सर्व अर्थांनी समन्वय साधण्याची जबाबदारी महाराष्ट्रावरच होती आणि ती बऱ्याच अंशी पार पडली.

केले व तेव्हापासून महाराष्ट्राचे राजकारण उत्तराभिमुख झाले.

पेशव्यांची ही चाल अस्वाभाविक असल्याचा आक्षेप राजारामशास्त्री भागवत आणि त्र्यं. शं. शेजवलकर या इतिहासकारांनी नोंदवला आहे. दक्षिणेतील निजामासारखा शत्रू तसाच ठेवून उत्तरेच्या राजकारणात पाय घालणे हे शहाणपणाचे नव्हते असे त्यांचे म्हणणे. पुढे इंग्रजांनी दुसऱ्या बाजीरावाला पेन्शनात काढून पेशवाई बुडवली; परंतु निजामाचे हैदराबाद संस्थान मात्र भारत स्वतंत्र झाला तरी पटेलांनी लष्करी कारवाई करीपर्यंत तोऱ्याने मिरवत राहिले. ही वस्तुस्थिती विचारात घेता भागवत-शेजवलकरांच्या आक्षेपात काहीतरी तथ्य असावे, असा ग्रह होतो.

वस्तुतः महाराष्ट्रात इस्लामी राजवट असताना दक्षिणेत विजयनगरच्या हिंदू साम्राज्याचा उदय झाला होता. नंतरही आदिलशहाच्या दरबारात चाकरी करता करता शहाजीराजे भोसले यांनी कर्नाटकात स्वतंत्र राजाच्या तोडीस तोड असा दबदबा निर्माण केला होता. त्यांच्याच जहागिरीतून व्यंकोजीराजांनी तंजावरला वेगळ्या सत्तेचा घाट घातला. जिंकलेल्या प्रदेशाची व्यवस्था लावण्यासाठी व त्याचे संरक्षण करण्यासाठी शहाजी-शिवाजींच्या काळात कितीतरी मराठी ब्राह्मण व क्षत्रिय मंडळी तिकडे रवाना झाली व तेथेच वसली. दक्षिणेशी तुटलेला सांधा परत जोडण्याची संधी महाराष्ट्राला निश्चितच उपलब्ध झाली होती. ती त्याने गमावली हेच खरे.

प्रसिद्ध संगीततज्ज्ञ गोविंदराव टेंबे यांनी एक मजेशीर बाब नोंदवली आहे. गोविंदरावांचा उत्तर हिंदुस्थानी अभिजात गायकीचा चांगला परिचय तर होताच; परंतु म्हैसूरच्या महाराजांच्या पदरी काही काळ व्यतीत केल्यामुळे त्यांना कर्नाटक संगीतही अवगत झाले होते. गोविंदराव सांगतात, की महाराष्ट्र हा बुद्धिवादी देश असल्याने संगीतात खरे तर त्याने दक्षिणेतील संगीताशी नाते जोडायला हवे होते; पण वास्तवात त्याने उत्तर हिंदुस्थानी ख्याल गायकी अंगीकारली. उत्तरेकडील संगीतात भावनाप्रधानता जास्त असल्याची टेंबेंची धारणा असावी. अर्थात, टेंबे याबद्दल खेद व्यक्त न करता झाले ते झाले खरे, अशी तटस्थ प्रतिक्रिया देतात.

राहिला मुद्दा भाषेचा. राजवाडे आणि त्यांच्या पठडीतील भाषातज्ज्ञ मराठीचा संबंध संस्कृतशी कसा जोडतात आणि इतकेच नव्हे, तर या संबंधावरून वंशशास्त्रीय व

शिवोत्तरकाळी मराठीला राजकारणाची अपूर्व जोड मिळाली. तिने गोदावरीचा किनारा हा आपला मुख्य प्रदेश ओलांडून कृष्णा आणि तुंगभद्रेच्या उत्तरेकडील प्रांत काबीज केला. ज्या प्रदेशाला उत्तर कर्नाटक म्हटले गेले असते, तो भाग आता दक्षिण महाराष्ट्र म्हणून ओळखला जातो.

समाजशास्त्रीय निष्कर्ष कसे काढतात हे आपण पाहिलेच आहे. विठ्ठल रामजी शिंदे या संदर्भात एक कळीचा प्रश्न उपस्थित करतात, *"हिंदी, गुजराती व बंगाली या अर्वाचीन भाषांचा जुन्या प्राकृताशी जितका संबंध जुळतो, तितका मराठीचा का जुळत नाही?"* त्याचे उत्तर देताना ते सांगतात, *"त्याचे कारण मराठी ही कानडीच्या मागून व तिच्या तालमीत किंबहुना तिच्या सासुरवासात वाढलेली भाषा आहे. म्हणून कानडीचा तिच्यावर जबर परिणाम झाला आहे."* शिंदे असेही सांगतात, की देवगिरीच्या यादवांच्या प्रतापामुळे महाराष्ट्राच्या राजकारणानेच नव्हे, तर वाङ्मयाने देखील अपूर्व उठाव केला आणि कानडीला दक्षिणेकडे रेटण्याची सुरुवात केली. तौलनिक भाषाशास्त्राची पद्धत वापरून शिंदे कानडीचा मराठीवरील प्रभाव स्पष्ट करतात. त्यांच्या मते मराठीतील प्रत्येक शब्दाची व्युत्पत्ती संस्कृतच्या आधारे शोधण्याचा प्रयत्न करणे व्यर्थ असून, त्यासाठी कानडीकडे लक्ष द्यायला हवे. आपला मुद्दा ते उदाहरणांसह मांडतात. त्यांच्या म्हणण्यानुसार, *"मराठीचा जन्म व तान्हेपण कोठे आणि कसेही होऊन गेलेले असो, तिचे सर्व वर्धन, शील, कौमार्य चालुक्य आणि राष्ट्रकूट या कानडी व तेलंगी राजवटीतून खास कर्नाटकातच झाले."*

अनेक मराठे कानडी भाषा बोलणारे असून, कानडी मागे पडून मराठीची व्याप्ती कशी वाढली, याचे स्पष्टीकरण शिंदे मराठ्यांच्या राजकारणाला देतात, ते असे

> *"मुसलमानांच्या वरवंट्याखाली, विशेषतः तालीकोटच्या निःपातानंतर कानडी बोलणारे मराठे जे रेड्डी, राजू, होयसळ, पल्लव ऊर्फ पालवे, कदंब इ. ते कायमचे दबून गेले; पण देवगिरीचे जाधव, फलटणचे निंबाळकर, बदामीचे शिंदे आणि माने, वाडीचे सावंत, कोकणपट्टीतले आंग्रे, मोरे, शिर्के इ. अनेक घराणी जरी प्रत्यक्ष राजपटलावरून चमकत नव्हती, तरी त्यांची वरून कोळशाप्रमाणे दिसणारी द्रव्ये इतकी सहज ज्वालाग्रही होती, की शहासूनु शिवरायाने फुंकर मारल्याबरोबर ती मराठी स्वराज्याची होमकुंडे बनली. सतराव्या शतकात नवीन महाराष्ट्र महोदधी उचंबळला, तो उत्तरेस नर्मदेपासून दक्षिणेत तुंगभद्रेपर्यंत पसरला. इतकेच नव्हे, तर तिच्याही पलीकडे कावेरीच्या काठी तंजावरावर त्याची ध्वजा लागली. एकंदरीत या द्विगुणित राज्यक्रांतीमुळे, अगोदरच चौदाव्या शतकात*

स्वतंत्र झालेली जी मराठी भाषा, तिला जरी शिवपूर्वकाळी मुसलमानी राजकारणाचा आणि फार्सी भाषेचा सासुरवास सोसावा लागला, तरी शिवोत्तरकाळी तिला राजकारणाची अपूर्व जोड मिळाल्यामुळे ती एखाद्या महापुराने बेफाम झालेल्या नदीप्रमाणे गोदावरीचा किनारा हा आपला मुख्य प्रदेश ओलांडून स्वस्थ न बसता कृष्णेच्या पलीकडील व तुंगभद्रेच्या उत्तरेकडील कानडीचाही प्रांत जी एकदा बळकावून बसली आहे, ती तो अद्याप परत करण्याची काहीच चिन्हे दिसत नाहीत. ज्या प्रदेशाला खरोखरी उत्तर कर्नाटक म्हणावयास पाहिजे, त्याला आम्ही आता दक्षिण महाराष्ट्र म्हणत आहोत."

सध्याच्या कर्नाटक-महाराष्ट्र सीमावादाच्या पार्श्वभूमीवर शिंदे यांचे हे विवेचन मराठी माणसाला काहीसे चमत्कारिक वाटण्याचा संभव आहे. शिंदे लिहत होते, तेव्हा गरीब गाय वाटणाऱ्या कानडीला आता चांगली टोकदार शिंगे फुटली असून, ती आक्रमक बनली आहे. *"मी स्वतः जरी मराठाच असलो, तरी कानडीचे मराठीवर उपकार झाले आहेत. ते महाराष्ट्राने विसरावेत असे मला कधीही वाटणार नाही,"* असे शिंदे जे तेव्हा म्हणाले, ते कदाचित आता म्हणाले नसतेही. शिंदे म्हणतात, त्याप्रमाणे मराठीचे भरण-पोषण कानडीकडून झाले असेलही; पण त्यांच्यातील परकेपणा शिवकाळापर्यंत चांगलाच दृढ झाला होता, यात शंका नाही.

कानडीने केला मराठी भ्रतार ।
एकाचे उत्तर एका नये ॥'

हे तुकारामवचन त्याचे निःसंदिग्ध प्रमाण आहे.

■

२८

मराठ्यांची पूर्वपीठिका

विठ्ठल रामजी शिंदे यांनी सूचित केलेल्या महाराष्ट्र-कर्नाटक संबंधाची पूर्तता शं. बा. जोशी यांच्या *'मराठी संस्कृती : काही समस्या'* या पुस्तकात काही प्रमाणात झालेली दिसते. वयाचा विचार केला, तर मराठी ही कानडीपेक्षा धाकटी आहे. ज्या प्रदेशात आज मराठी बोलली जाते त्या प्रदेशातील लोक मराठीच्या उदयापूर्वी कानडी बोलत असण्याची शक्यता आहे. मराठीचा उदय होऊन तिचे महत्त्व वाढू लागले, तसे हे लोक तो प्रदेश सोडून दक्षिणेत गेले असे नसून, त्यांनी कानडीऐवजी मराठीचा स्वीकार केला, हे जास्त स्वाभाविक आहे. दरम्यानच्या काळात तेथील कानडी बोलणाऱ्यांचे प्रमाण कमी होत गेले, तरी ते शून्यावर नक्कीच गेले नसणार. त्यामुळे हा प्रदेश तेव्हा द्वैभाषिक असणार हे उघड आहे; पण तरीही हळूहळू या दोन्ही भाषा समजणाऱ्यांची संख्या कमी होऊन त्यांच्यातील भाषिक दुरावा अथवा परकेपणा वाढत गेला. संत ज्ञानेश्वर विठ्ठलाला 'कानडा', 'कर्नाटकू' असे म्हणतात, तेव्हा तो खरोखरच कर्नाटकातून महाराष्ट्रात पंढरीला आला असे नसून, पंढरपूर परिसरात पूर्वी कानडी बोलणाऱ्या मराठ्यांची संख्या लक्षणीय होती. राजकीयदृष्ट्या असेल-नसेल; परंतु निदान भाषिकदृष्ट्या तरी तो भाग कर्नाटकात मोडत असणार. या काळात कानडी बोलणाऱ्या व समजणाऱ्या मराठी माणसांची संख्या कमी होत गेल्यामुळे ज्ञानेश्वरीतील अर्जुन कृष्णाला 'समजायला कठीण असे काही न सांगता सोपे सांग,' असे म्हणतो, तेव्हा अवघडासाठी 'कानडे' असा शब्दप्रयोग करतो. 'मऱ्हाटे' म्हणजे अर्थातच सुगम, समजण्याजोगे. तुकोबासुद्धा, *'वेदासी कानडा। श्रुतीसी कानडा॥ विठ्ठल उघडा पंढरीये॥'* असे म्हणतात, तेव्हा त्यांना 'कानडा' शब्दाने 'अगम्य' असेच अभिप्रेत असते. 'कानडीऐवजी दुसऱ्या कोणत्याही भाषेचा उल्लेख या संदर्भात होत नाही; कारण त्या भाषा त्या परिसरात प्रचलित नव्हत्याच. *'विठ्ठल कानडा बोलू जाणे।*

त्याची भाषा पुंडलिक नेणे॥' हे तुकोबांचे आणखी असेच एक वचन असून, त्यातूनही कोणे एके काळचा महाराष्ट्र देशातील कानडी भाषेचा प्रभाव व प्राबल्य दिसून येते. अगोदरच्या काळात आघाडीवर असलेल्या व नंतर पिछाडीस राहिलेल्या कन्नड भाषकांचा आजचा आक्रमकपणा या घटनेमुळे समजू शकतो. तो न्यूनगंडातून आलेला असून, त्यातूनच त्यांनी त्यांच्या भाषेला अभिजात भाषेचा दर्जा देण्याची मागणी केलेली दिसते. या मागणीला तमीळ भाषकांनी विरोध करणेही तेवढेच स्वाभाविक आहे.

भाषेचा मुद्दा महत्त्वाचा यासाठी आहे, की अभ्यासक, संशोधकांनी वेगवेगळ्या भाषा बोलणाऱ्या लोकांचा संबंध वेगवेगळ्या मानववंशांशी लावला व या मानववंशांमध्ये डावे-उजवे करण्याची प्रथा पाडली. पाश्चात्त्यांनी सुरू केलेल्या या प्रथेचा परिणाम भारतीय संशोधकांवर पडल्याशिवाय राहणे शक्यच नव्हते. मॅक्सम्युलरपासून विठ्ठल रामजी शिंदे यांच्यापर्यंतचे अभ्यासक पाहिले, तर हेच दिसून येते. मधल्या काळातील महात्मा फुले आणि लोकमान्य टिळकही त्याला अपवाद नाहीत. आर्य भारताचे मूळ रहिवासी नव्हते. बाहेरून कोठून तरी येऊन त्यांनी येथील रहिवाशांना जिंकले, यापुढे जाऊन असे सांगण्यात आले, की भारतात आलेले आर्य आणि युरोपमधील जर्मन, फ्रेंच, इंग्लिश अशा पुढारलेल्या लोकांचा एकच वंश होय. आता पुढचा प्रश्न आपोआप असा निर्माण होतो, की जगभर विखुरलेल्या या आर्य वंशजांपैकी सर्वांत शुद्ध वंश कोणता? तिकडे युरोपात हिटलरने जर्मनांचा वंश निर्भेळ, शुद्ध अतएव श्रेष्ठ वंश असल्याच्या समजुतीने या वंशाचे राज्य जगभर पसरवण्याचा विफल प्रयत्न केला. इकडे भारतात राजवाडे यांनी वर्णव्यवस्था हाच आर्यांच्या समाजाचा गाभा असल्याने ज्या आर्यांनी तो टिकवून ठेवला तोच श्रेष्ठ आर्य वंश असे सांगून, भारतीय आर्यांना सर्वश्रेष्ठ आर्य वंश मानले. आर्य वंशाचा सिद्धान्त गृहीत धरून लोकमान्य टिळकांनी आर्यांचे मूळ निवासस्थान कोणते असेल याचा छडा वेदवाङ्मयाच्या आधारे लावण्याचा प्रयत्न करून पाहिला.

श्री विठ्ठल वेदासी
कानडा श्रुतीसी कानडा

या सिद्धान्ताची अपरिहार्य निष्पत्तीही पुढे यायला वेळ लागली नाही. त्यामुळे बाहेरून आलेले आर्य हे आपोआपच आक्रमक ठरले आणि त्याआधी येथे वास्तव्य करून असलेले लोकसमूह मूलनिवासी अर्थात भूमिपुत्र ठरले. हा मुद्दा लावून धरत जोतीबा फुले यांनी ब्राह्मणेतर

महर्षी शिंदे यांनी केलेल्या मराठामीमांसेनुसार मराठे शक, तर कुणबी द्रविड वंशाचे. मराठे युद्धकुशल क्षत्रिय आणि कुणबी जमीन कसणारे शेतकरी. मात्र, महाराष्ट्रात या दोघांचा बेमालूम मिलाफ होऊन एक आदर्श सामाजिक राजकीय व्यवस्था जन्माला आली.

चळवळीचे बीजारोपण केले. दक्षिणेतही हा प्रकार घडलाच. तीच रामस्वामी नायकरांची द्राविडी चळवळ!

आर्य वंश आणि आर्य वंशश्रेष्ठत्वाचा सिद्धान्त असा अंगावर येऊ शकतो याची जाणीव झालेल्यांनी मग भारत हेच आर्यांचे मूळ स्थान असून, तेथून ते युरोपात वगैरे बाहेर पसरले, असा पवित्रा घेतला. *'भारतीय साम्राज्या'*चे लेखक भवानराव पावगी हे नाव या संदर्भात महत्त्वाचे आहे; पण मग परत ऋग्वेदातील आर्यांच्या उत्तर ध्रुवावरील वातावरणांचे संदर्भ सूचित करणाऱ्या उल्लेखांची व्यवस्था कशी लावायची अशी एक वेगळीच समस्या उभी राहिली. त्यावर, फार पूर्वीच्या काळी उत्तर ध्रुवच भारतात होता, असे मासलेवाईक उत्तर पुढे करण्यात आले.

वस्तुतः अमुक वंश शुद्ध आणि म्हणून श्रेष्ठ, तर दुसरा एखादा वंश भेसळीचा व अशुद्ध अशा मूल्यकल्पना न लादता केवळ वस्तुनिष्ठ पद्धतीने अभ्यास झाला असता आणि एखादा वंश श्रेष्ठ म्हणून राज्यकर्ता होण्यास अधिक पात्र अशी सत्ताभिलाषा त्याला चिकटली नसती, तर या अभ्यासात तत्त्वतः गैर असे काही नव्हते व नाही. शिंदे यांनी तर अभ्यासक असण्याच्या अटीच स्पष्ट केल्या आहेत. मानववंशशास्त्र आणि तौलनिक भाषाशास्त्र या शास्त्रांची घडी अद्याप नीट बसली नसल्याचे सांगून ते म्हणतात,

> *"नदीच्या मुळाहून माणसांचे मूळ शोधणे अत्यंत कठीण आहे, तरी ते सशाचे शिंग शोधल्याप्रमाणे अशक्य आणि मूर्खपणाचे नाही. निदान त्यात काही घोर पाप तरी खास नाही; मात्र संशोधकाने निर्भीड असले पाहिजे. शक व द्राविड म्हणजे कोणी तरी नीच आणि हीन जात आणि आर्य व मोगल म्हणजे कोणीतरी निर्भेळ उच्च जात अशा भावना ज्यांच्या मनाशी तळ देऊन बसलेल्या असतात, अशांना इतिहासशास्त्रात गतीच नाही."*

'राधामाधवविलासचंपू'च्या परीक्षणात ते आपला सर्वसामान्य आक्षेप नोंदवतात. ती एक अटच म्हणावी लागते.

> *"इतिहासकार किंवा संशोधकाने आपल्या लाडक्या भावना, पक्षपात, धर्म, समजुती यांपासून निदान इतिहास हा विषय हाती असेपर्यंत, तरी अलग राहावे. ज्यांना हा ताटस्थ्ययोग साधत नाही, त्यांनी इतिहासाचा नादच सोडावा, नाही तर नदीच्या उगमातच विष कालविण्याच्या पातकाचे त्यांना धनी व्हावे लागेल."*

"आर्यांशिवाय द्रावीड, नाग, मुद्गल (मोगल) इत्यादी अनार्य वंश आर्यांच्या पूर्वी अथवा मागून या देशात आले किंवा आले होते," अशी नोंद करून शिंदे म्हणतात,

> *"ते कित्येक बाबतींत आर्यांहून जास्त, तर कित्येक बाबतींत आर्यांहून उच्चतर अथवा सुसंस्कृत अशा स्थितीत होते; अथवा शक, पल्लव, जाट इत्यादी वंश आर्यांच्या घरीच राहणारे, किंबहुना तदंगभूतही असतील, असा संभव आहे. यामुळे हिंदी आर्यांचा प्रदेश कल्पनेनेही नक्की रेखाटता येत नाही. मग वस्तुतः निश्चित करण्याचे धैर्य इतिहासाचा गंधही ज्यांना नाही, त्यांच्याशिवाय इतरांस शक्य नाही. आर्यांची व्याप्ती निश्चित ठरवता आली, तरी रक्ताने अस्सल आर्य हिंदुस्थानात आज शंभरातच नव्हे तर हजारात तरी एक नेमका निवडून काढता येईल की नाही याची शंका आहे. रक्ताने आर्य कोणास म्हणता येईल हे ठरविणे ज्यांना हल्लीचे मानववंशशास्त्र माहीत नाही त्यालाच सोपे जाईल."*

असे असूनही राजवाडे तसे ठरवण्याचा प्रयत्न करतात; पण त्याही पुढे जाऊन तो वंश सांस्कृतिकदृष्ट्या इतरांपेक्षा श्रेष्ठ असल्याचा दावा करतात. शिंदे यांच्या म्हणण्याप्रमाणे,

> *"मानवी इतिहासातील अमूक एक संस्कृती दुसरीहून श्रेष्ठ आहे, अमूक एक धर्म इतरांहून श्रेष्ठ आहे; किंबहुना एकाच देशातील अमूक एक जाती अथवा उपजाती तिच्या समकालीन व समानशील दुसऱ्या जातीहून अथवा उपजातीहून बरी किवा वाईट आहे म्हणून वाक्तांडव करणे हे इतिहास संशोधकाचे मुळीच काम नव्हे."*

राजवाड्यांच्या अशा उपक्रमाची संभावना 'अनाठायी उपद्व्याप' अशी करणारे शिंदे हे खऱ्या मूल्यनिरपेक्ष शास्त्रज्ञाच्या व संशोधकाच्या बाण्याला जागणारे आहेत याविषयी दुमत होण्याचे कारण नाही. *"राजवाड्यांनी कानडी भाषेकडे यत्किंचितही लक्ष पुरविले असते, तर त्यांनी संस्कारावर विसंबून राहून ज्या चुकीच्या व्युत्पत्त्या दिल्या व त्यावर आपला वंशेतिहास बसविला त्या तशा दिसल्याच नसत्या,"* असे त्यांचे म्हणणे आहे व अशा काही कानडीवर आधारित व्युत्पत्त्या ते स्वतः देतात.

शिंदे मराठ्यांच्या पंधरा निवडक राजघराण्यांची वंश-गोत्र-देवकांसह माहिति देणारे एक कोष्टकच सादर करतात. सूर्य, चंद्र आणि नाग या तीनपैकी एक अथवा दुसऱ्या वंशात मोडणाऱ्या या घराण्यांचे आपापसात व इतर साधारण मराठ्यांशी विवाहसंबंध झाले असल्यामुळे त्यांच्यात श्रेष्ठ-कनिष्ठ भाव करणे चुकीचे असल्याचेही ते सांगतात. *'या सर्व घराण्यांनी राजवैभव भोगले आहे. इतकेच नव्हे, तर काहींनी पातशाही गाजवून, तर काहींनी तर नर्मदेच्या पलीकडील मोठमोठ्या नामांकित उत्तर क्षत्रियांची सिंहासने कैक वेळा*

पालथी घातली आहेत,' असेही त्यांचे निरीक्षण आहे.

राजवाड्यांनी जैन, बौद्ध व लिंगायत या अवैदिक पंथांवर अकारण केलेल्या वारांमुळे शिंदे खूपच व्यथित झालेले आहेत. दक्षिणेतील ब्राह्मणांनी लिहिलेल्या ग्रंथांचे आधार देऊन ते सांगतात, *"दक्षिण हिंदुस्थानातील मध्ययुगीन वाङ्मय सद्धर्म व संस्कृती यांचे सर्वच नाही तरी बहुतेक श्रेय जैन आणि बौद्ध धर्माच्या उदार आणि विरक्त प्रचारकांनाच आहे."* राजवाड्यांनी या प्रचारकांना 'सोंगाडे संन्यासी' असे हिणवण्यामुळे शिंदे यांचा सात्त्विक संताप अनावर झालेला दिसतो. स्त्रियांचा उल्लेख करताना राजवाड्यांनी वापरलेली भाषा औचित्य-विवेकाची ऐशी-तैशी करणारी असल्यामुळे या संतापात आणखी भर पडली. राजवाड्यांची संभावना त्यांनी 'बाविसाव्या वेळा पृथ्वी निःक्षत्रिय करणारा आधुनिक परशुराम' अशी केली ती यामुळेच; मात्र या संतापाचा परिणाम म्हणून शास्त्रीय संशोधनाच्या पद्धतीची त्यांनी कोठे पायमल्ली केल्याचे आढळून येत नाही. टीकेची ही लाठी आपणास का उचलावी लागली याचा खुलासाही ते करतात,

> *"ब्राह्मण येथून तेथून सर्वच वाईट असे कोणीही ब्राह्मणेतराने म्हणू नये, अशी आमची प्रामाणिक इच्छा आहे; पण राजवाड्यांसारख्यांपुढे आमचा नाइलाज होतो. चित्पावनांतही भूषणभूत रत्ने गेल्या पिढीत झाली; पुढे होतील. प्रागतिक म्हणजे केवळ पोटार्थी नव्हे, हे आगरकरांनीच आपल्या त्यागाने दाखविले. राष्ट्रीय म्हणजे उर्मट नव्हे हे गोखल्यांनी आपल्या विनयाने शिकविले. फार काय; पण संशोधक म्हणजे केवळ उकिरडा उकरणारा नव्हे, हे श्री. चिं. विं. वैद्य आपल्या परिश्रमाने सिद्ध करीत आहेत."*

राजवाड्यांनी संशोधनाच्या कामी सोसलेल्या दगदगीचा गौरवपूर्ण उल्लेख करण्यासही शिंदे विसरत नाहीत. *"पुढच्या पिढ्यांनी त्यांना कलमबहाद्दर म्हणून आठवावे. हा कोणी एक कलमकसाई होता असे हिणवू नये, अशी आमची इच्छा आहे आणि या इच्छेनेच त्यांच्या लेखणीच्या वारांनी ज्या कोणा मुक्या-पांगळ्यांना जखमा झाल्या असतील, त्यांची आम्ही या टीकेच्या निमित्ताने शुश्रूषा केली आहे."*

राजवाड्यांनी ज्यांच्यावर लेखणीचे वार केले, त्यांच्यापैकी बौद्ध हे तेव्हा महाराष्ट्रात नसल्यासारखेच होते. जैन, लिंगायत, सामान्य मराठे आणि एकूणच स्त्री जात यांना मुके-पांगळे म्हणण्याचे कारण, की त्यांच्यात ज्ञानक्षेत्रात वावरणारे, लेखन-संशोधन करणारे फारसे कोणी नव्हते.

पण, अशा उपेक्षितांचे वा वंचितांचे वकीलपत्र घेऊन त्यांची कैफियत मांडायची म्हणजे संशोधकाने आपला 'ताटस्थ्ययोग' सोडून पक्षपाती व्हायचे, सत्याशी प्रतारणा करायची असे मात्र नव्हे. शिंदे यांनी *'मराठ्यांची पूर्वपीठिका'* सांगताना त्यांना जे सत्य वाटले ते प्रांजळपणाने

आणि निर्भीडपणाने मांडले आहे. ब्राह्मणेत्तर चळवळीच्या ऐन भरात असलेल्या त्या काळात मराठ्यांमध्ये आपले आर्य-क्षत्रियत्व सिद्ध करण्याची अहमहमिका लागली होती. मराठ्यांचे क्षत्रियत्व व वेदोक्ताचा अधिकार मान्य करण्यास सनातनी ब्राह्मण खळखळ करीत आहेत, हे पाहून शाहू छत्रपतींनी क्षात्रजगद्गुरूंचे स्वतंत्र धर्मपीठ स्थापन करून आपले 'राजन्यत्व' खणखणीत वाजवून सिद्ध केले होते. अशा वातावरणात शिंदे यांनी यापेक्षा वेगळा सूर लावणे हे प्रवाहाच्या उलट पोहण्यासारखे होते; पण शिंदे 'सत्य असत्याशी मन केले ग्वाही' या तुकोबांच्या परंपरेतील असल्याने त्यांनी त्याची कधीच पर्वा केली नाही.

'मराठा' या शब्दात मुळास अनुसरून असलेल्या 'रट्ट' या शब्दाकडे शिंदे लक्ष वेधतात. प्रभुत्व व राजकारण यांच्याशी निगडित असलेल्या या शब्दाचा 'राष्ट्र' आणि 'रथ' या शब्दांशी असलेला संबंध ते वैदिक संस्कृत आणि पाली भाषेच्या आधारे दाखवून देतात. राजवाडे म्हणतात त्याप्रमाणे नागवंश हा हीन व कमतर संस्कृतीचा नसून, हा 'क्षात्रवंश आर्य' म्हणवणारे लोक भारतवर्षात येण्यापूर्वीच चहूकडे पसरला होता.

'*...हा नागवंश मराठ्यांत मोठ्या मान्यतेला चढलेला पूर्वीपासून म्हणजे शककर्त्या शालिवाहनापासून तरी अलीकडे आढळत आहे,*' अशी नोंद करून शिंदे प्रसिद्ध पुराणाभ्यासक पार्गिटर यांचा भारतातील सूर्यवंशी क्षत्रिय व त्यांचे आश्रित ब्राह्मण वंशाने द्राविडी असून, चंद्रवंशी आर्य क्षत्रिय नंतर भारतात आल्याचा सिद्धान्त ग्राह्य धरतात. त्यावरून '*सूर्य, चंद्र आणि नाग या तीन वंशांच्या मिषाने द्रावीड, आर्य आणि नाग या तीन जातींच्या लोकांचा समावेश मराठा समाजात असणे मुळीच असंभवनीय दिसत नाही,*' असा त्यांचा निष्कर्ष आहे. त्यांच्या मते ज्यांना कुणबी समजण्यात येते, ते मूळचे येथीलच असून, द्रावीड वंशातले शेतकरी होत. घोडा (अश्व) आणि रथ यांच्याशी संबंध असलेले मराठे (राजपूत, रेड्डी इत्यादींप्रमाणेच) बहुधा शक व त्यासारख्या (परंतु आर्य मानल्या जाणाऱ्या) वंशाचे असणार. येथे आल्यानंतर ते येथील द्रावीड कुणब्यांशी इतके एकजीव झाले, की त्या दोघांमधील भेद आता नाममात्र उरला आहे. 'जातिभेद मानणे व माजविणे हे धनलोलुप नेभळ्या भांडवलशाहीचे हीन लक्षण आहे,' असा त्यांचा स्पष्ट अभिप्राय आहे.

शिंदे यांच्या मराठा मीमांसेचे सार थोडक्यात सांगायचे झाल्यास मराठे शक (अर्थात शक हे आर्यच) आणि कुणबी द्रावीड. मराठे युद्धकुशल क्षत्रिय आणि कुणबी जमीन कसणारे शेतकरी. मराठ्यांचा धंदा सरंजामी राजकारण तर कुणब्यांचा गावगाडा; मात्र महाराष्ट्रात या दोघांचा बेमालूम मिलाफ होऊन एक आदर्श सामाजिक राजकीय व्यवस्था त्यातून जन्माला आली. मराठ्यांची आणि कुणब्यांची तलवारीची आणि नांगराची वृत्ती मराठ्यांच्या घराण्यांत पिढ्यान्‌पिढ्या आलटून पालटून चालत आलेली असून, त्यांच्यात भेद माजवणे दुराग्रहाचे व एकीची बेकी करण्याचे काम आहे. जनगणनेत असा भेद

करणाऱ्या नोंदी केल्याबद्दल शिंदे आपली नाराजी व्यक्त करायला विसरत नाहीत.

गणराज्य पद्धतीने स्थानिक पाटिलक्या आणि देशमुख्या चालवणे अटकेवर झेंडे लावण्यापेक्षा कमी किमतीचे नाही, असे शिंदे राजवाड्यांना स्पष्टपणे बजावतात. ते मराठ्यांच्या स्वातंत्र्यप्रियतेचे व लोकशाहीकडील कलाचे द्योतक असल्याचे त्यांचे म्हणणे आहे. ज्या शिवछत्रपतींच्या कुलाच्या राजवाड्यांनी त्याला बाजूला करून गौरव केलेला आहे त्याचे महाराष्ट्रातील पहिले कर्तबगार पुरुष मालोजीराजे वेरूळची पाटिलकीच चालवीत होते.

■

२१

आर्यत्व आणि द्राविडत्व

महाराष्ट्राच्या इतिहासलेखनाच्या पद्धतींची विभागणी करायची झाल्यास 'उत्तरवादी' आणि 'दक्षिणवादी' अशा दोन फळ्या सहजपणे दिसू लागतात. राजवाडे व त्यांचे अनुयायी पूर्णपणे उत्तरवादी आहेत. शिंद्यांसारख्यांच्या लिखाणात अनुस्यूत असणारा दक्षिणवाद अलीकडे डॉ. रा. चिं. ढेरे यांनी त्यांच्या *'शिखर शिंगणापूरचा शंभुमहादेव'* या ग्रंथातून वेगळ्या पद्धतीने, परंतु बराच पुढे नेल्याचे दिसून येते. या दोन्हीही दिशांना टाळून शुद्ध महाराष्ट्रकेंद्री इतिहास लिहिण्याची तात्त्विक व तार्किक शक्यता खुली आहे. त्या पद्धतीने शोध घ्यायचा झाल्यास अर्थातच राजारामशास्त्री भागवतांशिवाय दुसरा पर्याय नाही.

राजवाडे आणि शिंदे यांची गोष्टच वेगळी. राजवाडे यांच्या लिखाणातील पुनरुज्जीवनवादी सत्ताकांक्षा लपून राहत नाही. शिंदे मोकळ्या मनाचे आणि निरंकुश. त्यामुळे दोघेही लिहिताना कोणाची फिकीर करतील, मर्जी राखतील हे संभवतच नाही.

भारताचार्य चिंतामणराव वैद्य यांचे लिखाण मात्र खूप समतोल बुद्धीने, तोलूनमापून झाल्यासारखे वाटते. त्यांची कारकीर्द मराठी संस्थानात नोकरी करण्यात गेल्यामुळे त्यांची दृष्टी राजवाड्यांपेक्षा व्यापक बनली होती. निदान राजवाडे सांगतात त्याप्रमाणे ही मंडळी राज्य चालवण्यास सर्वथैव अपात्र नाहीत, याची त्यांना पारतंत्र्याच्या काळातसुद्धा जाणीव झालेली होती.

महाराष्ट्राच्या इतिहासलेखनाच्या पद्धतींची विभागणी करायची झाल्यास 'उत्तरवादी' आणि 'दक्षिणवादी' अशी विभागणी होते. या दोन्हीही दिशांना टाळून शुद्ध महाराष्ट्रकेंद्री इतिहास लिहिण्याची तात्त्विक व तार्किक शक्यता खुली आहे. त्या अनुषंगाने संशोधकांनी विवेचन केले आहे.

महाराष्ट्राची उत्तराभिमुख मीमांसा महाराष्ट्रावरील आर्य संस्कृतीच्या प्रभावावर भर देते, तर दक्षिणाभिमुख मीमांसा द्राविड संस्कृतीवर लक्ष केंद्रित करते. मात्र आर्य संस्कृतीच्या प्रभावावर भर देणारे आर्यश्रेष्ठत्ववादी असतात. द्राविड संस्कृतीवाले मात्र तिच्या बाजूने तसा दावा करत नाहीत.

अर्थात, वैद्य हे राजवाड्यांप्रमाणेच आर्यश्रेष्ठत्ववादी व त्यामुळे उत्तराभिमुख झालेले संशोधक होते. साहजिकच आर्यांचे श्रेष्ठत्व आणि मराठ्यांचे आर्यत्व टिकवण्यासाठी त्यांना खटपट व कसरत करावी लागली. त्यांचे काम किती अवघड होते, हे त्यांच्यासमोरील वेगळ्या मतांची मांदियाळी पाहिली, तर लक्षात यायला वेळ लागणार नाही. मराठे हे सिथोद्राविडियन आहेत, असे मानववंशशास्त्राच्या पद्धतीने सांगून, तर ते नागमहाराष्ट्रिकोत्पन्न असल्याचा दावा करून त्यांचे आर्यत्व हिरावून घेणारे किंवा त्याची टक्केवारी लक्षणीयरीत्या कमी करणारे हर्बट रिस्ले आणि राजवाडे यांच्यासारखे पाश्चात्त्य व भारतीय शोधक एका बाजूला आणि त्यांच्या द्राविडी असण्यावर भर देणारे अभ्यासक दुसऱ्या बाजूला!

अशा परिस्थितीत वैद्यांना आपल्या विवेचनात 'त्यातल्या त्यात', 'बव्हंशी' अशा अर्थाचे शब्दप्रयोग करून तोल साधावा लागे. रिस्ले, पार्गिटर ही पाश्चात्त्य बडी धेंडे, तर राजवाड्यांचा मोठा दबदबा. त्यामुळे रिस्लेसारख्यांना मस्तकमापन आणि नासिकामापन अशा आधुनिक मानववंशशास्त्रीय पद्धतींचा वापर करून वैद्य उत्तर देतात. राजवाड्यांनी मराठ्यांमध्ये फूट पाडल्याबद्दल सखेद आश्चर्य व्यक्त करतात. द्राविडांची बाजू लावून धरणारा कोणी तोलामोलाचा अभ्यासक समोर नसल्यामुळे की काय, ती बाजू तिला फारसे महत्त्व न देता उडवून लावताना म्हणतात,

> *"चमत्कार असा झाला आहे, की कानडी बोलणारे आर्य म्हणजे ब्राह्मणादी आपणास महाराष्ट्राहून भिन्न समजून, त्यांच्याशी स्पर्धा व भेदभाव मानू लागले आहेत. वंशपूर्वापार परंपरा आणि प्रत्यक्ष विवाहसंबंध अजून महाराष्ट्राशी असून, त्यांचा हा भ्रम व या भ्रमामुळे इतिहासालासुद्धा निराळे वळण देण्याची त्यांची उत्कट इच्छा पाहून उद्वेग आणि आश्चर्य, रडू आणि हसू एकाच वेळी येते."*

या पार्श्वभूमीवर डॉ. रा. चिं. ढेरे म्हणतात :

> "शिवछत्रपतींच्या कुलशाखेचा मूळ पुरुष बलियप्पा हा जसा दक्षिणेतून महाराष्ट्रात आला, तशीच मोरे, शिंदे, नाईक, निंबाळकर ही घराणीही दक्षिणेतूनच महाराष्ट्रात आलेली होती. जावळीकर मोरे यांच्या 'छोट्या

बखरी'त तर भोईटे, सुरवे, जाधवराव, कदम, शिंदे, रविराव, भांडवलकर, मोरे, घाटगे, जुंजारराव, नलवडे, सालोंखी, पाटणकर, माने, म्हसवडकर, दहीगावकर, येळाहूरकर ऐसे घरंदाज मऱ्हाटे कृष्णदेवरायाची चाकरी विद्यानगरी करून जहागीर मनसब खाऊन राजाज्ञेत चालत होते,' असे म्हटले आहे. यातील काही घराणी तर विजयनगर साम्राज्यातील 'नायक' घराणीच आहेत, असे निंबाळकरांच्या 'नाईक' या बिरुदातून जाणवत राहते."

द्राविड देशांतील कर्नाटक आणि आंध्र या प्रदेशांचे महाराष्ट्राशी नेमके नाते काय, याविषयीचे आपले मत डॉ. ढेरे यांनी एका उपमेने स्पष्ट केले आहे - *"भाषा, साहित्य, स्थापत्य, मूर्तिशिल्प, नृत्य, संगीत, देव, धर्म आणि राजसत्ता या सर्वच क्षेत्रांत 'त्रैमूर्ति' दत्तात्रयाप्रमाणे किंवा त्रिवेणी संगमाप्रमाणे या प्रदेशांची सुंदर एकात्मता शतकानुशतके अनुभवास येत राहिली आहे."*

थोडक्यात सांगायचे म्हटले, तर महाराष्ट्राची उत्तराभिमुख मीमांसा महाराष्ट्रावरील आर्य संस्कृतीच्या प्रभावावर भर देते, तर दक्षिणाभिमुख मीमांसा द्राविड संस्कृतीच्या प्रभावावर लक्ष केंद्रित करते. मात्र या दोन मीमांसांमधील एक फरक महत्त्वाचा आहे. आर्य संस्कृतीच्या प्रभावावर भर देणारे सहसा आर्यश्रेष्ठत्ववादी असतात. द्राविड संस्कृतीवाले मात्र तिच्या बाजूने तसा दावा करीत नाहीत.

या संदर्भात परत एकदा भारताचार्यांच्या मताकडे वळायला हवे. मानववंशशास्त्रदृष्ट्या महाराष्ट्रातील मराठ्यांचा वंश कोणता, हा वैद्यांपुढील महत्त्वाचा प्रश्न होता. राजवाड्यांनी मराठ्यांना नागमहाराष्ट्रिकोत्पन्न कमतर संस्कृतीचे लोक ठरवून टाकले होते. पण राजवाड्यांच्या सिद्धान्तात मराठ्यांमधील आर्यांच्या अंशाचे कमी प्रमाणात का होईना, रक्षण झाले आहे. रिस्लेने मस्तकमापन आणि नासिकामापन करून जो निष्कर्ष काढला त्यानुसार मराठ्यांमध्ये द्राविड आणि शकपल्हवांसारखे मध्यआशियाई सिथियन वंशाचे लोक यांच्या वंशाचे मिश्रण आढळते.

वैद्यांनी रिस्लेच्याच पद्धती वापरून वंशनिर्णय करण्याचा प्रयत्न केला. त्याप्रमाणे आर्य विंध्य पर्वत उतरून व नर्मदा ओलांडून महाराष्ट्रात आले, तेव्हा तेथे द्राविड वंशाचे लोक असले, तरी ते इतके नव्हते, की आर्यांशी मुकाबला करून त्यांच्या प्रभावाचा प्रतिकार करीत उलट आपलाच प्रभाव त्यांच्यावर पाडतील. त्यामुळे त्यांनी सांस्कृतिकदृष्ट्या आर्यांच्या बऱ्याच गोष्टी स्वीकारल्या. त्यांची भाषादेखील आर्य प्रभावाचीच साक्ष देते. त्याचप्रमाणे तेथे या दोन वंशांचा मिलाफ जरी झाला, तरी त्यातून निर्माण झालेल्या मराठ्यांमध्ये द्राविडी अंशापेक्षा आर्यांश अधिक आहे. रिस्ले म्हणतो त्याप्रमाणे मराठे हे

डॉ. रा. चिं. ढेरे दक्षिणकरांचे खंदे पुरस्कर्ते

सिथोद्राविड नसून, आर्यद्राविड आहेत.

वैद्यांच्याच मीमांसेनुसार महाराष्ट्रात आलेले आर्य नंतर महाराष्ट्राच्या दक्षिणेत पसरले. दक्षिणेमध्ये द्राविडांची संख्या आणि प्रभाव उत्तरोत्तर वाढत जात असल्यामुळे हे अल्पसंख्य आर्य तिथल्या द्राविडांवर महाराष्ट्रातील द्राविडांवर पाडला तितका प्रभाव पाडू शकले नाहीत. उलट काही ब्राह्मणांचा अपवाद वगळता इतरांना आपली संस्कृत भाषा सांडून द्राविडी भाषांचाच स्वीकार करावा लागला. मराठ्यांमधील आर्यांच्या अंशाचे प्रमाण लक्षात घेऊनच दक्षिणेकडे तेथील मराठ्यांना आरे म्हणजे आरीय-आर्य मराठे असे म्हणण्याचा प्रघात आहे. त्यांच्या मराठीलाही 'आरे मराठी' असे म्हटले जाते.

महाराष्ट्राचा इतिहास हा शिवकेंद्रित झाल्याचे निरीक्षण आपण यापूर्वीच नोंदवले आहे. शिवाजी महाराजांच्या वर्णाचा आणि त्यानुसार कुळाचा प्रश्न त्यांच्या राज्याभिषेकाच्या वेळी उपस्थित झाला होता, हे सर्वज्ञात आहे. त्यांच्या क्षत्रियत्वाबद्दलच शंका काढून त्यांच्या राज्याभिषेकाचा अधिकारही प्रश्नांकित करण्यात येऊ लागला, तेव्हा गागाभट्ट आणि बाळाजी आवजी चिटणीस यांनी महाराजांच्या वंशाचा अन्वय शोधून कुळाने ते राजस्थानातील राजपूत असल्यामुळे क्षत्रियच आहेत, असे जाहीर केले. अर्थात तरीही मधल्या काही पिढ्यांमध्ये योग्य ते वैदिक संस्कार झाले नसल्यामुळे हे घराणे आपल्या क्षत्रियत्वापासून पतित झाले होते. वैदिक धर्मातच व्रात्यस्तोमासारखा विधी करून व लुप्त संस्कारांचे पुनरुज्जीवन करून अशा व्यक्तींच्या मूळ वर्णाची पुनःस्थापना करता येते, असा शास्त्रार्थ आहे. त्यानुसार गागाभट्टांनी आपले काम चोखपणे पार पाडले व महाराजांचा राज्याभिषेक झाला. अलीकडील संशोधकांना खुद्द शहाजी राजांचे आपण राजपूत असल्याचा उच्चार करणारे पत्रही उपलब्ध झाले. इतिहासाचार्य राजवाड्यांना धर्मशास्त्र अवगत असल्यामुळे व धर्मशास्त्रातील एका परंपरेप्रमाणे राजपूत हे शुद्ध क्षत्रिय नसून उग्र नावाचे संकरज क्षत्रिय असल्याची कल्पना होती. त्यामुळे त्यांनी भोसले वंशाच्या राजपूत अन्वयाच्या कल्पनेला सुरवातीला विरोध केला. तथापि नंतर *'राधामाधवविलासचंपू'*ची प्रस्तावना लिहिताना त्यांचा हा विरोध मावळून त्यांनी या कुळाला राजपूत शिसोदे समजण्यास साधकबाधक चर्चा न करता मान्यता दिली. याविषयी डॉ. रा. चिं. ढेरे यांनी आश्चर्य व्यक्त केले आहे. त्यांनी असेही सूचित केले आहे, की राजवाड्यांचा विरोध

डॉ. रा. चिं. ढेरे यांनी व्युत्पत्ती हे एक प्रमाण मानले आहे – एकमेव नव्हे. वैद्य यांनी बहाल केलेल्या मिळमिळीत आर्यत्वापेक्षा ठसठशीत द्राविडत्व बरे, अशी त्यांची यामागची भूमिका असावी.

मावळल्यामुळे आणि राजवाड्यांच्याच प्रस्तावनेत दलिप/दिलीप या नावाचा उल्लेख आल्यामुळे जयराम पिंडेंच्या कुलकथानकातील मूळ शब्द 'दलिप' असून, तो चुकीने 'बलिप' असा वाचला गेला, असे वैद्यांना म्हणता आले. हा दलिप म्हणजेच उदेपूरच्या वंशातील राणा लक्ष्मणसिंग यांचा धाकटा भाऊ दलिपसिंग, असे तादात्म्य प्रस्थापित करून वैद्यांनी शिवप्रभूचा राजपूत अन्वय पक्का केला.

पण प्रश्न तेवढ्याने सुटत नव्हता. खुद्द राजवाड्यांनी राजपुतांच्याच शुद्ध क्षत्रियत्वाविषयी उपस्थित केलेल्या व नंतर कारणमीमांसा न करता सोडून दिलेल्या प्रश्नाची टांगती तलवार वैद्यांपुढे होतीच. राजवाड्यांनी पुढे केलेल्या उग्र क्षत्रियत्वाखेरीज आपल्याच पुराणांनी राजपुतांचे वेगळे अग्निकुल मानून आणखी एक गुंता निर्माण केला होता. त्यावरून येथील ब्राह्मणांनी बौद्धादींना शह देण्यासाठी मुळात क्षत्रिय नसलेल्या बाहेरील एका जमातीला आर्य-क्षत्रिय करून घेऊन सूर्यसोमांपेक्षा त्यांचा अग्नी हा वेगळा वंश मानल्याचे निष्पन्न होते. वैद्यांनी अग्निकुलाची ही कल्पना साफ नाकारून राजपूत हे सूर्यवंशातील आर्य असल्याचे प्रतिपादन केले. एतद्देशीय अडचणींची अशी व्यवस्था लावल्यावर रिस्लेसारख्या पाश्चात्त्य विद्वानांच्या शीर्षमापनाला नासिकामापनाने उत्तर देऊन भारताचार्य वैद्यांनी राजपुतांचे आर्य क्षत्रियत्व सिद्ध केले.

डॉ. रा. चिं. ढेरे यांना या साऱ्या व्यवहारातून वाट काढायची आहे. त्यासाठी त्यांनी प्रथम राजवाड्यांच्या विवेचनातील फटीचा फायदा घेऊन वैद्यांनी शिववंशात शिरकावलेल्या दलिपसिंगाला बाहेर काढून 'बळिपास' या जयराम पिंडेंच्या मूळ पाठाची पुनःस्थापना केली. "महीच्या महेंद्रामध्ये मुख्य राणा/बळिपास त्याचे कुळी जन्म जाणा," या जयरामाच्या वचनातील 'बळिपास' हा शब्द 'बळीप' या शब्दाची चतुर्थी असल्याचे सांगत या बळिपाला शिवकुलाचे आद्य पुरुष ठरविले. त्याचप्रमाणे 'राणा' हा शब्द वैद्यांनी लावलेल्या 'उदयपूरच्या राणा' या विशिष्ट अर्थाने घेण्याची गरज नाही, असेही सांगितले.

पण मग गागाभट्ट बाळाजी यांनी ज्याच्या आधारे शिवरायांचा राज्याभिषेक घडवला त्या त्यांच्या राजपूतअन्वयाचे काय? ढेरे सांगतात,

> "ही राजपूतसंबंधी धारणा शिवराज्याभिषेकाच्या संकल्पाच्या वेळी तत्कालीन राजकीय गरज म्हणूनच महाराष्ट्रात स्वीकारली गेली आहे आणि या धारणेचा उच्चार राज्याभिषकोत्तर काळात महाराष्ट्रात रचल्या गेलेल्या

> बखरींतच फक्त झालेला आहे. तत्पूर्वकाळात महाराष्ट्रातही या धारणेला थारा नव्हता. तसा तो असण्याचे कारणही नव्हते."

स्वतः शिवपुत्र संभाजी व राजाराम, शिवभारतकार परमानंद, एकोजीपुत्र तुळजाराजे असे विश्वसनीय लोक आपापल्या लेखनातून राजपूतसंबंधाचा कोठेही उल्लेख करत नाहीत, हे ढेरे यांचे निरीक्षण महत्त्वाचे आहे.

प्रस्तुत आद्य पुरुष बळियाप्पा हा होयसळ कुळातील दक्षिणेतून महाराष्ट्रात स्थलांतरित झालेला गवळी राजा होता. होयसळ हे यादवांचे कुळ असून, 'भोसले' शब्द 'होयसळ'पासून व्युत्पादिता येतो, हे पूर्वसुरींचे ऋण मान्य करीत. डॉ. ढेरे दाखवतात, 'भारद्वाज' या टोपणनावाने लेखन करणारे (दोन ज्ञानदेववाले) शेवगावचे शिवरामपंत भारदे, बडोद्याचे ल. गो. घाणेकर, प्रा. ना. के. बेहरे, डॉ. इरावती कर्वे, कन्नड कवी द. रा. बेंद्रे आणि मेजर एन. बी. गद्रे हे ते पूर्वसुरी होत. अर्थात या पूर्वसुरींचे संशोधन व्युत्पत्तीच्या अंगाने जाणारे आहे आणि व्युत्पत्तीच्या अंगाने जाणारे संशोधन निसरडे असू शकते. ढेरे यांनी व्युत्पत्ती हे एक प्रमाण मानले आहे- एकमेव नव्हे. ढेरे यांच्या संशोधनाचे महत्त्व जाणकारांना वेगळे सांगायला नको. वैद्य यांनी बहाल केलेल्या मिळमिळीत आर्यत्वापेक्षा ठसठशीत द्राविडत्व बरे, अशी त्यांची यामागची भूमिका असावी.

■

३०

महाराष्ट्र म्हणजे यदुक्षेत्र, मराठे म्हणजे यादव

शिखरशिंगणापूरचा श्रीशंभुमहादेव हा डॉ. रा. चिं. ढेरे यांनी लिहिलेला ग्रंथ एका महत्त्वाच्या कारणामुळे वैशिष्ट्यपूर्ण ठरला आहे. एका कुलदैवताच्या माध्यमातून कुलाचा, कुलसमूहाचा आणि त्याच्या प्रादेशिकतेचा शोध डॉ. ढेरे या ग्रंथातून घेतात. छत्रपती शिवाजी महाराजांचे कूळ राजस्थानातील शिसोदिया राजपुतांमध्ये न शोधता दक्षिणेतील होयसळ यादवांमध्ये या कुळाचे मूळ शोधण्याचा त्यांचा महाप्रकल्प आहे. ढेरे यांच्या प्रस्तुत ग्रंथामुळे महाराष्ट्राच्या इतिहासाच्या दक्षिणायनाला चांगलीच गती मिळाली आहे.

परंतु खुद्द यादवांच्याच मुळाबद्दल ढेरे यांच्या लेखनात पुरेशी स्पष्टता नाही. पशुपालक गोपजनांसाठी प्रचलित असलेला व प्रतिष्ठित झालेला 'यादव' हा कुलवाचक शब्द म्हणजे एक मोठे कोडेच आहे. डॉ. ढेरे विशेषतः दक्षिण भारतात मोठ्या प्रमाणावर घडून आलेल्या यादवीकरणाकडे लक्ष वेधतात. हे यादवीकरण क्षत्रियीकरणही आहे. या प्रक्रियेचे वेगवेगळे पैलू उलगडण्याचा प्रयत्न ढेरे करतात.

ढेरे यादव कुळाच्या मुळाचा शोध घेण्याचा प्रयत्न करत नसले, तरी काही प्रसिद्ध गोष्टींचा उल्लेख आपोआप झालेला आहे. यादव कुळातील अवतार मानला जाऊन सर्वाधिक मान्यता मिळालेला श्रीकृष्ण आणि ज्याचे नाव 'यादव' शब्दातच अनुस्यूत आहे, तो यदू. यदू, यादव आणि यादवकुलकौस्तुभ कृष्ण यांच्याविषयी खूप काही लिहिले गेले आहे. वायू, विष्णू, ब्रह्मांड यांच्यासारख्या पुराणांमधून, महाभारतामधून आणि महाभारताचेच

प्रत्येक प्रांत आणि तेथील घराणी यांचा उल्लेख इतिहासात डोकावता अनेकदा केला जातो. राजारामशास्त्री भागवत यांनी त्यांच्या साहित्यातून दक्षिणेकडच्या यादवांचा महाराष्ट्राशी संबंध जोडण्याचा प्रयत्न केला आहे. त्यात महाराष्ट्राचा यदुक्षेत्र असा उल्लेख आल्याने संदर्भांना वेगळे वळण मिळू शकते.

खिल पर्व अर्थात परिशिष्ट मानल्या गेलेल्या हरिवंशपुराणामधून याविषयी वाचायला मिळते. त्यातील सर्वश्रुत व सर्वपरिचित वर्णनानुसार यदू म्हणजे ऐल वंशातील ययातीला शुक्राचार्यकन्या देवयानीपासून झालेला पुत्र, आणि या यदूचे वंशज म्हणजेच यादव. या यादवांची अनेक कुले असून, मथुरा ही त्यांच्या राज्याची राजधानी. मगधाच्या विस्तारवादी सम्राट जरासंधाने मथुरेवर वारंवार आक्रमणे केल्यामुळे कृष्णाच्या सल्ल्यानुसार यादवांनी आपली राजधानी पश्चिम किनाऱ्यावरील द्वारका या बंदरात हलविली.

उत्तरेतील हे यादव दक्षिणेत पसरले, असा आणखी एक समज उपरोक्त साधनांच्या आधारे रूढ झालेला आहे. त्यानुसार विदर्भातील राज्य हे याच यादवांच्या एका शाखेचे असून, येथे राज्य करणाऱ्या भीष्मक नावाच्या राजाची कन्या रुक्मिणी म्हणजेच श्रीकृष्णाची पत्नी. रुक्मिणीने द्वारकेच्या कृष्णाला मनोमन वरले होते, परंतु तिचा भाऊ रुक्मी याला हा संबंध मान्य नसून, त्याने रुक्मिणीचा वाङ्निश्चय परस्पर चेदी देशाचा राजपुत्र शिशुपाल याच्याशी करून टाकला होता. परंतु रुक्मिणीने कृष्णाला पत्र लिहून आपले प्रेम व्यक्त केले व कृष्णाने लग्नाच्या दिवशीच तिचे हरण केले, ही रुक्मिणी स्वयंवराची कथा लोकप्रिय आहे. आता हा शिशुपाल तरी कोण? चेदी देशाचा राजा दमघोष याला झालेला, श्रीकृष्णाच्या श्रुतश्रवा नामक एका आत्याचा मुलगा. एवढे सारे जवळचे नातेसंबंध असूनही भीष्मक, रुक्मी, शिशुपाल ही मंडळी कृष्णाला व त्याच्या शाखेला कमी समजून त्यांच्याकडे तुच्छतेने बघायची. पांडवांच्या राजसूय यज्ञाच्या प्रसंगी तर शिशुपालाने कृष्णाचे निंदासत्रच सुरू केले. शेवटी कृष्णाने त्याचा तेथेच सुदर्शनचक्र सोडून शिरच्छेद केला, इ. कथाभाग आपल्या चांगलाच परिचयाचा आहे. पण त्यात यादव मूळचे उत्तरेतील, शूरसेन मथुरा प्रदेशातील व तेथून दक्षिणेकडे आले, असे आपणही गृहीत धरलेले असते. डॉ. ढेरेही या कौलिक व्यवहारातील बारीकसारीक तपशील देण्याच्या भानगडीत पडत नाहीत; पण यादव मुळातले दक्षिणेतले गोपजन ऊर्फ पशुपालक असे मानण्याकडे त्यांचा कल दिसतो. निदान दक्षिणेतील अनेक गोपजनांचे यादवीकरण झाले. त्यांचा उत्तरेतील यादवांशी साक्षात संबंध लावण्याची जरुरी नसल्याचेही त्यांच्या लिखाणातून ध्वनित होते.

यादव हे मुळातले दक्षिणेतले. त्यांचे राज्य प्रबळ झाले ते महाराष्ट्रात आणि तेथून ते भारतात अन्यत्र पसरले. महाराष्ट्र हे मुळातले यदुक्षेत्र आणि महाराष्ट्रातील शिवछत्रपतींसह सर्व मराठे यादवच, अशी भूमिका कोणी मांडली तर? परंतु असा भविष्याभिमुख

राजारामशास्त्री भागवत यांनी *'यदुक्षेत्रात ब्राह्मणांचा प्रवेश'* या पुस्तकात रामायण, महाभारत, पुराणादी पारंपरिक वैदिक साधनांच्या आधारेच अभिनव आणि उलथापालथ करणाऱ्या क्रांतिकारक शोधाची मांडणी केली आहे.

उत्तराची अपेक्षा करणारा प्रश्न विचारायची आवश्यकताच नाही. ही भूमिका मांडली आहे राजारामशास्त्री भागवत यांनी. 'यदुक्षेत्रात ब्राह्मणांचा प्रवेश' या पुस्तकात भागवतांनी रामायण, महाभारत, पुराणादि पारंपरिक वैदिक साधनांच्या आधारेच या अभिनव आणि उलथापालथ करणाऱ्या क्रांतिकारक शोधाची मांडणी केली आहे. दुर्दैवाने महाराष्ट्राच्या इतिहासातील दक्षिणी पक्षाच्या पुरस्कर्त्यांनी त्याकडे नीट लक्ष दिलेले दिसत नाही.

महाराष्ट्राचा आणि मराठी भाषेचा इतिहास सिद्ध करताना राजारामशास्त्र्यांनी भाषिक पुराव्याचा आणि भाषाशास्त्रीय पद्धतीचा भरपूर उपयोग केला, हे आपण जाणतोच. शास्त्रीबुवांचा वैदिक परंपरेतील सर्व प्रकारच्या संस्कृत शास्त्रीय व ललित ग्रंथाचा व्यासंगही पक्का होता. त्याचा उपयोग त्यांनी यादवांचे कोडे सोडवण्यासाठी करून घेतला.

व्यक्तींना ओळखण्यासाठी बालपणीच त्यांचे नामकरण केले जाते, परंतु भाषेत व्यक्ती तितकी नावे उपलब्ध नसल्यामुळे एकच नाव अनेक व्यक्तींना ठेवले जाऊ शकते. विशेषतः एखाद्या व्यक्तीने एखाद्या क्षेत्रात डोळ्यांत भरण्यासारखा पराक्रम केला, प्रसिद्धी मिळवली तर तिचे नाव आपल्या अपत्यांना ठेवण्याची जणू लाटच येते. यात तत्त्वतः गैर असे काहीच नाही; परंतु कालांतराने नावांतील साम्यामुळे व्यक्तीव्यक्तींमध्ये घोटाळा होऊ शकतो व त्याचा परिणाम इतिहासलेखनावर होऊ शकतो. एकाचे श्रेय दुसऱ्याला, तर दुसऱ्याचा पराक्रम तिसऱ्याच्या नावावर, असा गोंधळही त्यातून निष्पन्न होतो. तसेच, काळ जेवढा प्राचीन तेवढी ही घोटाळा होण्याची शक्यताही अधिकच. असाच काहीसा प्रकार भागवतांच्या मते, यादवांचा आद्य पूर्वज यदू याच्या बाबतीत घडलेला आहे.

रावणाची कुम्भीनसी नामक (सावत्र) बहीण होती. ती म्हणजे माल्यवान राक्षसाची कन्या अनला हिला विश्वावसू राक्षसापासून झालेली मुलगी. तिच्या आईचे नाव सुंदरा. या कुम्भीनसी नावाच्या कन्येचे मधू दैत्याने हरण करून तिच्याशी लग्न लावले. या दांपत्याला लवण नावाचा पुत्र व मधुमती नावाची कन्या, अशी अपत्ये झाली. याच लवणासुराचा वध रामाचा भाऊ शत्रुघ्नाने केला व त्याच्याच मधुवनात मधुरा नावाची नगरी वसवली.

इकडे मधुमतीचा विवाह ईक्ष्वाकू कुलातील हर्यश्व नावाच्या राजाशी झाला. हर्यश्व आणि मधुमती यांना जो मुलगा झाला, त्याचे नाव यदू. या यदूने एका नागकन्येला वरले.

नाग शब्दाची शास्त्रीबोवांनी दिलेली व्युत्पत्ती चिंतनीय आहे. नग (न जाणारा, स्थिर) म्हणजे डोंगर. अशा डोंगराळ प्रदेशात राहणारे ते नाग. आता या यदूच्या कुलाचा म्हणजे

महाराष्ट्राचा आणि मराठी भाषेचा इतिहास सिद्ध करताना राजारामशास्त्र्यांनी भाषिक पुराव्याचा आणि भाषाशास्त्रीय पद्धतीचा उपयोग केला. शास्त्रीबुवांचा वैदिक परंपरेतील सर्व प्रकारच्या संस्कृत शास्त्रीय व ललित ग्रंथाचा व्यासंगही पक्का होता. त्याचा उपयोग त्यांनी यादवांचे कोडे सोडविण्यासाठी करून घेतला.

दक्षिणेतील यादवांच्या वंशाचा नकाशा भागवतांच्याच शब्दांत काढायचा झाला तर *"यदूचा बाप ईक्ष्वाकू वंशातला व आई दानवी व आईची आई राक्षसी. त्याच्या मुलाचे आजोळ नागांच्या राजाकडचे."* याशिवाय याच काळात दक्षिणेत वास्तव्य करून असलेल्या वानरांचीही या यादव कुळात सरमिसळ झाली असण्याची शक्यताही ते सूचित करतात.

यदूच्या वंशात जन्माला आलेला कृष्ण हा आणखी एक पिढी मागे गेले असता मधूच्या गोत्रातला ठरतो, म्हणून त्याला माधव असे म्हटले असल्याचे भागवत स्पष्ट करतात.

साऱ्या विवेचनाचा इत्यर्थ भागवतांच्याच शब्दांत सांगायचा झाल्यास असे म्हणता येते, की *"यदूंची आद्य भूमी द्रविड होय. 'मधुरा' हा अस्सल शब्द त्यामधील एका नगरीसच लावला जातो. सिंहल द्वीपातील 'मतुरा' व यमुनेवरील 'मथुरा' हे 'मधुरा' या शब्दाचे जसजसे यादव पसरत गेले, तसतसे अपभ्रंश झाले."*

उत्तर आणि दक्षिण येथील स्थळांची आणि नद्यांची उलटापालट हा भागवतांच्या एकूणच पद्धतिशास्त्राचा भाग आहे. त्यांच्या म्हणण्याप्रमाणे महाराष्ट्रातील गोदावरी या नावाने ओळखली जाणारी नदी हीच खरी किंवा मूळ गंगा. याच गंगेच्या तीरावर प्रतिष्ठान किंवा पैठण नगर वसले होते. *"उत्तरेतील भागीरथी या नदीला याज्ञिकांनी 'गंगा' हे नाव दिले व गंगा-यमुनेचा संगम जेथे होतो, तेथे प्रतिष्ठान ओढून आणले."*

'जे गोप तेच गुर्जर व तेच यादव' असा राजारामशास्त्र्यांचा सिद्धान्त आहे. हे 'गोप मूळचे दाक्षिणात्य असून, गोपकुलात जन्म घेणारा कृष्णही दाक्षिणात्यच,' ही त्याची पुढची निष्पत्ती आहे. या यादवांची मूळ भूमी अर्थातच मधुवन आणि त्यांच्या मूळ पूर्वज यदू मधुमतीचा पुत्र. असे असताना परंपरा यदूला ययातीचा पुत्र का मानते, याचे स्पष्टीकरण शास्त्रीबोवांच्या शब्दांत देणे अधिक उचित होईल.

> *"एकदा पृथ्वी परशुरामाने निःक्षत्रिय केली व निःक्षत्रिय झाली असता, ती पुन्हा एकदा-दोनदा नव्हे, तर बरोबर वीस वेळा आणखी निःक्षत्रिय केली व याप्रमाणे त्रेतायुगातच बरोबर एकवीस वेळा निःक्षत्रिय झाली असतानाही नंदाने एका क्षत्रियापासून शूद्र जातीच्या स्त्रीच्या पोटी जन्म घेऊन ती कलियुगात पुन्हा निःक्षत्रिय केली व नंदाबरोबर सर्व क्षत्रिय जमात लयास गेली. अशा प्रकारचे पूर्वापार विरोधी लेख लिहिणाऱ्या ब्राह्मण पौराणिकांनी जर निःशेष यदुवंशाचा लोप करून टाकिला किंवा तो वंश दाक्षिणात्य असतानाही आपल्या गुरुतल्पव्यसनी राजाचे माहात्म्य वाढविण्यासाठी त्यास ययातीचे पुत्रत्व दिले तर त्यात आश्चर्य ते कोणते?"*

शास्त्रीबोवांनी ब्राह्मण पौराणिकांवर गंभीर आरोप केले आहेत. वस्तुतः पुराणांची रचना करायचे काम सूत नावाच्या वेगळ्याच जातीचे होते. पार्गिटर या पाश्चात्त्य संशोधकाच्या

मते, मुळात सुतांची निर्मिती असणाऱ्या पुराणांवर कालांतराने ब्राह्मणांनी हात फिरवला व त्यात आपणास अनुकूल असे बदल केले.

भारताच्या आणि महाराष्ट्राच्या इतिहासलेखनातील ब्राह्मण-ब्राह्मणेतर वादाची भूमिका समजावून घेतल्याशिवाय हा इतिहास आकलनकक्षेत येणे अवघड आहे. *'सह्याद्री'* या गाजलेल्या पुस्तकाचे लेखक स. आ. जोगळेकर उलट क्षत्रियांनीच पुराणात फिरवाफिरव केली, असा प्रत्यारोप करतात. आता काही जैन ग्रंथांमध्ये क्षत्रियांची बाजू घेऊन ब्राह्मणांचे महत्त्व कमी करण्याचे प्रयत्न झाले, हे खरे आहे. कार्तवीर्याचा पुत्र सुभूम हा जैनांचा आठवा चक्रवर्ती. त्याने परशुरामाचा वध केला आणि पृथ्वी एकवीस वेळा निर्ब्राह्मण केली, अशी एक कथा स्वतः जोगळेकरच जैन ग्रंथांच्या आधारे सांगतात. परंतु असा काही प्रकार वैदिक परंपरेतील पुराणांमध्ये घडला असल्याचे ते जोपर्यंत दाखवू शकत नाहीत, तोपर्यंत त्यांचा हा दावा पोकळच राहील. रामाने व भीष्माने परशुरामाचा पराभव किंवा तेजोभंग केल्याच्या कथा अनुक्रमे रामायणात व महाभारतात आढळतात. त्या बनावट असून, क्षत्रियांनी रचल्याचे जोगळेकर सूचित करतात. मात्र त्यासाठी ते कोणताही पुरावा देऊ शकत नाहीत. परशुरामाच्या विरुद्ध जे काही लिखाण आढळते, त्यात अलीकडील जोतिराव फुल्यांपासून का. बा. देशमुखांपर्यंतच्या ब्राह्मणेतर लेखकांच्या लेखनाचा समावेश आहे. ते सर्वथा प्रतिक्रियात्मक आहे. राजारामशास्त्री स्वतः ब्राह्मण असल्यामुळे त्यांच्यावर इतरांप्रमाणे ब्रह्मद्वेषाचा आरोप करता येत नाही. त्यांनी अत्यंत प्रांजळपणे सांगितले आहे, की विसंगती आणि अतिशयोक्ती यांनी युक्त असलेली परशुरामकथा ब्राह्मणांनी आपले माहात्म्य वाढवण्याच्या उद्देशाने तयार केली. एरवी संख्या आणि बळ यांचे बाहुल्य असलेल्या क्षत्रियांचा एकवीस वेळा निःपात करणे अशक्यप्रायच म्हटले पाहिजे.

परशुरामकथेचा मुद्दा यासाठी प्रस्तुत ठरतो, की भारताच्या इतिहासात जातीय गुंतागुंत किती आहे, हे लक्षात यावे. अशीच वांशिक गुंतागुंतही आहेच. आर्य आणि द्रविड हे प्रकरण याच गुंतागुंतीचा एक भाग. राजारामशास्त्र्यांनी प्रवाहाच्या विरुद्ध जाऊन या गुंतागुंतीचे अवघड पदर उलगडण्याचे प्रयत्न केले. त्यांच्या म्हणण्यानुसार, महाराष्ट्रासह दक्षिण अथवा द्रविड देश हीच यदूची व म्हणून यादवांची मूळ भूमी असून, इथूनच यादव भारतात अन्यत्र पसरले. या भूमीला ते यदुक्षेत्र असे नाव देतात. आणि मुख्य मुद्दा म्हणजे महाराष्ट्रातील मराठे म्हणजे दुसरे-तिसरे कोणी नसून, यादवच होत. भागवतांनी केलेली

'जे गोप तेच गुर्जर व तेच यादव' असा राजारामशास्त्र्यांचा सिद्धान्त आहे. हे 'गोप मूळचे दाक्षिणात्य असून, गोपकुलात जन्म घेणारा कृष्णही दाक्षिणात्यच,' ही त्याची पुढची निष्पत्ती आहे. या यादवांची मूळ भूमी अर्थातच मधुवन आणि त्यांच्या मूळ पूर्वज यदू मधुमतीचा पुत्र.

इतिहासाची आणि भूगोलाची ही उलथापालथ अभूतपूर्वच म्हणायला हवी.

मात्र राजारामशास्त्र्यांनी केलेली ही उलथापालथ केवळ काल्पनिक आहे, असे म्हणता येणे कठीण आहे. त्यांना पाठबळ देणारे आणखी उल्लेख सापडू शकतात. कृष्णाच्या एका पत्नीचे नाव जांबुवती असे असून, ती जांबवान या अस्वलांच्या राजाची कन्या असल्याचा समज आहे. त्याचा अर्थ अस्वल हे देवक किंवा प्रतीक किंवा ध्वजचिन्ह असणारी वन्य जमात, असा घेता येतो. या जांबुवतीपासून कृष्णाला झालेल्या मुलाचे नावच मुळी द्रविड. विशेष म्हणजे कृष्णाशी कुस्ती करणारा त्याचा हा सासरा रामावतारातील जांबुवानाचा अवतार किंवा तत्सम कोणी असल्याचाही समज आहे. आता हा जांबुवान दक्षिण देशातीलच होता, हे वेगळे सांगायला नको. थोडक्यात, यादवांची पाळेमुळे दक्षिणेत पसरलेली दिसतात, ती अशी. यादव जसे प्रसरणशील तसेच मराठेही, असे भागवत ठामपणे सांगतात.

■

३१

हा गुन्हा पुन्हा नको!

भारताचा प्राचीन आणि मध्ययुगीन इतिहास उलगडताना कोणते सूत्र अधिक फलदायी ठरेल व आपले आकलन अधिक समृद्ध होईल, असा प्रश्न उपस्थित केला तर बरेचसे अभ्यासक, 'हिंदू धर्म आणि बौद्ध धर्म यांच्यातील आंतरक्रिया' असे उत्तर देतील. निदान इस्लामच्या आगमनापर्यंत तरी हीच स्थिती होती, असे म्हणता येते. ही आंतरक्रिया म्हणजे संघर्षच, असे मानण्याची प्रबळ प्रवृत्ती काही अभ्यासकांमध्ये आढळते, परंतु हा एकांगीपणा झाला. यात देवाणघेवाण व समन्वयाचाही भाग होता. राजवाडे, वैद्य, शिंदे, आंबेडकर या साऱ्या विद्वानांनी इतिहासलेखनाच्या याच सूत्रावर भर दिलेला दिसतो.

डॉ. श्रीधर व्यंकटेश केतकर यांनाही इतिहासातील बौद्ध घटकाचे महत्त्व उमगले होते. त्यांना स्वतःला गौतम बुद्ध वा बौद्ध धर्म यांच्याबद्दल सहानुभूती होती, असे अजिबात नाही. या संदर्भात त्यांचा व धर्मानंद कोसंबींचा झालेला वाद प्रसिद्ध आहे. मात्र तरीही केतकर राजवाड्यांइतकी टोकाची भूमिका घेत नाहीत, हे ध्यानात ठेवले पाहिजे. मगधातील महाराष्ट्र गणाचे वैदिक धर्माभिमानी लोक तेथील अवैदिक बौद्धांच्या राजकीय व सामाजिक वर्चस्वाला कंटाळून दक्षिणेत आले, असा राजवाड्यांचा मुख्य सिद्धान्त होता. त्यावर केतकरांची प्रतिक्रिया फारच मार्मिक आणि तार्किक आहे. ते विचारतात, *"महाराष्ट्रीयांना बौद्ध धर्माची एवढी जुगुप्सा असती, तर महाराष्ट्रात एवढे मोठे पर्वतीय विहार कसे उत्पन्न झाले असते?"* राजवाड्यांनी महाराष्ट्रीयांच्या पूर्वजांस मगधाच्या क्षत्रिय राजांच्या पदरी नेले, याचे कारण त्यांना 'महाराष्ट्र' शब्दाचे स्पष्टीकरण 'महार' शब्दाला टाळून करायचे होते की काय, अशी शंकाही ते घेतात. त्यांच्या मते, *"महाराष्ट्रातील ब्राह्मणेतर जातीचे तर सोडाच; परंतु ब्राह्मण आणि महार हे एकाच पूर्वजाचे वंशज असतील, पण त्यांचे वंशैकत्व इतके प्राचीन असेल, की कुरुयुद्धकाळीदेखील हजारो वर्षांपूर्वीची आणि विस्मृत अशी ती गोष्ट असेल."*

राजवाडे हे केतकरांचे आदरस्थान होते व अनेक ठिकाणी अंतिमतः त्या दोघांच्या निष्कर्षांत सारखेपणा आढळतो. परंतु राजवाड्यांनी धर्मशास्त्रावर जास्त भर दिल्यामुळे त्यांच्या इतिहासमीमांसेत कितीतरी निसरड्या जागा सापडतात. केतकर आधुनिक समाजशास्त्र आणि तेही पाश्चिमात्य देशांत जाऊन शिकल्यामुळे त्यांच्या लेखनात धर्मशास्त्रापेक्षा समाजशास्त्राला व प्रत्यक्ष लोकव्यवहाराला महत्त्व देण्यात आलेले दिसते. त्यामुळे त्यांची भूमिका प्रत्येक ठिकाणी ब्राह्मणी मांडणीचे समर्थन करायची नसते. अशा वेळी ते अचानक राजारामशास्त्री भागवतांप्रमाणे बोलू लागतात. परशुरामाने २१ वेळा पृथ्वी निःक्षत्रिय केली किंवा 'नंदातं क्षत्रियकुलं' इ. कथा पसरविणे या गोष्टी, ब्राह्मण-क्षत्रिय स्पर्धेची अंगे दाखवतात, असे स्पष्ट विधान ते करतात. मनुस्मृतीच्या काळात कित्येक राजे शूद्र, असा उल्लेख असल्याचे मान्य करून ते विचारतात, की 'राजत्वावरून जर क्षत्रियत्व ठरते, तर राजा शूद्र कसा असेल?' मुद्दा असा आहे, *"ब्राह्मण आणि क्षत्रिय यांची स्पर्धा चालू असताना क्षत्रियांस हीनत्व देणे हे ब्राह्मणांस अवश्य होते; पण केवळ हीनत्व देऊनच भागत नव्हते; तर क्षत्रियत्व नाकारणे त्यांना अवश्य होते."* त्याचप्रमाणे या स्पर्धेत 'ब्राह्मणांच्या हाती संस्कार व वाङ्मयरूपाने आपलेच म्हणणे टिकवण्याचे साधन या गोष्टी असल्यामुळे त्यांच्यापुढे क्षत्रिय वर्गाचा पराभव झाला, असे म्हणता येते.'

यातील संस्कार व विशेषतः उपनयन संस्कार या मुद्द्यावर भर देऊन डॉ. आंबेडकरांनी शूद्रांचे क्षत्रियत्व प्रस्थापित करण्याचा प्रयत्न केला, हे आपण जाणतोच. ही गोष्ट थेट विसाव्या शतकातील शाहू छत्रपतींपर्यंत पुरवली. छत्रपतींनी मग क्षात्र जगद्गुरूपीठाचा पर्याय काढून तिला पूर्णविराम दिला. दरम्यान, या साऱ्याच गोष्टी कालबाह्य ठरत असल्यामुळे त्यांना आज फारसे महत्त्व उरले नसले, तरी इतिहासाच्या अभ्यासकाला त्यांची दखल घेणे भाग पडते, आणि त्याहीपेक्षा महत्त्वाची गोष्ट, हा इतिहास नीटपणे मांडला नाही, तर समाजातील विघातक शक्ती तो आपणास सोयीस्कर अशा रीतीने वळवून दुहीदुफळी व दंगेधोपे माजवण्याच्या प्रयत्नांत यशस्वी होऊ शकतात.

महाराष्ट्राच्या आद्य वसाहतकारांचा, त्यांच्यातील मराठादी जातींचा आणि त्यांच्या भाषेचा इतिहास समजावून घेताना केतकरांच्या लेखनाचा उपयोग अर्थातच होतो. राजवाड्यांचा मराठीचा अभिमान हा त्यांच्या अभिजन वर्चस्ववादी राजकारणाचा भाग

केतकरकृत संस्कृत काव्यनिर्मितिमीमांसा रूढ समजुतींना उभे-आडवे छेद देणारी आहे. त्यांच्या म्हणण्याप्रमाणे, "कालिदास, भवभूती, सुबंधू, दण्डी, माघ, बाण, भारवी, शूद्रक इत्यादी जे कवी होऊन गेले, ते सर्व संस्कृत भाषा प्रचारातून निघून गेल्यानंतर व केवळ विद्वान मंडळींस आपापसांत अगर राजदरबारात खेळखंडोबा करण्याची ती भाषा झाल्यानंतर झाले."

इतिहासाचार्य राजवाड्यांनी धर्मशास्त्रावर जास्त भर दिल्यामुळे त्यांच्या मीमांसेत काही निसरड्या जागा सापडतात. मात्र डॉ. श्री. व्यं. केतकर हे पाश्चिमात्य देशांत जाऊन शिकल्यामुळे त्यांच्या लेखनात धर्मशास्त्रापेक्षा समाजशास्त्राला आणि प्रत्यक्ष लोकव्यवहाराला महत्त्व आलेले दिसते.

असल्याची शक्यता मी यापूर्वीच सूचित केली आहे. केतकरांबद्दल मात्र तसे म्हणता येणे कठीण आहे. त्यांची कित्येक प्रमेये संस्कृतच्या आणि आर्य संस्कृतीच्या अभिमान्यांस पचवता येणे कठीण आहे.

केतकरांच्या महाराष्ट्रविषयक मतांत महाराष्ट्राच्या अभिमानाचा घटक नसेलच असे निश्चयाने म्हणता येणार नाही, पण त्याचबरोबर हे मत बनवताना त्यांच्यातील समाजशास्त्रज्ञही जागरूक होता, हे नाकारता येणार नाही. केतकरांच्या मते, *“संस्कृतिविकासाच्या इतिहासात महाराष्ट्राचे स्थान महत्त्वाचे आहे. महाराष्ट्राने प्राचीन काळापासून वैज्ञानिक आणि कलाविषयक बाबतींत वैशिष्ट्य दाखविले आहे; एवढेच नव्हे, तर सामान्य भारतीय संस्कृतीच्या घटनेत प्रमुख भाग घेतला आहे.”*

आपला मुद्दा स्पष्ट करण्यासाठी केतकर नाट्य आणि काव्य या दोन क्षेत्रांची उदाहरणे घेतात. ख्रिस्ती शकाच्या प्रारंभकाली नाट्यविषयक व काव्यविषयक जे नवे युग हिंदुस्थानात सुरू झाले, त्या युगाच्या निर्मितीस महाराष्ट्र कसा कारणीभूत झाला, हे दाखवणारा त्यांचा *‘महाराष्ट्र आणि काव्यविकास’* हा लेख प्रसिद्ध आहे. आदिकाव्य रामायणानंतर संस्कृत काव्य कोणते, असा प्रश्न उपस्थित झाल्यावर महाभारतास सौष्ठवाच्या अभावी काव्यात न गणणारा वर्ग पतंजलीच्या व्याकरण महाभाष्यात उदाहरणे म्हणून जे श्लोक आले आहेत, त्यांच्याकडे बोट दाखवतो. त्यानंतर अर्थातच ख्रिस्ती शकानंतर दृष्टीस पडणाऱ्या कालिदासीय पद्धतीच्या काव्याचा उल्लेख करावा लागतो. परंतु, हा नवीन काव्यौघ कोठून आला, याचे चांगले पृथक्करण झालेले दिसत नाही, अशी तक्रार करीत केतकर स्वतःचे पृथक्करण पुढे करतात.

केतकरकृत संस्कृत काव्यनिर्मितिमीमांसा रूढ समजुतींना उभे-आडवे छेद देणारी आहे. त्यांच्या म्हणण्याप्रमाणे, *“कालिदास, भवभूती, सुबंधू, दण्डी, माघ, बाण, भारवी, शूद्रक इत्यादी जे कवी होऊन गेले, ते सर्व संस्कृत भाषा प्रचारातून निघून गेल्यानंतर व केवळ विद्वान मंडळींस आपापसांत अगर राजदरबारात खेळखंडोबा करण्याची ती भाषा झाल्यानंतर झाले.”*

परंतु हे काव्य तरी अस्सल म्हणता येते काय, या प्रश्नाचे केतकरी उत्तर नकारार्थीच दिसते.

> *“संस्कृत काव्य हे स्वतंत्रपणे पुढे आले नसून, ते प्राकृत काव्याचे रूपांतर होऊन आले. प्राकृत काव्य हिंदुस्थानात चोहोकडेच तयार होत असले*

पाहिजे. पण प्राकृत काव्यास आणि ग्रंथरचनेस महाराष्ट्रात अगोदर आश्रय व पुरस्कार मिळाला आणि त्यामुळे महाराष्ट्रीय काव्याची निवडानिवड आणि संग्रह ख्रिस्ती पहिल्या-दुसऱ्या शतकात झाला. उत्तरकालीन संस्कृत कवितेस जे वैशिष्ट्य प्राप्त झाले, ते महाराष्ट्रात उत्पन्न झालेल्या काव्याच्या वैशिष्ट्याचे प्रतिबिंब होते."

केतकरांनी बिंबप्रतिबिंब भाव संस्कृत आणि प्राकृत यांच्यात असण्याऐवजी तो प्राकृतसंस्कृत असा असल्याचा दावा करून विलक्षण उलथापालथ केली आहे. राजारामशास्त्री भागवत तर हेच तर्कशास्त्र एकूणच संस्कृत आणि प्राकृत या भाषांच्या परस्परसंबंधांविषयी वापरून प्राकृत भाषा संस्कृतोद्भव असल्याच्या सरळसोट सिद्धान्तास आव्हान देतात. पण तो मुद्दा वेगळा.

'व्यंग्यार्थाला ज्यात प्राधान्य असेल, ते उत्तम काव्य' ही मध्यकालीन संस्कृत कवी व साहित्यकार यांची कल्पना असल्याचा निर्देश करून केतकर सांगतात, *"उत्तम काव्यविषयक कल्पना ज्या वाङ्मयाच्या आधारे तयार झाली, ते वाङ्मय मूलतः महाराष्ट्री काव्याचे रूपांतरित वाङ्मय होते."*

केतकर मोघम विधान करून थांबत नाहीत.

"अशोक वृक्षाला तरुणीच्या पदाघाताने अगर मद्यगंडूषकांनी पालवी फुटणे, वगैरे कविसंकेत प्राकृतातून संस्कृतात गेले आहेत. कलहान्तरिता, खंडिता वगैरे अष्टनायिकांच्या कल्पना प्राकृतमध्ये अगोदर मांडल्या गेल्या असून, त्या अधिक अव्यवस्थितपणे व निसर्गाशी अधिक निगडित अशा प्राकृतमध्येच दिसत आहेत. अन्योक्तिपर काव्याचे प्राथमिक स्वरूपदेखील प्राकृत कवितेतच दिसत आहे. इतर ठिकाणच्या लोकांनी प्राकृत काव्याच्या संरक्षणाची फिकीर केली नाही; ती महाराष्ट्रानेच केली. म्हणून महाराष्ट्र कवितेलाच संस्कृत कवितेच्या स्वरूपनिश्चयाचे श्रेय प्राधान्येकरून देणे योग्य आहे."

असे असूनही संस्कृत साहित्यकार व साहित्यशास्त्रज्ञ याकडे काणाडोळा करतात, हेही केतकर निदर्शनास आणतात. *"काव्य प्राकृतातून निघावयाचे आणि ते संस्कृतात शिरावयाचे. संस्कृताने ते आत्मसात केल्यानंतर प्राकृताकडे पुन्हा तुच्छतेने पाहावयाचे, असा बऱ्याच शिष्टवर्गाने प्रचलित केलेला परिपाठ आहे."*

'व्यंग्यार्थाला ज्यात प्राधान्य असेल, ते उत्तम काव्य' ही मध्यकालीन कल्पना असल्याचे सांगून केतकर म्हणतात, "उत्तम काव्यविषयक कल्पना ज्या वाङ्मयाच्या आधारे तयार झाली, ते वाङ्मय मूलतः महाराष्ट्री काव्याचे रूपांतरित वाङ्मय होते."

या संदर्भात केतकरांनी आणखीही उदाहरणे दिली आहेत.

“प्राचीन काळी संस्कृत भाषेला प्रकृतिभूत होणारी जी प्राकृत भाषा, तीत रचलेले पोवाडे सुशिक्षित वर्गांनी म्हणजे पुरोहित वर्गांनी प्रथम स्वीकारले आणि नाराशंसी वाङ्मय म्हणून त्यांना त्यांच्या पठणास सत्रात स्थान दिले, त्यांचे संस्कृतीकरण आणि समुच्चयीकरण होऊन, इतिहासपुराणाचा मूळ भाग अस्तित्वात आला. पोवाडे याप्रमाणे जरी सुशिक्षितांनी ताब्यात घेतले, तरी अद्भुत कथांचे वाङ्मय आणि लावण्या बऱ्याच काळपर्यंत त्यांनी ताब्यात घेतल्या नव्हत्या. लावण्यांचा प्रथम संग्रह म्हणजे हालाची सप्तशतीच होय. प्रथम संग्रह व मागून त्याचे संस्कृतीकरण इत्यादी क्रिया सुरू झाल्या. हालाची सप्तशती, त्यातील काव्यसंग्रह, अस्तित्वात असलेल्या सर्व संस्कृत काव्यापेक्षा, अधिक प्राचीन आहे. जे हालाने एकत्र केले, ते काव्य त्याच्या अगोदर शे-दीडशे वर्षे अस्तित्वात असले पाहिजे, ही गोष्ट लक्षात घेता, हालाच्या सप्तशतीतील साहित्य, ख्रिस्ती शतकापूर्वी किती शतके जाईल, हे नक्की सांगता येत नाही. रामायण-महाभारतास ख्रिस्तोत्तर तिसऱ्या शतकापर्यंत महत्त्वाच्या पुरवण्या जोडल्या जात होत्या, ही गोष्ट बऱ्याच विद्वानांस मान्य आहे. या गोष्टी लक्षात घेतल्या असता, कालिदासादी उत्तरकालीन कवीच काय, पण खुद्द आदिकवी वाल्मीकीच्या काव्याचे प्राचीनत्व हालसंरक्षित प्राकृत काव्यापेक्षा अधिक आहे, असे सिद्ध करावयास कोणालाही जडच जाईल. पतंजलीच्या महाभाष्यात जी काव्यात्मक उदाहरणे दिली आहेत, ती फार तर सप्तशतीच्या बरोबरीच्या काव्यात निश्चयाने घालता येतील. या सर्व गोष्टी लक्षात घेता, ‘सप्तशतीचे साहित्य, महाराष्ट्राच्या अत्यंत प्राचीन इतिहासास, त्याचप्रमाणे एकंदर भारतीय संस्कृतीच्या आणि संस्कृत काव्याच्या इतिहासास, अत्यंत महत्त्वाचे आहे, यात शंका नाही.”

या संदर्भातील डॉ. केतकरांच्या भावना अत्यंत तीव्र आहेत. त्यातूनच ते अभ्यासकांना इशारा देतात, *“ज्या अर्थी हा काव्यसंग्रह हिंदुस्थानच्या काव्येतिहासात जवळजवळ प्राचीनतम ठरेल, त्याअर्थी कोणत्याही इतिहास संशोधकास या काव्याच्या अभ्यासाकडे दुर्लक्ष करता येणार नाही आणि आजपर्यंतच्या अभ्यासकांनी संस्कृतीच्या इतिहासाविरुद्ध जी गुन्हेगारी केली, ती पुरे झाली. आता तरी या काव्याचा सूक्ष्म अभ्यास झाला पाहिजे, आणि त्या अभ्यासाशयाने सामाजिक इतिहासाची रचना झाली पाहिजे.”*

सातवाहन राजवंशातील हाल नावाच्या राजाच्या नावावर मोडणाऱ्या *‘गाथासप्तशती’* या महाराष्ट्री प्राकृतमधील काव्यसंग्रहाच्या स्वरूपाविषयी काही निरीक्षणे नोंदवून केतकर

तेव्हाच्या प्राकृत कवितेच्या स्वरूपाबद्दल आणि व्याप्तीबद्दल अनुमान करतात. *"हालाच्या सप्तशतीमध्ये सुमारे तीनशेच्या वर कवींच्या गाथा येऊन गेल्या आहेत. बऱ्याच लेखकांची नावे देणारी प्रत अपूर्ण सापडल्यामुळे शिल्लक नाहीत. अनेक कवींची एकच गाथा घेतली आहे. हा संग्रह सुमारे ५००पेक्षा अधिक कवींच्या कवितेचा संग्रह असावा व प्रत्येक कवीच्या शे-दोनशे गाथांतून निवड केली असल्यास सुमारे एक लाखाच्या वर साहित्य जमा करून, हा संग्रह तयार केला गेला असावा."*

संस्कृत साहित्यशास्त्रीय विचारात आनंदवर्धनाने मांडलेल्या ध्वनिसिद्धान्ताला महत्त्वाचे स्थान आहे, हे जाणकारांना सांगायची गरज नाही. एकूणच, भाषाव्यवहार हा अर्थवाही असला आणि अर्थाचे वाच्यार्थ, लक्ष्यार्थ आणि ध्वन्यर्थ असे प्रकार असले, तरी उच्च कोटीचे काव्य हे ध्वन्यर्थमयच असले पाहिजे, असा सिद्धान्त काश्मिरी आचार्य आनंदवर्धन यांनी आपल्या *'ध्वन्यालोक'* या ग्रंथातून मांडला आणि त्याच्यावर आचार्य अभिनवगुप्त यांनी *'लोचन'* टीका लिहून तो पुष्ट केला. उत्तरकालीन जवळपास सर्वच साहित्यमीमांसकांनी हा सिद्धान्त स्वीकारूनच काव्यार्थनिर्णयाचा व्यवहार केलेला आढळतो.

हा ध्वन्यर्थ म्हणजे ज्याला व्यंग्यार्थ म्हणतात, तो. लक्ष्यार्थाप्रमाणे काव्याच्या मूळ वाच्यार्थाला बाधित न करता सूचित किंवा ध्वनित किंवा अभिव्यंजित झालेला सौंदर्ययुक्त अर्थ म्हणजेच व्यंग्यार्थ. केतकरांच्या म्हणण्याप्रमाणे हालाच्या *सप्तशती*त व एकूणच महाराष्ट्री प्राकृतात अशी व्यंग्यार्थप्रधान कविता प्राचुर्याने असली पाहिजे. एकदा श्रेष्ठ काव्याचा अर्थ व्यंग्यार्थ असतो, असे मान्य केले म्हणजे कवितेचा अर्थ त्याच पद्धतीने लावण्याचा प्रयत्न सुरू होतो. विशेषतः *'सप्तशती'*तील गाथांच्या संदर्भात असा शृंगाररसप्रधान अर्थ लावण्याचे प्रयत्न झालेले आढळून येतात. (याविषयी राजरामशास्त्री भागवतांनी पारंपरिकांना दोष दिला आहे.) या संदर्भात केतकरांचे मत असे आहे, की मुळात हालाने संग्रहित केलेली ही कविता म्हणजे नाटकांतील उद्धृत केलेली पद्ये असावीत आणि त्यामुळे त्यांचा अर्थ संदर्भाच्या (म्हणजे अर्थातच नाटकातील प्रसंग, पात्रे व त्यांचा अभिनय यांच्या) साह्याने होत असावा. आताही नाटकातील कविता बाहेर काढून स्वतंत्रपणे म्हटली, तर संदर्भाच्या अभावी तिचा अर्थ लावताना कल्पनाशक्तीवर अवलंबून व्यंग्यार्थाची मुद्दाम कल्पना करावी लागते.

पण याचा अर्थ असा होतो, की आजमितीला उपलब्ध नसली, तरी पूर्वी प्राकृत भाषेत नाटके होती. म्हणजे काव्याप्रमाणेच नाट्यक्षेत्रातही महाराष्ट्री प्राकृतला पहिलेपणाचा मान द्यावा लागतो!

केतकरांनी केलेली उलथापालथ अपूर्वच म्हणावी लागेल, हे मात्र खरे!

■

३२

केतकरांचे योगदान

राजवाड्यांप्रमाणेच केतकरांनाही आर्यत्व आणि आर्य संस्कृती यांचा अभिमान होता; परंतु मराठी भाषेला अधिक महत्त्व देण्याची त्यांची तयारी होती. येथे ते आणि राजवाडे यांच्यामधील फरक स्पष्ट होतो. बहुजनांवरील आपले वर्चस्व कायम राखण्यासाठी अभिजनांना बहुजनांची भाषा बोलता आली पाहिजे हे सांगायला राजवाड्यांना कोणत्याही प्रकारचा संकोच वाटत नाही. या उलट बहुजनांकडे सत्ता गेल्यामुळे मराठीचा उत्कर्ष होत असेल, तर ती खुशाल जाऊ देत; किंबहुना अभिजन देशी भाषेशी बेइमान होऊ शकतात, असे केतकर प्रांजळपणे सांगतात.

केतकरांचे हे बोल सैद्धान्तिक नसून, स्वानुभवाचे आहेत.

> *"सामान्य जनतेचे महत्त्व राजकारणात जसजसे वाढू लागते, तसतसे देशी भाषेचेही महत्त्व राजकारणात वाढू लागते. जो सुशिक्षित मध्यमवर्ग असतो, तो आपल्या पोळीकडेच बघणारा झाला म्हणजे देशी भाषेकडे दुर्लक्ष करू लागतो. १९१४-१५मध्ये मद्रास इलाख्यात मी प्रवास करीत असता, काही तामिळ ब्राह्मण आढळले. ते म्हणत, की तामिळ ही ब्राह्मणांची भाषाच नाही. ब्राह्मणांस तामिळ भाषेचा अभिमान धरण्याचे कारण नाही. तामिळ ही शूद्रांची भाषा ब्राह्मणांनी उचललेली. ब्राह्मण आर्यन् आहेत. तामिळ द्रविडियन आहेत. ब्राह्मणांना या द्रविडियन भाषेविषयी अभिमान धरण्याचे काय कारण? तामिळपेक्षा इंग्रजी हीच ब्राह्मणांस जवळची भाषा होय. कारण, इंग्रज हे आर्यन् आहेत व ब्राह्मण हे आर्यन् आहेत! एवंच कारकुनी नोकरीपलीकडे न पाहणारा मध्यमवर्ग स्वभाषेशी बेइमान होणे शक्य असते, ही गोष्ट लक्षात ठेवावी. भाषेची उन्नती व्हावयाची असेल,*

तर त्या उन्नतीसाठी बहुजन समाजास जर राजकीय महत्त्व मिळेल, तर ते भाषेस पोषकच होईल. या दृष्टीने आपले महत्त्व स्थापन करण्यासाठी चाललेल्या ब्राह्मणेतरांच्या चळवळीकडे स्नेहदृष्टीने पाहणे भाषेच्या अभिमान्यांस प्राप्त होते."

भाषेविषयीच्या या वेगळ्या दृष्टीमुळे प्राचीन महाराष्ट्राच्या इतिहासाचे केतकरांचे लेखन राजवाड्यांच्या लेखनापेक्षा वेगळे ठरले आहे, हे मुद्दाम सांगायला हवे.

महाराष्ट्राच्या प्राचीन राजकीय इतिहासाची सुरुवात सातवाहनांपासून करण्याचा साधारण प्रघात आहे आणि उत्तरेत सातवाहनांच्या आधी मौर्य, नंद अशी घराणी होऊन गेली, असेही मानण्यात येते. विशेष म्हणजे बौद्ध ग्रंथांमधून सातवाहनांचे वर्णन आढळत नाही. भविष्य पुराणासारख्या पुराणांमधून सातवाहनांचा उल्लेख आंध्र किंवा आंध्रभृत्य असा येतो. त्यामुळे सातवाहनांचे महाराष्ट्रीयत्व तर लुप्त होतेच; पण त्याशिवाय त्यांचा दर्जाही मांडलिकाचा म्हणजे दुय्यम ठरतो. त्यांच्या वर्णजातीचा प्रश्न तर अधिकच बिकट. त्यात त्यांनी संस्कृतऐवजी प्राकृतला अधिक महत्त्व दिल्यामुळे त्यांचा समावेश राजवाडे काळ्या यादीत करणार हे स्पष्ट आहे.

या पार्श्वभूमीवर केतकरांची मांडणी उठून दिसते. सातवाहन काळ मागे नेण्याचा प्रयत्न तर ते करतातच; पण त्याच्याही मागे महाराष्ट्रात अश्मकांचे राज्य होते, असा दावा करून महाराष्ट्राचा राजकीय इतिहास उत्तरेसारखाच समृद्ध असल्याचे ठसवण्याचा प्रयत्न करतात. राजवाड्यांच्या इतिहासलेखनात महाराष्ट्राचा इतिहास हा उत्तरेच्या इतिहासाचे परिशिष्ट अर्थात शेपूट ठरते. राणी माशी उत्तरेमधील आणि कामकरी माश्या दक्षिणेतील असे महाराष्ट्र नावाच्या मोहोळाचे स्वरूप राजवाड्यांना अभिप्रेत आहे. केतकरांचा महाराष्ट्र स्वायत्त आहे.

राजवाडे काय, भागवत काय किंवा केतकर काय, सर्वांचेच इतिहासलेखन महाराष्ट्र, महाराष्ट्री (भाषा), मराठे आणि मराठी या मुख्य कल्पनांभोवती फिरत राहाते. संस्कृतचा संदर्भ अर्थातच अनिवार्य. वंशाच्या अंगाने सांगायचे झाले, तर आर्य व द्रविड ही दोन मुख्य पात्रे. अनुषंगाने शकांचा विचार होतो. ('द्रविड' याचा अर्थ आर्य येथे येण्यापूर्वीचे स्थानिक रहिवासी एवढाच स्थूलमानाने घ्यावयाचा. ते सर्वच्या सर्व एकाच वंशाचे असतील, असे मानायचे कारण नाही.) या सर्व इतिहासात काल हा एक महत्त्वाचा घटक आहेच. राजारामशास्त्री कालाचा विचार फारसा तपशिलाने व काटेकोरपणे करत नाहीत. राजवाडे-केतकर करतात.

भाषेविषयीच्या वेगळ्या दृष्टिकोनामुळे प्राचीन महाराष्ट्राच्या इतिहाससंबंधी श्री. व्यं. केतकर यांचे लेखन वि. का. राजवाडे यांच्या लेखनापेक्षा वेगळे ठरले.

महाराष्ट्री नावाच्या प्राकृत भाषेचे आणि तिच्या सर्वमान्य प्रतिष्ठेचे वास्तव कोणीच नाकारू शकत नाही. मुळात संस्कृत साहित्यशास्त्रकरांनीच ते मान्य केलेले आहे. आता प्रश्न हा आहे, की ही महाराष्ट्री भाषा बोलणारे लोक कोण आणि कोणत्या प्रदेशातील; या भाषेचा संस्कृतशी कोणत्या प्रकारचा संबंध होता, हाही प्रश्न महत्त्वाचा आहेच; परंतु तो तांत्रिक प्रश्न झाला.

साधारण बुद्धीच्या माणसाला महाराष्ट्र देश आणि महाराष्ट्री भाषा यांच्यातील संबंधाविषयीचा प्रश्न हा मुळी प्रश्न वाटणारच नाही. महाराष्ट्र देशात राहणाऱ्या लोकांची भाषा ती महाराष्ट्री असा त्याचा सरळसोट समज असतो. इतकेच नव्हे, तर भौगोलिकदृष्ट्या आज आपण ज्या प्रांतात राहातो, तोच महाराष्ट्र असे, त्याला वाटते. (यात महाराष्ट्रात अद्याप सामील न झालेल्या बेळगावादिकांचाही समावेश तो करतो.) विद्वानांचे मात्र तसे नसते आणि विद्वानाला लेखन-संशोधनाद्वारे सत्ताकारण करायचे असेल, तर मग प्रश्न अधिकच गुंतागुंतीचा होतो. काहींच्या मते महाराष्ट्री नावाची भाषाच फक्त अस्तित्वात होती. फार तर ती बोलणारा गण अस्तित्वात असेल; परंतु, महाराष्ट्र नावाची चतुःसीमांनी मर्यादित झालेली भूमी अस्तित्वात नव्हती आणि असलीच, तर आज आपण जेथे राहतो, ती नव्हती. खुद्द राजवाडेच महाराष्ट्रिक नावाच्या भूमिहीन व्यावसायिक किंवा धंदेवाईक योद्ध्यांच्या गणाला मगधाचे रहिवासी मानतात. (आजच्या) महाराष्ट्र नावाच्या देशात राहणाऱ्या माणसांची भाषा म्हणजे महाराष्ट्री, असा हा सरळ मामला नसून, महाराष्ट्री नावाची भाषा बोलणाऱ्या उत्तरेतील लोकांनी ज्या भूप्रदेशात वस्ती केली, तो (आजचा) महाराष्ट्र असा हा पेचदार प्रकार राजवाडे पद्धतीच्या विचारसरणीतून निष्पन्न होतो! म्हणजे देशवाचक वा लोकवाचक नावावरून भाषेला नाव प्राप्त झाले असे नसून, भाषावाचक शब्दावरून सावकाशीने देशवाचक नाव निघाले, असे दिसते!

या सर्वांचा अर्थ असा होतो, की पुन्हा एकदा सर्व इतिहास भाषा नावाच्या एक भुलभुलैयात सापडतो. एका बाजूला संस्कृत आणि दुसऱ्या बाजूला प्राकृत अशा द्वंद्वाचा उल्लेख सहजपणे केला जात असला, तरी प्राकृत ही काही संस्कृतप्रमाणे एक एकजिनसी भाषा नव्हे. (खरे तर, संस्कृतमध्येही आर्ष अथवा वैदिक आणि अभिजात अर्थात पाणिनीय असा फरक आहेच. खुद्द गीतेमध्येच सापडणाऱ्या अपाणिनीय प्रयोगांबद्दल वैजनाथशास्त्री राजवाड्यांसारख्या पंडितांनी चर्चा केली आहे.) तिचे महाराष्ट्री, मागधी, पाली, शौरसेनी

एका बाजूला संस्कृत आणि दुसऱ्या बाजूला प्राकृत अशा द्वंद्वाचा उल्लेख सहजपणे केला जात असला, तरी प्राकृत ही काही संस्कृतप्रमाणे एक एकजिनसी भाषा नव्हे. तिचे महाराष्ट्री, मागधी, पाली, शौरसेनी, पैशाची इत्यादी अनेक प्रकार आहेत. शिवाय प्राकृतप्रमाणे अपभ्रंश नावाचे आणखी एक प्रकरण आहे, ते वेगळेच.

इत्यादी अनेक प्रकार आहेत. शिवाय प्राकृतप्रमाणे अपभ्रंश नावाचे आणखी एक प्रकरण आहे, ते वेगळेच.

प्राकृत भाषांचे *'प्राकृतप्रकाश'* नामक व्याकरण लिहिणारा वररुची (ऊर्फ कात्यायन?) हा भागवत आणि विशेषतः केतकर यांचा मोठा आधार आहे. या ग्रंथात 'महाराष्ट्री' हे नाव भाषेचे नाव म्हणून येते. त्याचप्रमाणे शौरसेनी आणि मागधी ही नावेही भाषावाचकच आहेत. यावरून केतकर अर्थापत्ती प्रमाणाने जो निष्कर्ष काढतात, तो महत्त्वाचा आहे.

शौरसेनी आणि मागधी भाषा बोलणाऱ्यांचे अनुक्रमे शूरसेन व मगध हे प्रदेश होते. त्यावरून केतकर म्हणतात, *"ज्या अर्थी शूरसेन व मगध ही प्रादेशिक नामे होती, त्याअर्थी 'महाराष्ट्र' हेदेखील प्रादेशिक नाव वररुचीपूर्व काळात दोन-अडीचशे वर्षे असले पाहिजे."*

केतकर असेही सांगतात, *"प्राकृतप्रकाश महाराष्ट्री बोलणारे लोक वन्य दाखवीत नाही; तर ज्यांचे वाङ्मय अनेक शतके अगोदरचे आहे, असे दाखवतो."* या संदर्भात केतकरांना महाराष्ट्री बोलणारे लोक म्हणजे मुख्यत्वे महाराष्ट्रात राहणारे लोक असे अभिप्रेत आहे, हे वेगळे सांगायची गरज नाही.

केतकरांचा पुढचा मुद्दा असा आहे, की ज्याअर्थी प्राकृतप्रकाशात पाली व अर्धमागधी नाही, बुद्ध नाही, त्याअर्थी तो बुद्धपूर्व भाषांचे व्याकरण सांगणारा ग्रंथ आहे. कदाचित त्यामुळेच ते असे म्हणतात, की *"महाराष्ट्राच्या किंबहुना अखिल भारताच्या संस्कृतीच्या विकासात वररुचीचे व्याकरण हा एक महत्त्वाचा टप्पा आहे."*

प्राकृतप्रकाशकार वररुची आणि पाणिनीच्या संस्कृत व्याकरणावर (अष्टाध्यायी) वार्तिक लिहिणारा कात्यायन हे एकच कसे याचा तिढा डॉ. शि. द. जोशी यांनी कात्यायन हे गोत्रनाम आणि वररुची हे विशेषनाम अशी व्यवस्था लावून सोडवला आहे. स्वतः जोशी या कात्यायनाचा अथवा वररुचीचा काळ इ.स.पू. ३०० असा मानतात. त्यामुळे तो बुद्धोत्तर ठरतो. राजवाडे त्याला बुद्धाच्या आसपास म्हणजे इ.स.पू. ६०० त नेऊन बसवतात. कात्यायन एका बाजूला पाणिनीच्या संस्कृत व्याकरणावर म्हणजे अष्टाध्यायीवर वार्तिक लिहितो, तर दुसऱ्या बाजूला प्राकृत भाषेचे व्याकरण सिद्ध करतो. तो आणि पाणिनी हे नुसतेच समकालीन नव्हते, तर त्यांच्यात स्पर्धाही होती. स्पर्धेत पाणिनीचा जय झाला,

राजवाडे काय, भागवत काय किंवा केतकर काय, सर्वांचेच इतिहासलेखन महाराष्ट्र, महाराष्ट्री (भाषा), मराठे आणि मराठी या मुख्य कल्पनांभोवती फिरत राहते. संस्कृतचा संदर्भ अर्थातच अनिवार्य. वंशाच्या अंगाने सांगायचे झाले, तर आर्य व द्रविड ही दोन मुख्य पात्रे. या सर्व इतिहासात काल हा एक महत्त्वाचा घटक आहेच. राजारामशास्त्री कालाचा विचार फारसा तपशिलाने व काटेकोरपणे करत नाहीत. राजवाडे-केतकर करतात.

म्हणून कात्यायनाने आपली स्वतःची ऐंद्र व्याकरणपद्धती नष्ट केली, अशी आख्यायिका गुणाढ्याच्या मूळ बड्डकहा या पैशाची प्राकृतात लिहिलेल्या ग्रंथात असावी. कारण ती सोमदेवकृत भाषांतरात- *कथासरित्सागरात* सापडते. गुणाढ्याचा मूळ ग्रंथ नष्ट झाला; परंतु, सोमदेवाने *कथासरित्सागरात* व क्षेमेंद्राने *बृहत्कथामंजरीत* त्याचा काही भाग जतन केल्याचे मानले जाते. गुणाढ्य हा *गाथासप्तशती*वाला सातवाहन राजा हाल याच्या समकालीन (व त्याच्याच दरबारातील?) होता. कदाचित हाल हा स्वतः महाराष्ट्री प्राकृतचा अभिमानी व गुणाढ्याचा ग्रंथ पैशाची भाषेत असल्यामुळे त्याने गुणाढ्याला दुखावले असण्याची शक्यता आहे. त्याचा परिणाम म्हणून स्पष्ट झालेल्या गुणाढ्याने ग्रंथच नष्ट केला. आज सोमदेव किंवा क्षेमेंद्र यांनी संस्कृतातून आपल्याला उपलब्ध करून दिला तो त्याचा उरला-वाचला भाग! केतकरांचे वैशिष्ट्य म्हणजे ते या ग्रंथाला महाराष्ट्राच्या इतिहासाचा एक महत्त्वाचा, किंबहुना आद्य प्रमाणग्रंथ मानतात. *बृहत्कथे*तील महाराष्ट्रातील राजे बुद्धपूर्व काळातील असून, "महाराष्ट्राने मोठे राज्य बुद्धापूर्वीच केले होते," असे त्यांचे ठाम मत आहे. अगदी काटेकोरपणाने सांगायचे झाल्यास महाभारताचे युद्ध व बुद्ध यांच्या मधल्या काळातले साहित्य *बृहत्कथा* आहे आणि त्यातीलही मुख्य काळ बुद्धपूर्व उदयनाचा आहे. (केतकरांच्या मते, उदयन हा पांडववंशीय राजा बुद्धापूर्वी सुमारे २५० वर्षे होऊन गेला.) मात्र, *कथासरित्सागरा*चा कथापीठ हा प्रथम लंबक नंदकालापासून आद्य सातवाहनाच्या कालापर्यंतचा इतिहास सांगतो.

सातवाहनपूर्व अश्मकांच्या राज्यासंबंधीच्या उल्लेखांची कमतरता ही बाब ऐतिहासिक प्रमाणांच्या चिकित्सकांनी पुरेशी लक्षात घेतलेली दिसत नाही. सातवाहनांच्या आंध्र काळावर पुराणे भर देतात. त्याच्या आधीचा काळ त्यांना पुरेसा ज्ञात नाही. अश्मक त्याही अगोदरचे. त्यांच्या संबंधीच्या सर्व निर्देशांचा धांडोळा घेऊन म. म. वा. वि. मिराशी सांगतात, *"अश्मक हे गोदावरीच्या दक्षिणेस होते. राजधानी पोतत किंवा पोदन (सध्याचे बोधन). गोदावरीच्या उत्तरेस मूलक देश होता. त्याची राजधानी प्रतिष्ठान (पैठण) होती."*

बौद्ध साधकांमध्ये अश्मक हे सोळा प्रसिद्ध महाजनपदांपैकी एक असल्याचे सांगितले आहे. खुद्द गौतम बुद्धाच्या काळच्या अश्मक राजाच्या सुजात नामक पुत्राचा उल्लेखही बौद्ध वाङ्मयात सापडतो. *महाभारता*च्या भीष्मपर्वाच्या नवव्या अध्यायात अश्मक राष्ट्राचा उल्लेख आहे. *द्रोणपर्वा*च्या ९८व्या अध्यायात कौरवांच्या बाजूने लढणाऱ्या अश्मक राजाचा वध अभिमन्यूने केल्याचे सांगितले आहे. त्याची पत्नी अश्मकी यादव कुलातील असल्याचाही उल्लेख आढळतो. अश्मकाचे राज्य पंचवीस पिढ्या टिकले व ते महापद्मनंदीने नष्ट केले, असे *बृहत्कथामंजरी*च्या आधारे केतकर सांगतात. बुद्धोत्तर कालात बौद्धधर्माचे प्रचारक अपरांत महारट्ठात आल्याचे सुत्तनिपात सांगतो तो काळ

अश्मकांचा असावा.

अश्मकांचे मूळ शोधायचे असल्यास महाभारत काळाच्याही मागे जावे लागते. डॉ. ह. रा. दिवेकर यांनी अत्यंत परिश्रम घेऊन *'आमचा महाभारतपूर्व राजकीय व सांस्कृतिक इतिहास'* सिद्ध केला आहे. पण तोही पूर्ण माहिती देतोच असे नाही.

अश्मक हा ईक्ष्वाकू कुळातील मित्रसह राजाचा पुत्र. मित्रसहाकडून चुकीने श्रेष्ठभाग वसिष्ठ या पुरोहिताला नरमांस भक्षावयास दिले गेले. त्यामुळे त्याला दंडकारण्यात वास्तव्याची शिक्षा मिळाली. त्याची पत्नी मदयंती हिच्या ठायी श्रेष्ठभागाने एक क्षेत्रजपुत्र उत्पन्न केला. तो सात वर्षे गर्भात राहिला तेव्हा अश्माचा म्हणजेच दगडाचा उपयोग करून मदयंतीने उदर फाडून या गर्भास बाहेर काढले. म्हणून त्यास 'अश्मक' असे नाव पडले. त्याच्याच नावावरून तो शब्द देशवाचकही झाला. मूलक हे याच अश्मकाच्या पुत्राचे नाव. त्याचेही राज्य झालेच.

मित्रसह राजा कोसल राज्याचा अधिपती होता. त्याने कोसल राज्याचे दोन भाग करून त्यातील एक स्वतःकडे ठेवला व दुसरा अश्मकास दिला. तेच महाराष्ट्रातील अश्मक राज्य. आता यावर कोणीही कोसल राज्य उत्तरेत असल्याचा आक्षेप उपस्थित करील. त्याचे समाधान राजारामशास्त्री भागवतांच्या आधारे करता येणे शक्य आहे. शास्त्रीबोवा, "बाणाच्या *'रत्नावली'*तील रूमण्वत् सेनापतीच्या लेखावरून आणि वराहमिहिराच्या *'बृहत्संहिते'* वरून तसेच ह्यु एन त्संगच्या आधारे कोसल देश विंध्य पर्वताच्या दक्षिणेसच आहे," असे निश्चयाने सांगतात. त्यासाठी स्वतःचाही एक तर्क पुढे करतात. "अज राजाची बायको विदर्भ देशाच्या राजाची मुलगी असेल, तर कोसल देश नर्मदेच्या दक्षिणेस विदर्भाच्या लगतच शोधला पाहिजे."

वर उद्धृत केलेल्या कथा शब्दशः खऱ्या मानायचे कारण नाही. मुद्दा एवढाच आहे, महाराष्ट्रात पूर्वी म्हणजे बुद्धाच्या, कृष्णाच्या आणि रामाच्याही काळी राज्ये होती, राजेही होते. अश्मक आणि मूलक ही राज्ये सातवाहन राजांच्या अगोदरची, असे म्हणता येते. महाराष्ट्राला सुसंस्कृत करण्यासाठी कोणीतरी यावे म्हणून उत्तरेकडे नजर लावून प्रतीक्षा करण्याची गरज नव्हती. केतकरांचे हे योगदान निश्चितच महत्त्वाचे आहे.

■

३३

विदर्भ आणि उर्वरित महाराष्ट्र

भागवत, राजवाडे आणि केतकर या तीन महाराष्ट्रमीमांसकांमध्ये राजवाड्यांचा संप्रदाय निर्माण होऊ शकला. केतकर किंवा भागवतांची वाट तशी बिकटच असल्याने राजवाडे यांचा रस्ता वहिवाटीचा झाला तसा या दोघांचा नाही. राजवाड्यांची गणना राष्ट्रवादी विचारसरणीचे लेखक अशी होते; तशी या दोघांची होत नाही. भागवत लोकहितवादींप्रमाणे स्वजातीयांवर टीकाप्रहार करण्यास मागेपुढे पाहात नसत. त्यामुळे त्यांना महाराष्ट्रीय विद्वानांच्या मुख्य प्रवाहात स्थान मिळणे शक्य नव्हते. केतकर तितके टोकाला जात नसत; परंतु तरीही ते केव्हा काय भूमिका घेतील याची खात्री देता येत नसल्यामुळे त्यांनाही मुख्य प्रवाहात सामावून घेण्यात आले नाही. ते आख्यायिकांच्या रूपात उरले.

'महाराष्ट्र महोदयाचा पूर्वरंग' व *'महाराष्ट्र प्रभात'* ही पुस्तके लिहिणारे ना. कृ. गद्रे यांना, 'प्रातिनिधिक राजवाडे सांप्रदायिक' म्हणण्यास हरकत नाही. याच पूर्वरंगात त्यांनी महाराष्ट्राच्या प्राचीन इतिहासाचे जे सार सांगितले आहे, तो राजवाड्यांच्या इतिहाससरणीचा अगदी अर्कच म्हणावा लागतो.

> *"वर्तमान संवत्शकपूर्व अनेक शतवर्षांपासून महाराष्ट्र आणि दक्षिणापथ ही भारतीय आर्यसंस्कृतीच्या वाढत्या नांदणुकीची आणि उत्कर्षाची स्थिर पीठे होत चालली आहेत. उत्तरेकडून बौद्ध व जैन धर्माच्या चलतीने उत्पन्न केलेल्या सावळ्या गोंधळाने आणि अत्यंत अनिष्ट परिस्थितीने गोंधळून गेलेले पुरातन स्वधर्माचाराभिमानी ब्राह्मणक्षत्रियवैश्य हे त्रैवार्णिक विंध्य आणि नर्मदा ओलांडून गोदावरी आणि कृष्णा या दक्षिणेकडील महानद्यांच्या दुआबात बुद्धिपुरस्सरच उतरले आणि त्यांनी आपल्या सर्व पुरातन संस्था इकडे थाटल्या. त्यामुळे एकनाथ, मुक्तेश्वर यांच्या काळी*

'महाराष्ट्र महोदयाचा पूर्वरंग' व 'महाराष्ट्र प्रभात' ही पुस्तके लिहिणारे ना. कृ. गद्रे यांना, 'प्रातिनिधिक राजवाडे सांप्रदायिक' म्हणण्यास हरकत नाही. 'पूर्वरंगा'त त्यांनी महाराष्ट्राच्या प्राचीन इतिहासाचे जे सार सांगितले आहे, तो राजवाड्यांच्या इतिहाससरणीचा अगदी अर्कच म्हणावा लागतो.

म्हणजे शालिवाहन शकाच्या सोळाव्या शतकारंभी व महाराष्ट्र लोक, महाराष्ट्र धर्माचार, महाराष्ट्रातील सामाजिक चालीरीती आणि महाराष्ट्रात आर्य चातुर्वर्ण्यघटित राजसत्ता असण्यास आवश्यकतेचे स्वाभाविकत्व यांस जणू अनादिसिद्धत्वच प्राप्त झालेले होते."

या संदर्भात ते राजवाड्याच्या 'महाराष्ट्राचा वसाहतकालीन इतिहास' या लेखाचा गौरवपूर्ण उल्लेखही करतात.

राजवाड्यांचे अनुगमन केलेल्या गद्र्यांना भारत खंडातील वैदिक आर्यधर्माचारी लोकांचे विचारविनिमयाचे सामान्य साधन जेव्हा एकच एक संस्कृत भाषा होती, तेव्हाचे ते भारतीय आर्य चातुर्वर्ण्याचे संघटित स्वरूप आणि एकराष्ट्रीयत्व ही "मोठी स्पृहणीय" बाब वाटणे व "या उत्तमोत्तमास" दृष्ट लागली म्हणून वाईट वाटणे स्वाभाविकच आहे. त्यातूनच ते संस्कृतेतर भाषांना 'हेंगाडी', 'खेडवळ', 'अनागर' अशी शेलकी विशेषणे लावतात, हेसुद्धा राजवाड्यांशी सुसंगतच म्हणावे लागते.

गद्रे यांच्या या मतापेक्षा केतकरांचे आणि विशेषकरून भागवतांचे मत किती वेगळे आहे, हे आपण जाणतोच, संस्कृत ग्रंथात उत्कृष्ट काव्याचे उद्धृत केले गेलेले नमुने मुळात प्राकृत व त्यातही महाराष्ट्री भाषेतील नाटकांमधील कविता होत्या, या केतकरांच्या मताचा उल्लेख यापूर्वी केलेला आहेच. अर्थात ही नाटके आता उपलब्ध नाहीत. त्यांच्या अस्तित्वाची पुष्टी राजारामशास्त्री भागवतांनी वेगळ्या प्रमाणाने केली आहे. *'प्राकृत भाषेची विचिकित्सा'* या पुस्तकात ते लिहितात,

"संस्कृत नाटकांपैकी बराच भाग प्राकृतात असतो, ही गोष्ट महशूर आहे. 'कर्पूरमंजरी'सारखी छोटी नाटके आहेत, त्यांच्यामध्ये संस्कृत बिलकुल नाही, सगळे प्राकृतच प्राकृत. प्राकृताशिवाय नाटक नाही, ही गोष्ट लक्षात आणली म्हणजे नाटकांस प्रारंभ झाला, तेव्हा प्राकृत जोरात होते, असे म्हणले पाहिजे. जर सगळीच नाटके प्राकृतात अशी ही स्थिती आढळते, जर सर्वच नाटके संस्कृतात अशी स्थिती आढळत नाही, तर 'नाटक' ही चीज मूळची प्राकृत भाषेमधील ठरते. संस्कृत भाषा बोलणाऱ्यांमधील ठरत नाही. विचार करता 'नट'धातूच आरंभी 'नृत' धातूचा अपभ्रंश दिसतो.

एकदा अपभ्रंश मानला, की 'नाचणे' पूर्वीचे ठरून 'नटणे' नंतरचे ठरते."

प्राचीन संस्कृत साहित्याचा नीट विचार केला, तर भागवतांचे म्हणणे संभवनीय वाटू लागते. संस्कृत साहित्यशास्त्रात रीती आणि वृत्ती या संकल्पना प्रसिद्ध आहेत. वैदर्भी, गौडी आणि पांचाली या तीन रीती होत. साहित्यशास्त्रात वैदर्भी रीती ही श्रेष्ठ मानली आहे. वैदर्भी रीतीत लडिवाळपणा, स्पष्टपणा, मोहकता व नाजूकपणा हे गुण असून, गौडी रीतीत नको तेवढे शब्दावडंबर व पाल्हाळ असतो. लांबलचक समासांची भेंडोळी असतात. पांचालीत या दोन रीतींचा वा शैलींचा समन्वय करण्याच्या प्रयत्न दिसून येतो. वृत्तींची व्यवस्था गुणांच्या भाषेत करताना वामनाचार्य वैदर्भी वृत्तीला सर्व गुणांचा समुच्चय मानतात.

वृत्ती ही संकल्पना विशेषतः नाटकाच्या संदर्भात वापरली जाते. आरभटी, कैशिकी, सात्वती व भारती अशा वृत्ती प्रसिद्ध आहेत. त्यातील कैशिकी ही वृत्ती क्रथ आणि कैशिक या राज्याशी संबंध सांगणारी आहे. क्रथ आणि कैशिक हे यदूच्या वंशातील विदर्भ राजाचे दोन पुत्र. त्यावरून ही नावे पडली. डॉ. केतकर क्रथ म्हणजे नागपूर आणि कैशिक म्हणजे वऱ्हाड सांगतात. कैशिकी वृत्ती आणि वैदर्भी रीती यांचे काही एक नाते असणार हे उघड आहे. जरासंधाने क्रथ आणि कैशिक देश जिंकल्याचे महाभारत सांगते. त्याच्याही पूर्वी बृहदारण्यक उपनिषदात वैदर्भी कौंडिण्य याचा उल्लेख येतो. प्रश्नोपनिषद ऐतरेय व जैमिनी ही ब्राह्मणे यांच्यामध्येही विदर्भाचे प्रत्यक्ष वा अप्रत्यक्ष उल्लेख आढळतात. यादवांच्या भोज कुलाचा विदर्भाशी फारच निकटचा संबंध असल्याचे सर्वज्ञात आहे. कुंडिनपूर ही विदर्भाची राजधानीही प्रसिद्ध आहे. नलोपाख्यानात विदर्भ दक्षिणापथापेक्षा वेगळे असल्याचा स्पष्ट संकेत मिळतो. म्हणजेच विदर्भाची ओळखही अशा प्रकारे स्वतंत्रच होती. विदर्भात संस्कृत साहित्याचा जो विकास झाला, तो उर्वरित महाराष्ट्रातील महाराष्ट्री प्राकृताच्या बरोबरीने झाला, असे म्हणावेसे वाटते. वैदर्भी रीती व कैशिकी वृत्ती यांच्या विकासाचा संबंध प्राकृत साहित्याशी असणे अगदीच अशक्य नाही. कैशिकी वृत्ती ही नाटकातील शृंगाररसाशी जोडली गेली आहे, तर सात्त्वती ही रौद्ररसाशी. ही सर्व नावे यादव वंशाशी निगडित आहेत. एवढेच काय, तर विदर्भराजाच्या पत्नीचे म्हणजेच क्रथ व कैशिक यांच्या आईचे नाव भोजा. म्हणजेच ती भोज या यादव कुलातील.

युवानच्वांग या चिनी प्रवाशाने चालुक्य सम्राट पुलकेशीच्या काळातील मराठा योद्ध्यांचे केलेले वर्णन या कयासाला पाठिंबा देते. थंड डोक्याने, राग आवरून, सूडासारख्या स्वाभाविक भावनांवर मात करून योजनाबद्ध युद्ध करण्याची म्हणजे खऱ्या अर्थाने वीररसाला वाव देणारी व भारती वृत्तीशी सुसंगत असणारी युद्धकला महाराष्ट्रात उत्तरकाळात विकसित झालेली दिसते.

काव्यशास्त्रातील आणि नाट्यशास्त्रातील रीती आणि वृत्ती यांची चर्चा केल्यानंतर आता नाटकातील भाषेकडे वळू. नाटकाच्या चर्चेला मूलाधार असलेला ग्रंथ म्हणजे भरत मुनींचे *'नाट्यशास्त्र'* याबाबत दुमत होण्याचे कारण नाही. राजारामशास्त्री प्राकृत भाषेची विचिकित्सा करताना *नाट्यशास्त्राच्या* सतराव्या अध्यायातील भाषाविषयक महत्त्वाचे श्लोक उद्धृत करतात.

मागध्यधवंतिजा प्राच्यासूरसेन्यर्धमागधी ।

बाल्हिका दाक्षिणात्याच सप्त भाषा प्रकीर्तिताः ॥ ४८ ॥

शकाराभीरचांडाल शबरद्रविडौड्रजः हीना वनेचराणां च विभाषा नाटके स्मृताः ॥ ४९ ॥

यातील अठ्ठेचाळिसाव्या श्लोकातील 'दाक्षिणात्या' हा शब्द मरहट्टी म्हणजेच महाराष्ट्रीऐवजी वापरल्याचे शास्त्रीबोवा दाखवून देतात. त्यासाठी ते 'प्राकृतसर्वस्व'कार मार्कंडेयाचा हवालाही देतात.

नाट्यशास्त्र नाटकात कोणत्या पात्रांच्या तोंडी कोणती भाषा घालावी याचे संकेत सांगते. त्यानुसार *"मागधी भाषा राजांच्या जनानखान्यातले लोक बोलतात; गुलाम, राजपुत्र, व्यापारी अर्धमागधी बोलतात; विदूषक वगैरे पात्रांची भाषा प्राच्य; ठकांची अवंती; मुख्य स्त्री पात्रांची व त्यांच्या सखींची भाषा सूरसेनी; झुंजणारे लोक नगरवासी लोक दाक्षिणात्य बोलणारे, जुगाऱ्यांची भाषा बाल्हीका असा भाषा बोलणाऱ्यांचा विभाग नाट्यशास्त्रामध्ये याच (सतराव्या) अध्यायाच्या ५०, ५१, ५२ या तीन श्लोकांत आला आहे,"* असे निदर्शनास आणून राजारामशास्त्री पुढे सांगतात, *"त्या काळी झुंजणाऱ्या व नगरवासी लोकांची भाषा दाक्षिणात्य असावी या गोष्टीचा अभिमान आज 'दक्षिणी' लोकांस जास्त हवा... दाक्षिणात्य भाषेची पायरी- जर ती भाषा झुंजणारांची व रसिकांची किंवा सुशिक्षितांची, तर- उघड अगदी वरची म्हणावी लागते."*

हा मुद्दा महाराष्ट्रीयांची प्रकृती किंवा स्वभाववैशिष्ट्ये ठरवण्यासाठी फार महत्त्वाचा आहे. त्यांची भाषा ही वीरांची आणि रसिकांची भाषा असल्याचे *नाट्यशास्त्रावरून* ध्वनित होते. रसिक म्हणजे सुसंस्कृत नागर मनुष्य असणे अपेक्षितच आहे; परंतु याचा अर्थ त्याने लढवय्या असू नये असा होत नाही. येथे अपेक्षित असलेली रसिकता पळपुट्या दुसऱ्या बाजीरावाची नसून, झुंजार पहिल्या बाजीरावाची आहे. मराठ्यांचा हा मर्दानी व रसिक बाणा त्यांच्या अध्यात्मातही प्रविष्ट झाल्याशिवाय राहिला नाही. *'आम्ही वीर झुंजार, करू जमदाढे वार', 'आम्ही विठ्ठलाचे वीर। फोडू कळिकाळाचे शीर', 'वाजतील तुरे। येणे आनंद गजरे ॥ जिंकुनिया अहंकार । पावटणी केले शीर' किंवा 'झुंजार ते एक विष्णुदास जगी।'* असे म्हणणारे तुकोबा मराठी स्वभावाच्या व भाषेच्या झुंजण्याच्या प्रवृत्तीचे प्रतिनिधित्व करतात. ज्ञानेश्वरीत "ऐसी अक्षरे रसिके मेळवीन" म्हणत रसिकत्वाला परतत्वाचा

स्पर्श देत, शांतरसाला शृंगाररसाच्या माथ्यावर बसवणारे ज्ञानेश्वर आपल्या विरहिण्यांमधून विप्रलंभ शृंगाराची उत्कट अभिव्यक्ती करतात.

ना. कृ. गद्रे राजवाड्याचे खरे अनुयायी

तेव्हा नाटकातील शृंगारानुकूल कैशिकी वृत्तीचा संबंध महाराष्ट्राशी असणे क्रमप्राप्तच म्हणावे लागते. हालाच्या प्राकृत *सप्तशती*च्या गाथांमधील शृंगाररसाचे वातावरण हा मुद्दा अधिकच पुष्ट करते. खुद्द महाकवी कालिदासावरही या गाथांचा प्रभाव स्पष्टपणे दिसून येतो. त्याची अगदी अलीकडील अभिव्यक्ती म्हणजे होनाजी व सगन यांच्या लावण्या.

नाटकातील दुसऱ्या, म्हणजे सात्वती वृत्तीचा थोडा अधिक विचार करायला हवा. सात्वती वृत्ती ही रौद्ररसाची वृत्ती असल्याचे पारंपरिक सांगतात. वीररसाची वृत्ती भारती आहे. वीररसाचा स्थायीभाव उत्साह हा असून, रौद्ररसाचा स्थायीभाव क्रोध असतो. युद्धात शत्रूशी लढणाऱ्या वीरांच्या मनात शत्रूविषयी क्रोध असणे आवश्यकच मानले पाहिजे; पण या क्रोधाचे पर्यवसान मागचा-पुढचा विचार न करता शत्रूवर तुटून पडून आत्मघातकी आततायीपणात होऊ नये. युद्ध हे विचारपूर्वकच करायला हवे. साहित्य आणि वस्तुस्थिती यांचा मेळ घालायचा झाला, तर असे वाटते की वृत्तींची कल्पना पुढे आली तेव्हा कदाचित महाराष्ट्रातील योद्ध्यांमध्ये युद्ध करताना क्रोधाचा आविर्भाव अधिक होत असावा. कधीकधी ते फायद्याचे ठरू शकते; पण कधी तोट्याचेही. युवानच्वांग या चिनी प्रवाशाने चालुक्य सम्राट पुलकेशीच्या काळातील मराठा योद्ध्यांचे केलेले वर्णन या कयासाला पाठिंबा देते. थंड डोक्याने, राग आवरून, सूडासारख्या स्वाभाविक भावनांवर मात करून योजनाबद्ध युद्ध करण्याची म्हणजे खऱ्या अर्थाने वीररसाला वाव देणारी व भारती वृत्तीशी सुसंगत असणारी युद्धकला महाराष्ट्रात उत्तरकाळात विकसित झालेली दिसते. तिचा चरम विकास शिवकालातील गनिमी काव्यावर आधारलेल्या युद्धतंत्रात पाहायला मिळतो. गनिमी तंत्रात प्रसंगी माघार घ्यायचीही मुभा आहे. क्रोध काबूत ठेवून पण तरीही पराक्रमात उणीव येऊ न देता केलेल्या लढायांचे, भारती वृत्तीने व वीररसाच्या उत्कर्षाने केलेले वर्णन आपणास मराठी पोवाड्यांत व बखरींत आढळते.

येथे आणखीही एक प्रश्न उपस्थित करता येतो. क्रथ-कैशिकांपैकी कैशिकांचा संबंध शृंगाराशी असल्याचे सूचन आपणास उपलब्ध होते. तसे क्रथांच्या बाबतीत काही म्हणता येईल का? होय, सात्वती वृत्तीचा संबंध शब्दाच्या वा व्युत्पत्तीच्या अंगाने नव्हे; पण अर्थाच्या अंगाने क्रथांशी लावणे शक्य आहे. क्रथ् या संस्कृत धातूचा एक अर्थच ठार

करणे, नष्ट करणे हा आहे. या प्रकारच्या मारामारीत क्रोधाचे प्राबल्य असणार हे उघड आहे. महाभारतात अर्जुन जेव्हा कौरव वीरांशी लढून त्यांना ठार करतो, तेव्हा तेथे भारती वृत्ती आणि वीररस दिसतो, तर भीमसेन जेव्हा असेच कृत्य करतो, तेव्हा तेथे रौद्ररसाची अभिव्यक्ती झालेली दिसते. ही क्रथांची वृत्ती झाली. त्याने दुःशासनाची छाती फोडून केलेले रुधीरप्राशन एरवी काय सुचवते?

वस्तुतः द्रौपदीला अपेक्षित असलेला कौरवांचा सूड भीमाने अधिक यथार्थपणे घेतलेला दिसतो. तरीसुद्धा द्रौपदीचे प्रेम भीमापेक्षा अर्जुनावर कांकणभर अधिकच असल्याचे मानले जाते. हा वीर आणि शृंगाररसाच्या अन्योन्य संबंधाचा भाग समजायचा का? येथे रौद्राला गौण स्थान मिळाल्याचे दिसते. बाकी मराठेशाहीत एकाच वेळी बहरलेल्या पोवाडा आणि लावणी यांचे स्पष्टीकरण या पद्धतीने अधिक चांगले देता येते.

ते काहीही असो, विदर्भात संस्कृतनिष्ठ परंपरा वाढत असताना इकडे म्हणजे उर्वरित महाराष्ट्रात प्राकृतनिष्ठ परंपरेचा विकास होत होता व त्या दोघांमध्ये संपर्क, संवाद आणि देवाण-घेवाण होती, असे आपण म्हणू शकतो. हळूहळू विदर्भानेही महाराष्ट्रीचा स्वीकार केल्यामुळे त्याचा समावेश आपसूकच महाराष्ट्रात होऊ लागला. संस्कृत परंपरेचे अवशेष सध्याच्या विदर्भाने पुरेसे जपले नाहीत. स्वतंत्र विदर्भवादी चळवळ्यांना ते नक्कीच आवडले असते.

■

३४

संस्कृत विरुद्ध प्राकृत?

प्राचीन महाराष्ट्राच्या सातवाहन पर्वात डॉ. श्री. व्यं. केतकरांनी एक अत्यंत महत्त्वाची बाब उजेडात आणली आहे. ग्रंथाच्या प्रस्तावनेत ते लिहितात, *"कुरुयुद्धापासून वररुचिकालापर्यंत देशी भाषांस आपले कार्यक्षेत्र बरेच मर्यादित करावे लागले. त्यांच्या प्रतिस्पर्धी भाषा म्हटल्या म्हणजे दोन होत्या. धर्मकारणात संस्कृत भाषेची स्पर्धा होती व राजकारणात पैशाची भाषेची स्पर्धा होती."*

केतकरांचे निरीक्षण पचायला तसे जडच आहे; पण अगदी १६व्या शतकाच्या अखेरीस भागवताच्या एकादश स्कंधावर मराठी भाष्य लिहिणाऱ्या संत एकनाथांनासुद्धा *'संस्कृत भाषा देवे केली! प्राकृत काय चोरापासून झाली?'* असा प्रश्न विचारावा लागतो व त्याच्या आसपास होऊन गेलेल्या दासोपंतांना मराठी शब्दसंपत्ती संस्कृतपेक्षा समृद्ध असल्याचे सोदाहरण दाखवून द्यावे लागते. ही वस्तुस्थिती लक्षात घेतली, तर त्याचे आश्चर्य वाटणार नाही. प्राकृत संबंधीच्या जैन ग्रंथांमधून तर या स्पर्धेचा प्रत्यय पदोपदी येतो. या प्रकाराविषयी आणखी माहिती हवी असेल, तर श्री. माधव देशपांडे यांचे *Sociolingustic Attitudes in India : An Historical Reconstruction* आणि शेल्डन पोलाककृत *The Language of the Gods in the World of Men : Sanskrit, Culture and Power in Premodern India* या पुस्तकांकडे वळावे.

कोणत्या भाषेतून कोणती भाषा निघाली, या प्रश्नावरील चर्चेतूनही ही स्पर्धा स्पष्ट होते. प्राकृत भाषा या संस्कृतोद्‌भव आहेत, असे संस्कृतच्या अभिमान्यांनी म्हणावे, तर प्राकृताभिमान्यांनी त्याच्या उलट भूमिका घ्यावी.

या संदर्भात राजारामशास्त्री भागवतांची भूमिका अत्यंत स्पष्ट आणि निकोप वाटते. 'प्राकृत' मूळचा 'पाअड' दिसतो. 'पाअड' व 'पअड' हे दोन्ही 'प्रकट' शब्दाचे अपभ्रंश

कोणतीही संस्कृती ही सर्वांत प्रथम भाषिक संस्कृती असते. तिला धर्माची जोड मिळाली, तर इहपरलोकीचे हितसंबंध एकात्म होऊन ती अधिक बळकट होते आणि त्यात परत राजकीय सत्तेची भर पडली, तर तिची ओळख आणखी पक्की होते. सातवाहन काळातील महाराष्ट्राने हा अनुभव पहिल्यांदा घेतला म्हणून तो काळ महत्त्वाचा.

मानण्याचा संप्रदाय आहे. 'पाअड' भाषा म्हणजे 'प्रकट' भाषा. 'प्रकट' म्हणजे 'उघड्या अर्थाच्या, कोश पाठ केल्याशिवाय व प्रकृतिप्रत्ययाची खटपट केल्याशिवाय अर्थ कळणाऱ्या' असा 'पाअड' शब्दाचा मूळ अर्थ असावा. जे 'संस्कृत' नव्हे ते 'पाअड.' जी भाषा प्रकृतिप्रत्ययाची खटपट करावी तेव्हा येते ती संस्कृत. जी भाषा प्रकृतिप्रत्ययाच्या खटपटीस न पडता उपजत येते ती 'पाअड.'

अशा 'पाअड' अर्थात प्राकृत भाषेची 'विचिकित्सा' करून भागवत महाराष्ट्री प्राकृतकडे वळतात. त्यांच्या मतानुसार महाराष्ट्रीसह प्राकृत भाषांचे प्रकृतिविकृतीभावाचे नाते लौकिक संस्कृताशी नसून संस्कृताच्या पूर्वरूपाशी लागते." (मराठी भाषेच्या संदर्भात असेच मत राजवाड्यांनी व्यक्त केल्यासारखे दिसते.) परंतु, ही गोष्ट येथेच संपत नाही. प्राकृत भाषा सर्वस्वी संस्कृताच्या पूर्वरूपापासून निघालेल्या नसून, बऱ्याच अंशी त्यांच्या संस्कृताच्या पूर्वरूपाशीही लागत नाहीत, अर्थातच त्यास 'देशी' असाही एक पाया आहे.' ही गोष्ट आलंकारिक पद्धतीने व्यक्त करताना शास्त्रीबोवा म्हणतात, "*महाराष्ट्री लौकिक संस्कृतापासून निघालेली नसून, संस्कृताच्या पूर्वरूपापासून निघालेली आहे व जसा एक पूर्वरूपी भाग तसा दुसरा देशी भाग मिळून दोन्ही भाग सांधले जाऊन महाराष्ट्रीचे हरिहररूपी शरीर घडले आहे.*"

भारतीय भाषांच्या यापुढच्या उत्क्रांतीचा प्रवास स्पष्ट करताना राजारामशास्त्री सांगतात, "महाराष्ट्री व संस्कृत या जोडीपासून शौरसेनी निघून, शौरसेनीपासून मागधी व पैशाची निघाल्या, असे मानण्याचा संप्रदाय आहे. याप्रमाणे महाराष्ट्री हे सगळ्या प्राकृत भाषांचे माहेर ठरते."

भाषिक उत्क्रांतीच्या अनुषंगाने मराठ्यांच्या इतिहासाचे स्पष्टीकरण करताना राजारामशास्त्री पुढे सांगतात,

> *"जर मरहट्टी (महाराष्ट्री) भाषा सूरसेनी भाषेची एक प्रकृती, जर सूरसेनी भाषा जशी मगधी भाषेची तशी पिसाची (पैशाची) भाषेची प्रकृती, तर मरहट्ट लोक पूर्वी कधी तरी हिमालयापर्यंत पसरलेले असून, हळूहळू त्यांच्यापासून सूरसेन निराळे पडले व पुढे सूरसेनास उतरती कळा लागली. तेव्हा पश्चिमेकडचे पिसाच स्वतंत्र होऊन पूर्वेकडेस मगध्यांनीही*

स्वतंत्रपणा मिळवला, अशी अगदी जुनाट हकिगत समजणे भाग पडले."

या संदर्भात शास्त्रीबोवांची 'महाराष्ट्र' शब्दाची व्युत्पत्ती स्पष्ट करणे गरजेचे आहे. 'जो शब्द संस्कृतात महाराष्ट्र लिहितात, तो प्राकृतात मरहट्ट लिहिला जातो,' असे निदर्शनास आणून मूळच्या महरट्ट शब्दातील *"नुकसान-नुसकान'प्रमाणे व्यंजनाचा विपर्यास होऊन 'महरट्ट' शब्दापासून 'मरहट्ट' शब्द निघालेला दिसतो. याप्रमाणे या मूळच्या निव्वळ देशी शब्दाला महाराष्ट्र असे मोठे रूप देऊन संस्कृत भाषेने आपल्या शब्दांच्या भांडारात ओढून घेतले."*

अशीच एक प्रक्रिया 'मराठा' आणि 'मराठी' या शब्दांच्या बाबतीत घडून आल्याचेही ते स्पष्ट करतात. *"टकारात प्राण घुसवून मराठा किंवा मराठी असा उच्चार करण्याचा व लिहिण्याचाही संप्रदाय पडला."* त्याचप्रमाणे *"प्राकृत भाषांची नावे त्या-त्या लोकांवरून किंवा त्या-त्या लोकांनी वसविलेल्या देशावरून पडलेली आहेत."* या आपल्या मताविषयी ते निःशंक आहेत.

आता राजारामशास्त्री जेथे महाराष्ट्रातील ब्राह्मणांच्या आर्यत्वाबद्दल साशंक आहेत, तेथे ते तेथील मराठ्यांना आर्य मानतील हे संभवत नाही. या संबंधीचे महाराष्ट्र हे यदुक्षेत्र व मराठे हे यादव असल्याचे त्यांचे विचार आपण यापूर्वीच पाहिले आहेत. त्यांची पुनरुक्ती करण्याची गरज नाही.

भागवतांचा मुख्य भर भाषा या प्रमाणावर असल्याचे मी यापूर्वीच स्पष्ट केले आहे. अर्थात, या काळासंबंधी इतर प्रमाणे पुरेशी उपलब्ध नसल्यामुळे त्याला भागवतांचाही इलाज नाही. महाराष्ट्री प्राकृताचे जे मध्यवर्ती स्थान ते सांगतात त्याला आधार अतिप्राचीन प्राकृत वैयाकरण वररुची ऊर्फ कात्यायन हाच आहे. कात्यायनाच्या *'प्राकृतप्रकाश'* व्याकरण ग्रंथात एकूण बारा परिच्छेद असून, पहिले ९ परिच्छेद मरहट्टीस मिळाले आहेत व १०वा पिशाचीस, ११वा मागधीस, १२वा सूरसेनीस अशी राहिलेल्या ३ परिच्छेदांची वाटणी करण्यात आली आहे. या वाटणीवरूनच महाराष्ट्रीचे महत्त्व समजून येते; पण त्याहीपेक्षा महत्त्वाची बाब म्हणजे शूरसेनीसारख्या प्राकृताची व्यवस्था लावताना खास तिच्याशी संबंधित असे नियम सांगून कात्यायन 'शेषं महाराष्ट्रीवत्' असे सूत्र घालतो. यावरूनच महाराष्ट्री ही अन्य प्राकृतांची प्रकृती असल्याचे विधान करता येते.

महाराष्ट्रीला एवढे प्राधान्य मिळणे काही अभ्यासकांना रुचत नाही व उपलब्ध पुराव्याचा अन्वयार्थ वेगळ्या तऱ्हेने लावून ते महत्त्व कमी करण्याचा प्रयत्न करतात. मनमोहन घोष हे असेच एक अभ्यासक. नाट्यशास्त्र परंपरेत शौरसेनीला अधिक महत्त्व असल्याचे विधान करताना घोषबाबू नाट्यशास्त्रात महाराष्ट्री भाषेचा उल्लेखही नसल्याचे निदर्शनास आणतात. वस्तुतः नाट्यशास्त्रातील वेगवेगळ्या भाषाविभाषा आणि त्यांचा

उपयोग करणारी पात्रे यांच्या यादीतील 'दाक्षिणात्या' हा शब्द महाराष्ट्रीवाचक असल्याचे भागवतांनी खूप पूर्वी दाखवून दिले आहे. दक्षिणेतील द्रविडा नावाच्या भाषेची गणना तेथे विभाषांमध्ये करण्यात आलेली आहे. त्यामुळे दाक्षिणात्या म्हणजे महाराष्ट्रीय याबद्दल संशयाला जागाच उरू नये. (हेमचंद्र हा उत्तरकालीन जैन व्याकरणकार कात्यायनाप्रमाणेच प्राकृत भाषांच्या व्याकरणाची व्यवस्था लावताना 'शेषं प्राकृतवत्' असा शेरा मारतो, तेव्हा त्यालाही तेथे 'प्राकृत' शब्दाने महाराष्ट्री प्राकृतच अभिप्रेत असणार.) 'महाराष्ट्राश्रयां भाषाम् प्रकृष्टं प्राकृतम् विदु' हे दण्डीच्या काव्यादर्शातील वचन प्रसिद्ध आहे. यावरून महाराष्ट्र देश आणि महाराष्ट्री भाषा यांच्यातील अन्योन्य संबंध निर्विवादपणे प्रस्थापित होत असताना घोषमोशाय महाराष्ट्रीलाच शौरसेनीची नंतरची उत्क्रांती समजतात. इतकेच नव्हे, तर 'महाराष्ट्र' या भूमिवाचक शब्दाने उत्तर भारतातील मध्य देशाचा उल्लेख होतो, असेही सांगतात. या बाबतीत ते राजवाड्यांचे सहप्रवासी शोभतात खरे. अर्थात, महाराष्ट्राची उत्तरेत उचलबांगडी करण्यामागचे घोषांचे कारण प्रादेशिक अभिमान हे दिसते; तर राजवाड्यांचे जात्यभिमान!

महाराष्ट्री ही शौरसेनीच्या कानामागून येऊन तिखट झाल्याची घोषांची भावना आहे. या परिवर्तनाचे श्रेय किंवा अपश्रेय ते सातवाहनांच्या राजकीय सत्तेला देतात. नंतरच्या काळात कानडीला सारून मराठी पुढे आली, याची मीमांसा विठ्ठल रामजी शिंदे यांनी अशीच म्हणजे (मराठ्यांच्या) राजकीय सत्तेचा संदर्भ देऊन केली आहे. अर्थात, महाराष्ट्री ही शौरसेनीची उत्क्रांत अवस्था असल्याचे घोषांचे मत मात्र कात्यायनापासून मार्कंडेय हेमचंद्रापर्यंतच्या सर्वच वैयाकरणांच्या विरुद्ध जाणारे आहे.

हा मतामतांचा गलबला निश्चितच अंगावर येणारा आहे; पण त्यातून एक गोष्ट निश्चितपणाने सांगता येते, ती ही, की महाराष्ट्राच्या अस्मितेच्या जडणघडणीत सातवाहन या राजघराण्याच्या सत्तेला महत्त्वाचे स्थान आहे. कोणत्याही प्रादेशिक जनसमूहाच्या अस्मितेमध्ये भाषिक अस्मितेचा वाटा लक्षणीय असतो. भाषाबंध हा सर्वांना एकत्र आणणारा समान धागा तर असतोच. त्याने रोजच्या व्यवहारात सौकर्य येते. भावनात्मकदृष्ट्या जवळीक निर्माण होते. सांस्कृतिक संचिताची वृद्धी होते. संस्कृतिस्वभाव घडतो. सामूहिक इच्छाआकांक्षांची अभिव्यक्ती होते. कोणतीही संस्कृती ही सर्वांत प्रथम भाषिक संस्कृती

वर्तमान युग हे प्रातिनिधिक लोकसत्तेचे म्हणजेच लोकशाहीचे आहे. त्यात राज्यकर्ते हे प्रजेचेच प्रतिनिधी असल्यामुळे त्यांचे हितसंबंध समान असण्याची बरीच शक्यता असते. पूर्वीच्या काळी तसे नव्हते. राजा एक प्रकारचा व प्रजा दुसऱ्या प्रकारची, अशी परिस्थिती असू शकायची. सातवाहन काळातील महाराष्ट्रात प्रजेची भाषा, तीच राजांची होती. प्रजेमध्ये जी धार्मिक सहिष्णुता होती, तशीच सहिष्णुता राजांमध्येही होती.

महाराष्ट्रीला प्राधान्य मिळणे काही अभ्यासकांना रुचत नाही व उपलब्ध पुराव्याचा अन्वयार्थ वेगळ्या तऱ्हेने लावून ते महत्त्व कमी करण्याचा प्रयत्न करतात. मनमोहन घोष हे असेच एक अभ्यासक. नाट्यशास्त्र परंपरेत शौरसेनीला अधिक महत्त्व असल्याचे विधान करताना घोषबाबू नाट्यशास्त्रात महाराष्ट्री भाषेचा उल्लेखही नसल्याचे निदर्शनास आणतात.

असते. तिला धर्माची जोड मिळाली तर इहपरलोकीचे हितसंबंध एकात्म होऊन ती अधिक बळकट होते आणि त्यात परत राजकीय सत्तेची भर पडली, तर तिची ओळख आणखी पक्की होते. सातवाहन काळातील महाराष्ट्राने हा अनुभव पहिल्यांदा घेतला म्हणून तो काळ महत्त्वाचा.

वर्तमान युग हे प्रातिनिधिक लोकसत्तेचे म्हणजेच लोकशाहीचे आहे. त्यात राज्यकर्ते हे प्रजेचेच प्रतिनिधी असल्यामुळे त्यांचे व प्रजेचे हितसंबंध समान असण्याची बरीच शक्यता असते. पूर्वीच्या काळी तसे नव्हते. राजा एक प्रकारचा व प्रजा दुसऱ्या प्रकारची, अशी परिस्थिती असू शकायची. सातवाहन काळातील महाराष्ट्रात प्रजेची भाषा, तीच राजांची होती. प्रजेमध्ये जी धार्मिक सहिष्णुता होती, तशीच सहिष्णुता राजांमध्येही होती.

सातवाहनांचा महाराष्ट्री प्राकृतला आश्रय असला तरी त्या काळात विदर्भात संस्कृत साहित्याचा विकास होत होता. सातवाहनांच्या भाषाविषयक धोरणावर प्रकाश टाकणारी कथा सर्वप्रचलित आहे. *कथासरित्सागरा*तील कथेच्या हकिगतीनुसार *बृहत्कथे*चा कर्ता गुणाढ्य हा सातवाहनांचाच दरबारी पंडित होता. राजाला संस्कृत येत नव्हते. आपल्या राण्यांसह वर्तमान जलक्रीडा करत असताना एका सुकुमार राणीच्या अंगावर जोराने पाणी उडवणाऱ्या या राजाला राणीने 'मोदकैस्ताडय माम्' असे संस्कृतमधून विनवले. त्याचा अर्थ मला पाण्याने मारू नका. परंतु, संस्कृत न कळणाऱ्या राजाने त्याचा अर्थ मला मोदकांनी म्हणजे लाडवांनी मार (पाण्याने नको), असा घेऊन लगेचच लाडू मागवले. राजाच्या या अडाणीपणास राणी कुत्सित हसली. त्यावर राजाने संस्कृत शिकण्याचा निश्चय केला. गुणाढ्याने यासाठी सहा वर्षे लागतील, असे सांगितले, तर त्याचा दरबारी प्रतिस्पर्धी पंडित शर्ववर्मा याने आपण हे काम सहा महिन्यांत करून दाखवू, असे खात्रीपूर्वक सांगितले. हे अशक्य असल्याचे जाणणाऱ्या गुणाढ्याने चिडून, तसे झाल्यास आपण संस्कृत, प्राकृत व देशी या भाषांचा उपयोग करणार नाही, अशी प्रतिज्ञा केली. विशेष म्हणजे एका दैवी उपायाने शर्ववर्मा राजाला सहा महिन्यांत संस्कृत शिकवण्यात यशस्वी झाला. त्यामुळे उद्विग्न होऊन गुणाढ्याने विंध्य पर्वताचा रस्ता धरला. तेथेच देहत्यागाचा त्याचा इरादा होता. उपरोक्त तीनही प्रकारच्या भाषा तो आता प्रतिज्ञाबद्धतेमुळे बोलू शकत नसला, तरी तेथील भूत,

यक्ष, राक्षस योनीतील जीव बोलत असलेली पैशाची भाषा त्याच्या कानी पडली. वररुची या आपल्या पूर्वसूरीच्या कथांचा संग्रहच काणभूतीच्या मार्फत त्याच्या हाती आला. त्याला जणू जगण्याचा ध्येयार्थ गवसला. सात भागांत त्याने सात लांब कथांची व्यवस्था लावली, त्यांना एका सूत्रात गोवून एक *बृहत्कथा* झाली. हे लेखन गुणाढ्याने स्वतःच्या रक्तात केले होते. शाई, काजळ या लेखनोपयोगी गोष्टींची अनुपलब्धता हे एक कारण; परंतु, आपला संग्रह विद्याधर योनीतील जीवांनी चोरून नेऊ नये, यासाठी ही खबरदारी. कारण ते रक्ताला स्पर्श करत नसत.

शिष्यांच्या आग्रहावरून गुणाढ्याने हा संग्रह पैठणातील सातवाहन राजाकडे पाठवला. त्याने त्याची कदर करण्याऐवजी पिशाच्यांची भाषा व तीही रक्ताने लिहिलेली म्हणून त्याचा तुच्छतापूर्वक अव्हेर केला. गुणाढ्याला ही गोष्ट खूपच लागली. निराश होऊन त्याने एका डोंगराचा आश्रय घेतला. तेथे पुस्तकाचे एकेक पान वाचून तो ते अग्निनारायणाला अर्पण करू लागला. त्याचे कथावाचन ऐकायला अरण्यातील पशुपक्षी गोळा झाले. खरे तर संपूर्ण ग्रंथच नष्ट व्हायचा; पण शिष्यांनी हट्ट केल्यामुळे सातवी कथा अग्नीच्या तावडीतून वाचली.

इकडे सातवाहन राजाला एका चमत्कारिक व्याधीने पिडले. त्यावर उपाय म्हणून विशिष्ट प्रकारचे मांस हवे होते. ते तहानभूक विसरून अन्नपाणी वर्ज्य करून कथा ऐकत बसलेल्या तन्मय पशूंकडून कसे मिळावे? राजाला ही हकिगत कळली. मामला लक्षात आला. त्याचा पश्चात्तापही झाला. तो तिकडे धावला. गुणाढ्याची क्षमायाचना करून त्याच्या शिष्यांकडून त्याने तो उरला वाचलेला सातवा भाग प्राप्त केला. मूळ पैशाची भाषेतील या ग्रंथाची संस्कृतात रूपांतरे सोमदेव सुरी आणि क्षेमेंद्र या काश्मिरी पंडितांनी एक सहस्रक उलटल्यावर केली.

गुणाढ्याच्या *बृहत्कथे*च्या या कथेचा काय तात्पर्यार्थ निघायचा तो निघो; एक गोष्ट निश्चित. संस्कृत आणि पैशाचीसारख्या संस्कृताशी स्पर्धा करू पाहणाऱ्या इतर भाषांशी स्पर्धा करून सातवाहन राजांनी महाराष्ट्री भाषेची प्रतिष्ठा वाढवली.

दुर्दैवाने, महाराष्ट्रीतील अशा कृती फारशा उपलब्ध नाहीत. तरीही प्रवरसेनाचे *'सेतुबंध'* हे काव्य आणि सातवाहन राजा हाल याने जातीने केलेला सातशे गाथांचा संग्रह महाराष्ट्रीची वाङ्मयीन गुणवत्ता आणि महाराष्ट्राची अभिरुची सिद्ध करण्यास पुरेसे आहेत.

■

३५

शालिवाहन की शिवछत्रपती?

ज्ञानकोशकार श्री. व्यं. केतकर यांनी सातवाहनांची बाजू जितक्या हिरिरीने मांडली तेवढी क्वचितच कुणी मांडली असेल. 'समाजशास्त्रज्ञ' असा शिक्का बसलेल्या केतकरांनी महाराष्ट्राच्या प्राचीन इतिहासात केलेले योगदान पुरेशा गंभीरपणे घेतले गेले नाही. त्या क्षेत्रात आजही राजवाड्यांचा दबदबा टिकून आहे. स्वतः केतकरांनीच राजवाड्यांच्या कार्याची प्रतवारी लावताना त्यांच्या भाषा आणि व्याकरणातील योगदानाला अधिक महत्त्व देऊन इतिहासलेखनातील कामगिरीला गौण स्थान दिले आहे, याची येथे आठवण करून देणे उचित होईल. याचा सूचितार्थ असा, की राजवाड्यांचे इतिहाससंशोधन तेवढ्या उंचीचे नाही.

राजवाड्यांच्या इतिहासलेखनाचे जे दुष्परिणाम महाराष्ट्राला भोगावे लागले, त्याचा संबंध सातवाहनांशीही पोचतो. दत्तो अप्पाजी तुळजापूरकर यांनी लिहिलेली *'माझे रामायण'* ही एकोणिसाव्या आणि विसाव्या शतकाच्या संधिकाळातील महाराष्ट्रावरील प्रसिद्ध कादंबरी होय. साक्षेपी अभ्यासक डॉ. श्री. मा. भावे यांनी 'ही एक अस्ताव्यस्त व भरमसाट कादंबरी' असल्याचे नमूद करून, 'परंतु तरीही तिच्यात आकर्षक भाग असा आहे, की सुमारे पन्नास वर्षांच्या कालखंडात ब्राह्मण समाज क्रमाक्रमाने कसा बदलला, याचे हृद्य दर्शन या कादंबरीत घडते,' अशा शब्दांत तिच्या या सकारात्मक बाजूवर बोट ठेवले आहे. या समाजावर राजवाड्यांच्या इतिहासलेखनाचा कसा प्रभाव पडला, हे इतिहासकार

राजवाड्यांच्या इतिहासलेखनाचे जे दुष्परिणाम महाराष्ट्राला भोगावे लागले त्याचा संबंध सातवाहनांशीही पोचतो. हा प्रभाव अनेक क्षेत्रांत आपोआपच पसरत गेल्याचे दिसून येते. राजवाड्यांच्याच इतिहासमीमांसेचा अंगीकार हिंदुत्ववादी संघटना व त्यांचे सावरकरादि प्रवक्ते यांनी केला होता व तो त्यांची बौद्धिके, भाषणे, लेखन इत्यादींच्या माध्यमातून प्रकटत होता.

> **वस्तुतः सातवाहनांचा कालखंड हे महाराष्ट्राच्या इतिहासातील एक देदीप्यमान पर्व आहे. महाराष्ट्राच्या अस्मितेचा तो पहिला हुंकार मानावा लागतो आणि या हुंकाराचे पडसाद केवळ भारतातच नव्हे, तर रोमन साम्राज्यापर्यंत उमटले. वस्तुतः शालिवाहन आणि शिवाजी हे दोन पर्याय नसून, शिवाजी हे जणू शालिवाहनाचे पुनरागमन आहे.**

त्र्यं. शं. शेजवलकरांनी परखडपणे सांगितले आहे. राजवाड्यांच्याच इतिहासमीमांसेचा अंगीकार हिंदुत्ववादी संघटना व त्यांचे सावरकरादि प्रवक्ते यांनी केला होता व तो त्यांची बौद्धिके, भाषणे, लेखन इत्यादींच्या माध्यमातून प्रकटत होता. *'माझे रामायण'* ची नायिका उषा हिच्या *'महाराष्ट्रातील प्रसिद्ध बंडखोर'* नावाच्या लेखातून तुळजापूरकर असे सांगतात, की *'शालिवाहन शक हा महाराष्ट्राला परका आहे. तो इथे जबरदस्तीने घुसला आहे. शिवशक सुरू करून आपण शालिवाहन शकाला मागे टाकले पाहिजे'*.

तुळजापूरकरांसारख्या जागरूक आणि विचारी माणसाने शालिवाहन शकाला परके मानावे आणि शालिवाहन शक की शिव शक, असे पर्याय उभे करावेत, यामागचे सर्वात संभवनीय कारण म्हणजे राजवाड्यांचा प्रभाव! वस्तुतः सातवाहनांचा कालखंड हे महाराष्ट्राच्या इतिहासातील एक देदीप्यमान पर्व आहे. महाराष्ट्राच्या अस्मितेचा तो पहिला हुंकार मानावा लागतो आणि या हुंकाराचे पडसाद केवळ भारतातच नव्हे, तर रोमन साम्राज्यापर्यंत उमटले. वस्तुतः शालिवाहन आणि शिवाजी हे दोन पर्याय नसून, शिवाजी जणू शालिवाहनाचे पुनरागमन आहे. शालिवाहन परकीय, ही कल्पना ज्या न्यायाने करायची त्याच न्यायाने शिवछत्रपतींनाही परकीय ठरवता येणे शक्य आहे. नाहीतरी राजवाड्यांनी त्यांना उत्तर हिंदुस्थानातील आर्य क्षत्रिय ठरवले होतेच.

सातवाहनांच्या कुलास कुणी आंध्र समजतात, कोणी नागवंशीय, कोणी शूद्र, तर कोणी अगदी मध्य आशियातून भारतात आलेले शक! आता समजा ते यातील कुणीही असले तरी त्यांनी शेकडो वर्षे येथे राज्य केले, येथील प्रजेस समृद्ध व सुसंस्कृत बनवले. या देशाची कीर्ती जगभर पसरवली, ही वस्तुस्थिती कोणी नाकारू शकत नाही. असे असताना त्यांना परकीय मानणे किंवा कमअस्सल समजणे हे मनाच्या कृपणतेचे लक्षण ठरते, दुसरे काय?

भारतीय कालगणनेच्या क्षेत्रात 'शक' या शब्दास अनन्यसाधारण महत्त्व आहे. युधिष्ठिर शक, शालिवाहन शक, विक्रम शक, शिव शक इ. शब्दांमधील 'शक' हा शब्द परकीय भाषांमधील 'सन', 'साल' या अर्थाने म्हणजे कालगणनेचा वाचक मानला जातो. त्याचा संबंध एखाद्या बाहेरून आलेल्या वंशाशी लावण्याइतकी त्या वंशाची कामगिरी खरोखरच असती, इतिहासावर त्याचा तितका ठसा उमटला असता तर गोष्ट वेगळी होती; पण तसे दिसत नाही.

या संदर्भात राजारामशास्त्री भागवतांच्या मताचा पुरेसा आदर करणे गरजेचे आहे. भागवतांच्या मते, 'ज्याच्या योगाने काल गणणे शक्य होते तो शक'. 'शक' हा शब्द 'शनोति'पासून निष्पन्न झाला. अर्थात ज्याच्यापासून 'शक' गणला जातो, तो 'काल' शककाल व शकनृप हे दोन्ही कर्मधारय समास होत. 'शककाल' शब्दाची हीच व्युत्पत्ती, असे 'शककालस्तस्य राज्ञस्य' या वृद्धगर्गाच्या वचनावरून सिद्ध होते. युधिष्ठिरापासून जो काल गणला त्यास वृद्धगर्गाने 'शककाल' म्हटले आहे.

शालिवाहन शक येशू ख्रिस्ताच्या जन्मानंतर ७८ वर्षांनी सुरू झाला. तो महाराष्ट्रच नव्हे, तर दक्षिण क्षेत्र आणि उत्तरेकडीलही काही राज्यांत चालला. धर्मकृत्यांत अजूनही चालतो. या वेळी महाराष्ट्रात सातवाहन वंशाचे राज्य होते. शालिवाहन हा शब्द 'सातवाहना'चा पर्याय म्हणूनही वापरला जातो. त्यावरून ही कालगणना सातवाहन वंशातील राजाने सुरू केली, हे निश्चित!

प्रतिवर्षी चैत्र शुद्ध प्रतिपदा हा दिवस नव्या वर्षाचा पहिला दिवस म्हणून साजरा केला जातो. त्याला महाराष्ट्रात आपण 'पाडवा' असे म्हणतो. त्याची गणना साडेतीन मुहूर्तांमध्ये होते. दिवाळीच्या नंतर कार्तिक शुद्ध प्रतिपदेला येणाऱ्या आणखी एका म्हणजे विक्रम शकाच्या वर्षारंभाच्या दिवसापेक्षा, म्हणजेच पाडव्यापेक्षा त्याचे वेगळेपण सांगण्यासाठी त्याला 'गुढी पाडवा' असे म्हटले जाते. त्या दिवशी घरोघरी गुढी उभारून नववर्षाचे स्वागत करून नव्या उमेदीने जगण्यास आपण सज्ज होतो. दक्षिणेकडे या दिवसाला 'युगादी' असे म्हणतात.

ज्या ज्या राजांनी पराक्रम दाखवून आपल्या नावे कालगणना सुरू करून ते चिरायू करण्याचा प्रयत्न केला, ते सर्व निसर्गनियमाप्रमाणे कालवश झाले. त्यांची घराणीही नामशेष झाली. काळाच्या या गतीपुढे मानवाला अखेर नतमस्तक व्हावे लागले. तरीही शालिवाहनाच्या बाबतीत कौतुकोद्गार काढल्याशिवाय व त्याची दैवाची प्रशंसा केल्याशिवाय शास्त्रीबोवांना राहवले नाही. ते लिहितात, *'शालिवाहन वंशाची समाप्ती झाली तरी त्या वंशातील एका पराक्रमी राजाचा शक अजून चालत आहे. तेव्हा हा सर्व दैवाचा खेळ होय.'*

शास्त्रीबोवांचे म्हणणे रास्तच आहे. इतिहासाच्या बौद्धिक मीमांसेच्या- म्हणजेच मानवी मर्यादा कुंठित झाल्यानंतर 'दैवं चैवात्र पंचमम्' म्हणणे गीतेलाही संमत आहे. पण तरीही ती मीमांसा थांबत नाही. नवे पुरावे मिळवण्याचे, जुन्या पुराव्यांची नव्याने छाननी करून नव्याने अन्वयार्थ लावण्याचे प्रयत्न सुरूच राहतात.

'शक' या शब्दाचा व्युत्पत्तिशास्त्रीय अर्थ लावताना ज्यामुळे कालगणना शक्य होते तो, असा लावून भागवतांनी याविषयीच्या संशोधनास एक वेगळीच दिशा दिली होती. त्यामुळे हा शब्द केवळ शालिवाहनाशी संबद्ध कालगणनेपुरता मर्यादित न राहता त्याचे

प्रतिवर्षी चैत्र शुद्ध प्रतिपदा हा दिवस नव्या वर्षाचा पहिला दिवस म्हणून साजरा केला जातो. त्याला महाराष्ट्रात आपण 'पाडवा' असे म्हणतो. त्याची गणना साडेतीन मुहूर्तांमध्ये होते. दिवाळीच्या नंतर कार्तिक शुद्ध प्रतिपदेला येणाऱ्या आणखी एका वर्षारंभाच्या दिवसापेक्षा, म्हणजेच पाडव्यापेक्षा त्याचे वेगळेपण सांगण्यासाठी त्याला 'गुढी पाडवा' असे म्हटले जाते.

साधारणीकरण करता येते. युधिष्ठिर शक, ख्रिस्त शक, शिव (राज्याभिषेक) शक, अशा शालिवाहनापूर्वीच्या व नंतरच्या, इतकेच नव्हे, तर परकीय पद्धतीच्या कालगणनापद्धतीच्या संदर्भातही त्याचा उपयोग करता येतो. अर्थात 'शक' हा शब्द एका विशिष्ट वंशाचा वाचक असून, भारताबाहेरून भारतावर आक्रमण करून आलेल्या या वंशाने भारतात काही काळ राज्य केले होते, ही ऐतिहासिक वस्तुस्थिती भागवतांनाही मान्यच आहे; पण शालिवाहन शक हा त्या शक वंशाच्या राजाने सुरू केला नाही, याविषयी ते ठाम आहेत.

आता प्रश्न असा उपस्थित होतो, की निदान मौर्यांच्या वा कदाचित नंदांच्याही काळापासून महाराष्ट्रात राज्य करणाऱ्या या सातवाहन वंशातील एका राजाला इ. स. ७८मध्ये अशी नवी कालगणना सुरू करण्यास काय निमित्त घडले असावे? शिवाजी महाराजांनी इ. स. १६७४मध्ये जी नवी कालगणना सुरू केली तिचे निमित्त त्यांचा स्वतःचा राज्याभिषेक हे होते. त्या काळातील मोगल बादशहा तख्तानशीन झाले की स्वतःच्या नावे कालगणना सुरू करून तशी नाणीही पाडत. शिवरायांच्या कृतीमुळे त्यांना एक जबरदस्त चपराक बसली, परंतु नंतरच्या संभाजी-राजारामांसारख्या मराठी राजांनी मात्र आपल्या स्वतःच्या नावाने शक सुरू न करून, एका बाजूस शिवरायांच्या कर्तृत्वाविषयी आदर प्रकट करत मोगल बादशहांच्या व्यक्तिकेंद्रित कारभारातील फोलपणाही दाखवून दिला. सदरचा शक १०४ वर्षे चालला. इ. स. १७७७मध्ये दुसरा शाहू गादीवर आला, त्या प्रसंगी सखारामबापू आणि नाना फडणीस यांना तो गैरसोयीचा वाटला आणि त्यांनी हुकूम काढून तो बंद केला, असे रियासतकार सरदेसाई धडफळे यादीच्या आधारे सांगतात.

राजवाडे 'शक' या शब्दाचा परकीय वंशवाचक अर्थ घेऊनही शालिवाहन शक महाराष्ट्रातील सातवाहन राजांनीच सुरू केला, या मताचे समर्थन करतात. त्यांच्या मते,

"या कालगणना पद्धतीचे सबंध नाव शालिवाहन शककाल किंवा सातवाहन

'मुसलमानांचे राज्य या देशावर कैक वर्षे होते. परंतु आपल्या पूर्वजांनी शालिवाहन शकतिथींना व महिन्यांना सोडले नाही. त्यांच्याप्रमाणे आपणासही ते सोडण्याचे काहीएक कारण नाही. आज दोन हजार वर्षे परकीयांची राज्ये या देशावर अधूनमधून येतात व जातात, परंतु शालिवाहन शक कायम आहे तो आहे. तेव्हा या ध्रुव गोष्टीला सोडून अध्रुवाच्या पाठीमागे का बरे लागावे?' हा त्यांनी विचारलेला प्रश्न डोळ्यात अंजन घालणारा आहे.

शकवर्ष किंवा शालिवाहन शक युद्धकाळ असे असावे. पैठणच्या सातवाहन आडनावाच्या कोणा राजाने शक लोकांचा पराभव ज्या वर्षी केला त्या वर्षापासून ही कालगणना पद्धती सुरू झाली. सातवाहनाने मातीचे घोडे व शिपाई करून त्यांच्याकरवी शकांचा पराभव केला, अशी दंतकथा आहे. या दंतकथेचा अर्थ मी असा करतो - 'शक लोकांचा अंमल महाराष्ट्रावर दोन हजार वर्षांपूर्वी जुन्नर वगैरे स्थळी राज्ये स्थापून जेव्हा झाला, तेव्हा महाराष्ट्रातील लोक मातीप्रमाणे निर्वीर्य व हतप्रभ झाले होते. अशा लोकांना उत्तेजन देऊन पैठणच्या सातवाहन राजाने शकांचा उच्छेद केला. शिवाजीने मावळ्यांच्या करवी जसा मोगलांचा पराभव केला तसा. शकांच्या या पराभवाला उद्देशून या कालगणना पद्धतीस 'शालिवाहनकृत शकपराभवकाल' असे त्या वेळी लोक म्हणू लागले व 'शालिवाहन शककाले' असा प्रयोग होऊ लागला. 'शालिवाहनशक' या सामासिक शब्दाचे 'शालिवाहन शक' असे विशेषण होते. नंतर कालांतराने या लांबलचक सामासिक शब्दाचा संक्षेप 'शककाले', 'शकवर्षे', 'शके' असा उत्तरोत्तर होत गेला - तेव्हा शालिवाहन शककाल आपणा मराठ्यांचा मोठ्या अभिमानाचे द्योतक आहे."

इ. स. १९०५च्या *'ग्रंथमाले'*त प्रकाशित झालेल्या *'कालगणन'* या लेखात राजवाड्यांची ही महाराष्ट्राभिमानी भूमिका पाहायला मिळते. आधुनिक इंग्रजी शिक्षितांनी शालिवाहन शकाऐवजी परकीय इसवी सनाची पद्धत स्वीकारल्यामुळे राजवाडे व्यथित झालेले आहेत. त्यांचे असेही म्हणणे आहे, की *'शास्त्रदृष्ट्या पाहिले असता, तिथी, चैत्रादी चांद्रमास व शकादी सौर संवत्सर, तारीख, जानुअरी वगैरे महिने व ख्रिस्ती सन यापेक्षा कोणत्याही प्रकारे गौण आहेत, असा प्रकार बिलकूल नाही. उलट इंग्रजी कालगणनेपेक्षा आपली शालिवाहनी कालगणना सहस्रपटीने जास्त सशास्त्र आहे.'*

इंग्रजी कालगणना पद्धतीपेक्षा आपली शालिवाहनी पद्धत अधिक सशास्त्र असल्याचे

विधान करून राजवाडे थांबत नाहीत. ते विधान सिद्ध करण्यासाठी ते पुरावा देतात व युक्तिवादही करतात. *'शास्त्र, युक्ती, पूर्वापार संबंध व अभिमान या सर्वांचे पक्षपातित्व शालिवाहन शकाकडेच आहे. मुसलमानांचे राज्य येथे कैक वर्षे होते, परंतु आपल्या पूर्वजांनी शालिवाहन शकतिथींना व महिन्यांना सोडले नाही. त्यांच्याप्रमाणे आपणासही ते सोडण्याचे कारण नाही. दोन हजार वर्षे परकीयांची राज्ये या देशावर अधूनमधून येतात व जातात, परंतु शालिवाहन शक कायम आहे ते आहे.'* तेव्हा *'या ध्रुव गोष्टीला सोडून अध्रुवाच्या पाठीमागे का बरे लागावे'*, हा त्यांनी विचारलेला प्रश्न डोळ्यात अंजन घालणारा आहे.

■

३६

व्युत्पत्ती आणि व्यवहार

सातवाहन हा महाराष्ट्राच्या प्राचीन इतिहासातील एक कूटप्रश्न होऊन बसलेला आहे. ज्ञानकोशकार केतकरांनी वररुचीचे *'व्याकरण'* आणि गुणाढ्याची *'बृहत्कथा'* यांच्या आधारे हा प्रश्न सोडवण्याचा प्रयत्न केला. त्यानुसार सातवाहनांच्या पूर्वी महाराष्ट्रात अश्मकांचे राज्य असून अश्मक हे यादवच होते. पुराणात अश्मकांच्या पंचवीस पिढ्यांनी राज्य केले असल्याचे सांगितले गेले असले तरी त्यांचा तपशील मिळत नाही. केतकर *'बृहत्कथे'*च्या आधारे अश्मकांना नंदांच्या समकालीन ठरवतात. महापद्मनंदाने अश्मकांचा पराभव केला अशी कथात्मक नोंद असली तरी ('नांदेड' नगराची व्युत्पत्ती महापद्मनंदाचा डेरा - छावणी असलेले शहर,अशी केली जाते.) त्यामुळे महाराष्ट्रात नंदांची सत्ता सुरू झाली, असे मुळीच नाही. अश्मकांनी लगेच उचल खाऊन आपली पुनःस्थापना केली, असेही केतकर सांगतात. *बृहत्कथे*त आलेले नरसिंहासारखे राजे अश्मकांच्या घराण्यातले असल्याचेही ते सूचित करतात.

इतकेच नव्हे तर, *बृहत्कथे*नुसार पैठणच्या ज्या दीपकर्णी राजाने पहिल्या सातवाहनास आपला उत्तराधिकारी नेमले तो दीपकर्णी हा अश्मकांचाच शेवटचा राजा, असे केतकर सांगतात. याही पुढे जाऊन हे संक्रमण नंदांच्या काळातच झाले असल्याचा त्यांचा आग्रह दिसतो. त्यामुळे सातवाहनसुद्धा मौर्यपूर्वकालीन ठरतात! सातवाहनांचा प्रारंभ हा बुद्धोत्तर आणि मौर्यपूर्व असल्याचे त्यांचे मत आहे.

राजवाडे सातवाहनांना महाराष्ट्रातील मानत नाहीत. महाराष्ट्रातील लोकांना साम्राज्ये स्थापण्याची आणि चालवण्याची अक्कल नाही, असे एकदा ठरविल्यानंतर कोणताही साम्राज्यकर्त्याचा वंश महाराष्ट्रीय असू शकतच नाही, हे स्पष्ट आहे. राजवाड्यांची सारी मदार उत्तरेतील उच्च क्षत्रियांवर!

महाराष्ट्रात व महाराष्ट्राच्या दक्षिणेस सातवाहन राजांचे अनेक शिलालेख सापडले आहेत. सातवाहनांचा पराभव करणाऱ्या ओरिसाच्या खारवेल राजाचाही लेख आहेच. या सर्व लेखांमधून त्याचप्रमाणे बृहत्कथेसारख्या मूळच्या प्राकृत ग्रंथातून व लोकवार्तांमधून सातवाहनांचे उल्लेख 'सातवाहन' म्हणूनच येतात. 'आंध्र' असे येत नाहीत; मात्र पुराणे त्यांचा उल्लेख आंध्र असाच करतात. यावरून त्यांचे घराणे महाराष्ट्रीय नसून दक्षिणेतील आंध्राकडील असल्याचा दावा कित्येक संशोधकांनी केलेला आहे.

महाराष्ट्रात व महाराष्ट्राच्या दक्षिणेस सातवाहन राजांचे अनेक शिलालेख सापडले आहेत. सातवाहनांचा पराभव करणाऱ्या ओरिसाच्या खारवेल राजाचाही लेख आहेच. या सर्व लेखांमधून त्याचप्रमाणे बृहत्कथेसारख्या मूळच्या प्राकृत ग्रंथातून व लोकवार्तांमधून सातवाहनांचे उल्लेख 'सातवाहन' म्हणूनच येतात. 'आंध्र' असे येत नाहीत; मात्र पुराणे त्यांचा उल्लेख आंध्र असाच करतात. यावरून त्यांचे घराणे महाराष्ट्रीय नसून दक्षिणेतील आंध्राकडील असल्याचा दावा कित्येक संशोधकांनी केलेला आहे. केतकरांच्या मते पुराणांमधून येणारे असे उल्लेख हे सातवाहनांनी नंतरच्या काळात आंध्रात सत्ता स्थापन केल्यानंतरचे आहेत. पुराणांना त्यांचा अगोदरचा इतिहास माहीतच नाही. तो प्राकृत साधनांमधून उपलब्ध होतो.

दुसरे असे की, सातवाहनांचे जे शिलालेख महाराष्ट्राच्या दक्षिणेस उपलब्ध होतात, तेही महाराष्ट्री प्राकृतातच आहेत. एखाद्या दाक्षिणात्य भाषेतील नाहीत. 'आंध्रभृत्य' या उल्लेखावरून ते आंध्र राजांचे मांडलिक होते, हा तर्क केतकरच काय पण राजवाडेही फेटाळून लावतात. सातवाहनांना मांडलिक बनवील, अशा बलाढ्य सत्तेचे दक्षिणेतील अस्तित्वच ज्ञात नाही. अशा परिस्थितीत 'आंध्रभृत्य' शब्दाने आंध्रांचे रक्षणकर्ते अथवा साहाय्यकर्ते असा अर्थ ग्रहण करावयास हरकत नाही. एखाद्या राजाने एखाद्या प्रदेशावर सत्ता स्थापन केली म्हणजे तो राजा व इतकेच नव्हे तर त्यांचे घराणेसुद्धा त्या प्रदेशाशी नाते सांगते व तो शब्द त्याच्या बिरुदावलीमध्ये सामील होतो. कुंतल देशावर म्हणजेच दक्षिण महाराष्ट्रावर मुळात सातवाहनांची सत्ता नव्हती. ती तेथे स्थापन झाल्यावर सातवाहन राजांचा उल्लेख 'कुंतलाधिपती' म्हणून होऊ लागणे स्वाभाविक आहे.

केतकर अशीही शक्यता सूचित करतात, की विशेषतः विदर्भावर यादवांची सत्ता असून अंधक आणि वृष्णी ही यादवांची कुळे प्रसिद्ध होती. (स्वतः श्रीकृष्ण हा वृष्णी कुळातील म्हणून त्याला वार्ष्णेय असेही म्हणतात) विदर्भास अंधकराष्ट्र असेही म्हणत असावेत. अंध हेच प्राचीन रूप असून त्याचीच अंधक व आंध्र ही रूपे झाली काय अशी शंका येते.

पैनगंगा आणि वर्धा यांच्या खोऱ्यात अंध म्हणून एक जात आहे. तीच या राष्ट्राची आजची प्रतिनिधी असावी.

केतकरांच्या तर्कात तथ्य असेल तर सातवाहन हेही यादव कुळातील ठरून भागवतांची बाजू अधिक भक्कम होईल.

आंध्र-सातवाहनांच्या मूलस्थानाविषयी पटू शकेल असा पर्याय सदाशिव आत्माराम जोगळेकर यांनी मांडला आहे. व्यवसायाने वकील असलेले सदूभाऊ व्यासंगी लेखकही होते. य. गो. जोशी आणि सोनोपंत दांडेकर यांच्याबरोबर ते *'प्रसाद'* नावाच्या सात्त्विक मासिकाचे संपादन करीत. याच मासिकातून त्यांनी *'सह्याद्री'* नावाची लेखमाला लिहिली आणि पुस्तक काढले. हे पुस्तक चांगले गाजलेदेखील!

जोगळेकरांनी सह्याद्री पर्वताला केंद्रस्थानी ठेवून त्याच्या आधारे व अनुषंगाने महाराष्ट्राचा भूगोल व इतिहास सिद्ध केला आहे. मुळात ही कल्पनाच अभिनव आहे आणि जोगळेकरांनी तिला न्यायही चांगला दिला आहे. महाराष्ट्राची स्वभाववैशिष्ट्ये ठरवण्यातील सह्याद्रीचा वाटा स्पष्ट करून इतिहासातील निर्वाणीच्या क्षणी तो कसा निर्णायक ठरला हेही त्यांनी विशद केले आहे.

जोगळेकरांच्या म्हणण्याप्रमाणे,

> *"पुणे-मुंबई रस्त्यालगत कार्ल्याची लेणी आहेत. ती ज्या डोंगरात आहेत त्याच्या उत्तरेस आंध्रा नदीचे खोरे आहे. ही नदी भिवपुरीच्या डोंगरात उगम पावते आणि राजापुराजवळ इंद्रायणीला मिळते. या नदीच्या खोऱ्याला आंध्र-मावळ, अंदर-मावळ म्हणतात. शककर्ता शालिवाहन ज्या कुळात निर्माण झाला त्या सातवाहन या महाराष्ट्र-महावंशाचे मूलस्थान आंध्र-मावळात असले पाहिजे. म्हणूनच पुराणकारांनी त्यांना आंध्र हे नाव दिले असले पाहिजे."*

जोगळेकरांच्या या मताला पाठिंबा देऊ शकणारी दोन निरीक्षणे येथे नोंदवावयास हरकत नाही. ती ग्रामनामांसंबंधी आहेत. जोगळेकरांनी ज्या प्रदेशाचा उल्लेख केला आहे, त्याच मावळात कान्हं आणि सातं ही दोन गावे आहेत. ती सरळ सरळ सातवाहन राजपुरुष कृष्ण अथवा कण्ह आणि एकूणच सातवाहनांचे घराणे यांच्याशी नाते सांगणारी आहेत.

प्राकृत साहित्यात सातवाहन आणि प्रतिष्ठान ऊर्फ पैठण शहर यांचे अतूट नाते दिसून येते. पैठण ही त्यांची राजधानीच होती. तरीसुद्धा त्यांचे शिलालेख जुन्नर-नाशिक परिसरात, नाणेघाटात विपुल प्रमाणात सापडले आहेत. याचा अर्थ असा होतो का, की आपल्या राज्याची मुहूर्तमेढ सातवाहनांनी मावळ-जुन्नर या परिसरात रोवली आणि जसा त्यांचा विस्तार झाला तसतशी त्यांनी पैठण ही राजधानी केली? सातवाहनांचे हे स्थलांतर

स्वराज्याचा पाया मावळात रचून नंतर राजधानी रायगडावर हलवणाऱ्या शिवछत्रपतींची आठवण करून देणारे आहे.

सातवाहन राजवंशाच्या उत्पत्तीबद्दल चालत आलेली कथा सर्वश्रुत आहे. ही कथा प्रथम गुणाढ्याने ग्रथित केली. ती *बृहत्कथेच्या* *'कथापीठ'* नामक लंबकात आढळते.

तिच्यानुसार दीपकर्णी नावाच्या राजाची शक्तिमती नावाची प्रिय पत्नी सर्पदंशाने मृत झाल्यामुळे राजाने दुसऱ्या विवाहाच्या भानगडीत पडण्याऐवजी कडक ब्रह्मचर्यव्रत धारण केले. पुत्रसंतान नसल्यामुळे आपल्या पश्चात राज्याचे काय होणार, याची त्याला सदैव काळजी वाटे. त्याला भगवान शंकरांचा स्वप्नदृष्टांत झाला की, तू महाराष्ट्रात भ्रमण करत असताना सिंहावर बसलेला कुमार दिसेल. त्यालाच पुत्र समजून तू घरी घेऊन ये.

दुसऱ्या दिवशी खरोखरच तसे घडले. राजाने त्या सिंहाला बाणाने मारले. तेव्हा त्या सिंहाचे रूपांतर मनुष्याकृतीत झाले. त्याने राजाला आपली व कुमाराचीही जन्मकथा सांगितली. हा सिंह मूळचा सात नामक यक्ष असून कुबेराचा मित्र होता. त्याने एका ऋषिकन्येशी गांधर्व विधीने विवाह केल्यामुळे तिच्या घरच्यांनी या उभयतांना सिंह योनीत जाण्याचा शाप दिला व विशेषतः साताला दीपकर्णी राजाचा बाण लागून मृत्यू येईपर्यंत, या योनीतच राहशील, असा उःशाप दिला. त्यानुसार हे दोघे सिंह-सिंहीण झाले. मनुष्यकुमाराला जन्म देऊन सिंहीण मरण पावली. सिंहाने मुलाला सांभाळून मोठे केले. आता तोही मूळ अवस्थेप्रत जाण्यास मोकळा झाला. अर्थात मुलाचा सांभाळ करण्यासाठी त्याला दीपकर्णीच्या ताब्यात देऊन राजा त्या मुलाला घरी घेऊन आला. सात नावाच्या यक्षाने पाठीवर वाहिल्यामुळे या मुलाचे नाव त्याने सातवाहन असे ठेवले.

अद्भूत व्युत्पत्तीच्या अंगाने जाणाऱ्या या कथेच्या शब्दार्थावर विश्वास ठेवण्याचे काही कारण नाही. दीपकर्णी नावाच्या निपुत्रिक राजाला तो वनात विहार करत असताना एका बालकाची प्राप्ती झाली. त्याचाच प्रतिपाळ करून त्याला त्याने राज्याचा उत्तराधिकारी केले. एवढाच या कथेचा इत्यर्थ. जेथे हे बालक सापडले ते गाव सात असणे शक्य आहे.

सातवाहनांसारख्या बलाढ्य, पराक्रमी आणि महाराष्ट्राला ललामभूत झालेल्या राजवंशाचा इतिहास सांगताना इतिहासाचार्य राजवाड्यांनी आपले व्युत्पत्तिशास्त्रातील कौशल्य पणास लावून जास्तीत जास्त गोंधळ निर्माण करण्याचा प्रयत्न केला आहे.

श्रीपाद कृष्ण कोल्हटकरांच्या नाटकांतील शाब्दिक कोट्यांचा अतिरेक पाहून लोकमान्य

सातवाहनांसारख्या बलाढ्य, पराक्रमी आणि महाराष्ट्राला ललामभूत झालेल्या राजवंशाचा इतिहास सांगताना इतिहासाचार्य राजवाड्यांनी आपले व्युत्पत्तिशास्त्रातील कौशल्य पणास लावून जास्तीत जास्त गोंधळ निर्माण करण्याचा प्रयत्न केला आहे.

सातवाहनांचे शिलालेख जुन्नर-नाशिक परिसरात, नाणेघाटात विपुल प्रमाणात सापडले आहेत. याचा अर्थ असा होतो का, की आपल्या राज्याची मुहूर्तमेढ सातवाहनांनी मावळ-जुन्नर या परिसरात रोवली आणि जसा त्यांचा विस्तार झाला तसतशी त्यांनी पैठण ही राजधानी केली ? सातवाहनांचे हे स्थलांतर स्वराज्याचा पाया मावळात रचून नंतर राजधानी रायगडावर हलविणाऱ्या शिवछत्रपतींची आठवण करून देणारे आहे.

टिळकांनी 'केवढा हा बुद्धीचा दुरुपयोग', अशा अर्थाचा शेरा मारल्याची आख्यायिका ऐकावयास मिळते. तसाच काहीसा प्रकार राजवाड्यांच्या व्युत्पत्त्यांचा झालेला आहे.

राजवाडे सातवाहनांना महाराष्ट्रातील मानत नाहीत. एकदा महाराष्ट्रातील लोकांना साम्राज्ये स्थापण्याची आणि चालवण्याची अक्कल नाही, असे ठरवल्यानंतर कोणताही साम्राज्यकर्ता वंश महाराष्ट्रीय असू शकतच नाही, हे स्पष्ट आहे.

राजवाड्यांची सारी मदार उत्तरेतील उच्च क्षत्रियांवर! त्यामुळे सातवाहन उत्तरेकडील असते आणि त्यातही परत उच्च क्षत्रिय - म्हणजे सूर्य-चंद्र वंशातले असते तर त्यांना अधिक आवडले असते. पण तसा पुरावा मुळीच उपलब्ध नाही आणि शेवटी व्युत्पत्तीच्या बांबूउडीलाही मर्यादा असतेच. मात्र राजवाडे त्यांचे आंध्रभृत्यत्व म्हणजे त्यांनी आंध्रातील असणे गृहीत धरतात.

'शालिवाहन' हा शब्द पाणिनीच्या रूपाप्रमाणे खरे तर 'शालिवाहण' असा असायला हवा होता, असा इशारा देत राजवाडे आंध्रभृत्यांना संस्कृत उच्चार न करता प्राकृत उच्चार करणारे ठरवून टाकतात. शालिवाहण या मूळ संस्कृत सामासिक शब्दाचा अर्थ पाणिनीला अनुसरत ते 'साळीचे भात भरलेली गाडी' असा देतात. अशी गाडी या वंशाचे देवक असल्यामुळे त्याला तेच नाव पडले. या व्युत्पत्तीला पुरावा काय तर आंध्रप्रदेशांत खाण्याचे मुख्य धान्य अजूनही साळीचे तांदूळ हेच आहे!

त्यानंतर राजवाडे 'शाकवाहन' या शब्दाकडे वळतात. या संदर्भात तर त्यांच्या व्युत्पत्तीची गाडी बेफाम सुटली आहे. *'शाकवाहन म्हणजे भाजीची गाडी. विशेषतः आळू वगैरे भाजीची गाडी. आंध्रप्रदेशातील भात खाणाऱ्या लोकांना आळू वगैरे भाजी पुरातन काळापासून फार आवडत असे असे दिसते.'* येथे ते पाणिनीबरोबर कात्यायनाच्या वार्तिकाचाही आधार घेतात. या वार्तिकात भाजी आवडणाऱ्या राजासाठी 'शाकपार्थिव' हा शब्द येतो, हेच आंध्रदेशीय शाकवाहन, असे राजवाडे सांगतात.

आता ते 'शातवाहन' या तकारी शब्दाकडे वळतात.

> *"शाताः वाहनाः येषां ते शातवाहनाः' शात म्हणजे तिखट आणि वाहन म्हणजे बैल किंवा घोडे. ज्यांचे बैल किंवा घोडे तिखट किंवा चलाख*

आहेत, त्यांना शातवाहन म्हणत...मूळचे शातवाहन राजे बैलांच्या गाड्यांनी आपल्या उदमाचा व्यवहार करीत असावेत, असा अर्थ 'शातवाहन' या शब्दापासून निघतो. बहुशः हे राजे मूळचे शेतकरी, कुंभार वगैरे असावेत. या राजांच्या अनेक आडनावांत व विशेषनामांत 'शातकर्णी' हाही शब्द येतो. 'शाताः कर्णाः येषां ते शातकर्णाः - कापलेले आहेत कान ज्यांचे असे जे बैल त्यांना शातकर्ण म्हणत...चिरफाडलेल्या कानांचे बैल ज्यांच्या जवळ आहेत ते शातकर्ण. शातकर्णाचे अपत्य ते शातकर्णी!"

कनकसभे नावाच्या ग्रंथकाराने तमीळ साधनांच्या आधारे 'शातवाहन' आणि 'शातकर्णी' या दोन्ही शब्दांचा अर्थ 'शंभर हत्ती ज्याच्यापाशी आहेत असा' याप्रमाणे केला आहे.

राजाजवळ बैल असण्यापेक्षा हत्ती असणे अधिक संभवनीय आहे. परंतु, राजवाड्यांची व्युत्पत्ती व्यवहारावर मात करते!

■

३७

सातवाहनांची कुळकथा!

सातवाहनांच्या काळाची चर्चा आपण मुख्यत्वे डॉ. केतकरांच्या आधारे केली. तसेच सातवाहन कोठले, याची म्हणजेच त्यांच्या स्थळाची चर्चाही झाली. आता राहिले ते सातवाहन नेमके कोण म्हणजेच त्यांच्या कुळाची चर्चा!

सातवाहनांना आंध्रामधील मानणारे राजवाडे ते 'अनार्य आंध्र' नसून 'आर्य आंध्र' असल्याचे '*राधामाधवविलासचंपू*'च्या प्रस्तावनेत सांगतात. याचे कारण म्हणजे हे राजे अनार्य आंध्रभाषा बोलत नसून 'आर्य प्राकृत' भाषा बोलत असेही ते सांगतात. थोडक्यात त्यांच्या मते सातवाहनांचा राजवंश वंशाने व भाषेने आर्य होता.

सातवाहनांना राजवाडे आर्यत्व देतात, एवढ्याने हुरळून जायचे कारण नाही. पुढच्याच वाक्यात राजवाड्यांनी मेख मारली; ती अशी - *'इतकेच की हा राजवंश क्षत्रिय वर्णाचा नसून शेतकरी, कुंभार इत्यादी कनिष्ठ वर्णाचा होता.'*

येथे राजवाड्यांनी 'इतकेच की' हा शब्दप्रयोग करून ही बाब फारशी महत्त्वाची नाही, असे ध्वनित केले असल्याचे कोणाला वाटेल; पण ते खरे नाही. राजवाड्यांच्या दृष्टीने वर्णजातीचा मुद्दा सर्वांत महत्त्वाचा. आता सातवाहनांसारख्या कुंभार किंवा शेतकरी अशा कनिष्ठ म्हणजेच शूद्र वर्णाच्या राजवंशाने शतकानुशतके राज्य करण्याचा विक्रम केला. या काळात त्यांनी परकीय आक्रमकांचा पाडाव करून राज्याचे साम्राज्यात रूपांतर केले. व्यापार, साहित्य, कला, स्थापत्य अशा अनेक जीवनक्षेत्रात महाराष्ट्राला अग्रभागी नेऊन ठेवले हीच बाब आर्यवंश आणि ब्राह्मण व क्षत्रिय वर्ण यांच्या जन्मजात श्रेष्ठत्वाच्या कल्पनेला तडा देणारी आहे, हे राजवाड्यांसारख्या विचक्षण प्रतिभेची देणगी लाभलेल्या बुद्धिमान संशोधकाच्या लक्षात येऊ नये, हे एक आश्चर्यच म्हटले पाहिजे! परंतु बारकाईने पाहिले तर या आश्चर्याची पातळी खूपच खाली येते. राजवाड्यांनी

सातवाहनकालीन नाणी

जकातीचा रांजण, नाणेघाट

त्यांच्या सिद्धान्ताप्रमाणे नागमहाराष्ट्री कुलोत्पन्न मानलेल्या महाराष्ट्रातील स्थानिकांना आर्यक्षत्रियांपेक्षा हलक्या दर्जाचे ठरवले होतेच. आता ते त्यांना आर्यशूद्रांपेक्षाही कनिष्ठ ठरवतात. सातवाहन कालातील शिलालेखांत ज्यांचा 'महारठी' असा उल्लेख येतो व जे नंतर 'मराठा' हे नामाभिधान पावले ते लोक होत. त्यांनी उत्तरेतील वरिष्ठ आर्यक्षत्रियांची चाकरी करावी यात नवल ते काय? ते दक्षिणेतील आर्य शूद्रांच्या हाताखालीसुद्धा नांदले! राजवाड्यांना अभिप्रेत असलेले अस्सल ब्राह्मण-क्षत्रिय हा वर्णसंकर उघड्या डोळ्यांनी पाहत होते. हे सातवाहन राजे उत्तरेकडील पुष्यमित्र शुंगांसारख्या ब्राह्मण राजांच्या तोडीस तोड असे अश्वमेध, राजसूय वा इतरही कितीतरी यज्ञ (ज्यांच्यापैकी काहींचे तपशील ग्रंथात तरी आढळत नाहीत, असे केतकर नमूद करतात.) करत होते, तेव्हा त्यांचे पौरोहित्य करण्यात येथील ब्रह्मवृंद धन्यता मानत होता. या पुरोहितांना नेहमीप्रमाणे गावंढे यजुर्वेदी म्हणून झटकून टाकण्याचीही सोय नाही. राजसूय, अश्वमेध असे यज्ञ करणे ही येरागबाळ्यांची कामे नाहीत. त्यासाठी 'वेदमूर्ती' म्हणता येईल असेच श्रौताचार्य लागतात. तरीही सातवाहनांनी केलेले यज्ञ अमंत्रक होते किंवा पुराणोक्त पद्धतीने करण्यात आले होते, असे कोणाला म्हणायचे असेल तर खुशाल म्हणावे. मात्र अश्वमेध किंवा राजसूय असे राजन्यत्वाचे द्योतक यज्ञ अमंत्रक करणे ही यज्ञकर्माची निखळ चेष्टा झाली.

राजवाड्यांच्या सातवाहनकुलमीमांसेमधील अडचणी लक्षात आल्यामुळेच की काय, त्यांना ब्राह्मण ठरविण्याचे प्रयत्नही संशोधकांनी केले. नाशिकच्या शिलालेखात गौतमीपुत्र सातकर्णी या सातवाहननृपाचा उल्लेख 'एकब्रह्मणस' आणि 'खत्तियदपमानमदनस' असा

एकब्राह्मण म्हणजे ब्राह्मण वर्णाचा, असा अन्वयी तर्क करून सातवाहनवंश ब्राह्मण असल्याचे प्रतिपादन करण्यात येते. शुंग किंवा काण्व या घराण्यांप्रमाणे सातवाहनही ब्राह्मण असले तर काहीच बिघडणार नाही. सर्वांत महत्त्वाची बाब म्हणजे सातवाहन ब्राह्मण असते तर त्यांनी संस्कृत भाषेला गौण स्थान देऊन प्राकृतचे महत्त्व वाढवले नसते. या राजांना संस्कृत व्याकरणातील साध्या संधिविग्रहाच्या ज्ञानाचे वावडे असावे, हीच बाब ते ब्राह्मण नसल्याचा स्पष्ट संकेत देते.

> **सातवाहन कुलासंबंधी प्रचलित असलेल्या एका आख्यायिकेचा उल्लेख स्वतः राजवाड्यांनीही केलेला आहे. 'ब्राह्मणकन्या आणि नागपुरुष यांच्यापासून या राजवंशाची उत्पत्ती झाली' अशी ही आख्यायिका आहे. ही शक्यता स्वीकारली तर सातवाहन पितृसावर्ण्याने क्षत्रिय ठरतात. अशा प्रकारचे प्रसिद्ध कुल स्वतः भगवान श्रीकृष्णाचे यादवकुल आहे.**

करण्यात आला आहे. त्याच्या आधारे, क्षत्रियांचा दर्प घालविणारा अर्थातच क्षत्रिय नसणार, असा व्यतिरेकी आणि एकब्राह्मण म्हणजे ब्राह्मण वर्णाचा, असा अन्वयी तर्क करून सातवाहनवंश ब्राह्मण असल्याचे प्रतिपादन करण्यात येते.

शुंग किंवा काण्व या घराण्यांप्रमाणे सातवाहनही ब्राह्मण असले तर काहीच बिघडणार नाही, परंतु तसे असते तर त्याचा स्पष्ट उल्लेख विशेषतः पुराणांत तरी वेळोवेळी झाला असता, जसा तो शुंग-काण्वांचा ठायीठायी झालेला आहे, हे लक्षात घ्यायला हवे. सर्वात महत्त्वाची बाब म्हणजे सातवाहन ब्राह्मण असते तर त्यांनी संस्कृत भाषेला गौण स्थान देऊन प्राकृतचे महत्त्व वाढवले नसते. या राजांना संस्कृत व्याकरणातील साध्या संधिविग्रहाच्या ज्ञानाचे वावडे असावे, हीच बाब ते ब्राह्मण नसल्याचा स्पष्ट संकेत देते. डॉ. भांडारकर 'एक'चा अर्थ ब्राह्मणांचा एकमेव प्रतिपालक असा लावतात. दुसरे असे की, युद्ध हे सहसा क्षत्रियाक्षत्रियांमध्येच होत असल्यामुळे ज्याचा पराभव होणार तोही क्षत्रिय असणार, हे उघड आहे. आणि हे पराभूत योद्धे अगदी शक असले तरी शकांनाही (व्रात्य) क्षत्रिय मानण्याची परंपरा धर्मशास्त्रांनी घालून दिली असल्याने क्षत्रियच असणार. वादविवादात एका ब्राह्मणाने इतर ब्राह्मणांवर मात केली तर त्याचे वर्णन ब्राह्मणांचे गर्वहरण करणारा असेच होईल. तसाच काहीसा हा प्रकार आहे.

सातवाहन कुलासंबंधी प्रचलित असलेल्या एका आख्यायिकेचा उल्लेख स्वतः राजवाड्यांनीही केलेला आहे. 'ब्राह्मणकन्या आणि नाग पुरुष यांच्यापासून या राजवंशाची उत्पत्ती झाली' अशी ही आख्यायिका आहे. ही शक्यता स्वीकारली तर सातवाहन पितृसावर्ण्याने क्षत्रिय ठरतात. अशा प्रकारचे सुप्रसिद्ध कुल स्वतः भगवान श्रीकृष्णाचे यादवकुल आहे. ययाती ही क्षत्रिय राजा आणि दैत्यगुरू शुक्राचार्यांची म्हणजेच ब्राह्मणकन्या देवयानी यांच्या अपत्यांपैकी एक यदू असल्याची पुराणपरंपरा (राजारामशास्त्री भागवतांचा अपवाद वगळता) सर्वमान्य आहे. कृष्ण हा यदूच्याच वंशातला. यादव आणि सातवाहन यांच्यातला फरक हा की यादव हे चांद्रवंशी क्षत्रिय होत तर सातवाहन हे नागवंशी किंवा शेषवंशी क्षत्रिय. नागवंशाच्या पराक्रमाची कथा सातवाहनांपासून महादजी शिद्यांपर्यंत अव्याहतपणे चालू राहिली.

सातवाहन सम्राज्ञी नायनिका हिने कोरवलेला शिलालेख जुन्नर - सोपारा अशा व्यापारी

महामार्गावरील नाणेघाटात आहे. नायनिका ही नाग कुलातील असणार हे तिच्या नावावरूनच स्पष्ट होते. अंगीय कुलातील महारठी करूलाय नामक नाग सरदाराची ती कन्या. तिच्या लेखात कुमारवर वेदिश्री आणि हकुश्री या दोन पुत्रांचा त्याचप्रमाणे कुमारभाय या धाकट्या दिराचा, असे उल्लेख येतात. तिच्या पतीच्या नावाविषयी डॉ. केतकर साशंक दिसतात. जोगळेकर तो श्रीसातकर्णी असावा, असे गृहित धरून बाकीचे वर्णन करतात. त्याला नायनिकेने 'अप्रतिहतचक्र', 'दक्षिणापथपती' अशी विशेषणे लावली आहेत. ती अतिशयोक्त नसून यथार्थ आहेत, याविषयी शंका घेण्याचे कारण नाही. लेखात नागणिकेने व तिच्या पतीने केलेल्या यज्ञकर्मांचा व दानांचा तपशील दिला आहे. 'यज्ञांच्या संख्येवरून परचक्रनिवारणाच्या महत्कार्यात पुष्यमित्रापेक्षा सातकर्णीचे श्रेय अधिक असावे,' असाही अभिप्राय जोगळेकर नोंदवतात. या यज्ञांची संख्या तपशीलवार डॉ. केतकरांनी नोंदवली आहे. ती अठरा येते. त्यातील काही प्रकारांचा उल्लेख यज्ञविषयक ग्रंथात सापडत नाही, याचीही दखल घ्यायला ते चुकत नाहीत. दानांमध्ये ग्राम, हत्ती, अश्व, रथ, सुवर्णमुद्रा, रौप्यमुद्रा इत्यादींचा समावेश आहे.

प्राकृत भाषेतील या शिलालेखाचा परिसर ऐतिहासिक अवशेषांनी समृद्ध आहे. शिलालेख अर्थात एका लेण्यात असून त्याच्या मागे सातवाहन कुलातील पुरुषांच्या व इतरही आप्तांच्या मूर्ती आहेत. या प्रकाराला देवकुल असे म्हणतात. असे देवकुल मथुरेत कुषाण सम्राटांचे आहे. सातवाहन राजांनी केलेल्या यज्ञांवरून आणि त्यांच्या वेदिश्री, यज्ञश्री अशा नावांवरून त्यांचा वैदिक धर्माकडील कल स्पष्ट दिसून येतो. सम्राज्ञी नागणिकेच्या उपरोक्त शिलालेखात सुरुवातीला प्रजापती, इंद्र, संकर्षण, वासुदेव, चंद्रसूर्य यांच्याबरोबर यम, वरुण, कुबेर आणि वासव या चार लोकपालांना नमन करण्यात आलेले आहे. त्यावरून वैदिक धर्माचे बदलते रूपही लक्षात येते. इंद्र, प्रजापती या देवता जुन्या वैदिक देवतासंघातील होत. परंतु संकर्षण आणि वासुदेव म्हणजेच बलराम आणि कृष्ण या उत्तरकालीन देवतांना आलेले महत्त्व लक्षणीय आहे. विशेषतः बलरामाचा समावेश वेगळेच सूचित करतो.

चंद्रसूर्याचा उल्लेख सहसा एकत्रितपणे येत असतोच; परंतु सातवाहनांचा विशेष संबंध सूर्याशी पोचतो. डॉ. पंढरीनाथ रानडे यांनी चंद्राच्या उल्लेखावरून सातवाहनांना चांद्रवंशीय ठरवण्याचा प्रयत्न केलेला आहे. त्यांच्याशी असहमती दर्शवून डॉ. ब्रह्मानंद देशपांडे सूर्याचे महत्त्व अधोरेखित करतात. देशपांड्यांनी या संदर्भातील स. अ. जोगळेकरांच्या मताचे सार दिले असून (*शोधमुद्रा*, खंड ३) त्यांचा निष्कर्षही मान्य केलेला आहे. त्यानुसार 'सातवाहन' शब्दाचे मूळ ऋग्वेदातील 'सप्तवाहन' शब्दापर्यंत पोचते. तेथे 'सप्तवाहन' शब्द सूर्यवाचक आहे. सूर्याच्या रथाचे अश्व सात तशी त्याची किरणेही सातच असतात. तेव्हा सप्तवाहन म्हणजे सूर्य! सातवाहन वंशातील अनेक राजांची नावे 'सातकर्णी' पदान्त आहेत. त्याचाही अर्थ सात किरणांचा स्वामी असाच होतो. म्हणजे या वंशाचा मूळ पुरुष सातवाहन

सातवाहनांनी काय किंवा शिंद्यांनी काय आपले नागवंशनाम अभिमानाने मिरवले आहे. शिंद्यांच्या ध्वजावर दोन नाग असत, हे सर्वश्रुत आहे. इंग्रजांनी त्यांचा किती धसका घेतला होता, हे समजून घ्यायचे असेल तर टॉडने लिहिलेला राजस्थानचा इतिहास पाहावा. या ध्वजाच्या निर्जीव कापडावरील चित्रातल्या निर्जीव नागांचा फणासुद्धा ठेचून काढण्याची त्याची सुप्त इच्छा त्याच्या लिखाणातून प्रकट झाल्याशिवाय राहिली नाही. युयुत्सू महाराष्ट्राचा ज्ञात इतिहास हा अशा प्रकारे शालिवाहन ते महादजी शिंदे एवढ्या व्याप्तीचा आहे.

आणि वंशातील अनेक राजे यांच्या नावात सूर्यप्रतिमा प्रविष्ट झालेली आहे.

प्रा. देशपांडे यांनी पुढे केलेले निर्णायक प्रमाण नाणकशास्त्रीय आहे. सातवाहन नृपतींची अनेक नाणी उपलब्ध झाली आहेत. त्यांच्यावर एक विशिष्ट चिन्ह असते. दोन डंबेल्स एकमेकांवर एक उभा आणि एक आडवा ठेवले असता जशी आकृती होईल तसे हे चिन्ह असते. या चिन्हाच्या चारी टोकांना चार पोकळ वर्तुळे असतात. असे चिन्ह असलेली नाणी उज्जयिनी येथे सापडली आहेत. हे चिन्ह उज्जयिनीच्या टाकसाळीचे बोधचिन्हच होते. या नाण्यांच्या अग्रभागी 'उजेन' असा उल्लेख आणि पृष्ठभागावर हे चिन्ह असते.

प्रसिद्ध नाणकशास्त्रज्ञ रॅप्सन यांचा हवाला देऊन ब्रह्मानंद असे प्रतिपादन करतात की, या चिन्हाचा संबंध सूर्योपासनेशी आणि सातवाहन घराण्याशी आहे. ते सातवाहन घराण्याचेच चिन्ह आहे. 'उज्जयिनी' शब्दाच्या सर्व रूपांचा संबंध 'उदय' शब्दाशी आहे. उज्जयिनी नगरीतील सूर्योदयाची वेळ भारतभर प्रमाण मानली जात होती. या नगरीचे मूळ नाव 'उदयिनी' असे होते. उज्जयिनीतील प्रसिद्ध देवता महाकाल सुद्धा काळाशी संबंधित असल्याने मूळ सूर्यदेवताच असावी. सूर्याचे एक नाव 'कालप्रियनाथ' असून त्यावरून नाव पडलेली नगरी, यमुना तीरावरील कालप्रिय किंवा काल्पी होय. थोडक्यात उज्जैन हे चिन्ह सूर्याचेच प्रतीक आहे. हेच चिन्ह सातवाहनांच्या हजारो नाण्यांवर आढळून येते.

'गाथा सप्तशती' या प्रसिद्ध प्राकृत काव्यसंग्रहाचे संकलन आणि संपादन सातवाहन नृपती हाल याने केल्याचे सर्वश्रुत आहे. या संपादनातील नमनाच्या गाथा सूर्याला नमन करणाऱ्या आहेत.

अर्थात सूर्योपासना ही तेव्हाच्या महाराष्ट्रातील अपवादात्मक घटना नसून ती तेव्हा चांगल्यापैकी प्रचलित असल्याचेही डॉ. देशपांडे शिल्पशास्त्रीय पुराव्यावरून दाखवून देतात. मात्र पंढरीनाथ रानड्यांप्रमाणे अशा पुराव्यावरून सातवाहन सूर्यवंशीय असल्याचा निष्कर्ष काढण्याची उतावळी डॉ. देशपांडे करत नाहीत.

■

३८

....'सेवू नये असंत ते'

महाराष्ट्राचा अभ्यास करताना महाराष्ट्राचे धर्मजीवन हा विषय महत्त्वाचा ठरतो. याच संदर्भात सातवाहनांची सूर्योपासना स्पष्ट करताना त्या काळातील महाराष्ट्रात सूर्योपासनेला लक्षणीय स्थान होते, याची दखल घ्यावी लागते. सूर्योपासनेचा धागा थेट यादवकाळापर्यंत अविच्छिन्न राहिला, हे अनेक सूर्यमंदिरे, ताम्रशिलालेख, ग्रामनामे इत्यादींवरून दिसून येते. मुळात ही सूर्योपासना इराणमधून समुद्रमार्गे पश्चिम किनाऱ्यावर पोचली व तेथून महाराष्ट्रात. श्रीकृष्णपुत्र सांब याने कुष्ठमुक्त होण्यासाठी सूर्यदेवतेची आराधना केली व त्यासाठी मग जातीचे ब्राह्मण बोलावले. मग ब्राह्मणांचा पत्ता काढताना सूर्योपासनेचे वायव्येकडील मूलस्थान ऊर्फ मुलतान या केंद्रापर्यंत जावे लागते. त्याची चर्चा भांडारकर, राजवाडे, ब्रह्मानंद देशपांडे अशा अनेक विद्वानांनी केली आहे.

खुद्द सातवाहनकाळात वैदिक धर्माबरोबरच बौद्ध-जैनांसारखे प्रभावी प्रतिस्पर्धी धर्म लहान-मोठ्या संप्रदायांबरोबर विद्यमान होते. सातवाहन सत्तेच्या पूर्वकाळात एका बाजूला वैदिक परंपरा आणि दुसरीकडे बौद्ध, जैन व आजीवकांची श्रमण परंपरा असा धार्मिक संघर्ष झाल्याचे स्पष्ट दिसते. अर्थात श्रमण परंपरेतील धर्मांमध्ये परस्परस्पर्धा नव्हती, असे समजायचे कारण नाही. मात्र वेदप्रामाण्य आणि वैदिक कर्मकांड यांचा अव्हेर करण्याबाबत त्यांच्यात मतैय होते. देवतांचे म्हणाल तर वैदिक देवतांना आपल्या स्वतःच्या देवतेपेक्षा दुय्यम स्थान देत समजावून घेणे त्यांना फारसे अवघड गेले नाही.

धर्माच्या प्रसारासाठी वेगवेगळ्या ठिकाणी गेलेल्या उपदेशकांनी वेगवेगळ्या कथांच्या आधारे उपदेश केला. या वैविध्यामागे काहीतरी कारण असणार, हे उघड आहे. हे कारण म्हणजे त्या त्या प्रदेशातील लोकांत प्रचलित असलेल्या धर्मसमजुती व त्यामुळे तयार झालेला त्यांचा धर्मस्वभाव हेच असणार.

धर्माच्या संदर्भात एक मुद्दा प्रकर्षाने पुढे येतो. धर्मगुरू किंवा धर्माचार्य हे स्वतः आपापल्या धर्माबाबत कट्टर आणि इतर धर्मांबाबत बहुधा असहिष्णू असतात. नव्हे, त्यांना तसे असावेच लागते; परंतु सत्ताधारी आणि सर्वसामान्य लोक तसे नसतात. सत्ताधाऱ्यांना विविध धर्मांच्या आणि उपासना-पंथांच्या प्रजाजनांवर राज्य करायचे असते, हा व्यावहारिक भाग झाला. सामान्य माणसांना कट्टर असण्याची गरजच नसते. त्यामुळे उदाहरणार्थ - भारतात वैदिक आणि अवैदिक धर्मांमधील स्पर्धा आणि संघर्ष त्या त्या धर्मग्रंथांमधून व त्या त्या धर्मचर्चांमधून जसा तीव्रतेने व्यक्त होताना दिसतो तसा तो सर्वसामान्यांमध्ये नव्हता. सत्ताधाऱ्यांमध्येही तितका नसावा, अर्थात या निरीक्षणास अपवाद नव्हतेच, असेही नाही.

सातवाहनकाळात धर्माविषयीचा हा उदार दृष्टिकोन ठळकपणे दिसून येतो. या काळाने बौद्ध धर्माचा हीनयान संप्रदाय पाहिला तसा नंतर महायान संप्रदायही पाहिला. लोणावळा, पुणे, जुन्नर, नाशिक येथील बौद्ध विहार, स्तूप यांची रचना सातवाहनपूर्व काळातील आहे. या काळात महाराष्ट्र उत्पादन आणि व्यापार यांच्या समृद्धीने भरभराटला होता. ज्या नाणेघाटात बौद्धांची लेणी मधाच्या पोळ्यांसारखी डोंगरात अक्षरशः लगडल्यासारखी दिसून येतात, तो मार्ग व्यापारी तांड्यांनी इतका गजबजून गेला होता, की ग्रीक भूगोलतज्ज्ञ टॉलेमीला तो दुथडी भरून वाहणाऱ्या नदीसारखा दिसला व त्याने त्याला 'ननगुण नदी' असे संबोधिले!

सातवाहन काळातील विहारचैत्यादी वास्तूंची निर्मिती हा या प्रकारच्या समृद्धीचाच परिपाक होता, असे म्हणायला हरकत नसावी. या काळात वेगवेगळ्या उद्योग-व्यावसायिकांच्या श्रेणी म्हणजे संघटना असत. अनेक वास्तूंची उभारणी, त्या वास्तूंच्या देखभालीची आर्थिक तरतूद अशा श्रेणींच्या मार्फत करण्यात आल्याचेही दिसते. तसे शिलालेख उपलब्ध होतात. खरे तर, अशा वास्तू व्यापारी महामार्गावर सापडतात, याचे कारणच हे आहे.

मुळात सत्ताधारी राजे आणि राजकारणाशी संबंधित राजपुरुषही अशा धर्मकृत्यांत मागे नसतात. आपल्या ऐहिकात-पारलौलिकाचे पाठबळ मिळावे याबरोबरच आपण प्रजाजनांच्या भावभावनांशी एकरूप आहोत, हे दाखवणे ही दुहेरी प्रेरणा यामागे असू

टॉलेमीच्या काळात म्हणजे इसवी सनाच्या सुरुवातीला पैठण हे शहर सातवाहनांची राजधानी म्हणून केवळ राजकीयदृष्ट्याच महत्त्वाचे नव्हते, तर रोमन साम्राज्याशी त्याचे व्यापारी संबंधही होते. हे संबंध उत्खननात सापडलेल्या अवशेषांवरून अवगत होतातच; परंतु भूगोल वर्णनावरून असेही समजते की, पैठणच्या वस्त्रांनी रोमन स्त्रीवर्ग पार वेडावला होता. इतका, की त्यांच्या रोममधील आयातीवर बंदी घालून रोमच्या पैशांचा परराष्ट्रांकडे जाणारा ओघ थांबवावा म्हणून रोमन सिनेटला ठरावाद्वारे हस्तक्षेप करावा लागला. 'पेरिप्लस ऑफ दि एरिथ्रीयन सी' मध्येही पैठणच्या समृद्धीचे वर्णन आढळते.

या काळात वेगवेगळ्या उद्योग-व्यावसायिकांच्या श्रेणी म्हणजे संघटना असत. अनेक वास्तूंची उभारणी, त्या वास्तूंच्या देखभालीची आर्थिक तरतूद अशा श्रेणींच्या मार्फत करण्यात आल्याचेही दिसते. तसे शिलालेख उपलब्ध होतात. खरे तर, अशा वास्तू व्यापारी महामार्गावर सापडतात, याचे कारणच हे आहे.

कार्ले लेणी

शकते. सातवाहन काळातील शिलालेखांमधील 'महारठी' आणि 'महारठिणी' यांची नावे या संदर्भात डोळ्यात भरतात ते यामुळेच. उदाहरणच द्यायचे झाले, तर कार्ले चैत्यासमोरील ४५ फूट उंचीच्या सिंहस्तंभाचे देता येईल. हा स्तंभ महारथी अग्निमित्रक याने खोदविला आहे. सातवाहन व इतरही कुलांमधील राजांचे या महारथींशी आप्तसंबंध असत. त्यामुळे साहजिकच सातवाहनांच्या देवकुलातही स्थान मिळवणे ही गोष्ट त्यांना अवघड नव्हती.

महाराष्ट्र, महारथी, महारठी या शब्दांवरून संशोधन क्षेत्रात बरीच रणे माजली आहेत. भांडारकर-भागवतांपासून राजवाडे-केतकरांपर्यंतचे अनेक मातब्बर यात पडले आहेत. या शब्दांना प्रादेशिक, भाषिक, जातिवाचक, अधिकारवाचक अशा अनेक प्रकारच्या अर्थच्छटा आहेत. त्यातील कोणती छटा कोणत्या वेळी प्रस्तुत मानायची हे संदर्भावरून ठरत असते.

पाली जातकांच्या निदानकथेत जटिल नावाच्या 'महारठी'ने बौद्धसंघात वस्त्रदान केल्याचा उल्लेख आहे. वराहमिहीराच्या *'बृहत्संहिते'*तही 'महाराष्ट्राः' हा शब्द महाराष्ट्रीय या अर्थाने येतो, हे तेथील भट्टोत्पलाच्या टीकेवरून स्पष्ट होते. 'महाराष्ट्रा महाराष्ट्र देशे ये जनाः निवसन्ति' असे उत्पल लिहितो. सध्या नसेल परंतु अगदी एकोणिसाव्या शतकाच्या अखेरीपर्यंत महाराष्ट्र शब्द 'महाराष्ट्रीय' या अर्थाने वापरण्यात येत होता, हे राजारामशास्त्र्यांच्या लेखनावरून स्पष्ट होते. अमुकतमुक हे महाराष्ट्र आहेत म्हणजे महाराष्ट्रीय आहेत. मराठी भाषेसही महाराष्ट्र भाषा असे म्हणण्यात येते. 'महाराष्ट्र शब्दात वेदांताचा अर्थ । बोलिला लोकात सर्वद्रष्टा॥' असे बहिणाबाई सिऊरकरांनी तुकोबांबद्दल म्हटले आहे.

या संदर्भात एका बहुचर्चित स्तंभलेखाची चर्चा करणे उचित होईल. तो म्हणजे मध्य प्रदेशातील सागर जिल्ह्यात एरण या ठिकाणचा इसवी सन ३६५ मधील सत्यनागाचा स्तंभलेख! हा सत्यनाग श्रीधरवर्म्याचा सेनापती असून, स्वतःचा उल्लेख तो महाराष्ट्री असा करतो. महामहोपाध्याय वा. वि. मिराशी यांनी *'संशोधन मुक्तावली'*च्या पहिल्या सरात त्याची चर्चा केली आहे. 'राज्ञः आरक्षितेन सेनापति सत्यनागेन महाराष्ट्रप्रमुखेन महाराष्ट्रेन' अशा या उल्लेखातील संबंधित भागाचे संपूर्ण वाचन (झिजलेले वगैरे दुर्वाच्य

शब्द वाच्य करून) 'महाराष्ट्राभिजननागप्रमुखेन' असे असावे असे मिराशी सुचवतात. या वाचनावर एक महत्त्वाचा आक्षेप डॉ. ब्रह्मानंद देशपांडे यांनी *'शोधमुद्रा'* (खंड तीन) मध्ये नोंदवला आहे. त्यानुसार मग 'या पदांचे सलग वाचन 'महाराष्ट्राभिजननागप्रमुखेन महाराष्ट्रेन' असे होईल आणि अत्युक्तीचा (द्विरुक्ती) दोष पदरी येईल. याच कारणामुळे देशपांड्यांना महाराष्ट्र या शब्दाचा अर्थ महाराष्ट्रीय होणे जरा अवघड दिसते.

स्वतः देशपांडे यांचा कल 'महाराष्ट्र' पदाचा अर्थ महाराष्ट्र देश असा घेण्याऐवजी अधिकारवाचक घेण्याकडे दिसतो. त्यानुसार रठिक आणि महारठिक हे सातवाहनांच्या आणि सातवाहनकालातील कोरीव लेखात वारंवार येणारे उल्लेखही अधिकाऱ्यांचे ठरतात.

'राष्ट्रीय' या प्रादेशिक अधिकाऱ्यांच्या संज्ञेचे अशोकाच्या आणि खारवेलाच्या शिलालेखात 'रठिक' असे प्राकृत रूप होते, असे सांगून राष्ट्रविभाग मोठा असेल तर त्यावरील अधिकाऱ्यास 'महारठी' म्हणत असल्याचेही देशपांडे यांचे प्रतिपादन आहे. याच पद्धतीने 'भोज' आणि 'महाभोज' या शब्दांची व्यवस्थाही देशपांडे अधिकारवाचक अर्थाने लावतात. ही मंडळी सामन्त, जहागीरदार असल्याचे त्यांचे मत आहे.

डॉ. देशपांडे यांच्या आक्षेपात अर्थातच दम आहे. विशेषतः त्यांनी उपस्थित केलेला द्विरुक्तीचा मुद्दा महत्त्वाचा आहे; परंतु त्याची व्यवस्था दुसऱ्या प्रकारे लावणेही शक्य आहे. उपरोक्त उल्लेखामधील महाराष्ट्र या पदाचा अर्थ पहिल्यांदा प्रादेशिक व दुसऱ्यांदा लोकवाचक अथवा समूहवाचक घेता येईल.

महाराष्ट्रातील सत्यनाग नामक महाराष्ट्रीयाने (महारठीने) असा अर्थ होऊ शकतो. अशा प्रकारचे प्रयोग भाषेच्या लौकिक व्यवहारात होत असतात आणि दुसरे असे की, या पदाचा ब्रह्मानंद म्हणतात तसा अधिकारवाचक अर्थ घेतला तरीही द्विरुक्तीची आपत्ती तेथेही येतेच. एरण हे नागांचे केंद्रच असल्यामुळे सत्यनाग हा महाराष्ट्रातील असण्यापेक्षा एरण परिसरातील स्थानिक मनुष्य असण्याची शक्यता ब्रह्मानंद सूचित करतात. या संदर्भात एवढेच म्हणता येईल. मुळात महाराष्ट्रात वास्तव्य करणारा एखादा होतकरू नाग नशीब काढायला एरणसारख्या अधिक अनुकूल ठरू शकणाऱ्या प्रदेशाचा आश्रय घेणे अशक्य नाही.

याच संदर्भात सम्राट अशोक आणि कलिंगराज खारवेल यांच्या लेखामधील उल्लेखांचा विचार करायला हवा. अशोकाने आपल्या धर्मकृत्यांचे वर्णन करताना 'आपण रिस्टिक (राष्ट्रीक) आणि पेतनिक यांच्यामध्ये धर्ममहामात्र पाठवले', असा उल्लेख केला आहे. त्यातील 'पेतनिक' शब्द पैठणकर या अर्थाने घेतला जातो. साहजिकच 'रिस्टिक' शब्दही तसाच समूहवाचक अर्थाने घ्यायला हवा. असाच उल्लेख भोजांचाही येतो. तो 'यवन', 'कांबोज', 'आंध्र' यांच्या समवेत येत असल्याने समूहवाचक अर्थाने घेणे अधिक योग्य ठरेल, यात शंका नाही. तसा तो सामान्यपणे घेतलाही जातो.

सहाव्या शतकातील श्रीलंकेत लिहिल्या गेलेल्या पाली भाषेतील 'महावंस' ग्रंथातही मोगलीपुत्त तिस्साने बौद्ध धर्मोपदेशकांना अपरांत, महाट्ठ या देशांत पाठवल्याचे सांगितले आहे. पैकी अपरांत म्हणजे कोकण. तेव्हा महारट्ठ म्हणजे उत्तरेस नर्मदा, पश्चिमेस कोकण दक्षिणेस उत्तर कनडा यांच्यामधील प्रदेश असे जे केतकर म्हणतात त्याच्याशी सहमज व्हायला हरकत नसावी. थोडक्यात ब्रह्मानंद ज्या शब्दांना अधिकारवाचक समजून त्यांच्या अर्थावर मर्यादा घालू पाहतात ते आणि त्यांच्या जवळपासची रूपे प्रदेशवाचक आणि लोकवाचक असू शकतात.

'महाधम्मरखितथेरो पन महारट्ठं गन्त्वा महानारदकस्सपजातककथाय महारट्ठके मसादेत्वा' म्हणजे महाधम्मरखित या थेराने महाराष्ट्रात *महानारदकस्सपजातककथा* सांगितली, असा कथाभाग *महावंस, दीपवंस, समतपासादिक* या ग्रंथांत आढळतो. येथे आलेल्या शब्दांचे 'महाराष्ट्र' आणि 'महाराष्ट्रीक' असे अनुक्रमे प्रदेशवाचक व लोकसमूहवाचक अर्थ घेता येतात.

महाधम्मखिताने ८४,००० लोकांना धम्माच्या मार्गावर आणले व १३,००० साधकांना प्रव्रज्जा दिली, असाही काहीसा अतिशयोक्तिपूर्ण उल्लेख सिलोनी ग्रंथात आढळतो. त्यातील संख्या हा मुद्दा बाजूला ठेवून *महानारदकस्सप जातका*मधील आशयाकडे लक्ष देऊ.

बौद्ध धर्माच्या प्रसारासाठी वेगवेगळ्या ठिकाणी गेलेल्या उपदेशकांनी वेगवेगळ्या कथांच्या आधारे उपदेश केला. या वैविध्यामागे काहीतरी कारण असणार, हे उघड आहे. हे कारण म्हणजे त्या त्या प्रदेशातील लोकांमध्ये प्रचलित असलेल्या धर्मसमजुती व त्यामुळे तयार झालेला त्यांचा धर्मस्वभाव हेच असणार. महाराष्ट्रात त्यांनी महानारदकस्सप जातक सांगितले. या कथेत आजीवक पंथाच्या नियतीवादी, उच्छेदवादी आणि भोगवादी तत्त्वज्ञानाचा प्रतिवाद करण्यात आला आहे. पापपुण्याचा, धर्माचा, परलोकाचा विचार करण्याची गरज नाही. त्यासाठी प्रयत्नपूर्वक कर्म करून काही फरक पडणार नाही. तेव्हा आपले भोगमग्न राहणेच बरे!

महाराष्ट्रात आजीवक पंथाचा फारसा प्रभाव पडल्याचा पुरावा उपलब्ध नाही; पण ज्या संकर्षण बलरामाला सातवाहन राज्ञी नायनिका नमन करते, तो आजीवकांचे दैवत होता. शक्य आहे, की तेव्हा आजीवक पंथीय महाराष्ट्रात आपला प्रचार करून बौद्धांशी स्पर्धा करत असावेत.

*महानारदकस्सप जातका*चा आजीवकविरोधी संदेश ज्या गाथेत येतो तिचा दुर्गा भागवतांनी केलेला अनुवाद असा -

'सेवावे पंडिते संता, नये सेवू असंत ते,
असंत नरका नेती, संत स्वर्गास नेती ते'.

■

३९

भाषा रक्षति रक्षिता

महाराष्ट्रावर आजीवक पंथाच्या रूपाने येऊ घातलेले संकट बौद्ध आचार्य महाधम्मरखित यांच्या उपदेशामुळे टळले. या गोष्टीची नोंद इतिहासाने घेतलेली नाही. अशा ठिकाणी अनुमान प्रमाणाचीच मातब्बरी चालते. कृतिशीलता हा मानवी जीवनाचा गाभा आहे; मग ते क्षेत्र व्यावहारिक असो वा पारमार्थिक! आजीवक तत्त्वज्ञानाचा मुख्य विचार मानवी कृतीची व्यर्थता, हा आहे. तो एक प्रकारचा नियतिवाद असून, पुरुषार्थाच्या विरुद्ध आहे. परिस्थितीत हस्तक्षेप करणे त्याला मान्य नाही. पापपुण्यविवेकही तो नाकारतो. कौरव-पांडव युद्धाच्या वेळी श्रीकृष्णाला पांडवांची बाजू न्याय्य असल्याची खात्री होती व म्हणून त्यांचा विजय व्हावा, अशी त्याची इच्छा होती. तिने प्रेरित होऊन त्याने पांडवांना सर्व प्रकारचे साहाय्य करून त्यांच्या विजयाला हातभार लावला. याउलट बलरामाला कौरवांची बाजू बरोबर वाटत होती व तो त्यांच्या विजयाची कामना करत होता; परंतु युद्धाच्या वेळी कौरवांना मदत करण्याऐवजी तो तीर्थयात्रेला निघून गेला. इतकेच नव्हे, तर एरवीही वारुणीच्या नशेत राहून, प्रसंगोचित कृती टाळून सर्व जबाबदारी कृष्णावर टाकत असल्याचे म्हणायला वाव आहे. त्याची ही निष्क्रियताच बहुधा आजीवकांना भावली असावी व म्हणूनच त्यांनी बलरामाला आपले दैवत मानले असावे.

भाषा या महत्त्वाच्या जीवनव्यवहारातील सातवाहनांचे योगदान अत्यंत लक्षणीय आहे. ते स्वतः जरी वैदिक धर्म पाळून यज्ञयागांना प्रोत्साहन देत असले तरी वैदिक धर्माची जी संस्कृत भाषा, तिला त्यांनी धार्मिक क्षेत्रापुरतेच मर्यादित ठेवले. लौकिक व्यवहाराची भाषा म्हणून त्यांनी सतत प्राकृतलाच पसंती दिली. त्यांचे शिलालेख प्राकृतात, त्यांचे काव्यकर्तृत्वही प्राकृतात सापडते, हे लक्षात घेतले पाहिजे.

संकर्षण बलरामाला दैवत मानले, तरी आजीवक पंथ हा अवैदिक मानला जाऊन त्याची गणना बौद्ध-जैनांप्रमाणे श्रमण परंपरेत केली जाई. स्वतः सम्राट अशोक आणि त्याचा नातू यांनी आजीवक साधकांच्या वास्तव्यासाठी गुहा खोदल्या होत्या. यावरून या पंथाला बऱ्यापैकी प्रतिष्ठाही मिळत असल्याचे दिसून येते.

आजीवक पंथाच्या वाढत्या प्रस्थाला शह देणे वैदिक धर्म मानणाऱ्यांना अवघडच गेले असते; परंतु बौद्ध किंवा जैन या श्रमण धर्मांकडूनच त्याला विरोध झाला असता, तर त्याचा नक्की परिणाम झाला असता. तो अगदी घरचा आहेर ठरला असता. जैन धर्माचे तीर्थंकर वर्धमान महावीर, गौतम बुद्ध आणि आजीवकांचे अध्वर्यू मख्खली गोशाल हे समकालीन होते; आणि महावीर आणि बुद्ध या दोघांनाही गोशालचा मार्ग पसंत नव्हता. महाराष्ट्रात आजीवकांच्या अकर्मवादाला विरोध करण्याचे महत्त्वाचे कार्य बौद्धांनी केले.

यापूर्वी एकदा स्पष्ट केल्याप्रमाणे स्वतः सातवाहन राजांचा वैदिक यज्ञयागांकडे कल असला, तरी ते अवैदिक धर्मांच्या बाबतीत सहिष्णूच नव्हे तर त्यांना त्यात साहाय्य करणारे होते. अशी सहिष्णुता विशेषतः शुंग वंशातील राजांनी दाखवली नव्हती.

भाषा या महत्त्वाच्या जीवनव्यवहारातील सातवाहनांचे योगदान अत्यंत लक्षणीय आहे. ते स्वतः जरी वैदिक धर्म पाळून यज्ञयागांना प्रोत्साहन देत असले, तरी वैदिक धर्माची जी संस्कृत भाषा, तिला त्यांनी धार्मिक क्षेत्रापुरतेच मर्यादित ठेवले. लौकिक व्यवहाराची भाषा म्हणून त्यांनी सतत प्राकृतलाच पसंती दिली. त्यांचे शिलालेख प्राकृतात, त्यांचे काव्यकर्तृत्वही प्राकृतात. याउलट याच काळात होऊन गेलेला रुद्रदमनसारखा शकवंशीय राजा आपल्या पराक्रमाचे वर्णन करणारी प्रशस्ती संस्कृत भाषेत रचून घेतो व ती पुढील काळातील प्रशस्तिरचनेसाठी आदर्श नमुना ठरते, हा एक विरोधाभासच म्हणावा लागतो.

राज्यव्यवहाराशी संबद्ध असलेल्यांनी संस्कृतचा उपयोग करण्यामागचे कारण म्हणजे

बिकट प्रसंगी प्राकृताचा कैवार घेऊन त्याची जोपासना करण्याचे कार्य जैन धर्माने केले, हे विसरता कामा नये. जैनांनी प्राकृतचा नुसता उपयोगच केला नाही, तर तात्त्विक पातळीवर प्राकृतचे समर्थन करत तिला धर्मभाषेची प्रतिष्ठा प्राप्त करून दिली. ती संस्कृतपेक्षाही थोर असल्याचा दावा केला.

वर्धमान महावीर

नागार्जुनाने आपल्या या मित्रासाठी बौद्ध धर्माचे तत्त्वज्ञान समजावून सांगण्यासाठी त्याला उद्देशून निर्मिलेली कृती 'सुहृल्लेख' या नावाने प्रसिद्ध आहे. 'सुहृल्लेख' हा भारतातील बौद्ध शिक्षणपद्धतीचा एक महत्त्वाचा ग्रंथ मानला जाई व विद्यार्थिदशा संपल्यानंतरही बौद्ध साधक त्याचे चिंतन-मनन करीत, असे इसवी सनाच्या सातव्या शतकात भारतात आलेला चिनी प्रवासी इत्सिंग सांगतो. तिबेटी बौद्ध परंपरेत या ग्रंथाला आजही अनन्यसाधारण महत्त्व आहे.

ज्या कर्मकांडामुळे राजाला राजन्यत्व प्राप्त होते व त्याही पुढे जाऊन तो चक्रवर्ती सम्राट बनू शकतो, ते कर्मकांड वैदिक परंपरेतील ग्रंथांत आणि अर्थात संस्कृत भाषेतच आढळते. अश्वमेध, राजसूय अशा राजेलोकांनी करावयाच्या यज्ञांचा सारा विधी संस्कृत भाषेतच होता. राजनीतीवरील ग्रंथही संस्कृतातच! अशा परिस्थितीत राज्यव्यवहारासाठी संस्कृत भाषा वापरण्याचे आकर्षण उत्पन्न होणे स्वाभाविक म्हटले पाहिजे. संस्कृत ही धर्माची व कर्मकांडाची भाषा प्रतिष्ठा प्राप्त करून देणारी दरबारी भाषा बनली ती अशी. या सर्वसाधारण परिस्थितीत सातवाहनांनी धर्म वगळता इतर लौकिक क्षेत्रात महाराष्ट्री प्राकृतचा वापर करून पुढील काळात निर्माण होणाऱ्या मराठी भाषेला पायाभूत अनुकूलता उपलब्ध करून दिली.

बौद्ध-जैनांसारख्या अवैदिक परंपरेतील अशोकासारख्या राजांनी संस्कृतऐवजी प्राकृतला उत्तेजन दिले, तर ते समजण्यासारखे होते. मुळात बुद्ध आणि महावीर यांनी स्वतःच धर्मभाषा म्हणून संस्कृतऐवजी प्राकृतचा अंगीकार केला होता; परंतु तरीसुद्धा नंतरच्या काळात त्यांच्या अनुयायांना वैदिक धर्मपंडितांशी वादविवाद आणि स्पर्धा करण्यासाठी बहुधा संस्कृतची गरज भासली असावी. त्यामुळे त्यांच्यातही संस्कृत पांडित्याने जोम धरला. इतका की, वैदिक दर्शनांना आपल्या विचारांची फेरमांडणी - विशेषतः बौद्ध दर्शनाच्या संदर्भात - करावी लागली. यामुळे तत्त्वज्ञानाच्या विकासाला मदत झाली असली, तरी प्राकृतच्या विकासाला खीळ बसली, असे म्हणायला हरकत नाही.

बौद्धांमधील या स्थित्यंतराचा प्रारंभ सातवाहन काळातच झाला. मुळात बौद्ध धर्म हा हीनयान पंथीय मूळ आचारविचारांची शुद्धता राखू पाहणाऱ्या कर्मठांचा धर्म होता. सातवाहनांच्या पूर्वकाळात त्याची पाळेमुळे महाराष्ट्रात रुजली. पुण्याजवळील थेरगाव हे

बौद्धधर्मीय स्थविरांचे म्हणजे थेरवाद्यांचे गाव असणार हे उघड आहे आणि हा परिसरच सातवाहनांचा होता. नंतर बौद्ध धर्मच संस्कृतानुगामी झाला. ज्याला महायान पंथ म्हटले जाते, त्याच्या धोरणाचा हा परिणाम होता.

महायान पंथाच्या तात्त्विक मांडणीचे मोठे श्रेय अर्थातच आचार्य नागार्जुन यांच्याकडे जाते. त्यांच्या शून्यवादाचा शंकराचार्यांच्या मायावादावर प्रभाव होता. नागार्जुनांच्या काळात आंध्रातही सातवाहनांचीच राजवट होती. किंबहुना त्यामुळेच सातवाहन घराणे आंध्रसातवाहन या नावाने ओळखले जाऊ लागले. सातवाहन राजा गौतमीपुत्र यज्ञश्री हा नागार्जुनाचा समकालीन असून, त्या दोघांचे संबंध स्नेहाचे होते. नागार्जुनांच्या प्रभावाने त्याने बौद्ध धर्माचा स्वीकार केला, असे मानले जाते. किंबहुना सातवाहन वंशातील बौद्ध धर्माची दीक्षा घेतलेला तो एकमेव राजा असल्याचे तिबेटी परंपरेवरून निष्पन्न होते. हा राजा अर्थात मुळात वैदिक धर्म मानणारा होता, हे त्याच्या नावावरूनच स्पष्ट होते.

नागार्जुनाने आपल्या या मित्रासाठी बौद्ध धर्माचे तत्त्वज्ञान समजावून सांगण्यासाठी त्याला उद्देशून निर्मिलेली कृती 'सुहृल्लेख' या नावाने प्रसिद्ध आहे. 'सुहृल्लेख' हा भारतातील बौद्ध शिक्षणपद्धतीचा एक महत्त्वाचा ग्रंथ मानला जाई व विद्यार्थिदशा संपल्यानंतरही बौद्ध साधक त्याचे चिंतन-मनन करत, असे इसवी सनाच्या सातव्या शतकात भारतात आलेला चिनी प्रवासी इत्सिंग सांगतो. तिबेटी बौद्ध परंपरेत या ग्रंथाला आजही अनन्यसाधारण महत्त्व आहे.

'सुहृद' याचा शब्दशः अर्थ ज्याचे हृदय चांगले आहे, असा - म्हणजेच सन्मित्र, निर्मल अंतःकरणाची व्यक्ती. ती योग्य आणि हितकारक असाच उपदेश करणार हे उघड आहे. आचार्य नागार्जुन गौतमी बलश्रीचा पुत्र सातवाहन राजा यज्ञश्री सातकर्णी याचे असेच सुहृद होते. त्यांनी या राजाला भगवान बुद्धाच्या तत्त्वज्ञानाचा उपदेश करण्याच्या निमित्ताने लिहिलेले पुस्तक म्हणजे 'सुहृल्लेख' - सुहृदाचे लेखन! एकूण १२५ श्लोकांचा हा मूळ संस्कृत ग्रंथ उपलब्ध नसला, तरी त्याचा तिबेटी भाषेतील अनुवाद उपलब्ध आहे. या उपदेशात बुद्धाच्या उपदेशाचे सार सांगितले आहे म्हटले तरी चालेल. प्रतीत्यसमुत्पाद या बौद्ध कार्यकारणतत्त्वाबरोबर रोजच्या जीवनात नीतीने कसे वागायचे, याचे मार्गदर्शन केले आहे. प्रज्ञा आणि शील यावर या ग्रंथाचा भर आहे. त्यात आईवडिलांना कसा आदर द्यावा येथपासून पत्नी कशी असावी यासारख्या एरवीही क्षुल्लक वाटणाऱ्या परंतु महत्त्वाच्या

'धर्मो रक्षति रक्षितः' ही उक्ती प्रसिद्ध आहे. असे म्हणता येते, ज्याप्रमाणे धर्माचे रक्षण करणाऱ्याचे रक्षण धर्म करतो, त्याप्रमाणे भाषेचे क्षण करणाऱ्याचे रक्षण भाषा करते. 'भाषा रक्षति रक्षितः!' प्राकृतचे रक्षण करणाऱ्या सातवाहनांचे नाव प्राकृतभाषेत अजरामर झाले आहे.

मुद्द्यांचीही चर्चा केली आहे.

आचार्य नागार्जुनांनी प्राकृताऐवजी संस्कृत भाषेत ग्रंथलेखन करावे याचा एक अर्थ बौद्धांनी संस्कृतचा स्वीकार केला असा होतो, तसा दुसरा अर्थ सुहृल्लेख सातवाहन राजाला उद्देशून लिहिलेला असल्यामुळे या राजांनीही प्राकृतचा आग्रह कमी करून संस्कृतला मान्यता दिली असावी, असाही होतो. बौद्ध धर्मासारखा प्रभावी धर्म आणि सातवाहनांसारखे जबरदस्त राजे यांनी अशा प्रकारे प्राकृतावरील आपली माया पातळ केल्यानंतर प्राकृतचा वाली कोण, असा प्रश्न निर्माण झाला असणार, हे उघड आहे.

अशा बिकट प्रसंगी प्राकृताचा कैवार घेऊन त्याची जोपासना करण्याचे कार्य जैन धर्माने केले, हे विसरता कामा नये. जैनांनी प्राकृतचा नुसता उपयोगच केला नाही, तर तात्त्विक पातळीवर प्राकृतचे समर्थन करीत तिला धर्मभाषेची प्रतिष्ठा प्राप्त करून दिली. ती संस्कृतपेक्षाही थोर असल्याचा दावा केला.

सातवाहन राजे जैन नसले, तरी त्यांचे महाराष्ट्री प्राकृतशी दृढ नाते होते आणि याच भाषेवर जैनांचे प्रेम असल्यामुळे जैन परंपरेतील एखाद्या रचनेतून सातवाहनांची कथा प्रकटायला हरकत नव्हती. तसे साक्षात घडलेले दिसत नाही. पण कोऊहल (कौतुहल) यांच्या अशा कथेवर आधारित लीलावई (लीलावती) या महाकाव्यावर लीलावती कथावृत्ति संस्कृतातून लिहिणारा कवी गुजरातमधील श्वेतांबर जैन असल्याचे मानले जाते.

राजा सातवाहन आणि सिंहद्वीपाची राजकन्या लीलावती यांच्या प्रेमकथेवर *'लीलावई'* हे महाराष्ट्री प्राकृत काव्य आधारित आहे. साधारणतः १८०० गाथांच्या या काव्यातील कथेप्रमाणे सातवाहन राजाचे चित्र पाहून राजकन्या लीलावती मोहित होते आणि त्याचा शोध घेऊन त्याच्याशी विवाह करण्यासाठी गोदातीरी येते. तेथे तिला तिच्यासारख्या आणखी दोन विरहिणी भेटतात. इकडे राज्यविस्तारासाठी सिंहलद्वीपावर आक्रमण करण्यास प्रवृत्त झालेल्या सातवाहन नृपतीला विजयानंद हा त्याचा सेनापती या इराद्यापासून प्रवृत्त करतो आणि सिंहलद्वीपाच्या राजाशी मैत्री करण्यासाठी सिंहलद्वीपात जाण्यासाठी त्याची अनुज्ञा घेतो. रस्त्यात वादळामुळे त्याच्या नावेला अपघात होतो व योगायोगाने त्याची गाठ लीलावती व तिच्या दोन सख्यांशी पडते. हे वृत्त तो सातवाहनाकडे पाठवतो व सातवाहनही लीलावतीशी विवाह करण्याची इच्छा प्रकट करतो; मात्र आपल्या दोन सख्यांनाही प्रियकराची प्राप्ती झाल्याशिवाय आपण विवाह करणार नसल्याचे ही राजकन्या निक्षून सांगते. सातवाहन राजा आपले गुरू नागार्जुन यांच्या मदतीने पाताळ लोकात जाऊन त्यांच्या प्रियकरांना सोडवून आणतो व शेवटी तीनही विवाह यथासांग पार पडून कहाणी सफळ संपूर्ण होते.

*'लीलावई'*मधून सातवाहन राजे प्रेमकथांचेही विषय झाले असल्याचे लक्षात येते. त्याचप्रमाणे आचार्य नागार्जुन व सातवाहन राजा यांच्यामधील संबंधांवरही शिक्कामोर्तब होते. नागार्जुन हे राजाचे केवळ पारमार्थिक गुरू नसून लौकिक व्यवहारातही त्याला मदत करीत असल्याचे समजते. यात अशक्य काहीच नाही. नागार्जुनांनी पूर्ववयात बऱ्याच उलाढाली केल्या असल्याचा उल्लेख बौद्ध परंपरेतही सापडतो.

*लीलावई*सारख्या काव्यातून सांगितल्या गेलेल्या कथांचे ऐतिहासिक मूल्य किती, हा प्रश्न अलाहिदा आहे. अशा कथालेखकाची काल्पनिक निर्मिती असण्यापेक्षा लोकमानसात रुजलेल्या कहाण्यांचाच तो विस्तार असण्याची शक्यता असते. याचा अर्थ असा होतो, की सातवाहन हे राजकुलच एक आख्यायिका बनले होते.

'धर्मो रक्षति रक्षितः' ही उक्ती प्रसिद्ध आहे. असे म्हणता येते, ज्याप्रमाणे धर्माचे रक्षण करणाऱ्याचे रक्षण धर्म करतो, त्याप्रमाणे भाषेचे रक्षण करणाऱ्याचे रक्षण भाषा करते. भाषा रक्षति रक्षितः! प्राकृतचे रक्षण करणाऱ्या सातवाहनांचे नाव प्राकृत भाषेत अजरामर झाले आहे.

महाराष्ट्रीतील एकूणच साहित्याचे जेवढे म्हणून अवमूल्यन करता येणे शक्य आहे, तेवढे राजवाड्यांनी केले आहे. त्यातून त्यांना ही भाषा बोलणाऱ्यांचे अवमूल्यन करावयाचे आहे. ते लिहितात : *"'गाथासप्तशती'त बऱ्याच महाराष्ट्री कवींच्या कृतीतील उतारे हाल सातवाहनाने दिले आहेत. या काव्यप्रांताखेरीज शास्त्र, व्याकरण, मीमांसा, गणित, ज्योतिष, स्थापत्य, इतिहास इत्यादी गहन विषयांवर महाराष्ट्रीत एक ओळही लिहिली गेली नाही. रावणवहो, गौडवहो, कपूर्रमंजरी ही हलक्या वाङ्मयावरील चार-पाच मोठी पुस्तके काय ती महाराष्ट्री भाषेतील ग्रंथसंपत्ती होय."*

■

४०

महाराष्ट्राच्या उत्तरेकडील वसाहती

विश्वनाथ काशिनाथ राजवाडे यांना 'इतिहासाचार्य' म्हणून गौरवण्यात आले असले, महाराष्ट्राच्या इतिहासाची साधने जमविण्यात त्यांचा वाटा मोलाचा असला, आणि विष्णुशास्त्री चिपळूणकर यांनी *'निबंधमाले'*च्या माध्यमातून महाराष्ट्रात स्वदेश, स्वधर्म आणि स्वभाषा यांच्याविषयीची जागृती घडवून आणली असे मानण्यात येत असले, तरी महाराष्ट्र देश, त्याचा धर्म आणि त्याची भाषा यांना राजारामशास्त्री भागवत यांनी ज्या उंचीवर नेऊन ठेवले तिची बरोबरी कोणीही करू शकत नाही. किंबहुना ती उंची पेलणे अवघड वाटल्यामुळेच की काय, तिच्याकडे दुर्लक्ष करण्यात आले.

राजारामशास्त्र्यांची सर्व मांडणी महाराष्ट्री भाषा ही सामग्री आणि अनुमान हे प्रमाण, यांवर आधारित आहे.

> "महाराष्ट्री ही सर्व प्राकृत भाषांची जननी खरी, तर प्राचीन काळी 'मऱ्हाठे' साऱ्या हिंदुस्तानभर पसरले होते, व जेथे ते गेले त्यांनी आपली गाणी (गाथा) व आपली भाषा नेली', असे म्हटल्याखेरीज गती नाही' या पायावर ते इतिहासाची रचना करतात. जर 'शौरसेनी'ची प्रकृती 'महाराष्ट्री' खरी व जर 'मागधी' आणि 'पैशाची' यांची प्रकृती 'शौरसेनी' खरी, तर 'शूरसेनां'नी म्हणजे मथुरामंडळवासींनी पहिल्याने मऱ्हाट्यांपासून स्वतंत्र होऊन त्यास उतरती कळा लावली व हळूहळू नर्मदेपर्यंत दक्षिणेस, ब्रह्मपुत्रपर्यंत पूर्वेस व सिंधूपर्यंत मराठ्यांचा मुलूख होता तो काबीज केला व पुढे कालांतराने मागध लोकांनी पूर्वेस व पिशाचांनी पश्चिमेस स्वातंत्र्य मिळवून शूरसेनांचा मुलूख पुष्कळ कमी केला, असे म्हणावे लागते. अशी व्यवस्था पूर्वी लागलेली असल्याशिवाय महाराष्ट्री शौरसेनीची प्रकृती व शौरसेनी -

> मागधी व पैशाची या - दोन भाषांची प्रकृती होण्याचा संभव नाही. मूळची सर्वत्र पसरलेली भाषा 'माहाराष्ट्री' व सर्व हिंदुस्तानभर पहिल्याने प्रभुता भोगिली ती बोलणाऱ्या 'माहाराष्ट्री'ने अर्थात 'मऱ्हाठ्यांनी' हेच खरे."

राजारामशास्त्र्यांचा मुद्दा कोणीही गंभीरपणाने घेतलेला दिसत नाही. भारतातील लोक इंग्रजी बोलू लागले याचे कारण इंग्रजी बोलणाऱ्या लोकांचे म्हणजे इंग्लंड नावाच्या राष्ट्राचे भारतात राज्य होते. तसेच ज्याअर्थी भारतात सर्वत्र महाराष्ट्रीचा फैलाव झालेला होता त्याअर्थी ही ज्यांची भाषा आहे त्या लोकांचे म्हणजेच त्या लोकांच्या राष्ट्राचे राज्य सर्वत्र असले पाहिजे, असा त्यांचा मुद्दा होता. मराठे हे मुळातले यादव होते, या त्यांच्या मताची आपण यापूर्वीच चर्चा केली आहे. भागवतांनी तपशिलात न शिरता घालून दिलेल्या इतिहासाच्या सरणीची एक निष्पत्ती अशी असू शकते, की यादवांपैकीच एक असलेल्या शूर किंवा शूरसेनाने (किंवा त्याच्या पिढ्यांमधील कोणीतरी) उत्तरेत जाऊन तेथे सत्ता संपादली, आपले स्वातंत्र्यही घोषित केले (जसे अमेरिकेतील इंग्रजांनी इंग्लंडपासून केले) मात्र त्यामुळे यादवांच्या या शाखेचे दक्षिणेत राहिलेल्या यादवांशी असलेले इतर संबंध तुटले असे नव्हे. विदर्भवासी भोजकुलातील रुक्मिणीचा शौरी कृष्णाशी विवाह झाला तो या न तुटलेल्या संबंधापोटीच. (या विवाहाला रुक्मिणीच्या पित्याचा व भावाचा पाठिंबा नव्हता. त्यांना रुक्मिणीचा विवाह कृष्णाचाच आतेभाऊ असलेल्या शिशुपालाशी करावयाचा होता. तो चेदी देशाचा राजा म्हणजे शौरसेनी यादवच) राजारामशास्त्री यांनी इतिहासाच्या या सरणीनुसार मराठ्यांचे समाजशास्त्रही मांडले आहे. त्यानुसार,

> *"आम्ही मराठे संकीर्ण आहो. आम्ही आर्य आहो, द्रविडही आहो. आम्ही आर्य तर खरे पण आर्यावर्ताच्या बाहेरचे. आर्यावर्तातील आर्यांचे आम्ही पूर्वज, असेही एका अर्थाने म्हटल्यास हरकत नाही. आर्यांनी दक्षिण दिशा यमाची ठरवली, त्याचे कारण दक्षिणींनी अनेक वेळा मूळच्या आर्यांचा पराभव केला व मार मारोन त्यांस पुन्हा पुन्हा आपल्या मुलुखात पिटून लावले, हेच नसेल ना? आर्यांनी आमच्या देशाची गणना अनार्य देशात व आमच्या लोकांची गणना अनार्य लोकांत केली, त्याचे कारण त्यांस अतिप्राचीन इतिवृत्त माहीत नाही, हे एक व आर्ष धर्माची सुरुवात झाल्यानंतर ब्राह्मणास आपले गुरू म्हणून दुसरे कोणी होते, हे कबूल करणे इष्ट नव्हते, हे दुसरे. तशात आम्हामध्ये जितके आर्यपण आहे, तितकेच किंबहुना त्याच्यापेक्षा थोडेसे अधिक द्रविडपणही आहे"*

या समाजशास्त्रात ब्राह्मणांचाही अपवाद करण्यास शास्त्रीबोवा तयार नाहीत. *"आमच्या महाराष्ट्रातील ब्राह्मणासही शुद्ध आर्य म्हणता येत नाही. जी इतरांची भाषा तीच ब्राह्मणांची*

राजस्थानातील अतिप्राचीन काळचा वंश आपणास 'भट्टि' म्हणवून शालिवाहनाच्या वंशाबरोबर आपला संबंध लावतो. जयपूरचे राजे आपणास नलवंशी म्हणवितात. शिसोदे हे जी मराठ्यांची अस्सल कुळे आहेत त्यापैकी एक होत. जोधपूरचे राठोड हे कनोजच्या राठोडांचे वंशज. कनोजचे राज्य मुसलमानांनी बुडवल्यानंतर तेथील राजवंशाने मारवाडात जाऊन गादी स्थापली.

भाषा, जे इतरांचे आचार तेच ब्राह्मणांचे आचार, जे इतरांचे विचार तेच ब्राह्मणांचे विचार. महाराष्ट्र ब्राह्मणात ब्राह्मणत्वापेक्षा म्हणजे आर्यत्वापेक्षा महाराष्ट्रत्व म्हणजे द्रविडत्व अधिक होते... सारांश आम्ही सर्व मराठे सब्राह्मण संकीर्ण आहोत." अशा प्रकारचा संकीर्णपणा हा राजवाड्यांसारख्यांना दोष वाटत असल्याने त्यांना राजारामशास्त्री यांचे विचार मान्य होणे शक्यच नव्हते. हा संकीर्णपणा, ही भेळमिसळ भागवतांना भूषणावह वाटते. *"आजपर्यंत सर्वांवर आम्ही मात केली व आजमितीस आमच्यामध्ये इतर हिंदुस्थानातील लोकांपेक्षा कर्तृत्व विशेष दिसत आहे, त्याचे कारण हाच आमचा संकीर्णपणा होय."*

भागवतांचे मुख्य प्रमेय सांगायचे झाल्यास *'आमचा महाराष्ट्र देश जसा भूगोलाच्या संबंधाने आर्यावर्त व द्रविडभूमी या दोहोंच्या मध्ये आहे तसेच आम्ही त्यातील मऱ्हाटे लोकही वंशशुद्धीच्या संबंधाने व आचारविचारांच्या संबंधाने आर्यांच्या व द्रविडांच्या मध्ये अर्थात ना आर्य ना द्रविड असे आहो व असे होतो म्हणूनच आम्ही आजपर्यंत सर्वांच्या छातीवर पाय देऊन अशेष हिंदुस्थानात आमचे नाव गाजविले.'*

मराठ्यांच्या मध्यम आचारविचारांची काही नमुनेदार उदाहरणेही राजारामशास्त्री यांनी दिली आहेत. आपल्या या अभिनव इतिहास सरणीस अनुसरून इतरही काही उलथापालथी - विशेषतः भौगोलिक - भागवतांना कशा कराव्या लागल्या याचाही उल्लेख पूर्वी झालेला आहे. उदाहरणार्थ, गोदावरी ही मूळची खरी गंगा, भागीरथीला गंगा हे नाव तेथे गेलेल्या मराठ्यांनी अर्थात यादवांनी दिले. तीच गोष्ट मथुरेसारख्या नगरांची.

श्रीकृष्णाच्या उत्तरायुष्यात यादवांमध्ये फूट पडून 'यादवी' या नावाने प्रसिद्ध असलेला कुलकलह झाला व त्यात बराच परस्परसंहार झाला. त्या घटनेचा उल्लेख करून भागवत सांगतात, की *'पूर्वी गोप, यादव वगैरे लोक होते तेथेच मराठे लोक प्रसिद्ध झाले. या लोकांस नावारूपास आणिले शालिवाहन वंशाने.'*

शालिवाहनांचे महत्त्व पहिल्याने जर कोणी अधोरेखित केले असेल तर ते राजारामशास्त्री भागवतांनीच. *'जसलमीरचे राजे आपणास शालिवाहनाचे वंशज समजतात, भावनगरचे राजेही आपला पूर्वज शालिवाहन म्हणतात व काश्मिरातही सहाशे वर्षांच्या पूर्वी*

राजारामशास्त्री भागवत यांचा इतिहास हा मराठ्यांचा सतत मानभंग करत राजपुतांचे गोडवे गाणाऱ्या कर्नल टॉडच्या राजस्थानच्या इतिहासावर उतारा होता. परंतु, महाराष्ट्रात भागवतांना कोणी अनुयायीच मिळाले नाहीत. त्यांनी ब्राह्मणत्व आणि आर्यत्व यांच्यापेक्षाही 'मऱ्हाटपणाला' वरचे स्थान दिले, ही गोष्ट समकालीनांना मानवली नसावी किंवा मराठे एकदा अटकेपार झेंडे लावून आले याचेच त्यांना अप्रूप वाटले असेल.

शालिवाहनाच्या कुळाचे राज्य होते' या गोष्टीचा उल्लेख करून ते म्हणतात, की *'जाधव, भोसले वगैरे मराठ्यांची कुले हल्ली आहेत त्याप्रमाणे शालिवाहन हे एका कुलाचेच मूळचे नाव असावे, व मराठे जसे पसरले तसा त्यांच्याबरोबर त्यांचा राजवंशही पसरला, हे म्हणणे अधिक संयुक्त होय.'*

विशेष म्हणजे *'नंद राजाचे राज्य मगध देशात होते, त्या वेळी पैठण येथे शालिवाहन वंशच राज्य करत होता'* हा डॉ. केतकरांनी नंतर विस्ताराने चर्चिलेला मुद्दा भागवतांनी सर्वांत आधी मांडला आहे. इतकेच नव्हे, तर सातवाहन हे नंदांच्याही अगोदरचे असेच त्यांचे मत असल्याचे स्पष्ट होते. केतकर तसे स्पष्ट म्हणण्याचे धाडस करत नाहीत. तो मान ते अश्मकांसाठी राखून ठेवताना दिसतात. अर्थात त्यामुळे महाराष्ट्राचे नुकसान असे काहीच होत नाही हा भाग वेगळा.

शालिवाहन शक या कालगणनेवरही भागवतांचा भर आहे. संपूर्ण दक्षिण हिंदुस्थानात हा शक चालतो, हीच गोष्ट या घराण्याच्या प्रभुतेची द्योतक आहे. भाषेप्रमाणे कालगणनाही कोणी आपोआप स्वीकारत नाही. त्यामागे कोणत्या ना कोणत्या प्रकारची राजकीय सत्ता असतेच असते. येशू ख्रिस्ताच्या नावाचा शक हल्ली सर्वत्र रूढ आहे याचे कारण ख्रिस्ती धर्माबद्दल किंवा येशूबद्दल लोकांना वाटणारी आपुलकी यापेक्षा ख्रिस्ती राष्ट्रांनी जगभर केलेले राज्य आहे, हे सांगायची गरज नाही. तीच गोष्ट इंग्रजी भाषेच्या बाबतीतही खरी आहे. इंग्लंडच्या साम्राज्यावरील सूर्य मावळत नव्हता असा एक काळ होता. याच काळात इंग्रजी भाषेची चलती झाली. पदोपदी प्रत्ययास येणारे इंग्रजी भाषेचे महत्त्व नाकारता येत

मुळात प्राचीन मराठ्यांच्या वसाहती राजस्थानात होत्या, त्यांच्यामध्ये पाचव्या शतकानंतरच्या राष्ट्रकूटांच्या स्वाऱ्यांमुळे अधिक भर पडली, असा भागवतांचा कयास आहे. राजस्थानातील रजपूतांनी महाराष्ट्र देशावर स्वाऱ्या केल्याचे ऐकिवात नाही. मात्र राष्ट्रकूट वंशातील कित्येक राजांनी माळवा व मारवाड असल्या दूर दूर मुलुखावर स्वाऱ्या करून शालिवाहन शकाच्या सातव्या शतकाच्या अखेरीस व आठव्या शतकाच्या आरंभी बराच वेळा खंडणी आणलेली ताम्रपटात वाचण्यात येते.

श्रीकृष्णाच्या उत्तरायुष्यात यादवांमध्ये फूट पडून 'यादवी' या नावाने प्रसिद्ध असलेला कुलकलह झाला व त्यात बराच परस्परसंहार झाला. त्या घटनेचा उल्लेख करून भागवत सांगतात, की 'पूर्वी गोप, यादव वगैरे लोक होते तेथेच मराठे लोक प्रसिद्ध झाले. या लोकांस नावारूपास आणिले शालिवाहन वंशाने.'

नाही म्हणून इंग्रज लोकांचे वा इंग्लंड या राष्ट्राचेच अस्तित्व नाकारणे वा ते अमेरिकेसारख्या इंग्लंडपेक्षा भौगोलिकदृष्ट्या मोठ्या असणाऱ्या भूप्रदेशात नेऊन ठेवणे जितके सयुक्तिक आहे तितकेच महाराष्ट्री भाषेचे अस्तित्व व महत्त्व मान्य करत महाराष्ट्र देशाचे वा मराठ्यांचे अस्तित्व नाकारणे, अथवा मगधासारख्या आणखी मोठ्या देशाला महाराष्ट्र मानणे सयुक्तिक ठरेल. हा भागवतांच्या महाराष्ट्रेतिहासाच्या सरणीचा इत्यर्थ.

भागवतांच्या महाराष्ट्रेतिहासानुसार मराठ्यांचे खऱ्या भरभराटीचे दिवस म्हटले म्हणजे शूरसेन स्वतंत्र होण्याच्या पूर्वी अर्थात हिंदुस्थानभर प्राचीन मराठी भाषा पसरली होती तेव्हा. शूरसेन स्वतंत्र झाल्यावर नर्मदेच्या उत्तरेकडील त्यांची सत्ता हळूहळू गेली, तरी दक्षिण दिशेस त्यांचा अंमल एकछत्री होता यात संशय नाही.

महाराष्ट्रात व दक्षिणेत उत्तरेतील आर्यांनी वसाहती केल्या ही राजवाड्यांची इतिहासमीमांसा भागवतांच्या इतिहासमीमांसेविरुद्धची प्रतिक्रिया आहे. भागवतांच्या अनुसार महाराष्ट्रातील मराठ्यांनीच उत्तरेकडे वसाहती केल्या. 'मौर्य' शब्दाची व्युत्पत्ती 'मुरा' या दासीच्या नावावरून लावणाऱ्या संस्कृततज्ज्ञांचे अज्ञान ते उघड करतात.

> *"अशा रीतीने स्त्रीच्या नावास 'य' प्रत्यय जोडून तयार झालेला शब्द संस्कृतात दुसरा नाही. स्त्रीच्या नावास अपत्यार्थी प्रत्यय जोडायचे म्हटले म्हणजे अ, इ, व, एय. उदाहरणार्थ सौभद्र, सौमित्री व द्रौपदेय. मुद्राराक्षसात चंद्रगुप्तास मौर्यपुत्र म्हटले आहे. तेव्हा मुरा नावाची दासी वगैरे व्युत्पत्ती शुद्ध चंद्रगुप्ताच्या वंशावर कशीतरी काळिमा लागावी म्हणून पौराणिकांनी केलेली होय. मौर्य हे मोरे या मराठी कुलविशेषणवाचक नावाचे संस्कृत रूप. याच रीतीने कदम होते ते 'कदंब' झाले. पवार होते ते 'प्रमार' झाले. चुलुक्य हेही शिरके किंवा सालके या मराठी वंशविशेषवाचक नावाचे संस्कृत रूप दिसते. तेव्हा ती कुळे मूळची मराठ्यांची असून त्यांनी नर्मदेच्या उत्तरेस अतिप्राचीनकाळी वसाहत केलेली. असे जर आहे तर मराठे रजपुतातून निघाले असे म्हणण्यापेक्षा रजपूत हेच मराठ्यांचे वंशज असे म्हणणे अधिक सयुक्तिक ठरेल."*

मुळात प्राचीन मराठ्यांच्या वसाहती राजस्थानात होत्या, त्यांच्यामध्ये पाचव्या शतकानंतरच्या राष्ट्रकूटांच्या स्वाऱ्यांमुळे अधिक भर पडली, असा भागवतांचा कयास आहे. राजस्थानातील रजपुतांनी महाराष्ट्र देशावर स्वाऱ्या केल्याचे ऐकिवात नाही. मात्र राष्ट्रकूट वंशातील कित्येक राजांनी माळवा व मारवाड असल्या दूर दूर मुलुखावर स्वाऱ्या करून शालिवाहन शकाच्या सातव्या शतकाच्या अखेरीस व आठव्या शतकाच्या आरंभी बराच वेळा खंडणी आणलेली ताम्रपटात वाचण्यात येते. तेव्हा या सुमारास राष्ट्रकूट वंशातील राजांच्या विजेसारख्या क्षणिक व दुःसह पराक्रमाने पुष्कळ घोटाळा करून ठेवलेला असण्याचा संभव आहे.

भागवतांची ही मते पोकळ म्हणजे पुराव्याशिवाय बनवलेली आहेत, असे म्हणण्यास जागा नाही. राजस्थानातील अतिप्राचीन काळचा वंश आपणास 'भट्टि' म्हणवून शालिवाहनाच्या वंशाबरोबर आपला संबंध लावतो. जयपूरचे राजे आपणास नलवंशी म्हणवतात. शिसोदे हे जी मराठ्यांची अस्सल कुळे आहेत त्यापैकी एक होत. जोधपूरचे राठोड हे कनोजच्या राठोडांचे वंशज. कनोजचे राज्य मुसलमानांनी बुडवल्यानंतर तेथील राजवंशाने मारवाडात जाऊन गादी स्थापली.

शास्त्रीबोवा राष्ट्रकूटांचा संबंध राठोडांशी लावतात. त्यांच्या म्हणण्याप्रमाणे,

> *'राष्ट्रकूट हे मूळचे तेलंगी कुल असा लेख पूर्वी आला आहे. प्रतिष्ठान म्हटले म्हणजे महाराष्ट्र व तेलंगण या दोहोंच्या मध्ये पडले तेव्हा मराठ्यांची कुले तेलंगणात वसाहत करून असायचीच. तसल्या कुळांपैकी राष्ट्रकूट हे एक होय. हे जर अस्सल मराठी कुळ नसते तर मराठी यादव कुलाबरोबर ते मिसळलेले पाहावे इतके मिसळून गेले नसते. तेव्हा तेलंगी कुल याचा तेलंगणात पुष्कळ दिवस राहिलेले असा अर्थ समजावा.'*

■

४१

करी आपोषण ब्रह्मांडाचे

महाराष्ट्र देश आणि तेथील लोकांची चर्चा करत असताना आपण या लोकांच्या भाषेवर विशेष भर देत आहोत हे वाचकांच्या लक्षात आले असेलच. मानवी व्यवहारात भाषेचे महत्त्व किती आहे, हे खरे तर वेगळे सांगायची गरज नाही. या व्यवहारात राजकारणाचा म्हणजे सत्ताकारणाचाही समावेश होतो, याकडे मात्र लक्ष वेधले पाहिजे. मग ते राजकारण स्वातंत्र्यातील असो वा पारतंत्र्यातील. संरक्षणाचे असो वा विस्ताराचे.

भाषेच्या प्रभावाचे व उपयोगाचे अगदी अलीकडील उदाहरण हवे असल्यास विष्णुशास्त्री चिपळूणकर यांच्या '*निबंधमाले*'चा निर्देश करता येईल. एकोणिसाव्या शतकात महाराष्ट्र ब्रिटिश सत्तेच्या अमलाखाली होता आणि त्याचा एक परिणाम म्हणून महाराष्ट्रातील लोक जेत्यांच्या म्हणजे इंग्रजांच्या अनुकरणात धन्यता मानत होते. इंग्रजांचा धर्म, आचार, रीतिरिवाज, पोशाख आत्मसात करण्याचा त्यांचा प्रयत्न होता. या सर्व गोष्टींना पायबंद घालण्याचा जो उपाय चिपळूणकरांना सापडला तो दुसरा तिसरा कोणता नसून भाषा हाच होता. त्यांनी *निबंधमाला* सुरू केली. वेगवेगळ्या विषयांवरील मराठी निबंधांचे मासिक पुस्तक असे या मालेचे स्वरूप होते.

धर्म आणि राष्ट्र यांच्या मुळाशी भाषा असते, याचे निबंधमाला हे एक प्रात्यक्षिकच होय. आमच्या देशाची व्याप्ती किती तर आमच्या भाषेइतकी आणि आमची भाषा बोलणाऱ्या लोकांच्या विस्ताराइतकी विस्तृत आमची भूमी, असे हे भाषा आणि आणि भूमीचे अद्वैत आहे. परंतु जोपर्यंत त्या भूमीवर आमची सत्ता नाही तोपर्यंत हे अद्वैत केवळ बोलण्यापुरते औपचारिक राहते. म्हणून एक भाषा बोलणाऱ्या समाजाला आपल्या मालकीची भूमी हवी.

शास्त्रीबुवांनी स्वदेश, स्वधर्म आणि स्वभाषा या त्रयीचा उच्चार केला; पण यात पायाभूत होती ती स्वभाषा म्हणजेच मराठी. स्वभाषेचा विशिष्ट शैलीने उपयोग करून त्यांनी स्वदेश आणि स्वधर्म यांच्याविषयीचा अभिमान जागृत केला. धर्म आणि राष्ट्र यांच्या मुळाशी भाषा असते, याचे निबंधमाला हे एक प्रात्यक्षिकच होय. आमच्या देशाची व्याप्ती किती तर आमच्या भाषेइतकी आणि आमची भाषा बोलणाऱ्या लोकांच्या विस्ताराइतकी विस्तृत आमची भूमी, असे हे भाषा आणि आणि भूमीचे अद्वैत आहे. परंतु जोपर्यंत त्या भूमीवर आमची सत्ता नाही तोपर्यंत हे अद्वैत केवळ बोलण्यापुरते औपचारिक राहते. म्हणून एक भाषा बोलणाऱ्या समाजाला आपल्या मालकीची भूमी हवी. हेच सूत्र पुढे संयुक्त महाराष्ट्राच्या चळवळीनेही वापरले हे लक्षात घेतले पाहिजे. भाषेला राजकीय सत्तेचे पाठबळ नसेल तर तिला कोणी विचारत नाही. सचिवालयाच्या दारात मराठी भाषा याचकासारखी उभी असल्याची खंत कुसुमाग्रजांना का वाटली असावी, हे आता समजून घेता येईल.

इतिहासात थोडे मागे गेले तर आपणास असे दिसते, की अठराव्या शतकाच्या उत्तरार्धात शिंदे, होळकर, गायकवाड, पवार, भोसले या मराठी सरदारांची संस्थानवजा राज्ये उत्तरेस व पूर्वेस पसरली होती. त्यातील शिंद्यांच्या ग्वाल्हेरचा विचार तूर्तास करू. महादजी शिंद्यांनी दिल्लीच्या मोगल बादशहावर वजन पाडून त्याच्या रक्षणाचा पत्कर घेतला व त्याच्या ताब्यातील मुलुखाचा कारभार त्याच्या वतीने पाहण्यास सुरुवात केली. (अपवाद बंगालच्या सुभ्याचा, तेथे इंग्रजांनी हाच डाव खेळला होता.) राजपूत व जाट या मातब्बरांवर जरब बसवली. वेगळ्या शब्दांत सांगायचे म्हणजे तेथे 'मुलूख बादशहाचा आणि अंमल शिंदे, पेशवे, मराठी सरदारांचा' अशी राजकीय संरचना तयार झाली. उदाहरणार्थ, एखाद्या राजपूत राज्यात जमिनीविषयीचा दस्तऐवज तयार करायचा असेल तर तो अंतिम सत्ता मोगल बादशहाची असल्याने फारसी भाषेत व त्याच लिपीत लिहिला जाणार हे उघड आहे. परंतु हा व्यवहार संबंधित स्थानिकांना कळायला हवा म्हणून तोच आशय तेथील स्थानिक भाषेत (उदा. डिंगल) व देवनागरी लिपीत लिहिला जाणेही स्वाभाविक आहे. परंतु मध्ये मराठ्यांची पाचर असल्यामुळे आणि मोगली सत्ता मराठ्यांच्या मार्फत चालत असल्यामुळे याच आशयाचा मजकूर चक्क मराठी भाषेत

कोणतीही कृती करायची असेल, तर आधी ती कृती कोणता वर्ग करू शकेल हे निश्चित करता आले पाहिजे. विष्णुशास्त्री चिपळूणकरांच्या मांडणीमुळे लोकांमध्ये देशाभिमान आणि धर्माभिमान जितक्या प्रमाणात जागृत झाला व ते त्यानुसार कृती करण्यास प्रवृत्त झाले.

मिशनरी, ब्राह्मो आणि प्रार्थना समाज, सत्यशोधक यांनी आपल्या धर्माचे व पूर्वजांचे दोष मोठे करून दाखवले असतील तर चिपळूणकरांनी ते लहान करून त्यांच्याकडे दुर्लक्ष करण्यास शिकवले आणि गुणांचे आणखी उदात्तीकरण केले. परिणामतः ब्राह्मणांनी एकदम उभारी धरली. सार्वजनिक व राजकीय कार्यात ते पुढे येऊ लागले. नेमक्या याच वेळेस त्यांना लोकमान्य टिळकांसारखा महान नेता लाभल्याने चिपळूणकरांनी जागृत केलेल्या स्वाभिमानाच्या स्फुल्लिंगातून सरकारविरुद्धच्या असंतोषाची ज्वाला भडकली.

आणि मराठ्यांच्या प्रशासकीय दरबारी लिपीत म्हणजेच मोडीतही लिहिला जाण्याची प्रथा प्रचलित झाली. मराठी भाषा ही अशी राजभाषा झाली. हाच प्रकार कमीअधिक फरकाने दक्षिणेत तंजावरमध्येही घडला.

आणि भागवतांची इतिहासमीमांसा स्वीकारली तर महाराष्ट्राच्या इतिहासात हे काही पहिल्यांदा घडत नसून सातवाहनांच्याही पूर्वी घडलेल्या इतिहासाची ही पुनरावृत्ती होती. या काळात महाराष्ट्री प्राकृत भाषा सर्वत्र पसरली याचे कारण महाराष्ट्राची किंवा मरहट्ट लोकांची सत्ता पसरली होती, हे आहे.

भागवत व इतर अभ्यासक (कदाचित केतकर सोडून) यांच्यातील मूलभूत भेदामुळे राजवाडे मराठी भाषेच्या इतिहासाची सुरुवात सातवाहन राजवटीच्या अस्तापासून करतात तर भागवत नंद-मौर्य काळाच्याही आधीपासून करतात. ज्ञात इतिहासाप्रमाणे सातवाहन हा महाराष्ट्रातील आद्य राजवंश असला तरी भागवती इतिहासानुसार उत्तरेत शौरसेनी भाषा बोलणाऱ्यांनी महाराष्ट्री भाषा बोलणाऱ्यांपासून (भागवत त्यांनाही मराठेच म्हणतात) फारकत घेऊन आपले स्वतंत्र राज्य स्थापन करण्यापूर्वीचा काळ हा सुवर्णकाळ मानावा. आता तेव्हा नेमका कोणता राजवंश होता? कदाचित अश्मक? पण तो यादवांपैकी असणार हे निश्चित.

महाराष्ट्र आणि मराठे यांना राजारामशास्त्र्यांनी ज्या उंचीवर नेऊन ठेवले होते तितक्या उंचीवर त्यांना चिपळूणकर नेऊ शकत नव्हते. परंतु, चिपळूणकरांच्या मांडणीमुळे लोकांमध्ये देशाभिमान आणि धर्माभिमान जितक्या प्रमाणात जागृत झाला व ते त्यानुसार कृती करण्यास प्रवृत्त झाले. तेवढा अभिमान भागवतांमुळे जागृत झाला नाही व तेवढी कृतीही त्यांनी केली नाही, याचे कारण काय असेल?

याचे कारण एवढेच, की राजारामशास्त्र्यांच्या कल्पना फारच उदात्त आणि उन्नत होत्या. भागवतांच्या मांडणीतून निष्पन्न होऊ शकणाऱ्या स्वाभिमानातील 'स्व' इतका व्यापक आहे, की तो पेलणे खरोखरच फार अवघड आहे आणि दुसरे असे, की ज्या प्रकारचा

देशाभिमान आणि धर्माभिमान निर्माण होण्याची तेव्हा गरज होती त्यासाठी भागवतांच्या मुळे मिळू शकणारी प्रेरणा नको तेवढी व्यापक होती. तेवढ्या प्रेरणेची तेव्हा गरज नव्हती. It was too universal to inspire. स्वाभिमानाचा अभाव जसा प्रेरणा देऊच शकत नाही त्याप्रमाणे अतिव्यापक स्वकल्पनेतून निर्माण होणारा अभिमानही प्रेरणा देऊ शकत नाही. त्यासाठी त्याची व्याप्ती पुरेशी संकुचित असावी लागते.

लोकांना भूतकाळात किंवा भविष्यकाळात फार दूर नेऊन चालत नाही. चिपळूणकरांचा 'स्व' पुरेसा संकुचित होता; पण तो तसा असणेच गरजेचे होते. कोणतीही कृती करायची असेल, तर आधी ती कृती कोणता वर्ग करू शकेल हे निश्चित करता आले पाहिजे आणि मानवेल, रुचेल, पचेल, पेलेल एवढ्याच व्याप्तीची स्वजाणीव त्याला दिली पाहिजे. आता या स्वजाणिवेवर संकुचितपणाचा आरोप होणार हे उघड आहे; पण त्याकडे दुर्लक्षही करता आले पाहिजे. चिपळूणकरांच्या व त्यांच्या अनुयायांबाबत हे घडले. ती आपली ऐतिहासिक नियतीच होती. भागवतांनी 'संकोचुनी काय झालासी लहान । करी आपोषण ब्रह्मांडाचे ॥', असे तुकाराम महाराजांप्रमाणे सांगितले खरे, परंतु ब्रह्मांडाचे आचमन करता येईल एवढे यजमानाचे तोंड मोठे नव्हते. स्वभाषा आणि स्वदेश यांचा म्हणजे मराठी भाषा आणि महाराष्ट्र देश यांचा विचार जसा त्यांनी केला त्याचप्रमाणे स्वधर्माचाही विचार त्यांनी केला आणि तोही तितकाच व्यापक होता. तोच शब्दप्रयोग कायम ठेवून त्यांनी महाराष्ट्रधर्माची चर्चा केली. पण त्यांचा महाराष्ट्रधर्मही त्यांच्या महाराष्ट्र भाषा आणि महाराष्ट्र देशाप्रमाणेच व्यापक ठरला. समाजातील जो वर्ग काही कृती करण्याच्या स्थितीत होता, म्हणजे तशी त्याची पात्रता किंवा क्षमता होती व इच्छाही होती त्याला इतके व्यापक होता आलेच नसते. महाराष्ट्रातील तत्कालीन ज्ञाता, कर्ता व इच्छुक वर्ग म्हणजे अर्थातच सुशिक्षित मध्यमवर्ग - उच्चवर्णीय ब्राह्मणांचा.

भागवत जे काही सांगत होते ते समजून घेऊन त्यानुसार काही करण्याच्या स्थितीत ब्राह्मणेतरांचा वर्ग नव्हता. तो फारच मागे पडला होता व त्याला पुढे आणण्याचे कार्य - फुल्यांच्या सत्यशोधक समाजाने चालवले होते. भागवतांची भूमिका व्यापक असल्यामुळे त्यांना याही वर्गाबद्दल सहानुभूती होती आणि त्यांनी जरूर तेथे त्याची बाजू उघडपणे घेतलेली होती. त्यासाठी ते आपल्या ज्ञातिबांधवांच्या रोषासही पात्र झाले होते; मात्र इंग्रजांच्या मदतीने ब्राह्मणांशी बरोबरी करण्याची धडपड कशी करायची याच विवंचनेत असलेल्या या वर्गाकडून भागवतांना अपेक्षित असलेले व्यापक राजकारण होण्याची अपेक्षाच नको. आपल्या सभांमधून राजकारणाची चर्चाही करायची नाही असा निर्णय घेण्याइतपत हा वर्ग हतबल झालेला दिसतो.

आता उच्चवर्गीयांचा म्हणून समाजात जो एक वर्ग होता त्याला मुळातच पिढ्यान्‌पिढ्या

संकुचित पद्धतीने विचार करण्याची सवय लागली होती. समाजव्यवस्थेतील जातिभेदामुळे निर्माण झालेला परस्परसंवादाचा व आंतरक्रियेचा अभाव, हा या संकुचितपणाचाच परिणाम होय. भागवतांच्या विचारसरणीचा अवलंब करायचा म्हणजे एका बाजूला मोठी जबाबदारी तर पत्करायचीच, पण दुसऱ्या बाजूस आपल्या पारंपरिक स्थानामुळे आपल्या वाट्याला आलेल्या विशेषांधिकारांवर पाणी सोडायचे, आपली वरची पायरी सोडून खाली यायचे असा आतबट्ट्याचा व्यवहार करायला कोण तयार होणार?

दुसरे असे, की भागवत काय व्यापक मांडणी करतात हा मुद्दा वेगळा. १८४९पासून लोकहितवादींसारखे विचारवंत जणू ब्राह्मणांच्या मागे हात धुऊन लागले होते. त्यात परत साठच्या दशकात प्रार्थना समाजाच्या लोकांची आणि जोतिराव फुल्यांची भर पडली. आतून व बाहेरून असा दोन्हीकडून मारा सुरू झाल्यामुळे ब्राह्मणवर्ग हवालदिल आणि हतोत्साह झाला. गोंधळून गेला. वर्णगुरू म्हणून शतकानुशतके चालत आलेल्या आपल्या स्थानाचे काय होणार, याची त्यांना काळजी वाटू लागली. एकतर सत्ता परकीय, त्यात या सरकारचे पाठबळ लाभलेल्या ख्रिस्ती मिशनऱ्यांचे कार्य जोमाने चालू. शिवाय याच सरकारने शिक्षणाच्या द्वारा घडवून आणलेल्या जागृतीमुळे ब्राह्मणेतर वर्ग आपल्या हक्कांविषयी जागृत होऊन ब्राह्मणांना आव्हान देऊ लागलेला आणि सर्वांत महत्त्वाची बाब म्हणजे लोकहितवादींनी बिभीषणाचा कित्ता गिरवून स्वजनांची मर्मस्थाने एकामागून एक उघडकीस आणण्याचा तीन-चार दशके चालवलेला उपक्रम!

ब्राह्मणांची ही कोंडी चिपळूणकरांनी फोडली. त्यांनी पहिल्यांदा लोकहितवादींवर हल्ला चढवला. निबंधमालेचे ६४ ते ७६ असे तब्बल बारा अंक त्यांनी यासाठी खर्ची घातले. (फुले त्यांच्या लेखी फारसे दखलपात्र विरोधक नव्हतेच) त्यांनी लोकहितवादींवर 'कुऱ्हाडीचा दांडा' असल्याचा आरोप तर केलाच; परंतु त्यांनी स्वजनांचा सतत जो तेजोभंग चालवला होता, त्यांना 'मूर्ख' व 'टोणगे' असे संबोधून त्यांचे सत्त्वहरण आरंभले होते, त्याविरुद्ध तीव्र प्रतिक्रिया व्यक्त केली. हे करताना त्यांनी ब्राह्मणांवर होत असलेले सर्व आरोप निःसंदिग्धपणे फेटाळून लावले.

मुळात आपल्या देशाला गंभीर अशी एखादी व्याधी जडली आहे हे गृहीतच त्यांनी नाकारले. देशाची प्रकृती ठणठणीत आहे, त्याला तात्पुरती ग्लानी आली आहे. काळजीचे

उच्चवर्णीयांना म्हणून समाजात जो एक वर्ग होता त्याला मुळातच पिढ्यान्‌पिढ्या संकुचित पद्धतीने विचार करण्याची सवय लागली होती. समाजव्यवस्थेतील जातिभेदामुळे निर्माण झालेला परस्परसंवादाचा व आंतरक्रियेचा निर्माण झालेला अभाव, हा या संकुचितपणाचाच परिणाम होय.

लोकहितवादींसारखे विचारवंत १८४९ पासून जणू ब्राह्मणांच्या मागे हात धुऊन लागले होते. त्यात परत साठच्या दशकात प्रार्थना समाजाच्या लोकांची आणि जोतिराव फुल्यांची भर पडली. आतून व बाहेरून असा दोन्हीकडून मारा सुरू झाल्यामुळे ब्राह्मणवर्ग हवालदिल आणि हतोत्साह झाला. गोंधळून गेला.

लोकहितवादी ऊर्फ गोपाळ हरी देशमुख

कारण नाही, असा दिलासा देऊन त्यांनी मुख्य म्हणजे ब्राह्मणांमध्ये उत्पन्न होत असलेला गंड दूर केला. आपण सरकारच्या विरुद्ध संघर्ष करून देश स्वतंत्र करू शकतो; इतकेच नव्हे तर या स्वतंत्र देशात आपले नेतृत्व व प्रतिष्ठा अबाधित ठेवू शकतो असा आत्मविश्वास त्यांनी ब्राह्मणांमध्ये निर्माण केला. लोकहितवादी-फुलेप्रभृतींच्या टीकेकडे लक्ष देण्याचीही गरज नाही. ते मिशनऱ्यांचे हस्तक असून सरकारधार्जिणे आहेत. आपल्या धर्माचे दोष मोठे करून दाखवायचे काम त्यांनी चालवले आहे; पण आपला धर्म श्रेष्ठ आहे, आपली भाषा उन्नत आहे. आपला इतिहासही अभिमानास्पद आहे, अशा कल्पना त्यांनी प्रसृत केल्या.

मिशनरी, ब्राह्मो आणि प्रार्थना समाजिस्ट, सत्यशोधक यांनी आपल्या धर्माचे व पूर्वजांचे दोष मोठे करून दाखवले असतील तर चिपळूणकरांनी ते लहान करून त्यांच्याकडे दुर्लक्ष करण्यास शिकवले आणि गुणांचे आणखी उदात्तीकरण केले. परिणामतः ब्राह्मणांनी एकदम उभारी धरली. सार्वजनिक व राजकीय कार्यात ते पुढे येऊ लागले. नेमक्या याच वेळेस त्यांना लोकमान्य टिळकांसारखा महान नेता लाभल्याने चिपळूणकरांनी जागृत केलेल्या स्वाभिमानाच्या स्फुल्लिंगातून सरकारविरुद्धच्या असंतोषाची ज्वाला भडकली.

भागवतांची मांडणी कितीही उच्च दर्जाची असली; तरी त्यातून असा उत्पात घडून येणे शक्यच नव्हते. ज्या वर्गाकडून ते अपेक्षित होते आणि ज्याला ते शक्य होते त्याच्या दोषांवर पांघरूण घालून, गुणांची तरफदारी करून त्याच्या वैभवशाली इतिहासाचे स्मरण आणि भविष्यकाळातील स्थानाची खात्री देऊन हे शक्य झाले असते. शिवाय भविष्यातील स्वप्नेही शक्य कोटीतील आणि त्यासाठी अपेक्षित असलेली कृती त्याच्या आवाक्यात असायला हवी होती. चिपळूणकरांनी त्यासाठी आवश्यक ती वैचारिक मांडणी प्रभावीपणे

केली आणि टिळकांनी तिचे कृतीत रूपांतर केले आणि बघताबघता स्वातंत्र्याची चळवळ उभी राहिली.

आता ही गोष्ट खरी, की समाजातील उर्वरित वर्गाला आपण एकच भाषा बोलतो, एकाच धर्माचे अनुयायी आहोत, एकाच भूमीवर राहतो एवढे सांगून भागणार नव्हते. त्याने सुरुवातीला या चळवळीकडे संशयाने पाहिले व तिच्यात भाग घ्यायला उत्साह दाखवला नाही. पण गांधीजींच्या आगमनानंतर का होईना त्याला त्यात यावेच लागले. चिपळूणकर-टिळक संप्रदायातील ज्यांची संकुचितपणाचा त्याग करून समाजाच्या व्यापक हितासंबंधांशी एकरूप होण्याची ज्यांची तयारी होती ते चळवळीबरोबर आले. इतरांनी विरोधाचे राजकारण केले. भागवतांचा व्यापकपणा अद्यापही दूरच आहे. लोक वडापाव आणि कांदेपोहे येथपर्यंत खाली आले आहेत. 'ब्रह्मांडाचे आपोषण' कधी होणार कोणास ठाऊक?

■

४२

महर्षी शिंद्यांचे समासचक्र

राजारामशास्त्री भागवतांच्या लेखनातील व्यापकपणा, टोकदार व मूर्तिमंत होऊन पुढे येऊ शकला नाही व कोणत्याही विशिष्ट समूहाला कृती करण्यास प्रवृत्त करू शकला नाही. त्यामुळे प्रचंड क्षमता असलेले त्यांचे लेखन एका परीने वायाच गेले, असे म्हणावे लागेल. उलट चिपळूणकरांच्या लेखनातील व्यापकपणा कमी असूनही जे काही होते ते टोकदार होते व त्याचे आवाहन विवक्षित जनसमूहाला असल्याने ते त्याच्यापर्यंत व्यवस्थित पोचले. त्याला त्याच्या इतिहासाचे स्मरण झाले. शिवाजी महाराज, थोरले माधवराव, सदाशिवरावभाऊ, नाना फडणीस यांचे आदर्श विशेषतः काळाच्या दृष्टीने त्याच्या आटोयात होते. शिवाय बळीचा बकराच हवा असेल तर दुसरा बाजीराव होताच. त्याला इतक्या लोकांनी इतके ठोकले होते, की आणखी चार-दोन प्रहारांनी काही फरक पडला नसता. विष्णुशास्त्र्यांच्या लेखनाने प्रेरित झालेल्या चित्पावन ब्राह्मणांच्या सांख्यिकदृष्ट्या एका लहान समुदायाने भूतकालीन बऱ्यावाइटाची जबाबदारी आपल्या शिरावर घेतली आणि भविष्यकालीन भल्यासाठी वर्तमानात कृतिशील व्हायला तो कटिबद्ध झाला. याउलट राजारामशास्त्र्यांच्या व्यापक मांडणीतून, निष्पन्न होणारे सर्वांचेच असल्याने सर्वांचे काम म्हणजे कोणाचेच काम नव्हे, या न्यायाने ते मागे पडले. समुद्र कितीही विशाल असला, तरी तहान लागल्यावर पाणी पाहिजे असेल, तर विहिरीची गरज भासते. तसा हा प्रकार होता.

हा चमत्कार विष्णुशास्त्र्यांनी आपल्या भाषेच्या जोरावर घडवून आणला एवढे एकच विधान केले तरी भाषेचे महत्त्व कळून येते. १८९१मध्ये शास्त्रीबुवांच्या वार्षिक श्राद्धाच्या वेळी लोकमान्य टिळकांनी वाचलेल्या निबंधात भाषेच्या या मुद्द्याचा समर्थपणे परामर्श घेतला आहे. टिळक म्हणतात -

> *"स्वभाषेची अभिवृद्धी व उत्कर्ष हे स्वराष्ट्राच्या उत्कर्षाचे एक प्रमुख साधन आहे व ते साधन विष्णुशास्त्री यांनी जितके परिपूर्णतेस आणले*

तितके पूर्वी कोणीच आणले नव्हते ही गोष्ट सर्वमान्य आहे. भाषा हे राष्ट्राचे हत्यार होय आणि हे हत्यार जो तयार करून देतो त्याचे राष्ट्रावर काही लहानसहान उपकार नाहीत. अशा रीतीने पाहिले म्हणजे शास्त्रीबुवांची मते कोणास ग्राह्य नसली तरीही त्यांनी त्यांचे उपकारच मानले पाहिजेत."

'भाषा हे राष्ट्राचे हत्यार होय' हे टिळकांचे मत फार महत्त्वाचे आहे. चिपळूणकरांच्या काळात राष्ट्र पारतंत्र्यात असल्यामुळे 'राष्ट्राचे हत्यार' याचा अर्थ त्या संदर्भात राष्ट्राच्या स्वातंत्र्याचे हत्यार असा होतो. राष्ट्र स्वतंत्र असेल, तर त्याचा अर्थ राष्ट्राच्या उन्नतीचे हत्यार असा होतो. एखादे राष्ट्र उदयोन्मुख असेल, तर त्याचा अर्थ राष्ट्रनिर्मितीचे हत्यार अथवा साधन हा होतो. दुसऱ्या शब्दांत सांगायचे म्हणजे राष्ट्राचा वेगळेपणा निर्मिणारी, टिकवणारी आणि तो हरवला असेल, तर प्राप्त करून देणारे जर कोणी असेल, तर ती भाषाच होय. 'आम्हा घरी धन शब्दांचीच रत्ने, शब्दांचीच यत्ने शस्त्रे करू,' असे तुकोबांनी का म्हटले असावे याचा उलगडा करण्यास हे उदाहरण उपयोगी पडेल. चिपळूणकरांनी एका बाजूला मराठी भाषा नटवली, सजवली व दुसऱ्या बाजूस धारदार आणि टोकदार केली. ती जणू सोन्याची सुरीच होती.

चिपळूणकरांच्या भाषेतील वक्रोक्ती या अलंकाराचा विकास *'काळ'*कर्ते शिवरामपंत परांजपे यांनी केला. पण तो जसा अलंकार होता तसेच ते शस्त्रही होते. शिवरामपंतांच्या वक्रोक्तीची वाघनखे ज्याच्या पोटात घुसली त्याच्या दंभाचा कोथळा बाहेर निघालाच म्हणून समजावे.

चिपळूणकर आणि त्यांच्या ज्ञातिबांधवांवर वर्चस्ववादाचा आणि अंतर्गत वसाहतवादाचा आरोप झाला. इतकेच नव्हे, तर त्यांच्या अंतर्गत वसाहतवादाचा मुकाबला करण्यासाठी बाह्य वसाहतवादी शक्तींची मदत घ्यायला हरकत नाही, असाही पर्याय पुढे आला.

काही थोडे लोक अंतर्गत वसाहतवाद्यांशी हातमिळवणी करून बाह्य वसाहतवाद्यांना हाकलून देऊ आणि मग अंतर्गत वसाहतवाद्यांशी सामना कसा करायचा ते आपले आपण पाहून घेऊ, असे म्हणत होते. सुरुवातीला त्यांचे कोणी ऐकेना; पण नंतर त्यांचे म्हणणे खरे झाले. विठ्ठल रामजी शिंदे हे या मताचे प्रवक्ते होते. भागवतांना अभिप्रेत असलेली व्यापक जबाबदारी पेलण्यास जर कोणी पात्र असतील तर ते शिंदेच होत. परंतु, या कामास एकटे शिंदे कसे पुरे पडणार? शिंद्यांनी त्यांच्या परीने प्रयत्न केले. त्यांनी राष्ट्रीय मराठा संघाची स्थापना केली. बहुजन पक्ष काढला; पण त्यासाठी लायक असलेले अनुयायी त्यांना मिळू शकले नाहीत. ही जशी त्यांची शोकांतिका आहे, तशी किंवा त्यापेक्षा अधिक

राष्ट्राचा वेगळेपणा निर्मिणारी, टिकवणारी आणि तो हरवला असेल, तर प्राप्त करून देणारी जर कोणी असेल, तर ती भाषाच होय. चिपळूणकरांनी एका बाजूला मराठी भाषा नटवली, सजवली व दुसऱ्या बाजूला धारदार आणि टोकदार केली. ती जणू सोन्याची सुरीच होती.

ती महाराष्ट्राची शोकांतिका आहे.

चिपळूणकर-टिळकप्रणित राष्ट्रीय पक्षाचा सामाजिक संकुचितपणा शिंद्यांना मान्य नव्हता आणि त्याचबरोबर महात्मा फुल्यांचा वारसा सांगणाऱ्या ब्राह्मणेतर चळवळीच्या राजकीय संकुचितपणालाही त्यांचा पाठिंबा नव्हता.

शिंदे समाजशास्त्रज्ञ होते, भाषावैज्ञानिक होते, धर्मतत्त्ववेत्ते होते. भाषेच्या स्वरूपाची आणि कार्याची त्यांना फार चांगली समज होती. चिपळूणकरांनी केलेल्या भाषिक कार्याचा नुकताच उल्लेख झालेला आहे; पण शिंदे चिपळूणकरांच्या भाषेच्या उपयोगावर टीका करतात. त्यांना टिळकांची भाषा आवडते कारण ती सरळ, साधी आणि अनलंकृत आहे. एरवी सुधारक असलेले आगरकर भाषेच्या बाबतीत चिपळूणकरांचे अनुकरण करू पाहतात ते शिंद्यांना खटकते. त्यांनी मराठी भाषेचा थोडक्यात पण मार्मिक आढावा घेतला आहे. त्यानुसार

> *"खरी मराठी भाषा ज्ञानेश्वरांपासून तुकारामांपर्यंतच होती. ती प्रथम मोरोपंतांनी बिघडवली. बिघडता बिघडता लोकहितवादी आणि फुले यांच्यापर्यंत ती कशीबशी जीव धरून होती, पण चिपळूणकरांनी आणि आगरकरांनी तिचा गळाच चेपला. टिळकांनी व हरिभाऊ आपट्यांनी तोंडात दोन शेवटचे पाण्याचे घोट सोडले. पण ते शेवटचेच ठरले. आजकाल चिपळूणकरांचा इंग्रजी - संस्कृत कित्ताच आम्ही सर्वजण अधाशासारखे गिरवीत आहोत. आमचे शब्द जरी मराठी असतात, तरी विचार इंग्रजी किंवा संस्कृत असल्यामुळे आमची एकंदरीत वाक्यरचना व संप्रदाय केवळ परकीय व अबालबोध असतात."*

शिंद्यांच्या विचारांची संगती लावण्यापूर्वी त्यांच्या या परिच्छेदातील काही गोष्टींचा खुलासा करायला हवा. शिंदे मोरोपंत आणि चिपळूणकर यांची सांगड घालतात. त्याचे मर्म स्वतः चिपळूणकरांच्याच मोरोपंतांवरील निबंधात सापडेल. चिपळूणकर मोरोपंतांना महत्त्व देतात याचे सर्वांत महत्त्वाचे कारण म्हणजे मोरोपंत व्याकरणशुद्ध मराठी लिहितात. किंबहुना तसे लिहिणारे ते एकमेव कवी होते. त्या काळात मराठी भाषेचे असे व्याकरण सिद्ध झालेले नव्हते. आणि म्हणून मोरोपंतांनी संस्कृतच्या व्याकरणाचे अनुसरण करून मराठीत काव्यरचना केली. काही प्रमाणात चिपळूणकर हीच गोष्ट मराठी गद्याच्या संदर्भात करू इच्छितात आणि प्रसंगी त्यासाठी इंग्रजीचाही आश्रय घेतात.

चिपळूणकरांनी जे केले ते आधुनिक काळातील आद्य मराठी वैयाकरण गंगाधरशास्त्री फडके यांनी सूचित केले होते. इंग्रजी राज्याच्या पहिल्या पर्वात जर्वीस या इंग्रजी अधिकाऱ्याने गंगाधरशास्त्री फडके, जगन्नाथशास्त्री क्रमवंत आणि बाळशास्त्री घगवे यांना मराठी भाषेचे व्याकरण करण्याविषयी आज्ञा केली. फडके सांगतात, की *"तेव्हा आम्हां सर्वांस विचार*

गंगाधरशास्त्री फडके यांनी पुणे प्रांतातील लोकांची भाषा प्रमाण मानून मराठीचे व्याकरण केले. पण हे लोक म्हणजे मावळ, मुळशी, खेड किंवा जुन्नर येथील असण्याची शक्यता मुळीच नव्हती. ते पुणे शहरातलेच असणार. म्हणजेच ते सहसा संस्कृतशी थोडाफार परिचय असणारे अभिजन असणार. अशी भाषा सर्वजातीय लोकांस उपयोगी ठरण्याची खात्री नाही, अशी कबुली गंगाधरपंतांनी आधीच दिलेली आहे.

पडला की महाराष्ट्र भाषेचे व्याकरण कसे करावे तेव्हा विचार करता असे मनात आले, की ही भाषा संस्कृताश्रित होय तेव्हा संस्कृतात जसा प्रकृतिप्रत्ययभाव विचार तसाच या भाषेतही आहे. मग संस्कृतव्याकरणाध्ययनबलेकरून महाराष्ट्रव्याकरणास प्रारंभ केला."

येथे एक गोष्ट लक्षात घ्यायची आहे, की चिपळूणकरांना स्वातंत्र्याचे हत्यार म्हणून जी मराठी घडवायची होती तिची प्रतिस्पर्धी इंग्रजी भाषा होती. आधुनिक इंग्रजी भाषेला जे सामर्थ्य जॉनसन आणि मेकॉले यांच्या गद्याने प्राप्त करून दिले ते चिपळूणकर मराठीला देण्यास सिद्ध झाले होते. त्यासाठी मराठीतील प्रचलित लकबा पुरेशा नव्हत्या. मराठीत एक तर गद्य लेखन खूप कमी होते आणि काव्य पुष्कळ असले तरी काव्याची भाषा ही गद्याच्या भाषेची विकृती असल्यामुळे काव्यभाषेवरून व्याकरण करू जाणे धोक्याचे ठरू शकते. मुळात गद्य भाषेचे व्याकरणच कोणी केलेले नसल्यामुळे काव्याच्या प्रांतात मोरोपंतांनी केलेल्या कामगिरीचे कौतुक क्रमप्राप्त आहे. चिपळूणकरांनी ते केले; परंतु आधुनिक काळात मोरोपंतांनी आणि केवळ काव्यापुरते केलेले प्रयोग पर्याप्त नाहीत म्हणून इंग्रजीचाही आश्रय घ्यावयास हवा. चिपळूणकरांच्या लेखनात जगन्नाथ आणि जॉन्सन तसेच मोरोपंत आणि मेकॉले यांची नावे वारंवार येतात ती त्यांच्या नुसत्या विचारांमुळे नव्हे तर भाषेसाठी. फडकेशास्त्र्यांनी पुणे प्रांतातील लोकांची भाषा प्रमाण मानून मराठीचे व्याकरण केले. पण हे लोक म्हणजे मावळ, मुळशी, खेड वा जुन्नर येथील असण्याची शक्यता मुळीच नव्हती ते पुणे शहरातलेच असणार.म्हणजेच ते सहसा संस्कृतशी थोडाफार परिचय असणारे

गोपाळ गणेश आगरकर

चिपळूणकरांनी आणि आगरकरांनी मराठी भाषेचा गळाच चेपला आणि टिळकांनी तिच्या तोंडात पाण्याचे शेवटचे दोन घोट सोडले, असे विठ्ठल रामजी शिंद्यांना म्हणावे लागले याचे कारण असे, की चिपळूणकरांच्या प्रेरणेमुळे समाजातील अभिजन वर्गाने इंग्रजांच्या विरुद्ध हातपाय हलवण्यास सुरुवात केली खरी आणि त्यामुळे इंग्रजांचे सरकार हादरलेसुद्धा, परंतु हा वर्ग संख्येने लक्षणीयरीत्या कमी होता.

विठ्ठल रामजी शिंदे समाजशास्त्रज्ञ होते, भाषावैज्ञानिक होते, धर्मतत्त्ववेत्ते होते. भाषेच्या स्वरूपाची आणि कार्याची त्यांना फार चांगली समज होती. चिपळूणकरांनी केलेल्या भाषिक कार्याचा नुकताच उल्लेख झालेला आहे; पण शिंदे चिपळूणकरांच्या भाषेच्या उपयोगावर टीका करतात. त्यांना टिळकांची भाषा आवडते कारण ती सरळ, साधी आणि अनलंकृत आहे.

कोकणस्थ ब्राह्मण असे अभिजन असणार. आणि नेमका हाच वर्ग समोर ठेवून चिपळूणकर लिहितात. अशी भाषा सर्वजातीय लोकांस उपयोगी ठरण्याची खात्री नाही अशी कबुली गंगाधरपंतांनी आधीच दिलेली आहे. शिंदे हीच गोष्ट दुसऱ्या प्रकारे सांगतात. चिपळूणकरांची भाषा बाळबोध नाही असा त्यांचा आक्षेप आहे; परंतु मुळात चिपळूणकर या - म्हणजे संस्कृतची पार्श्वभूमी नसलेल्या लोकांसाठी लिहीत नव्हतेच; हा वर्ग मिशनऱ्यांच्या वा सत्यशोधकांच्या नादी लागल्यामुळे त्यांच्या दृष्टीने निरुपयोगी होता. शास्त्रीबुवांचे उद्दिष्ट मर्यादित होते आणि आवाहनही मर्यादित लोकांपुरतेच होते. त्याला त्यांचाही नाइलाज होता. हा आपल्या सामाजिक इतिहासाचा परिपाक होता. चिपळूणकर अशा शूद्रातिशूद्र लोकांसाठी लिहीत नव्हतेच, पण प्रसंगी त्यांचा लागट उपहास करण्यात त्यांना काही गैर वाटत नसावे, नव्हतेच. आपल्या देशाचे सामाजिक भाषाशास्त्र हे असे विचित्र आहे.

लोकमान्य टिळक हे चिपळूणकर संप्रदायात गणले जातात, हे शिंद्यांना पुरतेपणी ठाऊक होते. इतकेच नव्हे, या संप्रदायाच्या लोकांच्या आग्रहाला बळी पडून टिळकांना जेव्हा प्रतिगामी भूमिका घेऊन त्यांना राजी राखावे लागले तेव्हा शिंद्यांनी त्यांना स्पष्ट विरोध करण्यास मागेपुढे पाहिले नव्हते. चौदा वर्षांखालील मुलींच्या मोफत शिक्षणाचा प्रश्न हे त्याचे एक उदाहरण. या उलट आगरकर हे टिळकांपासून बाजूला गेलेले आणि समाजसुधारणेच्या सर्व प्रश्नांवर पुरोगामी भूमिका घेऊन त्यासाठी टिळकांवर प्रखर वार करणारे; पण तरीही चिपळूणकर आणि आगरकर यांना एका शिंदे गटात टाकतात व टिळक आणि फुले यांना एका गटात टाकतात ते केवळ भाषिक कारणास्तव.

'चिपळूणकरांनी आणि आगरकरांनी मराठी भाषेचा गळाच चेपला आणि टिळकांनी तिच्या तोंडात पाण्याचे शेवटचे दोन घोट सोडले,' असे शिंद्यांना म्हणावे लागले याचे कारण असे, की चिपळूणकरांच्या प्रेरणेमुळे समाजातील अभिजन वर्गाने इंग्रजांच्या विरुद्ध हातपाय हलवण्यास सुरुवात केली खरी आणि त्यामुळे इंग्रजांचे सरकार हादरलेसुद्धा; परंतु हा वर्ग संख्येने लक्षणीयरीत्या कमी असल्यामुळे त्याने चालवलेली चळवळ दमनयंत्रणेचा वापर करून दडपून टाकणे सरकारला अशक्य नव्हते. यासाठी समाजाच्या बहुजन वर्गालाही त्यात सामील करून घेणे गरजेचे होते. स्वातंत्र्याच्या प्रश्नावर हे दोन्ही वर्ग एकत्र

विठ्ठल रामजी शिंदे यांनी त्यांच्या परीने प्रयत्न केले. त्यांनी राष्ट्रीय मराठा संघाची स्थापना केली. बहुजन पक्ष काढला; पण त्यासाठी लायक असलेले अनुयायी त्यांना मिळू शकले नाहीत. ही जशी त्यांची शोकांतिका आहे, तशी किंवा त्यापेक्षा अधिक ती महाराष्ट्राची शोकांतिका आहे.

आले, तर आपल्याला गाशा गुंडाळून हिंदुस्तान सोडून विलायत गाठावी लागेल याची कल्पना इंग्रजांना होती व त्यामुळे ते या दोन वर्गातील फूट कायम राहावी अशा प्रयत्नांत असत व त्यात त्यांनी बऱ्यापैकी यशही मिळवले होते. टिळकांनी ही गोष्ट ओळखली व या समाजालाही बरोबर घ्यायला पाहिजे हे त्यांच्या लक्षात आले. म्हणून त्यांनी या समाजाला उद्देशून लिहिणे-बोलणे सुरू केले. परंतु त्यासाठी त्यांना या समाजाच्या सोप्या सरळ बाळबोध भाषेत बोलणे आवश्यक होते. तसे ते लिहू-बोलू लागले. त्यांची भाषा ही तेल्यातांबोळ्यांना समजेल अशी होती. चिपळूणकरांचा भाषिक दृष्टिकोन वर्जनवादी होता तर टिळकांचा व्यापक आणि समावेशक. मुद्दा असा आहे, की चिपळूणकरांची भाषा सर्वसामान्य बहुजनांसाठी कळायला अवघड होती व म्हणून ते आपोआपच वगळले गेले; परंतु टिळकांची सोपी भाषा कळायला अभिजनांना अडचण यायचे काहीच कारण नव्हते.

आता पारंपरिक प्रथांना व रूढींना विरोध, पुरोगामित्व आणि सुधारणावाद या सर्व गोष्टी आगरकरांच्या खात्यात जमा असूनसुद्धा त्यांना चिपळूणकरांच्या गटात बसवणारी एक गोष्ट होती. चिपळूणकरी राष्ट्रवादाचे आवाहन ज्याप्रमाणे उच्चवर्णीयांना होते त्याप्रमाणे आगरकरी सुधारणावादाचे आवाहनही उच्चवर्णीयांनाच होते. त्यांना अभिप्रेत असलेल्या सामाजिक सुधारणा या उच्चवर्णीयांच्या कौटुंबिक सुधारणा होत्या. अपवाद स्त्रीशिक्षणाचा. परंतु बहुजन समाजाची तेव्हा त्यासाठी तयारीच नसल्याने तो मुद्दा तात्त्विक स्वरूपाचा राहिला. साहजिक आपला सुधारणेचा पक्ष ज्यांना पटवून द्यायचा, त्यासाठी ज्यांच्याबरोबर वाद करायचा ती मंडळी चिपळूणकरी भाषा बोलणारी उच्चवर्णीय होती. त्यामुळे आगरकर तसे लिहू लागले व भाषिकदृष्ट्या शिंद्यांनी त्यांना चिपळूणकरांचे सहप्रवासी ठरवले. चिपळूणकर-आगरकरांची मराठी भाषा ही ब्राह्मण पुरुषांची भाषा होती. भले आगरकर स्त्रियांच्या सुधारणांसाठी झटत असोत, त्यांचे आवाहन या सुधारणांच्या आड येणाऱ्या पुरुषांना होते, वादही त्यांच्याशीच होता. ही भाषा ब्राह्मणांच्या अभ्यासिकेतील, दिवाणखान्यातील आणि बंदिस्त सभागृहातील होती. माजघरातील नव्हती, चौकचावडीतील नव्हती. टिळकांची होती म्हणून फुले-टिळक आणि चिपळूणकर-आगरकर या समासांत कोणताही गडबडघोटाळा नाही.

■

४३

कुंटे यांची बंडखोरी

विष्णुशास्त्री चिपळूणकरांच्या आवाहनाचा आणि संवादाचा लक्ष्य वर्ग ज्याप्रमाणे निश्चित झाला होता, त्याप्रमाणे जोतिराव फुले यांचाही वर्ग निश्चित होता. या दोघांनीही आपापल्या लक्ष्य वर्गांना पुढे ठेवूनच त्यानुसार भाषेचा उपयोग केला. जोतिरावांनी छत्रपती शिवाजीराजे भोसले यांचा पोवाडा रचून दक्षिणा प्राईज कमिटीकडे सादर केला होता. त्याच्या प्रस्तावनेतच त्यांनी आपण ही रचना कोणासाठी करतो आहोत हे स्पष्टपणे नमूद केले आहे. *"कुणबी, माळी, महार, मांग वगैरे पाताळी घातलेल्या क्षेत्र्यांच्या उपयोगी हा पवाडा पडावा असा माझा हेतू आहे."* आता साहजिकच फुल्यांना या लोकांना समजेल अशी भाषा वापरावी लागली. ही गोष्टही ते तिथल्या तिथे सांगून टाकतात. *"लांबच लांब मोठाले संस्कृत शब्द मुळीच घातले नाहीत व जेथे माझा उपाय चालला तेथे मात्र लहानसहान शब्द निर्वाहापुरते घेतले आहेत."* फुले केवळ शब्दांची किंवा भाषेचीच जाणीवपूर्वक निवड करून थांबले नाहीत; तर त्यांनी, *"माळी-कुणब्यांना समजण्याजोगी सोपी भाषा होण्याविषयी फार श्रम करून त्यांस आवडण्याजोग्या चालीने रचना केली."*

येथे माळ्या-कुणब्यांस आवडण्याजोगी चाल म्हणजे पोवाडा नावाचा छंद, फुल्यांना अभिप्रेत आहे. प्रस्तुत रचना शिवाजी महाराजांच्या पराक्रमासंबंधी असल्यामुळे त्यांनी त्या ऐतिहासिक प्रसंगांना साजेल असा पोवाडा रचला. एरवी कविता लिहिताना त्यांनी अभंगवृत्त वापरलेले आहे. (त्याला ते अखंड म्हणतात.) आता पोवाडा काय किंवा

स्वभाषेचा गांभीर्याने विचार करणारे आणि वेगळेपण जपणारे अग्रगण्य नाव म्हणजे महादेव मोरेश्वर कुंटे. ते अव्वल दर्जाचे संस्कृत पंडित आणि प्राच्यविद्याविशारद होते; तरीही त्यांची भूमिका मात्र बहुजनांच्या 'मराठी'चा पुरस्कार करणारी होती.

अभंग काय बहुजन समाजात परिचित असलेल्या व आवडणाऱ्या रचना किंवा चाली होत. चिपळूणकरांचा भर ज्या मोरोपंतांवर आहे ते पवाडा लिहिणे शक्यच नव्हते. 'आर्या मयूरपंतांची' असे कवी रामचंद्र बडवे यांनी म्हटले आहे. त्यानुसार पंतांची बहुतांश रचना आर्या वृत्तात आहे. या आर्या रचताना त्यांनी संस्कृतप्रचुर शब्दांचा खूप वापर केला आहे. त्यात परत त्यांना यमकांचा अनावर हव्यास. अशी अंत्य यमके करताना ते बऱ्याच वेळा दोन चरणांत दोन स्वतंत्र शब्द वापरण्यापेक्षा पहिल्या चरणातील अंत्य शब्दाचे दुसऱ्या चरणाच्या शेवटी दोन भाग करत किंवा ते उपांत्य शब्दाला जोडत. यामुळे शेवटची अक्षरे तीच राहून यमक साधते; परंतु हे करताना त्यांना शब्दांची अर्थवाहकता सांभाळण्यासाठी खूप खटाटोप करावा लागे. मोरोपंतांच्या आर्या अक्षरशः सोडवाव्या लागत. संस्कृत भाषेवर बऱ्यापैकी पकड असल्याशिवाय पंतांची कविता समजणे दुरापास्तच; पण अशी एक भाषा समजण्यासाठी दुसऱ्या एखाद्या भाषेचे ज्ञान ही आवश्यक अट असेल; तर भाषेचा मूळ उद्देशच हरवल्यासारखा होतो. चिपळूणकरांना पंत आवडायचे याचे कारण ते व्याकरणशुद्ध मराठी लिहीत. किंबहुना तसे लिहिणारे ते एकमेव प्राचीन मराठी कवी होत. आता मोरोपंतांचे मराठी भाषेचे व्याकरण हे संस्कृतानुगामी होते, हे वेगळे सांगायची गरज नाही.

चिपळूणकरांव्यतिरिक्त मोरोपंत हवेहवेसे वाटणारे लोक म्हणजे हरदासी कीर्तनकार. येथे वारकरी कीर्तन व हरदासी कीर्तन यांच्यातील फरक स्पष्ट करायला हवा. वारकरी कीर्तनाचा श्रोतृवर्ग हा अठरापगड जातींतून आलेला तर हरदासी कीर्तन ऐकणारे लोक अभिजन वर्गातले. हरदासी कीर्तनकार पंतांची एखादी कठीण आर्या म्हणून ती सोडवून दाखवतो तशी श्रोत्यांना त्याच्या पांडित्याला दाद द्यावीशी वाटते; पण हरदासी बुवांनी केलेली फोड समजण्याइतपत तरी समांतर पांडित्य हवेच. अशा प्रकारचा जो शिक्षित वर्ग हरदासी कीर्तनाचा श्रोता असतो, त्याच प्रकारचा वाचक चिपळूणकरांच्या निबंधमालेचा. लोकमान्य टिळकांनी हरदासी कीर्तनकारांना राष्ट्रिय कीर्तने करण्याचा सल्ला दिला त्यानुसार असे कीर्तनकार पुढेही आले. त्यात कीर्तनाचा आशय बदलला, साचा किंवा घाट मात्र तसाच राहिला.

चिपळूणकरांना लोकहितवादी हे प्रकरण गंभीरपणे घेऊन त्याच्याशी वर्षभर झटापट करावी लागल्याचा उल्लेख यापूर्वी झालेला आहेच. लोकहितवादींप्रमाणेच फुल्यांनीही ब्राह्मणांवर टीका केलेली असली, तरी चिपळूणकर त्याची दखल न घेता 'त्यांनी अगोदर मराठीचे व्याकरण नीट शिकून मगच लिहिण्याच्या भानगडीत पडावे' असा उपहासगर्भ सल्ला देतात. लोकहितवादी हे चिपळूणकरांसमोरील 'प्रधानमल्ल' म्हणजे मुख्य प्रतिस्पर्धी असल्यामुळे एकदा त्यांना चीत केले, की बाकीच्यांवर आपोआपच मात केल्यासारखे होते, अशी त्यांची भूमिका होती.

महादेव मोरेश्वर कुंटे यांना बाह्य वसाहतवादाप्रमाणे अंतर्गत वसाहतवादाची आणि वर्चस्ववादाची जाणीव होती व ते त्याच्या विरोधात होते. भाषा हे अशा वर्चस्वाचे साधन असते हेही त्यांना समजले होते. त्यामुळे त्यांनी मराठी भाषेला इंग्रजी वळणाने नेणाऱ्यांवर जशी टीका केली तशीच तिला संस्कृत वळणावर नेणाऱ्या पंडितांवरही केली. त्यांना या दोन्ही प्रकारच्या विद्वानांचा तिरस्कार असून ते जोतिबा फुले यांच्या प्रमाणेच अस्सल 'मराठमोळ्या' मराठीचे पुरस्कर्ते होते.

स्वभाषेच्या प्रांतात तेव्हा विहार करणारे चिपळूणकर हे एकमेव होते असे समजण्याचे कारण नाही. स्वभाषेचा गंभीरपणाने विचार करणारे इतरही होते आणि त्यांनी चिपळूणकरांपेक्षा वेगळी मतेही मांडली होती. त्यांच्यामध्ये अग्रगण्यत्वाने उल्लेख करावा लागतो तो महादेव मोरेश्वर ऊर्फ माधवराव कुंटे यांचा. कुंटे विश्रामबाग ऊर्फ सरकारी हायस्कूलचे मुख्याध्यापक असताना शास्त्रीबोवांना शिक्षक म्हणून त्यांच्या हाताखाली नांदण्याचा प्रसंग आला होता, तेव्हा त्या दोघांचे संबंध फारसे बरे नव्हते. शिवाय विष्णुशास्त्र्यांचे पितृचरण कृष्णशास्त्री यांच्या चारित्र्याविषयी ते कुत्सित बोलत असत. परंतु अशा वैयक्तिक कारणामुळे विष्णुशास्त्री चिपळूणकर कुंट्यांवर टीका करतील असा पूर्वग्रह न ठेवता केवळ मतांचा संघर्ष म्हणून या गोष्टीकडे पाहण्यास हरकत नाही.

कुंटे स्वतः कवी असून मराठी भाषा आणि मराठी माणूस यांच्याविषयी त्यांची स्वतःची अशी वेगळी मते होती आणि हे देखील सांगायला हवे, की ते अव्वल दर्जाचे संस्कृत पंडित आणि प्राच्यविद्याविशारद होते. त्यांनी षड्दर्शनावर लिहिलेला ग्रंथ त्यांच्या स्वतंत्र प्रज्ञेची साक्ष पटवतो.

अहिताग्नी शंकरराव राजवाडे यांनी तर कुंटे आणि चिपळूणकर यांची तुलना वेगळ्या पद्धतीने केली आहे. ती या संदर्भात प्रस्तुत ठरते. आपण पूर्ववयात चिपळूणकरांचे लेखन वाचून खूप प्रभावित झाले असल्याची कबुली देऊन अहिताग्नी म्हणतात, की नंतर जेव्हा कुंट्यांचे साहित्य वाचायला मिळाले तेव्हा त्यांच्यापुढे चिपळूणकरांचे लेखन उथळ आणि क्षुद्र वाटू लागले.

कुंट्यांचा *Vicissitude of Aryan Civilizations* हा ग्रंथ तर वैदिक संस्कृतीच्या इतिहासातील एक प्रमाणभूत ग्रंथ मानला जातो.

विष्णुशास्त्र्यांच्या लेखनावर टीका करताना महाराष्ट्रातील अनेक जबाबदार विद्वानांनी त्यांचे ज्ञान कसे उथळ आणि वरवरचे होते हे वारंवार सांगितलेले आहे. इतिहाससंशोधक त्र्यं. शं. शेजवलकर, तर्कतीर्थ लक्ष्मणशास्त्री जोशी यांच्यापैकीच. या विद्वानांचा रोख शास्त्रीबोवांच्या स्वतःच्या विद्वत्तेवर जितका असतो तितका किंबहुना त्यापेक्षा थोडा

कविवर्य मोरोपंत
व्याकरणशुद्ध मराठी कविता

मोरोपंतांच्या कवितेत प्रचारात मुळीच नसणारे व बहुधा फक्त कोशातच सापडतील असे शब्द असत. त्यामुळे त्यांच्या कवितेत एक प्रकारची कृत्रिमता येऊन तिचा अर्थनिर्णय करण्याचे काम फारच कठीण होऊन जाई. मोरोपंतांच्या आर्या अक्षरशः सोडवाव्या लागत. संस्कृत भाषेवर बऱ्यापैकी पकड असल्याशिवाय पंतांची कविता समजणे दुरापास्तच. पण अशी एक भाषा समजण्यासाठी दुसऱ्या एखाद्या भाषेचे ज्ञान ही आवश्यक अट असेल; तर भाषेचा मूळ हेतूच हरवल्यासारखा होतो.

अधिकच तो त्यांच्यामुळे निर्माण झालेल्या संप्रदायावर असतो. या संप्रदायामुळे खऱ्या ज्ञानोपासकांचीही उपेक्षा करून अर्ध्या हळकुंडाने पिवळ्या झालेल्या परंतु लेखनाचा किंवा वक्तृत्वाचा फड गाजवणाऱ्या शैलीबाज वावदूकांना अधिक महत्त्व प्राप्त झाले. प्रतिपक्षाच्या मूळ मुद्द्याला बगल देऊन त्याची भाषा, त्याचे व्याकरण अशा आनुषंगिक बाबींवर भर देत त्याची टिंगलटवाळी करायची असा प्रघात पडला असा या टीकेचा सरासरी सारांश काढता येईल.

चिपळूणकर आणि त्यांच्या संप्रदायावरील ही टीका बिनबुडाची आहे, असे म्हणता येत नाही; पण स्वाभिमान जागृत होऊन त्याप्रमाणे कृती करायला सज्ज होणारा एक वर्ग समाजात तयार झाला त्याच्यासाठी चुकवलेली ही किंमत समजावी किंवा त्याच नाण्याची ही दुसरी बाजू समजावी. लोकव्यवहारातील कोणतीही कृती पूर्णपणे निर्दोष नसते. तिच्यातून जे परिणाम निष्पन्न होतात त्यांच्यापैकी काही चांगले असतात; तर काही नसतात. अशा वेळी या दोन प्रकारच्या परिणामांमध्ये आधिक्य कोणाचे आहे हे बघूनच निर्णय घ्यावा लागतो. रोगी बरा होण्यासाठी देण्यात येणाऱ्या औषधाचे काही आनुषंगिक परिणाम किंवा साइड इफेक्ट्स असतात. हे परिणाम रोगापेक्षा अधिक घातक असले तर त्या औषधाला कोणी शिवणारही नाही. परंतु रोग बरा होण्याची शक्यता असेल तर त्या कमी तीव्रतेच्या आनुषंगिकांकडे दुर्लक्ष करून लोक ते औषध घेतात, तसा हा प्रकार आहे.

चिपळूणकर थोर संस्कृत पंडित, मोठे इतिहाससंशोधक वा जबरदस्त प्राच्यपंडित होते असा दावा त्यांच्या कोणत्याही अनुयायाने केलेला नाही. त्यांनी स्वतःही कधी केला नव्हता. पण त्यांना जे करायचे होते व जे साधायचे होते त्यासाठी सखोल ज्ञानाची वा गाढ विद्वत्तेची गरजही नव्हती. कदाचित तेवढे ज्ञान वा विद्वत्ता त्यांच्याकडे असती तर ते अधिक

जबाबदारीने व संयमाने लिहिते झाले असते आणि मग त्यांना जे करायचे वा साधायचे होते ते केले-साधले गेले नसते. काही वेळा कृतीच्या दूरगामी परिणामांचा विचार करण्यात वेळ दवडण्यापेक्षा ताबडतोबीच्या परिणामांकडे पाहून तत्काळ कृती करण्याची तातडी असते. दूरगामी परिणाम जेव्हा केव्हा दिसू लागतील तेव्हा ते दुरुस्त करू, अशी भूमिका घ्यावी लागते. म्हणजेच एका बाजूस व्यापक, मूलभूत आणि दूरगामी तर दुसऱ्या बाजूला तात्कालिक परंतु ताबडतोबीचे 'इश्यूज' असा हा मामला असतो. निकडीच्या बाबींवर ताबडतोब निर्णय घेऊन त्यानुसार कृती करणे गरजेचे असते आणि व्यापक मुद्द्यांवर चर्चा करणे ही चैन ठरू शकते. कधी कधी ती तातडीच्या समस्यांवरील उपाययोजना टाळण्यासाठी वापरली जाणारी सबबही ठरू शकते.

अर्थात या संदर्भात आणखी एका मुद्द्याचा उल्लेख करणे आवश्यक आहे. तो म्हणजे कोणत्याही विशिष्ट परिस्थितीत त्या विशिष्ट वेळी तातडीचे कोणते आणि सावकाशीचे कोणते याबाबत आणि त्यानुसार ठरणाऱ्या प्राधान्यक्रमाबाबत गंभीर स्वरूपाचे मतभेद संभवू शकतात. उदाहरणच घ्यायचे झाले तर टिळक आणि आगरकर यांच्यातील मतभेदांचे घेता येईल. राजकीय स्वातंत्र्य हे महत्त्वाचे आणि सामाजिक सुधारणा नंतर करता येतील, असा टिळकांचा पक्ष मानला जातो; पण आगरकर स्वातंत्र्यासाठी सुधारणा पुढे ढकलण्यास तयार नव्हते.

थोडक्यात चिपळूणकर आणि कुंटे यांच्या संदर्भात त्यांच्या विद्वत्तेच्या वा ज्ञानाच्या मुद्द्यास फारसे महत्त्व उरत नाही. वैयक्तिक रागालोभाचा मुद्दा गैरलागू असल्याचे गृहीत धरूनच आपण विचार करत आहोत. तेव्हा चर्चा कुंट्यांनी मांडलेल्या मराठीपणाची व्हायला हवी. चिपळूणकरांना जसा स्वभाषेचा अभिमान होता तसाच तो कुंट्यांनाही होता. मग वादाला वाव राहतो कुठे?

वाद होता तो मराठी भाषेच्या स्वरूपाबद्दल आणि मराठी बोलणाऱ्या लोकांच्या दर्जाबद्दल आणि प्रतिष्ठेबद्दल. कुंटे बहुजनांच्या मराठीचे पुरस्कर्ते आणि बहुजनांच्या स्थानास, कार्यास आणि प्रतिष्ठेस योग्य तो न्याय देणारे होते. तो देताना त्यांनी अभिजनांची अजिबात पर्वा केली नाही. याउलट चिपळूणकर भाषा, बुद्धी, कार्य इत्यादी सर्वच क्षेत्रात अभिजनश्रेष्ठत्वाचा पुरस्कार करणारे होते. स्वतः अभिजन असूनही कुंट्यांना अभिजनांची मुळीच मातब्बरी वाटत नव्हती. चिपळूणकरांना कदाचित परिवर्तनाचे अग्रदूत असल्यामुळे म्हणा किंवा अन्य कोणत्या कारणाने म्हणा, अभिजनांचे महत्त्व अबाधित राहावेसे वाटत होते. महाराष्ट्रातील सर्वसामान्य अशिक्षित वर्ग हा कर्तबगार

महादेव मोरेश्वर कुंटे

महाराष्ट्रातील बहुजन समाजाकडे उपजत शहाणपण आहे, त्याला बऱ्यावाइटाची चांगली पारख आहे म्हणूनच तो संस्कृत आणि पर्शियनच्या भाषिक आक्रमणांचा मुकाबला करू शकला. याच वर्गाला समोर ठेवून यांच्यासाठी काव्यनिर्मिती करायला हवी, असे महादेव कुंटे यांचे म्हणणे आहे.

आहे. त्यास शहाणे करण्यासाठी आणखी कोणाची गरज नाही, असे कुंट्यांचे मत होते. ते लिहिताना, *"Yet the uneducated in Maharashtra are not a herd that can be easily led. Because they have resisted the influence of the Mahomedan civilization and of Sanskrit civilization,"*

सर्वसामान्य लोकांनी इस्लामी संस्कृतीचा प्रतिकार केला येथपर्यंत ठीक आहे. परंतु त्यांनी संस्कृत संस्कृतीचाही प्रतिकार केला म्हणजे काय? कुंट्यांना बाह्य वसाहतवादाप्रमाणे अंतर्गत वसाहतवादाची आणि वर्चस्ववादाची जाणीव होती व ते त्याच्या विरोधात होते. भाषा हे अशा वर्चस्वाचे साधन असते हेही त्यांना समजले होते. त्यामुळे त्यांनी मराठी भाषेला इंग्रजी वळणाने नेणाऱ्या आधुनिकांवर जशी टीका केली, तशीच तिला संस्कृत वळणावर नेणाऱ्या पंडितांवरही केली. त्यांना या दोन्ही प्रकारच्या विद्वानांचा तिरस्कार असून ते अस्सल 'मराठमोळ्या' मराठीचे पुरस्कर्ते होते. गावरान भाषेतील शब्दांना ग्राम्य किंवा ओबडधोबड समजून काव्यात त्यांच्याऐवजी संस्कृतप्रचुर शब्दयोजना करणे त्यांना मुळीच मान्य नव्हते. त्यांनी स्वतः शिवाजी महाराजांवर जे महाकाव्य लिहिले (व अर्थातच मन, ऋषी इ. रचना केल्या.) ते अशाच प्रकारचे असून त्यामागील आपली भाषिक आणि सामाजिक भूमिकाही त्यांनी प्रस्तावनेत स्पष्टपणे मांडली आहे. मोरोपंतांसारख्या संस्कृतनिष्ठ पंडित कवींची संभावना कुंट्यांनी 'degenerate Marathi poets' अशी केली. अशा वेळी भाषिकदृष्ट्या ते एकदम फुल्यांच्या जवळ येतात. महाराष्ट्रातील बहुजन समाजाकडे उपजत शहाणपण आहे, त्याला बऱ्यावाइटाची चांगली पारख आहे म्हणूनच तो संस्कृत आणि पर्शियनच्या भाषिक आक्रमणांचा मुकाबला करू शकला. याच वर्गाला समोर ठेवून यांच्यासाठी काव्यनिर्मिती करायला हवी असे कुंट्यांचे म्हणणे आहे. त्यांनी केलेले काव्यही असेच असल्यामुळे इंदूरचे वाङ्मयेतिहासकार वि.सी. सरवटे त्यांना आधुनिक मराठी कवितेचे जनक मानतात. माधव जूलियन यांच्यासारखा कवीही त्यांच्यापुढे नतमस्तक होतो -

"करवीर वीर कुण्टे, मुजरा तुज आडदांड शूरा,
जा, बण्ड प्रचण्ड काव्य करून शिवाजीपरी न तू राजा"

कुंट्यांची ही भाषिक व सामाजिक बंडखोरी चिपळूणकरांना मानवणे शक्यच नव्हते. त्यांनी कुंट्यांविरुद्ध स्वभाषेचे शस्त्र उपसले व सपासप वारही केले.

■

४४

किती 'महाराष्ट्रे' ?

आपण सर्वच बोलताना, लिहिताना 'भारत देश', 'महाराष्ट्र राज्य' असे शब्दप्रयोग करत असतो. आपल्या घटनेत प्रांताच्या वेगळ्या नागरिकत्वाची तरतूद नसली, तरी देशाचे नागरिक म्हणून आपण सर्व समान असल्याचे घटनेतच मान्य करण्यात आले आहे. त्यानुसार धर्म, जात, वंश इत्यादींच्या आधारे भेदभाव केला जाणार नाही अशी हमीही घटनेतच दिली आहे.

तथापि असे असूनही शरद जोशींसारखे नेते 'भारत' व 'इंडिया' यांच्यात फरक करून भारत हा शेतकऱ्यांचा व 'इंडिया' भांडवलदार, राज्यकर्ते वर्गाचा, असे मानतात. याचाच अर्थ 'भारता'त दोन भारत आहेत. महाराष्ट्रापुरते बोलायचे झाले, तर जोतिराव फुल्यांनी एका बाजूला ब्राह्मण व दुसऱ्या बाजूला शूद्रातिशूद्र असा भेद करून महाराष्ट्रात दोन महाराष्ट्रे असल्याचे सूचित केले होते. या शूद्रातिशूद्रांनाच नंतर ब्राह्मणेतर व त्याहीनंतर बहुजन असे म्हणण्यात येऊ लागले. थोड्याच दिवसांनी ब्राह्मणेतरांमधील अस्पृश्य मानल्या जाणाऱ्यांचे हितसंबंध ब्राह्मणेतरांमधील स्पृश्यांच्या म्हणजेच सवर्णांच्या हितसंबंधांशी एकरूप नाहीत असे लक्षात आल्यानंतर डॉ. आंबेडकरांनी शाहू छत्रपतींच्या पश्चात बहिष्कृतांचा सवता सुभा उभा केला. म्हणजे महाराष्ट्रात तीन महाराष्ट्रे झाली. दरम्यान उर्वरित ब्राह्मणेतरांत म्हणजेच सवर्णांत मराठे आणि मराठेतर अशी विभागणी होऊन त्यांचे दोन गट झाले.

संयुक्त महाराष्ट्राची निर्मिती एकमुखाने 'भाषा' या एकाच तत्त्वावर झाली होती; पण त्या एका घटनेनंतर तशी एकी महाराष्ट्राच्या राजकीय, सामाजिक, आर्थिक वा सांस्कृतिक जीवनातही पुन्हा प्रत्ययास आली नाही. धर्म, जात, वंश, स्पृश्यास्पृश्य, श्रीमंत-गरीब अशा भेदांचेच वर्चस्व राहिले.

म्हणजेच आता चार महाराष्ट्रे दृग्गोचर होऊ लागली. या सवर्ण मराठेतरांमधीलच कायस्थ प्रभूंसारख्या काही पुढारलेल्या जाती सोडल्या, तर आज उर्वरितांचा समावेश अन्य मागासवर्गीय जातींमध्ये होत असतो.

विठ्ठल रामजी शिंदे यांनी, या इतरेतर द्वंद्वाला आंधळ्या कोशिंबिरीचा खेळ असे वर्णून 'हा खेळ महाराष्ट्राला महाग पडेल' असा इशाराही दिला होता; परंतु तो गंभीरपणे न घेता महाराष्ट्राच्या मैदानावर अद्यापही खेळला जात आहे. जो डोईजड होतो त्याच्याविरुद्ध उरलेल्या सर्वांनी एकत्र येऊन त्याची कोंडी करायची, असे या खेळाचे स्वरूप आहे. असा डोईजडपणा केवळ संख्याबहुलतेने होतो असे नाही. नाहीतर ब्राह्मणांवर राज्य जाऊन इतरांनी त्यांची कोंडी करण्याचा प्रसंगच आला नसता. विठ्ठल रामजी शिंदे सर्वांनाच सांभाळून वागायचा उपदेश करतात. नाहीतर उद्या या खेळात मराठ्यांवरही राज्य येईल, परवा लिंगायतांवरही येऊ शकेल.

महाराष्ट्रातील महाराष्ट्रांचा हा झाला जातीय नमुना; पण अशा वेगवेगळ्या नमुन्यांबरहुकूम महाराष्ट्रात अनेक महाराष्ट्रे निर्माण होऊ शकतात. वर्गाधिष्ठित समाजरचनेचा सिद्धान्त लावून धरणाऱ्यांच्या मते 'आहे रे' आणि 'नाही रे'चे दोन आर्थिक वर्ग हीच दोन महाराष्ट्रे. एखाद्याने अगदी 'महाराष्ट्र शेतकऱ्यांचा' असा पुकारा केला तरी बागायतदारांचा महाराष्ट्र आणि कोरडवाहू किंवा जिरायती शेतकऱ्यांचा महाराष्ट्र अशी दोन महाराष्ट्रे असण्याची शक्यता फेटाळता येत नाही.

आपण ज्या महाराष्ट्रात राहत आहोत ते महाराष्ट्र राज्य भाषा या तत्त्वानुसार निर्माण झाले आहे हे वेगळे सांगायची गरज नाही. संयुक्त महाराष्ट्र समितीने केलेल्या विराट आंदोलनात बाकी सर्व भेद वितळून गेले व मराठी भाषा बोलणारे ते एक अशा भावनेतून सत्ताधारी काँग्रेसच्या विरोधात सर्व 'काँग्रेसेतर' पक्ष एकत्र आले. या राजकीय आंधळ्या कोशिंबिरीच्या खेळात लोकांनी पक्ष विसरून समितीच्या दलित उमेदवारांना साधारण जागांवरून निवडून दिले. काँग्रेस पक्षाच्या सुदैवाने डोळ्यांवर पट्टी बांधून 'राज्य' देण्यासाठी यशवंतराव चव्हाणांसारखा मुत्सद्द्यांचा मेरूमणी लाभल्यामुळे दमछाक होऊ न देता डाव पूर्ण करणे त्याला जमले.

नुसता भाषिक पाया हा भुसभुशीत असतो व म्हणून राज्याची इमारत भक्कम व्हायची असेल तर त्याला 'पाइल फाउंडेशन'ची जोड द्यावी लागते.

इतकेच नव्हे तर या खेळातून निर्माण झालेल्या राज्याचा भोगवटा करण्याचीही संधी त्यांनी साधली. नुसता भाषिक पाया हा भुसभुशीत असतो व म्हणून राज्याची इमारत भक्कम व्हायची असेल तर त्याला 'पाइल फाउंडेशन'ची जोड द्यावी लागते याची पूर्ण जाणीव खुद्द यशवंतरावांना होती. तसे केले नाही तर या इमारतीला केव्हाही तडे जाऊ शकतात.

कोणत्याही प्रांताची वा राज्याची विभागणी नैसर्गिक तत्त्वावर करायची असेल तर भूगोल महत्त्वाची व निर्णायक भूमिका बजावतो हे उघड आहे. निदान पूर्वीच्या काळी तरी दळणवळणाच्या व वाहतुकीच्या सोयी समाधानकारक नसल्यामुळे पर्वत, नद्या, जंगले यांच्यामुळे एक भूभाग दुसऱ्या भूभागापासून तुटला जायचा व या तुटकपणाचा परिणाम दोन्ही बाजूंच्या लोकांच्या संस्कृतींवर झाल्याशिवाय राहायचा नाही. सह्याद्री पर्वतामुळे झालेले देश व कोकण हे महाराष्ट्राचे दोन विभाग असेच तुटले गेले; पण या अलगपणावर आपण सांस्कृतिक साधनांच्या विशेषतः भाषेच्या जोरावर मात करू शकलो.

महाराष्ट्राच्या अशा प्रकारच्या विभागणीची जाणीव लोकांना पूर्वीही होती. दुसऱ्या पुलकेशीच्या काळातील जैन कवी रविकीर्ती याचा शके ६३४ मधील संस्कृत शिलालेख विजापूरजवळील ऐहोळे येथे उपलब्ध झाला आहे. त्यात दुसरा पुलकेशी ९९ हजार गावे असलेल्या तीन महाराष्ट्रकांचा अधिपती झाल्याचा उल्लेख आहे. ही तीन महाराष्ट्रके म्हणजे विदर्भ, कर्णाटक आणि (आजच्या भाषेतील) पश्चिम महाराष्ट्र, असा विद्वानांचा साधारण समज आहे. म्हणजे तेव्हा कर्णाटकाचा समावेश महाराष्ट्रात होत होता असे म्हणता येते. राजारामशास्त्री त्याचा उल्लेख 'कानड महाराष्ट्र' असा करत.

मधल्या काळात ज्या राजकीय उलथापालथी झाल्या त्यात अस्सल महाराष्ट्राचा अविभाज्य भाग असलेला मराठवाडा (हेही आजच्या भाषेत, कारण निजामापूर्वी त्या प्रदेशास हे नाव नव्हते.) आंध्रतेलंगणाच्या सोबतीने निजामाच्या इस्लामी राजवटीत गेला. इकडे भोसल्यांसारख्या अस्सल महाराष्ट्रीय वंशाने विदर्भावर राज्य करूनही शेवटी इंग्रजांमुळे त्याची मध्यप्रदेश-बेरार अशी प्रशासकीय फरफट झाली. तरीही आपण महाराष्ट्राचा उल्लेख करताना या प्रांतांना जमेस धरूनच करतो.

अशा परिस्थितीत मराठी मायबोलीच्या पोटचे भाषाबांधव या नात्याने सर्वांनी एकत्र

आज विदर्भातील मंडळींच्या मनात जे संशय असतील, रागलोभ असतील किंवा जे पूर्वग्रह असतील, ते सर्व रेशमाच्या हाताने आईच्या आणि थोरल्या भावाच्या ममतेने दूर करण्याचा आपण प्रयत्न केला पाहिजे. महाराष्ट्राच्या भवितव्याच्या दृष्टीने महाराष्ट्राच्या जीवनातील ही पहिली महत्त्वाची राजकीय समस्या आहे.

– यशवंतराव चव्हाण

भाषा हा आपल्या अस्मितेचा मूलाधार असला तरी भाषेव्यतिरिक्त इतरही घटकांची पायमल्ली होणार नाही व जीवनाच्या सर्वच क्षेत्रांत किमान समता आणि किमान समान संधी मिळेल, अशी व्यवस्था दिल्याशिवाय कोणाचेही सामूहिक ऐक्य चिरकाल टिकू शकत नाही.

येणे हा चमत्कार नसला तरी अद्भुत घटना होती, हे नाकारता येणार नाही; पण ती घडताना व्हायची तेवढी धुसफूस झाली. रेंगाळायचे तितके संशयाचे वातावरणही रेंगाळले. राजकीय हितसंबंध सुरक्षित राहतील याची हमी म्हणून मुख्यमंत्रिपद फिरते ठेवण्याचा करारही करावा लागला. नागपूरला तर उपराजधानीचा दर्जा द्यावा लागला.

या नव्या संरचनेतील अंगभूत कमकुवतपणाची कल्पना यशवंतराव चव्हाणांना अर्थातच होती आणि म्हणून ती तितक्याच काळजीने आणि कौशल्याने हाताळायला हवी, हेही त्यांना समजत होते. त्यांची स्वतःची वर्तणूक या समजुतीला धरूनच होती. ५ जानेवारी १९६० रोजी केलेल्या भाषणात गजानन त्र्यंबक माडखोलकर यांनी उपस्थित केलेल्या शंकेचे समाधान करणे चव्हाणांना क्रमप्राप्त ठरले. महाराष्ट्र राज्याचा ध्यास घेणारे गजाननराव, हे या निर्मितीची शक्यता डोळ्यांसमोर दिसू लागली तसे लटपटले आणि निर्माण होणारे राज्य हे मराठा राज्य आहे, की मराठी राज्य आहे, असा शंकाकुल सवाल उपस्थित करते झाले. म्हणजे परत एकदा मराठा-मराठेतरांचा मुद्दा! यशवंतरावांनी ग्वाही दिली, की 'हे मराठा राज्य मुळीच होणार नाही. जोपर्यंत माझ्या हातात सत्तेची सूत्रे असतील तोपर्यंत मी हे राज्य एका जातीचे, मराठ्यांचे किंवा आणखी एखाद्या जातीचे होऊ देणार नाही.'

'मराठा' हा शब्द जातिवाचक नाही, असे सांगत यशवंतरावांनी, 'आचार्य अत्र्यांनी आपल्या वर्तमानपत्राला 'मराठा' हे नाव दिले ते काय तो शब्द जातिवाचक आहे म्हणून दिले?' असेही विचारले आहे.

अर्थात प्रश्नास प्रतिप्रश्न करून उत्तर मिळत नसते, हे ठाऊक असल्याने चव्हाणांनी असेही सांगितले, *'आज विदर्भातील मंडळींच्या मनात जे संशय असतील, रागलोभ असतील किंवा जे पूर्वग्रह असतील, ते सर्व रेशमाच्या हाताने आईच्या आणि थोरल्या भावाच्या ममतेने दूर करण्याचा आपण प्रयत्न केला पाहिजे. महाराष्ट्राच्या भवितव्याच्या दृष्टीने महाराष्ट्राच्या जीवनातील ही पहिली महत्त्वाची राजकीय समस्या आहे. याकडे जो दुर्लक्ष करील तो महाराष्ट्राचे नुकसान करील असे मत मला सांगायचे आहे.'* विदर्भातील आपल्या सहकाऱ्यांचा उल्लेख करून यशवंतराव म्हणतात,

"डॉ. खेडकरांसारख्या माझ्या सहकाऱ्यांना मला जाहीर धन्यवाद दिले

पाहिजेत. त्याचप्रमाणे विदर्भाची मागणी व अखेरपर्यंत मांडण्याचा ज्यांनी प्रयत्न केला; परंतु शेवटी झालेला निर्णय शिरसावंद्य मानून महाराष्ट्राच्या जीवनाशी समरस होण्याचा ज्यांनी निर्धाराने निर्णय घेतला ते माझे नागपूरमधील साथी श्री. कन्नमवार आणि त्यांचे सहकारी यांनाही मला जाहीर धन्यवाद दिले पाहिजेत. आता तुमची व माझी महाराष्ट्राचे राजकारण चालविणाऱ्यांची जबाबदारी आहे, की त्यांना आपण आपुलकीने, प्रेमाने जवळ घेतले पाहिजे, मेहेरबानी म्हणून नव्हे तर त्यांचा हक्क आहे म्हणून! आम्ही त्यांना चांगले वागवणारे कुणीतरी दादा आहोत अशा भावनेने नव्हे तर ते आणि आम्ही भाऊ भाऊ आहोत, एका महान कार्याचे साक्षीदार आहोत या भावनेने."

महाराष्ट्राच्या सामाजिक जीवनाचे वर्णन 'भंगलेले मन' असे केले जाते. या दुर्दैवी वास्तवाचा उल्लेख करून यशवंतराव पुढे म्हणतात,

"महाराष्ट्राच्या मागणीचा पाठपुरावा करत असताना आमचा एक आवाज, एक मन होते. त्यासारखे चित्र मी महाराष्ट्राच्या जीवनामध्ये यापूर्वी कधीही पाहिले नव्हते. मी त्या वेळी शिव्या खात होतो तरी मला आनंद वाटत होता. मी म्हणालो, ठीक आहे. अशी एक शक्ती उभी राहत आहे ही चांगली गोष्ट आहे; पण आश्चर्य पाहा, हे एक दिसणारे मन, एक दिसणारे चित्र संयुक्त महाराष्ट्र येतो आहे म्हटल्याबरोबर ताबडतोब संशयाने आणि शंकेने भरले. म्हणजे भंगलेले मन आहे ते आम्हास सांधावयाचे आहे. ब्राह्मण ब्राह्मणापुरता विचार करतो, मराठा मराठ्यांपुरता विचार करतो, महार महारांकरता विचार करतो, माळी माळ्यांपुरता विचार करतो. हे मासले मी केवळ नमुन्यादाखल सांगितले. जातीयवादाच्या या विषारी विचारापासून आपण महाराष्ट्राला मुक्त केले पाहिजे. जातीयवादाचा हा विचारच समूळ नष्ट केला पाहिजे. तेव्हाच महाराष्ट्राचे सामाजिक मन एकजिनसी होईल."

यशवंतरावांच्या या भाषणानंतर आज पन्नास वर्षांनी म्हणजेच महाराष्ट्र राज्याच्या सुवर्ण महोत्सवी वर्षात आपण अंतर्मुख होऊन स्वतःला प्रश्न विचारला पाहिजे, की यशवंतरावांनी महाराष्ट्राच्या वतीने दिलेल्या या आश्वासनांचे आणि व्यक्त केलेल्या आकांक्षांचे आपण काय केले? विदर्भ आणि मराठवाड्याच्या अनुशेषाचा प्रश्न आपल्या मानगुटीवर समंधासारखा बसला आहे. स्वतंत्र विदर्भाची मागणी पूर्वी कधी नव्हती इतक्या जोराने करण्यात येत आहे. मोगलाईत सोशिकतेचे धडे गिरवलेली मराठवाड्यातील

मंडळी तशी शांत दिसत असली तरी उद्या ती तशी असतीलच याची खात्री देता येत नाही. चिनी आक्रमणानंतर यशवंतरावांना केंद्रात जावे लागल्यावर ठरल्या संकेतांना अनुसरून विदर्भाच्या कन्नमवारांना मुख्यमंत्री केले खरे; परंतु आपण त्यांना निर्वेधपणे राज्य करू दिले असे म्हणता येत नाही. त्यांची प्रतिमा हास्यास्पद करून मांडण्यात नेमके कुणाचे राजकारण होते?

जसे विदर्भाचे तसेच मराठवाड्याचे. मुख्यमंत्रिपदासाठी मराठवाड्याची पाळी येण्याअगोदर झालेल्या सामंजस्यानुसार अपेक्षित होते त्यापेक्षा अधिक काळ मराठवाड्यास प्रतीक्षा करावी लागली. सरळ मार्गाने हे काम होत नाही, असे लक्षात आल्यावर शंकरराव चव्हाणांच्या गटाला पक्षाच्या केंद्रीय नेतृत्वाचा आधार घेऊन मराठवाड्याला न्याय मिळवून द्यावा लागला; पण त्यामुळे महाराष्ट्रातील काँग्रेसची पक्षांतर्गत स्वायत्तता डळमळीत झाली. ती अजूनही तशीच आहे.

अशा प्रकारे भाषा हा आपल्या अस्मितेचा मूलाधार असला तरी भाषेव्यतिरिक्त इतरही घटकांची पायमल्ली होणार नाही व जीवनाच्या सर्वच क्षेत्रांत किमान समता आणि किमान समान संधी मिळेल, अशी व्यवस्था दिल्याशिवाय कोणाचेही सामूहिक ऐक्य चिरकाल टिकू शकत नाही.

म्हणून विठ्ठल रामजी शिंदे आणि यशवंतरावांचा उपदेश आजही गंभीरपणे घेण्याची गरज आहे. नाहीतर 'किती महाराष्ट्रे?' हा प्रश्न नेहमीच भेडसावणारा प्रश्न ठरू शकतो. नवीन महाराष्ट्र राज्य हे समाजवादी असेल अशी तेव्हाची धारणा होती. समाजवाद या विचारसरणीबद्दलचे सारेच संदर्भ विशेषतः सोव्हिएट रशियाच्या विघटनानंतर बदलले आहेत; पण मुद्दा परिभाषेतील समाजवादाचा नाही. समाजवाद ज्या समतेच्या तत्त्वांवर आधारित होता ते तत्त्व अद्याप जागतिकीकरणाच्या वावटळीतही अचल आहे. आणि म्हणूनच अजूनही आपण फुले-शाहू-आंबेडकरांचा महाराष्ट्र असेच म्हणत आलो आहोत.

■

४५

कोणी कोणाच्या वंशाला जावे ?

हैदराबाद येथे इ. स. १९४२मध्ये दुसरे निजामप्रांतीय मराठी साहित्य संमेलन भरले होते. त्याचे अध्यक्ष होते महामहोपाध्याय दत्तो वामन पोतदार. निजामाच्या राज्यातील मराठी भाषकांचे भाषिक वर्तन कसे असायला हवे याविषयीची व्यावहारिक मसलत दत्तोपंतांनी केली आणि आपला संदेश त्यांनी चक्क एका स्वरचित उर्दू कवितेतून दिला. तेथील मराठ्यांनी उर्दू साहित्य मराठीत आणले पाहिजे व मराठी साहित्य उर्दूत नेले पाहिजे असे सांगून त्यांनी विचारले, 'यो दूर दूर रहते? हम तुम सबकी मराठी है माई.'

आता मराठी ही आपल्या सर्वांची आई आहे असे म्हटल्यावर आपण सर्व तिची लेकरे भाऊ भाऊ आहोत हे ओघाने आलेच. १९३९मध्ये नगर येथे भरलेल्या साहित्य संमेलनाचे पोतदार अध्यक्ष होते. तेथे त्यांनी याच मुद्द्यावर भर दिला होता. ते म्हणतात,

> *"भाषाबंधू हाच आमचा खरा बंधू! मग त्याचा धर्म काहीही असो किंवा त्याचा वर्ण कोणताही असो किंवा त्याची पत केवढीही असो. आम्ही सारे एकजात मराठी. ज्याची आद्य भाषा मराठी तो आमचा व आम्ही त्याचे! आम्ही सारे एक. आमचे धर्म भिन्न असले तर आम्ही वाद-प्रतिवाद करू; पण तो मराठीत करू. येथे मराठीच्या राज्यात आम्ही कोणाचे मूळ पाहणार नाही किंवा मूळ तपासण्याच्या भानगडीत पडणार नाही. आम्ही भांडू पण मराठीत भांडू. आम्ही सुखसंवाद करू तोही मराठीत आणि दुःखविलाप करू तोही मराठीत! आम्ही विनोदक्रीडा करू तीही मराठीत आणि आम्ही प्रतिभाविलास करू तेही मराठीतच. आम्ही शोकगीते गाऊ तीही मराठीत आणि विजयघोष करू तोही मराठीतच!"*

पोतदार हे भाषण करत होते तेव्हा महाराष्ट्र पाच-सहा तुकड्यांत वाटला होता. वऱ्हाडी,

मध्यप्रांती, निजामी, तेलंगाणी असे चार तुकडे आणि पाचवा आपण घटकाभर स्वराज्यी म्हणू. प्रस्तुतच्या विभागणीत महाराष्ट्राचा काही स्वराज्यी कर्नाटकात गेला आहे. त्याखेरीज संस्थानी महाराष्ट्र आणि वसाहती महाराष्ट्र म्हणून आणखी दोन वर्ग कल्पिता येण्यासारखे आहेत. सर्व सलग महाराष्ट्राचा एक सुभा स्थापन झाल्याशिवाय मराठीचे घर सिद्ध झाले असे होणार नाही.

आपल्यातील त्रुटींची पोतदारांना जाणीव आहे. आधीच आम्ही सारे मराठे मिळून दोन अडीच कोटींची बेरीज आणि त्यात हे पाचसात तुकडे. पण मग हे तुकडे एकत्र येतील कसे आणि नांदतील कसे? पोतदार सांगतात - *"मराठी साहित्य आणि मराठी भाषा हाच एक बळकट प्रेमरज्जू या सर्वांस एकत्र बांधण्यास समर्थ आहे. ही आपली साहित्य संमेलने एवढीच काय ती या प्रेमरज्जूचा प्रभाव दर्शविणारी साधने आपणांस सांप्रत उपलब्ध आहेत आणि हेच या संमेलनाचे महत्त्व."*

'प्रेमप्रीतीने बांधले, ते न सुटे काही केले,' हे तुकाराम महाराजांचे वचन दत्तोपंत सार्थ करू पाहतात हे चांगलेच आहे. आणि खरोखर काही दशकांतच दत्तोपंतांनी निर्दिष्ट केलेल्या तुकड्यांपैकी काही तुकडे एकत्र करण्यात आपण भाषाबंधू या नात्याने यशस्वी झालो. या निर्मितीच्या ऐन मोयावर संशय उपस्थित करणाऱ्यांना आपण 'शुभ बोल रे नाऱ्या' म्हणून गप्पही केले.

मराठी भाषेची आणि विशेषतः मराठी साहित्य संमेलनाची ही महती पोतदारांनी गायली आहे तीही काही अनाठायी नव्हे. तेराव्या शतकाच्या अखेरीस ज्ञानेश्वरांच्या अध्यक्षतेखाली पंढरीच्या वाळवंटात भरणारा वारकऱ्यांचा मेळा हा एक प्रकारचे महासाहित्य संमेलनच असायचा. वर्ण- जात-व्यवसाय-लिंगभेद विसरून तेथे येणाऱ्यांना एकत्र बांधणारा धागा मुख्यत्वे भाषा आणि साहित्य हाच होता. त्यांचे दैवतही एकच असले तरी तेच दैवत आंध्रकर्णाटकवासीयांनाही मान्य होते. पण तरीही ते या धर्मधुमाळीपासून बाजूलाच राहिले. भाषा आणि साहित्य यांच्यात एवढा दम आहे तर त्यांच्याद्वारे आपण आपल्या भावभावना, इच्छाआकांक्षा, सुखदुःखे एकमेकांत वाटू शकतो. एकमेकांच्या अंतरंगात

ब्राह्मणांच्या एकूणच उपक्रमांविषयी जोतिराव फुले यांना संशय आलेला होता व ग्रंथकारांच्या नियोजित सभेचा अपवाद करायला ते तयार नव्हते. रानड्यांपासून दूर व्हायचा त्यांनी दिलेला सल्ला त्यांचे निकटचे स्नेही गंगारामभाऊ म्हस्के वकिलांनी मानला नव्हताच. आता हा संशय व्यक्त करण्यासाठी आयतीच चालून आलेली संधी फुले सोडणार नव्हते. त्यांनी रानड्यांना *"जागोजाग सभा स्थापिती, देऊन गोविती, थाप एकीची"* असे पत्र लिहून आपले मन मोकळे केले.

प्रवेश करू शकतो. खरे तर भाषा विकसित होते तीच मुळी समान हितसंबंध असलेल्या व ते सामुदायिक प्रयत्नांतून साधू इच्छिणाऱ्या लोकांच्या धडपडीतून आणि वाटचालीतून. साहित्यात हीच धडपड आणि हीच वाटचाल एखादा विशिष्ट रूपबंध धारण करून अवतरते. त्यामुळे समाज आणि राष्ट्र यांच्या निर्मितीची ती आवश्यक पूर्वअटच आहे. राष्ट्राची व्याख्या करताना कोणी भाषेचा उल्लेख करत नसेल तर त्याने तो गृहीत धरलेला असतो किंवा इतक्या ठसठशीत सत्याचा उल्लेख करणे त्यास अनावश्यक वाटल्याने तो टाळलेला असतो.

भाषा ही अशा प्रकारे आवश्यक अट असली तरी पुरेशी अट नाही हे विसरता कामा नये. अर्थात साहित्य संमेलनासारख्या भाषिक सोहळ्यात भाषेच्या या उण्या अंगाचा उल्लेख करण्याची जरूरी नसल्यामुळे दत्तोपंतांनी तो करण्याची अपेक्षा धरण्याचे कारण नाही. पण दुसऱ्या कुणी ती निदर्शनास आणली तर तिच्याकडे दुर्लक्ष करणे ही एक आत्मवंचनाच ठरेल. आपला समाज वरिष्ठ आणि कनिष्ठ असा विभागला गेला असून त्या दोघांची भाषा म्हणण्यापुरती मराठी असली तरी ते दोन प्रकारची मराठी बोलतात आणि प्रसंगी एकाची मराठी दुसऱ्याला न समजणारी असते असे माधवराव कुंटे यांनी नजरेस आणून दिले होते. इतकेच नव्हे तर नव्या कवींचे काम या दोन वर्गांत परस्परसंवाद घडवून आणणे हे असल्याचेही अत्यंत मार्मिकपणे सुचविले होते.

"या नवीन कवींनी आपल्या काव्यांनी खालच्या अशिक्षित वर्गांत उच्च विचार व उदात्त भावना प्रसृत केल्या पाहिजेत. वरच्या सुशिक्षित वर्गांत बंधुभाव व कळकळ उत्पन्न केली पाहिजे व अशा प्रकारे खालचे-वरचे दोन्ही वर्ग जवळ आणून राष्ट्र एकसंध केले पाहिजे", या शब्दांत वि. सी. सरवट्यांनी कुंट्यांच्या विचारसरणीचे सार यथायोग्य प्रकारे सांगितले आहे. स्वतः कुंटे यांचा कवी म्हणून बाणा असा होता, *"जोपावेतो नित्य व्यवहारातला साधा मराठी शब्द मिळणे शक्य असेल तोपावेतो संस्कृत शब्द कवितेत वापरावयाचा नाही."* असे साधे मराठी शब्द ग्राम्य वाटणे शक्य आहे. परंतु त्यांच्या ग्राम्यतेचा बागुलबुवा न करता बेलाशक वापर करावा असा कुंटे यांचा खाया! खरे तर या भूमिकेत गैर किंवा वाङ्मयविघातक असे काहीच नाही. पण तरीही कुंटे यांचा वाट्यास कुचेष्टा आली. चिपळूणकरांनी निबंधमालेतून त्यांची चांगलीच रेवडी उडवली.

आता जिथे कुंट्यांची भूमिकासुद्धा नीट समजावून घेतली जात नव्हती तिथे जोतिराव फुले यांच्याकडे कोण लक्ष देईल? ते शक्यच नव्हते. त्याची प्रतिक्रिया फुले यांच्याकडून उमटणे अपेक्षितच होते. त्याचे असे झाले :

लोकहितवादी गोपाळराव हरी देशमुख हे जसे धाडसी विचारवंत होते तसेच ते उपक्रमशील कर्ते पुरुषही होते. पुण्यात नगर वाचन मंदिर स्थापन करण्यात त्यांचा सहभाग होता यावरून

त्यांनी वाचनसंस्कृतीचे महत्त्व जाणले होते हे आपोआपच सिद्ध होते. सेनापती दाभाडे यांनी सुरू केलेली आणि दुसऱ्या बाजीरावाच्या काळात कळसाला गेलेली ब्राह्मणांना दक्षिणा वाटण्याची प्रथा बंद करून त्याऐवजी नवे ग्रंथ छापायला आर्थिक मदत करायची कल्पना सरकारपुढे लोकहितवादींनीच मांडली होती; पण त्यामुळे पुण्यातील ब्रह्मवृंदाने रुष्ट होऊन ग्रामण्याचा घाट घातला तेव्हा जोतिरावांनी पुढे येऊन सदर अर्ज आपणच केल्याचे सांगितले व त्याची पूर्ण जबाबदारी घेतली. तेव्हा या ब्रह्मवृंदाचा नाइलाज झाला.

लोकहितवादी आणि न्यायमूर्ती रानडे यांनी १८७८मध्ये मराठी ग्रंथोत्तेजक मंडळीची स्थापना केली. त्याच वर्षीच्या मे महिन्यात त्यांनी मराठी ग्रंथकारांचे संमेलन पुण्यात भरवले. त्याला अपेक्षित प्रतिसाद मिळाला नाही तरी त्यानिमित्ताने मराठी साहित्य संमेलनाच्या परंपरेचे बीजारोपण नक्कीच झाले. पुढे काही काळ खंड पडल्यानंतर न्यायमूर्ती रानड्यांनी २४ मे १८८५ या दिवशी दुसरे ग्रंथकार संमेलन भरवले.

या अगोदर जोतिरावांच्या सत्यशोधक समाजाच्या झेंड्याची मिरवणूक निघाली होती तेव्हा रानडे तिच्यात जातीने सामील झाले होते. तेव्हा आता फुलेही आपल्या उपक्रमात सामील होतील या आशेने व अपेक्षेने रानड्यांनी ग्रंथकारांच्या संमेलनाचे निमंत्रणपत्र त्यांनाही पाठवले. न्यायमूर्ती रानडे हे प्रार्थना समाजाचे अध्वर्यू म्हणून प्रसिद्ध होतेच. शिवाय या काळात ते इंडियन नॅशनल काँग्रेसच्या स्थापनेच्या वाटाघाटींतही गुंतले होते. दुसरे असे, की जोतिरावांचे सत्यशोधक स्नेही गंगारामभाऊ म्हस्के वकील यांनाही ते डेक्कन मराठा एज्युकेशन सोसायटीच्या कामात सक्रिय मदत करत असत. फुले यांना ब्राह्मणांच्या एकूणच उपक्रमांविषयी संशय आलेला होता व ग्रंथकारांच्या नियोजित सभेचा अपवाद करायला ते तयार नव्हते. रानड्यांपासून दूर व्हायचा त्यांनी दिलेला सल्ला म्हस्के वकिलांनी मानला नव्हताच. आता हा संशय व्यक्त करण्यासाठी आयतीच चालून आलेली संधी फुले सोडणार नव्हते. त्यांनी रानड्यांना पत्र लिहून आपले मन मोकळे केले. "जागोजाग सभा स्थापिती, देऊन गोविती, थाप एकीची" हे त्यांनी उच्चवर्णीयांच्या नवनव्या सभासमाजांबद्दल एका अखंडातून व्यक्त केलेले संशयसूत्र याही पत्रातून प्रकट झालेले दिसते.

"मराठी साहित्य आणि मराठी भाषा हाच एक बळकट प्रेमरज्जू या सर्वांस एकत्र बांधण्यास समर्थ आहे. ही आपली साहित्य संमेलने एवढीच काय ती या प्रेमरज्जूचा प्रभाव दर्शविणारी साधने आपणांस सांप्रत उपलब्ध आहेत आणि हेच या संमेलनाचे महत्त्व."

- महामहोपाध्याय दा वामन पोतदार

२४ मे रोजी भरणाऱ्या ग्रंथकार सभेची निमंत्रणे १३ मे या दिवशीच रवाना झाली होती. या सभेत फुले अभावाने तळपले. आपल्या गैरहजेरीसंबंधीचे त्यांचे पत्र ज्ञानोदयाच्या ११ जूनच्या अंकात प्रकाशित झाले. त्यात त्यांनी न्यायमूर्तींना 'माझा घालमोठ्या दादा' असे संबोधल्याचे पत्राच्या छापील आवृत्यांवरून दिसून येते. महाराष्ट्र सरकार प्रकाशित डॉ. य. दि. फडके व प्रा. हरी नरके संपादित 'महात्मा फुले समग्र वाङ्मया'तही 'घालमोठ्या' असेच छापले गेले आहे. वस्तुतः तो मूळातलाच मुद्रणदोष असून तेथे त्याऐवजी 'घालमेल्या' हा मूळ शब्द असावा असे वाटते. 'घालमेल्या' शब्दाच्या जवळजवळ सर्व अर्थच्छटा न्यायमूर्ती रानडे यांना लागू पडतात. उदाहरणार्थ - चळवळ्या, खटपटी, नाना युक्ती, हिकमती काढणारा- योजणारा, उलाढाली, कारस्थानी. त्या काळातील अशी एकही महत्त्वाची चळवळ नसेल, की रानडे तिच्याशी निगडित नव्हते. कित्येक चळवळींचे वा संस्थांचे तर ते जनकच होते. ह्यूम साहेबांनी भारतीय लोकांसाठी जी संस्था १८८५मध्ये काढली तिचे 'काँग्रेस' हे नामकरण रानड्यांनीच केले.

ब्राह्मणांच्या सद्बुद्धीवर जोतिरावांचा विश्वास नसल्यामुळे की काय ब्राह्मणांनी काढलेल्या वा चालविलेल्या प्रत्येक संस्थेत काहीतरी कट, कारस्थान वा कावा असल्याचा त्यांना संशय यायचा. प्रस्तुत ग्रंथसंमेलनाच्या बाबतीतही असेच घडले असावे. *'तसल्या लोकांनी उपस्थित केलेल्या सभांशी व त्यांनी केलेल्या पुस्तकांतील भावार्थांशी आमच्या सभांचा व पुस्तकांचा मेळ बसत नाही'*, असा फुल्यांचा दावा आहे. सर्व मनुष्यमात्रांना साधारण असलेले हक्क या मंडळींनी अद्याप दिलेले नाहीतच व पुढेही ते देतील की नाही याविषयी फुल्यांना शंका आहे. *"शूद्रादिअतिशूद्रांस काय काय विपत्ती व त्रास सोसावे लागतात, हे त्यातील उंटावरून शेळ्या वळणाऱ्या ग्रंथकारांस व मोठमोठ्या सभास्थानी आगंतुक भाषण करणाऱ्यांस कोठून कळणार?"* असा प्रश्न ते विचारतात. ते असाही इशारा देतात, *'आता यापुढे आम्ही शूद्र लोक आम्हांस फसवून खाणाऱ्या लोकांच्या थापांना भुलणार नाही.'* त्यांची अशी खात्री झालेली दिसते, *'यांच्यात मिसळल्याने आम्हा शूद्रादिअतिशूद्रांचा काही एक फायदा होणे नाही. याबद्दल आमचा विचार आम्हीच केला*

तेराव्या शतकाच्या अखेरीस ज्ञानेश्वरांच्या अध्यक्षतेखाली पंढरीच्या वाळवंटात भरणारा वारकऱ्यांचा मेळा हा एक प्रकारचे महासाहित्य संमेलनच असायचा. वर्ण-जात-व्यवसाय-लिंगभेद विसरून तेथे येणाऱ्यांना एकत्र बांधणारा धागा मुख्यत्वे भाषा आणि साहित्य हाच होता.

> **"शूद्रादिअतिशूद्रांस काय काय विपत्ती व त्रास सोसावे लागतात, हे त्यातील उंटावरून शेळ्या वळणाऱ्या ग्रंथकारांस व मोठमोठ्या सभास्थानी आगंतुक भाषण करणाऱ्यांस कोठून कळणार ? आता यापुढे आम्ही शूद्र लोक आम्हांस फसवून खाणाऱ्या लोकांच्या थापांना भुलणार नाही."**
>
> **- जोतीबा फुले**

पाहिजे. अहो, त्या दादांना जर सर्वांची एकी करणे असेल तर त्यांनी एकंदर सर्व मानवी प्राण्यांत परस्पर अक्षय बंधुप्रीती काय केल्याने वाढेल त्याचे बीज शोधून काढावे व ते पुस्तकाद्वारे प्रसिद्ध करावे'.

१८८५मध्येच त्यांनी *'सत्सार'*चा पहिला अंक काढला. त्याचा मुख्य रोख पंडिता रमाबाईंच्या धर्मांतराला पाठिंबा देण्याचा असला तरी ब्राह्मो व प्रार्थना समाजाच्या अनुयायांविषयीचा त्यांचा रोषही त्यातून प्रकट झालेला दिसून येतो. तुकाराम महाराजांना गुरुस्थानी ठेवणाऱ्या प्रार्थना समाजींचा 'दास तुकाचे चेले बनती' असा उपहास ते करतात. त्यातील ब्राह्मण आणि शूद्र यांच्या संवादातील शूद्र, 'आता आम्हाला तुमचे ब्रह्मसमाज व प्रार्थना समाज नकोत. पुरे झाले तुमचे छक्के पंजे,' असे स्पष्ट बजावतो.

थोडक्यात १८८५ हे वर्ष महात्मा फुले आणि न्यायमूर्ती रानडे यांच्यातील वादाचे वर्ष होते. या दोघांच्या संबंधावर आधारित एक कादंबरी *'सारेच विलक्षण'* प्रा. वासुदेव बळवंत पटवर्धन यांनी लिहायला घेतली होती. *'मासिक मनोरंजन'* मध्ये ती प्रसिद्धही होत होती.

महर्षी वि. रा. शिंदे प्रार्थना व ब्राह्मो समाजाचे उपदेशक असल्यामुळे ते रानड्यांचे अनुयायी होतेच; परंतु सत्यसमाजिस्ट या न्यायाने ते फुल्यांचेही अनुयायी होते. ब्राह्मो-प्रार्थना समाज आणि सत्यशोधक समाज यांच्यात संवाद तर होत नाहीच; परंतु परस्परांबद्दल अविश्वास व संशयच खूप आहे हे लक्षात घेऊन त्यांनी त्याचा अतिशय खेद झाला. फुले यांच्या *'सार्वजनिक सत्यधर्म'* सारख्या 'पवित्र पुस्तकातील' प्रार्थना समाजाबद्दल बेजबाबदार वाक्याकडे काणाडोळा करण्यातच अधिक धार्मिकता आहे असे ते म्हणतात. जोतिरावांनी हा जो विपर्यास केला त्यास कदाचित मिशनरी जबाबदार असावेत असेही त्यांना वाटते. *'पहिल्याची भाषा दुसऱ्यास समजत नाही व दुसऱ्याची कळ पहिल्याच्या काळजाला झोंबत नाही'* हे त्यांचे स्वतःचे दुःख आहे. *'आता कोणी कोणाच्या वंशाला जावे म्हणजे हा भेदक पडदा नाहीसा होईल?'* असा हताश प्रश्नही ते विचारतात. नुसती भाषा पुरेशी नाही. सहानुभूतीही हवी. कुंटे यांनाही असेच अशाच प्रकारचे कवी हवे होते, महाराष्ट्रदेश घडवण्यासाठी!

■

४६

महाकाव्य आणि पोवाडा

मराठी ग्रंथकारांचे दुसरे संमेलन भरवण्यात न्यायमूर्ती रानडे जरी अग्रेसर असले तरी त्यांच्याबरोबर इतरही काही मातब्बर मंडळी होतीच. संमेलनास उपस्थित राहण्याविषयीचे जे विनंतिपत्र फुले यांना पाठवण्यात आले त्याच्यावर रानड्यांबरोबर गोपाळ गणेश आगरकर, नीळकंठ जनार्दन कीर्तने, का. बा. मराठे, महादेव मोरेश्वर कुंटे इत्यादींच्या सह्या होत्या. पत्रकात असे म्हटले होते, की

> *"मराठी भाषेत ज्यांनी आजपावेतो नवीन ग्रंथ अगर इतर भाषांतून भाषांतरे केली असतील अशा सर्व लोकांशी परस्पर एकमेकांची ओळख व्हावी व भाषेची स्थिती ग्रंथसंबंधाने सध्या कशी आहे व ती कोणत्या उपायाने सुधारता येईल याविषयी चर्चा व्हावी या हेतूने वसंतोत्सवात एक दिवस नेमून त्या दिवशी ज्या लोकांस सवड होईल त्या सर्व ग्रंथकर्त्यांनी एकत्र जमावे असा कित्येक मंडळींचा उद्देश आहे. चालू महिन्यात अशी मंडळी जमेल त्या दिवशी गेल्या वीस वर्षांत मराठी भाषेत जे ग्रंथ प्रसिद्ध झाले आहेत त्यांचा साधारण इतिहास देऊन त्यातील गुणदोष थोडक्यात सांगून कोणत्या विषयांवर ग्रंथांची न्यूनता आहे व ती दूर कशी होईल याविषयी निबंध वाचिला जाईल व त्यानंतर त्याबाबतीत थोडी चर्चाही होईल. पुढे दरवर्षी याचप्रमाणे काम चालू राहून प्रत्येक वर्षास जे नवीन ग्रंथ प्रसिद्ध झाले असतील त्या ग्रंथकार्यांचा सन्मान करून त्यांच्या ग्रंथांची प्रसिद्धी ज्या रीतीने होईल त्या रीतीने केली जाईल."*

याचा अर्थ असा होतो, की जोतिराव जर त्या संमेलनास गेले असते तर त्यांच्याही ग्रंथांवर चर्चा झाली असती आणि समजा नसती झाली - म्हणजे ती हेतुपुरस्सर टाळली

भाषाभांडारात उपलब्ध असणाऱ्या शब्दांचे काव्यमय असणारे आणि नसणारे असे कायमस्वरूपी वर्गीकरण करता येत नाही. एखादा ओबडधोबड वाटणारा शब्दही त्याच्या मागेपुढे आलेल्या शब्दांमुळे होणाऱ्या संकलित काव्यात्म परिणामामुळे काव्यमय बनून जातो. याउलट अगदी सगळेच्या सगळे ओष्ठ्य असे मुलायम शब्द एकापुढे एक मांडले म्हणजे चांगली कविता होईलच असे नाही.

असती - तर फुल्यांनी पत्रातून जे आरोप केले ते आपोआपच सिद्ध झाले असते व संमेलनाचे चालक परस्परच उघडे पडले असते. दुसरे असे, की तुमचे ग्रंथ आणि आमचे ग्रंथ जुळायचे नाहीत असे सांगून फुले या संमेलनात सामील व्हायचे नाकारत असतील तर त्याची अपरिहार्य परिणती शूद्रातिशूद्रांच्या स्वतंत्र ग्रंथसंमेलनात व्हायला हवी होती. असे संमेलन ना फुल्यांनी स्वतः भरवले ना त्यांच्या अनुयायांनी. उलट नंतरच्या काळात बहुजनांतील लेखक जमतील तसे मुख्य प्रवाह मानल्या गेलेल्या संमेलनात जातच राहिले. अशा प्रकारची काही संमेलने बडोदे, इंदूर अशा बहुजनांच्या संस्थानातही भरली होती. पण हे संमेलन फुले यांना अभिप्रेत असलेल्या सकल शूद्रातिशूद्रांच्या साहित्याचे न भरता अशी अनेक संमेलने भरली. ग्रामीणांचे म्हणजे फुले यांच्या भाषेत शूद्रांचे वेगळे तर दलितांचे म्हणजे फुले यांच्या भाषेत अतिशूद्रांचे वेगळे. तेवढ्या फाटाफुटीने भागत नाही म्हणून नंतर अशा संमेलनांच्या संख्येत भरच पडत राहिली.

भाषा एकच 'मराठी' पण 'साहित्ये' (आणि साहित्य संमेलने) अनेक. जनसाहित्य, जनवादी साहित्य, विद्रोही साहित्य, जैन साहित्य, मराठा साहित्य, कामगार साहित्य, गुराखी साहित्य, ख्रिस्ती साहित्य, मुस्लिम साहित्य इत्यादी - किती साहित्ये आणि किती संमेलने! थोडक्यात साहित्य संमेलन हे जरी महाराष्ट्राच्या एकीकरणाचे एक महत्त्वाचे साधन मानण्यात आलेले असले तरी आजमितीला ते महाराष्ट्रातील दुही आणि दुफळी चव्हाट्यावर आणण्याचे एक माध्यम बनले आहे. परस्परांवर आगपाखड करण्यासाठी हे एक आयते व्यासपीठ त्यामुळे उपलब्ध झालेले आहे. परंतु सगळ्यांत मौजेची बाब म्हणजे एवढे फाटे फुटूनसुद्धा मूळ मुख्य प्रवाह मानल्या गेलेल्या साहित्य संमेलनाची लोकप्रियता अबाधितच आहे. इतकेच नव्हे तर त्यात होणारे वाद व त्या वादांची यजमान शहराला व संस्थेला पोचणारी झळ माहीत असूनही त्याचे यजमानपद पदरात पाडण्यासाठी लोक हिरिरीने पुढे येतच आहेत.

महात्मा फुले यांनी ज्या संमेलनाच्या निमंत्रणपत्राचे उत्तर बहिष्कारपत्राने पाठवले त्याचे मुख्य प्रवर्तक न्यायमूर्ती रानडे होते आणि त्या काळात रानडे व फुले यांचे अनेक कारणांमुळे बऱ्यापैकी बिनसले होते. याचा उल्लेख यापूर्वी केलेला आहे. परंतु साहित्यासंबंधी

महादेव मोरेश्वर कुंटे यांचे *'राजा शिवाजी'* हे मराठीतील (अनुवादित नव्हे) आणि मराठ्यांशी संबंधित पहिले महाकाव्य होय. ते लिहिताना कुंटे यांच्यासमोर संस्कृतातील रामायण-महाभारतासारखी आर्ष महाकाव्ये व इंग्रजीतील मिल्टनचे *'पॅरेडाईज लॉस्ट'* तसेच ग्रीकमधील होमर कवीची महाकाव्ये होती हे सांगितले म्हणजे कुंटे यांच्या झेपेचा पल्ला लक्षात येईल.

फुल्यांसारखाच दृष्टिकोन बाळगणारे माधवराव कुंटेही संमेलनाच्या आयोजनामध्ये होते. म्हणजे फुले तेथे अगदीच एकटे पडले असते असेही नाही.

या संदर्भातील आणखीही एका योगायोगाचा उल्लेख करायला हवा. फुले यांचा साहित्याकडे पाहण्याचा दृष्टिकोन उपरोक्त पत्रातून प्रकट झालेला असला; तरी त्यांच्या विचारांमधील एकूणच गाभाघटकांचे सूतोवाच त्यांनी लिहिलेल्या शिवाजी महाराजांवरील पोवाड्यातून याआधीच झालेले होते. त्यात साहित्यविषयक विचारही होते. कुंटे यांचा साहित्यविचारही त्यांच्या शिवकाव्यातूनच प्रकटला होता. तेव्हा यासंबंधी आणखी चर्चेची गरज आहे.

त्याचे असे झाले. दक्षिणा प्राइज कमिटीने जाहिरात देऊन मराठी राज्याचे संस्थापक शिवाजी महाराज यांच्या चरित्रावर काव्य करणाऱ्यांना बक्षिसे जाहीर केली. १ सप्टेंबर १८६७ ही काव्य पाठविण्याची अखेरची मुदत होती. कमिटीकडे एकूण सात हस्तलिखिते आली. त्यातील एक कुंटे यांचे व एक फुले यांचे होते. गणेशशास्त्री लेले यांच्या काव्याला ३०० रुपयांचे पहिले बक्षीस मिळाले. कुंटे यांच्या कवितेला १०० रुपयांचे दुसरे बक्षीस मिळाले तर अण्णासाहेब किर्लोस्करांच्या काव्याला बक्षीस मिळाले नाही.

शिवकाव्य लिहिताना कुंटे यांच्यासमोर महाकाव्याचे प्रारूप (मॉडेल) होते. एकूण बारा सर्गांत संकल्पिलेल्या या काव्याच्या पहिल्या तीन सर्गांचा पहिला भाग १८६९मध्ये व नंतरच्या तीन सर्गांचा दुसरा भाग १८७१मध्ये प्रसिद्ध झाला. पहिल्या भागाच्या तीनशे प्रती कमिटीने खरेदी केल्या.

महात्मा फुले यांनी *'छत्रपती शिवाजी राजे भोसले यांचा पोवाडा'* १८६९मध्येच प्रसिद्ध केला. त्याच्या शंभर प्रती तीस रुपयांना खरेदी करण्यात आल्या होत्या. फुले यांचे *'तृतीय रत्न'* हे नाटकही कमिटीला बक्षीसपात्र वाटले नव्हते आणि आता हा पोवाडासुद्धा!

कुंटे यांच्या वाट्यास निंदा आणि स्तुती अशा दोन्ही प्रकारच्या प्रतिक्रिया आल्या तर फुले यांच्या पदरी उपेक्षाच पडली. चिपळूणकरांनी कुंटे यांना लक्ष्य केल्याचे आपण जाणतोच. तथापि खुद्द न्यायमूर्ती रानडे यांनी १८९८मध्ये घेतलेल्या मराठी साहित्याच्या आढाव्यात *some very good species of good poetry* ची उदाहरणे देताना

संस्कृत व मराठी पंडित कवींना नाकारून म. मो. कुंटे रामायण-महाभारत ही आर्ष महाकाव्ये आणि तुकाराम-रामदास यांची मराठी कविता यांना आदर्श मानतात. थोडक्यात मराठी काव्याची नाळ त्यांना परत एकदा संत कवितेशी जोडायची आहे. या उलट विष्णुशास्त्री चिपळूणकर इथून पुढे मराठी कवितेचा ओघ एकतर संस्कृतकडे वाढेल किंवा इंग्रजीकडे अशी भविष्यवाणी करताना आढळतात.

कुंटे यांच्या *शिवकाव्याचा* उल्लेख केला आहे.

चिपळूणकरांनी कुंटे यांच्या *'मन'* या काव्यावर *'ज्ञानप्रकाश'* पत्रातून *A Poet Turned a Philosopher* या लेखातून टीका केलेली होती. कुंटे यांच्या *'राजा शिवाजी'*वरील टीका, मालेतील *'विद्वत्व आणि कवित्व'* या निबंधांमधून वाचायला मिळते. आपल्या खास कमावलेल्या औपरोधिक शैलीत शास्त्रीबुवा लिहितात -

> *पूर्वीच्या मूर्ख कवींनी मोठमोठे संस्कृत शब्द योजून कवितावधूस उंची रेशमी लोकरी वस्त्रे लेवविलीस ते न साहून, आमच्या अर्वाचीन कविवरांनी तट्टू, खट्टू, चकावे, ठोका, ठुस्सा वगैरे अगदी साधे व जोरदार शब्द योजून तिला लक्तरांनी विभूषित केले आहे.*
>
> *वस्तुतः भाषाभांडारात उपलब्ध असणाऱ्या शब्दांचे काव्यमय असणारे आणि नसणारे असे कायमस्वरूपी वर्गीकरण करता येत नाही. एखादा ओबडधोबड वाटणारा शब्दही त्याच्या मागेपुढे आलेल्या शब्दांमुळे होणाऱ्या संकलित काव्यात्म परिणामामुळे काव्यमय बनून जातो. याउलट अगदी सगळेच्या सगळे ओष्ठ्य असे मुलायम शब्द एकापुढे एक मांडले म्हणजे चांगली कविता होईलच असे नाही. ती फारतर शब्दांची आरास ठरेल, तिला कोणी चित्र म्हणणार नाही. चित्रातही ज्याप्रमाणे अमुक एक रंग - उदाहरणार्थ काळा वापरायचा नाही असा दंडक नसतो. तसेच कवितेतील शब्दांचे आहे. काव्यात्म शब्दांचा वेगळा कोश करता येत नाही. नुसते हिरवा आणि गुलाबी रंग वापरून व काळा रंग टाळून काढलेले चित्र चांगले होईलच असे नाही. उलट जिथे काळ्या रंगाची गरज आहे तिथे काळा रंगच वापरायला हवा. शास्त्रीबुवांनी आपल्या वर्ज्यावर्ज्यविवेकात कलेच्या अगदी प्राथमिक तत्त्वांचीही पायमल्ली केलेली दिसते.*

कुंटे यांच्या मते काव्याचे काम समाजातील वेगवेगळ्या स्तरांतील लोकांना 'एकजीव' करणे हे होय. राष्ट्राच्या निर्मितीसाठी हे आवश्यकच आहे. जोतिरावसुद्धा राष्ट्र म्हणजे 'एकमय लोक' असे म्हणतात हे लक्षात ठेवायला हवे. कुंटे यांच्या मते लोक एकजीव

म. मो. कुंटे यांच्या मते काव्याचे काम समाजातील वेगवेगळ्या स्तरांतील लोकांना 'एकजीव' करणे हे होय. राष्ट्राच्या निर्मितीसाठी हे आवश्यकच आहे.जोतिराव फुलेसुद्धा राष्ट्र म्हणजे 'एकमय लोक' असे म्हणतात हे लक्षात ठेवायला हवे. कुंटे यांच्या मते लोक एकजीव होण्यासाठी वरच्या स्तरातील लोकांच्या मनात खालच्या स्तरांतील लोकांबद्दल जिव्हाळा उत्पन्न व्हायला हवा व खालच्या स्तरातील लोकांचे उन्नयन व्हायला हवे. त्यासाठी आवश्यक असलेला सुसंवाद निर्माण करणे हे काव्याचे प्रयोजन.

होण्यासाठी वरच्या स्तरातील लोकांच्या मनात खालच्या स्तरांतील लोकांबद्दल जिव्हाळा उत्पन्न व्हायला हवा व खालच्या स्तरातील लोकांचे उन्नयन व्हायला हवे. त्यासाठी आवश्यक असलेला सुसंवाद निर्माण करणे हे काव्याचे प्रयोजन.

कुंटे यांची काव्य आणि काव्यविषयक भूमिका समकालीन बहुजनांनाही आवडली असावी. पहिल्या भागाचे चांगले स्वागत झाल्यावरच ते दुसरा भाग छापायला प्रवृत्त झाले. त्याच्या प्रस्तावनेत ते लिहितात, *"encouraged by the country people who instinctively admire the true, the just and the beautiful without any learing"*

कुंटे यांचा हा मुद्दा फार महत्त्वाचा आहे. जनलोकांमध्ये जे सत्य, न्याय्य आणि सुंदर आहे ते समजण्याची व त्याची तारीफ करण्याची उपजत प्रेरणा असते. त्यामुळे त्यांच्याच भाषेत काव्य करण्याची शिफारस करून ते संस्कृत वळणावर रचना करणारे शास्त्रीपंडित आणि इंग्रजीला अनुसरणारे आधुनिक यांच्यावर टीका करतात. *"Nothing is comman to these two classes except that they do not labour at Marathi and cultivate it, but they may look at it either from a Sanskrit or an English point of view"*

आपण 'Natural Marathi'मध्ये लिहीत असल्याने आपल्यावर टीका होणार हे कुंटे यांनी गृहीत धरले होतेच. *"Aware of this I fearlessly adopted the method of writing words as they are spoken in my poems. For this alterration I know I might be taken to task."*

आपल्या समकालिनांना खूष करण्यासाठी लिहू नये असे कुंटे यांचे म्हणणे आहे. *An author does not speak to please you alone. He seeks to point an idol, true, beautiful and just at all times and in all phases. Hence a poet is judged by the present generation as well as posterity.*

संस्कृत व मराठी पंडित कवींना नाकारून कुंटे रामायण-महाभारत ही आर्ष महाकाव्ये

आणि तुकाराम-रामदास यांची मराठी कविता यांना आदर्श मानतात. थोडक्यात, मराठी काव्याची नाळ त्यांना परत एकदा संत कवितेशी जोडायची आहे. या उलट चिपळूणकर इथून पुढे मराठी कवितेचा ओघ एकतर संस्कृतकडे वाढेल किंवा इंग्रजीकडे अशी भविष्यवाणी करताना आढळतात.

महाकाव्याच्या संदर्भात कुंटे यांनी एक महत्त्वाची गोष्ट सांगितली आहे. महाकाव्यात राष्ट्राचा उदय, विकास आणि लय यांचे प्रतिबिंब पडले पाहिजे. कुंटे शिवछत्रपतींना आपल्या महाकाव्याचा विषय बनवतात. याचाच अर्थ असा, की या नायकाचे चरित्र राष्ट्राच्या चरित्राशी समकक्ष आहे. अर्थात स्वतः कुंटे यांच्याकडून संकल्पित बारापैकी सहाच सर्ग लिहून झाल्यामुळे त्यांच्या महाकाव्यात या सर्व अवस्था येऊ शकल्या नाहीत हा भाग वेगळा.

मराठी साहित्याच्या इतिहासात एक महत्त्वाची बाब नीट नमूद केली गेलेली नाही. मराठीतील यापूर्वीच्या पंडित कवींनी निर्मिलेल्या काव्यसृष्टीत रामायण, महाभारत यासारख्या आर्ष महाकाव्यांचे किंवा नलनैषधसारख्या विदग्ध महाकाव्याचे अवतरण झालेले होते. परंतु स्वतंत्र विषयावर महाकाव्य लिहायचे धाडस अद्यापपावेतो कोणी केले नव्हते. शिवाजी महाराजांवर परमानंदाने *'शिवभारत'* लिहिले खरे; पण ते संस्कृतमधून. तीच गोष्ट संकर्षण सकळकळेच्या शिवकाव्याचीही. कुंटे यांचे *'राजा शिवाजी'* हे मराठीतील (अनुवादित नव्हे) आणि मराठ्यांशी संबंधित पहिले महाकाव्य होय. ते लिहिताना कुंटे यांच्यासमोर संस्कृतातील रामायण-महाभारतासारखी आर्ष महाकाव्ये व इंग्रजीतील मिल्टनचे *'पॅरेडाईज लॉस्ट'* तसेच ग्रीकमधील होमर कवीची महाकाव्ये होती हे सांगितले म्हणजे कुंटे यांच्या झेपेचा पल्ला लक्षात येईल.

पण कुंटे यांच्या समकालिनांना कुंटे काय करू पाहत आहेत हे कळणे अवघडच होते. *'दंभहारक'* या नियतकालिकाने त्यांच्या कृतीचे परीक्षण करताना लिहिले - 'या कवितेस वीररसप्रधान म्हणणे बरोबर वाटत नाही. केवळ श्लोकात्मक पोवाडा म्हणावा - अशा कवितेस पोवाडा का म्हणू नये हे समजत नाही.'

विशेष म्हणजे असा गोंधळ होणार याची कुंट्यांनाही कल्पना होती. दुसऱ्या आवृत्तीच्या प्रस्तावनेत त्यांनी लिहिले, *"I believe that we would have my poems Povada and other might make it an epic."* पोवाडा हा एखाद्या-दुसऱ्या घटनेवर असतो. संपूर्ण चरित्रावर नसतो.

आता एकीकडे कुंटे महाकाव्य लिहीत असताना समीक्षक त्यास पोवाडा ठरवू इच्छित होते; तर जोतिराव फुले पोवाड्याची व्याप्ती वाढवून अवघे शिवचरित्र कवेत घेण्याचा प्रयत्न करत होते. कुंटे यांनी वाचलेली महाकाव्ये फुल्यांनी वाचली असण्याचे कारण

नव्हते. परंतु महाकाव्यातून राष्ट्राचा उदय, विकास आणि लय यांचे प्रतिबिंब पडावयास हवे हे कुंटे यांचे सूत्र फुले, शिवाजीराजे भोसले यांच्या पोवाड्यातून चालवत होते. शिवचरित्र सांगण्याच्या निमित्ताने त्यांनी देशाच्या इतिहासाचा एक वेगळा अन्वयार्थच सिद्ध केला. तो ऐतिहासिक प्रमाणांस व वस्तुस्थितीस किती धरून आहे हा मुद्दा अगदीच वेगळा आहे. शेवटी इतिहासाचा अन्वयार्थ वर्तमानकालीन गरजा पुढे ठेवून लावला जातो हा अनुभव आहे. त्याला फुल्यांनी तरी अपवाद का असावे? कुंटे देखील नव्हते. शिवरायांच्या स्वराज्यामागचे तत्त्व स्पष्ट करताना कुंटे लिहितात 'स्वदेशी असावे स्वदेशीच राजे स्वधर्म, स्वशास्त्र स्वदेशी विराजे.' शेवटी शेवटी कुंटे स्वदेशी बनावटीच्या आगपेट्या तयार करण्याच्या खटपटीत होते.

■

४७

महाराष्ट्राचे महानायक

दिवंगत मोती बुलासा या गृहस्थांचे नाव फारसे कोणी ऐकले असण्याचा संभव नाही. खरे तर हे गृहस्थ मारवाडी; म्हणजे मराठी ही त्यांची मातृभाषा नव्हती. प्रार्थना समाजाच्या लोकांशी त्यांचा संबंध आला व त्यांनी बुलासांना शिष्यवृत्ती देऊन इंग्लंडला धर्माच्या अभ्यासासाठी पाठवले. दुर्दैवाने सागरप्रवासातच त्यांचा मृत्यू ओढवला, तेव्हा त्यांच्या जागी विठ्ठल रामजी शिंदे यांना पाठवण्यात आले. शिंद्यांनी या संधीचे चीज केले, हा भाग वेगळा.

मोती बुलासा हे डेक्कन एज्युकेशन सोसायटीचे आजीव सदस्य होते. त्यामुळे त्यांना आगरकर-गोखले यांच्यासारख्या सुधारणावाद्यांचाही सहवास लाभला होता. बुलासांनी *'सुविचारसमागम'* नावाच्या मासिक-पुस्तकातून *'मराठी भाषेची सद्यःस्थिती'* ही लेखमाला प्रसिद्ध केली. एकूण सात लेखांची ही माला प्रा. द. दि. पुंडे आणि प्रा. विद्यागौरी टिळक यांनी पुस्तकरूपाने संपादित करून महत्त्वाची कामगिरी बजावली आहे. या मालेस ते यथार्थपणे '१८९८मध्ये लिहिलेला आधुनिक मराठी वाङ्मयाचा पहिला इतिहास' असे म्हणतात.

बुलासांनी हे लेख लिहिले, तेव्हा माधवराव कुंटे यांचे *'राजा शिवाजी'* काव्य प्रकाशित होऊन २५-३० आणि त्यावर चिपळूणकरांनी केलेल्या टीकेलाही १५-२० वर्षे झाली होती. चिपळूणकरांनी उडवलेली टीकेची धूळ खाली बसल्यानंतर बुलासा शांतपणाने म्हणतात,

> *"(कै.) माधवराव कुंटे यांच्या 'राजा शिवाजी' या वीररसप्रधान काव्याची माहिती बहुतेक वाचकांस 'निबंधमाले'त जागोजागी त्या काव्याचा व त्याच्या कर्त्याचा जो अयथार्थ व अयोग्य उपहास केला आहे, त्याच्यावरून काय ती होते. याशिवाय बऱ्याच लोकांनी ते वाचले आहे, असे आम्हास*

वाटत नाही. कुंट्यांची महत्त्वाकांक्षा महाराष्ट्र वीरकेसरी शिवाजीच्या चरित्रकार ग्रीक किंवा इंग्रजी धर्तीवर एक वीररसप्रधान काव्य लिहिण्याची होती. त्यांच्या प्रयत्नांस कदाचित जसे यश यावे, तसे आले नसेल; पण म्हणून ते काव्य अगदीच टाकाऊ झाले आहे, असे आम्हांस वाटत नाही. त्याच्या कित्येक भागांत काव्यरस फार चांगला उतरत आहे."

अनुषंगाने बुलासा हेदेखील सांगून टाकतात, *"कुंट्यांचे काव्य अप्रसिद्ध राहण्याला काही अंशी निबंधमालाकार कारण झाले आहेत."*

बुलासांची मराठी भाषेविषयीची समज विलक्षण परिपक्व आहे. चिपळूणकरांनी लोकहितवादींवर कडाडून हल्ला चढवला होता. या दोघांच्या भाषेची तुलना करताना बुलासा लिहितात,

> *"लोकहितवादींची भाषा एखाद्या साध्याभोळ्या पण स्वकार्यदक्ष ग्रामयुवतीप्रमाणे - धड रूप नाही, अंगावर धड वस्त्र नाही, अलंकारांची तर कथाच नको, सकाळपासून संध्याकाळपर्यंत आपल्या संस्कारकृत्यात दंग असणे यापेक्षा अन्य व्यवसाय तिला ठाऊकच नाही; साधी, सोपी पण लेखकाच्या मनातले विचार साधारणपणे व्यक्त करण्यास समर्थ अशी होती."*

शास्त्रीबुवांच्या भाषासौंदर्याविषयी ते लिहितात,

> *"नैसर्गिक सौंदर्याची कोणत्याही प्रकारची उणीव नसून, कारागिराच्या कुशलतेने ते सौंदर्य द्विगुणित झाले आहे. नाना प्रकारची वस्त्रभूषणे तिच्या साहजिक सौंदर्याला अधिक खुलवतात. जवळ बाह्य साधनांची रेलचेल असूनही ज्या ठिकाणी जे पाहिजेत, तेच वस्त्रालंकार घालण्याचे चातुर्य ठाकठिकीने व योग्य प्रमाणाने विशेष दिसून येते. लोकांचे मत आपल्याकडे ओढून घेण्यास सौंदर्य, अलंकार, हावभाव, कटाक्ष इत्यादी ज्या गुणांची आवश्यकता असते, तितके सगळे भरपूर तिच्याजवळ आहेत. तिचे कर्णमधुर प्रौढ शब्द, नाना प्रकारचे रस उत्पन्न करण्याची क्षमता, प्रत्येक विचार व मनोवृत्ती व्यक्त करण्याची हजारो साधने, इकडे नुसती कोणाची थट्टा करून त्याला लाजीव, दुसरीकडे रागाने डोळे वटारून कोणाला गप्प बसव, कोणाला एक शब्द बोलून चीत कर, तर कोणाला अत्यंत मनोहर व जवळ बसलेल्या जनांच्या आत्म्यास गार करून टाकणाऱ्या वाप्रवाहात बुडवून मार, अशा प्रकारच्या प्रतिपक्षाची दुर्दशा उडवून देणाऱ्या तिच्या नाना प्रकारच्या क्रिया पाहून सर्व रसिक भक्तवृंद तल्लीन होऊन जातो*

व त्यास विचार करण्याची फुरसत किंवा अक्कल किंवा दोन्हीही राहत नाहीत."

आता शास्त्रीबुवांच्या या भाषाशैलीचे अंतरंग विश्लेषणही बुलासा अशाच आलंकारिकतेने करतात.

> *"पण हिचे मोहनाट्य आपल्यावर न चालू देणारा असा एखादा दैवी तावीज जर निरीक्षकाजवळ असला किंवा तिचे अंतःस्वरूप चांगल्या तऱ्हेने दिसेल अशा प्रकारचा हल्लीच्या एस किरणांचा चष्मा जर डोळ्यांस लावावयास मिळाला, तर असे दिसून येईल, की या सुंदरीच्या मनोवृत्ती व विचार इतर जनांपेक्षा अधिक उदात्त नाहीत. या अभिमानिनीची महत्त्वाकांक्षा आपल्या भक्तांवर आपली छाप बसावी, याच्यापलीकडे गेलेली नाही व ही सौंदर्याची प्रतिमा यहुदी लोकांच्या देवांसारखी मत्सराने भरलेली आहे. तिला प्रतिपक्षी म्हणून खपत नाही. त्यांच्या भक्तवृंदास आपल्या सेवेत आणण्याकरिता ही नाना प्रकारच्या भूलथापा देते व खोट्यानाट्या बाता सांगते, प्रतिपक्षाचा नाना प्रकारे अयोग्य उपहास करते; त्याला वेडावून दाखविते, त्याच्यावर भलभलत्या गोष्टींचा आरोप करिते व या प्रकाराने बाहेरच्या सौंदर्यादी गोष्टींस नेहमी भुलणाऱ्या बहुजन समाजास आपल्या भजनी लाविते."*

चिपळूणकरांच्या मराठीचे मराठी ज्याची मातृभाषा नाही अशा एका अभ्यासकाने जितके बिनचूक परीक्षण केले आहे, तितके अन्य कोणी, मराठी मातृभाषा असणाऱ्यानेही क्वचितच केले असेल. चिपळूणकरी भाषेचे हे मोहक (seductive) स्वरूप मार्मिकपणे उघड करून बुलासा म्हणतात,

> *"ज्यांची विचारशक्ती प्रौढ व सुसंस्कृत झाली नाही, त्यांच्या मनावर काही काळापर्यंत शास्त्रीबुवांच्या विचारांचा पगडा बसतो, हे खरे आहे; तथापि, जसजशी विचारशक्ती वाढत जाते, तसतसे शास्त्रीबोवांच्या विचारपद्धतीचे दोष कळत जातात व शेवटी शास्त्रीबोवांचे निबंध लेखनकौशल्याचे आदर्श आहेत, विचारशुद्धतेचे नव्हेत, हाच ठसा मनावर कायम राहतो."*

विष्णुशास्त्र्यांच्या भाषेची पुन्हा एकदा चर्चा करण्याचे कारण, त्यांच्यामुळे कुंट्यांवर

पारतंत्र्यात खितपत पडलेल्या एकोणिसाव्या शतकातील महाराष्ट्राला स्वराज्याच्या प्रेरणेसाठी शिवाजी महाराजांकडे वळण्यावाचून पर्याय नव्हता. या काळात महाराष्ट्रातील वातावरण शिवमय होत चालले होते.

अन्याय झाला किंवा त्यांचे काव्य लोकांनी दुर्लक्षिले, एवढेच नसून, मराठी कवितेसंबंधी कुंट्यांनी मांडलेला अत्यंत मौलिक विचार मागे पडला.

कुंट्यांचा काव्यविचारही केवळ काव्यस्वरूपविचार नाही. शिवाजी महाराजांना महाकाव्याचे नायक करणे, याचा अर्थ त्यांना महाराष्ट्राचे महानायक बनवणे होय. महाकाव्याचा नायक सहसा पौराणिक असण्याचा आतापर्यंतचा संकेत होता. तो मोडून कुंट्यांनी महाकाव्याला इतिहासाच्या भूमीवर स्थानापन्न केले आणि ते करताना त्यांनी त्याच वेळी महाराष्ट्राचे व महाराष्ट्रातील सामान्य माणसांचे उन्नयन केले. ही भूमिका इतिहासाचार्य राजवाड्यांच्या अगदी उलट आहे. राजवाडे शिवछत्रपतींना जितके उंच नेतात तितकेच ते महाराष्ट्रातील सर्वसामान्य जनतेला खाली ढकलतात. महाराजांना खुज्या लोकांचा उंच राजा करण्यात आपण महाराजांचीच उंची कमी करत आहोत, हे ते विसरतात.

एकोणिसाव्या शतकातील पारतंत्र्यात खितपत पडलेल्या महाराष्ट्राला स्वराज्याच्या प्रेरणेसाठी शिवाजी महाराजांकडे वळण्यावाचून पर्याय नव्हता.

कोणाला पटो वा न पटो, प्रा. न. र. फाटक यांनी स्पष्ट केल्याप्रमाणे,

> *"अनेक इस्लामी शास्त्यांच्या पोटातून महाराष्ट्रात मराठ्यांचे राज्य निर्माण करणाऱ्या श्रीशिवछत्रपतींचे स्मरण पेशवाई घेतल्यानंतर ब्रिटिश राज्यातील विद्या विभागाने शाळांतून शिकविल्या जाणाऱ्या इतिहासाच्या द्वारा जिवंत ठेवले होते. ग्रँट डफच्या इतिहासाचे मराठी भाषांतर शाळांतून पढविण्याचा प्रघात पडला. त्या इतिहासात महाराजांचे कर्तृत्व विकृत स्वरूपात दाखविले असले, तरी शिवस्मरणाला ते साह्यकारी होते."*

फाटक लोकहितवादींचाही संदर्भ देतात. लोकहितवादींनी बंड आणि क्रांती यांच्यात भेद करून शिवाजी महाराजांनी केली ती क्रांती होती, बंड नव्हते असे म्हटले होते. त्याची ते आठवण करून देतात. 'साधारणपणे १८७०पासून शिवस्मृतीला थोडा थोडा तजेला

मोती बुलासा हे डेक्कन एज्युकेशन सोसायटीचे आजीव सदस्य होते. त्यामुळे त्यांना आगरकर-गोखले यांच्यासारख्या सुधारणावाद्यांचाही सहवास लाभला होता. बुलासांनी 'सुविचारसमागम' नावाच्या मासिक-पुस्तकातून 'मराठी भाषेची सद्यःस्थिती' ही लेखमाला प्रसिद्ध केली.

मोती बुलासा
चिपळूणकरांची यथार्थ चिकत्सा

चढू लागला होता,' असेही ते दाखवून देतात. फुल्यांच्या पोवाड्याचाही त्यांनी उल्लेख केला आहे; परंतु कुंट्यांचा मात्र त्यांना विसर पडलेला दिसतो. जेम्स डग्लस या एका इंग्रजाने रायगडावरील शिवरायांच्या समाधीविषयी एक लेख लिहिला, तो फाटकांनी या संदर्भात महत्त्वाचा मानलेला आहे. डग्लसचा प्रस्तुत लेख *'मुंबई आणि पश्चिम हिंदुस्थान'* या त्याच्या पुस्तकातही छापला गेला आहे. 'शिवाजी एक युगप्रवर्तक पुरुष असूनही त्याच्या छत्रीची पडझड सुसंस्कृत म्हणविणाऱ्या इंग्रज राज्यकर्त्यांच्या लक्षात येऊ नये, ही लाजिरवाणी गोष्ट आहे,' असा त्याच्या लेखाचा मुख्य आशय होता. डग्लसच्या लेखाने महाराष्ट्रात शिवछत्रपतींच्या व पर्यायाने मराठेशाहीच्या अभिमानाची लाट उसळली, असेही फाटक सांगतात. डग्लसच्या लेखाने उद्‌भवलेल्या खळबळीचा फायदा घेऊन न्या. रानडे यांनी १८८६मध्ये पुण्यात एक जाहीर सभा घेतली व शिवसमाधीच्या जीर्णोद्धाराचा प्रश्न हाती घेतला. त्यासाठी कोल्हापूर रिजंट आबासाहेब घाटग्यांसारखे अनेक ब्राह्मण-अब्राह्मण, सरदार-जहागीरदार जमले होते. या सभेचा परिणाम म्हणून सरकारने समाधीच्या देखभालीसाठी सालाना काही खर्च मंजूर केला, तरी महाराजांचा वार्षिक उत्सव रखडला. दरम्यान, नीलकंठ जनार्दन कीर्तने यांनी डफच्या मराठ्यांच्या इतिहासातील गफलतींवर प्रकाशझोत टाकला होता. आता तर स्वतः रानडेच मराठी सत्तेच्या उदयाची कारणमीमांसा करणारे लेख लिहू लागले. याच दरम्यान हिंदू-मुसलमानांचे दंगे झाले. त्यामुळेही या साऱ्या प्रक्रियेला अधिक चालना मिळाली असणार. १८९४मध्ये आर. पी. करकेरिया नावाच्या अभ्यासकाने अफझलखान या प्रकरणात महाराजांवर युरोपीयन विद्वानांनी केलेला दगलबाजीचा आरोप खोडून काढणारी मांडणी केली. थोडक्यात सांगायचे म्हणजे, या काळात महाराष्ट्रातील वातावरण शिवमय होत चालले होते.

'शिवाजीराजे भोसले यांचा पवाडा' लिहिणाऱ्या जोतिराव फुले यांना महाराजांच्या समाधिस्थानात व उत्सवात स्वारस्य असणे अगदीच स्वाभाविक होते. भाई माधवराव बागल यांनी सांगितलेल्या हकिगतीनुसार जोतिराव एकदा समाधीचे दर्शन घेण्यासाठी रायगडावर गेले होते व तेथील दुर्दशा पाहून उद्विग्नही झाले होते. तेथील ब्राह्मण पुजाऱ्याशी त्यांचा वादही झाला; परंतु यापेक्षा महत्त्वाची बाब गृह खात्याने नोंदवली असल्याचे फुले वाङ्मयाचे अभ्यासक प्रा. हरी नरके यांच्याकडून समजले, त्यानुसार शिवसमाधीच्या संदर्भातच झालेल्या सभेत फुले सक्रिय होते. त्यांच्यासमवेत त्यांचे सहकारी गंगारामभाऊ म्हस्केही होते. अर्थात या बाबतीत लोकमत जागृत करून लोकांना प्रवृत्त करणे= विशेषतः जोतिरावांसाठी तरी कठीण होते. कारण त्यांनी शिवाजी महाराजांच्या चरित्राचे व कार्याचे विश्लेषण करताना त्यांना शूद्रांचा राजा मानले होते. शेतकऱ्यांचा व कुळवाड्यांचा नेता मानले होते. हिंदुधर्मरक्षकाच्या पारंपरिक प्रतिमेला फुल्यांनी उभी केलेली ही शिवप्रतिमा

चांगलाच छेद देणारी तर होतीच; परंतु क्षत्रियत्वाचे आकर्षण असलेल्या समाजाला छत्रपतींचे व अनुषंगाने त्यांच्या ज्ञातिबांधवांचे शूद्रत्व पचनी पडणे शक्यच नव्हते. शिवाय आपल्या समकालीन कर्मठ सनातनी भटाभिक्षुकांच्या आक्षेपांना न जुमानता महाराजांनी बाळाजी आवजी चिटणीस व गागाभट्ट यांच्यामार्फत क्षत्रियत्व सिद्ध करून त्यानुसार राज्याभिषेकही करवून घेतला होता. आता या उत्सवाचे वा जीर्णोद्धाराचे पुढारीपण फुल्यांकडे गेले असते, तर ही कमाई गमावण्याची वेळ आली असती. त्यामुळे साहजिकच हिंदू धर्माचा क्षत्रिय रक्षक अशी प्रतिमा ही जास्त सोपी व सोयीची होती. लोकमान्य टिळकांनी शिवोत्सवाची व समाधीच्या जीर्णोद्धाराची कल्पना पुढे नेताना याच प्रतिमेचा उपयोग करून घेतला. एरवी शिवाजी महाराजांनी काही वेदपाठशाळा उघडल्या नाहीत वा गाईंसाठी पांजरपोळ काढले नाहीत, हे नंतर त्यांनीच स्पष्ट केले. त्याचप्रमाणे शिवाजीउत्सव जसा महाराष्ट्राबाहेर बंगालसारख्या प्रांतांमधून फैलावू लागला, तसे आमचा यापुढील शिवाजी मुसलमानांतूनही येऊ शकतो, असे म्हणण्यातही त्यांना दिक्कत वाटली नव्हती.

१८८६मध्ये रानड्यांकडून अपूर्ण राहिलेले कार्य सिद्धीस नेण्यासाठी टिळकांनी १८९५मध्ये पुण्यातील हिराबागेत एका सभेचे आयोजन केले. तारीख होती ३० मे. सभेचे अध्यक्षस्थान औंधाच्या पंतप्रतिनिधींनी मंडित केले होते. मागच्या सभेप्रमाणेच याही सभेला सरदार-जहागीरदार मंडळी जमली होती. बडोदानरेश सयाजीराव गायकवाड महाराजांनी एक हजार रुपयांची देणगी दिली.

शिवाजी महाराज हे महाराष्ट्राप्रमाणे अखिल भारताचे प्रेरणास्थान ठरावे म्हणून टिळकांनी पुण्यात डिसेंबर महिन्यात भरलेल्या काँग्रेसच्या अधिवेशनाचा फायदा घेऊन रे मार्केटमध्ये प्रसिद्ध पुढारी व काँग्रेसचे अध्यक्ष सुरेंद्रनाथ बॅनर्जी यांच्या अध्यक्षतेखाली मोठी सभा आयोजित केली. सभेत पंडित मदनमोहन मालवीय यांचेही भाषण झाले. सभा चालू असतानाच करवीर छत्रपती शाहू महाराज यांजकडून सभेस सहानुभूती असल्याची तार प्राप्त झाली, तेव्हा सर्वांचा उत्साह द्विगुणित झाला. स्वतः न्या. रानडे यांचाही या कामास पाठिंबा होताच.

*'टाइम्स'*सारख्या साम्राज्यवादी व सरकारधार्जिण्या वृत्तपत्राला हा प्रकार मानवला नाही. शिवाजी महाराजांच्या नावाने महाराष्ट्रातील व पुढेमागे भारतातील सर्व जातिजमातींचे लोक एकत्र येऊ शकतात व जीर्णोद्धार, स्मारक, उत्सव या प्रकारांमागचा अंतिम हेतू हाच असणार, हे त्याला समजून चुकले होते. त्यामुळे त्याने समाधीच्या कामाला मोडता घालण्याचा प्रयत्न केला. या प्रकारात पुणेरी ब्राह्मणांचा काहीतरी कावा असल्याचे सुचवणे फारसे अवघड नव्हते. ते काहीही असो, शिवाजी महाराज म्हणजे महाराष्ट्राचे महानायक या वस्तुस्थितीवर यानिमित्ताने शिक्कामोर्तब झाले, हे निश्चित.

■

४८

शिवक्रांती आणि तिचे तात्त्विक अधिष्ठान

छत्रपती शिवाजी महाराजांच्या कार्यासंबंधीची चर्चा आधुनिक महाराष्ट्रात लोकहितवादी गोपाळ हरी देशमुख यांनी सुरू केली, असे म्हणायला हरकत नाही. महाराजांच्या कार्याचा अन्वयार्थ लावण्याचे काम यापूर्वी कोणी केलेच नव्हते, असे नाही. आज्ञापत्राच्या कर्त्याने शिवाजीराजांनी नूतन सृष्टी निर्मिली असे म्हटले होते. त्याचे हे छोटेसे वाक्य केवढे अर्थगर्भ आहे! परंतु आधुनिक काळात आपला युरोपातील ज्ञानविज्ञानाशी संबंध आला व आपण त्यांच्याकडून घेतलेल्या नव्या 'कॅटेगरिज'मधून विचार करू लागलो. आपल्याच जुन्या इतिहासाचा अन्वयार्थ नव्या संकल्पनांच्या साहाय्याने करू लागले. लोकहितवादींनी नेमके हेच केले. त्यांनी पूर्वजांवरील टीकेचा अतिरेक केला असे नेहमी म्हटले जाते. त्यात काही प्रमाणात तथ्यही आहे, पण मुळात ते परंपरेकडे अगदी वेगळ्या नजरेतून पाहत असल्यामुळे त्यांना ती परंपरा तशी दिसू लागली. ही वेगळी नजर त्यांना इंग्रजी शिक्षणातून मिळाली होती.

लोकहितवादींनी बंड आणि क्रांती यांच्यामध्ये भेद केला. शिवाजी महाराजांनी केलेले कृत्य हे साधे बंड नसून, क्रांती म्हणजे रिव्होल्यूशन असल्याचे त्यांनी प्रतिपादन केले. प्रचलित राज्यव्यवस्थेला उलथून टाकून दुसरी राज्यव्यवस्था स्थापन करते, ही बाब बंड आणि क्रांती या दोन्ही घटनांमध्ये समान असते; परंतु बंड म्हणजे फक्त सत्तांतर. या सत्तांतरामुळे नव्याने अस्तित्वात आलेली राज्यव्यवस्था अगोदरच्या राज्यव्यवस्थेहून मूल्यदृष्ट्या वरच्या पायरीची असेलच असे नाही. क्रांतीमुळे होणारे सत्तांतर मूल्याधिष्ठित असते व त्यामुळेच त्यातून निर्माण झालेली राज्यव्यवस्था ही अगोदरच्या राज्यव्यवस्थेपेक्षा उच्चतम असल्याचा दावा करता येतो. औरंगजेबाने विजापूरची आदिलशाही बुडवली व त्यामुळे ते राज्य दिल्लीच्या मोगल पातशाहीचा हिस्सा बनले; परंतु आदिलशाहीपेक्षा मोगल पातशाही ही उच्च कोटीची होती, असे कोणी म्हणत नाही. ते केवळ राज्यांतर

होते, क्रांती नव्हती. शिवाजीराजांनी घडवून आणलेल्या सत्तांतराला क्रांती म्हणताना लोकहितवादींच्या डोळ्यांसमोर अर्थातच अमेरिकन आणि फ्रेंच राज्यक्रांत्या होत्या. अमेरिकन क्रांतीमुळे अमेरिकन संस्थाने इंग्लंडच्या साम्राज्यवादी जोखडातून मुक्त झाली व तेथे लोकशाही नावाच्या मूल्यव्यवस्थेला मानणारे नवे स्वतंत्र राष्ट्र उदयास आले. फ्रेंच राज्यक्रांतीने फ्रान्समधील राजेशाही संपुष्टात आणून तेथे स्वातंत्र्य, समता आणि बंधुता या मूल्यत्रयीवर आधारलेली राज्यव्यवस्था स्थापण्याचा प्रयत्न केला.

प्रसिद्ध *'शतपत्रां'*मधील १८४८मध्ये छापलेल्या २५ क्रमांकाच्या या पत्रात लोकहितवादींनी 'मूल्य' हा जाडा शब्द वापरला नाही. ते या संदर्भात राज्यसुधारणा हा शब्द वापरतात; परंतु मूलभूत राज्यसुधारणा मूल्यानुसारच असतात. त्यामुळे तो शब्द आपण निर्धोकपणे वापरू शकतो.

लिबर्टी म्हणजे 'स्वातंत्र्य' हा अमेरिकन क्रांतीचा परवलीचा शब्द होता. जगप्रसिद्ध स्वातंत्र्यदेवतेचा पुतळा (State of Liberty) हे त्याचे प्रतीक होय. फ्रेंच क्रांतीने स्वातंत्र्य, समता आणि बंधुता हे तीन शब्द परवलीचे केले. हीच ती तीन मूल्ये होत. ही मूल्ये आपण बौद्ध धर्मापासून घेतली असे डॉ. आंबेडकर म्हणत. आता शिवराज्याला क्रांती म्हणायचे असेल तर अशी काही मूल्ये त्यामागे होती काय याचा धांडोळा घेतला पाहिजे.

फ्रेंच क्रांतीतील मूल्यांचा उद्घोष या क्रांतीचे अग्रदूत असलेल्या रुसो, व्हॉल्टेअर अशा विचारवंतांनी केला होता. तसे कोणी विचारवंत शिवक्रांतीच्या मागे पार्श्वभूमी म्हणून उभे होते काय, या प्रश्नाचे होकारार्थी उत्तर इतिहासकार त्र्यं. शं. शेजवलकर यांनी दिले आहे. त्यांच्या मते स्वातंत्र्य, समता आणि बंधुता या तीन मूल्यांचा उद्घोष अनुक्रमे रामदास, एकनाथ आणि तुकाराम या संतांनी केलेला आढळतो.

शेजवलकरांचे हे मत फार महत्त्वाचे आहे. आधुनिक युरोपाच्या इतिहासाची सरणी मध्ययुगीन महाराष्ट्राला लावणे हे कदाचित कोणाला विपरीत वाटेल; परंतु मूल्यविचारसुद्धा परिस्थितीच्या संदर्भात सापेक्षतेने आणि साक्षेपाने करायचा असतो, हे विसरता कामा नये. येथील परिस्थितीत स्वातंत्र्य याचा अर्थ एकदम वयात आलेल्या सर्व स्त्री-पुरुषांना

इतिहासाचे सद्य:स्थितीशी असलेले नाते तपासत राहणे आणि वर्तमानाच्या संदर्भात इतिहासाचा पुन्हा अभ्यास करणे, ही कोणत्याही देशाच्या दृष्टीने आवश्यक बाब असते. त्याचप्रमाणे इतिहासाचे पुनआर् कलन आणि पुनर्लेखनही वेळोवेळी आधुनिक साधनांच्या साहाय्याने करणे गरजेचे असते. इतिहासावर नव्या विचारातून प्रकाश पडणे यातूनच शक्य होते.

शिवकार्याची क्रांती असा यथार्थ व यथोचित गौरव करणाऱ्या लोकहितवादींना अशा क्रांतीतील सामाजिक आशयाचीही कल्पना होती, म्हणून तर त्यांनी आयुष्यभर ज्ञातिबांधवांचे शिव्याशाप झेलत समतेच्या तत्त्वाचा पुरस्कार केला. या तत्त्वाचे महत्त्व पटल्यामुळेच रानडे आणि भागवत यांनी संतांच्या कार्याचे महत्त्व अधोरेखित केले.

मतदानाने सरकार निवडण्याचा अधिकार, असा घेता येणार नाही हे उघड आहे.

शेजवलकरांनी शिवशाहीची जी तात्त्विक भूमिका सूत्ररूपाने सांगितले. तो न्या. म. गो. रानडेकृत मराठ्यांच्या सत्तेच्या उदयाच्या मीमांसेचा म्हटले तर सारांश आहे, म्हटले तर विश्लेषण आहे. न्यायमूर्ती रानडे यांनी मराठ्यांच्या सत्तेच्या उदयाची मीमांसा करताना संतांच्या कार्यामुळे शिवाजी महाराजांना अनुकूल वातावरण लाभले असल्याचे निदर्शनास आणले. राजारामशास्त्री भागवतांचेही असेच मत होते. याच संदर्भात भागवत धर्म असा शब्दप्रयोग केला गेला. रानडे-भागवतांचा भागवत धर्म पुरेसा समावेशक असल्यामुळे त्यात समर्थ रामदासांनी निर्देशलेल्या महाराष्ट्र धर्माचाही समावेश होत होता. वारकरी संतमालिकेतील ज्ञानेश्वर आणि नामदेव शिवकालापासून बऱ्याच अंतरावर असल्याने आणि एकनाथ नुकतेच होऊन गेलेले व तुकाराम अंशतः व रामदास पूर्णपणे समकालीन असल्यामुळे शेजवलकरांनी एकनाथ, तुकाराम व रामदास यांना शिवरायांच्या वैचारिक मशागतीचे श्रेय दिले. अशाप्रकारे लोकहितवादींनी चालना दिलेली मांडणी शेजवलकरांच्या हातून पूर्ण झाली.

शेजवलकरांनी लोकहितवादींच्या मर्मदृष्टीला अगदी मनापासून दाद दिलेली आहे. २८ मे १८४८ या दिवशीच्या *'प्रभाकरा'* त आणलेल्या लोकहितवादींच्या उपरोक्त पत्राचा संदर्भ देऊन शेजवलकर लिहितात, *"इंग्लंडच्या इतिहासाचे दूध पिऊन पुष्ट झालेला हा पुण्याचा तरुण सरदार या प्रकाराकडे इतक्या शांतपणे पाहू शकला, ही अत्यंत कौतुकाची गोष्ट वाटते. मार्क्सच्या कम्युनिस्ट मॅनिफेस्टोचे वर्ष म्हणून या सालाकडे लाल डोळे करून पाहणाऱ्या साम्यवाद्यांनी यावरून पुष्कळ शिकण्यासारखे आहे."*

शेजवलकर फ्रेंच राज्यक्रांतीतील तीन मूल्यांचा उल्लेख 'मानवेतिहासाची प्रस्थानत्रयी' असा करतात.

शेजवलकरांचे वैशिष्ट्य म्हणजे ते या तीन मूल्यांच्या परस्परसंबंधांची आणि त्यांच्यातील प्राधान्यक्रमाचीही चर्चा करतात. या बाबतीतील त्यांचा अंतिम सिद्धान्त असा आहे, की *"पूर्ण, चिरंजीव, निःसंदिग्ध व प्रभावी स्वातंत्र्य अपेक्षित असले तर मात्र, समता व बंधुता या गोष्टी तितक्याच पूर्ण, शाश्वत व निःसंदिग्ध असाव्या लागतील."*

एके काळी पूर्ण स्वातंत्र्य उपभोगणारा आपला देश पारतंत्र्यात का गेला, याचे

शेजवलकरांनी दिलेले उत्तर असे आहे, की *"अंतर्बाह्य समता व बंधुता यांच्या अभावामुळे आपण स्वातंत्र्यास आचवलो."*

आपण स्वातंत्र्य का गमावले या प्रश्नाचे उत्तर मिळाले म्हणजे आपण गमावलेले स्वातंत्र्य परत संपादन कसे केले, याचे उत्तर सहज मिळण्यासारखे आहे. गेलेले स्वातंत्र्य परत मिळवण्यासाठी मराठ्यांची एकी होणे गरजेचे होते. शेजवलकर सांगतात, की *"समतेच्या व बंधुतेच्या तत्त्वामुळे एकी शक्य झाली. तसेच समता व बंधुता ही क्रांतीची मूलतत्त्वे निर्माण झाल्यामुळे शिवकालीन समाज स्वातंत्र्य मिळवू शकला."*

लोकहितवादी सूचित शिवक्रांतीच्या स्वरूपाचे विवरण करताना शेजवलकर एक साधारण सिद्धान्त बांधतात, तो असा "सामाजिक क्रांती होऊन प्रथम समता व बंधुता निर्माण झाल्यावाचून या देशाला स्वातंत्र्यलाभ नाही, हाच इतिहासाचा संदेश आहे."

शेजवलकरांना हे असे सिद्धान्तन करावे लागले याचे तत्कालीन कारण म्हणजे तेव्हा १९४१ साली (महाराष्ट्रासह) भारत देश ब्रिटिश अमलाखाली होता. महाराष्ट्रात काँग्रेस आणि हिंदुमहासभा यांच्यात तीव्र स्पर्धा होती. सावरकरांसारखा एखादा दुसरा अपवाद सोडला तर हिंदुमहासभेचे बहुतेक लोक जातिभेद निर्मूलनादी सामाजिक सुधारणांना विरोध करत होते. इतिहासाचार्य राजवाड्यांची विचारसरणी त्यांना शिरोधार्य असे. राजवाडे समतेच्या तत्त्वज्ञानाचे पूर्ण विरोधक. त्यांच्या मते राज्य मिळणे वा गमावणे या गोष्टींचा सामाजिक समता वगैरे गोष्टींशी काही संबंध नसतो. ज्याच्या तलवारीची लांबी जास्त किंवा ज्याच्या तोफाबंदुका अधिक पल्लेदार, तो जिंकतो.

राजवाडे यांनी लावलेल्या मराठ्यांच्या इतिहासाला अनुसरून राजकारण करणारे तेव्हाचे लोक असे म्हणत, की शिवकालात जातिव्यवस्था, स्त्रियांवरील बंधने, बालविवाहाची प्रथा इ. समतेच्या विरुद्ध प्रथा असूनही ज्या अर्थी स्वराज्य मिळाले, त्या अर्थी समता आणि स्वातंत्र्य यांचा काही अन्योन्यसंबंध नाही. सबब सामाजिक गुंत्यांच्या सोडवणुकीत शक्तीचा अपव्यय करून स्वातंत्र्य लांबणीवर टाकणे उचित ठरणार नाही.

शिवाजी महाराज

आधी सामाजिक, की राजकीय या विषयावर लोकमान्य टिळक आणि गोपाळराव आगरकर यांच्यात झालेला वाद सर्वश्रुत आहे. आगरकर राजकीय स्वातंत्र्यासाठी सामाजिक सुधारणा स्थगित ठेवण्याच्या विरुद्ध होते; पण टिळक सामाजिक सुधारणा नकोतच असे म्हणत नव्हते. स्वातंत्र्यप्राप्तीनंतर सुधारणा आपल्या आपण व आपल्या पद्धतीने करू, असा त्यांचा आशावाद

त्र्यं. शं. शेजवलकर

फ्रेंच राज्यक्रांतीतील तीन मूल्यांचा उल्लेख त्र्यं. शं. शेजवलकर 'मानवेतिहासाची प्रस्थानत्रयी' असा करतात. त्यांच्या मते स्वातंत्र्य, समता आणि बंधुता या तीन मूल्यांचा उद्घोष अनुक्रमे रामदास, एकनाथ आणि तुकाराम या संतांनी केलेला आढळतो.

होता; परंतु लोकमान्यांची परंपरा सांगणाऱ्या, स्वराज्य पक्ष, प्रतिसहकार पक्ष, लोकशाही स्वराज्य पक्ष आणि हिंदुमहासभा अशा क्रमाने गांधीजींना विरोध करणाऱ्या या मंडळींना सामाजिक समतेचे जणू वावडेच होते. शेजवलकरांचे लेखन हे मुख्यतः या मंडळींचा प्रतिवाद करण्यासाठी झालेले आहे.

भरीत भर म्हणजे ही मंडळी शिवाजी आणि मराठ्यांचा इतिहास यांचे नेहमी उदात्तीकरण करायची. हिंदुराष्ट्रवादाचे समर्थन करण्यासाठी त्यांचा उपयोग करायचा. साहजिकपणे उपरोक्त मूल्यत्रयीतील स्वातंत्र्याचेच महत्त्व अधोरेखित होऊन उर्वरित पायाभूत मूल्यांकडे दुर्लक्ष झाल्यामुळे शेजवलकरांनी उल्लेखलेल्या तीन संतांपैकी दोघांना दूर सारून एकट्या रामदासांनाच सर्व श्रेय देणारा इतिहास त्यांनी रचला.

या सगळ्या परंपरेचा प्रतिवाद शेजवलकरांनी क्रांतीच्या मूलतत्त्वांचा महाराष्ट्रेतिहासातील अनुक्रम या लेखातून केलेला आहे. शिवकार्याची क्रांती असा यथार्थ व यथोचित गौरव करणाऱ्या लोकहितवादींना अशा क्रांतीतील सामाजिक आशयाचीही कल्पना होती, म्हणून तर त्यांनी आयुष्यभर ज्ञातिबांधवांचे शिव्याशाप झेलत समतेच्या तत्त्वाचा पुरस्कार केला. या तत्त्वाचे महत्त्व पटल्यामुळेच रानडे आणि भागवत यांनी संतांच्या कार्याचे महत्त्व अधोरेखित केले. *"मराठा तितुका मेळवावा। महाराष्ट्र धर्म वाढवावा"* असे रामदास म्हणाले. ते नेमके केव्हा असा आडव्यात जाणारा प्रश्न न विचारता सुद्धा असे म्हणता येते. मराठ्यांनी एक झाल्याशिवाय महाराष्ट्र धर्म वाढणे शक्य नव्हते आणि मराठा तितुका मेळवण्याची कामगिरी भागवत धर्माच्या संतपरंपरेने समता आणि बंधुता या मूल्यांच्या आधारे बजावल्यामुळेच महाराष्ट्राच्या स्वातंत्र्याची म्हणजे स्वराज्याची बोलणी शक्य झाली.

ज्याला आपण आधुनिकीकरण म्हटले, त्याच्यासाठीसुद्धा उपरोक्त तत्त्वे आवश्यक असतात, असे शेजवलकरांच्या लेखनातून निष्पन्न होते. *"शिवाजीने महाराष्ट्राच्या इतिहासाला जी कलाटणी दिली होती, तिच्यामागे आधुनिकीकरणाचे तत्त्वज्ञान होते. त्याने पश्चिम किनाऱ्यावरील दरवाजे उघडून पाश्चात्त्य सुधारणेच्या काळात इकडे*

बंड आणि क्रांती यात भेद आहे. बंड म्हणजे फक्त सत्तांतर; पण शिवाजी महाराजांनी केलेले कृत्य हे साधे बंड नसून क्रांती म्हणजे 'रेव्होल्यूशन' होते. क्रांतीमुळे होणारे सत्तांतर मूल्याधिष्ठित असते व त्यामुळेच त्यातून निर्माण झालेली राज्यव्यवस्था ही अगोदरच्या राज्यव्यवस्थेपेक्षा उच्चतर असल्याचा दावा करता येतो.

आणण्याची तजवीज चालवली होती. परयांच्या व्यापाराला तर उत्तेजन द्यावयाचे, पण त्याबरोबर आरमार वाढवून त्यांचे नियंत्रण करावयाचे, असा दुहेरी बेत शिवाजीने प्रेरलेल्या अमात्यांच्या 'आज्ञापत्रां'वरून वरून स्पष्ट होतो."

शेजवलकरांचा सर्वांत महत्त्वाचा मुद्दा शिवराजांचे मोठेपण एका वेगळ्या पद्धतीने अधोरेखित करतो.

> *"सध्या सर्व इतिहासविवेचक अशी समजूत करून बसले आहेत, की हिंदुस्थानच्या स्थितीत अठराव्या शतकात काही सुधारणा शक्यच नव्हती. म्हणजे, पर्यायाने कोणा ना कोणा पाश्चात्त्य राष्ट्राचे प्रभुत्व मागेपुढे हिंदुस्थानावर होणे अपरिहार्य होते! ही विचारसरणी आम्हास मुळीच मान्य नाही. सतराव्या शतकापर्यंत अशी अंतर्गत सुधारणा मुसलमान राज्यकर्त्यांकडून अपेक्षित होती. कारण मक्का-मदिना, कायरो-इस्तंबूलपर्यंत त्याची 'आमद्रफ्ती' पूर्वीच चालू होती, पण सुधारणेपेक्षा संस्कृतीचा अनाधुनिक मूर्खपणाचा मार्ग औरंगजेबाने पत्करल्यामुळे ती नष्ट झाली. म्हणून शिवाजीला हिंदूंचे पुढारीपण स्वीकारून या सुधारणेचा पुरस्कार करणे भाग पडले! धर्मप्रकरणी शिवाजींचे वर्तन तत्कालीन युरोपच्या शंभर वर्षे पुढे होते."*

शेजवलकरांचे निरीक्षण यथार्थच आहे, पण शिवाजीमहाराज धर्माच्या बाबतीत युरोपच्या असे शंभर वर्षे पुढे जाऊ शकले, याचे कारणच मुळी हा धर्मविचार महाराष्ट्रात त्यांच्या अगोदर तीनशे वर्षे सातत्याने चालूच होता, हे आहे.

ग्रँट डफ काहीही म्हणो, मराठ्यांचे स्वराज्य हे केवळ आकस्मित योगायोग नव्हता, ती शिवक्रांती होती. तो वणवा नसून, समतेची अरणी आणि बंधुभावाचा मंथा या उपकरणांनी केलेले स्वातंत्र्याग्नीचे मंथन होते.

■

४१

अध्यात्म आणि राजकारण

लोकशाही नावाची राज्यपद्धती ही आधुनिक काळात विकसित झालेली घटना आहे. ती पूर्णतः निर्दोष आहे असे कोणीच म्हणत नाही. महात्मा गांधींनी तर 'हिंद स्वराज'मध्ये लोकशाहीचा आदर्श मानल्या गेलेल्या इंग्लंडच्या संसदेची ज्या कठोर शब्दांत संभावना केली ती डोके गरगरून सोडणारी आहे. तरीसुद्धा प्रचलित व्यवस्थांमधील योग्यतर व्यवस्था म्हणून त्यांनाही लोकशाहीस मान्यता द्यावीच लागली.

लोकशाहीची सर्वांत प्रसिद्ध असलेली व्याख्या म्हणजे लोकांनी लोकांसाठी चालवलेले लोकांचे राज्य. या पद्धतीला लोकांचे राज्य म्हणण्यात येते. कारण ते निवडणूक नावाच्या प्रक्रियेतून साकार झालेले असते. प्रौढ मतदार म्हणजेच लोक आपले राज्यकर्ते मताधिक्याने निवडून देत असतात. शिवाजी महाराजांनी स्थापलेले राज्य अशा पद्धतीने मतपेटीतून उदयाला आलेले नसले तरी ते लोकांसाठी म्हणजेच रयतेसाठी चालवले जात होते आणि त्यामुळेच लोकांना ते आपले वाटत होते यात शंका नाही. राजकीय सिद्धान्ताच्या चष्म्यातून पाहिले तर ते भोसले घराण्याचे राज्य असले तरी लोकशाही राज्याचे जे मूल्यतत्त्वात्मक अधिष्ठान असते त्यावर म्हणजे स्वातंत्र्य, समता व बंधुता या प्रक्रियेवर ते आधारले होते आणि हेच त्याचे वेगळेपण होते. महाराजांनी 'नूतन सृष्टी' निर्मिल्याचे *आज्ञापत्र*कार सांगतात त्याचा एक अर्थ हे शून्यातून साकार झालेले विश्व असा आहेच आणि तो यथायोग्यही आहे. राज्य उभारण्यासाठी आवश्यक असलेल्या साधनसामग्रीचा महाराजांकडे किती अभाव होता हे सांगायचे कारण नाही. साधनसामग्री वैपुल्याने उपलब्ध असतानाही *'ढाल तलवारे गुंतले हे कर। म्हणे मी झुंजार कैसा लढो'* असे म्हणणाऱ्या रडतराऊताचे वर्णन तुकाराम महाराजांनी केलेले आहे. येथे तर पुरेशा ढाल-तलवारीही नव्हत्या. तोफा-बंदुका आणि गड-कोटांची गोष्ट तर दूरची, उलट शत्रूकडे सर्व प्रकारच्या साधनांची अनुकूलता.

पण साधनांचा अभाव ही लोकोत्तर पुरुषांची सबब कधीच नसते. संत *ज्ञानेश्वरांनी*

साधनांचा अभाव किंवा अनुपलब्धता ही लोकोत्तर पुरुषांची सबब कधीच नसते. शिवाजी महाराजांनी सर्व प्रकारच्या प्रतिकूलतेतून स्वातंत्र्य, समता आणि बंधुता या मूल्यत्रयीचा अंगीकार करून राजकीय सृष्टीची नवनिर्मिती केली. असेच मूलभूत स्वरूपाचे कार्य संत ज्ञानेश्वरांनी *'ज्ञानेश्वरी'*च्या मराठी रचनेतून केले आणि नवी भाषिक आणि तात्त्विक सृष्टी उभारली.

ज्ञानेश्वरी नावाचा ग्रंथ मराठी भाषेत लिहिला तेव्हा त्यांच्यासमोर ना मराठीचा शब्दकोश होता ना मराठी भाषेचे व्याकरण. याउलट संस्कृत भाषेत या सर्व गोष्टी उपलब्ध तर होत्याच; शिवाय गीताभाष्यलेखनाची शंकर, रामानुज, मध्व अशी लांबलचक पूर्वपरंपराही होती. अशा परिस्थितीत संस्कृत भाषेत आणखी एक गीताभाष्य लिहिणे ज्ञानेश्वरांसाठी फारच सोपे होते. शिवाय असे केल्यामुळे त्यांना महापंडिताची प्रतिष्ठाही लाभली असती; पण तसे न करता त्यांनी तुटपुंजी साधनसामग्री घेऊन तिच्यातून ज्ञानेश्वरी नावाची जी भव्य कृती उभी केली तिला 'दुजी सृष्टी' असे त्यांनीच म्हटले आहे. इतकेच नव्हे, तर तिची विश्वामित्र ऋषींनी रचलेल्या प्रतिसृष्टीशी तुलनाही केली आहे. ईक्ष्वाकुळातील सत्यव्रत त्रिशंकू राजाला इंद्र स्वर्गात प्रवेश देत नव्हता म्हणून विश्वामित्रांनी त्याच्यासाठी दुसरी सृष्टी उभारायला सुरवात केली; परंतु विश्वामित्रांची ही सृष्टीही नाशवंतच ठरली. आपली ज्ञानेश्वरी ग्रंथाची दुसरी सृष्टी मात्र तशी नसल्याची ग्वाही ज्ञानेश्वर देतात.

आपण स्वतंत्र अशा साहित्यिक आणि तात्त्विक सृष्टीचे सर्जन करत असल्याची जाणीव ज्ञानेश्वरांना होती. मराठी भाषेच्या भूमीत 'साहित्य सोनियाची खाण' उघडण्याचा आणि तत्त्वज्ञान हा ज्याचा स्थायी भाव आहे, अशा 'महारसा'ची म्हणजेच शांत रसाची 'लावणी' करण्याचा त्यांचा इरादा होता, तो गुरुकृपेने पूर्णही झाला. ही त्यांची दुजी म्हणजे 'नूतन सृष्टी'च होती.

संस्कृत भाषेत ग्रंथरचना करण्याचा रूढ संकेत मोडून ज्ञानेश्वरांनी मराठी लोकांची स्वतंत्र अशी भाषिक आणि तात्त्विक सृष्टी उभारली. यादवांच्या राजवंशाने राजकीय सृष्टी निर्मिण्याचे कार्य केलेले होतेच. दुर्दैवाने उत्तरेकडून आलेल्या आक्रमणामुळे मराठ्यांच्या राजकीय सृष्टीचा नाश झाला; पण भाषिक सृष्टी मात्र अबाधित राहिली. रानडे, शेजवलकरांनी दाखवून दिल्याप्रमाणे याच सृष्टीतून महत्त्वाच्या मूल्यत्रयीची मांडणी झाली आणि तिच्यामुळे व तिच्या आधारे राजकीय सृष्टीची नवनिर्मिती करणे शिवाजी महाराजांना शक्य झाले.

संत ज्ञानेश्वर आणि शिवाजी महाराज यांचे कार्यप्रांत वरकरणी वेगळे दिसत असले तरी ते महत्त्वाच्या अंतःसूत्रांनी जोडले गेले आहेत. 'मराठिचिये नगरी। ब्रह्मविद्येचा सुकाळु' करण्याचे कंकण ज्ञानेश्वरांनी बांधले होते. शिवाजी महाराजांनी 'मराठिचिये नगरी' राहणाऱ्यांसाठीच स्वराज्य स्थापन केले. या आपल्या राजकीय स्वराज्याचा भाषिक

स्वराज्याशीही संबंध आहे हे त्यांनी जाणले होते. म्हणून तर 'राज्यव्यवहारकोश' निर्माण करून त्याच्या माध्यमातून मराठीला राज्यभाषेचा दर्जा देण्याचा प्रयत्न त्यांनी केला. 'माझा मराठाचि बोलु कवतुके। परि अमृतातेही पैजा जिंके।' असे ज्ञानेश्वर म्हणाले. आपले 'समुद्राहुनि खोल' आणि 'अर्थभरीत' असे 'मराठे बोल' ऐका, असे त्यांचे आव्हानगर्भ आवाहन होते. दरम्यानच्या काळात या 'मराठा बोलां'मागील राजकीय सत्ता लुप्त झाली होती. तिची निर्मिती शिवछत्रपतींनी नव्याने केली. ज्ञानेश्वरपूर्वकाळी धर्म आणि तत्त्वज्ञान समजून घेण्यासाठी मराठी माणसाला संस्कृत जाणणाऱ्या शास्त्रीपंडितांच्या तोंडाकडे पाहायला लागायचे. त्याचे हे परावलंबित्व ज्ञानेश्वरांनी संपुष्टात आणले. मोक्षप्राप्तीसाठी आवश्यक असलेले अध्यात्मज्ञान संस्कृत भाषेत; पण ती भाषा मूठभरांची मक्तेदारी झालेली. स्त्रीशूद्रांना तर ती येतच नसे. ती शिकण्याचा त्यांना अधिकारही नव्हता. अशा वेळी मध्यस्थांना नको तितके महत्त्व प्राप्त होई. ही कोंडी ज्ञानेश्वरांनी फोडली. अशाच प्रकारची राजकीय कोंडी शिवरायांनी फोडली. पुण्याच्या देशमुखीच्या सनदा मिळवण्यासाठी विजापूरला जाण्याची आता गरज उरली नाही.

शिवचरित्र आणि ज्ञानेश्वरचरित्र यांच्यातही डोळ्यात भरण्यासारखी साम्यस्थळे आहेत. ज्या वयात ज्ञानेश्वरांनी मराठीच्या भाषिक स्वराज्याची उभारणी केली, त्याच वयात शिवरायांनीही मराठ्यांच्या राजकीय स्वराज्याचे तोरण बांधले. धर्म सांगण्याचा हक्क मिळवण्यासाठी ज्ञानेश्वरांना पैठणच्या पंडितांपुढे आपले ब्राह्मण्य सिद्ध करून घ्यावे लागले, त्याचप्रमाणे शिवाजी महाराजांनादेखील राज्याभिषेक करण्यासाठी क्षत्रियत्वाचे

संस्कृत भाषेत आणखी एक गीताभाष्य लिहिणे ज्ञानेश्वरांसाठी फारच सोपे होते; पण तसे न करता त्यांनी तुटपुंजी साधनसामग्री घेऊन तिच्यातून 'ज्ञानेश्वरी' ही भव्य कृती उभी केली.

संत ज्ञानेश्वर आणि शिवाजी महाराज यांचे कार्यप्रांत वरकरणी वेगळे दिसत असले, तरी ते महत्त्वाच्या अंतःसूत्रांनी जोडले गेले आहेत. 'मराठीचिये नगरी ब्रह्मविद्येचा सुकाळु' करण्याचे कंकण ज्ञानेश्वरांनी बांधले होते. शिवाजी महाराजांनी 'मराठीचिये नगरी' राहण्यासाठी स्वराज्य स्थापन केले. राजकीय स्वराज्याचा भाषिक स्वराज्याशी असलेला संबंध जाणूनच त्यांनी 'राज्यव्यवहारकोश' निर्माण केला.

नाणे वाजवून दाखवावे लागले.

सनातन्यांच्या हटवादीपणामुळे ज्ञानेश्वरांचे मातृपितृछत्र बालपणीच हरपले. निवृत्तिनाथच त्यांचे पालक झाले आणि गुरूही. महाराजांचे तीर्थरूप शहाजी राजे बंगलोरच्या जहागिरीवर असल्यामुळे शिवरायांसाठी निवृत्तिनाथांची भूमिका मातोश्री जिजाबाईंना निभवावी लागली व ती त्यांनी समर्थपणे निभावलीसुद्धा.

शिवरायांच्या पुढे प्रचलित प्रवाहाविरुद्ध जाऊन, परकीय सत्तांशी झुंज देत स्वराज्य स्थापण्याचे ध्येय होते. पण त्यासाठी आदर्श किंवा 'रोल मॉडेल' कोणाचे समोर ठेवणार? चंद्रराव मोरे, बाजी घोरपडे असे समकालीन समर्थ पुरुष विजापूरच्या दरबारात चाकरीला. प्रत्यक्ष पिताश्री शहाजीराजे कितीही मातब्बर व पराक्रमी असेल तरी व्यवहारात तेदेखील एक बडे मनसबदारच. शिवबा स्वतःचे स्वतःच आदर्श बनले. त्यांनी स्वतःच इतरांना रोल मॉडेल बनवून दाखवले.

ज्ञानेश्वरांनी तरी काय केले? गीतेचे ज्ञान मराठी भाषेत व्यक्त करण्यासाठी आदर्श नमुना ठरावा असा ग्रंथ यापूर्वी लिहिला गेला नव्हताच. ज्ञानेश्वर हेच त्या क्षेत्रातील आदिनाथ. इतरांनी मग त्यांचे अनुकरण केले. त्यांनी प्रवर्तित केलेली गीताभाष्याची परंपरा मराठीत आजपर्यंत चालूच आहे. टिळक आणि विनोबा हे याच परंपरेतील अलीकडचे भाष्यकार. गीतेवरील एवढा समृद्ध 'डिस्कोर्स' अन्य कोणत्याही देशी भाषेत निर्माण झालेला नाही. ज्ञानेश्वरांनी कोंडी फोडल्यामुळे महाराष्ट्रातील विविध जातिजमातींमधील स्त्री-पुरुष त्यांचे अनुयायित्व पत्करून पंढरीच्या वाळवंटात वारकरी संप्रदायाच्या झेंड्याखाली एकत्र आले. ज्ञानेश्वरांना माउली म्हणू लागले. तसेच शिवरायांच्या बाबतीत झाले. अठरापगड जातींतील लहान-मोठे लोक त्यांचे नेतृत्व स्वीकारून स्वराज्याच्या कामासाठी एकत्र आले. कित्येकांनी तर त्यासाठी आत्मबलिदानही केले.

तुकोबांनी ज्ञानेश्वरस्तुती करताना ज्ञानेश्वरांना 'ज्ञानियांचा राजा' असे संबोधिले ते फारच अर्थपूर्ण आहे. ज्ञानेश्वर हे ज्ञानी लोकांमधील सर्वश्रेष्ठ ज्ञानी आहेत हे व्यक्त करण्याचा आलंकारिक मार्ग म्हणजे त्यांना ज्ञान्यांचा राजा म्हणणे. एरवीही ज्ञान्यांचे असे एखादे राज्य नसते हे सांगायची गरज नाही.

स्वतः शिवाजी महाराज एक स्वधर्मनिष्ठ राजा असल्यामुळे आणि त्यांना ज्ञानेश्वरांचे

महत्त्व माहीत असल्यामुळे त्यांच्याविषयीचा आदर व्यक्त करणे हे त्यांनी आपले कर्तव्यच मानले. राजे लोकांची आदर वा सद्भाव व्यक्त करण्याची पद्धत म्हणजे आपल्या आदरस्थानासाठी काहीएक नियमित तरतूद करणे. त्यांनी ज्ञानेश्वरांच्या आळंदी देवस्थानसाठी शके १५९३मध्ये करून दिलेली सनद उपलब्ध आहे. चाकण प्रांताचे कारकून देशमुख, देशपांडे अशा सरकारी यंत्रणेतील अधिकाऱ्यांना रीतिरिवाजाप्रमाणे कळवण्यात आले की, - *'श्री ज्ञानदेव याचे इनाम मौजे आळंदी प्रगणे सालाबाद जमीन मजुरी सेत सवा दीडसे कारवे खंडी १-२॥ येक खंडी अडीच मण देवाचे देवास दिधले असे कुलबाब कुलकानु दुमाले केले असे. दुमाला करणे यासी काडीचा तोसीस न लावणे, खलकरी अगर कोणी इस्की न करणे. सदरहू खलबार घेणे. देवाचे देवास चालवणे. साल दर साल चालवीत जाणे. ताजा खुर्दखताचा उजूर न करणे.'*

शिवाजी महाराजांच्या पश्चात संभाजी राजे तख्तानशीन झाले तेव्हा त्यांनी लगोलग जी इनामे दिली त्यात आळंदी देवस्थानच्या इनामाचा समावेश आहे, हे लक्षात घेतले म्हणजे मराठेशाही आणि संत ज्ञानेश्वर यांचे नाते किती दृढ होते हे समजेल. मराठी सैनिकांच्या छावण्यांतही सकाळी पूजाअर्चा झाल्यानंतर ज्ञानेश्वरी वाचणारे सैनिक असायचे. साहजिकच तुकोबांचे सुपुत्र नरायण महाराज यांनी ज्ञानोबा-तुकोबांची पालखी देहू-आळंदीहून आषाढी वारीसमवेत पंढरीला नेण्याचा उपक्रम सुरू केला, तेव्हा त्यांना मराठा सरदारांनी सर्व प्रकारची मदत केली. मराठ्यांचे राज्य बुडवण्यासाठी औरंगजेब जातीने महाराष्ट्रात मोठ्या सैन्यानिशी ठाण मांडून बसला होता तेव्हा हा पालखी सोहळा सुरू झाला. ज्ञानबातुकाराम असे भजन करीत वारकरी पंढरीला जाऊ लागले. महाराष्ट्राची अस्मिता जागृत ठेवण्यात या सोहळ्याचा चांगलाच उपयोग झाला. ब्रिटिश काळातही ग्वाल्हेरच्या शिंद्यांचे सरदार इंगळे आणि शितोळे यांनी अनुक्रमे तुकोबा आणि ज्ञानोबांच्या पालख्यांची जबाबदारी सांभाळली. पालख्यांची वाटचाल अजूनही लष्करी कूच असावे तशी होत असते. किंबहुना मराठ्यांच्या लष्करी बाण्याचा तो एकमेव अवशेष आहे असे म्हटले तरी चालेल. औरंगजेबाच्या आक्रमणामुळे महाराष्ट्रात एकूणच अव्यवस्था माजली होती. तिचा फायदा घेऊन काहींनी यात्रेकरूंना त्रास द्यायला सुरुवात केली. त्यांचा बंदोबस्त करण्याविषयी नारायण महाराजांनी छत्रपती राजाराम महाराजांना पत्र लिहिले. राजाराम

शिवचरित्र आणि ज्ञानेश्वर चरित्र यांच्यात डोळ्यांत भरण्यासारखी साम्यस्थळे आहेत. ज्या वयात ज्ञानेश्वरांनी मराठीच्या भाषिक स्वराज्याची उभारणी केली त्याच वयात शिवरायांनीही मराठ्यांच्या स्वराज्याचे तोरण बांधले. ज्ञानेश्वरांना जसे पैठणच्या पंडितांपुढे आपले 'ब्राह्मण्य' सिद्ध करावे लागले तसेच शिवाजी महाराजांनाही राज्याभिषेकासाठी आपल्या 'क्षत्रियत्वा'चे नाणे वाजवून दाखवावे लागले.

महाराजांनीही त्यावर त्वरित कार्यवाही केली.

महाराष्ट्रातले राज्यकर्ते जसे सात्त्विक होते तसेच महाराष्ट्रातले भक्तिमार्गी लढवय्ये होते. *'मऊ मेणाहुनि आम्ही विष्णुदास। कठीण वज्रास भेदू ऐसे॥'* असे तुकोबा म्हणतात तेव्हा ते नुसते पोकळ शब्द नसतात. याच अभंगात *'मायबापाहुनि बहु मायावंत। करू घातपात शत्रुहुनि॥'* असाही एक चक्रावून टाकणारा चरण आहे. त्यांच्या वीरवृत्तीचा प्रत्यय त्यांच्या परमार्थातूनही येतो. पंढरीला जाणाऱ्या वारकऱ्यांना तुकोबा सेनापतीला साजेसा आदेश देतात-

'वेढा वेढा रे पंढरी। मोर्चे लावा भीमातिरी॥
चला चला संतजन। करा देवासी भांडण॥
लुटालुटा पंढरपूरा । धरा रखुमाहेचा वरा॥
तुका म्हणे चला। घाव निशाणी घातला॥'

या वारकऱ्यांना तुकोबा 'वीर विठ्ठलाचे गाढे' असे म्हणतात आणि 'कोण पाहे तयाकडे?' असे प्रश्नार्थक आव्हानही देतात.

आपण श्रीरामाचे सैनिक आहोत असे एक स्वारस्यपूर्ण रूपक तुकोबांनी रचले आहे-

'आम्ही रामाचे राऊत। वीर झुंजार बहुत॥
मनपवनतुरंग। हाती नामाची फिरंग॥
वारू चालवू चहुखुरी । घाला घालू यमपुरी ॥
तुका म्हणे जेणे। आम्हा वैकुंठासी जाणे॥'

हेच तुकोबा समकालीन खऱ्याखुऱ्या सैनिकांना म्हणजे 'पाइकांना' युद्धनीतीचाही उपदेश करतात.

महाराष्ट्रातील संतांच्या अध्यात्मामधील क्षात्रतेज महात्मा गांधींनी ओळखले होते आणि त्याची इतर संप्रदायांशी तुलना करून त्याचे मोठेपण अधोरेखित करायलाही ते चुकले नाहीत. आपल्याकडील इतिहासाचार्य राजवाडे काय किंवा अलीकडचे नेपथ्यकार द. ग. गोडसे काय, नेमके येथेच चुकले. रानडे-भागवतांना दिसलेली महाराष्ट्र धर्माची एकता राजवाड्यांनी छिन्नविच्छिन्न केली. विठोबाचा पंथ वारकऱ्यांचा आणि धारकरी हे खंडोबाचे उपासक असे चमत्कारिक विभाजन त्यांनी घडवून आणले. शिवाय येथेच थांबण्याऐवजी त्यांनी या धार्मिक विभागणीला जातीय जोड दिली. महाराष्ट्रातील लढवय्ये क्षत्रिय स्कांद म्हणजे खंडोबाचे उपासक आणि महसुलाशी संबंधित वतनदार देशपांडे रामोपासक म्हणजे रामदासी पंथाचे. उरले ते सामान्य बापुडे वारकरी!

महाराष्ट्र असा दुभंग, त्रिभंग कधीच नव्हता. संतांचा 'अभंग' हा महाराष्ट्राचा जणू राष्ट्रीय छंद आहे आणि 'ओवी' ही तर ओवणारी, एकत्र करणारी आहे. आधी एकत्रीकरण आणि मग दृढीकरण हाच राष्ट्रनिर्मितीचा क्रम असतो. महाराष्ट्रात अध्यात्म आणि राजकारण असे हातात हात घालून चाललेले दिसतात.

■

५०

हिमालय आणि सह्याद्री

महाराष्ट्राचा काय, परंतु भारतातील कोणत्याही प्रांताचा स्वतंत्रपणे विचार करून त्या प्रांताचे वैशिष्ट्य व अस्मिता यांचा शोध घेण्यात गैर काही नाही. हा शोध घेताना संबंधित प्रांतांतील वैगुण्येही दिसू लागणार असतील व ती सुधारण्याची शक्यता निर्माण होणार असेल तर असा शोध उलट आवश्यक ठरतो; पण त्याचबरोबर हा शोध घेताना तो प्रांत भारतीय संघराज्याचा एक घटक आहे, ही गोष्ट नजरेआड न करण्याची दक्षता घ्यायला हवी. संघराज्याच्या पसाऱ्यात एखाद्या घटक राज्यावर कधी केंद्राकडून, तर कधी दुसऱ्या घटक राज्याकडून अन्याय होण्याची शक्यता कोणीच नाकारत नाही. घटक राज्यांत हितसंबंधांच्या मुद्द्यावरून संघर्षही होऊ शकतो; पण तरीसुद्धा राष्ट्रीय एकात्मतेची पार्श्वभूमी विसरता कामा नये.

भारतीय राष्ट्राच्या संदर्भात महाराष्ट्राचे योगदान काय, हा प्रश्न यामुळेच अर्थपूर्ण ठरतो. महाराष्ट्र वाचला तर कोण मरेल, आणि महाराष्ट्र मेला तर कोण वाचेल, असा प्रश्न सेनापती बापट विचारायचे. हा प्रश्न इतरांना खिजवण्यासाठी नव्हे, तर त्यात तथ्यांश होता व जबाबदारीची जाणीव होती. चीनने भारतावर आक्रमण केले, तेव्हा तत्कालीन पंतप्रधान पंडित नेहरूंनी महाराष्ट्राचे तत्कालीन मुख्यमंत्री यशवंतराव चव्हाण यांना केंद्रामध्ये संरक्षण खाते दिले. त्या वेळी हिमालयाच्या साहाय्याला सह्याद्री धावला, असे म्हणण्यात येत असे. हे वर्णन आलंकारिक असून देशासाठी हिमालय आणि महाराष्ट्रासाठी सह्याद्री ही प्रतीके ठरली. 'मराठ्याविना राष्ट्रगाडा न चाले' हे सेनापतींचेच वाक्य आपण सार्थ केल्याचा मराठी जनतेला तेव्हा अभिमान वाटला.

एका अग्रलेखात लो. टिळकांनी लिहिले, 'शिवाजी महाराजांनी मराठे, ब्राह्मण, परभू, शेणवी वगैरे कोणताही भेद मनात न आणिता 'गुणाः पूज्यस्थानं गुणिषु न च लिंग न च वयः' या न्यायाने ज्याचा जो गुण आढळात आला त्याचा सार्वजनिक कामी उपयोग करून घेऊन सर्वास एकराष्ट्रीयत्वाच्या जाळ्यात आणले. त्यामुळे महाराष्ट्रातील निरनिराळ्या जातींचे प्रेम एकाच ठिकाणी बसण्यासारखे जर कोणतेही स्थळ असेल तर ते शिवछत्रपतींचे चरित्र, हेच होय.'

मराठ्यांनी ही जबाबदारी यापूर्वीही पार पाडल्याचे अनेक दाखले इतिहासातून दाखवता येतात. जबाबदारी पार पाडताना मराठ्यांनी मोठ्या प्रमाणावर नुकसानही सोसले आहे. अफगाणिस्तानचा बादशहा अहमदशहा अब्दाली भारतावर स्वारी करून आला तो काळ अठराव्या शतकाचा मध्यकाल होता. दिल्लीच्या मोगल बादशहाची सत्ता तेव्हा सार्वभौम समजली जायची. काबूल-कंदाहारपर्यंतच्या सुभ्यांवरही त्यांचा दावा असायचा, आणि प्राचीन काळातही या प्रदेशाची गणना भारतवर्षातच केली जात होती. औरंगजेब बादशहाच्या मृत्यूनंतर दिल्लीची मोगल सत्ता अगदीच दुर्बल झाली. दरबारातच वेगवेगळे गट निर्माण झाले. बादशहाला आपल्या ताब्यात ठेवून त्याच्यामार्फत राज्य कारभारावर नियंत्रण ठेवण्याची व सत्ता उपभोगण्याची चुरस निर्माण झाली. अशा वेळी मराठ्यांच्या पराक्रमाची आणि प्रामाणिकपणाची खात्री पटल्यामुळे बादशहाने मराठ्यांना पाचारण करून त्यांचे संरक्षण मागितले. चौथाईच्या हक्काच्या मोबदल्यात मराठ्यांनी ते दिलेसुद्धा.

दिल्ली दरबारातील मराठ्यांच्या वाढत्या वर्चस्वामुळे तेथील मुसलमान मानकरी मनातल्या मनात जळफळू लागणे अपेक्षित होते, परंतु राजपूत, जाट यांच्यासारखे हिंदू राजेदेखील 'उत्तर' हे आमचे राखीव कुरण असून, मराठे त्यात वाटेकरी झाले, म्हणून मराठ्यांचा द्वेष करू लागले. कट्टरपंथीय मुसलमानांना तर 'इस्लाम खतरे में' असल्याचे वाटू लागले. वस्तुतः मराठ्यांच्या उत्तरेतील अमलामुळे मुसलमानांच्या धर्माचरणात कधी व्यत्यय आल्याचे उदाहरण इतिहासात दाखवणे दुरापास्त आहे. मात्र हिंदूंवर जुलूम करणे हा आपला हक्कच समजणारे कट्टरपंथीय मुल्लामौलवी मात्र मराठ्यांच्या वर्चस्वामुळे अस्वस्थ झाले. शहा वली उल्लाह हा तत्कालीन अस्वस्थ मुसलमानांचाच प्रतिनिधी होता. त्याने अहमदशहा अब्दालीला निरोप पाठवला, की 'काफीर मराठ्यांपासून 'इस्लाम'ला वाचवण्याचे सामर्थ्य हिंदुस्थानातील कोणत्याही मुसलमान सत्ताधाऱ्यात राहिले नाही. तुम्हीच येथे येऊन त्यांचा बंदोबस्त करू शकता.' वली उल्लाह एवढेच करून थांबला नाही, तर त्याने भारतातील कट्टरपंथीय मुसलमानांची आघाडी उभारून ती अब्दालीच्या पाठीशी उभी राहील, असे प्रयत्न केले व त्यात त्याला बऱ्यापैकी यशही आले.

मराठे या प्रश्नाकडे हिंदू विरुद्ध मुसलमान असे पाहतच नव्हते. अब्दाली हा भारताबाहेरील परकीय आक्रमक असल्याचे त्यांचे म्हणणे होते व भारतातील सर्वांनीच एकत्र येऊन त्याला थोपवले पाहिजे, अशी त्यांची अपेक्षा होती. कट्टर मुसलमानांनी साथ न देणे आपण समजू शकतो; परंतु जाट, राजपूत हे हिंदू राजे मराठ्यांची बाजू न घेता स्वस्थ मौज पाहत बसले.

याचाच अर्थ असा होतो, की धर्माने मुसलमान असलेल्या दिल्लीच्या बादशहाच्या तख्ताचा बचाव करण्यासाठी हिंदुधर्मीय मराठे पानिपतची लढाई लढले.

ही लढाई मराठे हरले व त्यात त्यांचे अतोनात नुकसान झाले; परंतु त्यांच्या पराक्रमाचा प्रत्यय आल्यामुळे अब्दालीची किंवा वायव्येकडील इतर कोणाचीही भारतावर आक्रमण करण्याची त्यानंतर कधी हिंमत झाली नाही. मराठ्यांनी अब्दालीचा प्रतिकार केला नसता तर भारतात मूलतत्त्ववादी व कट्टरपंथीयांचे राज्य स्थापन झाले असते, हे कुणी विचारात घेत नाही. मराठ्यांनी भारताचा परकीय सत्तेपासूनच नव्हे, तर चुकीच्या विचारसरणीपासूनही बचाव केला, हे नीट समजून घ्यायची गरज आहे. अब्दालीचा स्वतंत्रपणे मुकाबला करण्याचे सामर्थ्य तेव्हा राजपुत, जाट किंवा शीख यांच्याकडे नव्हते.

आज भारतात धर्मातीत राज्य म्हणून जो उभा आहे, त्याचे काही श्रेय तरी मराठ्यांच्या या त्यागाला देणे निःपक्षपाती इतिहासकाराला भाग आहे. मराठे राजपुतांशी किंवा जाटांशी नीट वागले नाहीत म्हणून ते दुरावले व तटस्थ राहिले, असा एक नेहमीचाच आक्षेप आहे. जणू काही अब्दाली त्यांच्याशी फारच चांगला वागणार होता!

अशा प्रकारची राष्ट्रीय दृष्टी अंगीकारणारे मराठे हे त्या वेळी एकमेव होते. हैदराबादचा निजाम वस्तुतः दिल्लीच्या मुघल बादशाहाचा दक्षिणेतील सर्वात मोठा सुभेदार-निजाम उल् मुल्क तसाच तिकडे तो बंगालचा नबाब; पण अब्दालीचा सामना फक्त मराठेच करू शकतात, याची सगळ्यांनाच खात्री होती.

या साऱ्या मराठ्यांचे आणि त्यांच्या राज्याचे मूळ म्हणजे छत्रपती शिवाजी महाराज. संपूर्ण भारतवर्षासाठी आदर्श होऊ शकणारा मध्ययुगातील एकमेव राज्यकर्ता. साहजिकच भारत जेव्हा ब्रिटिश सत्तेच्या गुलामीत होता तेव्हा त्यांच्यासाठी प्रेरणास्रोत म्हणून दुसरा

दुर्दैवाने मराठ्यांच्या इतिहासाची नीट मांडणी न झाल्यामुळे शिवछत्रपतींची प्रतिमा इतर प्रांतांपर्यंत जशी पाहिजे तशी गेली नव्हती. महाराज हिंदू धर्माच्या राष्ट्राचे पुरस्कर्ते म्हणून मुसलमानांच्या विरोधात, असा समज पसरला होता. तो दूर करण्याचा प्रयत्न होणे गरजेचे होते. हे काम खरे तर इतिहासकारांचे, परंतु असा इतिहास लिहिणार कोण आणि वाचणार तरी कोण? भाषेची अडचण हा आणखी एक वेगळा मुद्दा.

लोकमान्य टिळक
शिवछत्रपतींची धर्मनिरपेक्ष प्रतिमा उभे करणारे नेते

अमरावती येथे केलेल्या भाषणात टिळक म्हणतात, *'छत्रपती शिवाजीने आमच्या प्रगतीच्या आड येणारे अडथळे काढून टाकून मार्ग मोकळा केला. त्याचा उद्देश अफझलखानास मारण्याचा नव्हता, तर तत्कालीन प्रगतीच्या मार्गाच्या आड येणाऱ्या विघ्नाचे निवारण करावयाचा होता. केवळ मुसलमान म्हणून त्याला मारावयाचा हेतू असता तर छत्रपती शिवाजीने खानाच्या बायकोला दागिने वगैरे देऊन विजापुरास पाठविले वगैरे नसते.'*

कोण उपयोगी पडू शकला असता? दुर्दैवाने मराठ्यांच्या इतिहासाची नीट मांडणी न झाल्यामुळे शिवछत्रपतींची प्रतिमा इतर प्रांतापर्यंत जशी पाहिजे तशी गेली नव्हती. महाराज हिंदू धर्माच्या राष्ट्राचे पुरस्कर्ते म्हणून मुसलमानांच्या विरोधात, असा समज पसरला होता. तो दूर करण्याचा प्रयत्न करून त्यांची अखिल भारतीय स्तरावरील राष्ट्रपुरुष अशी मांडणी होणे गरजेचे होते. हे काम खरे तर इतिहासकारांचे, परंतु असा इतिहास लिहिणार कोण आणि वाचणार तरी कोण? भाषेची अडचण हा आणखी एक वेगळा मुद्दा.

हे कार्य अशाच एका राष्ट्रीय पुढाऱ्याच्या हातून घडले. किंबहुना ते करणे हे त्याच्या चळवळीचाच एक भाग होते. हा नेता म्हणजे लोकमान्य बाळ गंगाधर टिळक.

या संदर्भात एका गोष्टीची खूणगाठ बांधली पाहिजे, की भारत जिंकण्यात आणि भारतावर राज्य करण्यात ब्रिटिशांच्या पराक्रमाचा वा अक्कलहुशारीचा जेवढा हिस्सा होता, त्यापेक्षा अधिक तो भारतात बोकाळलेल्या धर्मभेदांचा आणि जातिभेदांचा होता. भारतीय जनतेत धर्माच्या आणि जातींच्या नावे फूट पाडणे सोपे असल्यास अंदाज ब्रिटिशांना फार लवकर आला व त्यांनी बरोबर तशी पावले टाकली.

आता टिळकांनी सुरू केलेल्या शिवजयंतीसारख्या उत्सवाचेच बघा. त्यांनी अगोदर गणेशोत्सव सुरू केला आणि त्यानंतर शिवोत्सव. यावर *'टाइम्स'*चा साम्राज्यवादी पत्रकार व्हॅलेंटाइन चिरोलने असे सांगायला सुरुवात केली, की 'गणपती हे ब्राह्मणांचे दैवत असल्याकारणाने महाराष्ट्रातील मराठ्यांना आपल्याकडे आणण्यासाठी टिळकांनी मराठ्यांचा राजा शिवाजीचा उत्सव सुरू केला.'

खरे तर याबाबत टिळकांचा दृष्टिकोन पहिल्यापासूनच व्यापक आणि राष्ट्रीय स्वरूपाचा होता, असे म्हणायला भरपूर वाव आहे. इ. स. १८९६मध्ये रायगडावर त्यांनी पहिली शिवजयंती साजरी केली. त्याच्या आधी १८९५च्या डिसेंबर महिन्यात पुण्यात काँग्रेसचे अधिवेशन भरले होते. सुरेंद्रनाथ बॅनर्जी या अधिवेशनाचे अध्यक्ष, तर संयोजक यजमानांपैकी एक टिळक होते. टिळकांनी या वातावरणाचा फायदा घेऊन रे मार्केटमध्ये (आताची म. फुले मंडई) काँग्रेसचे अध्यक्ष सुरेंद्रनाथ यांच्या अध्यक्षतेखाली शिवाजी महाराजांच्या स्मारकासंबंधी विशेष सभा भरवली. या सभेत पं. मदनमोहन मालवीय यांचेही भाषण झाले. सभास्थानी शिवाजीराजांचे छायाचित्रही झळकत होते.

टिळकांनी कोणतीही कृती करायचा अवकाश, की तिला ब्राह्मणी ठरवून ब्राह्मणेतरांना तिच्यापासून दूर ठेवण्याचा प्रयत्न करणे, हा तेव्हाच्या ब्रिटिश धोरणाचाच एक भाग होता. त्यानुसार या शिवजयंतीत ब्राह्मणांचेच प्रस्थ अधिक दिसते, अशी टीका *टाइम्स*सारखी पत्रे करू लागली. त्यावर २६ एप्रिल १८९६च्या *केसरी*तील शिवजयंतीच्या राष्ट्रीय उत्सव या अग्रलेखात टिळकांनी लिहिले,

> *'शिवाजी महाराजांनी मराठे, ब्राह्मण, परभू, शेणवी वगैरे कोणताही भेद मनात न आणिता 'गुणाः पूज्यस्थानं गुणिषु न च लिंग न च वयः' या न्यायाने ज्याचा जो गुण आढळात आला त्याचा सार्वजनिक कामी उपयोग करून घेऊन सर्वांस एकराष्ट्रीयत्वाच्या जाळ्यात आणले. त्यामुळे महाराष्ट्रातील निरनिराळ्या जातींचे प्रेम एकाच ठिकाणी बसण्यासारखे जर कोणतेही स्थळ असेल तर ते शिवछत्रपतींचे चरित्र, हेच होय. हे शिवछत्रपतींचा उत्सव करणाऱ्या सर्वांनी नेहमी ध्यानात बाळगावयास पाहिजे. या उत्सवात मराठे आणि ब्राह्मण अगर ब्राह्मण आणि प्रभू अशा प्रकारचा कोणताही भेद ठेवणे अगदी गैरशिस्त आहे.'*

उत्सवात असे काही गैरशिस्तीचे प्रकार घडल्याची चर्चा होती. तिला उद्देशून टिळक लिहितात, *'यंदाचे उत्सवात एक-दोन ठिकाणी असला प्रकार झाल्याचे आमच्या ऐकिवात आहे व ही गोष्ट जर खरी असेल तर वेळीच तिचा बीमोड केला पाहिजे.'*

हिंदुत्ववादी विचारवंतांनी आणि हिंदुराष्ट्रवादी इतिहासकारांनी शिवाजी महाराजांच्या राज्यधोरणाचे विवेचन महाराज 'गोब्राह्मणप्रतिपालक' असल्याचा वारंवार उच्चार केलेला आढळून येतो. टिळकांची याविषयीची मते अगदी स्वच्छ व स्पष्ट होती. पारंपरिक हिंदू राजाने 'गोब्राह्मणप्रतिपालन करावे' अशी अपेक्षा असे आणि शिवरायांनी ते केलेही असेल, परंतु तो त्यांच्या राज्याचा आनुषंगिक व गौण भाग अथवा उपनिष्पत्ती असून, त्याचे अंतिम

उद्दिष्ट निश्चितच नव्हते. १९०५मध्ये टिळकांनी लिहिले. 'गोब्राह्मणप्रतिपालन' हा त्यांच्या राज्यव्यवस्थेत मुख्य हेतू खास नव्हता. त्यांनी कोठे गोशाळा स्थापिल्या नाहीत किंवा ब्राह्मणभोजने घातली नाहीत.'

सर्वात महत्त्वाची बाब म्हणजे, शिवाजी महाराजांच्या राज्यसंपादनामागे राज्य चालवण्याविषयीचा एका अभिनव व सकारात्मक (positive) दृष्टिकोन असल्याचेही टिळकांच्या लक्षात आले. त्या काळात महाराष्ट्रात मुसलमानांचा अंमल असल्यामुळे राज्यस्थापना करताना त्यांच्याशीचा लढावे लागणार होते, हे उघड आहे; परंतु हा ऐतिहासिक योगायोगाचा भाग झाला.

त्या काळातील मुसलमान सत्ताधाऱ्यांच्या जागी तशाच वर्तणुकीचे दुसरे कोणी असते तर महाराजांनी त्यांच्याशीही संघर्ष केला असता. १९०५ सालच्या अमरावती येथे केलेल्या भाषणात टिळक म्हणतात,

> *"छत्रपती शिवाजीने आमच्या प्रगतीच्या आड येणारे अडथळे काढून टाकून मार्ग मोकळा केला. त्याचा उद्देश अफझलखानास मारण्याचा नव्हता, तर तत्कालीन प्रगतीच्या मार्गाच्या आड येणाऱ्या विघ्नाचे निवारण करावयाचा होता. केवळ मुसलमान म्हणून त्याला मारावयाचा हेतू असता तर छत्रपती शिवाजीने खानाच्या बायकोला दागिने वगैरे देऊन विजापुरास पाठविले वगैरे नसते. प्रत्येकाने जातीकडे व धर्माकडे न पाहता सर्व राष्ट्राकरता प्रयत्न केला पाहिजे. अशा प्रकारची राष्ट्रीय कामगिरी स्वकालीन कर्तव्याच्या दिशेने छत्रपती शिवाजीनेच केली."*

शिवछत्रपतींच्या प्रगतिपर राज्यकारभारावर भर देऊन टिळक म्हणाले, *"छत्रपती शिवाजीच्या ठिकाणी एखादा मुसलमान असता तरी त्याचा आम्ही गौरव केला असता."*

शिवाजी महाराजांना अखिल भारतीय राष्ट्रविभूतीच्या (नॅशनल हीरो) स्थानावर नेऊन ठेवण्याची टिळकांची महत्त्वाकांक्षा असल्याचे मत प्रा. न. र. फाटक यांनीही नोंदवले आहे. जात आणि धर्म यांना ओलांडल्याशिवाय राष्ट्रीय पातळीवर जाता येत नाही, हे ठाऊक असल्यानेच १९०६मध्ये कलकत्त्यात केलेल्या भाषणात टिळक म्हणाले, की शिवाजी महाराजांची कामगिरी राष्ट्रीय स्वरूपाची होती व त्या कामगिरीकडे पाहूनच त्यांचा गौरव साऱ्या देशाने केला पाहिजे. आपण त्यांच्या कामगिरीतील प्रेरणा घेतली पाहिजे. या प्रेरणेने आजच्या काळात न जाणो एखादा शिवाजीसारखा लोकगुणी इतर प्रांतात जन्माला येईल. कदाचित तो धर्माने मुसलमानही असेल.

शिवाजी महाराज विभूतिपूजेस सर्वथैव पात्र असल्याचे सांगून टिळक म्हणाले,

> *"तो मुसलमान धर्माचा शत्रू नव्हता. त्यांच्या धर्मभावना न दुखावता तो मोंगलांशी लढला. हा लढा धर्माधर्मांत नव्हता; जुलूम आणि स्वातंत्र्य यांच्यातला हा झगडा होता. शिवाजीच्या चारित्र्याचे हे रहस्य आकलन केल्यास आजच्या स्थितीत मुसलमानांनादेखील या उत्सवात भाग घेण्याची दिकत वाटणार नाही."*

शिवोत्सव करण्यासाठी १९०६मध्ये रायगडाला निघालेले टिळक महाड मुक्कामी पोचले तेव्हा 'चिरंजीव तापाने अत्यवस्थ आहेत. लगोलग परत फिरा,' अशा आशयाची तार त्यांच्या हातात पडली. टिळक परत फिरले नाहीत. त्यांनी उलट तार केली, 'उत्सव संपल्यावर परतू. तोपर्यंत पुण्याची खबर पाठवू नये.' यावर वेगळे भाष्य करायची गरज नाही.

■

५१

महाराष्ट्राचा राजकीय वेदान्त

एखाद्या लोकसमूहामध्ये एकत्वाची जाणीव निर्माण झाली म्हणजे त्या लोकांच्या राष्ट्राचा उदय झाला, असे स्थूलमानाने म्हणता येईल. जोतिराव फुले यालाच 'एकमय लोक' असे म्हणतात. अशा प्रकारच्या एकत्वाची जाणीव ज्या घटकांमुळे निर्माण होऊ शकते त्यांच्यामध्ये वंश, धर्म, भाषा यांचा समावेश होतो. व्यापक अर्थाने संस्कृतीलासुद्धा असा घटक मानायला हरकत नाही. आता यातील कोणत्या घटकाला केव्हा प्राधान्य मिळेल, याचा काही नियम सांगता येत नाही. बॅ. महंमदअली जीना यांनी भारतीय उपखंडात मुसलमान धर्मीयांचे स्वतंत्र राष्ट्र अस्तित्वात असल्याचा आग्रह धरला आणि त्याचे अंतिम पर्यवसान पाकिस्तानच्या निर्मितीत झाले, हे सर्वज्ञात आहे. तथापि नंतरच्या काळात पूर्व पाकिस्तानातील लोकांना त्यांची भाषा ही धर्मापेक्षा अधिक महत्त्वाची वाटायला लागली आणि त्यांनी अलग होऊन बांगलादेशाची निर्मिती केली, वंशाने आणि धर्माने ज्यू किंवा यहुदी असलेले लोक जगभर विखुरले होते. ते ज्या ज्या देशांत गेले, तेथील लोकांच्या त्या त्या भाषा त्यांनी आत्मसात केल्या. त्यांच्यात एकतेची जाणीव ओतप्रोत होती; परंतु आपल्या वंशाची मूळ भाषा ते विसरले होते; तरीही त्यांनी आपली मूळ भूमी मिळवण्यात व नंतर आपल्या मूळ हिब्रू भाषेचे पुनरुज्जीवन करण्यात यश मिळवले. त्यांचा राष्ट्रवाद निदान सध्या तरी सर्वांत बळकट असल्याचे दिसून येते. लक्षात घ्यायची गोष्ट म्हणजे, आधुनिक काळात- विशेषतः युरोपीयन राष्ट्रांमधील साम्राज्यवादी स्पर्धेमुळे राजकीय सत्ता या गोष्टीस अनन्यसाधारण महत्त्व प्राप्त झाले. म्हणजेच राज्य हा घटक निर्णायक ठरू लागला. भारत नावाचे राष्ट्र अस्तित्वात होते; परंतु राज्य नव्हते असे म्हटले जाते, त्याचा अर्थ समजून घेतला पाहिजे. वेगवेगळे धर्म, वेगवेगळ्या भाषा, अनेक जाती या सर्व गोष्टी जमेस धरूनही येथे एकमयपणाची भावना जागृत होती. ती कालानुरूप वेगवेगळ्या

माध्यमांतून प्रगट व्हायची, एवढेच. काशीच्या गंगेचे पाणी कावडीने भरून ती कावड रामेश्वराच्या समुद्रात रिकामी करायची, हे या एकतेचे प्रतीकात्मक प्रगटीकरण आहे. ते धार्मिक असल्याने फारसे बिघडत नाही. शंकराचार्यांनी देशाच्या चारही दिशांना आपले मठ स्थापन केले किंवा शिवाची व शक्तीची स्थाने- ज्योतिर्लिंगे व शक्तिपीठे तसेच विष्णूची चार धामे देशभर विखुरलेली असून, नाना प्रकारच्या विपत्ती व अडचणी सोसूनही लोक त्यांच्या यात्रा करत राहिले. यातील बहुतेकांचा जिर्णोद्धार अहिल्याबाई होळकर यांनी केला. हा मुद्दा फक्त हिंदू धर्मालाच लागू होतो, असे नसून इतर धर्मांच्या बाबतीतही सत्य आहे. सम्राट अशोकाने देशाच्या सर्व दिशांना महत्त्वाच्या ठिकाणी कोरीव लेखांची निर्मिती केली. बौद्धांचे स्तूपही सर्वत्र आढळतात. बौद्ध तत्त्वज्ञानाचे मानदंड मानले गेलेले दिङ्नागासारखे आचार्य दक्षिणेतून कदाचित महाराष्ट्रातूनही आलेले असतात. तीच गोष्ट जैन मंदिरांचीही आहे. भारतातील या धार्मिक-सांस्कृतिक एकतेला साधुसंतांचा फार मोठा हातभार लागलेला आहे. उत्तरेमधील नाभादास किंवा महाराष्ट्रातील महीपती यांना आपल्या प्रांताबाहेरील साधुसंतांची चरित्रे लिहावीत, असे का वाटावे? तुकोबांच्या अभंगांमधून नरसी मेहता, कबीर, मीराबाई, धन्ना जाट यांच्या कथा का याव्यात? पंजाबातील शिखांनी आपल्या 'गुरुग्रंथसाहेब' या धर्मग्रंथात महाराष्ट्रातील नामदेवांप्रमाणेच उत्तरेतील इतरही संतांच्या रचनांचा समावेश का करावा? आपल्याकडील सर्व ऋषी- मुनी उत्तरेतील आहेत. त्यांनी वेदांची, उपनिषदांची, गीतेची व ब्रह्मसूत्रांची निर्मिती केली; परंतु या मूळ पायाभूत धार्मिक व तात्त्विक ग्रंथांचे सर्व प्रमुख भाष्यकार आचार्य दक्षिणेत निपजले. शंकर, रामानुज, मध्व, वल्लभ- सर्व दक्षिणेतीलच. निंबार्क महाराष्ट्रातील असले तरी. प्रसाराचा विचार केला तर मीराबाई व नरसी मेहता हे पश्चिमेतील, तर चैतन्य महाप्रभू व शंकरदेव थेट बंगाल-आसाममधील. बंगालमधील हे चैतन्य महाप्रभू कृष्णाचेच रूप मानल्या गेलेल्या विठ्ठलाच्या दर्शनासाठी पंढरपुरात येतात. त्यांच्या आधी शंकर आणि मध्व आणि नंतर वल्लभ या आचार्यांनीही हाच मार्ग चोखाळलेला असतो. मच्छिंद्रनाथ आणि गोरखनाथ यांचा संबंध आलाच नाही, असा एकही प्रदेश दाखवता येणार नाही. मग त्यास तुम्ही 'मिथ' म्हणा किंवा आणखी काही.

भारताच्या या मूलभूत ऐतिहासिक ऐक्याकडे पहिल्यांदा महात्मा गांधींनी लक्ष वेधले. इंग्लंडसारख्या टीचभर देशाला भारतातील ही राष्ट्रीय एकता उमगणे शक्यच नव्हते. त्यांच्या राष्ट्रकल्पनेत राजकीय सत्तेला, म्हणजेच राज्याला मध्यवर्ती स्थान असल्यामुळे त्यांना भारतातील सांस्कृतिक एकजिनसीपणा दिसण्याऐवजी जातिधर्मांतील विस्कळितपणाच प्रकर्षाने जाणवू लागला. वस्तुतः भारताने राज्यापेक्षा राष्ट्राला अधिक महत्त्व दिले होते आणि राजसत्तेला धर्माचेच अंग मानणाऱ्या मुसलमानांचे येथे आगमन झाल्यानंतरही

त्यांच्या या भूमिकेत फारसा बदल झालेला नव्हता. उलट भारतीयांचे हे शहाणपण अकबरासारख्या मुगल बादशहाच्या ध्यानात आल्यामुळे त्याने स्वतःच इस्लामच्या राज्यपद्धतीत बदल करायला सुरुवात केली. अकबराचा हा वारसा शहाजहानचा मुलगा आणि औरंगजेबाचा थोरला भाऊ दारा शुकोह याच्याकडे आला होता. परंतु औरंगजेबाने धार्मिक माथेफिरूपणाला आश्रय देऊन तो दवडला. त्याने दाराला तर ठार मारलेच, परंतु दाराच्या धोरणांचाही नाश केला. 'तुमच्याऐवजी दारा शुकोह पातशहा झाला असता तर आम्हाला या भानगडीत पडायची गरजच वाटली नसती,' अशा आशयाचे उद्गार शिवाजी महाराजांनी औरंगजेबाला पाठवलेल्या पत्रात काढले आहेत, ते या संदर्भात फार महत्त्वाचे आहेत; पण त्याचे गांभीर्य चर्चिण्याआधी लोकमान्य टिळकांच्या *'केसरी'*च्या एका अग्रलेखातील विचार ज्ञात करणे सोयीचे होईल. टिळक लिहितात,

> *'हिंदुस्थानातील लोकांस परराज्याची सवय आज पुष्कळ दिवस झाली आहे व निव्वळ परकी म्हणून राज्यकर्त्यांबद्दल त्यांस जर वाईट वाटत असते तर लॉर्ड रिपनसारख्याचा त्यांनी कधीच जन्मोत्सव केला नसता अथवा अकबर बादशहाची थोरवी गायली नसती. सारांश, हा आपला, हा परयाचा, हा क्षुद्र भेद आमच्या वेदान्ती लोकांनी कधीच टाकून दिलेला आहे. राज्य कोणाचेही असो, ते आपल्या फायद्याचे आहे की नाही- हेच आमच्या लोकांचे मुख्य पाहणे असते.'*

दारा शुकोह हा वेदान्ती होता, हे येथे मुद्दाम सांगायला हवे. दाराने संस्कृत पंडितांच्या साह्याने पन्नास उपनिषदांचा पर्शियन भाषेत अनुवाद केला. पाश्चात्त्य देशांतील शॉपिनहॉअरसारखे आधुनिक विचारवंत ज्या उपनिषदांनी प्रभावित झाले ती त्यांच्यापर्यंत दाराने केलेल्या भाषांतरामुळेच पोचली होती.

टिळकांनी जे थोडक्यात सूचित केले होते ते गांधीजींनी 'हिंद स्वराज्य' या पुस्तकात स्पष्टपणे मांडले. ब्रिटिशांना भारताचे सेवक म्हणून जर येथे राहायचे असेल तर ते राहू शकतात. त्यांना देशाबाहेर हाकलणे म्हणजे स्वराज्य नव्हे, असे त्यात त्यांनी म्हटले आहे. स्वतः गांधी अराज्यवादी होते. म्हणून तर त्यांनी सत्तेच्या केंद्रीकरणाला विरोध करून ग्रामराज्याची कल्पना मांडली. गांधी अराज्यवादी होते, याचे कारण ते अहिंसेचे पुरस्कर्ते होते. राज्यवादात सत्ता गाजवणे मुख्य असते, परंतु सत्ता गाजवणे ही एक प्रकारची हिंसाच होय.

भारताच्या मूलभूत ऐतिहासिक ऐक्याकडे पहिल्यांदा महात्मा गांधींनी लक्ष वेधले. भारताने राज्यापेक्षा राष्ट्राला अधिक महत्त्व दिले होते आणि राजसत्तेला धर्माचेच अंग मानणाऱ्या मुसलमानांचे येथे आगमन झाल्यानंतरही त्यांच्या या भूमिकेत फारसा बदल झालेला नव्हता.

थोडक्यात, राष्ट्रवाद आणि राज्यवाद यांच्यात फरक आहे. राष्ट्रवाद हा संस्कृतीच्या अंगाने येतो, तर राज्यवाद सत्तेच्या अंगाने येतो. राष्ट्रवादाला जे सरकार अभिप्रेत व मान्य असते ते सत्तेचे प्रतिनिधी नसते. प्रशासन व व्यवस्थापन ही त्याची कामे व हीच त्याची मर्यादा. मार्क्सवादातही सरकार एवढ्यापुरतेच मान्य आहे.

सातारकर शाहू महाराज

वासाहतिक काळात येथे आलेल्या पाश्चात्त्य विचारांच्या प्रभावामुळे आपल्या येथील विचारवंत राष्ट्रवाद व राज्यवाद यांची गल्लत करू लागले. प्राचीन काळी आपल्या देशात कोण कोण आले व त्यांनी राज्ये चालवली, याबद्दल ते आपल्या पूर्वजांनाही दोष देऊ लागले. वस्तुतः येथील विविधता व विविधतेतील एकता शाबूत ठेवून कोणी चांगले प्रशासन करत असेल तर त्याला तो बाहेरून आला म्हणून विरोध करण्याची आपली परंपरा नव्हतीच. मात्र त्याने राज्य चालवणे म्हणजे सत्ता गाजवणे, असे समजून येथील राष्ट्रवाद धोक्यात आणला तर ते आपल्याला खपत नसे. दुसरे असे, की इंग्रजांपूर्वी येथे बाहेरून आलेले सर्व राज्यकर्ते येथेच राहिले. इथल्या मातीशी एकरूप झाले. इथल्या विविधतेत भर टाकून त्यांनी इथला राष्ट्रवाद आत्मसात केला. ब्रिटिशांचे तसे नव्हते. सुरुवातीला येथील लोकांनी त्यांचे स्वागत केले. याचे कारण सरकार या नात्याने त्यांनी चांगला कारभार करून दाखवला; पण थोड्याच दिवसांनी लक्षात आले, की त्यांना या देशाबद्दल आस्था नाही. ते या देशाची लूट करत आहेत व त्यासाठी त्यांना सत्ता हवी आहे. मग लोक जागे झाले व त्यांना विरोध करू लागले.

पाश्चात्त्यांच्या राष्ट्र-राज्य कल्पनेने भारावून गेलेले आपले विचारवंत आपल्या परंपरेची तशी मांडणी करू लागले व आपले राष्ट्र तसेच राहील, अशा प्रकारचा राष्ट्रवाद पुरस्कारू लागले. इतकेच नव्हे, तर त्यांनी आपला हा राष्ट्रवाद शिवाजी महाराज व टिळक यांच्या माथ्यावर मारून तीच आपली प्रेरणा असल्याचे जाहीर केले. आपण त्यांचेच वारसदार असल्याचे ते सांगू लागले. वस्तुस्थिती तशी नव्हती.

शिवाजी महाराजांनी प्रस्थापित इस्लामी राजवटीविरुद्ध बंड केले, याचे कारण या राजवटीने आपल्या पारंपरिक राष्ट्रवादाशी विसंगत असा राज्यवाद आणून त्याच्यातून मिळणाऱ्या सत्तेच्या माध्यमातून इथल्या धार्मिक बहुविधतेचे उच्चाटन करायला सुरुवात केली होती. भारतातील इतर प्रदेशांपेक्षा महाराष्ट्राचे वेगळेपण जर कोणते असेल, तर ते हेच आहे. मराठे देशभर पसरले ही गोष्ट खरी, पण त्यांना सत्तेच्या माध्यमातून आपले वर्चस्व प्रस्थापित करायचे नव्हते. मराठ्यांनी दिल्लीचे तख्त काबीज करण्याचे ध्येय समोर ठेवले

नाही, याची अनेकांना खंत वाटते; पण तो मराठ्यांना समजलेल्या भारतीय राष्ट्रवादाचाच भाग होता. त्याचा स्पष्ट उच्चार छत्रपती शाहू महाराजांनी केला. 'जुने मोडू नये, नवे करू नये', असे त्यांच्या राजनीतीचे सार सांगितले जाते. शाहू महाराजांनी दिल्लीचे मुगल तख्त मोडून तेथे मराठ्यांचा पातशहा बसवण्याचा बेत करणाऱ्यांना सांगितले, की नवे देऊळ बांधल्यामुळे जेवढे पुण्य मिळते तेवढीच पुण्यप्राप्ती जुन्या देवळाच्या जीर्णोद्धाराने होते. 'चकत्यांची (मोगलांची) पातशाही राखायची' हा विचार पेशवाईतही कायम राहिलेला दिसतो. आमच्या राष्ट्राच्या मूळ स्वरूपास धक्का न लावणारे राज्य आम्ही सहन करू शकतो. १८५७च्या बंडातही नानासाहेब पेशव्यांसह सर्व हिंदूंनी दिल्लीच्या बहादूरशहा या मोगल पातशहाचे नेतृत्व मान्य केले, त्याचे इंगित हेच आहे. राजा ही एक ईश्वरी विभूती आहे, तो विष्णूचा अवतार आहे, असे आपले शास्त्र सांगते हे खरे आहे; परंतु तो लोकांचा सेवक आहे, याचीही जाणीव त्याला आहे. त्याला त्याचा कर भार देऊन टाकायचा, संपले.

१८९३मध्ये झालेल्या हिंदू- मुसलमानांच्या दंगलीत हिंदूंची बाजू घेणारे टिळक १९१६मध्ये मुस्लीम लीगबरोबर लखनौ करार करताना मुसलमानांना त्यांच्या संख्येच्या प्रमाणापेक्षा जास्त जागा देऊ करतात, हे पाहून त्यांच्या हिंदुत्वनिष्ठ अनुयायांनी आरडाओरडा करायला सुरुवात केली. तेव्हा सगळ्याच जागा मुसलमानांना द्यायला माझी हरकत नाही, असे म्हणून टिळकांनी आपला वेदान्ती बाणा प्रगट केला. १९४७मध्ये फाळणी टाळण्यासाठी गांधींनी मुस्लीम लीगचे मंत्रिमंडळ बनवून जीना मुख्य प्रधान झाल्याने फाळणी टळत असेल तर हरकत नाही, असे म्हटले होते, ते काँग्रेसमधील भावी सत्ताधाऱ्यांना न मानवणे आपण समजू शकतो; पण खुद्द जीनांनीही ही कल्पना फेटाळून लावली. जीनांपुढील राष्ट्रवाद हा पाश्चात्त्य राज्यवाद होता, हे त्यामागचे कारण होते.

स्वराज्याची चळवळ ऐन भरात असताना ब्रिटिश सत्तेविरुद्ध चळवळीचे नेतृत्व करणाऱ्या टिळकांना हिंदू विचारांप्रमाणे राजा हा ईश्वराची विभूती असल्याची आठवण कोणीतरी करून दिली. यावर टिळक उत्तरले, की 'राजा ब्रह्म आहेच, पण मग प्रजा कोण? राजा जसा ब्रह्म आहे तशी प्रजासुद्धा ब्रह्मच आहे. प्रजारूपी ब्रह्माला राजारूपी ब्रह्माला जाब विचारण्याचा अधिकार नक्कीच आहे.' टिळकांच्या उत्तरामागची वेदान्ती बैठक स्पष्ट करताना तुकाराम महाराजांच्या एका अभंगाचा आधार घ्यावासा वाटतो. तेच महाराष्ट्राचे राजकीय तत्त्वज्ञान आहे.

"राम राज्य राम प्रजा लोकाल ।
एकचि सकळ दुजे नाही ॥"

■

५२

दरबारात मराठी, कारभारात मराठी

राष्ट्र हा एक विशिष्ट लोकसमाज असेल, तर त्याला वास्तव्य करण्यासाठी भूमी हवी ही गोष्ट खरी आहे; परंतु १९०१ या वर्षाला निरोप देण्याच्या महिन्यात लोकमान्य टिळकांनी 'केसरी'त लिहिले होते त्याप्रमाणे *'राष्ट्र म्हणजे समुद्र आणि नद्या यांनी मर्यादित पृथ्वीचा भाग अशी जर कोणी व्याख्या करीत असेल, तर ती चुकीची आहे... त्याचप्रमाणे नुसता लोकसमुदाय म्हणजेही राष्ट्र नव्हे हेही लक्षात ठेविले पाहिजे.'* टिळकांनी 'राष्ट्र म्हणजे काय नाही' याचा आणखी खुलासा केलेला आहे. ही पद्धत व्यतिरेकी असली तरी मुद्दा समजून येण्यात अडचण नाही. *'ज्या लोकसमुदायात एक प्रकारचा धार्मिक, सामाजिक किंवा राजकीय आपलेपणा भरलेला नाही, ज्याचे घटकावयव सामान्य बंधनांनी एकत्र बांधलेले नाहीत, अथवा ज्यांच्या अंगात इतर समुदायाहून भिन्न अशा प्रकारचे वैशिष्ट्य वास करीत नाही, ते लोक किंवा त्यांचा समुदाय कधीही राष्ट्र या संज्ञेस पात्र होत नाही.'*

टिळक ज्या काळात हा अग्रलेख लिहीत होते, तो काळ पारतंत्र्याचा असल्यामुळे, म्हणजेच तेव्हा राजकीय सत्तेचा अभाव असल्यामुळे राजकीय आपलेपणा अस्तित्वात असण्याचा प्रश्नच उद्‌भवत नव्हता. त्यामुळे त्यांनी राजकीय स्वातंत्र्य हा प्राधान्याचा मुद्दा बनवला व इतर; विशेषतः सामाजिक बाबींना कमी महत्त्व दिले हे आपण जाणतो. आधुनिक काळात म्हणजे लोकशाहीच्या युगात राजकीय आपलेपणा निर्माण होण्यासाठी

भाषा हे समाजमनांना जोडणारे सर्वांत महत्त्वाचे बंधन असते, हे लक्षात घेऊन लोकमान्य टिळकांनी स्वराज्याच्या चळवळीत भाषेचा मुद्दा ठासून सांगितला. ब्रिटिश राज्यकर्त्यांना मराठीचा गंधही नसल्याने *'केसरी'*तील जहाल लेखांचे भाषांतर समजून घेऊन टिळकांवर राजद्रोहाचे खटले दाखल करण्यात आले होते. या संदर्भातील न्यायालयीन कामकाजाची कागदपत्रे अनेक घटकांवर प्रकाश टाकणारी आहेत.

राजकीय सत्तेत सहभाग आवश्यक ठरला आहे; परंतु लोकशाहीचा उदय होण्याच्या अगोदरच्या काळात सर्वांना सत्तेत असा सहभाग शक्य नसल्यामुळे राजा आपल्यापैकी (म्हणजे आपल्या धर्माचा, आपल्या जातीचा) असला तर तो अप्रत्यक्ष का होईना सहभाग मानून प्रजा समाधानी असायची. आपल्यातल्याच असलेल्या राजाचे व आपले धार्मिक इत्यादी हितसंबंध एकच असल्यामुळे तो त्यांचा सांभाळ करील, असा विश्वास लोकांना वाटायचा, परंतु अशा प्रकारचे हितसंबंध भिन्न असलेल्या राजानेही त्यांचा सांभाळ योग्य रीतीने केला तरीही लोकांची तक्रार नसायची.

टिळकांच्या काळातील राजकीय सत्ता सर्व अर्थांनी परकीय असल्यामुळे राज्यकर्त्यांचे आणि प्रजेचे हितसंबंध एकरूप होणे अशक्यप्राय होऊन बसले होते. राजकीय आपलेपणा तर नव्हताच; पण इतर घटकांचाही आपलेपणा नव्हता. तेव्हा सत्तेविरुद्ध भूमिका घेणे हा राजद्रोह ठरून तो करणाऱ्याला शिक्षा होत असे. स्वतः टिळकांवर तीन वेळा राजद्रोहाचे खटले झाले व त्यापैकी दोन वेळा ते दोषी ठरून त्यांना शिक्षाही भोगावी लागली. तेव्हाच्या कायद्यानुसार तो राजद्रोह असला तरी राष्ट्रद्रोह नव्हता. उलट तेव्हा राजद्रोह हेच राष्ट्रनिष्ठेचे लक्षण ठरले असते.

टिळकांनी धर्म, समाज आणि राज्य यांच्याशिवाय 'सामान्य बंधने' असा मोघम शब्दप्रयोगही केलेला आहे. त्यांच्यामध्ये सर्वात महत्त्वाचे बंधन म्हणजे अर्थातच भाषा. राज्यकर्त्यांची भाषा आणि प्रजाजनांची भाषा जर समान असेल, तर प्रजेच्या आशाआकांक्षा, सुखदुःखे यांचे ज्ञान राज्यकर्त्यांना सहजपणे होऊ शकते. टिळकांच्या काळचे ब्रिटिश राज्यकर्ते प्रजेच्या मराठी भाषेविषयी अनभिज्ञ होते हे वेगळे सांगायची गरज नाही. स्वराज्याच्या चळवळीत टिळकांनी भाषेचा हा मुद्दा अगदी वेगळ्या पद्धतीने लावून धरला. ज्या राजद्रोहाच्या खटल्यांचा वर उल्लेख केला आहे, त्यात आपला बचाव करताना टिळकांनी राज्यकर्त्यांच्या भाषिक परकेपणावर भर देऊन आपला युक्तिवाद पुष्ट केला. ब्रिटिश कायद्याच्या अंतर्गत वर्तमानपत्राच्या संपादकावर भरला गेलेला, राजद्रोहास प्रवृत्त करण्याविषयीचा पहिला खटला, *'बंगवासी'* या बंगाली वर्तमानपत्रावरील होता; पण त्यात भाषेचा मुद्दा महत्त्वाचा ठरला नाही. ही गोष्ट महाराष्ट्रात मराठी माणसाकडून मराठी भाषेच्या संदर्भात घडावी याला विशेष महत्त्व असून, तो काही अपघात नव्हता. महाराष्ट्राची राजकीय परंपरा त्याच्या मागे उभी होती.

*'केसरी'*तील अग्रलेख राजद्रोही ठरवून टिळकांवर पिनल कोडच्या १२४ अ कलमाखाली खटला भरला गेला. आता हे अग्रलेख मराठीत आणि ते राजद्रोही आहेत की नाही याचा निर्णय ज्याने द्यायचा तो ऑर्थर स्ट्रॅची नावाचा न्यायाधीश मराठी भाषेतील ओ की ठो न कळणारा ब्रिटिश. आता या अडाणी न्यायाधीशाला मदत करण्यासाठी जी ज्युरी असते

तिच्यात तरी मराठी भाषा जाणणारे लोक हवेत; पण तेथेही तशीच रड.

याच प्रकारची पुनरावृत्ती राजद्रोहाच्या दुसऱ्या खटल्यातही झाली. तेव्हाचे न्यायाधीश दावर हे पारशी असले तरी मराठी भाषेच्या ज्ञानाची त्यांची इयत्ता स्ट्रॅचीएवढीच.

ज्युरी आणि न्यायाधीश यांच्या सोयीसाठी 'केसरी'तील मराठी लेखांची इंग्रजी भाषांतरे करवून घ्यावी लागली. अब्बास अली बेग हे पहिल्या खटल्यातील भाषांतरकार होते. दुसऱ्या खटल्याच्या वेळी तर टिळकांनी भाषांतर करणारे सरकारी अधिकारी भास्कर जोशी यांची स्वतःच कसून उलटतपासणी घेतली. टिळकांनी न्यायालयीन प्रक्रियेतील व कायद्याच्या तत्त्वज्ञानातील अत्यंत महत्त्वाचे मुद्दे या निमित्ताने ऐरणीवर आणले. पहिल्या खटल्यात खुद्द न्यायमूर्तींनी टिळकांना शब्दांच्या अर्थासंबंधी आणि व्याकरणासंबंधी प्रश्न विचारले होते. त्याची एक झलक केळकरांच्या शब्दांत द्यायची झाली तर 'खाली दडपणे', 'स्वातंत्र्य' वगैरे शब्दांची बरीच भवति न भवति झाली. दाद लावणे म्हणजे दुःखमुक्तता करणे व त्यापासून पुढे कायदा झुगारून देणे, अशा अर्थाची खेच सुरू झाली. दाद लावणे यात 'हत्यारांचा उपयोग करून' असे ध्वनित होऊ नये असाही प्रश्न निघाला.' 'म्लेंच्छांना हिंदुस्थानच्या राज्याचा ताम्रपट लिहून दिला नाही' या वाक्यातील प्रत्येक शब्दाचा कीस निघाला. एखाद्या प्रत्यक्ष उदाहरणाचाही विचार करायला हरकत नसावी.

"रा. टिळक : 'छाटून टाकणे' याचा अर्थ कापणे असा बहुधा करितात. परंतु 'जिवे मारणे' या अर्थी करत नाहीत.

न्यायमूर्ती : त्याचा अर्थ काय?

रा. टिळक : कापणे

न्यायमूर्ती : जिवे मारणे या अर्थी कधी करतात की नाही?

रा. टिळक : कधीही नाही.

न्यायमूर्ती : जर जीव घेणे असा अर्थ होत नाही तर काय होतो?

रा. टिळक : त्याचा अर्थ 'दूर करणे', 'अगदी राहू न देणे' असा होतो. यास आधार मेजर क्यांडीच्या कोशाचा आहे. सदर कोशात 'ठार मारणे' या अर्थी 'काटणे' याचा उपयोग केला आहे.

न्याय : सदर कोशात 'किल' शब्दास प्रतिशब्द दिला आहे काय?

'ज्या लोकसमुदायात एक प्रकारचा धार्मिक, सामाजिक किंवा राजकीय आपलेपणा भरलेला नाही, ज्याचे घटकावयव सामान्य बंधनांनी एकत्र बांधलेले नाहीत, अथवा ज्यांच्या अंगात इतर समुदायाहून भिन्न अशा प्रकारचे वैशिष्ट्य वास करीत नाही, ते लोक किंवा त्यांचा समुदाय कधीही राष्ट्र या संज्ञेस पात्र होत नाही,' असे मत लोकमान्य टिळकांनी व्यक्त केले आहे.

रा. टिळक : कत्तल करणे अथवा काटणे.

रा. टिळक : दाद मागणे म्हणजे दुःखाचे गाऱ्हाणे, लावून हे लावणे या धातूचे प्रयोजकभेदी रूप आहे. दाद याचा अर्थ मागणे (Relief) यासारखा आहे. मी असे खात्रीने म्हणतो, की या शब्दाचा उपयोग बळजोरी या अर्थी केल्याचे मराठीत एकही वाक्य नाही. दाद मागणे व दाद लावून घेणे हे एकाच अर्थाचे दोन शब्दसमुच्चय आहेत. दाद मागणे याचा अर्थ स्वतः मागणे असा होतो. लावून घेणे याचा अर्थ दुसऱ्याकडून ते काम करविणे असा होतो. ते 'लावणे' या धातूचे प्रयोजक रूप आहे."

राजद्रोहाच्या १९०८ मधील म्हणजे दुसऱ्या खटल्यात गाजलेले बचावाचे भाषण करताना टिळक म्हणाले,

'प्रत्येक भाषेत शब्दाचे सूक्ष्म ध्वनी व श्लेष वेगवेगळे निघतात, हे सांगण्याचे कारण इतकेच, की किती बरोबर असली तरी आपणापुढे 'भाषांतरे' आहेत; मूळ लेख नाहीत. मूळ लेख मराठीतून मराठी वाचकांकरिता लिहिले. येथे आपणापुढे भाषांतर आहे. आपणही फक्त इंग्रजी जाणणारे म्हणजे मराठी न समजणारे आहात. मूळ लेखातील ध्वनी अर्थात मराठी वाचकांनाच कळतील.'

'भाषेच्या लकबींचा आणि खुब्यांचा संबंध उच्चारित रूपाप्रमाणे लिपीशी किंवा लिखित रूपांशीही येतो हे स्पष्ट करताना टिळकांनी दाखले दिले. '

दोरीला साप म्हणणे हा मराठी भाषेतील अगदी सामान्य दृष्टान्त; पण साप हा शब्द मी सरकारला उद्देशून घातला असे सरकारी वकिलांनी तुम्हाला भासविले आहे! राजा याचे भाषांतर king खरे; पण ते छापताना K जाडा टाइप घालून तो शब्द राजेबादशहा यांचा दर्शक असल्याचे त्यांनी ध्वनित केले आहे... असले प्रकार पाहिले म्हणजे परवा मुंबईच्या प्रदर्शनात हसू येण्यासाठी जागोजागी ठेवलेल्या- चेहरा विद्रूप करून दाखविणाऱ्या आरशांची आठवण होते. सरकारी भाषांतरकाराचे भाषांतर असेच हास्यास्पद झाले आहे. अशा विकृत भाषांतरावर कोण कुणाला शिक्षा देईल?'

भाषांतरासंबंधीचा एक अत्यंत लक्षणीय मुद्दा टिळक मांडतात.

'तुम्ही म्हणाल, की भाषांतरे चुकतील कशी? तर त्याचे कारण इतकेच, की मराठी भाषा वाढत आहे व जुने शब्दकोश जसेच्या तसेच राहिले आहेत. 'मॉनर्की' या शब्दाचा प्रतिशब्द सापडतो. कारण राजसत्तेची

कल्पना जुनी आहे; पण 'डेमॉक्रसी' याला प्रतिशब्द सापडत नाही; कारण ती नवी कल्पना आहे. मी मराठीत राजकारण, अर्थशास्त्र वगैरे विषयावर लिहिणार; पण कल्पना इंग्रजीतून डोक्यात येतात आणि त्या व्यक्त करण्याला समर्पक मराठी शब्द अजून बनले नाहीत. हल्लीची मराठी ही मराठी नसून, आंग्लसंस्कृत भाषा आहे. भाषांतरकार तरी काय करणार? तो बिचारा शब्दशरण आहे; पण त्याकरिता मला शिक्षा का? माझा म्हणण्याचा हेतू इतकाच, की भाषांतरे वाचून आपला जो ग्रह होईल तो काही मूळ लेख वाचून मराठी वाचकांचा होणार नाही.'

तुकोबांची उसनवारी करून सांगायचे म्हणजे, येथे सरकार आणि प्रजा यांची अवस्था 'कानडीने केला मराठी भ्रतार, एकाचे उत्तर एक नये' अशी झालेली आहे. टिळकांच्या या युक्तिवादाची एक अप्रत्यक्ष निष्पत्ती अशी आहे, की राष्ट्रियत्व सिद्ध होण्यासाठी ज्या आपलेपणाची जरूर आहे त्याला भाषाबंध हा समान घटक अत्यंत उपयुक्त ठरणारी गोष्ट आहे; पण म्हणजेच राज्यकर्त्यांची अर्थात सत्ताधाऱ्यांची व प्रजाजनांची भाषा एकच असायला हवी. ब्रिटिशांच्या राजवटीत ती नसल्यामुळे स्वराज्याची आवश्यकता आपोआपच सिद्ध होते. अशा प्रकारे स्वराज्य व स्वभाषा यांचा अतूट संबंध आहे.

ज्याला अधिकृतपणे पहिले मराठी राज्य म्हणता येते अशा यादवांच्या राजवटीचे उदाहरण या संदर्भात समर्पक ठरणारे आहे. मराठीला या राजवटीत दरबारी भाषेचा दर्जा प्राप्त झाला. पूर्णपणे मराठी भाषेत लिहिले गेलेले शिलालेख याच काळात उपलब्ध होतात. ताम्रपटावर कोरलेल्या दानपत्राची भाषा संस्कृत असली तरी शेवटी एखाददुसरे वाक्य मराठीत लिहिण्यात काही गैर वाटेनासे झाले. मराठी कवींना राजदरबारात प्रतिष्ठा मिळू लागली. महानुभाव संप्रदायातील कवी नरेंद्र याचे उदाहरण या संदर्भात सर्वज्ञात आहे. त्याने आपले *'रुक्मिणी स्वयंवर'* हे काव्य रामदेवराव यादवास दरबारात वाचून दाखवले होते. ते राजाला आवडलेच; परंतु या काव्याचे कर्तृत्व ऊर्फ 'अभंग' आपल्याला द्यावे, असे

यादव काळात मराठी भाषेची प्रतिष्ठा वाढून ती राजभाषा आणि न्यायभाषा झाली होती. ती साहित्याचीही भाषा बनली आणि चक्रधर आणि ज्ञानेश्वर व त्यांचे वारकरी आणि महानुभाव संप्रदाय यांच्यामुळे ती धर्माची भाषासुद्धा झाली. लीळाचरित्र आणि ज्ञानेश्वरी ही मराठी गद्याची व पद्याची शिखरेच होत.

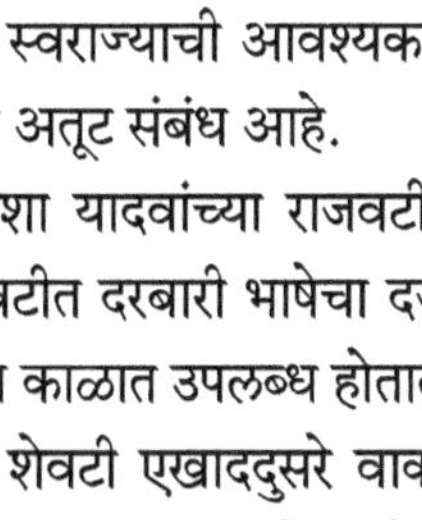

चक्रधरस्वामी

ज्ञानेश्वरी ही मराठी गद्याची व पद्याची शिखरेच होत. ती यादवांच्या राजवटीतच निर्माण झाली. सातवाहनांच्या काळानंतर एवढा मराठीपणा पहिल्यांदाच पाहायला मिळतो आणि त्यानंतर अर्थातच शिवकाळात. मराठी ही तेव्हा दरबाराची भाषा झाली होती आणि कारभाराचीही. धर्माची भाषा झाली होती आणि कर्माचीही.

त्याने नरेंद्रला सुचवले व त्यासाठी मोबदलाही त्याने देऊ केला. नरेंद्र कवीला अर्थातच हे न पटल्यामुळे तो राजधानी सोडून परागंदा झाला, अशी कथा महानुभावांच्या *'स्मृतिस्थळा'*त येते. कथेतला महत्त्वाचा मुद्दा हा आहे, की यादव राजे मराठी काव्याला नुसता आश्रयच देऊन थांबले नाहीत तर आपणही कवी व्हावे व आपल्या नावावर काव्य असावे, अशी इच्छा त्यांच्या मनात निर्माण झाली.

यादव काळातील न्यायालयीन कामकाज मराठी भाषेत चालायचे हेही या ठिकाणी नमूद करायला हवे. वस्तुतः कायद्याचे म्हणजे धर्मशास्त्राचे ग्रंथ तेव्हाही संस्कृतमध्येच होते. न्यायदान त्यांच्याच आधारे होत असणार हे उघड आहे; परंतु आरोपपत्र अथवा तक्रार, साक्षीपुरावे, युक्तिवाद आणि निर्णय या सर्व गोष्टी मराठीत होत असत.

पैठण येथील मुधादित्याच्या मंदिरात भरलेल्या न्यायसभेचे वर्णन *'लीळाचरित्र'* या म्हाइंभटकृत ग्रंथात यथातथ्य आलेले आहे.

याच न्यायसभेत चक्रधरांवर चारित्र्यविषयक खोटेनाटे आरोप करण्यात आले. सभेचे हे कृत्य पसंत न पडल्यामुळे मायिता हरी आणि प्रज्ञासागर यांनी सभात्याग केला. उर्वरित सभ्यांना स्वामींनी विचारले,

'तुम्ही एकाकी आगमीके, एकक प्रधान बैसले असा, एणे तुमचे काइ गा केले, ऐसे विचारु पा.' 'ना आम्ही विचारीले' 'हो कां गा, जे विचारीले ते करा.' 'मग जगतिआंतुलिये देऊलिये नेले. तेथ पुजा स्वीकारली, नाकाची.'

न्यायसभेच्या सभासदांनी विचारविनिमय करून चक्रधरस्वामींना अपराधी ठरवून नासिकाछेदाचा दंड दिला, हा या घटनेचा सारांश. चक्रधरांनी प्रवर्तलेल्या नव्या संप्रदायाची भरभराट ज्यांना मानवली नाही, अशा पोथीनिष्ठ सनातन्यांनी त्यांच्यावर खोटा आरोप करून त्यांना शिक्षा करवली, हे कृत्य महाराष्ट्राच्या लौकिकाला न शोभणारे होते हे खरेच; परंतु ही सर्व सुनावणी व तिच्यातील सवाल-जबाब मराठी भाषेतून घडले हा मुद्दा येथे प्रस्तुत आहे. यादव काळात मराठी भाषेची प्रतिष्ठा वाढून ती राजभाषा आणि न्यायभाषा झाली होती. ती साहित्याचीही भाषा बनली आणि चक्रधर आणि ज्ञानेश्वर व त्यांचे वारकरी आणि महानुभाव संप्रदाय यांच्यामुळे ती धर्माची भाषासुद्धा झाली. लीळाचरित्र आणि ज्ञानेश्वरी ही मराठी गद्याची व पद्याची शिखरेच होत. ती यादवांच्या राजवटीतच निर्माण झाली.

सातवाहनांच्या काळानंतर एवढा मराठीपणा पहिल्यांदाच पाहायला मिळतो आणि त्यानंतर अर्थातच शिवकाळात. मराठी ही तेव्हा दरबाराची भाषा झाली होती आणि कारभाराचीही. धर्माची भाषा झाली होती आणि कर्माचीही. देवालयातील भाषा बनली होती आणि न्यायालयातीलदेखील. भाषा हा आपलेपणाच्या समान बंधांमधील एक बळकट बंध होय; पण त्याच्या रक्षणासाठी सत्ता लागते हेही खरे आहे. म्हणजे ती दरबारात व कारभारात हवी.

■

५३

महाराष्ट्रातील राज्यांतर

यादव राजवटीच्या काळात महाराष्ट्रामध्ये मराठीपण ओतप्रोत भरले होते आणि ते जीवनाच्या सर्व क्षेत्रांना व्यापून राहिले होते. याचे धर्म, अध्यात्म आणि साहित्य या क्षेत्रातील उत्तम उदाहरण म्हणून ज्ञानेश्वरीचा उल्लेख करता येतो. भगवद्गीतेच्या अठरा अध्यायांचा अर्थ मराठीत स्पष्ट करणारा भाषाग्रंथ पूर्ण झाल्यानंतर विश्वात्मक देवाकडे संपूर्ण विश्वासाठी पसायदान मागून ज्ञानेश्वरांनी आपला मराठीपणा हा वैश्विकतेशी समकक्ष होण्याइतका व्यापक केला. शेवटी ग्रंथसमाप्तीच्या मुद्रेत त्यांनी केलेला देशकालाचा उल्लेख अत्यंत महत्त्वाचा मानावा लागतो.

या उल्लेखाच्या ओव्या अशा -

ऐसे युगी परी कळी । आणि महाराष्ट्रमंडळी ।
श्रीगोदावरीचा कुली । दक्षिणिली ।
त्रिभुवनैकपवित्र । अनादी पंचक्रोशक्षेत्र ।
जेथ जगाचे जीवसूत्र । श्रीमहालय असे ॥
तेथ यदुवंशविलासु । जो सकलकलानिवासु ।
न्यायाने पोशी क्षितिशु । श्रीरामचंद्र ॥
शके बारा शते बारोत्तरे । तै टीका केली ज्ञानेश्वरे ।
सच्चिदानंदबाबा आदरे । लेखकु जाहला ॥

महाराष्ट्र देशातील गोदावरीच्या काठावरील नेवासे या नगरात यादव कुळातील रामचंद्र राजा राज्य करत असताना शके बाराशे बारा (इ. स. बाराशे) मध्ये ज्ञानेश्वरांनी भगवद्गीतेवरील टीका रचली आणि ती सच्चिदानंदबाबांनी लिहून घेतली असा या समाप्तीमुद्रेचा अर्थ.

ग्रंथसमाप्तीच्या वेळी कालोल्लेख करताना त्या प्रदेशात राज्य करणाऱ्या राजाचाही उल्लेख करणे हा संस्कृत ग्रंथांमध्ये बऱ्याचदा आढळणारा प्रघात ज्ञानेश्वरांनी पाळला. ज्ञानेश्वरीच्या लिखाणानंतर अल्पावधीतच दिल्लीच्या अल्लाउद्दीन खिलजी या सुलतानाने स्वारी करून रामचंद्र यादवाचा पराभव केला व आपली राजवट सुरू केली. *ज्ञानेश्वरी*नंतर लिहिल्या गेलेल्या मराठी ग्रंथांमध्ये परकीय सत्ताधीशांचा उल्लेख टाळला जाणे समजून घेता येते; परंतु शिवछत्रपतींनी मराठी राज्याची पुनःस्थापना केल्यानंतर १८१८मध्ये त्याची अखेर होईपर्यंत लिहिल्या गेलेल्या मराठी ग्रंथांमधून मराठी राजांचा उल्लेख न होणे ही बाब आश्चर्यजनकच नव्हे, तर धक्कादायक आहे. समर्थ रामदासांच्या *दासबोधा*ची निर्मिती शिवकालीन असली, तरी तोपर्यंत महाराजांचा राज्याभिषेक झालेला नसल्यामुळे (तो १६७४मध्ये झाला) त्यांना अधिकृत 'राजा' म्हणणे उचित न वाटल्याकारणाने कदाचित *दासबोधात* त्यांचा उल्लेख आलेला नसावा. परंतु १६७४ नंतर निर्माण झालेल्या 'स्वानुभवदिनकरा'सारख्या रामदासी परंपरेतील ग्रंथांमध्येदेखील मराठेशाहीतील त्या त्या वेळच्या राजांचा उल्लेख आढळत नाही. स्वराज्याच्या स्थापनेचा अन्वयार्थ आपल्या लेखकांना नीट कळला नसल्याचेच हे लक्षण म्हणावे का?

चक्रधरस्वामींचे चरित्र सांगणारा म्हाईंभट सराळेकरकृत *लीळाचरित्र* हा मराठी गद्याचे भूषण असलेला ग्रंथ ज्ञानेश्वरीच्या अगोदर शके १२००मध्ये म्हणजेच रामचंद्र यादवांच्या काळात लिहिला गेला असला तरी त्यात रामचंद्र यादवाच्या राजवटीचा उल्लेख करणारी समाप्तीमुद्रा आढळत नाही. हा उल्लेख महानुभावांच्या *'मूर्तिप्रकाश'*, *'रत्नमालास्तोत्र'* या यादवकाळातच निर्माण झालेल्या अन्य ग्रंथांतूनही आढळत नाही. त्याचे कारण समजून घेणे फार अवघड नाही. महाराष्ट्राचा व मराठी भाषेचा पूर्ण अभिमान बाळगणाऱ्या या पंथाचे आराध्य दैवत असणाऱ्या चक्रधरस्वामींना मृत्युदंड देणाऱ्या राजवटीचा उच्चार करणेसुद्धा महानुभावांना लेशकारक वाटत असणार, हे उघड आहे. चक्रधरांवरील आरोपांची ज्या न्यायसभेत मराठी भाषेतून सुनावणी झाली तिचा निर्णय अन्यायकारक वाटल्यामुळेच प्रज्ञासागर आणि मायिता हरी यांनी निवाडा करणाऱ्या न्यायपंडितांचा *'तुम्ही आळंचू ओखटा करीत असा'* असा धिक्कार करून *'या राष्ट्रासी ओखटे असे हो'* असे म्हणत सभात्याग केला; इतकेच नव्हे तर ते देशत्याग करायला म्हणजे महाराष्ट्राबाहेर जायलाही सिद्ध झाले. या प्रसंगाचे वर्णनसुद्धा *लीळाचरित्रात* आलेले आहे. मायिता हरी सपत्निक प्रवास करण्यासाठी बैलगाडीची सिद्धता करत असताना कोणीतरी आवाज दिला *"घेया घेया याची म्हेळी, आमचेया समया न मिळे, घाला घाला माझेया महाराष्ट्राबाहेरी. तव मायितेन हरीन म्हणीतले, म्हेळी घे तुझी आणि तुझेया बापाची, तुझेया महाराचा महाराष्ट्रा होऊनि मीचि जातु असे"*.

ग्रंथसमाप्तीच्या वेळी कालोल्लेख करताना त्या प्रदेशात राज्य करणाऱ्या राजाचाही उल्लेख करणे हा संस्कृत ग्रंथांमध्ये बऱ्याचदा आढळणारा प्रघात ज्ञानेश्वरांनी पाळला; पण शिवछत्रपतींच्या काळात लिहिल्या गेलेल्या मराठी ग्रंथांमधून मराठी राजांचा उल्लेख न होणे ही बाब आश्चर्यकारकच नव्हे, तर धक्कादायक आहे.

मायिता हरी हा तेलंगी ब्राह्मण असावा. तो आपल्या सभेच्या निर्णयाशी सहमत होत नाही. उलट आपल्याच राष्ट्राचे वाटोळे होईल असे म्हणतो, म्हणून त्याला महाराष्ट्राबाहेर हाकलून द्या असा चक्रधरांच्या विरोधकांचा सूर असताना मायिता हरी आपण होऊन महाराष्ट्र सोडून जातो ही बाब विचार करण्यासारखी आहे. वस्तुतः चक्रधरांचे महाराष्ट्र आणि मराठी भाषा यांच्यावर अत्यंत प्रेम होते. आपल्या अनुयायांना त्यांनी महाराष्ट्रातच वास्तव्य करण्याचा उपदेश केला होता. महाराष्ट्र देश सात्त्विक असून ती धर्मभूमी असल्याचेही त्यांनी सांगितले होते. इतकेच काय; पण विषयबहुलता असलेल्या तेलंगदेशी कानडदेशी जाऊ नका, असेही ते म्हणत. पण मायिता हरीसारख्या त्यांच्याच चाहत्याला महाराष्ट्र सोडून जावेसे वाटते हा दैवदुर्विलास (किंवा Irony of Fate) म्हणावा लागतो.

लीळाचरित्रात दिल्या गेलेल्या हकिकतीनुसार सर्वांगसुंदर असलेल्या चक्रधरांचा असा चेहरा पाहून अनुयायांना दुःख झाले. त्यांनी चक्रधरांना अवयव स्वीकारून मुख उजळ करण्याचा आग्रह केला. तसे केल्यास विरोधक परत सक्रिय होतील याची जाणीव चक्रधरांनी करून देऊनही अनुयायी आग्रही राहिले, तेव्हा त्यांनी त्यांचा हट्ट पुरवला. काही एक चमत्कार करून त्यांनी आपला चेहरा पूर्ववत केला. चिडलेल्या विरोधकांनी बहुधा राजाकडे तक्रार केली आणि त्यातून चक्रधरांच्या आयुष्याचाच शेवट करण्याचा निर्णय झाला असावा. त्याला अनुसरून चक्रधरांचा शिरच्छेद करण्यात आला. *लीळाचरित्रा*तील हकिकतीनुसार या शिरच्छेदानंतर स्वामींचे शिर आणि धड एकमेकांना जुळून स्वामी जिवंत झाले व त्यांनी उत्तरापंथे गमन केले.

*लीळाचरित्रा*तील या कथाभागामुळे समजून येणाऱ्या एका गोष्टीचा उल्लेख यापूर्वीच करण्यात आलेला आहे. ती म्हणजे या सर्व प्रकरणाची सुनावणी मराठी भाषेत होत होती. दुसरी गोष्ट म्हणजे महाराष्ट्राच्या निर्मितीसंबंधीचा एक पर्यायी सिद्धान्त - पहिल्यांदा महानुभाव साहित्यात, निंदाव्यंजक स्वरूपात का होईना उपलब्ध होतो. याचाच विकास पुढे डॉ. केतकरांसारख्या विद्वानांनी केला.

चक्रधर स्वतः गुजरातमधील एका राजाच्या प्रधानाचे पुत्र असल्यामुळे त्यांना राज्यव्यवहाराची जवळून माहिती होती. यादव राजांच्या बद्दलही ते जागरूक असून त्यांच्याबद्दल त्यांनी वेळोवेळी काढलेल्या उद्गारांच्या नोंदी लीळाचरित्रात वाचायला मिळतात. आपण दिलेल्या अवयवछेदाच्या शिक्षेचा त्यांच्या व्यक्तित्वावर वा कार्यावर

काहीही परिणाम झालेला नसून ते या गावातून त्या गावात जाण्याचे व उपदेश करण्याचे काम पूर्वीप्रमाणेच करत आहेत याची कुणकुण लागल्यावर स्वामींच्या विरोधकांनी त्यांना संपविण्याचा घाट घातला. तेव्हा त्याचीही कल्पना त्यांना आली असावी. श्रीरामपूरजवळील बेलापुरी येथे मुक्काम असताना त्यांनी आपले शिष्य व उत्तराधिकारी नागदेव यांना सांगितले, *"हे उत्तरापंथे जाइल, श्रीप्रभुमागा उत्तरेकडुनी म्लेंच्छ येतील, ते जाधवाते मारतील आणि राज्य घेतील, मग काळे करौनी या राष्ट्राची समुळची विनश्यंती, तैसे होइल गा."*

चक्रधरांच्या या भविष्यकथनावर नागदेवाचार्यांनी शंका उपस्थित केली, *"जी जी राज्य घेतल्या राष्ट्रासि विनश्यंती ते कैसी?"*

चक्रधर आणि नागदेव यांनी या ठिकाणी एक अत्यंत महत्त्वाचा भेद सांगितला आहे. तो म्हणजे राष्ट्र आणि राज्य यांच्यामधील भेद. यापूर्वीच्या लेखातून स्पष्ट केल्याप्रमाणे राष्ट्राचा संबंध वेगवेगळ्या कारणांमुळे ऐक्यभावना उत्पन्न झालेल्या लोकसमूहाशी आहे, तर राज्य म्हणजे या लोकसमूहाचे नियमन आणि नियंत्रण करणारी सत्ता होय. ही सत्ता एका बाजूला राष्ट्राचे म्हणजे लोकांच्या परस्परसंबंधांचे म्हणजेच अंतर्गत नियमन-नियंत्रण करते, त्यासाठी तिला दंडशक्तीचा वापर करावा लागतो. परस्परांविषयीची ऐक्यभावना म्हणजेच राष्ट्रभावना ही त्यासाठी पुरेशी नसते. दुसऱ्या बाजूला ही सत्ता या राष्ट्राचे बाह्य शत्रूंच्या आक्रमणापासून रक्षणही करत असते. त्यासाठी तिला सैन्य उभारावे लागते. याचाच अर्थ असा होतो, की राष्ट्र व राज्य या दोन गोष्टींचा परस्परसंबंध कितीही निकटचा असला तरी त्या भिन्न आहेत.

चक्रधर असे सांगतात, की ते स्वतः उत्तरेकडे प्रयाण करतील, त्यानंतर त्यांच्या अनुयायांनी ऋधिपूर येथे जावे. तेथे त्यांचा सांभाळ त्याच काळात विद्यमान ईश्वरी अवतार असलेले व चक्रधरांनाही गुरुस्थानी असलेले श्रीगोविंदप्रभू करतील. गोविंदप्रभूंच्या पश्चात उत्तरेकडून मुसलमानांचे आक्रमण येईल. ते यादवांचे राज्य त्यांचा पराभव करून हिरावून घेतील व आपली सत्ता स्थापन करतील.

चक्रधरांच्या विवेचनामुळे गोंधळलेल्या नागदेवाचार्यांना राज्य बदलल्यास राष्ट्राचा नाश कसा होईल, ते समजेना. याअगोदर राज्यांतरे झाली नव्हती अशातला भाग नाही; परंतु त्याचा परिणाम राष्ट्रावर फारसा होत नसे. यापूर्वीच्या लेखांमधून स्पष्ट केल्याप्रमाणे नव्या आणि जुन्या राज्याच्या धर्मात व संस्कृतीत, प्रजेकडे पाहण्याच्या दृष्टिकोनात आणि राजकीय

राज्य म्हणजे लोकसमूहाचे नियमन आणि नियंत्रण करणारी सत्ता होय. ही सत्ता एका बाजूला राष्ट्राचे म्हणजे लोकांच्या परस्परसंबंधांचे म्हणजेच अंतर्गत नियमन-नियंत्रण करते. दुसऱ्या बाजूला ही सत्ता या राष्ट्राचे बाह्य शत्रूंच्या आक्रमणापासून रक्षणही करत असते.

चक्रधर स्वतः गुजरातमधील एका राजाच्या प्रधानाचे पुत्र असल्यामुळे त्यांना राज्यव्यवहाराची जवळून माहिती होती. यादव राजांच्या बद्दलही ते जागरूक असून त्यांच्याबद्दल त्यांनी वेळोवेळी काढलेल्या उद्‌गारांच्या नोंदी लीळाचरित्रात वाचायला मिळतात.

सिद्धांतात फारसा फरक नसल्यामुळे राष्ट्रामधील लोकजीवनातही अशा राज्यांतरामुळे फारसा फरक पडत नसे. परंतु या वेळचे राज्यांतर अथवा सत्तांतर गुणात्मकदृष्ट्या वेगळ्या प्रकारचे होते. हे नवे सत्ताधारी पूर्वीच्या सत्ताधाऱ्यांपेक्षा उपरोक्त अनेक बाबींमध्ये वेगळेपण बाळगणारे होते. त्याचा परिणाम राष्ट्रावर म्हणजेच लोकजीवनावर होणे आता अपरिहार्य ठरणार होते.

नागदेवाचार्यांच्या प्रश्नांवर स्वतः चक्रधरांनीच केलेल्या खुलाशानंतर, *"म्लेंच्छ बंद धरतील, तेणे लोक देशांतरा जातील, जे येथ असतील ते दुःकाळे मरतील. यापरि येथिचेया लोकांची विनश्यंती होइल. मग मागौती देशांतरीची माणुसे येती, का गेली तिये कवणी येती, मग येकाचे गाव येका, एकाचे वृत्ती एका, ऐसे होईल गा."*

चक्रधरांनी केलेली ही भविष्यवाणी अवगत असल्यामुळे, नंतर अल्लाउद्दीन खिलजी उत्तरेकडून ससैन्य महाराष्ट्रात आला व त्याने यादव राजांचा पराभव केला तेव्हा हा वृत्तांत समजल्यावर नागदेवाचार्य उद्‌गारले, *"हे हातवणी, जेवन तो उरलेचि असे."* म्हणजे ही फक्त सुरुवात आहे. यापेक्षाही विपरीत गोष्टी अजून घडावयाच्या आहेत. आता फक्त राज्य गेले त्याचा उपसर्ग आता राष्ट्रासही पोहोचणार आहे.

राष्ट्राच्या या भावी विनाशाचेही स्वरूप चक्रधरांनी स्पष्ट केले होते. त्यानुसार सुलतानीबरोबर अस्मानी आपत्तीही महाराष्ट्राला भोवणार होती. दुष्काळ पडणार होते. लोकांना देशत्याग करून निर्वाहासाठी स्थलांतर करावे लागणार होते. त्याचा परिणाम म्हणून जनजीवन पूर्णपणे विस्कळीत होणार होते. परंपरेने पिढीजात चालत आलेली व्यवस्था कोलमडून जाऊन लोकांच्या निर्वाहाच्या साधनांचा म्हणजे पारंपरिक वृत्तींचा लोप होणार होता.

कोणत्याही राष्ट्रावरील राज्याचा पालट होताना म्हणजेच सत्तांतर होताना ती सत्ता परकीय असेल तर अशी उलथापालथ व उत्पात होणे अटळ असते. यादव राज्याच्या विनाशानंतर महाराष्ट्रावर खिलजी, तुघलक, बहामनी अशा इस्लामी राजवटी आल्या. बहमनींचे तुकडे पडून त्यातून पाच पातशाह्या उत्पन्न झाल्या. दीर्घकाळ चाललेल्या या प्रक्रियेचा राज्यावर म्हणजे सत्ताधाऱ्यांवर देखील राष्ट्राचा म्हणजे स्थानिक प्रजेचाही परिणाम झाला. काही सुज्ञ राज्यकर्त्यांनी प्रजेच्या संस्कृतीशी व हितसंबंधांशी एकरूप होण्याचे प्रामाणिक प्रयत्नही केले. हिंदू आणि इस्लाम या दोन धर्मांमध्ये व संस्कृतींमध्ये देवघेव झाली. हिंदुधर्मीय

कर्तृत्ववान पुरुष वेगवेगळ्या पातशाह्यांमध्ये अधिकारपदे भोगत राज्याचे म्हणजे सत्तेचे भागीदार होऊ लागले. मराठा क्षत्रियांची नवी घराणी पुढे आली. इब्राहिम अदीलशाहसारखे विजापूरचे सुलतान तर स्वतःला सरस्वतीचे उपासक म्हणवत मराठीत कारभार करू लागले.

मराठी आणि अरबी-पर्शियन या भाषांच्या संकरातून दखनी (हिंदी) नावाचे एक वेगळेच रसायन सिद्ध झाले. संत एकनाथ आणि संत शेख महंमद हे या नव्याने घडणाऱ्या संस्कृतीतील धर्मपुरुष होत. संत एकनाथांच्या अभंगांमधून या नव्या रचनेचे दर्शन होते. विशेषतः राज्यकर्त्यांची भाषा पर्शियन असल्यामुळे प्रशासन त्याच भाषेतून किंवा पर्शियनमिश्रित मराठीतून चाले. ही भाषा गावगाड्यापर्यंत झिरपली. गावातील जमिनींच्या नोंदींचे दफ्तर याच भाषेत ठेवण्यात येऊ लागले. थोडक्यात दरबाराची आणि कारभाराची भाषा बदलली. अगदी कालपरवापर्यंत आपण बड्या अधिकाऱ्याला करावयाच्या अर्जाची सुरुवात अमुकतमुक 'यांचे हुजुरास' आणि समारोप 'मेहेरबानसाहेबांस जाहीर व्हावे' असा करत असू ते ब्रिटिश राजवटीनेही हे अरबी-फारसी अवशेष खपवून घेतले म्हणून. इतिहासाचार्य वि. का. राजवाडे यांनी संत एकनाथांचे *'अर्जदास्त'* नावाचा भारूडवजा अभंग उद्धृत करून तेव्हाच्या मराठीवरील फारसी भाषेच्या प्रभावाचे जे चित्र उभे केले आहे ते फारच मनोरंजक आहे.

■

५४

महाराष्ट्राच्या प्रकृतीची चिकित्सा

ऐतिहासिक साधनांच्या आठव्या खंडाच्या प्रस्तावनेत इतिहासाचार्य राजवाड्यांनी मराठी भाषा आणि मराठी सत्ता यांच्यातील संबंधांची चर्चा केली आहे. तेराव्या शतकाच्या अखेरीस 'लीळाचरित्र', 'ज्ञानेश्वरी' अशा ग्रंथांमुळे, संतांच्या अभंगांमुळे आणि यादव राजांच्या भाषिक धोरणामुळे समृद्ध होणारी मराठी भाषा उत्तरेतून आलेल्या खिलजी-तुघलकादि आक्रमकांमुळे अडचणीत आली; कारण या नव्या सत्ताधीशांची भाषा मराठी किंवा दुसरी एखादी संस्कृतोद्भव भाषा नसून फारसी होती. साहजिक इ. स. १३१८नंतर म्हणजे यादवांची राजवट अधिकृतपणे संपुष्टात येऊन खिलजीची सद्दी सुरू झाल्यापासून मराठीचा राजाश्रय सुटला. महत्त्वाचे दरबारी व्यवहार नव्या राज्यकर्त्यांच्या भाषेतून म्हणजे फारसीतून होऊ लागले. फारसीच्या संपर्कामुळे फारसी शब्द मराठी भाषेत शिरू लागले. इतकेच नव्हे, तर मराठीच्या विभक्ती प्रत्ययांवर फारसीचा प्रभाव पडला.

या प्रक्रियेमुळे मराठीत झालेला बदल स्पष्ट करण्यासाठी राजवाड्यांनी संत एकनाथांच्या *'अर्जदास्त'* नावाच्या भारुडाचा आधार घेतला आहे. मनुष्यदेह ही जणू ईश्वराने जिवाला कसायला दिलेली जमीन आहे, या ज्ञानेश्वरीत आढळणाऱ्या रूपकात फेरफार करून एकनाथांनी ते अधिक व्यापक करून त्याचा एक मोठा प्रांत किंवा परगणा केला. या परगण्यात कानगाव, वेताळवाडी, डोळसवाडी अशी उपनगरे किंवा वस्त्या आहेत. कामक्रोधादि लाचखाऊ देशमुखदेशपांड्यांमुळे या परगण्याची दुरवस्था झाली असून त्याचा परिणाम महसुलावर झाला आहे, असा या रूपकाचा रोख आहे. *'अर्जदास्त अर्जदार/ बंदगी बंदेनवाज/ अलेकुं सलाम/ साहेबांचे सेवेसी'* - अशा मायन्याने सुरुवात करून *'एक जनार्दनी बंदा/ बंदगी रोशन होय हे अर्जदास्त'* अशा समाप्तीमुद्रेने पूर्ण केलेल्या या भारुडात फारसी शब्दांची रेलचेल आहे हे वेगळे सांगायची गरज नाही.

एकनाथांच्या भागवत-रामायणादि ग्रंथात वा इतर स्फुट अभंगांत फारसी शब्दांचा एवढा भरणा आढळणार नाही हे उघड आहे. याचे कारण म्हणजे *'अर्जदास्त'*चा संबंध कारभाराशी अथवा प्रशासन व्यवस्थेशी आहे. या व्यवस्थेतील वरिष्ठ अधिकारी फारसी भाषा बोलणारे असल्यामुळे अगदी गावपातळीवरील देशमुख-देशपांडे-कुलकर्णी यांनीही त्यांचाच कित्ता गिरवला असल्यास व त्याचा परिणाम या स्थानिकांच्या मराठी भाषेवरही झाला असल्यास आश्चर्य वाटायचे कारण नाही; परंतु जीवनाच्या ज्या क्षेत्रात राजकारण वा प्रशासनाचा प्रवेश होत नव्हता तेथील मराठीवर फारसीचा परिणाम इतक्या प्रकर्षाने झाला नसणार हे उघड आहे.

वस्तुतः अशा प्रकारचा कमी-अधिक परिणाम परकीय सत्तेच्या जोखडातील प्रजेच्या भाषेवर होत असतो. तसाच तो राज्यकर्त्यांच्या भाषेवर झाल्याशिवाय राहत नाही; परंतु गुलामगिरीतील प्रजेला एकदा तिच्या पारतंत्र्यांची जाणीव झाल्यावर त्यामुळे अवघडल्यासारखे होऊन तिच्यात एक प्रकारचा न्यूनगंड निर्माण होतो. ती भाषाशुद्धी वगैरे उपक्रमांद्वारे त्याचा प्रतिकार करू लागते. असा प्रकार राज्यकर्त्यांच्या बाबतीत घडत नाही. ते त्याच्याकडे त्यांच्या भाषासंवर्धनाचे साधन म्हणून पाहतात. ज्ञानेश्वरकालीन इंग्रजी भाषा मराठी भाषेपेक्षा अधिक समृद्ध असल्याचा दावा कोणीच करणार नाही; पण नंतर तिला जी समृद्धी प्राप्त झाली तिचे एक कारण इंग्रजी साम्राज्याचा सूर्य न मावळण्याइतका झालेला विस्तार! खुद्द भारतामधील ब्रिटिश राजवटीत मराठीसह भारतीय भाषांमधील अनेक शब्द जसेच्या तसे किंवा रूपांतरित होऊन इंग्रजीत शिरले. डिक्शनरीवाल्यांनी त्यांचे स्वागत करून ते सामावून घेतले. याचे उत्तम उदाहरण हवे असेल; तर Hobson - Jobson या नावाने प्रसिद्ध असलेल्या इंग्रजी शब्दकोशाचे देता येईल. कर्नल हेन्री सूल आणि ए. सी. बर्नेल यांनी इ. स. १८८६मध्ये सिद्ध केलेल्या या शब्दकोशाचे स्वरूप त्याच्या नावाचे स्पष्टीकरण करणाऱ्या उपशीर्षकातून समजून येते. *Glossary of Colloquial Anglo-Indian Words and Phrases and of Kinderd Terms, Etymological, Historical, Geographical and Discursive*

लीळाचरित्र, ज्ञानेश्वरीसारखे समृद्ध ग्रंथ, संतांच्या रचनांनी समाजाच्या तळागाळापर्यंत पोचवलेली जीवनशैली आणि यादव साम्राज्याच्या काळातील भाषिक धोरणामुळे वैभवाच्या शिखरावर असलेली मराठी भाषा उत्तरेकडील आक्रमकांमुळे मागे पडली. शिवकाळात आणि नंतर पेशवाईत मात्र मराठीचा विस्तार तंजावर-ग्वाल्हेरपर्यंत सर्वत्र झाला होता. अठराव्या शतकाच्या उत्तरार्धापर्यंत मराठी ही दरबारी आणि प्रशासनाची भाषा बनली होती.

हॉब्सन-जॉब्सनच्या या शब्दकोशात महाराष्ट्र आणि मराठ्यांशी संबंधित अनेक शब्द आहेत हे वेगळे सांगायची गरज नाही. कोलकाता शहरावर मराठ्यांचा हल्ला होऊ नये म्हणून खोदण्यात आलेल्या खंदकाचा वाचक 'Maratha Ditch' हा शब्दही त्यात आढळतो.

याच शब्दकोशातील 'मराठा' शब्दाच्या अर्थछटा पाहण्यासारख्या आहेत. या छटा दाखवताना संपादकांनी तो शब्द कोणी, कोठे व कोणत्या संदर्भात वापरला हे उद्धृत केले आहे. उदाहरणार्थ १७७२मध्ये प्रवास करणारा ग्रोस मराठ्यांविषयी लिहितो, *"These dangerous and powerful neighbors the Marattoes, who being new masters of the contigious island of Salsette"* हाच ग्रोस 'मराठा' हे नाव 'मराठी' भाषेमुळे पडल्याची शक्यताही नोंदवतो. सर्वांत स्वारस्यपूर्ण नोंद एच. डंडास रॉबर्टसन यांच्या *'District Duties During the Revolt in 1857'* या पुस्तकातील आहे. *"This term Marhatta or Marhutta is derived from the mode of warfare adopted by these men. Mar means to strike and hutna to get out of the way that is those who struck a blow suddenly and at once retreated."*

शत्रूवर अचानक हल्ला करून तितक्याच अचानकपणे माघारी फिरायची ही मराठ्यांची गनिमी काव्याची युद्धपद्धती या ठिकाणी लेखकाला अभिप्रेत आहे. मात्र नेमका याच्या विरुद्ध अर्थही कोठेकोठे सापडतो - तो म्हणजे 'मरतो' पण 'हटत' नाही. या दोन अर्थात विसंगती नाही. अगोदर मराठे राजपूतांप्रमाणे सर्वनाश होईपर्यंत लढायचे; परंतु नंतर अनुभवातून शहाणे होऊन त्यांनी या पद्धतीत बदल केला व हटून बसण्याऐवजी हटण्याचा-माघार घेण्याचा मार्ग पत्करला. यासाठी त्यांना उत्तम घोडदळाची उभारणी करावी लागली.

हिंदुस्थान जिंकताना इंग्रजांचा ज्यांच्याशी संबंध आला व ज्यांच्याबरोबर त्यांना युद्धाची वा तहाची राजकारणे सतत करावी लागली त्यांच्यात मराठ्यांचा समावेश प्रामुख्याने करावा लागतो. इंग्लंडमधून हिंदुस्थानात आलेल्या तरुण होतकरू अधिकाऱ्यांसाठी कंपनी सरकारने कोलकत्याच्या विल्यम फोर्टमध्ये एक कॉलेज किंवा प्रशिक्षणसंस्था चालवली होती. या कॉलेजात शिकवल्या जाणाऱ्या विषयात एक विषय मराठी भाषा हा होता. वस्तुतः या काळात इंग्रजांचा महाराष्ट्रात शिरकाव झाला नव्हता; परंतु हिंदुस्थानात कुठेही राजकीय

ज्ञानेश्वरकालीन इंग्रजीभाषा मराठी भाषेपेक्षा अधिक समृद्ध असल्याचा दावा कोणीच करणार नाही; पण नंतर तिला जी समृद्धी प्राप्त झाली तिचे एक कारण इंग्रजी साम्राज्याचा सूर्य न मावळण्याइतका झालेला विस्तार! खुद्द भारतामधील ब्रिटिश राजवटीत मराठीसह भारतीय भाषांमधील अनेक शब्द जसेच्या तसे किंवा रूपांतरित होऊन इंग्रजीत शिरले.

मोडी लिपी म्हणजे मराठीमुळे अस्तित्वात आलेल्या देवनागरीचा एक विशेष प्रकार मानावा लागतो. ही लिपी रामदेवराव यादवाचा प्रधान हेमाद्री याने लंकेतून आणली अशी एक आख्यायिका आहे; परंतु मुळात लंकेतील सिंहली भाषेसाठी अशी लिपी केव्हाही अस्तित्वात नव्हती. राजवाड्यांनी या प्रकरणाची ऐतिहासिकदृष्ट्या छाननी करून हेमाद्रीचे कर्तृत्व अबाधित ठेवून तिचे उगमस्थान बदलले आहे.

हालचाल करायची झाली; तर तेथे मराठे आडवे येणारच, त्यांच्याशी गाठ पडणारच अशी अवस्था होती. या मराठ्यांना नीट हाताळता यावे, त्यांच्याशी तडजोडीची बोलणी करताना वा तहाचा मसुदा करताना मराठी भाषेचे ज्ञान तिच्या खाचाखोचांसकट करून घेणे आवश्यक होते. त्यामुळेच या अधिकाऱ्यांना मराठी जवळजवळ अनिवार्य असल्यासारखी होती. अठराव्या शतकाच्या उत्तरार्धात मराठी ही एक राजकीय भाषा म्हणून उदयास आली होती. प्रशासनाची भाषा तर ती होतीच.

इंग्रजांसारख्या परकीय सत्तेला मराठीची एवढी मातब्बरी वाटत होती तर स्थानिक हिंदू-मुसलमान सत्ताधाऱ्यांचा प्रश्नच उद्‌भवत नाही. या संदर्भात राजवाडे लिहितात, *"गेल्या शतकात ग्वाल्हेरीपासून तंजावरपर्यंत मराठी भाषा प्रचलित होती. हैदर आणि टिपू यांस नाना फडणीसांची पत्रे मराठीतून जात व महादजी शिंद्यांचा रजपूत राजांशी व्यवहार मराठीत होई. तसेच ग्वाल्हेरीपासून तंजावरपर्यंत खासगी व सार्वजनिक दफ्तरे मोडीत व मराठीत लिहिली जात."*

ही मोडी लिपी म्हणजे मराठीमुळे अस्तित्वात आलेल्या देवनागरीचा एक विशेष प्रकार मानावा लागतो. ही लिपी रामदेवराव यादवाचा प्रधान हेमाद्री याने लंकेतून आणली अशी एक आख्यायिका आहे; परंतु मुळात लंकेतील सिंहली भाषेसाठी अशी लिपी केव्हाही अस्तित्वात नव्हती. राजवाड्यांनी या प्रकरणाची ऐतिहासिकदृष्ट्या छाननी करून हेमाद्रीचे कर्तृत्व अबाधित ठेवून तिचे उगमस्थान बदलले आहे. त्यांच्या मते हेमाद्रीच्या काळाच्या आधीच उत्तर हिंदुस्थानात बस्तान बसवलेल्या इस्लामी राज्यकर्त्यांची भाषा फारसी होती आणि फारसी भाषा जलद गतीने लिहिता येण्यासाठी त्यांनी एक वेगळी लिपी विकसित केली. तिला ते शिकस्ता असे म्हणत. हेमाद्रीने शिकस्ताच्या पद्धतीने नागरी लिपीची जी लेखनशैली विकसित केली तिचे नाव मोडी. मराठ्यांच्या राज्यकारभाराचा व्याप वाढल्यामुळे अनेक प्रशासकीय बाबींचा निचरा लवकरात लवकर करणे निकडीचे असे. त्यासाठी एक अक्षर लिहिल्यानंतर दुसरे लिहिताना लेखणी न उचलता दुसरे लिहिता येण्याची तरतूद मोडीमध्ये आहे. त्यामुळे वेळेची बचत होते. मराठ्यांच्या राज्याची व्याप्ती हिंदुस्थानच्या चहू मुलुखात वाढू लागली. उदाहरणच द्यायचे झाले; तर दिल्ली, आग्रा या शहरात मराठ्यांची ठाणी व

कचेऱ्या होत्या. लाहोर शहरात रेणको अनाजी आणि रायाजी सखदेव वर्ष-दोन वर्ष तरी वसुली करत होते. फार काय; मराठे काश्मिरातील जम्मू शहरापर्यंतही पोचले होते.

आता एवढ्या मोठ्या मुलुखाचा कारभार पाहायचा म्हटल्यावर त्याच्या पत्रव्यवहाराची व्याप्तीही तशीच असणार हे उघड आहे. ही पत्रे घेऊन मराठ्यांच्या सांडणीस्वारांनी आणि हरकाऱ्यांनी हिंदुस्थान तुडवला आहे. पेशवाईच्या काळात हिंदुस्थानातून चौथाईच्या रूपात येणाऱ्या महसुलाची जमाबंदी पुण्यातील फडावर व्हायची. तेथील कारकून मंडळी हिशेबात पक्की. नाना फडणीसांचा उदय याच फडावर काम करताना झाला. फडावर रोजची कागदपत्रे वाचून त्यांची झटपट व्यवस्था करण्यात मराठ्यांनी प्रावीण्य मिळवले होते. 'फडशा पाडणे' हा शब्दप्रयोग या कार्यपद्धतीमुळेच निर्माण झाला की काय?

महाराष्ट्राच्या इतिहासात 'फड' या संस्थेला फार महत्त्व आहे. किंबहुना मराठी संस्कृती ही फडकेंद्रीत आहे, असे म्हटले तरी चालण्यासारखे आहे. मुळात फडात एक प्रकारची सामुदायिकता असते. तेथे अनेक माणसे विशिष्ट उद्दिष्टासाठी एकत्र येत असतात. मराठ्यांचे असे चार फड महत्त्वाचे मानावे लागतात. संत नामदेवरायांच्या काळापासून वारकऱ्यांचा भजन-कीर्तनाचा फड अस्तित्वात आला. नामदेवांनी तेव्हा अस्तित्वात असलेल्या अनेक वारकरी दिंड्यांचे एकत्रीकरण करून हा फड उभारला. या फडावर धर्माची व नीतीची तसेच अध्यात्माची चर्चा होई. आजही वारकरी संप्रदाय हा फडांवरच आधारित आहे. देहूकर, वासकर, आजरेकर, शिरवळकर इ. वारकरी फड प्रसिद्ध आहेत.

वारकरी फडांवर धर्माची साधना होत असताना 'शरीरमाद्यं खलु धर्मसाधनम्' या सूत्राचा विसर महाराष्ट्राला पडला नव्हता. बलोपासनेची केंद्रे म्हणजेच तालमी किंवा आखाड्यांची महाराष्ट्रातील संख्या लक्षणीय आहे. या बलाची कसोटी अर्थातच सार्वजनिकरीत्याच लागायला हवी. त्याची स्पर्धा म्हणजेच कुस्त्या होत. त्याला आपण कुस्त्यांचा फड असेच म्हणतो. दैनंदिन जीवनातील कर्तव्यकर्मे करून थकल्याभागल्या माणसांना विरंगुळा म्हणून करमणुकीच्या चार घटका वाट्याला याव्यात असे वाटणे स्वाभाविकच आहे. त्यासाठी जे गाणेबजावणे होई त्यातूनच तमाशा पुढे आला. तमाशाचा हा फड म्हणजे महाराष्ट्राची हुकमी करमणूकच!

मराठ्यांच्या राज्याची व्याप्ती हिंदुस्थानच्या चहू मुलुखात वाढू लागली. उदाहरणच द्यायचे झाले; तर दिल्ली, आग्रा या शहरात मराठ्यांची ठाणी व कचेऱ्या होत्या. लाहोर शहरात रेणको अनाजी आणि रायाजी सखदेव वर्ष-दोन वर्ष तरी वसुली करत होते. फार काय; मराठे काश्मिरातील जम्मू शहरापर्यंतही पोचले होते.

मराठ्यांच्या राज्यकारभाराचा व्याप वाढल्यामुळे अनेक प्रशासकीय बाबींचा निचरा लवकरात लवकर करणे निकडीचे असे. त्यासाठी एक अक्षर लिहिल्यानंतर दुसरे लिहिताना लेखणी न उचलता दुसरे लिहिता येण्याची तरतूद मोडीमध्ये आहे. त्यामुळे वेळेची बचत होते.

परंतु शेवटी माणसाच्या कोणत्याही कृत्यासाठी आर्थिक पाठबळ लागते. 'सर्वारम्भाः तंडुलप्रस्थमूलाः' हे वैदिक काळापासून चालत आलेले आहे. सर्व सोंगे आणता येतात; परंतु पैशाचे सोंग आणता येत नाही हे एक कटू सत्य आहे. राज्याचे सर्व प्रशासनही शेवटी अर्थावरच अवलंबून असते. या अर्थाचा हिशोब करून व्यवस्था लावणारी कचेरी म्हणजेच आपण ज्याची चर्चा करीत आहोत तो - राज्याचा 'पोलिटिकल इकॉनॉमी'चा फड. आजही पेशवे दफ्तरात या फडावर लिहिली गेलेली किंवा त्याच्याकडे आलेली लक्षावधी कागदपत्रे हजारो रुमालांत बंदिस्त आहेत. ती वाचण्यास पुरेसे अभ्यासक उपलब्ध नाहीत. मराठ्यांचा दफ्तरखाना वाळवी, कसर आणि अग्नी यांच्या संकटांना अजूनही पुरून उरलेला आहे.

स्वातंत्र्योत्तर काळात १९६०मध्ये नवे महाराष्ट्र राज्य अस्तित्वात आले. लोकशाही पद्धतीचा स्वीकार आपण त्याआधीच केला होता. आता लोकशाहीच्या विकेंद्रीकरणाची योजना हातात घेण्यात आली आणि जिल्हा परिषदा आणि त्यांना धरून पंचायत राज्याने जोर धरला. याच दरम्यान महाराष्ट्रात सहकारी चळवळही जोमात आली. सहकारी तत्त्वावर चालणाऱ्या साखर कारखान्यांचे जाळे महाराष्ट्रात पसरले. हे जाळेच महाराष्ट्राच्या राजकारणाचा मूलाधार बनले. उसाचा फड हा महाराष्ट्राच्या राजकारणाचा आणि अर्थकारणाचा कणा बनला. त्यातून काही अपप्रवृत्तीही पुढे आल्या; पण ती चळवळ मारणे हा त्यावरील उपाय नाही.

महाराष्ट्राच्या सामुदायिक जीवनाचे आधारस्तंभ असलेल्या या फडांमध्ये जोपर्यंत समतोल राखला जाईल तोपर्यंत मराठी संस्कृतीची प्रकृती ठणठणीत राहील. मानवी देहात जे स्थान कफ-वात-पित्त या त्रिदोषांचे आहे तेच महाराष्ट्राच्या देहात या फडांचे आहे.

■

५५

महाराष्ट्राची राजकीय जाणीव

शेतीसारख्या जीवनावश्यक व्यवसायापासून आध्यात्मिक मोक्षसाधनेसारख्या पारमार्थिक मार्गापर्यंतच्या अनेक बाबींचे नियमन-नियंत्रण सामुदायिक आणि सहकारी पद्धतीने करायचे हे महाराष्ट्राचे पूर्वापार चालत आलेले एक महत्त्वाचे वैशिष्ट्य आहे. खानदेशातील तापी आणि पांझरा या नद्यांच्या पाण्यावर काढण्यात येणाऱ्या पिकांच्या पाणीपुरवठ्याचे नियमन ज्या पद्धतीने केले जाई, तिला फड पद्धत म्हणत. अलीकडे प्रा. सर्जेराव भामरे यांनी या पद्धतीवर प्रकाश टाकला आहे. एका विस्तृत स्थळाची अथवा शेतजमिनीची फडांत विभागणी केली जाऊन एका फडात एक पीक असे नियमन केले जाई. अर्थात या एका पिकात अनेक शेतकऱ्यांचा हिस्सा असे. कोणत्या फडाला केव्हा व किती पाणी मिळेल हे ठरलेले असायचे.

आध्यात्मिक साधना हा सहसा ज्याचा त्याचा वैयक्तिक मुद्दा मानला जातो; परंतु महाराष्ट्रात मात्र वारकरी संप्रदायामुळे तिला सामुदायिक स्वरूप प्राप्त झाले. या प्रकाराचे समर्थन करताना तुकोबा म्हणतात,"एकलिया भावबळे, कै सापडे तो काळे,वैष्णवांच्या मेळे, उभा ठाके हाकेसी" ईश्वर एकट्याला सापडणार नाही असे नाही; परंतु त्याला खूप काळ लागेल. मात्र अनेक साधकांनी एकत्र येऊन त्याचा धावा केला, तर त्याच्या प्राप्तीला वेळ लागत नाही. म्हणजेच हा परमार्थामधील सहकार झाला. 'एकमेका साह्य करू, अवघे धरू सुपंथ' हे तुकोबांचे वचन महाराष्ट्रातील सहकारी कारखानदारीने शिरोधार्य मानले. वारणानगरच्या तात्यासाहेब कोरेंच्या साखर कारखान्यात प्रवेश केल्यावर पहिल्यांदा तेथील तुकोबांच्या मूर्तीचे दर्शन घेऊन आपापल्या कामावर जायचे असाच प्रघात आहे.

महाराष्ट्राच्या राजकारणाची सांगड सहकारी चळवळीशी घातली गेली हे महाराष्ट्राच्या प्रकृतीशी व इतिहासाशी सुसंगत म्हणावे लागते. सहकाराचा कायदा ब्रिटिश अमदानीत

श्रीमंत पेशवे सवाई माधवरावांचा दरबार

झाला हे खरे असले तरी त्याचा उपयोग महाराष्ट्राइतका इतर कोणी करून घेतलेला दिसला नाही, याचे रहस्य हे असे आहे. वेगवेगळ्या स्तरांवर सहकारी पद्धतीने काम करण्याला धनंजयराव गाडगीळ व वैकुंठभाई मेहता हे उत्तेजन देत होतेच. धनंजयरावांनी सहकाराची मांडणी आधुनिक अर्थशास्त्रीय भाषेत केली. वैकुंठभाईंनी तर गावोगावी जाऊन स्वतः नदीच्या प्रवाहात उतरून पाण्याची पातळी पडताळायची व त्यानुसार लिफ्ट बांधायची शिफारस करून सरकारदरबारात त्या प्रकल्पाची तड लावायची जणू मोहीमच राबवली होती. आधी मुंबई राज्यात काय किंवा नंतर यशवंतराव चव्हाण मुख्यमंत्री असलेल्या महाराष्ट्र-गुजरातच्या द्वैभाषिकात काय, सहकारास प्रत्यक्ष किंवा आडून विरोध करणारे भांडवलशाही प्रवृत्तीचे राजकारणी बरेच होते व त्यांचे वर्चस्वही काँग्रेसमध्ये होते. त्यामुळे यशवंतरावांसारखा मराठी बाण्याचा मुख्यमंत्री असूनही त्यांना याबाबतीत फारसा उत्साह दाखवता आला नाही, हे वास्तव आहे. १९६०मध्ये महाराष्ट्र राज्य अस्तित्वात आल्यानंतर यशवंतरावांना खऱ्या अर्थाने कारभाराचे स्वातंत्र्य मिळाले व ते सहकाराचा मुक्तपणे पुरस्कार करू शकले. विखे पाटलांचा प्रवरानगरचा सहकारी साखर कारखाना त्याआधी जवळजवळ दशकभर अस्तित्वात असूनही यशवंतराव तिकडे फिरकले नाहीत व १९६०नंतर त्यांना हा कारखानाच काय; परंतु त्यानिमित्ताने एकूणच सहकारी चळवळ हा महाराष्ट्राच्या राजकारणाचा महत्त्वाचा आधार बनवता आली, हे लक्षात घ्यायला हवे. महाराष्ट्राच्या स्वभावाची सहकारी प्रवृत्तीशी सांगड घालणे हे यशवंतरावांचे विशेष योगदान म्हणावे लागते.

महाराष्ट्राच्या राजकारणी प्रवृत्तीची दखल हंटरसारख्या ब्रिटिश अभ्यासकाने सन्मानपूर्वक घेतली असल्याचा उल्लेख यापूर्वीच करण्यात आलेला आहे. मराठ्यांची जात ही राजकारण आणि प्रशासन करणाऱ्यांची जात असल्याचे ब्रिटिशांनी हेरले होते,

आध्यात्मिक साधना हा सहसा ज्याचा त्याचा वैयक्तिक मुद्दा मानला जातो; परंतु महाराष्ट्रात मात्र वारकरी संप्रदायामुळे तिला सामुदायिक स्वरूप प्राप्त झाले. या प्रकाराचे समर्थन करताना तुकोबा म्हणतात, "एकलिया भावबळे, कै सापडे तो काळे,वैष्णवांच्या मेळे, उभा ठाके हाकेसी" ईश्वर एकट्याला सापडणार नाही असे नाही; परंतु त्याला खूप काळ लागेल. मात्र अनेक साधकांनी एकत्र येऊन त्याचा धावा केला तर त्याच्या प्राप्तीला वेळ लागत नाही. म्हणजेच हा परमार्थामधील सहकार झाला.

त्यांना तसा अनुभवच आला होता. म्हणून ते मराठ्यांपासून नेहमी सावध असत. ही राजकीय जाणीव कशी व्यक्त होत असते याची उदाहरणे म्हणून लोकमान्य टिळकांच्या चरित्रातील काही घटना विचारात घ्यावयास हरकत नाही.

टिळक एकदा साताऱ्यास आले असता त्यांच्या उत्साही अनुयायांनी त्यांची शाही थाटाने मिरवणूक काढली. त्यात कोणी चौरी-मोर्चेल ढाळण्याचाही प्रकार करू लागले. टिळकांनी याबाबत नापसंती दर्शवलीच; परंतु मिरवणूक साताऱ्यातील छत्रपतींच्या राजवाड्याच्या जवळ आल्यावर त्यांनी हा प्रकार निक्षून थांबवला. छत्रपतींच्या वंशजासमोर राजचिन्हे मिरवणे योग्य नाही या राजशिष्टाचाराचे त्यांना भान होते. या भानापोटीच एकदा मिरजेच्या नाट्यगृहात करवीर शाहू छत्रपतींची अनपेक्षितपणे गाठ पडली तेव्हा टिळकांनी छत्रपतींना दरबारी पद्धतीने अभिवादन केल्याची नोंद आहे.

पण सगळ्यात मौजेचा प्रकार दिल्लीत घडला. पहिल्या महायुद्धाच्या दरम्यान भारताला राजकीय सुधारणांचा एक हप्ता द्यायचा होता. त्यासाठी व्हाईसरॉय चेम्सफर्ड आणि भारतमंत्री मॉंटेग्यूसाहेब यांची समिती ब्रिटिश सरकारने नेमली. याबाबतीतील भारतीयांची मते जाणून घेण्यासाठी मॉंटेग्यूसाहेब भारताच्या दौऱ्यावर आले. त्यांना भेटून आपल्या मागण्या सादर करण्यासाठी अनेक राजकीय नेते दिल्लीत येत असत. महाराष्ट्रातील आपल्या अनुयायांसह टिळकही मॉंटेग्यू यांना भेटण्यासाठी दिल्लीत दाखल झाले.

मॉंटेग्यूसाहेबांना भेटण्यासाठी टिळक निघाले तेव्हा त्यांनी अंगात परीटघडीचे कपडे आणि पायात नवा करकरीत जोडा घातलेला पाहून त्यांच्या सहकाऱ्यांना नवल वाटले. टिळक एरवी पोषाखाबाबत बेफिकीर असत हे वेगळे सांगायची गरज नाही. दुसरे असे, की मॉंटेग्यूंना भेटायला निघालेले गांधीजी मात्र त्यांच्या नेहमीच्या जाड्याभरड्या पोशाखात होते. अनंत हरी गद्रे यांनी याबाबत टिळकांना विचारले असता ते म्हणाले, *"आपण कसे झाले तरी मराठे गडी. आपणाला दरबाराचा मान राखलाच पाहिजे. मी आज बादशहांच्या खास प्रतिनिधींची भेट घेणार हे तू विसरलास वाटते."*

राज्यकर्ते होऊनही मराठ्यांनी मोगलांप्रमाणे दरबारी डौलाचे वा औपचारिकतांचे

अवडंबर कधी माजवले नाही हे खरे असले, तरी आपण सत्ताधारी व राज्यकर्ते असल्याची जाणीव त्यांच्यात जेवढी असायला हवी तेवढ्या मात्रेत होती. तोच मुद्दा येथे प्रस्तुत आहे. मराठ्यांची ही राजकीय जाणीव समजून घ्यायची असेल, तर त्यासाठी शिवाजी महाराजांचा राज्याभिषेक व सवाई माधवरावांचा दरबार ही दोन चित्रे पुरेशी आहेत. बालपेशवा सवाई माधवरावाच्या संदर्भातील घटना उद्बोधक आहे. मुंबईच्या वखारीतून इंग्रज वकील पुणे दरबारात या पेशव्यांना भेटावयास आले होते, तेव्हाची ही गोष्ट आहे. या इंग्रजांचा रंग आपल्यापेक्षा एकदम वेगळा म्हणजे गोरा. त्यांचा पोशाख म्हणजे अंगात लाल डगले व डोक्यावर वेगळ्या प्रकारच्या टोप्या. बालपेशव्याने अशा प्रकारची माणसे पूर्वी पाहिलेली नव्हती. तेव्हा त्यांना भेटताना त्याने बिचकून जाऊ नये म्हणून सखारामबापू बोकील प्रभृती मराठी मुत्सद्द्यांनी तशा प्रकारचा पोशाख पैदा करून मराठी माणसांना चढवला व भेटीची रंगीत तालीम करवून घेतली. राजाने गोंधळून-बावरून कसे चालेल? त्यानेही सत्ताधीशासारखे वागले-वावरले पाहिजे. राजशिष्टाचार त्यानेही पाळायला हवेत, असा उद्देश त्यामागे होता.

सांगायची आणखी एक विशेष बाब म्हणजे मॅलेटसारखे इंग्रज वकील पेशव्यांच्या दरबारात येत तेव्हा त्यांना पेशवे दरबाराचे मराठी रीतिरिवाज पाळावे लागत. पायातले बूट बाहेर काढूनच त्यांना आत प्रवेश करावा लागे. त्यांच्या तंग विजारी लक्षात घेतल्या, तर जमिनीवर अंथरलेल्या बैठकीवर पालथी मांडी घालून किंवा गुडघे मुडपून बसणे त्यांना अडचणीचे ठरत असणार; परंतु काय करणार? मराठे सत्ताधारी होते आणि इंग्रज अर्जदार होते. शिष्टाचार पाळायची गरज त्यांना अधिक होती. मराठे मराठ्यांच्याच पद्धतीने वागणार. एखाद्या इंग्रज अधिकाऱ्याला एखाद्या मराठी अधिकाऱ्याने भेटीची वेळ दिली आणि त्या दिवशी सोयर, सुतक किंवा अन्य कारणामुळे त्या मराठी अधिकाऱ्याला काही अडचण आली, तर भेट रद्द होणार हे उघड आहे.

ब्रिटिशांच्या या प्रकारच्या वागण्यामागचे कारण स्पष्टच होते. हिंदुस्थानात मराठे हेच आपले प्रबळ प्रतिस्पर्धी आहेत हे त्यांना ठाऊक होते. त्यामुळे पहिल्यापासूनच ते मराठ्यांशी अत्यंत सावधपणाचा व्यवहार करत. त्यांच्याशी मैत्री असल्याचे भासवत. हे सारे बरोबरीच्या नात्याने होई. नागपूर दरबारचा एखादा मराठा मुत्सद्दी आजारी पडावा आणि त्याच्यासाठी इंग्रजी डॉक्टर पाठवून द्यायची तयारी गव्हर्नर हेस्टिंग्जने दाखवावी

मराठ्यांच्या या राजकीय जाणिवेचे प्रतिबिंब त्यांच्या मराठी भाषेत न पडते तरच नवल! भारतीय परंपरेत उपलब्ध होणाऱ्या सर्व प्रकारच्या विद्यांचा आणि शास्त्रांचा समावेश होईल असे गणेशाचे रूपक ज्ञानेश्वरांनी 'ज्ञानेश्वरी'च्या पहिल्या अध्यायाच्या सुरुवातीला रचले आहे.

किंवा लॉर्ड कॉर्नवॉलिसने पुणे दरबारास पत्र पाठवून फ्रेंच राज्यक्रांतीची बातमी फ्रेंचांनी आपला राजा मारला, अशा स्वरूपात कळवावी अशा बाबी तेव्हा नित्याच्या होत्या.

मुद्दा असा आहे, की राज्य असणे वा राज्यकारभार करणे ही एक बाब झाली. राजकीय जाणीव असणे ही दुसरी गोष्ट आहे. महाराष्ट्रातील राजकीय जाणीव ही अशा प्रकारे तीव्र आणि परिपक्व असल्यामुळे ती पारतंत्र्यातही लोप पावली नाही आणि संधी सापडताच येथील लोकांनी आपल्या राजकीय अस्तित्वाचा उच्चार केला. नाहीतर सरंजामशाही पद्धतीने वंशपरंपरा चालत आलेली राजपुतादिकांची राज्ये उत्तरेत काही कमी नव्हती; पण त्यांचे स्वरूप मांडलिक संस्थानांसारखे बनले होते. त्यामुळेच ब्रिटिशांनी दिल्ली शहराचा कारभार करणाऱ्या दौलतराव शिंद्यांच्या फौजांचा पराभव करून मोगल बादशहास आपल्या ताब्यात घेतल्यानंतर उत्तरेतील एकाही राजपूत किंवा अन्य राजाने इंग्रजांचा प्रतिकार केला नाही. परवा मोगल, काल मराठे तर आज इंग्रज असा सत्तापालट झाल्यामुळे त्यांच्यात फार काही फरक पडणार नव्हताच. त्यांच्या राज्याचे सार्वभौमत्व केव्हाच संपुष्टात आले असून त्यांना जहागीरवजा संस्थानांची कळा आली होती. त्यांच्यातील आणि मराठ्यांच्यातील फरक हा नुसता भौगोलिक विस्ताराचा किंवा वैभवाचा नसून राजकीय जाणिवेचा होता. म्हणून तर शिंद्यांच्या पराभवामुळे दिल्ली हातची गेली तरी इंग्रजांपुढे मान न तुकवता यशवंतराव होळकरांचे घोडेस्वार काश्मीर-पंजाबपर्यंतचा मुलूख तुडवत राहिले. राबवाजीचा कचखाऊपणा ठाऊक असूनही बापू गोखले मरेपर्यंत लढत राहिला आणि नागपूरकर आतून कारस्थाने रचत राहिले. सातारच्या गादीचे मालक प्रतापसिंह भोसले इंग्रजांच्या काव्याचे स्वरूप न समजल्यामुळे का होईना आपण एक स्वतंत्र सत्ता आहोत आणि इंग्रज आपले बरोबरीचे मित्र आहेत अशाच समजुतीत वावरत होते. हे सर्व या राजकीय जाणिवेचेच अवशेष होत. जहागिरीच्या लोभापुरता हा मामला मर्यादित नाही.

मराठ्यांच्या या राजकीय जाणिवेचे प्रतिबिंब त्यांच्या मराठी भाषेत न पडते तरच नवल! महानुभावांसारख्या ऐहिक जीवनात फारसा रस नसणाऱ्या पंथाच्या साहित्यातही राज्य आणि राष्ट्र यांच्यातील भेदाची जाणीव दिसून येते. भारतीय परंपरेत उपलब्ध होणाऱ्या सर्व प्रकारच्या विद्यांचा आणि शास्त्रांचा समावेश होईल असे गणेशाचे रूपच ज्ञानेश्वरांनी '*ज्ञानेश्वरी*'च्या पहिल्या अध्यायाच्या सुरुवातीलाच रचले आहे. या ज्या वाग्गणेशाला ज्ञानेश्वर नमन करतात तो सहा हातांचा असून त्याच्या हातात वेगवेगळी आयुधे आहेत. या गणेशाच्या एका हातात 'नीतिभेद' नावाचा अंकुश आहे. प्राचीन भारताला शुक्र-बृहस्पतीपासून राजनीतीच्या विचारांची समृद्ध परंपरा लाभली आहे. कौटिल्य, कामंदक, क्षेमेंद्र सोमदेव हे सर्व याच परंपरेतील आणि याच परंपरेचा निर्देश ज्ञानेश्वर करतात.

नीतिशास्त्राचे म्हणजे राजनीतीचे अंकुशाच्या ठिकाणी असणे उचितच आहे. मानवाच्या सर्व व्यवहारांचे नियंत्रण करणारे हे शास्त्र आहे.

मानवी व्यवहारांचे नियमन करणारी महत्त्वाची संस्था म्हणजे धर्म. भारतीय परंपरेतील धर्म समाजाच्या धारणेसाठी उपयुक्त असे सार्वत्रिक नियम सांगतो. या सार्वजनिक नियमांच्या अंमलबजावणीसाठी दंडशक्ती उभी करण्याचे कार्य राजनीतीचे आहे; पण ही नीती वेळप्रसंगी सार्वत्रिक नियमांना अपवाद ठरवणाऱ्या विशिष्ट प्रसंगांचे सूक्ष्म ज्ञान देते. समाजाच्या योग्य धारणेसाठी धर्म आणि नीती म्हणजेच सामान्य आणि विशेष यांच्या समन्वयाची आणि समतोलाची गरज असते. 'धर्मासी नीतीशी। शेज भरी ॥' असे परमेश्वराच्या अवतारकृत्याचे निरूपण ज्ञानेश्वर करतात तेव्हाही हा समन्वय स्पष्ट होतो. याच समन्वयाचा आणखी खुलासा ज्ञानेश्वरांनी दहाव्या अध्यायातील विभूतीयोगाच्या संदर्भात केला आहे. *'पै सारासार निर्धारितिया। धर्मज्ञानाचा पक्षु धरतिया। सकलशास्त्रांमाजी यया। नीतिशास्त्र मी॥'*

तुकोबांनी दयेची व्याख्या 'दया तिचे नाव भूतांचे पालन, आणिक निर्दळण कंटकांचे' अशी करून आपण हा 'धर्मनीतीचा व्यवहार' सांगत असल्याचे म्हटले आहे. धर्म भूतमात्राचे पालन करायला सांगतो आणि नीती या पालनाचाच एक भाग म्हणून कंटकांचा (अर्थातच बाह्य व आंतरिक) अपवाद करून त्यांचे निर्दालन करायला सांगते.

भारतीय परंपरेतील 'महाभारत' हा ग्रंथ कौरव-पांडवांच्या युद्धाची कथा सांगत असला, तरी त्यात धर्म आणि नीती यांची विपुल चर्चा आढळते. एका गोष्टीचा उल्लेख करायला हवा. समग्र महाभारतावर सविस्तर असे एकच भाष्य उपलब्ध आहे. 'नीलकंठी' टीका या नावाने प्रसिद्ध असलेल्या या भाष्याचा कर्ता नीलकंठ चतुर्धर नावाचा महाराष्ट्रीय ब्राह्मण असून तो नगर जिल्ह्यातील कोपरगावचा रहिवासी होता. हे भाष्यसुद्धा महाराष्ट्राच्या राजकीय जाणिवेचे द्योतक मानता येते. शिवछत्रपतींपासून सवाई माधवरावांपर्यंतच्या मराठी कागदपत्रांत महाभारतातील दाखल्यांची रेलचेल आढळते ते यामुळेच.

महाराष्ट्रातील लहान मुले अद्यापही दिवाळी साजरी करताना अंगणात मातीचे किल्ले बांधतात. तेथे छत्रपती शिवाजी महाराज सिंहासनावर विराजमान केले जातात. प्रतिमाही ठेवल्या जातात. याला याच राजकीय जाणिवेचे अवशेष समजायला हवे.

■

५६

मराठ्यांची राजकीय भाषा

कोणतीही जाणीव मग ती ज्ञानात्मक असो अथवा मानसिक, वैयक्तिक असते; परंतु तिची अभिव्यक्ती भाषेतूनच होत असते. साहजिकच एखाद्या समाजातील लोकांच्या जाणिवा समजून घ्यायच्या असतील तर ते लोक जी भाषा बोलतात ती भाषा हेच अव्वल दर्जाचे साधन मानायला हवे. त्यानुसार मराठी भाषा ही मराठी लोकांच्या जाणिवा शोधण्याचे मुख्य साधन ठरते.

तेराव्या शतकात लिहिल्या गेलेल्या मराठी ग्रंथांचा धांडोळा घेतला, तर महाराष्ट्रातील लोकांची आध्यात्मिक जाणीव स्पष्टपणे दिसून येते. *'लीळाचरित्र'* आणि *'ज्ञानेश्वरी'* एवढी दोन उदाहरणे विचारात घेतली तरी चालण्यासारखे आहे. *'लीळाचरित्रा'*त चक्रधर स्वामींची जीव, जगत् आणि परमेश्वर यांच्याविषयीची मते सर्वत्र व्यक्त झालेली दिसतात. त्यांच्या तपशिलात जाण्याचे कारण नाही. *'ज्ञानेश्वरी'*त ज्ञानेश्वरांनी बाराव्या अध्यायाच्या नमनात मराठी भाषा ही एक नगरी आहे असे समजून मातृस्वरूप गुरूला प्रार्थना केली आहे, की *"इये मराठीचिये नगरी। ब्रह्मविद्येचा सुकाळु करी।"* तर ब्रह्मविद्या हाच *'ज्ञानेश्वरी'*त व्यक्त झालेल्या जाणिवेचा विषय आहे.

या देशातील लोकांच्या जाणिवांचा दुसरा विषय अर्थातच राजकारण हा आहे. या दोन्ही जाणिवांचे मराठी भाषेतील एकत्रित उदाहरण पाहावयाचे असल्यास भोसले घराण्याच्या तंजावरच्या पातीच्या प्रतापसिंह महाराजांचा उल्लेख करावा लागेल. शहाजीराजांचे पुत्र आणि शिवाजी महाराजांचे सावत्र भाऊ व्यंकोजीराजे यांचे प्रतापसिंह हे नातू. त्यांच्या वडिलांचे नाव तुळजाजी.

प्रतापसिंह हे विद्वान व व्यासंगी होते. त्यांना अनेक भाषा अवगत होत्या व त्यातील साहित्याचा ते आस्वाद घेत असत. संस्कृत भाषेतील विशाखादत्ताचे *'मुद्राराक्षस'* आणि केशवमिश्राचे *'प्रबोधचंद्रोदय'* या दोन नाटकांच्या कथावस्तू त्यांनी मराठीतून ओवी छंदात

सांगितल्या. चंद्रगुप्त मौर्याने कौटिल्याच्या मार्गदर्शनाने केलेली राज्यक्रांती हा *'मुद्राराक्षस'*चा विषय आहे, तर *'प्रबोधचंद्रोदय'*चा विषय वेदान्त तत्त्वज्ञानातून करण्यात येणारी मोक्षसाधना हा आहे. एकाचा विषय पूर्णपणे लौकिक व दुसऱ्याचा पारमार्थिक-आध्यात्मिक. अशा परस्परविसंगत दिसणाऱ्या विषयांचे मराठीकरण प्रतापसिंहाने का करावे?

त्याचे उत्तर -

प्रपंच आणि परमार्थ । लोकामाजी वसती दोनी पदार्थ ।
हे सकळांसि कळावया समर्थ । भाषेने दोनि गुंथ रचियेले ॥
प्रपंचविषयी मुद्राराक्षसास । परमार्थासि प्रबोधचंद्रोदयास ।
करिता जाला दोनि ग्रंथांस । सकलास कळावया दयासमुद्र ॥

या ठिकाणी प्रपंच म्हणजे सर्वसामान्य लोकांचा संसार असा अर्थ नसून राजव्यवहारात वावरणाऱ्या नीतिनिपुणांची कृत्ये अभिप्रेत आहेत. 'मुद्राराक्षसा'च्या मराठीकरणाचे स्पष्टीकरण करताना प्रतापसिंह लिहितात -

मुद्राराक्षसनाटक संविधान । संस्कृतीं असे अतिगहन । यास्तव प्राकृत भाषेने करून । केले अवगाहन सकलासि व्हावया ॥ ऐकावे हे राजे लोकांनी। शत्रुसमाचार कळावया क्षणोक्षणी। परराष्ट्र साधावया लागुनी। आनंद निर्भर मनी व्हावया ॥ आपणास सेविती जे जन। त्याचे जाणावयाही मन। त्यांवरी विश्वास धरून। कारभार संपूर्ण ठेवावया ॥ केव्हा शत्रुवर करावी चाली। केव्हा लावावी तयांस बोली। केव्हा राहावे आपल्याच स्थळी। केव्हा बली आश्रयिजे ॥ हे नाटक नृपे ऐकलियावरी। नीती करोनी राज्य करील भारी । मग राज्य स्थिर होईल निर्धारी। पुरुषार्थ चारी लाभती सहज॥ करावे नाटकाचे श्रवण। जे नीतिरत्नाचे विधान। जेणे राजकर्मसंविधान। अतिगहने सुलभ होय॥

प्रतापसिंहांची ही दृष्टी एकूणच मराठी माणसांची आणि विशेषतः राज्यकर्त्यांची होती. या दृष्टीस अनुसरूनच यादव काळातील लोकव्यवहार चालू होता; परंतु मध्यंतरी परकीय सत्तेचा व्यत्यय आल्यामुळे तो स्थगितप्राय झाला. त्याचे पुनरुज्जीवन शिवकाळात झाले.

न्यायमूर्ती रानडे मराठी स्वराज्याचा संबंध संतांच्या कार्याशी का लावतात हे लक्षात यायला हरकत नाही. परकीय सत्तेमुळे राजकीय जाणिवा खंडित झाल्या तरी आध्यात्मिक जाणिवेचा तंतू तुटला नाही. तो संतांनी रक्षिला. त्यामुळे संधी सापडताच राजकीय जाणिवांचे

सर्वसामान्यांच्या जाणिवा शोधण्याचे मुख्य साधन म्हणजे त्यांची भाषा. कोणतीही अभिव्यक्ती भाषेच्या माध्यमातूनच होत असते. मराठ्यांच्या जाणिवांचा शोध घेताना आध्यात्मिक, राजकीय या दोन प्रमुख जाणिवांचा मागोवा घेणे महत्त्वाचे ठरते.

पुनरुत्थान होण्यास वेळ लागला नाही, असा न्यायमूर्तींच्या विवेचनाचा अन्वयार्थ लावता येतो. संतांच्या आध्यात्मिक-पारमार्थिक जाणिवेला निवृत्तिवादी समजून रामदासांवर प्रवृत्तिवाद लादून त्यांना वेगळे करण्याचा इतिहासाचार्य राजवाडे यांचा प्रयास त्यांना मराठी मन आणि मराठी संस्कृती न समजल्याचाच पुरावा आहे. ते म्हणतात त्याप्रमाणे रामदासांनी राजकारण सांगितले किंवा केले असे गृहीत धरूनही शेवटी रामदासही 'मुख्य ते हरिकथा निरूपण। दुसरे ते राजकारण' असेच म्हणतात हे लक्षात घ्यायला हवे. राजवाडे रामदासांना युरोपमधील भौतिकवादी 'पॉझिटिव्हिस्ट' परंपरेत बसवू पाहत होते; पण तो वेगळा मुद्दा आहे.

शिवाजी महाराजांनी राजकीय हालचालींना अगदी तरुण वयातच सुरुवात केली तेव्हा महाराष्ट्राच्या राजकारणाची म्हणजेच दरबारी भाषा पर्शियन होती हे आपण जाणतोच; मात्र महाराजांचे वडील शहाजीराजे हे स्वतः पारंपरिक भारतीय विद्यांचे जाणकार होते. त्यामुळे बंगळुरात निजामशाहीच्या पदरी नोकरी करत असतानाही त्यांनी काव्यशास्त्राच्या परंपरेची जाणीवपूर्वक उपासना आणि जोपासना केली.

शिवरायांची पुरेशी तयारी झाली आहे असे पाहून शहाजीराजांनी काही अधिकाऱ्यांना त्यांच्या तैनातीस देऊन पुणे येथील जहागिरीचा कारभार पाहण्यास पाठवले. त्यांच्यासाठी स्वतंत्र मुद्राही करवली हीच ती 'भद्राय' म्हणजे प्रजेच्या कल्याणासाठी शोभणारी 'शिवमुद्रा' होय. ती पर्शियनमध्ये वगैरे नसून संस्कृतात होती.

अर्थात फारशीमिश्रित मराठीचा उपयोग ही गोष्ट तेव्हाच्या लोकांच्या अंगवळणी पडली असल्यामुळे स्वतः महाराजांचा उल्लेख तेव्हा सर्रास 'साहेब' असा व्हायचा. महाराजांसाठीही स्वराज्यसाधन ही बाब प्राधान्यक्रमाची असल्यामुळे त्यांनी सुरुवातीला या गोष्टीकडे फारसे लक्षही दिले नाही. मात्र राज्याभिषेकानंतर त्यांनी राज्यकारभाराची भाषा ही स्वभाषाच असली पाहिजे यावर भर दिला. त्यांनी रघुनाथपंत हणमंते या राजनीती जाणणाऱ्या पंडिताकडून *'राज्यव्यवहारकोश'* सिद्ध करवला. वस्तुतः त्यापूर्वीच्या तीनशे वर्षांच्या काळात मराठी, फारसी, अरबी, तुर्की या भाषांची परस्पर घुसळण होऊन मराठीत पुष्कळसे फारशी शब्द प्रविष्ट झाले होते. ही प्रक्रिया काही प्रमाणात स्वाभाविक असून त्यातून मूळ भाषा समृद्ध होत असते हीही एक बाजू आहे; परंतु या स्वाभाविक प्रक्रियेतून सर्वसाधारण मराठी बोलीत जे परकीय शब्द शिरले होते - ज्याला तुकाराम-रामदासांच्या

राज्याभिषेकानंतर छत्रपती शिवाजी महाराजांनी राज्यकारभाराची भाषा ही स्वभाषाच असली पाहिजे यावर भर दिला. त्यांनी रघुनाथपंत हणमंते या राजनीती जाणणाऱ्या पंडिताकडून 'राज्यव्यवहारकोश' सिद्ध करवला. ज्याला स्वतंत्र राजकीय जाणीव आहे आणि आपल्या समाजाच्या स्वतंत्र राजकीय अस्तित्वाचीही जाणीव आहे तोच हे करू शकतो.

रचनाही अपवाद नव्हत्या - त्यांच्यावर महाराजांचा कटाक्ष नव्हता. त्यांना राज्यकारभाराशी संबंधित शब्दांचे देशीकरण करायचे होते. अर्थात असे शब्दही काही थोडेथोडके नव्हते. त्यातील जवळपास दीड हजार शब्दांना *राज्यव्यवहार कोशात* प्रतिशब्द देण्यात आले आहेत. अर्थात रघुनाथपंत आणि त्यांचे सहकारी पंडिती बाण्याचे असल्यामुळे काही नित्य प्रचलित ग्रामीण वा प्राकृत शब्दही त्यांच्या तडाख्यात सापडले हा भाग वेगळा.

या कोशाच्या निर्मितीमागची महाराजांची भूमिका समजून घ्यायची गरज आहे. 'स्वराज्य' याचा अर्थ दुसऱ्या कोणत्या तरी राजघराण्याकडून सत्ता आपल्या ताब्यात घ्यायची एवढा मर्यादित नाही. स्वराज्यामध्ये आपल्या राजकीय जाणिवा आपल्या भाषेतून व्यक्त व्हायला हव्यात. या कोशाची सुरुवातच मुळी *'राजा ज्ञेयः पातशाहः स्वामी साहेब ईरितः'* अशी होते म्हणजे 'पातशहा'साठी 'राजा' व 'साहेब'साठी 'स्वामी' हे शब्द निश्चित झाले. 'वलीअहद'साठी 'युवराज', पेशवा म्हणजे प्रधान तर मुजुमदार हा अमात्य इ.

*राज्यकारभारकोशा*च्या सूक्ष्म तपशिलात जायचे आपणास कारण नाही; परंतु ज्याला स्वतंत्र राजकीय जाणीव आहे आणि आपल्या समाजाच्या स्वतंत्र राजकीय अस्तित्वाचीही जाणीव आहे तोच हे करू शकतो.

असा प्रयत्न त्यानंतर एकदाच झाला आणि तो करणारा संस्थानिक मराठीच होता. बडोद्याचे सयाजीराव गायकवाड. त्यांनी *'सयाजीशासनकल्पतरू'* हा कोश करवून घेतला.

*राज्यव्यवहारकोशा*चे राज्याच्या नियमांनुसार बारा वर्ग केले आहेत. त्यातील लेखकवर्ग हा महत्त्वाचा मानला पाहिजे कारण राजाज्ञांचे व्यवहार लेखनातूनच होत असतात. त्यातील काही प्रतिशब्द उल्लेखनीय आहेत. किताब - पदवी, फर्मान - राजपत्रक, जामीन - प्रतिभूती, हाली - सांप्रत, माजी - पूर्व, फिलहाल - तत्काळ, हरामखोर - स्वामिद्रोही, वाहवा - उत्तम, वकूब - प्रज्ञा, बेवकूफ - मूढ, बेअकल - मूर्ख, दस्तपोशी - हस्तस्पर्श, मुलाखत - दर्शन, कदमपोशी - पादस्पर्श, मिलना - आलिंगन, झूट - मिथ्या, कौलनामा - अभय, फते - विजय, हक्क - धर्म, फिर्याद - अन्यायवार्ता, बेअदबी - अमर्यादा, हाजीर - प्रत्यासन्न.

सैन्य हे राज्याचे एक प्रमुख अंग. त्यात हत्ती, घोडे, रथ, वेगवेगळी शस्त्रास्त्रे यांचा

शिवरायांची पुरेशी तयारी झाली आहे असे पाहून शहाजीराजांनी काही अधिकाऱ्यांना त्यांच्या तैनातीस देऊन पुणे येथील जहागिरीचा कारभार पाहण्यास पाठवले. त्यांच्यासाठी स्वतंत्र मुद्राही करविली हीच ती 'भद्राय' म्हणजे प्रजेच्या कल्याणासाठी शोभणारी 'शिवमुद्रा' होय. ती पर्शियनमध्ये वगैरे नसून संस्कृतात होती.

न्यायमूर्ती रानडे मराठी स्वराज्याचा संबंध संतांच्या कार्याशी लावतात; कारण परकीय सत्तेमुळे राजकीय जाणिवा खंडित झाल्या तरी आध्यात्मिक जाणिवेचा तंतू तुटला नाही. तो संतांनी रक्षिला. त्यामुळे संधी सापडताच राजकीय जाणिवांचे पुनरुत्थान होण्यास वेळ लागला नाही, असा न्यायमूर्तींच्या विवेचनाचा अन्वयार्थ लावता येतो.

समावेश होतो. त्यांच्यासाठी प्रचलित शब्दांनाही प्रतिशब्द देण्याचे काम *राज्यव्यवहारकोश* करतो. कोतवाल घोडा या नावाचा एक प्रकार होता. हा घोडा पांढराशुभ्र असल्याचे भारतीय परंपरेतही मानले जाते. मात्र असा हा देखणा व शुभलक्षणी अश्व घोडदळाच्या पुढे असायचा. त्याला हा कोश 'पुरस्तुरग' म्हणतो. बारगीराला 'अश्ववहो' म्हटले गेले आहे. मात्र बारगीराकडील घोडा त्याच्या स्वतःच्या मालकीचा नसतो. स्वतःचा घोडा असणारा तो शिलेदार. त्याच्यासाठी 'स्वतुरगी' या शब्दाची योजना आहे.

शिवाजी महाराजांनी सुरुवात तर चांगली करून दिली होती; परंतु त्यांच्या मृत्यूनंतर मराठी राज्यावर साक्षात औरंगजेबाला तोंड द्यायची वेळ आली त्यामुळे साहजिकच या भाषिक प्रकल्पाकडे दुर्लक्ष झाले. त्यानंतर मराठ्यांचेच राज्य उत्तरेत पसरल्यामुळे फारशी शब्द काढून टाकण्याऐवजी तसेच ठेवण्याची गरज निर्माण झाली व प्रकल्प रेंगाळला; पण त्यामागची जाणीव मात्र टिकून राहिली. आपला कारभार आपल्या पद्धतीने करण्याची आकांक्षा हा त्या जाणिवेचा भाग होय. एवढ्या मोठ्या राज्याचा कारभार पाहायचा, त्याचे प्रशासन चालवायचे ही सोपी गोष्ट नव्हती. ब्रिटिश राज्यकर्त्यांनी तर नंतर त्यासाठी प्रशिक्षणाचीच व्यवस्था केली. अशा शाळा किंवा संस्था मराठ्यांच्या राज्यात नव्हत्या तरी काही व्यवस्थाच नव्हती वा शिक्षणही नव्हते असे मात्र नव्हे. व्यवस्था होतीच होती व सुदैवाने तिचे पद्धतशीर वर्णनही उपलब्ध होते. प्रशासकांच्या या लेखनपद्धतीने वर्णन करणारी *'मेस्तके'* तेव्हा लिहिली गेली. इ. स. १७४५मध्ये म्हणजे पेशवाईच्या सुरुवातीच्या काळात नकलले गेलेले एक मेस्तक राजवाड्यांना उपलब्ध झाले व त्यांनी ते छापले.

मेस्तकाच्या लेखकाने आपल्या नावाचा निर्देश केला नाही. तथापि हेमाद्रीच्या मेस्तकाला धरून आपण हे मेस्तक लिहिले असल्याचे त्याचा कर्ता म्हणतो. याचा अर्थ असा होतो, की यादवकाळात मराठ्यांची आध्यात्मिक जाणीव जशी कार्यरत होती तशीच व तितकीच राजकीय जाणीवही कार्यरत होती. राज्यकारभार कसा करावा याविषयी हेमाद्रीने एक 'मॅन्युअल' लिहिले होते. पुढे राज्यच गेल्यामुळे राज्यकारभाराची पद्धतीही बदलली व ते मागे पडले. अध्यात्माच्या क्षेत्रात मात्र तसे झाले नाही व त्यामुळे ग्रंथरचनाही होत राहिली. शिवकाळात पुन्हा एकदा स्वराज्य उपभोगण्यास मिळाल्यामुळे राजकीय जाणीव जागृत झाली, राज्यकारभार पूर्णपणे हाती आला व तो नव्याने घडलेल्या मराठीत होऊ लागला. या कारभाराचे व या भाषेचे स्वच्छ प्रतिबिंब या मेस्तकात पाहायला मिळते. ■

५७

मराठ्यांची लेखनपद्धती

भारतवर्षात राजकीय विचारांची परंपरा फार प्राचीन आहे हे राजनीतीवरील संस्कृत ग्रंथांवरून सहज लक्षात येऊ शकते. देव आणि असुर यांचे द्वंद्व हा फार पुरातन विषय आहे. बृहस्पती आणि शुक्र हे अनुक्रमे देवांचे व असुरांचे गुरू; पण ते आध्यात्मिक गुरू नसून राजकीय गुरू होते. राजनीतीवरील उत्तरकालीन कोणताही ग्रंथ घेतला तरी त्यात या दोघांची नावे उद्‌धृत केलेली आढळतात यात संशय नाही. तत्कालीन ज्ञानकोशच मानल्या गेलेल्या *महाभारतात* तर शुक्र-बृहस्पतींसह अनेक राजकीय विचारवंतांच्या मतांचा ऊहापोह केलेला आढळतो. प्रत्यक्ष महाभारतकाळात स्वतः व्यास, श्रीकृष्ण, विदुर, भीष्म, उद्धव हे महत्त्वाचे राजनीतीज्ञ होते. त्यातील व्यासांची परंपरा काश्मिरी कवी क्षेमेंद्र यांच्यापर्यंत आली.

अर्थात या सर्व राजकीय विचारपरंपरेत सर्वांत गाजलेला ग्रंथ म्हणजे कौटिल्य अथवा आर्य चाणक्याने लिहिलेले *अर्थशास्त्र*. तात्त्विकदृष्ट्या क्षेमेंद्र कौटिल्यापेक्षा ज्येष्ठ असले तरी राजकीय व्यवहारांचा तपशील कौटिल्याइतका क्षेमेंद्रात सापडत नाही.

क्षेमेंद्रानंतर कामंदक, सोमदेव सूरी असे काही महत्त्वाचे विचारवंत होते. दरम्यान भारतावर इस्लामी परचक्र आल्यामुळे व येथील राजे-महाराजे सत्ताभ्रष्ट झाल्यामुळे, त्याचप्रमाणे संस्कृत भाषेसही उतरती कळा लागल्यामुळे राजकीय जाणीव लुप्तप्राय झाली, स्वतंत्र राजकीय व्यवहार कुंठित झाला आणि अर्थातच राजनीतीवरील ग्रंथरचनाही थांबली.

महाराष्ट्रात या विद्येचे पुनरुज्जीवन झाले ही बाब खचितच भूषणावह आहे; पण हे पुनरुज्जीवन केवळ बौद्धिक कवायत नसून ते प्रत्यक्ष राजकीय व्यवहारातून घडून आले आणि

राजनीतीवरील ग्रंथांची विपुल प्रमाणातील निर्मिती हे प्राचीन आणि ऐतिहासिक हिंदुस्तानचे वैशिष्ट्य होते. महाराष्ट्रातही हे वैशिष्ट्य दिसून येते. राजकीय जाणिवा, विचार, कृती यांच्या प्रकटीकरणाचे माध्यम 'मराठी भाषा' होती, हेही महत्त्वाचे आहे.

मराठ्यांची राज्यसंपादणी आणि राज्यविस्तार म्हणजेच स्वराज्य आणि साम्राज्य या गोष्टी ग्रँट डफ समजला त्याप्रमाणे अरण्यात पेटलेल्या वणव्यासारखा अपघात असता; केवळ लुटालूट असती तर मराठीत राजनीतीवरील ग्रंथ निर्माण होतेच ना!

त्याहीपेक्षा महत्त्वाची बाब म्हणजे ते मराठी भाषेतून झाले. एखादी गोष्ट मातृभाषेतून तेव्हाच व्यक्त होते, जेव्हा ती जाणिवेच्या पातळीवर आत्मसात केली जाते. मराठ्यांची राज्यसंपादणी आणि राज्यविस्तार म्हणजेच स्वराज्य आणि साम्राज्य या गोष्टी ग्रँट डफ समजला त्याप्रमाणे अरण्यात पेटलेल्या वणव्यासारखा अपघात असता; केवळ लुटालूट असती तर मराठीत राजनीतीवरील ग्रंथ निर्माण होतेच ना! मुळात मराठ्यांचा राज्यविस्तार जसा लक्षणीय होता तशीच त्यांची राजकीय जाणीवही सखोल होती व ती त्यांनी त्यांच्या भाषेत लिहिलेल्या लक्षावधी नव्हे तर कोट्यवधी पत्रांमधून व्यक्त झालेली दिसते ती त्यांच्या राज्यकारभाराला लगटून; पण त्याचबरोबरीने त्यांनी मराठीत राजनीतीवर स्वतंत्र लिखाणही केले.

यादवकाळात लुप्त झालेल्या राजकीय जाणिवेचे पुनरुत्थान शक्य झाले ते शिवाजी महाराजांच्या कर्तबगारीमुळे. पारतंत्र्याच्या ऐन मध्यान्ही शिवनेरी किल्ल्यात जन्मलेल्या बालशिवाजीवर प्रारंभिक संस्कार मातोश्री जिजाऊंनी केले असले तरी बालपणीचा काही काळ शहाजीराजांसमवेत बंगलोरच्या जहागिरीत घालवताना शिवरायांना शहाजीराजांच्या दरबाराचा व कारभाराचा जो अनुभव आला असेल तो त्यांच्या मनावर कायमस्वरूपी ठसला असणार हे उघड आहे. '*शिवभारत*'कार परमानंद या समकालीन संस्कृत कवीने केलेल्या वर्णनानुसार पुत्राच्या कर्तृत्वाची खात्री पटलेल्या शहाजीराजांनी प्रभाकर या आपल्या पुरोहिताशी सल्लामसलत करून पुत्राच्या क्षमतेला व कर्तृत्वाला वाव मिळण्यासाठी त्याची पुण्याच्या जहागिरीवर नियुक्ती करून पुण्याला रवाना केले. 'पुण्यदेशाधिपत्य' हा या संदर्भात परमानंदाने वापरलेला शब्द महत्त्वाचा आहे.

शिवाजीराजांना पुण्यास पाठवताना शहाजीराजांनी राज्यकारभारासाठी आवश्यक असलेली सर्व साधनसामग्री त्यांच्या समवेत दिली होती. त्यात अर्थात मनुष्यबळाचाही समावेश होता व जवळचे आप्त, अमात्य आणि ख्यातनाम अध्यापक राजांच्या समवेत होते. शिवरायांनी आपल्या गुरूंनी शिकवलेल्या विद्या आणि कला अशा आत्मसात केल्या, की ते गुरुजन संतुष्ट झाले, असेही परमानंद सांगतो. अशा अनेक शास्त्रांचा व कलांचा उल्लेख तो करतो. त्या संदर्भातील एक श्लोक महत्त्वाचा आहे -

श्रुतिस्मृतिपुराणेषु भारते दण्डनीतिषु समस्तेष्वापि शास्त्रेषु काव्ये रामायणे तथा

प्रस्तुत श्लोकातील दंडनीतीचा म्हणजेच राजनीतीचा उल्लेख अत्यंत महत्त्वाचा आहे. प्राचीन भारतीय राजनीतीचा परिचय शिवरायांना झाला होता हे निःसंशय. शहाजीराजांनी दक्षिणेत निर्माण केलेल्या राज्यसृष्टीतील त्यांच्या वारसदारांनी पारंपरिक विद्येची जशी

जाणीवपूर्वक जोपासना केली तशी करण्यास शिवाजीराजांना उसंत मिळाली नाही; परंतु ही विद्या संभाजीराजांमध्ये संक्रमित झाली असे म्हणण्यास खचित जागा आहे. स्वराज्याच्या उद्योगात अहोरात्र गढून गेलेल्या शिवरायांना संभाजीच्या विद्याभ्यासावर जातीने लक्ष देणे शक्य नसले तरी आग्रा येथील बंदिवासाच्या काळात पारंपरिक राजनीतीचे मूलभूत धडे त्यांनी संभाजीला दिले असणे सहज शक्य आहे. दैववशात पुढे स्वतः संभाजीराजांनाही पारंपरिक संस्कृततज्ज्ञ पंडितांचा सहवास लाभला व या विद्येत रुची निर्माण झाली. त्यांनी आपला व्यासंग वाढवला. त्याचे फळ म्हणजे त्यांनी संस्कृतमध्ये सिद्ध केलेला *'बुधभूषणम्'* हा ग्रंथ. या ग्रंथाचे स्वरूप राजनीती व इतरही क्षेत्रांतील पारंपरिक सूक्तींचा संग्रह असे असले तरी त्यातून संभाजीराजांची दृष्टीही प्रकट होते. 'आपली निवड ही राजहंसाच्या नीरक्षीरविवेकाप्रमाणे असल्याची' ग्वाही शंभूराजांनी दिली आहे. राजांचा विशेष भर कामंदकाच्या *नीतीसारा*वर आहे.

परंतु मुख्य मुद्दा भाषेचा - मराठी भाषेचा आहे. संस्कृतमधील ग्रंथांचे अवलोकन करणे, ते समजून घेणे, त्यांच्यातील मजकूर निवडणे अशा गोष्टी कितीही महत्त्वाच्या असल्या तरी जोपर्यंत हा व्यवहार मराठी भाषेतून होत नाही आणि त्याला स्वानुभवाचा आधार मिळत नाही तोपर्यंत त्या पांडित्याच्या स्तरावरच रेंगाळण्याची शक्यता असते. महाराष्ट्राचे वैशिष्ट्य असे आहे, की या सर्व राजकीय गोष्टी त्याने आपल्या अंगी मुरवून आपल्या भाषेतून प्रकट केल्या. अर्थात याचेही श्रेय शिवछत्रपतींकडेच जाते.

रामचंद्रपंत अमात्य यांच्या नावे *'आज्ञापत्र'* नावाची जी कृती आहे ती खुद्द शिवाजी महाराजांच्या राजकीय जाणिवांचा आविष्कार करणारी आहे. पंतअमात्यांनी आज्ञापत्रातला उपदेश कोल्हापूरच्या संभाजीराजांना केलेला असो किंवा अन्य कुणाला, त्यांची प्रेरणा थोरले महाराज म्हणजे शिवाजीराजेच आहेत हे निःसंशय. संस्कृत भाषेतील राजनीतीवरील ग्रंथांची निर्मिती खुंटल्यानंतर म्हणजेच राजकीय प्रज्ञाच थंड झाल्यानंतर व इतर देशी भाषांमधले त्या त्या भाषा बोलणाऱ्या लोकांचा स्वतंत्र राजकीय व्यवहार संपुष्टात आल्यानंतर नव्या राजकीय जाणिवा मराठ्यांच्या अंतःकरणात उदित व्हाव्यात व त्यांची

संभाजीराजांनाही पारंपरिक संस्कृततज्ज्ञ पंडितांचा सहवास लाभला व या विद्येत रुची नर्माण झाली. त्यांनी आपला व्यासंग वाढवला. त्याचे फळ म्हणजे त्यांनी संस्कृतमध्ये सिद्ध केलेला 'बुधभूषणम्' हा ग्रंथ. या ग्रंथाचे स्वरूप राजनीती व इतरही क्षेत्रातील पारंपरिक सूक्तींचा संग्रह असे आहे.

संस्कृतमधील ग्रंथांचे अवलोकन करणे, ते समजून घेणे, त्यांच्यातील मजकूर निवडणे अशा गोष्टी कितीही महत्त्वाच्या असल्या तरी जोपर्यंत हा व्यवहार मराठी भाषेतून होत नाही आणि त्याला स्वानुभवाचा आधार मिळत नाही तोपर्यंत त्या पांडित्याच्या स्तरावरच रेंगाळण्याची शक्यता असते. महाराष्ट्राचे वैशिष्ट्य असे आहे, की या सर्व राजकीय गोष्टी त्याने आपल्या अंगी मुरवून आपल्या भाषेतून प्रकट केल्या.

अभिव्यक्ती मराठी भाषेतून व्हावी या गोष्टीचे महत्त्व महाराष्ट्राला अद्यापही पुरेसे उमगलेले दिसत नाही.

आज्ञापत्रात प्रकट झालेली राजनीती हा एक नवोन्मेष होता. मध्ययुगातील इस्लामचे अतिक्रमण आणि युरोप खंडातून नव्याने येऊन हिंदुस्थानच्या उंबरठ्यावर उभे असलेले फिरंग्यांचे संभाव्य आक्रमण यांना तोंड देण्यास परंपरेतून उपलब्ध असणाऱ्या राजनीतीवरील श्लोकांची पंडिती पोपटपंची करून चालले नसते. त्यासाठी नव्या परिस्थितीच्या संदर्भातील नवे चिंतनच आवश्यक होते. शिवाजी महाराजांनी ते केले व त्यानुसार राजकारणही केले. म्हणून ते नव्या युगाचे प्रवर्तक - शककर्ते - होऊ शकले.

शिवछत्रपतींची दृष्टी लाभलेला त्यांच्या तोलामोलाचा पुरुष नंतरच्या काळात कोणी झाला नसला तरी एकदा जागृत झालेल्या राजकीय जाणिवा मात्र उशिरापर्यंत सजग राहिल्या. नाना फडणीसांनी लहान सवाई माधवरावांसाठी *'सवाई माधवशिक्षा'* करवून घेतली हे या सजगतेचेच लक्षण होय. अर्थात तोपर्यंत शिवछत्रपतींच्या मूळ बैठकीपासून आपण खूपच दूर गेलो होतो. ज्या टोपीकर फिरंग्यांचे संभाव्य संकट ओळखून शिवाजी महाराजांनी आरमाराची निर्मिती केली - जी गोष्ट अकबरापासून औरंगजेबापर्यंतच्या समर्थ मोगल बादशहांच्या स्वप्नीही आली नव्हती ती केली - त्याच छत्रपतींची ही नवनिर्मिती सांभाळणाऱ्या आग्र्यांचा नाश करण्यासाठी बाजीराव-चिमाजीआप्पांपासून तर नानासाहेब पेशव्यांपर्यंतचे राज्यकार्यधुरंधर कंबर कसून होते. शेवटी नानासाहेबांनी इंग्रजांच्या मदतीने हे शतकृत्य केले त्या दिवशी शिवरायांच्या राजनीतीचा आत्माच हरवला.

क्षेमेंद्राप्रमाणे मराठ्यांकडे नुसती तत्त्वेच असती तर त्यांचा फारसा उपयोग झाला नसता. तत्त्वांबरोबर तपशिलांचा व्यवहारही सांभाळावा लागतो. हा व्यवहार राजकीय जाणिवांचा अपरिहार्य भाग मानावा लागतो. जाणिवेची जागृती याचा अर्थ झोप उडवून बिछान्यात बसून राहणे नव्हे, तर चलनवलन करण्यास वा उद्योगास लागणे होय. ही हालचाल झाली तरच ती जाणीव भाषेत उतरू शकते.

मराठ्यांच्या या बारीकसारीक हालचालींचा तपशील त्यांच्या पत्रव्यवहारांतून उपलब्ध होऊ शकतो. शब्द, अर्थ आणि कृती या तिन्ही गोष्टींचे दर्शन घडविणारी मराठ्यांची लक्षावधी नव्हे तर कोट्यवधी पत्रे उपलब्ध आहेत. इंग्रजांप्रमाणे प्रशासनाचे पद्धतशीर

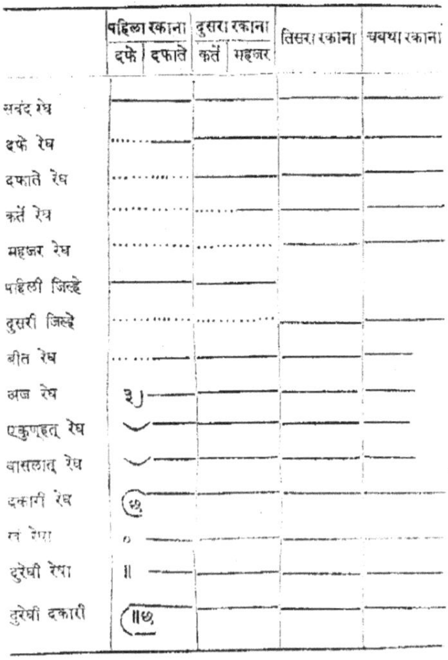

▲ जुन्या काळातील लेखनपद्धती कशा प्रकारची होती, याचे हे प्रात्यक्षिक इतिहासाचार्य वि. का. राजवाडे यांनी आपल्या ग्रंथात दिले आहे.

मराठ्यांपाशी केवळ तत्त्वेच नव्हती; तर तत्त्वांबरोबर तपशिलांचा व्यवहारही सांभाळावा लागतो ही प्रगल्भताही होती. हा व्यवहार राजकीय जाणिवांचा अपरिहार्य भाग मानावा लागतो. मराठ्यांच्या या बारीकसारीक हालचालींचा तपशील त्यांच्या पत्रव्यवहारांतून उपलब्ध होऊ शकतो. शब्द, अर्थ आणि कृती या तिन्ही गोष्टींचे दर्शन घडवणारी मराठ्यांची लक्षावधी नव्हे, तर कोट्यवधी पत्रे उपलब्ध आहेत.

धडे देणारा अभ्यासक्रम सिद्ध करून त्यावर आधारित आय.सी.एस. सारखी परीक्षा वगैरे घेण्याची यंत्रणा मराठ्यांनी उभारली नाही हे खरे आहे; परंतु त्यांच्याकडे त्याची काहीच सैद्धान्तिक चौकट वा पद्धती नव्हती असे मात्र नाही. मराठ्यांची राजकीय व प्रशासकीय लेखनपद्धती हाच एक स्वतंत्र अभ्यासाचा विषय आहे.

शिवरायांच्या आज्ञेवरून सिद्ध करण्यात आलेल्या *राज्यव्यवहारकोशात*ही लेखनपद्धतीला स्पर्श केलेला आहे; परंतु त्याचा विस्तार पाहायचा असेल तर एखाद्या मेस्तकाचाच आधार घ्यायला हवा.

मराठ्यांची लेखनपद्धती यादव राजांचा श्रीकरणाधिप किंवा पंतप्रधान हेमाद्री पंडितांनी सिद्ध केल्याचे मानले जाते. याच हेमाद्री पंडितांनी मोडी लिपी आणली अशीही समजूत आहे. भाषेचा व लिपीचा संबंध राजकीय कार्यबाहुल्याशी कसा असतो हे आपण पाहिले आहेच. हेमाद्रीच्या काळात मराठ्यांच्या कामाचा व्याप वाढला होता तसाच तो शिवकाळातही वाढला. हेमाद्रीची मूळ लेखनपद्धती पूर्णपणे शुद्ध देशी वळणाची असणार हे उघड आहे. त्यानंतरच्या इस्लामी राजवटीत तिच्यावर इस्लामी पद्धतीचा व पर्शियन भाषेचा परिणाम झाला असणार हे वेगळे सांगायची गरज नाही.

शिवकालीन इतिहासाच्या साधनांची चिकित्सा करताना इतिहाससंशोधक वा. सी. बेंद्रे यांनी इतिहासाचार्य वि. का. राजवाडे यांची मदत घेतली आहे. लेखनपद्धतीच्या प्रकाराला 'लेखनप्रशस्ती' असे पारिभाषिक नाव आहे. या लेखनप्रशस्तीत मायन्यांना व रेघांना फारच महत्त्व असे. निरनिराळ्या मायन्यांच्या आडव्या रेघा कशा काढाव्यात याचे वर्णन हेमाद्री प्रथम करतात त्यानुसार *'शंकराचार्यादि गुरुंना सहा, राजाला पाच, सेवक व शत्रू यांना दोन आणि पुत्रकन्यकादि मंडळींना एक रेषा द्यावी'*

प्रत्यक्ष लिहिण्याला प्रारंभ करण्यापूर्वी कागद उभा मांडून किंवा त्याला घड्या घालून त्याचे रकाने पाडावे लागतात. अशा दोन घड्या घातल्या, की कागदाचे चार रकाने पडतात. (जुन्या पिढीतील वकील किंवा कोर्टातील कारकून अजूनही क्वचित कागदाच्या घड्या करून रकाने पाडून लिहितात हे जाणकारांना सांगायला नको.) हे आपल्या प्राचीन लेखनपद्धतीचे अवशेष होत. आता पुढील तपशील राजवाड्यांच्या भाषेत -

> "आता कागद मोडल्यावर श्रीकाराच्या खालील पहिली ओळ किती तऱ्हेने काढता येते ते सांगतो. कागद उजव्या बाजूने मोडून त्याचे चार रकाने पडतात. रेघ चार रकाने ओढली म्हणजे म्हणजे तीस 'सबंध रेघ' म्हणतात. तीत पहिल्या रकान्यात एका अक्षराची जागा कोरी ठेवली म्हणजे तिला 'दफे' म्हणतात. दोन अक्षरांची ठेवली म्हणजे 'दफाते' म्हणतात, तीन अक्षरांची ठेवली म्हणजे 'कर्ते' म्हणतात व चार अक्षरांची ठेवली म्हणजे 'महजर' म्हणतात. पहिल्या दोन रकान्यात पुरतील तेवढी रेघ ओढली म्हणजे तीस 'पहिली जिल्हे' म्हणतात. नुसत्या तिसऱ्या व चवथ्या रकान्यापुरतीच रेघ ओढली व पहिले दोन रकाने मोकळे ठेविले म्हणजे त्या रेघेस 'दुसरी जिल्हे' म्हणतात. मधील, दुसरा व तिसरा असे रकाने भरून शिवाय पहिल्या व चवथ्या रकान्यांतील दोन दोन अक्षरांची जागा घेऊन रेघ ओढली म्हणजे त्या रेघेला 'बीत' म्हणून संज्ञा आहे. याच 'बीत' रेघेस अकार प्रारंभी लावला म्हणजे त्या रेघेला अज् म्हणण्याचा संप्रदाय आहे. एकार लाविला म्हणजे एकूणहत् म्हणतात. बाक देऊन 'बीत' रेघेचा प्रारंभ केल्यास 'वास्लात' म्हणण्याचा परिपाठ आहे."

यातील शब्दांना राज्यव्यवहारकोशात प्रतिशब्द दिले आहेत. राजकीय व्यवहारांचे लेखन करण्यासाठी किती तांत्रिक व सांकेतिक व्हायला लागते हे मराठ्यांकडून शिकावे असे म्हटले तर?

■

५८

'आम्ही गनीम लोक शिवाजी महाराजांचे शिष्य'

शिवाजी महाराजांच्या राजनीतीचे प्रतिबिंब *'आज्ञापत्रा'*त पडले आहे, तर मराठ्यांच्या दैनंदिन राज्यकारभाराचे दर्शन मेस्तकातून घडते. मात्र, तपशिलात स्वारस्य असणारे मेस्तक तात्त्विक अधिष्ठानाकडे दुर्लक्ष करते असे मात्र नाही. राज्यकारभाराचा तपशील तात्त्विक अधिष्ठानावर आधारित नसेल, तर ते 'राज्य' नसून भल्याबुऱ्या मार्गानें सत्तायंत्रणा राबवून स्वार्थ साधण्याचे यंत्र होईल, याची जाणीव मेस्तककारांना होती. राज्य म्हणजे राजा, त्याचे अधिकारी आणि प्रजा यांचे एक जैविक रसायनच होय. म्हणून तर राजसभेचे महत्त्व मेस्तकात वर्णिले आहे. पारंपरिक भारतीय राजनीतीला अनुसरून राजा हा विष्णूचा अंश असल्याचे मेस्तकातही म्हटले आहे. परंतु, त्याचा अर्थ हा राजा कर्तुम, अकर्तुम आणि अन्यथा कर्तुमचा अधिकार असलेला अनिर्बंध सत्ताधीश नव्हे. त्यानेही आपली सत्ता धर्मानें नियंत्रित झालेल्या नीतीच्या चौकटीतच राबवायची असते.

राजा जाणावा विष्णुप्रतिमा । पाळणधर्म त्याचा महिमा ।
त्याने जिंकूनी क्रोधकामा । नीतिधर्मा भजावे ॥
लक्ष कोटी स्वार्थ टाकिजे। परंतु राजनीति परिपाळिजे ।
कीर्ति लोकी उतरविजे । जन कीजे परलोक ॥

या ओळी विचारात घेण्यासारख्या आहेत. मुख्यत्वे कारकुनी पेशाच्या राजसेवकांनी राज्याचा दैनंदिन कारभार कसा करावा याचे मेस्तक हे 'मॅन्युअल'च असल्याने ते याविषयीच्या तपशिलाने खच्चून भरले आहे. मात्र, उदात्त प्रकारची राजनीती हे त्याचे अधिष्ठान आहे. सरकारच्या अशा कारकुनांनी देशमुख, देशपांडे, मुकादम इत्यादींशी कसे वागावे हे मेस्तककार शागीर्दास सांगतो. हे सारे यंत्र शेवटी प्रजेवर आधारित असल्याची जाणीव या राजनीतीमुळेच जागृत आहे.

छत्रपती शिवाजी महाराजांनी गुणांची पारख करून त्या त्या माणसांना जबाबदारीच्या पदांवर नेमले. त्यांच्या या उपक्रमाचा वारसा माधवराव पेशव्यांच्या काळापर्यंत जपला गेला. त्यानंतर मात्र कर्तबगार नेतृत्व पेशवाईत उभे न राहिल्याने त्यांची सत्ता मागे पडत गेली.

प्रजांसि पावता दुःख । कीर्दि कैची तेथे देख।
गुदस्ता साधना अनेक । पापे घडती ॥
प्रजा सुखरूप राहे । तै कीर्तीस उणे काय ।
कीर्दी वाढता द्रव्यनये। हे तो न घडे॥

राज्यातील धान्य पिकवणारा शेतकरी म्हणजे प्रजेचा मुख्य घटक हे वेगळे सांगायला नको. मराठ्यांच्या कागदपत्रांतून जेव्हा 'रयत' हा शब्द येतो, तेव्हा या रयतेचा बराचसा भाग जमीन कसणारा कुणबी असतो हे वेगळे सांगायची गरज नाही; परंतु इतर उत्पादक आणि वेगवेगळ्या आवश्यक; तसेच उपभोगाच्या सेवा पुरवणाऱ्या व्यावसायिकांचा मोठा वर्ग राज्याच्या समृद्धीची आणि संस्कृतीची पातळी उंचावण्यासाठी लागतो. मेस्तकाला या वर्गाचे विस्मरण नाही.

बक्कळ चाटे सौदागर । सराफ जोहरी सोनार।
बोहरे तांबट कल्लेगार । तिरकार चितारी। ।
णियार पटवे शिकलगार । तेली तांबोळी परगार ।
कातारी सुतार जिनगर । बागवान चुनाडे ॥
क्षेत्री चपरासी फणिगार । जोगी फुलारी खुशबईगार ।
लोहार धोबी कुंभार । कासार शिंपी व चांबरे ॥
कोष्टी रंगरेज धनगर । मोमीन साळी रंगारे ।
दलाल काचारी सफाफगार । जव्हेलारी धावडे ॥
तिवासी बापरगार । जरगार साडीगार ।
कमाणगार पिसणार । घरटी आणि काबाडी ॥
कौसंदोज कागदगार । कसाब पेंढारी सरेकर ॥
वोंड गौंडे गडेगार ॥ संगतरास हमाल ॥
गौली मासोंदे आडेगार । बुरूड भोग आणि महार ।
लोणारी पत्रावळीगार । ऐसी बाहप जाणिजे ॥

प्रजेमधील विविध घटकांबद्दल जागरूक असणारे राज्य महसूल देऊ शकणाऱ्या बाबींविषयी तितकेच जागरूक असणार हे सांगायची गरज नाही. मग त्या बाबी सागराशी

पेशवाईच्या काळात मराठेशाहीच्या सामर्थ्याचे प्रतिक असणारा शनिवारवाडा. लष्करी मोहिमा आणि मुत्सद्देगिरीचे डावपेच यांनी गजबजला होता.

संबंधित असतील किंवा डोंगरपठाराशी, शेतीशी निगडित असतील किंवा जमिनीच्या पोटातील हिरेमाणकांशी.

राज्यव्यवहाराशी संबधित असलेले अठरा कारखाने, वेगवेगळ्या दर्जाचे वेगवेगळे अधिकारी व त्यांची कर्तव्ये याबद्दलची मेस्तकातील जागरूकताही वाखाणण्यासारखी आहे. शस्त्रागाराच्या सज्जतेचे महत्त्व मेस्तक चांगले जाणते. दरबारातील जेठी, मर्दनी, भाट, भांड, शाहीर, विनोदी, चितारी, भोई, छत्रे, दिवटे, हिलाली, बेलदार, पखाली इ. अनेकांचा परामर्श त्यात घेतला गेला आहे.

राज्यात नांदणाऱ्या सर्वच धर्मांचे अनुयायी प्रजा आहे आणि त्या सर्वांना समत्वभावाने वागवले पाहिजे हा मराठ्यांच्या राज्याचा धर्मविषयक धोरणाचा भाग होता. विविध धर्मांच्या अनुयायांच्या श्रद्धास्थानांची आणि गुरुजनांची कदर करण्यात कसूर होता कामा नये.

दायिरे फिर वालिंदाचे । मोयनीखर्च मसीदीचे।
तैसेचि देवस्थानाचे । लहानथोर ॥
काजी खतीफ मुलाणे । ब्राह्मणाची आग्रहारे व ठिकाणे ॥
लंगर अन्नछत्रे गहने । फकीर आणि तपस्वी ॥
इनामती जालियावरी । मोईनखर्च अवधावी ॥
साडी चोळी निवाले कंदोरी । पीरवलीदानी ।
उरूस जत्रा खैराती । चारी ईदा मोहीत होती ।
नागर वसंत पुराणे निरुती । जिकीर आणि हरिकथा ॥

वरच्या दर्जाच्या अधिकाऱ्यांच्या खर्चाची नोंद ठेवणे अवघड असल्याची कल्पना मेस्तककाराला आहे.

दबीर हेजीब फडनीस । दफ्तरदार कारखानीस ।
निशिंदे हरकारे पारसनीस । जे ते असती ।
यानंतरे लश्करी । हशम बरवे परी ।
बाजे नफर अवधानी । तया तळी ।
ऐसा मुशाहिरा जाला । बाजे खर्च प्रवर्तला ।
तो तपसील सकळाइनि आगळा । लिहिता कठीण ॥
सदरखर्च पानसुपारी । रोशनायी शायी कागद अवधानी ।
हे लिहिजे मोकदशी । सनद सुद ॥

'राजसेवक कारकुनांनी लाच खाऊ नये' असा इशारा द्यायलाही मेस्तककार विसरत नाही.

सन्मार्गे राजसेवन। करावे खाऊन वेतन। तेणे कदापि नव्हे पतन। आणि भय नाही। असा त्याचा सल्ला आहे.

आपल्या या कृतीची गुणवत्ता कर्त्याला ठाऊक असून त्याला त्याविषयी आत्मविश्वास आहे.

लेखकांसि हे मेस्तक । नीतिवंता नीतिशास्त्र देख ।
राजकी लोकांसी विवेका । प्रकट करी॥

मेस्तकाच्या संदर्भात एका महत्त्वाच्या गोष्टीची नोंद घेतली पाहिजे. कारकुनी पेशा करणारे लोक जातीने ब्राह्मण असावेत असा मेस्तकलेखकांचा कटाक्ष आहे. खरे तर, म्लेंच्छांच्या राज्यात ब्राह्मणांची गुजराण पूर्वीप्रमाणे धार्मिक कृत्यांचे पौरोहित्य करून होणार नाही, याची चाहूल लागल्यामुळे हेमाद्री पंडिताने त्यांच्यासाठी पैशाची म्हणजे मोडी लिपीतून राज्यकारभाराच्या कृत्यांची नोंद करण्याची विद्या निर्माण केली असे तो सांगतो. अर्थात ही एक स्पष्टीकरणात्मक मिथ्यकथा आहे. अमात्यादी वरची पदे सोडली, तर लिखापढीची कामे कायस्थांनी करायचा पूर्वीचा शिरस्ता होता. इस्लामी राजवटीत ब्राह्मणांचा राजाश्रय तुटला. धर्मकृत्यांचे प्रमाण कमी झाले तेव्हा आपद्धर्म म्हणून ते लेखनपेशात शिरले.

परंतु, एकदा का या ना त्या कारणाने, निमित्ताने राज्यव्यवहाराशी संबंध आला म्हणजे तो त्या निमित्ताशीच बांधला जाऊन मर्यादित राहावा असे नाही. महाराष्ट्रातील ब्राह्मण कारकुनी करता करता लष्करी पेशातही शिरले. थोडक्यात आधी अमात्यांची मुत्सद्देगिरी, नंतर दरबारात कारकुनी व त्याही नंतर तलवारबाजी असा महाराष्ट्रातील ब्राह्मणांच्या व्यवसायाचा गरजेनुसार विस्तार झाला.

बहामनी राज्याचे तुकडे होऊन ज्या इस्लामी पातशाह्या निर्माण झाल्या त्यांच्यापैकी विजापूरची आदिलशाही व अहमदनगरची निजामशाही या सत्तांमध्ये ब्राह्मणांनी अधिकाराची स्थाने पटकावली. एकनाथ महाराजांचे गुरू जनार्दन स्वामी हे निजामशहाचे किल्लेदार होते. विठ्ठल देवतेवर ग्रंथ लिहिणारा दलपतराय हाही याच निजामशहाचा करणाधिप होता. आदिलशहाच्या वतीने पुण्यावर हल्ला करून त्याची नासाडी करणारा मुरार जगदेव हा देखील असाच. मुसलमानांच्या पदरी काम करणाऱ्या ब्राह्मणांवर महालिंगदासाने टीका केली असून तो त्यांना उपहासाने 'म्लेंच्छ ब्राह्मण' असे म्हणतो. तथापि हा कालमहिमा समजावा.

ब्राह्मणांच्या या गुणसमुच्चायाचा उपयोग शिवाजी महाराज करून न घेते तरच आश्चर्य! महाराजांच्या अष्टप्रधानांपैकी सेनापती मराठा आणि उरलेल्या सातांमधील एक पंडितराव अथवा न्यायाधीश वगळता उरलेले सहाही ब्राह्मण उत्तम प्रतीचे लढवय्ये होते. मोरोपंत पिंगळे, अनाजी दत्तो इत्यादींनी मारलेल्या लढाया आपणास ठाऊक आहेतच.

शाहू महाराजांच्या काळात शिवशाहीतील ब्राह्मण-मराठ्यांची घराणी मागे पडून नव्या पिढीचा उदय झाला. 'पेशवे' हे महत्त्वाचे पद सांभाळणारा बाळाजी विश्वनाथ भट हा त्यातील प्रमुख म्हणावा लागतो. बाळाजीचा मुलगा म्हणजेच पहिला बाजीराव. बाजीरावास कलमबहादुरीपेक्षा तलवार गाजवणे अधिक पसंत होते. त्याउलट त्याचा मुलगा नानासाहेब

शाहू महाराजांच्या काळात शिवशाहीतील ब्राह्मण-मराठ्यांची घराणी मागे पडून नव्या पिढीचा उदय झाला. 'पेशवे' पद सांभाळणारा बाळाजी विश्वनाथ भट हा त्यातील प्रमुख.

राज्याचा दैनंदिन कारभार कसा करावा याचे मेस्तक हे 'मॅन्युअल'च असल्याने ते याविषयीच्या तपशिलाने खच्चून भरले आहे. मात्र उदात्त प्रकारची राजनीती हे त्याचे अधिष्ठान आहे. सरकारच्या अशा कारकुनांनी देशमुख, देशपांडे, मुकादम इत्यादींशी कसे वागावे हे मेस्तककार शागीर्दास सांगतो. हे सारे यंत्र शेवटी प्रजेवर आधारित असल्याची जाणीव या राजनीतीमुळेच जागृत आहे.

यास मुत्सद्देगिरीचे प्रतीक कलम आवडत असे. त्याच्या काळात मराठ्यांचा राज्यविस्तार लक्षणीयरीत्या झाला. खुद्द नानासाहेब आणि नानाचा चुलतभाऊ (चिमाजी अप्पांचा मुलगा) सदाशिवरावभाऊ यांस हिशेबासह कारकुनीचे धडे रामचंद्रबाबा सुखटणकर यांनी दिले. महादेव पुरंदरेही रामचंद्रबाबांच्याच तालमीत तयार झाले. मुद्दा असा आहे, की ही मंडळी उच्चस्तरीय धोरणात्मक राजकारणावर लक्ष केंद्रित करून बाकीचा म्हणजे जमाखर्चाचा भार खालच्या अधिकाऱ्यांवर सोपवणाऱ्यांपैकी नव्हती. त्यांना वरपासून खालपर्यंतच्या कारभाराचे सूक्ष्मातिसूक्ष्म तपशील ठाऊक होते. घोड्याच्या रोजच्या चंदीपोटी मोतद्दाराला किती पैसे द्यायचे यातही नानासाहेब लक्ष घालत. नानासाहेबांचा हा काटेकोर हिशेबाचा गुण त्यांच्या पोटी जन्मलेल्या (थोरल्या) माधवरावात उतरला होता. त्याच्यापुढे जाऊन वार्षिक जमाखर्च सादर करायला मोठमोठ्या अधिकाऱ्यांना भय वाटायचे. माधवराव प्रत्यक्ष लष्करी उलाढालीत वडिलांप्रमाणे मागे राहणारा मात्र नव्हता. याबाबतीत तो चुलता सदाशिवरावभाऊ यांचा वारसा सांगू शकत होता.

माधवरावांच्या मृत्यूनंतर मात्र पेशव्यांच्या घराण्यात कर्तबगार नेतृत्व पुढे येऊ शकले नाही; तथापि जुन्या कारभाऱ्यांच्या व पेशव्यांच्याकडे शागिर्दी केलेल्या नाना फडणीस आणि सखारामबापू बोकील यांनी काही प्रमाणात कोसळता डोलारा सांभाळण्याचा प्रयत्न केला; परंतु त्यातही बापूंचे शहाणपण राघोबादादांच्या मतलबी राजकारणात खर्च पडले.

मराठ्यांची मूळ राजनीती आणि राज्यकारभार यांचा एका विशिष्ट दिशेने पेशवाईत विकास झाला. मात्र, आपल्या या साऱ्या उपक्रमाचे मूळ छत्रपती शिवाजी महाराज आहेत याचा विसर निदान नानासाहेब पेशव्यांपर्यंत तरी पडला नव्हता आणि थोरल्या माधवरावांनाही तो पडला नसावा. गुरुवार कार्तिक वद्य १० शके १६७४ या दिवशी सरदार पिलाजी जाधवांना लिहिलेल्या राजकीय आशयाच्या पत्राचा समारोप करताना नानांनी लिहिले, *"आम्ही गनीमलोक शिवाजी महाराजांचे शिष्य आहो."*

■

५१

शिवाजी आणि शिवाजी लोक

महाराष्ट्राला स्वतंत्र ओळख प्राप्त झाली ती शिवाजी महाराजांमुळे, याविषयी कोणी मतभेद व्यक्त करील असे वाटत नाही. महाराजांच्या पश्चात होऊन गेलेल्या सर्वच पराक्रमी आणि कर्तबगार मराठी पुरुषांनी आपले नाते महाराजांशी सांगण्यात धन्यता मानली आहे. शिवरायांनी महाराष्ट्राला राजकीय अस्तित्व तर दिलेच; शिवाय प्रतिष्ठाही दिली. यादवांच्या राज्याचा विनाश झाल्यानंतर प्रस्थापित झालेल्या नव्या परकीय सत्ताधाऱ्यांनी जिंकून घेतलेल्या प्रजेची मानहानी करण्यात अनपेक्षित काहीच नव्हते. मानवी संस्कृतीच्या इतिहासात एक वेगळीच उंची गाठण्यात यशस्वी झालेल्या महाराष्ट्रावर राजकीय सत्ता गेल्यामुळे गुलामीचे जिणे जगण्याचा प्रसंग आला. महाराष्ट्रातील शूरवीर योद्ध्यांचा पराक्रम वेगवेगळ्या परकीय सत्तांच्या लष्करात चाकरी करताना आपापसांत लढण्यातच फुकट जाऊ लागला. वडील शहाजीराजे विजापूरच्या आदिलशहाकडे, तर आजोळची मंडळी दिल्लीच्या मोगल बादशहाचा पक्ष धरून बसली. अशा विचित्र आणि विपरीत परिस्थितीच्या पेचात महाराष्ट्र सापडला.

त्याला यातून बाहेर काढण्याचे काम शिवरायांनी केले. मात्र तेव्हाही त्यांचा दृष्टिकोन स्थानिक आणि तात्कालिक किंवा तात्पुरता नव्हता. व्यापाराच्या मिषाने समुद्रातून आलेल्या व किनारपट्टीवर वखारी घालून बसलेल्या पाश्चात्त्य शक्तींचा धोकाही त्यांनी ओळखला होता. खुद्द महाराष्ट्राच्या भूमीला पोर्तुगीज आणि इंग्रज यांचे पाय लागले होते. पोर्तुगीज

शिवाजी महाराजांनी महाराष्ट्राला राजकीय अस्तित्व आणि प्रतिष्ठा दिली. फिरंग्यांचा डाव त्यांनी वेळीच ओळखला होता. परकीयांशी लढण्यासाठी सागरावरही सत्ता असायला हवी, हे जाणून त्यांनी मराठ्यांचे स्वतंत्र आरमार उभारले, हे त्यांच्या द्रष्टेपणाचे व मुत्सद्देगिरीचे प्रतीक होते.

लगतचा समुद्र हासुद्धा स्वराज्याचा हिस्सा असतो. या आंतरराष्ट्रीय संकेताची हिंदुस्थानला जाणीव करून द्यायचे काम ही अशा प्रकारे शिवनीतीचीच महत्त्वाची निष्पत्ती आहे. ती आंग्रे मंडळींनी केली. त्यांनी महाराष्ट्राला दर्यावर्दी बनवले. मराठ्यांच्या घोडेस्वारांनी हिंदुस्थानची भूमी चारी मुलुखांनी तुडवून अटकेपार झेंडे रोवल्याचे सर्वांनाच माहीत आहे. मराठ्यांच्या जहाजांनी किती सागरी मैल पार केले होते, याचाही हिशेब नीट मांडायची गरज आहे.

तर स्वतंत्र सत्ताधीशच होऊन बसले होते. त्यांना शह द्यायचा असेल तर जमिनीप्रमाणेच सागरावरही आपली सत्ता असायला हवी. ही गोष्ट अकबरापासून औरंगजेबापर्यंतच्या मुत्सद्दी मोगलांना इतकी वर्षे समजली नव्हती. ती महाराजांच्या फार लवकर लक्षात आली. त्यांनी मराठ्यांचे स्वतंत्र आरमार उभारले. मराठे आणि डोंगरी किल्ले हे नाते तेव्हाही सर्वप्रसिद्ध होते; परंतु आरमारासाठी महाराजांनी आता जलदुर्गांची उभारणी करण्यास सुरुवात केली. गलबतात बसून एकदा त्यांनी कारवारजवळील बसनूरवर स्वारी करून ते जिंकून घेतल्याचेही इतिहास सांगतो. सारांश, महाराष्ट्राला दर्यावर्दी बनवण्याचेही त्यांचे प्रयत्न होते.

शिवरायांच्या या प्रयत्नांचे फळ म्हणजे आंग्र्यांच्या आधिपत्याखाली सिद्ध झालेले आरमार. वस्तुतः आंग्रे घराणे हे काही किनारपट्टीवरील कोळी-भंडारी प्रकृतीप्रमाणे जन्मजात दर्यावर्दीपणाचा वारसा लाभलेल्या पैकी नव्हे. ते पुणे परिसरातील चाकण काळोखेजवळच्या आंगरवाडीतील. त्यांनी समुद्रावर पालाण घालावे हा एक चमत्कारच मानायला हवा. संकपाळ हे या घराण्याचे मूळ नाव. त्यातील तुकोजी १६५८च्या दरम्यान शिवरायांनी नव्याने उभारलेल्या आरमारात दाखल झाले व स्वकर्तृत्वाने सुवर्णदुर्गाच्या किल्लेदारीपर्यंत वर चढले. प्रसिद्ध सरखेल कान्होजी आंग्रे हे तुकोजींचे पुत्र. कान्होजीने पोर्तुगीज, इंग्रज आणि जंजिऱ्याचा सिद्दी या स्वराज्याच्या तिन्ही सागरी शत्रूंना शह देऊन त्यांना धडकी भरवली. पश्चिम समुद्राचे मालक मराठे, असे जाहीर व्हावे म्हणून कान्होजीने आपल्या परवान्याशिवाय समुद्रात संचार करणारी इंग्रजांची जहाजे पकडून ठेवण्याचा सपाटा लावला. जहाजावरील इंग्रज अधिकाऱ्यांना कैदेत ठेवून त्यांच्या सुटकेसाठी भारी दंड आकारण्यास त्याने सुरुवात केली.

सर्व परकीय व्यापाऱ्यांनी कान्होजीची दहशत घेतली होती. इंग्रज त्याला शार्क माशाची उपमा देत. अशीच अवस्था पोर्तुगिजांचीही झाली होती. संख्येचा विचार केला तर इंग्रजांचे आरमार कान्होजीच्या आरमारापेक्षा गलबतांच्या संख्येने मोठे असले तरी कान्होजीने गनिमी काव्याची पद्धत समुद्रातही अवलंबून शत्रूला सळो की पळो करून सोडले होते. चोराच्या उलट्या बोंबा, या न्यायाने हे फिरंगी कान्होजींचा 'चाचा' म्हणून उद्धार करत. इंग्रजांच्या

गव्हर्नर फिप्स याने त्यालाही लिहून व्यापाराचे तत्त्वज्ञान सांगितले. त्यावर कान्होजीने त्यास सुनावलेला जबाब कान्होजीच्या पराक्रमाबरोबरच मराठ्यांच्या आरमाराचे महत्त्व अधोरेखित करणारा आहे. कान्होजीने लिहिले, *'आमचा कारभार चोरीच्या धंद्यावर चालला आहे, हे म्हणणे तुमच्यासारख्या व्यापाऱ्यांस शोभत नाही. शिवाजी महाराजांनी चार पातशहांशी युद्ध करून मराठी राज्य स्थापिले, त्यांचा मी एक चेला आहे.'*

कान्होजीच्या पत्रातील आपला 'शिवाजी महाराजांचा चेला' असल्याचा उल्लेख अत्यंत महत्त्वाचा आहे, हे वेगळे सांगायची गरज नाही. कान्होजींचा पराक्रम निर्विवाद आहे; परंतु त्यामागची दृष्टी ही शिवरायांनी दिलेली आहे, हे विसरता कामा नये. ही दृष्टी व्यवहारात राबवणारा कान्होजी महाराजांच्या, फिरंग्यांच्या आणि त्यांना जरबेत ठेवणाऱ्या आरमाराबद्दलच्या मतांचाच उच्चार *आज्ञापत्रात* झालेला आहे.

> *"साहुकारांमध्ये फिरंगी व इंग्रज व बलंदेत व फरांसीस व डिंगमाराही टोपीकर हेही लोक सावकारी करतात; परंतु ते वरकड सावकारांसारखे नव्हत. यांचे खावंद प्रत्येक राजाच करीत आहे. त्यांचे हुकुमाने हे लोक या प्रांती साहुकारीस येतात. राज्य करणारास स्थळलोभ नाही असे काय घडो पाहो? तथापि टोपीकरांस या प्रांती प्रवेश करावा, राज्य वाढवावे, स्वमते प्रतिष्ठापावी, हा पूर्णाभिमान. तदनुरूप स्थळोस्थळी कृतकार्यही झाले आहेत. त्यास ही हट्टी जात. हातात आले स्थळ मेल्यानेही सोडायचे नव्हते. त्यांची आमदरफ्ती आले-गेले, इतकेच असो द्यावी. त्यास केवळ नेहमी जागा देऊ नये. कदाचित वखारीस जागा देणे झाली तर खाडीचे मोबारी समुद्रतीरी न द्यावी. तसे ठिकाणी जागा दिल्याने जोपर्यंत आपले मर्यादेने आहेत तोपर्यंत आहेत. नाही ते समयी आरमार, तोफा, दारूगोळा हेच त्यांचे बल. आरमार पाठीशी देऊन त्याचे बळे एका बंदरी नूतन किल्लाच निर्माण करणार. तेव्हा इतके स्थळ राज्यातून गेले. याकरिता जागा देणेच, तर लांब खाडी, गाव दोन गावे राजापुरासारखी असतील. तेथे फरांसीसांस जागा दिल्या होत्या. त्या न्याये दोन-चार नामांकित शहरे असतील त्यामध्ये जागा द्यावी. तो असा, की नीच जागा शहराचे आवारी शहराचा उपद्रव चुकवून नेमून देऊन वखारी घालाव्या. त्यास इमारतीचे घर बांधो देवो नये. या प्रकारे राहिले तर बरे, नाहीतर याविणे प्रयोजन नाही."*

आज्ञापत्रातील हा उपदेश मोलाचा नाही, असे कोण म्हणेल? तो नीट ऐकला असता तर भारतावर इंग्रजांचे गुलाम होण्याची वेळच आली नसती; पण पुढे भारतातच काय, परंतु पुढे महाराष्ट्रातदेखील या दृष्टीचा लोप झाला. भले बुद्धीचे सागर समजल्या जाणाऱ्या नाना

शिवरायांची आरमारविषयक दूरदृष्टी

- आरमाराची निर्मिती
- जलदुर्गांची उभारणी
- समुद्री गनिमी कावा
- फिरंग्यांचा धोका ओळखला
- मराठ्यांना दर्यावर्दी केले

फडणिसांनी इंग्रजांचे वकील शिंद्यांच्या दरबारात आहेत. मग शिंद्यांचे स्वामी असलेल्या पेशव्यांच्या दरबारात का नसावेत, अशा संकुचित स्पर्धिष्णू विचाराने इंग्रज वकिलाची ब्याद आपण होऊन पुण्यात घेतली. त्यातून शनिवारवाड्यातील कारस्थाने इंग्रजांना अविलंब समजण्याची आयती सोय मात्र झाली.

कान्होजीला मात्र महाराजांची समुद्रनीती चांगली समजली होती. त्याने इंग्रज, पोर्तुगीज, फ्रेंच, डच व सिद्दी यांचे एकत्रित व स्वतंत्रपणेही पराभव केले. त्रावणकोर-कोचीनपासून तर सुरतेपर्यंत मराठ्यांच्या जहाजांचा संचार निर्विघ्नपणे होऊ लागला. ती अंदमान-निकोबारपर्यंत जात, असेही नमूद केलेले आहे. त्याविषयी अधिक संशोधन होणे गरजेचे आहे. लगतचा समुद्र हासुद्धा स्वराज्याचा हिस्सा असतो. या आंतरराष्ट्रीय संकेताची हिंदुस्थानला जाणीव करून द्यायचे काम ही अशा प्रकारे शिवनीतीचीच महत्त्वाची निष्पत्ती आहे. ती आंग्रे मंडळींनी केली. त्यांनी महाराष्ट्राला दर्यावर्दी बनवले. मराठ्यांच्या घोडेस्वारांनी हिंदुस्थानची भूमी चारी मुलुखांनी तुडवून अटकेपार झेंडे रोवल्याचे सर्वांनाच माहीत आहे. मराठ्यांच्या जहाजांनी किती सागरी मैल पार केले होते, याचाही हिशेब नीट मांडायची गरज आहे.

कान्होजीने स्वतःला शिवाजीराजांचे चेले म्हणवून घेतले. त्याची पोचपावती इंग्रजांनीही त्याच प्रकारे दिली. कान्होजीमुळे आपली व्यापारी जहाजे असुरक्षित झाली आहेत व त्यांना लष्करी गलबतांचे संरक्षण द्यायची गरज आहे, हे सांगावे लागले, "हे शिवाजीलोक इतके बलवान आणि उद्धट झाले आहेत, की पुरेसे संरक्षण नसेल तर आपल्या जहाजांना बेटांतून संचार करणे धोक्याचे झाले आहे." सुरतेच्या गव्हर्नरनेही कान्होजीचा उल्लेख 'शिवाजी' असा केला आहे.

कान्होजी आणि त्याच्या आरमारी सैनिकांचा उल्लेख 'शिवाजीलोक' असा होणे, यात खूप काही अर्थ आहे. महाराष्ट्रातील हे मराठे शिवाजीराजांच्या विचाराने वागणारे आणि तितकेच पराक्रमी आहेत, असे त्यातून ध्वनित होते.

कान्होजीने फक्त मुत्सद्देगिरीत आणि पराक्रमातच शिवरायांचे अनुकरण केले असे नाही. महाराष्ट्राच्या राजकारणाला पहिल्यापासून धर्माची आणि अध्यात्माची जोड होती. याची

कान्होजी आंग्रेचा पराक्रम निर्विवाद आहे; परंतु त्यामागची दृष्टी ही शिवरायांनी दिलेली आहे, हे विसरता कामा नये. ही दृष्टी व्यवहारात राबविण्याचे कार्य आंग्रे यांनी महाराजांच्या आरमारी व्यवस्थेत केले.

सरखेल कान्होजी आंग्रे
मराठ्यांचे आरमार प्रमुख

नोंद यापूर्वी अनेकदा झाली आहे. आपण आपल्या धर्माप्रमाणे आचरण करणे व इतरांनाही त्यांच्या त्यांच्या धर्माप्रमाणे पूजाप्रार्थना करू द्यावी, हा सर्वधर्मसमभाव पहिल्यापासूनच महाराष्ट्राचा स्वभाव, महाराष्ट्रधर्म राहिला आहे, तो कान्होजीनेही पाळला होता. या संदर्भात एक समकालीन नोंद उद्धृत करणे उचित ठरावे.

"तळकोकणात पुंडावा होऊन प्रांत वैराण पडिला. महाराष्ट्र धर्म राहावा जैसे नव्हते. त्या वेळेस फिरंगी व हाबशी यांही प्रांतात धर्मउच्छेद करावयास प्राप्त जाहाले होते. तेव्हा सरखेल साहेबांचे पुण्यप्रतापे व स्वरक्षणार्थ थोर थोर मातबर सरदार जमा होऊन शामलाची क्षिती केली. संभाजी मोहिते व राणोजी गोळे व खंडोजी मानकर सद्राजीराव खराडे व कृष्णाजी मोड व हसनखान जमादार यांही सरखेलसाहेबांचे समागमे युद्धप्रसंग करून शामलाची क्षिती केली व जात पावोन कोकणात धर्म राखिला. मजकूर सरदार यांणी राज्यरक्षण केले म्हणोन आपल्याबरोबर वेतने देऊन राज्यात राखिले. सरखेलसाहेब यांही धर्मस्थापना केली ही कीर्त या लोकी परलोकी भरोन उरली आहे."

एरवी या उताऱ्याला तितके महत्त्व द्यायचे प्रयोजन नव्हते; परंतु त्यातील हसनखान जमादार या सरदाराचे नाव लक्ष वेधून घेते. गोवा वा कोकण प्रांतात गोवेकर पोर्तुगीज आणि जंजिरेकर सिद्दी हे अनुक्रमे ख्रिस्ती आणि इस्लाम या धर्मांच्या नावाने प्रजेवर जुलूमजबरदस्ती करून बाटवाबाटवी करीत होते. हे महाराष्ट्र धर्माशी विसंगत आहे. हसनखान जमादार हा धर्माने मुसलमान असला तरी तो महाराष्ट्रधर्म मुसलमान असल्यामुळे त्यालाही हा प्रकार मान्य नसणार. म्हणून आपला समधर्मी सिद्दी याची नोकरी न पत्करता तो शिवाजीलोकांमध्ये सामील झाला. पानिपतच्या युद्धात मराठ्यांच्या बाजूने लढता लढता हौतात्म्य पत्करणारा इब्राहीमखान गारदी हा याच महाराष्ट्रधर्माला अनुसरणारा होता.

६०

'शिवाजी लोकां'चा राज्यविस्तार

शिवाजी महाराज व त्यांची धोरणे यांना आदर्श मानून वाटचाल करणाऱ्या 'शिवाजीच्या लोकां'ना आपली आणि महाराजांची बरोबरी होत नाही, याचीही पुरती जाणीव होती. धावडशी येथील ब्रह्मेंद्रस्वामी यांनी तुळाजीपुत्र संभाजी आंग्रेला लिहिलेल्या एका पत्रात त्याला हरभऱ्याच्या झाडावर चढवण्याच्या उद्देशाने 'तुम्हीही कोकणचे राजेच आहात' असा उल्लेख केला होता, त्याचा संदर्भ देऊन *'तुळाजी आंग्रे : एक विजयदुर्ग'* या पुस्तकाचे लेखक श. श्री. पुराणिक लिहितात, *"पण शिवाजी महाराजांच्या पायरीला पाय लावणे, त्याला स्वतःलाच खपले नाही."* त्याने स्वामींना लिहिले *"तरी पूर्वी श्रीमंत महाराज राजश्री थोरले कैलासवासी स्वामीचे वेळेस उभयता महापुरुष होते. त्यांचे कृपादृष्टीने सर्व कल्याण होत होते. हे गोष्टी ते यथार्थच आहे. तथापि महाराज अवतारी होते, वरदी होते. तेणेकरून जेजे इच्छिले परार्थ, ते ते सिद्धीस गेले. महाराष्ट्र नूतनच निर्माण करून स्वधर्म स्थापना केली. त्यांनी साहस कर्मे सामान्य केली ऐसे नाही. त्यांची उपमा त्यासच. अन्यत्रास बोलिली नाही."* डॉ. पुराणिकांचे मत यथार्थच आहे.

या संदर्भात पुराणिकांनी निदर्शनास आणल्याप्रमाणे उभयता महापुरुष म्हणजे मौनी बाबा आणि बाबा याकूत हे होत. बाबा याकूत हे धर्माने मुसलमान होते, हे लक्षात घेतले म्हणजे अशा परधर्मीय साधूची कृपा संपादणे ही गोष्ट शिवाजी महाराजांच्या स्वधर्माशी म्हणजेच महाराष्ट्र धर्माशी विसंगत नव्हती. तात्पर्य, महाराष्ट्र धर्म म्हणजे शिवाजी महाराज आणि त्याचं्या लोकांचा धर्म होय.

महाराष्ट्राच्या निजात्मभावाची म्हणजेच आयडेंटिटीची 'शिवाजी' ही खूण आहे. ज्ञानेश्वरीतील शब्दांची उसनवारी करून सांगायचे झाल्यास, 'शिवरायचि व्हावे आपण' हे जरी शक्य नसले तरी 'शिवरायाचे व्हावे आपण' अशी महाराष्ट्रातील कर्त्या पुरुषांची आकांक्षा असते येथे शिवाजी महाराज महात्म्यमापनाची मोजपट्टी आहे. तो मोठेपणाचा मार्ग आहे आणि मार्गदर्शक दीपस्तंभ आहे. शिवाजीशिवाय महाराष्ट्र आणि महाराष्ट्राशिवाय शिवाजी ही कल्पनाच करता येत नाही. शिवछत्रपतींमुळे महाराष्ट्राला नावलौकिक मिळाला हे खरे असले तरी त्यांनी महाराष्ट्रातच जन्म घेणे, हा अपघात नव्हता. शिवाजी म्हणजे महाराष्ट्राच्या कर्तृत्वाचाच निष्कर्ष. शिवाजी म्हणजे महाराष्ट्राच्या पराक्रमाचे पर्यवसान, शिवाजीसारखा हिरा लखलखायला महाराष्ट्रासारखे यथायोग्य कोंदण दुसरे नाही; परंतु हा संबंध एवढा वरवरचाही नाही. शिवाजी म्हणजे महाराष्ट्राच्या खाणीतील हिरा असे म्हणणे अधिक उचित होईल.

परंतु याच सत्याची दुसरी एक निष्पत्ती म्हणजे आपण शिवछत्रपतींचीच परंपरा पुढे नेत आहोत, असा दावा करण्याची महाराष्ट्रातील लोकांना लागलेली सवय. कान्होजी आंग्रे किंवा नानासाहेब पेशवे यांनी असे म्हणणे आपण समजू शकतो; कारण ते शिवरायांनी स्थापिलेल्या मराठी राज्याचाच भाग होते; परंतु १८१८मध्ये मराठ्यांचे राज्य विलयास जाऊन राजकारण करण्याच्या पद्धतीत व राजकीय ध्येयधोरणांत आमूलाग्र बदल झाल्यानंतरसुद्धा महाराष्ट्रातील धुरंधर असा दावा करत राहिले व अद्यापही हा प्रकार थांबलेला नाही. मधल्या काळातील स्वातंत्र्यलढ्यात शिवरायांचे नाव घेऊनच तेव्हाचे नेते राजकीय कृती करत होते. वासुदेव बळवंत फडक्यांनी ब्रिटिश सत्तेविरुद्ध जे बंड उभारले ते शिवछत्रपतींचे नाव घेतच. चापेकर बंधू काय किंवा सावरकर बंधूही शिवाजी हेच आपल्या सशस्त्र प्रतिकाराचे स्फूर्तिकेंद्र असल्याचा दावा करीत होते. लोकमान्य टिळकांनी तर शिवछत्रपतींचा उत्सवच सुरू केला.

स्वातंत्र्योत्तर काळात उभ्या राहिलेल्या संयुक्त महाराष्ट्राच्या चळवळीनेसुद्धा शिवाजी महाराज हेच आपले स्फूर्तिकेंद्र मानले होते. याच काळात पंडित नेहरूंनी शिवाजी राजांबद्दल

उत्तरेच्या तुलनेत दक्षिण दिशा आक्रमणास सोपी होती. शहाजी राजांनी अनुकूल पार्श्वभूमी आधीच निर्माण करून ठेवली होती. महाराजांनी तिकडे लक्ष केंद्रित केले. त्यांच्या दक्षिणेवरील स्वारीला दक्षिणदिग्विजय म्हणण्याची प्रथा निश्चितच अन्वर्थक आहे.

महाराष्ट्राच्या निजात्मभावाची म्हणजेच आयडेंटिटीची 'शिवाजी' ही खूण आहे. शिवाजी महाराजांशिवाय महाराष्ट्र आणि महाराष्ट्राशिवाय शिवाजी महाराज ही कल्पनाच करता येत नाही; कारण शिवाजी महाराज म्हणजे महाराष्ट्राच्या खाणीतला लखलखता हिरा!

केलेल्या विधानांची बरीच चर्चा झाली. शिवरायांबद्दलच्या त्यांच्या या विधानांचा संबंध त्यांच्या व काँग्रेसच्या संयुक्त महाराष्ट्रविरोधी भूमिकेशी लावण्यात आला. त्याला शह देण्यासाठी यशवंतराव चव्हाणांनी नेहरूंना प्रतापगडावरील शिवछत्रपतींच्या पुतळ्याचे अनावरण करण्यासाठी निमंत्रित करण्याचे राजकारण केले. अर्थात संयुक्त महाराष्ट्र समितीच्या कार्यकर्त्यांनी तेव्हा नेहरूंसमोर मोठ्या प्रमाणावर निदर्शने करण्याची संधी सोडली नाही, हेही लक्षात ठेवले पाहिजे.

हे सारे तपशील येथे मांडण्याचे कारण म्हणजे शिवाजी महाराज महाराष्ट्राचे स्फूर्तिकेंद्र असल्यामुळे आपापले राजकारण पुढे रेटण्यासाठीही त्यांचा उपयोग कसा केला जातो, हे समजावे. महाराष्ट्रातील सर्व जातिजमातींना मान्य होईल असे शिवचरित्र अद्याप लिहिले जायचे आहे, असे त्र्यं. शं. शेजवलकरांनी उघडकीस आणून पन्नासवर अधिक वर्षे झाली. एवढ्या वर्षांत त्या दिशेने काही प्रगती होण्याऐवजी ती शक्यता अधिक धूसर झाली असल्याचेच लक्षात येते.

ते काहीही असो, या सर्व प्रकाराकडे महाराष्ट्र आणि शिवराय यांच्या संबंधाचा आविष्कार म्हणूनही पाहता येईल. अगोदरच म्हटल्याप्रमाणे हा संबंध अतूट आहे. अगदी शिवकाळातसुद्धा विदेशी लोकही महाराष्ट्रातील लोकांना शिवाजी महाराजांचे अनुयायी समजत आणि शिवाजी महाराजांना महाराष्ट्रातील लोकांचे प्रतिनिधी. सुरतेच्या वखारीतील इंग्रज अधिकारी मुंबईकरांस लिहितो, "या सर्व मुलुकात अत्यंत धोरणी व सुताने स्वर्गाला जाणाऱ्या लोकांशी तुम्हाला प्रसंग पडला आहे." हे लोक म्हणजे महाराष्ट्रातील मराठे, हे वेगळे सांगायला नको.

मुंबईकर इंग्रजांचेही मत असेच होते. त्यांनी सुरतकरांना असाच सल्ला दिला, "ज्यांच्याशी तुम्हाला वागायचे आहे ते लोक चतुर व चौकस आहेत; त्यांच्याशी व्यवहार करताना मर्यादेने आणि विचाराने करावा."

वस्तुतः मुंबईकर किंवा सुरतकर इंग्रज ज्या काळात हे लिहीत होते, तो मराठ्यांच्या सत्तासंपादनाचा प्रारंभिक काळ होता, हे लक्षात ठेवले पाहिजे. मराठ्यांबद्दलचे हे मत बदलण्याचे इंग्रजांना अखेरपर्यंत कारण नव्हते. त्यांचा मराठ्यांशी व्यवहार विचारपूर्वक व सावधानतेचाच राहिला.

साक्षात शिवाजी महाराजांच्या मार्गदर्शनाखाली किंवा समवेत काम करण्याची व तत्पर

वासुदेव बळवंत फडक्यांनी ब्रिटिश सत्तेविरुद्ध जे बंड उभारले ते शिवछत्रपतींचे नाव घेतच. चापेकर बंधू काय किंवा सावरकर बंधूही शिवाजी हेच आपल्या सशस्त्र प्रतिकाराचे स्फूर्तिकेंद्र असल्याचा दावा करीत होते.

क्रांतिवीर वासुदेव बळवंत फडके
शिवाजी हेच स्फूर्तिकेंद्र

होण्याची संधी ज्यांना लाभली, ते तर भाग्यवान खरेच; परंतु ज्यांना अशी संधी मिळाली नाही ते शिवोत्तर काळातील लोकसुद्धा आपापल्या परीने शिवरायांच्या ध्येयधोरणांचा व कृतींचा अर्थ लावत वाटचाल करतच होते. ही प्रक्रिया संपली आहे, असे अजूनही म्हणता येत नाही. तिच्यामुळे शिवाजी महाराजांचा महाराष्ट्र या समजुतीला बळकटीच येते.

महाराष्ट्रातील लोकांमध्येच राजकीय नेतृत्वाचे आणि उलाढाली करण्याचे गुण मुळातच अंगभूतपणे वसत होते. शिवाजी महाराजांच्या ठायी या गुणांचा प्रकर्ष झाला होता, म्हणून या लोकांचे नेतृत्व ते करू शकते.

प्रसरणक्षमता हा मराठ्यांचा गुणधर्म असल्याचे राजारामशास्त्री भागवतांनी निदर्शनास आणले असल्याचे आपण जाणतोच. यादवांचे राज्य नष्ट झाल्यानंतर साहजिकच मराठ्यांच्या या गुणाला वाव मिळेनासा झाला. ही कोंडी सर्वप्रथम शिवाजी महाराजांनी फोडली. महाराजांच्या काळी उत्तरेत मोगलांची जबर पकड असल्यामुळे तिकडे विस्तार करणे अशक्यप्राय होते. महाराजांनी व्यापारी शहर म्हणून प्रसिद्ध असलेल्या सुरतेला दोनदा धडका मारल्या खऱ्या; परंतु त्या विस्तारासाठी नसून वसुलीसाठी होत्या.

उत्तरेच्या तुलनेत दक्षिण दिशा सोपी होती. शहाजीराजांनी अनुकूल पार्श्वभूमी आधीच निर्माण करून ठेवली होती. महाराजांनी तिकडे लक्ष केंद्रित केले. दक्षिणदिग्विजय करताना शिवरायांनी पराक्रमाबरोबरच मुत्सद्देगिरीचाही पुरेपूर उपयोग केला. त्यांनी गोवळकोंड्याच्या कुतुबशहाबरोबर मैत्री करून संभाव्य विरोध कमी केला.

महाराजांनी दक्षिणेत केलेला विस्तार अत्यंत योजनाबद्ध होता. त्यांच्या स्वारीत हजारो ब्राह्मण समाविष्ट असल्याचा उल्लेख परकीय साधनांमधून आढळून येतो. हे ब्राह्मण त्यांनी पूजापाठ करायला नेले नव्हते, हे लक्षात घ्यावे. तशा ब्राह्मणांची संख्या दक्षिणेत महाराष्ट्रापेक्षा कमी खचितच नव्हती. जिंकलेल्या प्रदेशाची प्रशासकीय व्यवस्था लावण्यासाठी महाराजांनी हे ब्राह्मण तिकडे नेले व ठिकठिकाणी वसवले.

६१

महाराष्ट्र राज्याचे वेगळेपण

शिवछत्रपतींच्या मृत्यूनंतर त्यांनी स्थापन केलेले महाराष्ट्राचे 'स्वराज्य' नष्ट करण्याच्या इराद्यानेच सर्वसामर्थ्यसंपन्न मोगल बादशहा औरंगजेब विंध्य पर्वत ओलांडून जातीने दक्षिणेत उतरला. यापूर्वी कोणताही मोगल बादशहा तख्तावर असताना दक्षिणेत स्वत: आला नव्हता, हे लक्षात घ्यायला हवे. तो दिल्लीला परत गेला नाही, हा आणखी विशेष मुद्दा. त्याची मराठ्यांवरील मोहीम ही अशा प्रकारे आत्मघातकी ठरली व तिने मोगल साम्राज्याच्या विघटनाचा पायाच घातला. शिवाजीमहाराजांची कोंडी करून औरंगजेबाने त्यांना उत्तरेत यायला भाग पाडले व त्यांचा तेथेच शेवट करण्याची योजना आखली. त्याची ही योजना पूर्णपणे फसली व महाराज शिताफीने निसटून स्वगृही परतू शकले. इकडे स्वत:हून दक्षिणेत आलेला औरंगजेब मात्र तेथे जो अडकून बसला, तो परत जाऊच शकला नाही. इतकेच नव्हे, तर त्याच्या मृत्यूनंतर मराठेच उत्तरेत गेले व त्यांनी शेवटी मोगल साम्राज्याला मुठीत दाबले. शिवाजीमहाराज विरुद्ध औरंगजेब यांच्यातील लढ्याचे पर्यवसान शेवटी हे असे मराठ्यांच्या वर्चस्वात झाले. शिवछत्रपतींनी सुरू केलेल्या संघर्षाची समाप्ती ही अशा प्रकारे महादजी शिंद्यांनी दिल्लीच्या बादशहाला मराठ्यांच्या कब्जात आणून केली.

औरंगजेबाने दिलेले आव्हान स्वीकारून ते परतवून लावताना मराठ्यांच्या अंगचे सर्व गुणधर्म दिसले व महाराष्ट्र ही काय चीज आहे, हे जगाला दिसून आले. महाराष्ट्रातील लोक आपल्या राज्याचे रक्षण करू शकले, याची कारणमीमांसा करताना त्यांच्या या गुणधर्मांना महत्त्व द्यायलाच हवे; परतुं शौर्य, धैर्य, मुत्सद्देगिरी या गुणांपेक्षाही महत्त्वाची होती, ती त्यांची या राज्याकडे पाहण्याची दृष्टी.

वास्तविक पाहता मानवी समाजाचे नियंत्रण करणाऱ्या राजा नावाच्या मनुष्याचा उदय कसा झाला याविषयी राज्यशास्त्रज्ञ पहिल्यापासून डोकेफोड व काथ्याकूट करत आलेले

मध्ययुगीन काळातील राजाच्या प्रती असलेल्या निष्ठेला मराठ्यांचा अपवाद नव्हता; परंतु या व्यक्तिगत निष्ठेच्या पलीकडे जाऊन आपले राज्य ही एक वेगळी बाब असल्याची जाणीव त्यांच्यात होती. या वेगळ्या बाबीचे संरक्षण करणे, हे आपले कर्तव्य समजून ते त्यासाठी झटले.

आहे. राजा हा साक्षात ईश्वराचा अंश वा विभूती असल्याचे मत खूप प्राचीन आहे. युरोपात मध्ययुगाचा अंत होताना घडून आलेल्या प्रबोधनाचे एक वैशिष्ट्य म्हणजे मानवकेंद्रित विचार. समर्थ रामदास दासबोध लिहिण्याचा आराखडा करत असतानाच बहुधा थॉमस हॉब्जने सामाजिक कराराचा सिद्धान्त पुढे आणला. इकडे औरंगजेबाने मराठ्यांच्या छत्रपती संभाजीराजांची हत्या केली. त्या दरम्यान तिकडे इंग्लंडमधील लोकांनी आपल्या पहिला चार्ल्स या राजाला ठार करून विल्यम व मेरी यांना सिंहासनारूढ के ले; तेव्हा जॉन लॉक या विचारवंताने हा करारसिद्धान्त वेगळ्या स्वरूपात मांडला. त्याचे आणखी एक रूप अठराव्या शतकाच्या मध्यावर फ्रेंच तत्त्ववेत्ता रूसो याने मांडले; तेव्हा मराठ्यांनी उत्तरेत आपले वर्चस्व प्रस्थापित केले होते.

हॉब्ज, लॉक, रूसो लिहीत होते, ते मानवी व्यवहारांच्या अनुभवसिद्ध चौकटीत. तेव्हा यरोपातही राजेशाहीच असल्यामळे ते 'राजा' या व्यक्तीचा संदर्भ देत असले, तरी वास्तवात राज्याविषयी म्हणजे राज्यसंस्थेविषयी बोलत होते. आशिया खंडात राजाकडे अजूनही ईश्वरी अंश किंवा प्रतिनिधी म्हणून पाहण्याचीच परंपरा होती. तेथे मनुष्यकेंद्रित विचारांचे प्रबोधन होण्यास अवकाश होता. महाराष्ट्रातील मराठे सुद्धा आपल्या राजाकडे ईश्वरसदृश पूज्यभावाने पाहत असणार, यात नवल नाही. स्वतः शिवाजी महाराजांकडेही पाहण्याची त्यांची दृष्टी, ते विष्णूचा किंवा शिवाचा अवतार असल्याचीच होती, हे सर्वांनाच ठाऊक आहे.

परंतु, याही वैचारिक परिस्थितीत मराठ्यांचे वैशिष्ट्य ठसठशीतपणे उठून दिसते, की राज्याचा विचार राजाच्या निरपेक्षपणे करतात. त्यांचा हा विचार प्रबोधनकालीन युरोपीयन विचारांप्रमाणे मानवकेंद्रित नसला तरी व्यक्तिनिरपेक्ष आहे, याची नोंद घ्यायला हवी. वेगळ्या पद्धतीने सांगायचे म्हणजे मराठ्यांनी संभाजी, राजाराम किंवा ताराबाई या त्या-त्या वेळच्या सत्ताधाऱ्यांना निमित्तमात्र मानून राज्याला महत्त्व दिले. मध्ययुगीन काळातील राजाच्या चरणी वाहण्यात येणाऱ्या निष्ठेला मराठ्यांचा अपवाद असण्याचे कारण नव्हते; परंतु या व्यक्तिगत निष्ठेच्या पलीकडे जाऊन आपले राज्य ही एक वेगळी बाब असल्याची जाणीव त्यांच्यात होती. या वेगळ्या बाबीचे संरक्षण करणे, हे आपले कर्तव्य समजून ते त्यासाठी झटले. राजा हा राज्याचे प्रातिनिधिक प्रतीक असल्यामुळे त्याचे रक्षणही तितकेच

आवश्यक ठरते. म्हणून मराठ्यांनी लाख विपत्तींमधून मार्ग काढून आपला राजा दक्षिणेत जिंजीच्या किल्ल्यात हलवला. हा राजा जोपर्यंत आहे, तोपर्यंत आमचे राज्य अबाधित आहे; मग भले आमचे सर्व किल्ले औरंगजेबाच्या ताब्यात जावोत, आमच्या भूमीवर औरंगजेबाच्या सेनासागराच्या लाटा एकामागून एक आदळोत; आमच्या शहरांची, गावांची आणि किल्ल्यांची नावे औरंगजेब कितीही बदलो.

मराठ्यांचा आपल्या या राज्याकडे पाहण्याचा दृष्टिकोन रामचंद्रपंतांच्या *आज्ञापत्रातून* पुरेसा व्यक्त होतो-

> *“हे राज्य ईश्वरदत्त, ईश्वरप्रसादसामर्थ्ये या राज्याची अभिवृद्धी व्हावी असे समजून, त्या विस्खलित प्रसंगात बरी सूक्ष्मबुद्धी चालवून, जे सेवक बुद्धिमंत कृतकर्मे होते, त्यांचे मनोधारण व समाधाने केली. विचारबुद्धी हळूहळू वाढवून सर्वही उद्योगतत्पर केले. सकल प्रजा निःशंकपणे स्वामिकार्यास सादर जाहले. औरंगजेबासारखा सबल शत्रू चालोन आला, त्याने या राज्यानिमित्त आपला संपूर्ण पराक्रम व अर्थवैभवादि सर्व शक्ती वेचली. तथापि, श्रीकृपेने सकलही निर्फळ जाहले. परिणामी हतोद्यम होत्साता, पराङ्मुख होऊन यमलोकास गेला.”*

महाराष्ट्र राज्य ईश्वरदत्त वा प्रासादिक असण्याची तत्कालीन राज्याच्या सेवकांची व सर्वसाधारण प्रजेचीही समजूत होती. प्रासादिक राज्य म्हणजे नेमके काय, हे समजून घेण्यासाठी पारंपरिक भारतीय साहित्यशास्त्रातील काव्यसिद्धान्तांचा संदर्भ घेणे आवश्यक आहे.

हा सिद्धान्त काव्याच्या निर्मितीविषयी विधान करतो. त्यानुसार कवितेच्या निर्मितीची कारणे तीन. प्रयत्न, प्रतिभा आणि प्रसाद. काही कवी भाषेच्या व्याकरणाचा व पूर्वकालीन

काही कवी भाषेच्या व्याकरणाचा व पूर्वकालीन कवींच्या काव्याचा अभ्यास करून प्रयत्नपूर्वक प्रास, यमके यांची जुळवाजुळव करीत कविता रचतात. काही कवींना प्रतिभाशक्तीची निसर्गदत्त देणगी असते. तिसऱ्या प्रकारचे कवी एकदम वेगळे असतात. त्यांची कविता हा ईश्वराचा प्रसाद मानला जातो. ते ईश्वरी वाणीच्या अभिव्यक्तीचे माध्यममात्र असतात. समर्थ रामदासांनीही कवींचे धीट, पाठ आणि प्रासादिक असे वर्गीकरण केले आहे. त्याच्या मुळाशी बहुधा हीच दृष्टी असावी.

कवींच्या काव्याचा अभ्यास करून प्रयत्नपूर्वक प्रास, यमके यांची जुळवाजुळव करत कविता रचतात. काही कवींना प्रतिभाशक्तीची निसर्गदत्त देणगी असते. त्यांना फारसे प्रयत्न न करता कविता स्फुरते.

तिसऱ्या प्रकारचे कवी एकदम वेगळे असतात. त्यांची कविता हा ईश्वराचा प्रसाद मानला जातो. ते ईश्वरी वाणीच्या अभिव्यक्तीचे माध्यममात्र असतात. त्यांच्या कवितेच्या दर्जाचे स्पष्टीकरण प्रयत्न वा प्रतिभा या मानवी कारणांच्या संदर्भात करताच येत नाही.

समर्थ रामदासांनीही कवींचे धीट, पाठ आणि प्रासादिक असे वर्गीकरण केले आहे. त्याच्या मुळाशी बहुधा हीच दृष्टी असावी.

तुकाराम महाराजांनी आपले अभंग ही प्रसादाची कविता असल्याचा दावा केला होता, हे जाणकारांना ठाऊकच आहे. *"प्रसादाची वाणी वदतो उत्तरे। नाही मतांतरे जोडियेली॥"* प्रत्यक्ष पांडुरंग आणि नामदेवराय आपल्या स्वप्नात आले व त्यांनी आपणास कविता करण्याचा आदेश दिला, असेही तुकोबा सांगतात.

"नामदेवापायी तुया स्वप्नी भेटी । प्रसाद हा पोटी राहिलासे ॥"

"क्षरअक्षरा वेगळा । तुका होऊनी निराळा।
पाहे निगमकळा । बोले विठ्ठलप्रसादे ॥"

या त्यांच्या ओळी त्यांची हीच धारणा स्पष्ट करतात. आपल्या कवित्वामागे काही एक दैवी प्रेरणा व दैवी योजना असून, आपण परमेश्वराच्या हातातील एक साधन आहोत, हा याच धारणेचा भाग होय.

काव्यनिर्मितीच्या मीमांसेबरोबर काव्याच्या प्रयोजनाची मीमांसाही बदलते. यश, कीर्ती किंवा धन मिळवण्यासाठी कवी काव्य रचतात, असे तेव्हा मानले जाई. आता प्रासादिक कवितेमुळे कीर्ती वगैरे मिळू शकेल; पण तो कवी कीर्तीसाठी कविता लिहीत नसतो. कीर्ती ही एक आनुषंगिक निष्पत्ती असते.

शिवाजी महाराजांनी महाराष्ट्र राज्याची निर्मिती केली, तेव्हा आपण हे कृत्य दैवी प्रेरणेतून करत आहोत, अशी महाराजांची धारणा होती व त्यामुळे हे राज्य ईश्वरी प्रसाद आहे, अशी समकालिनांचीही समजूत होती. या समजुतीमुळेच राजा कोणीही असो वा कोठेही असो, महाराष्ट्रातील जनता त्याचे रक्षण करण्यास आपखुशीने पुढे सरसावली.

रायगडातून सुखरूप बाहेर पडून जिंजीला सुरक्षितपणे पोहचणे हेच एक अद्‌भुत कृत्य

शिवाजी महाराजांनी महाराष्ट्र राज्याची निर्मिती केली, तेव्हा आपण हे कृत्य दैवी प्रेरणेतून करीत आहोत, अशी महाराजांची धारणा होती. या समजुतीमुळेच राजा कोणीही असो वा कोठेही असो, महाराष्ट्रातील जनता त्याचे रक्षण करण्यास आपखुशीने पुढे सरसावली.

होते. राजाराम महाराजांच्या या कृत्याची तुलना शिवाजी महाराजांच्या आग्र्याहून सुटून रायगडावर पोचण्याच्या कृत्याशीच करावी लागते. या प्रवासात मराठ्यांच्या बुद्धिचातुर्याची, सहनशीलतेची व निष्ठेची जणू परीक्षाच झाली. बाळाजी आवजी चिटणिसांची संभाजी राजांच्या काळात जी गत झाली होती ती पाहता, त्यांचे चिरंजीव खंडो बल्लाळ यांनी हा प्रसंग सूडाची संधी म्हणून न वापरता औरंगजेबाच्या अधिकाऱ्यांचे अत्याचार सहन करून अतुलनीय कामगिरी बजावली.

राजाराम महाराज जिंजीच्या किल्ल्यात पोचल्यावर औरंगजेबाने तो किल्ला हस्तगत करण्याच्या प्रयत्नांत काहीच बाकी ठेवली नाही. झुल्फिकार खानासारखा मातब्बर सेनापती त्यासाठी तब्बल आठ वर्षे खपला; पण त्यात त्याला यश आले नाही. मराठ्यांनी तो किल्ला तर प्राणपणाने लढवलाच; परंतु इकडे महाराष्ट्रात थांबलेल्या स्वराज्याच्या पहारेकऱ्यांनी आपल्या गनिमी काव्याच्या युद्धपद्धतीचा आणखी विकास करून मोगल सैन्याला सळो की पळो करून सोडले. धनाजी जाधव आणि संताजी घोरपडे या मराठी सेनापतींची नावे ज्याच्या त्याच्या तोंडी झाली. मोगल सैनिकांनी त्यांची इतकी धास्ती घेतली, की त्यांची घोडी कधी पाणी पिइनाशी झाली म्हणजे त्यांना पाण्यात धनाजी व संताजी दिसत असावेत असे ते म्हणू लागले. संताजीने तर एकदा खुद्द औरंगजेब बादशहाच्या तंबूपर्यंत मजल मारून तंबूच्या कनातीला लावलेले कळस कापून आणले. चिटणिसांच्या बखरीत मराठ्यांच्या युद्धनीतीचे वर्णन फार चांगले करण्यात आले आहे.

> "अकस्मात यावे, बक मत्स्य उचलून नेतो तसा घाला घालावा, शिपाईगिरीची शर्थ करावी, प्रसंग पडल्यास माघारे पळून जावे, खाण्यापिण्याचा दरकार बाळगू नये, पाऊस, ऊन, थंडी व अंधारी काही न पाहता घोड्यावरच हरभरे, भाकरी, चटणी, कांदे खाऊन धावावे. 'यांस कसे जिंकावे?' एका मुलुखात फौज आली म्हणून त्याजवर एकाची रवानगी करावी, तो दुसरीकडे जाऊन ठाणी घेतात, मुलूख मारितात; हे आदमी नव्हत, भूतखाना आहे, अशी बादशहाची त्रेधा उडाली."

मराठ्यांनी आपल्या स्वभावात वतनलालसेच्या पोटी ही अचाट कृत्ये केली असे कोणी समजत असेल, तर त्याच्या बुद्धीची कीव करावीशी वाटते. आपल्या व आपल्या मुलाबाळांच्या पोटापाण्याची व भवितव्याची चिंता कोणालाही असतेच. या काळात सर्वत्र अव्यवस्था, अंदाधुंदी व असुरक्षितता माजल्यामुळे वेतनाची पद्धती अमलात आणणे शक्यच नव्हते. तेव्हा परत एकदा वतनाच्या पारंपरिक पद्धतीचा आश्रय घ्यावा लागला; पण त्यामुळे राज्याकडे पाहण्याची लोकांची दृष्टी बदलली, असे मात्र म्हणता येत नाही. रामचंद्रपंतांनी व्यक्त केलेल्या या दृष्टीचीच आणखी एक अभिव्यक्ती खुद्द राजारामांनी

नागोजी माने यांना दिलेल्या एका सनदेत आढळून येते. *"तुम्ही पूर्वी तांब्रांकडे होता. ऐशियास स्वामींचे राज्य म्हणजे देवताभूमी, या राज्यास तांब्राचा उपद्रव न व्हावा, महाराष्ट्र धर्म राहावा, स्वामींच्या राज्याची अभिवृद्धी व्हावी..."*

मराठ्यांचे हे राज्य मुळात स्वरूपत:च वेगळ्या प्रकारचे आहे, असे समजून त्याविषयी येथील लोकांनी काय भावना ठेवून कार्य केले, यासाठी बाजी सर्जेराव जेधे यांना लिहिलेल्या पत्रात एक फार चांगला शब्दप्रयोग आला आहे. *"हे महाराष्ट्र राज्य आहे. तुम्ही या राज्याची पोटतिडीक धरता."*

■

६२

मराठ्यांचा गनिमी कावा

औरंगजेब बादशहाला जवळपास पाव शतक मराठ्यांनी झुंजवले. महाराष्ट्रातील मराठ्यांचे स्वराज्य नष्ट करण्याचा त्याचा मनसुबा जागच्या जागीच राहिला. इतकेच नव्हे, तर तो स्वतःच महाराष्ट्राच्या मातीत मिळून गेला. राजधानी सोडून इतका दीर्घकाळ अन्य कोणी सत्ताधारी मोहिमेवर राहिला नव्हता. हा एक आगळा वेगळा विक्रम त्याच्या नावावर लागला. त्याचबरोबर एवढ्या बलाढ्य बादशहाला आव्हान देणारे म्हणून मराठ्यांचा दबदबा व दराराही हिंदुस्थानभर प्रस्थापित झाला. संयुक्त संस्थानांची सत्ता संपूर्ण अमेरिका खंडात पसरणार, या १९व्या शतकातील समर्थनीय श्रद्धेचा उल्लेख अमेरिकन इतिहासकार 'manifest destiny' असा करतात. तशीच समजूत मराठ्यांच्या बाबतीत आता भारतभर पसरू लागणे स्वाभाविक होते. मराठ्यांनी मोगलांशी दिलेल्या या दीर्घ लढ्याला महाराष्ट्राचे स्वातंत्र्ययुद्ध असे गौरवले जाते ते यथार्थच आहे. या रोमहर्षक कालखंडात मराठ्यांमधील स्वभावगुण पूर्ण परिपोष पावले. *रियासत*कार गो. स. सरदेसाई यांनी म्हटल्याप्रमाणे

> *"मोगल-मराठ्यांचे पंचवीस वर्षांचे हे युद्ध मराठ्यांच्या इतिहासात सोनेरी अक्षरांनी लिहून ठेवण्यास योग्य आहे. स्वाभिमान, स्वराष्ट्रप्रीती व स्वातंत्र्यप्रेम इत्यादी उच्चतर गुणांनी या युद्धाचा भाग बराच भरलेला आहे; तसेच काव्यनाटकांदिकांस योग्य असे पुष्कळ प्रसंग या युद्धात भरलेले आहेत. संभाजीचा वध, जिंजीचा वेढा, संताजीचा खून, धनाजीचे मोगलांवर हल्ले, सातारचा वेढा, शाहूची कैद व शेवटी प्रत्यक्ष बादशहाचा खेदजनक शेवट या शेकडो प्रसंगांची सरस व हृदयद्रावक कथानके रचण्यास इतिहासकार, कवी व नाटककार यांस भरपूर साहित्य मिळेल."*

सरदेसाई असेही सांगतात,

> "शिवाजीने जरी मराठ्यांचे स्वतंत्र राज्य स्थापिले, तरी त्या राज्याचा विस्तार व शक्ती वाढण्यास वरील युद्धच पुष्कळ अंशी कारण झाले. सर्वांवर सारखा प्रसंग गुदरल्यामुळे राष्ट्रीयत्वाची बंधने थोडी बहुत दृढ झाली आणि ज्याला इंग्रजीत टीमवर्क म्हणतात, अशी जुटीने काम करण्याची सवय लोकांस लागली. मनात आणल्यास आपण महत्कृत्ये करू शकू, अशी धमक व भरवसा त्यांजमध्ये उत्पन्न झाला."

आपल्या हातून अशी अचाट कृत्ये घडून येण्यासाठी आपले सामर्थ्य आणि मर्यादा यांच्यासह आपणालाही आपली ओळख होणे आवश्यक असते. यालाच सरदेसाई 'आत्मप्रत्यय' असे म्हणतात. "आपल्या ठिकाणी असा आत्मप्रत्यय असल्यावाचून पौरुषत्वाची कामे हातून होत नाहीत. या शक्तीच्या जोरावर मराठ्यांनी पुढे शंभर वर्षांपर्यंत हिंदुस्थानच्या चारही टोकांस आपला विजयध्वज फडकावीत नेला, ते केवळ लुटारू होते असे म्हणता येत नाही."

मराठ्यांच्या ठिकाणी हा आत्मप्रत्यय शिवाजी महाराजांनी जागवला, हे जगजाहीर आहे, म्हणून तर उत्तरकालीन लोकसुद्धा महाराष्ट्र राज्याचा उल्लेख 'शिवराज्य' असा करण्यात संकोच बाळगत नाहीत. अगदी ताराबाईंच्या काळाविषयी लिहिणारा कवी देवदत्तसुद्धा *'जगी शिवराज्य नांदे'* असे म्हणतो. हा देवदत्त *शिवभारत*कार कवींद्र परमानंद यांचा पुत्रच असल्यामुळे त्याचे मत गंभीरपणे घ्यावेच लागते.

महाराष्ट्रातील लोकांच्या या स्वतःच्या ओळखीला वा आत्मप्रत्ययाला फार महत्त्व आहे. पहिली गोष्ट म्हणजे यात वर्ण-जातिभेदाला थारा नाही. हे राज्य आपले असण्याची भावना सर्वांमध्येच वसत होती.

मराठ्यांच्यामधील या सामूहिक आत्मभानामुळे औरंगजेबाचे अंदाज साफ चुकले. महाराष्ट्रातील जवळपास प्रत्येक घर तेव्हा किल्ला झाले होते व प्रत्येक माणूस लढवय्या, असे म्हटले तर ती फारशी अतिशयोक्ती होऊ नये. औरंगजेब महाराष्ट्रावर कोसळला, तेव्हा सुरुवातीला मराठ्यांचे धोरण व पवित्रा बचावात्मक राहिले हे स्वाभाविकच होते; मात्र वाढत्या आत्मप्रत्ययानुसार मराठ्यांची भीड चेपली व ते आक्रमक बनले. ताराबाईंच्या काळात मराठ्यांच्या घोडदळाची संख्या एक लाख झाल्याची नोंद इतिहासकारांनी केली

शत्रूला घाबरल्यासारखे दाखवून मराठ्यांनी एखादा किल्ला खाली करून तिथून जावे व मोगलांनी त्याचा ताबा घेऊन तो शस्त्रास्त्रांनी व शिधासामग्रीने सुसज्ज करावा आणि मराठ्यांनी पुन्हा हल्ला करून त्यावर आयताच डल्ला मारावा! मराठे-मोगल युद्धात असे प्रसंग बऱ्याचदा आले.

आहे. मराठ्यांचे हे घोडेस्वार दक्षिणेत थेट जिंजीच्या किल्ल्यापर्यंत दौडत होते; पण त्याचबरोबर सुरुवातीला बचावाचे धोरण पत्करलेल्या मराठ्यांनी नंतर आक्रमक होऊन नर्मदा ओलांडून उत्तरेत प्रस्थान ठेवले. औरंगजेब बादशहा मोठ्या सैन्यानिशी दक्षिणेत उतरल्यामुळे उत्तरेत मोठी लष्करी पोकळी निर्माण झाली होती. कृष्णा सावंत, नेमाजी शिंदे या पराक्रमी सरदारांनी तिकडे झेपावून मोगली मुलुखाची लुटालूट सुरू केली. शाहू महाराजांच्या काळात उत्तराभिमुख होणाऱ्या मराठी राजकारणाचा पाया हा अशाप्रकारे राजाराम-ताराबाईंच्या काळातच घातला गेला होता.

इकडे महाराष्ट्रात किल्ल्यांना वेढा म्हणण्यापेक्षा विळखा घालून बसलेल्या औरंगजेबाच्या सैन्यावर विजेच्या जोषाने तुटून पडून जमेल तेवढी लूट करून वाऱ्याच्या वेगाने निघून जाणाऱ्या मराठी घोडेस्वारांनी औरंगजेबाच्या सैन्यात पक्की दहशत बसवली होती. औरंगजेब आपणास जिंकू शकत नाही, हे एकदा लक्षात आल्यानंतर मराठ्यांनी आपली युद्धनीतीच बदलली. औरंगजेबाचा पूर्ण पराभव करून त्याला उत्तरेत हाकलून लावण्यापेक्षा तो येथे असण्यातच आपला फायदा असल्याचे त्यांनी हेरले. त्याच्या हटवादीपणाचा, धर्मवेडाचा पुरता फायदा मराठ्यांनी उठवला. महाराष्ट्र वगळता जवळपास सर्व हिंदुस्थानावर मोगलांचा अंमल असल्यामुळे सर्व दिशांनी औरंगजेबाच्या सैन्यासाठी रसद व खजिना येत असे. तो आयताच मराठ्यांच्या हातात पडे. एकट्या महाराष्ट्रातून एवढे उत्पन्न मिळणे शक्यच नव्हते. औरंगजेब लाखो सैनिकांसह येथेच ठाण मांडून बसल्यामुळे मराठ्यांना आता लुटीसाठी बाहेर जायचीही गरज उरली नाही. अर्थात तरीही ते गुजरात, माळवा, मध्यप्रांतावर स्वाऱ्या करत राहिले. याचे कारण म्हणजे तेथे मिळणाऱ्या लुटीप्रमाणेच; औरंगजेबावर येणाऱ्या दडपणात व मराठ्यांच्या बसणाऱ्या दहशतीतही त्यांना स्वारस्य होते.

मराठ्यांच्या या धोरणामुळे त्यांच्या स्वातंत्र्ययुद्धात वीररसाबरोबरच प्रसंगी हास्यरसही निर्माण होई. मोगलांच्या फजितीमुळे कोणाची करमणूक होत नसेल? शत्रूला घाबरल्यासारखे दाखवून मराठ्यांनी एखादा किल्ला खाली करून तिथून जावे व मोगलांनी त्याचा ताबा घेऊन तो शस्त्रास्त्रांनी व शिधासामग्रीने सुसज्ज करावा आणि मराठ्यांनी पुन्हा हल्ला करून त्यावर आयताच डल्ला मारावा! एखादा किल्ला लवकर सर करण्यासाठी सतत येणाऱ्या बादशाही दडपणामुळे हवालदिल झालेल्या सेनानीची अगतिकता ओळखून मराठ्यांनी त्याला सरळ 'ऑफर' देऊन सौदा करावा. त्याने मराठ्यांना काही एक रक्कम द्यायची. ती घेऊन त्यांनी किल्ला रातोरात सोडून निघून जायचे. दुसऱ्या दिवशी मराठ्यांवर आपण विजय मिळवला, असे जाहीर करून मोगल सेनानीने त्याचा ताबा घ्यायचा. त्यामुळे खूष होऊन बादशहाने किल्लेदाराला इनाम द्यायचे. मराठ्यांना दिलेली लाच

गनिमी कावा ही मराठ्यांची परंपरागत युद्धपद्धती मानली जाते. शत्रूचे सामर्थ्य आपल्यापेक्षा जास्त असेल; आणि म्हणून त्याला समोरासमोर टक्कर देणे परवडण्यासारखे नसेल, तर मराठे या तंत्राचा उपयोग करीत. प्रसंगानुरूप यशस्वी माघार, हाही या युद्धात सद्‌गुण ठरतो.

वगळता किल्लेदारही फायद्यात. थोड्याच दिवसात मराठ्यांच्या फौजा किल्ला परत सर करण्यास हजर!

मराठ्यांच्या या स्वातंत्र्याविषयी अलीकडे सेतू माधवराव पगडी व प्रा. जयसिंगराव पवार यांनी उद्‌बोधक लेखन केले आहे; पण तरीही या विषयाचे महत्त्व पुरेशा प्रमाणात सर्वसामान्य मराठी माणसापर्यंत पोचले आहे, असे म्हणता येत नाही.

गनिमी कावा ही मराठ्यांची परंपरागत युद्धपद्धती मानली जाते. शत्रूचे सामर्थ्य आपल्यापेक्षा जास्त असेल आणि म्हणून त्याला समोरासमोर टक्कर देणे परवडण्यासारखे नसेल, तर मराठे या तंत्राचा उपयोग करीत. राजाराम महाराजांच्या काळात त्याचा उपयोग मराठ्यांनी कसा केला, याचे वर्णन *चिटणिसाच्या बखरी*त फार चांगले उतरले आहे.

> "मोगली फौज मोठी, एके ठिकाणी उभी राहून लढाई करणार, मराठे यांनी आज ये ठायी, तर उद्या वीस-पंचवीस कोसांवर जावे; पुन्हा एकाएकी येऊन छापा घालावा, काही लढाई देऊन लुटून पळावे, काही रसद मारावी, पातशहाची ठाणी असतील ती उठवावी. खुद्द पातशहाचा मुक्काम असेल तेथे छापा घालावा, मुलूख मारावा, हत्ती, घोडे, उंट पळवावे, अशी धांदल करीत चालावे. गंगातीर प्रांती भागानगरपर्यंत खंडण्या घ्याव्या, एखादे ठाणे बळकावून झाडीचे आश्रयाने छावणीस राहावे. चंदीकडे मोगल फौजा रवाना होतील, त्यांस अडवावे, लढाई करावी, प्रसंग पडल्यास लुटावे. झुल्फिकारखानाकडून पातशहाकडे अर्जी येत असावी, की मराठी फौजांपुढे आमचा उपाय राहिला. हे पातशहांनी ऐकून त्यांचा विचार पडला, की यांशी कसे लढावे! सारांश मराठ्यांनी प्राण तृणप्राय समजून राज्याविशी झटावे, कामे केल्यानंतर सरदारांनी त्यांची नवाजीस करावी, बक्षीस द्यावे, किताबत सरंजामाच्या सनदा आणून घ्याव्या. पातशहासारखा शत्रू, लाखो फौजा, खजिना बेमुबलग, छकड्यास छकडे द्रव्याचे भरोन कोटिशः चालले आहेत. आपले सैन्य थोडे, जमा होऊ न देता मसलकीने हिंडोन फिरोन त्यांनी लांडगेतोड करावी. आपल्या फौजेत मणी धारण, त्यांच्या लष्करात शेराची, अशा रीतीने त्यांस चैन पडो देऊ नये."

औरंगजेब आपणास जिंकू शकत नाही, हे एकदा लक्षात आल्यानंतर मराठ्यांनी आपली युद्धनीतीच बदलली. औरंगजेबाचा पूर्ण पराभव करून त्याला उत्तरेत हाकलून लावण्यापेक्षा तो येथे असल्यातच आपला फायदा असल्याचे मराठ्यांनी हेरले.

मराठ्यांच्या युद्धतंत्राचे यथार्थ आकलन ग्रँट डफनेही प्रगट केले आहे :

"मराठ्यांचे सामान म्हटले म्हणजे, थोडीशी कांदाभाकरी व एक घोंगडी एवढेच काय ते असे. रात्री कोठे उतरणे, तर ते घोड्याचे लगाम हातात धरूनच घोंगडी पसरून त्यावर काही वेळ अंग टाकून राहत. त्याचप्रमाणे दिवसा दोन प्रहरी काही खाण्याकरिता किंवा ऊन टाळण्याकरिता ते उतरले, म्हणजे पाचपाच, सहा-सहा जण एखादे झाड असेल, तर त्याच्या छायेखाली उतरत; परंतु उघडे मैदानच असले, तर ते जमिनीत भाले रोवून, त्यांस आपले घोडे बांधून, भाल्यांचे टोकावरून एखादी घोंगडी आडवी पसरून देत व तिच्या लहानशा छायेत फक्त डोकी ठेवून बाकी सर्व अंगास दुपारचे जबर ऊन लागत असतानाही जमिनीवर घोरत पडलेले आढळत. आपल्या तलवारी मात्र ते कुशीशी ठेवत. त्यांच्याजवळ उंट, बैल वगैरे काही नसून, फक्त लहान, खुजे, चपळ, कंटक असे तट्टे असत. मिळालेली लूट त्यांवर लादून त्यांना फार जलदीने लांबवीत. येणेप्रमाणे मराठ्यांची फौज अगदी सुटसुटीत असल्यामुळे मिजासी व काही अंशी बेकैद अशा बादशहाच्या फौजेस तिचा पाठलाग करणे कठीणच पडे. त्यातूनही ती कधी गाठली जाऊन तिचा पराभव झालाच, तरी तिचे नुकसान ते काय होणार व तिचे सामानसुमान मोगलांचे हाती काय लागणार? उलट मोगल फौजेचा पराभव झाला, म्हणजे लुटीने मराठ्यांची चंगळ उडून मोगलांचे हाल होत."

युद्धामध्ये लढण्यासाठी आणि विशेष म्हणजे शत्रूवर विजय मिळवण्यासाठी शौर्य नावाचा गुण अंगी असलाच पाहिजे, याबाबत दुमत होण्याचे कारण नाही; परंतु केवळ शौर्य त्यासाठी पुरेसे नाही. भगवद्‌गीतेमध्ये शौर्याबरोबर तेज, धृती, दक्षता या गुणांचा उल्लेख क्षत्रियाच्या स्वभावाचा भाग म्हणून येतो. क्षात्रधर्मासाठी आवश्यक असणाऱ्या या सर्व गुणांचा मराठ्यांच्या अंगी परिपोष झाला होता, यात शंका नाही. 'युद्धे अपलायनम्' म्हणजे रणांगणातून मागे फिरायचे नाही, हा आणखी एक गुण गीता सांगते; परंतु प्रसंगानुरूप यशस्वी माघार हाही सद्‌गुण ठरतो, हे मराठ्यांनी गनिमी युद्धातून दाखवून दिले. हिंदुस्थानच्या इतिहासात अठरावे शतक हे मराठ्यांचे शतक आहे.

■

६३

'तुका म्हणे चाली झाली चहु देशी'

औरंगजेब बादशहाने आपल्या आयुष्याची जितकी वर्षे मराठ्यांचे राज्य नष्ट करण्यासाठी वाया घालवली, जवळपास तितकीच वर्षे मराठ्यांकडे दिल्लीचा ताबा असावा व त्यापेक्षा अधिक काळ मराठ्यांनीच दिल्लीच्या तख्ताचे रक्षण करावे, यात नियतीचा न्याय जो काय असेल तो असो; पण ही मराठ्यांनी केलेली सव्याज वसुली होती असेही म्हणता येईल.

आपले राज्य हे इतरांपेक्षा वेगळे असल्याची महाराष्ट्रातील लोकांची भावना असल्याचा उल्लेख यापूर्वी झालेला आहे. त्याला ते 'प्रासादिक' मानायचे. भगवंत रामचंद्रपंत अमात्य यांना द्वारकोजी यादवाने लिहिलेल्या पत्रातून या संदर्भात 'वरदी'असाही शब्द आलेला आहे. 'वरदी' म्हणजे ईश्वराच्या वरप्रसादे प्राप्त झालेले. साहजिकच अशा राज्याच्या रक्षणाची जबाबदारी आपल्याकडे असण्याचीही मराठ्यांची भूमिका होती, हे वेगळे सांगायला नको. मराठ्यांच्या स्वातंत्र्ययुद्धाच्या या कालखंडातील कागदपत्रांमधून 'महाराष्ट्र राज्य' व 'महाराष्ट्र धर्म' हे शब्दप्रयोग वारंवार आढळतात. त्यांतील 'महाराष्ट्र धर्म' या शब्दावरून इतिहासकारांमध्ये किती रणे माजली, हे जाणकारांना ठाऊकच आहे. महाराष्ट्र धर्म हे मराठ्यांच्या राजकारणाचे व इतिहासाचे अंतःसूत्र आहे. त्याविना मराठ्यांच्या हालचालींना काहीच अर्थ राहत नाही. ते भारतभर उगाचच हुतूतू खेळले असे निष्पन्न होते. ब्रिटिश इतिहासकार ग्रँट डफ याला तसेच वाटले, हे राजवाड्यांनी ठसठशीतपणे मांडले

औरंगजेबाच्या अखेरच्या दिवसांतच मराठे भारतव्यापी बनले होते. औरंगजेब महाराष्ट्रात उतरला, तेव्हा त्यांना बचावात्मक पवित्रा घेणे भाग होते; पण हळूहळू आक्रमण हा संरक्षणाचा सर्वश्रेष्ठ उपाय समजून त्यांनी औरंगजेबाच्याच राज्यात आघाड्या उघडायला सुरुवात केली.

आहे. दुर्दैवाने स्वतः राजवाड्यांनी 'महाराष्ट्र धर्मा'चा अन्वयार्थ लावताना तो संतांच्या भागवत धर्माच्या विरुद्ध असल्याचे सांगत त्याचे सर्व श्रेय समर्थ रामदासांना देऊ केले. इतकेच नव्हे, तर त्यातील ब्राह्मण वर्णाच्या स्थानाला फाजील महत्त्व दिले, त्यामुळे तो शब्दसुद्धा बदनाम होऊन बसला. वस्तुतः राजवाड्यांच्या अगोदर रानडे-भागवतांनी या शब्दाची व्याप्ती बरोबर ओळखली होती. मराठ्यांच्या प्रासादिक राज्याशी सुसंगत असाच त्यांचा हा धर्म होता. तो वर्जक नसून व्यापक व समावेशक होता. दुसऱ्यांच्या धर्माचा उच्छेद करणे, त्यात अभिप्रेत नव्हते.

इ.स. १६९१च्या हनुमंतराव व कृष्णाजी घोरपडे यांना दिलेल्या एका सनदेत छत्रपती राजाराम महाराज लिहितात : *"महाराष्ट्र धर्म पूर्ण रक्षावा हा तुमचा संकल्प स्वामींनी जाणून उभयतास जातीस व फौजखर्चास सहा लक्ष होनांची नेमणूक चालवण्याच्या निश्चय करून दिधला असे."*

स्वातंत्र्ययुद्धाच्या काळात महाराष्ट्र धर्माचा वारंवार उल्लेख होण्याचे कारण म्हणजे मुळात औरंगजेबानेच राजकारणात धर्म आणून ठेवला होता. इतर धर्मीयांना बाटवून इस्लामची दीक्षा द्यायची, हा त्याच्या उद्दिष्टांचाच एक भाग होता. याउलट मराठ्यांनी अन्य धर्मीयांना सक्तीने धर्मांतर करण्यास भाग पाडल्याचे एकही उदाहरण इतिहासाला ठाऊक नाही. त्यांचा महाराष्ट्र धर्म हा स्वरक्षणात्मक होता.

महाराष्ट्र धर्माच्या अनुयायांचा उल्लेख ताम्रांच्या संदर्भात करताना महाराणी येसूबाई चिंचवडकर देवांना लिहिलेल्या एका पत्रातून 'हरिभक्त' असा करतात. पानिपतच्या युद्धातही मराठी सैन्याचा उल्लेख 'हरिभक्त' असा करण्यात येत होता. हे मराठ्यांच्या 'प्रासादिक' अथवा 'वरदी' राज्यकल्पनेला धरूनच आहे. या राज्याविषयीच्या सरदारसेनापतींच्या भावनेला 'पोटतिडिक' असा चपखल शब्द राजारामांकडून बाजी सर्जेराव जेधे यांना गेलेल्या पत्रात येतो; पण त्याचा संदर्भही औरंगजेबाच्या धर्मवेडाचाच आहे.

> *"जे तुम्हीच लोक या राज्याची पोटतिडिक धरिता तेव्हा औरंगजेबाची हिसाब धरीत नाही ऐसे बरे समजून लिहिल्याप्रमाणे वर्तणूक करणे औरंगजेबाने महाराष्ट्र लोक आहे ते मुसलमान करावे ऐसे केले आहे.*

महाराष्ट्राच्या स्वातंत्र्ययुद्धाच्या काळात रामचंद्रपंत अमात्य, परशरामपंत प्रतिनिधी, शंकराजी नारायण सचिव, संताजी घोरपडे, धनाजी जाधव, खंडेराव दाभाडे अशी नररत्ने महाराष्ट्राच्या खाणीतून निपजली. धनी राज्यात नसला तरी आणि सर्वोच्च स्थानी एखादी स्त्री विराजमान असली तरी ना धडाडी कमी पडली, ना पराक्रमात उणीव भासली. शिवछत्रपतींनी निर्माण केलेल्या अष्टप्रधानांव्यतिरिक्त काही नवी पदे काळाची गरज ओळखून निर्माण करावी लागली.

शिवाजी महाराजांनी नष्टप्राय करत आणलेल्या पिढीजात वतनदारीच्या पद्धतीचे पुनरुज्जीवन या काळात अपरिहार्यच होते. राजधानी नाही, खजिना नाही मग वेतन कोण देणार आणि कोठून? अशा वेळी ज्याच्या मनगटात ताकद असेल त्याने जमाव करून शत्रूचा प्रदेश जिंकावा व तेच त्याचे वतन कायम व्हावे हा प्रकार तेव्हा अपरिहार्य होता.

नेताजी व साबाजी घाटगे व जानोजी राजे व कित्येक ब्राह्मणही या प्रांतीचे बाटविले."

महाराष्ट्र धर्म हे पारंपरिक हिंदू धर्माचे उज्ज्वल व परिष्कृत शुद्ध स्वरूप ते महाराष्ट्रातील साधुसंतांनी सिद्ध केले, म्हणून त्याला महाराष्ट्र धर्म म्हणावे, त्यात सक्तीच्या बाटवाबाटवीला वाव नव्हताच. हिंदू धर्माची समाजव्यवस्था ही मुळातच जातिरचनेवर आधारित असल्याने, तिच्या चौकटीत सर्व जातींच्या लोकांना देता येईल तेवढी समानतेची वागणूक देण्याचा जास्तीत जास्त प्रयत्न महाराष्ट्रात झाला, हे नाकारता येणार नाही. इतर धर्मीयांवर जुलूम करणाऱ्या औरंगजेबास पत्र लिहून शिवाजी महाराजांनी त्याला धर्माचे खरे स्वरूप सांगण्याचा प्रयत्न केला, तोदेखील महाराष्ट्र धर्माचाच भाग म्हणता येतो.

अशी पोटतिडीक धरून लढाई करणाऱ्यांच्या पुढे औरंगजेबाची मात्रा चालू नये, हे अनपेक्षित नव्हते. मराठ्यांवर जय मिळवणे अशक्यप्राय असल्याचे लक्षात आल्यामुळे औरंगजेबाचे अखेरचे दिवस कमालीच्या नैराश्यात गेले. त्याच्या अंतःकरणाच्या स्थितीचे वर्णन करताना इटालियन तोपची मनुची लिहितो-

"अहमदनगरास आल्यावर बादशहास अति पस्तावा झाला. आपण कशाला या मराठ्यांच्या युद्धात पडलो, असे त्यास होऊन गेले. दिल्लीस निघून जावे, तर दक्षिणचा सर्वच प्रदेश हातचा जाणार आणि इतक्या वर्षांचे श्रम व खर्च सर्व पदरात म्हणून त्यास दक्षिण देश सोडता येइना. मुलं, नातू, पणतू मिळून निदान सतरा आसामी वीस-पंचवीस वर्षांच्या वरचे त्याच्या कुटुंबात आहेत. नातवांच्या दाढ्या पिकू लागल्या. बादशहा मरतो केव्हा आणि आपण राजा बदलवतो केव्हा अशी प्रत्येकास विवंचना लागली आहे; पण मराठे लोकांस जिंकून बादशहाच्या मनास समाधान देण्याचे सामर्थ्य एकातही नाही. मराठे तर बेसुमार दांडगाई करू लागले आहेत. एक टोळी दिल्लीवर तर दुसरी बंगाल्यात ओरिसा, डाका, राजमहालकडे, तिसरी कर्नाटकावर, तर चौथी सुरतेवर असा सारखा धुमाकूळ चालला आहे. सन १७०६मध्ये त्यांनी सुरत, भडोच व गणदेवी लुटली. कोणत्या मुलखात ते नाहीत अशी जागा नाही."

थोडक्यात, औरंगजेबाच्या अखेरच्या दिवसांतच मराठे भारतव्यापी बनले होते. औरंगजेब महाराष्ट्रात उतरला, तेव्हा त्यांना बचावात्मक पवित्रा घेणे भाग होते; पण हळूहळू आक्रमण हा संरक्षणाचा सर्वश्रेष्ठ उपाय समजून त्यांनी औरंगजेबाच्याच राज्यात आघाड्या उघडायला सुरुवात केली.

महाराष्ट्राच्या स्वातंत्र्ययुद्धाच्या काळात रामचंद्रपंत अमात्य, परशरामपंत प्रतिनिधी, शंकराजी नारायण सचिव, संताजी घोरपडे, धनाजी जाधव, खंडेराव दाभाडे अशी नररत्ने महाराष्ट्राच्या खाणीतून निपजली. धनी राज्यात नसला तरी आणि सर्वोच्च स्थानी एखादी स्त्री विराजमान असली तरी ना धडाडी कमी पडली, ना पराक्रमात उणीव भासली. प्रयत्नांत कसूर तर कधीच झाली नाही. शिवछत्रपतींनी निर्माण केलेल्या अष्टप्रधानांव्यतिरिक्त काही नवी पदे काळाची गरज ओळखून निर्माण करावी लागली.

अर्थात महाराष्ट्रातील ही माणसेही अखेर माणसेच होती. त्यांच्यात हेवेदावे, परस्परस्पर्धा, वितुष्टे, वैमनस्ये होतीच. त्यातून निर्माण होणारी दुही-दुफळी नेहमीच कटकटीची ठरे. शिवाजी महाराजांनी नष्टप्राय करत आणलेल्या पिढीजात वतनदारीच्या पद्धतीचे पुनरुज्जीवन या काळात अपरिहार्यच होते, हे आपण पाहिले. राजधानी नाही, खजिना नाही मग वेतन कोण देणार आणि कोठून? अशा वेळी ज्याच्या मनगटात ताकद असेल त्याने जमाव करून शत्रूच्या प्रदेश जिंकावा व तेच त्याचे वतन कायम व्हावे हा प्रकार तेव्हा अपरिहार्य होता. नाही तरी शत्रूच्या ताब्यात असलेल्या प्रदेशाची जहागीर आपल्या पदरच्या सरदाराच्या नावे परस्पर चढवून देण्यास छत्रपतींच्या पदरचे तरी काय जाणार होते? मराठ्यांनी असे लवचीक धोरण पत्करले म्हणूनच ते टिकू शकले, हे ध्यानात घ्यायला हवे.

बादशहाच्या धर्मांध आणि हटवादी धोरणाला शह देण्यासाठी मराठे हिंदुस्थानभर पसरले; तेव्हा बादशहाचे आक्रमण ही महाराष्ट्राच्या इतिहासातील एक इष्टापत्तीच ठरल्यासारखे झाले. मराठ्यांबरोबर केलेल्या सततच्या युद्धांत मध्यवर्ती पातशाही सत्ता खिळखिळी झाली. तिचे वारसदार व मनसबदार एकमेकांतच झुंजू लागले. त्यामुळे देशात एक मोठी राजकीय पोकळी निर्माण झाली. ती भरून काढण्याचे सामर्थ्य मराठ्यांशिवाय अन्य कोणत्याही भारतीय जनसमूहात नव्हते. मराठ्यांच्या अंगभूत गुणांना व्यक्त होण्याची संधी खरे तर औरंगजेबानेच प्राप्त करून दिली होती.

दुसराही एक मुद्दा सूचित झालेला होता. १७०७मध्ये औरंगजेबाच्या मृत्यूनंतर त्याच्या वारसदारांनी शहाणपण दाखवून मराठ्यांबरोबरचे युद्ध आपण होऊन संपुष्टात आणून राजधानीस प्रयाण केले. अर्थात परतताना मोगल दरबाराच्या कब्जात असलेला छत्रपती संभाजीराजांचा युवराज 'शाहू' याची मुक्तता करून त्यालाच मोगल राज्याच्या महाराष्ट्रातील प्रतिनिधी नियुक्त करून त्याच्या हाती सूत्रे सोपवण्याची मुत्सद्देगिरीही त्यांनी

दाखवली. त्यामळे प्रस्तुत युद्धात मोगलांना माघार घ्यावी लागली असा अपवाद आला असता, तो आला नाही.

अर्थात राजाराम महाराजांच्या पश्चात मराठी राज्याचे समर्थपणे संरक्षण करणाऱ्या महाराणी ताराबाई या युवराजाचे स्वागत करणे संभवनीय नव्हतेच. त्यांनी हा खरोखरचाच शाहू आहे, की कुणी तोतया, असा संशयही घेऊन पाहिला. अर्थात अशा प्रकारे खातरजमा करून घेण्यात गैर काहीच नव्हते. याआधी असा तोतया एकदा येऊन गेलाही होती.

परंतु हा तरुण खरोखरचाच शंभुपुत्र शाहूच होता. ताराबाईंनी त्याला राज्य देण्याचे नाकारले. त्याच्याशी युद्धही करून पाहिले; परंतु बऱ्याच मातब्बर सेनानींनी व मुत्सद्द्यांनी आपले वजन शाहूच्या पारड्यात टाकले. परिणामतः मराठ्यांच्या एका गादीच्या दोन गाद्या झाल्यामुळे सातारा गादी शाहू महाराजांची व नवी कोल्हापूर गादी ताराबाईपुत्र शिवाजीची अशी वाटणी झाली.

ते काहीही असो, मोगलांनी युद्धविराम केला असला तरी दरम्यानच्या काळात मुलुखगिरी अंगवळणी पडलेले मराठे आता महाराष्ट्रातल्या महाराष्ट्रात स्वस्थ बसून कारभार करतील, हे शक्य नव्हते. मराठे चहू मुलखांत पसरले. तुकोबांचा अभंग वापरून सांगायचे झाले तर- "तुका म्हणे दिशा मोकळ्या सकळा। अवकाशी खेळा ठाव झाला॥" अशी त्यांची अवस्था झाली.

सारा महाराष्ट्रच आता लढवय्या बनला होता. बायकासुद्धा उत्तम प्रकारे घोडदौड करू लागल्या. खेडेगावातील पोरेटोरे गुरे राखायला रानात जात, तेव्हासुद्धा नेहमीचे हमामा-हुतूतू असे खेळ सोडून मोगल-मराठे अशा फळ्या पाडून लुटुपुटीची लढाई करत खरोखरचे जखमी होऊ लागले. "तुका म्हणे चाली झाली चहू देशी"

६४

हिंदुस्थानचा बंदोबस्त

मराठ्यांमधील पराक्रमादी गुणांना जमेस धरूनसुद्धा केवळ अशा गुणसमुच्चयामुळे नवे राज्य उभे राहील व टिकेल याची खात्री देता येत नाही. या गुणांचा उपयोग कोणत्या दृष्टीने केला जातो या मुद्यालाही महत्त्व आहे. मराठी राजांपासून तर प्रजेपर्यंतचे लोक महाराष्ट्र राज्याकडे ईश्वरी अधिष्ठान असलेले राज्य म्हणून पाहात होते, याची चर्चा करण्यात आलेली आहेच. ताराबाई आणि शाहू महाराज यांच्यातील कलहामुळे एका गादीच्या दोन गाद्या झाल्या. कोल्हापूर येथे राजारामपुत्र संभाजी स्वतंत्रपणे राज्य करू लागला; मात्र या वाटणीनंतरही स्पर्धा व कलह सुरू राहिला. निजामासारख्या शत्रूला मराठी राज्यातील हा गृहकलह हवाच होता. त्याने त्यास सर्वतोपरी प्रोत्साहन देण्याचे प्रयत्न सुरू ठेवले. शाहू महाराजांनी संभाजीराजांना कशा प्रकारे समजावले याची नोंद महत्त्वाची आहे.

> *"महाराजांनी सर्व प्रधान बोलावून विचार केला, जे संभाजी राजांनी मनात दुर्बुद्धी धरली आहे. हे राज्य श्रींचे कृपेचे; थोरले महाराजांपासोन आजपर्यंत साध्य करण्यास कोण प्रयास लागले. म्हणोन त्यांस पत्रे लिहिली जे, "हे राज्य श्रींचे, यवनांचे आश्रयास जाऊन जय कसा होईल, तुम्हास राज्यलोभ होता, तर आम्हास सांगोन पाठवायचे होते. आम्हापासी सेवकलोक दिगंतप्रताप करणारे आहेत. त्यातील तुमचे बरोबर देऊन एखादे राज्य साधून दिले असते किंवा तुम्ही पराक्रम करून दाखवावा होता, किंवा आम्ही यवनांनी घेतलेले राज्य पुनः सोडवितो, तसे तुम्हासही याखेरीज सोडविता आले असते."*

याच दरम्यान धनाजी जाधवांचा मुलगा चंद्रसेन मराठ्यांचा पक्ष सोडून निजामास मिळाला होता, त्याचा उल्लेख करून महाराज म्हणतात, *"सेनापती चंद्रसेन सेवक असोन हरामखोरीने*

लढाई करून यवनास शरण गेले. महाराष्ट्र राज्य व धर्म सोडला, तेही मोठे कुळीचे रामदेवराव जाधव यांचा वंश. त्यांची तुम्ही अनुकूलता करून यवनांचा आश्रय करणे फार वाईट."

राज्याकडे पाहण्याची अशी भूमिका असल्यामुळे आपल्या राज्याचा विस्तार होणारच, तसा जणू नियतीचा संकेतच आहे, असेही महाराष्ट्रातील धुरीण व कर्तबगार लोकांना वाटू लागल्यास आश्चर्य नाही. त्यामुळेच महाराष्ट्राच्या राजधोरणाचे उत्तरायण सुरू झाले. मोगलांवर दबाव आणण्यासाठी युद्धतंत्राचा एक भाग म्हणून मराठे नर्मदेपार उत्तरेत आधीच दाखल झाले होते; परंतु आता त्यांना तेथील मुलखावर प्रत्यक्ष ताबा हवा होता. साहजिकच पहिल्या बाजीराव पेशव्याने उत्तरेत स्वाऱ्या करण्याचा प्रस्ताव मांडला, तेव्हा शाहू महाराजांनी श्रीपतराव प्रतिनिधींसारख्या मातब्बर आसामीच्या विरोधाकडे दुर्लक्ष करून बाजीरावाची योजना उचलून धरली. *"तुम्हासारखे कर्ते पदरी असता हिमालयापलीकडीलही किन्नरखंडीचे राज्य साधता येईल. मग या मसलतीचे काय अशक्य आहे?"*

बाजीरावाची मसलत पुढे सिद्धीस गेली हे वेगळे सांगायची गरज नाही. शिवछत्रपतींच्या काळात मराठे दक्षिणेत जिंजीपर्यंत पोचले होतेच. नानासाहेब पेशव्यांच्या काळात मराठ्यांनी अटकेपार झेंडे फडकावले. तिकडून पुण्यास लिहिलेल्या पत्रातून राघोबादादाने लिहिले. *"जंबू-काश्मीर वगैरे तमाम वकील आले आहेत."* याचा अर्थ असा होतो, की दक्षिणेत जिंजीपासून उत्तरेत जम्मूपर्यंत मराठ्यांचा दबदबा हिंदुस्थानात सर्वत्र पोचला होता.

अशा वेळी हिंदुस्थानातील पारंपरिक राजकीय मक्तेदारांना, मराठे आपले स्पर्धक वाटणे जसे स्वाभाविक होते; तसेच इतरांना मराठे हे हिंदुस्थानचे रक्षणकर्ते असल्याचे वाटणेही स्वाभाविकच होते. याला खुद्द दिल्लीचा मोगल पातशहासुद्धा अपवाद नव्हता. नानासाहेब पेशव्यांच्या काळात मल्हारराव होळकर आणि जयाप्पा शिंदे यांना मध्ये घालून पातशहाने मराठ्यांशी तह करून पातशाहीच्या रक्षणाची जबाबदारी मराठ्यांवर सोपवली आणि मराठ्यांनीही तो पत्कर घेतला. या संदर्भात मराठ्यांना दिलेल्या सनदेत मराठ्यांनी जी जबाबदारी कर्तव्यभावनेने स्वीकारली तिच्यात 'आम्ही मुसलमानांच्या व हिंदूंच्या

अबदाली हिंदुस्थानवर आक्रमण करता झाला, तेव्हा दिल्लीच्या तख्ताचे रक्षण करण्यासाठी मराठ्यांचे सैन्य पुन्हा उत्तरेत गेले. पहिल्यांदा त्याचे नेतृत्व राघोबादादाने केले व दुसऱ्यांदा सदाशिवरावभाऊने. दुसऱ्या वेळी अबदालीची व मराठ्यांची गाठ पानिपतच्या रणमैदानात पडली. या लढाईत मराठ्यांचा पराभव होऊन त्यांना पळ काढावा लागला. नंतर अबदालीने दिल्ली व परिसराची यथेच्छ लूट केली; परंतु हिंदुस्तानातील लोकांच्या येथपर्यंतच्या अनुभवावरून अबदालीची मराठ्यांच्या सामर्थ्याबद्दल खात्री पटली होती. त्याने मराठ्यांशी सख्यत्वाचे संबंध ठेवायचे ठरवले व मैत्रीचा हात पुढे केला.

मराठ्यांचा दरारा व दबदबा हिंदुस्थानातच नव्हे, तर हिंदुस्थानाबाहेरही पसरत होता. त्यांना दूर ठेवून हिंदुस्थानात कोणालाही कोणतेही राजकारण करता आले नसते. हिंदुस्थानचा बंदोबस्त हा या काळातील मराठ्यांच्या राजकीय धोरणाचाच भाग होता.

धर्माचे संरक्षण करू' अशी हमी दिली आहे. हा मराठ्यांच्या उदार भूमिकेचाच केवळ निर्देश नसून, तो मराठ्यांच्या विश्वासार्हतेचा पुरावादेखील मानावा लागतो.

मराठ्यांचे हे माहात्म्य स्थानिक शक्तींनी मान्य केले असल्यास नवल नाही. त्यांना पर्यायच नव्हता; परंतु हिंदुस्थानाबाहेरील शक्तींनीही त्याला अनुमोदन दिले असल्याचे दिसून येते.

काबूल कंदाहारच्या सुभ्यांवरून इराणचे सत्ताधीश व दिल्लीचे मोगल यांच्यात पहिल्यापासून तंटा चालू होता व त्यामुळे इराणच्या आक्रमणाची भीती दिल्लीच्या मोगल बादशहाला नेहमीच वाटायची. शेवटी शाहूबाजीरावांच्या काळात नादिरशहाने दिल्लीवर स्वारी केलीच. या स्वारीत त्याने अगणित तूट तर केलीच; परंतु अनन्वित अत्याचारही केले. बादशहाने मराठ्यांना साद घातली व बाजीराव सैन्यासह वर्तमान तिकडे रवानाही झाला. दरम्यान नादिरशहाचा कार्यभाग साधून झाला असल्यामुळे तो इराणला चालता झाला व बाजीरावाचाही अकाली मृत्यू ओढवला.

परंतु महत्त्वाचा मुद्दा असा आहे, की इराणला जाताना काढलेल्या फर्मानातूनसुद्धा मोगल पातशाहीचे सर्वाधिकार नादिरशहाने मराठ्यांनाच देऊ केले. त्याने हिंदुस्थानातील सत्ताधाऱ्यांना जी पत्रे लिहिली त्यातील मजकूर लक्षणीय आहे. बादशहा महंमदशहा याला आपला फर्जंद समजून त्याच्याशी सत्ताधीश म्हणूनच वागावे असे नमूद करून नादिरशहा बाजीरावास लिहितो,

> *"सांप्रतच्या प्रसंगी आमच्या उभय दौलतींमध्ये प्रेम-सलोखा स्थापित झाल्यामुळे महंमदशहा यांच्या दौलतीचा संबंध ईश्वराने आमच्या दौलतीशी जुळून आणिला आहे. अशाकरिता, की आम्ही सदरील गुर्जानीज दौलतीचे शत्रू आणि दावेदार यास पादाक्रांत करावे यासाठी एखाद्या शूर, धीट पुरुषाची नेमणूक करणे अवश्य आहे. म्हणून तुम्हास कळावे की परमथोर, उमदे, अनुभवी, इस्लामचे आज्ञासेवक शाहूराजे यांस आम्ही त्या जागी नेमले आहे. तुम्ही आपली शादमानी हमेशा कलमी करून शाही हुकमाचे ताबीन चालावे."*

याच इतिहासाची पुनरावृत्ती पानिपतच्या युद्धानंतर झाली. अर्थात या वेळी हल्ला करणारा परकीय सत्ताधीश इराणचा बादशहा नसून, अफगाणिस्तानचा बादशहा

नानासाहेब पेशव्यांच्या काळात मल्हारराव होळकर आणि जयाप्पा शिंदे यांना मधे घालून पातशहाने मराठ्यांशी तह करून पातशाहीच्या रक्षणाची जबाबदारी मराठ्यांवर सोपवली आणि मराठ्यांनीही तो पत्कर घेतला. या संदर्भात मराठ्यांना दिलेल्या सनदेत मराठ्यांनी जी जबाबदारी कर्तव्यभावनेने स्वीकारली तिच्यात 'आम्ही मुसलमानांच्या व हिंदूंच्या धर्माचे संरक्षण करू' अशी हमी दिली आहे. हा मराठ्यांच्या उदार भूमिकेचाच केवळ निर्देश नसून, तो मराठ्यांच्या विश्वासार्हतेचा पुरावा देखील मानावा लागतो.

अहमदशहा अबदाली हा होता. नादिरशहाच्या मृत्यूनंतर आधी त्याच्याच तालमीत तयार झालेल्या अहमदशहा या अफगाण सरदाराने अफगाणिस्तानचे स्वतंत्र राज्य स्थापन केले. हा अबदाली हिंदुस्थानवर आक्रमण करता झाला, तेव्हा दिल्लीच्या तख्ताचे रक्षण करण्यासाठी मराठ्यांचे सैन्य पुन्हा उत्तरेत गेले. पहिल्यांदा त्याचे नेतृत्व राघोबादादाने केले व दुसऱ्यांदा सदाशिवराव भाऊने. पहिल्या वेळी अबदाली अगोदरच निघून गेला होता. दुसऱ्या वेळी मात्र त्याची व मराठ्यांची गाठ पानिपतच्या रणमैदानात पडली. या लढाईत मराठ्यांचा पराभव होऊन त्यांना पळ काढावा लागला. नंतर अबदालीने दिल्ली व परिसराची यथेच्छ लूट केली.

परंतु हिंदुस्तानातील लोकांच्या येथपर्यंतच्या अनुभवावरून अबदालीची मराठ्यांच्या सामर्थ्याबद्दल खात्री पटली होती. त्याने नजीबखानादी स्थानिक मराठा विरोधकांची मते धुडकावून मराठ्यांशी सख्यत्वाचे संबंध ठेवायचे ठरवले व मैत्रीचा हात पुढे केला. त्याने दिल्लीहून पळून दूरदेशी गेलेल्या हिंगणेप्रभृती पेशव्यांच्या कारभाऱ्यांना सन्मानपूर्वक बोलावणे पाठवून आपला हा इरादा पुणे दरबारापर्यंत पोचवला. इकडे नानासाहेब पेशवे, सदाशिवरावाचे मदतीला सैन्य घेऊन निघाले होते. अबदालीला मराठ्यांशी पुन्हा युद्ध करून दैवाची परीक्षा आणखी एकदा पाहायची नव्हती. पेशव्यांचे वकील बापूजी महादेव हिंगणे यांच्याशी बोलणी करून त्याने वैरभाव संपुष्टात आणला. यासंबंधीची पेशवेदप्तरातील नोंद :

> *"बापूजी महादेव जाऊन भटले. त्यांनी शहावलीखानाचे मार्फत स्वामींच्या (= पेशवे) एकोप्यास्तव सफाईच्या गोष्टी केल्या. खातरजमा केली, की शहाने स्वदेशी कूच करावे. आम्ही श्रीमंतापाशी सुलूख व दोस्ती करून देऊ. तुम्ही आपला मातबर आम्हाबरोबर देणे. शहावलीखानाने मान्य केले आणि त्याचा चुलतभाऊ याकूबखान यास स्वामीकडे पाठवायचे मुक्रर केले. शहाचे रूबरू करार होऊन तो दरकूच परत गेला. दिल्लीत कोणी मराठा सरदार नाही, सबब गंगाधरपंत तात्यास बोलावून घेतले. शहावलीखानाने सर्व गोष्टींचा अखत्यार स्वामींचा ठेवून प्रयाण केले. हा*

प्रकार स्वामीस मान्य असेल, तर याकूबअलीखानास खातरजमेची पत्रे पाठवावी आणि त्यांस हुजूर बोलावून हिंदुस्थानाचा बंदोबस्त करण्यास स्वामी समर्थ आहे."

याकूबअलीखान मराठ्यांशी सख्य करण्याचे काम नीट करतो किंवा नाही, यावर अबदालीचे लक्ष होते; कारण *"तुम्ही श्रीमंतांपाशी जाऊन सर्व गोष्टीचा तहरह व सख्य करून मग परत येणे"* असे त्याने परत एकदा लाहोरहून याकूबअलीखानास कळवले. तेवढ्यानेही भागते की नाही म्हणून स्वतः शहाने पेशव्यांस पत्र लिहिले :

"तुमचे-आमचे वैर असल्याने कारण नाही, तुमचे पुत्र विश्वासराव व बंधू भाऊसाहेब युद्धात मारले गेले, त्यास आमचा नाइलाज होता. भाऊसाहेब युद्धास उभे राहिले तेव्हा आम्हासही बचावासाठी लढणे प्राप्त झाले. तथापि ते मारले गेले याबद्दल आम्हास फार खेद होतो. दिल्लीचा कारभार आपण पूर्ववत चालवावा, त्यास आमची हरकत नाही; मात्र सतलजपावेतोचा पंजाबचा प्रदेश आपण खुशीने आमचेकडे असो द्यावा, शहाआलमास बादशाहीवर ठेवावे आणि झालेल्या गोष्टी विसरून पुढे आपला आमचा स्नेह कायमचा राहावा अशी आमची मनापासून इच्छा आहे. ती आपण पूर्ण करावी."

या मजकुराचे पत्र राजशिष्टाचारास साजेल अशा वस्त्रांसह शहाने गुलराज नावाच्या वकिलासमवेत पाठवले. वकिलाने माळव्यात येऊन नानासाहेबांस ते सादर केले. पेशव्यांनीही मीर अन्वरूपखान त्रिंबककर यांस समवेत हत्ती व वस्त्रे देऊन त्यास निरोप दिला.

दरम्यान, नानासाहेब पुण्यास परतून कालवश झाले व माधवरावास पेशवाई प्राप्त झाली. इकडे १६७२मध्ये बापूजी हिंगण्यांनी लाहोरास जाऊन खाशा अबदालीची भेट घेतली. दोस्तीचा तह कायम झाला. अबदालीचे वकील गुलराज व आनंदराम १६६३मध्ये पुण्यास येऊन महिनाभर थांबले. या वकिलांनी अबदालीकडून नूतन पेशव्यास पोषाख व नजराणा आणला होता. माधवरावानेही अबदालीस 'भद्रगज' नावाचा हत्ती भेट पाठवला. *"करार झाला की ती. कै. नानासाहेबाचे वेळेस अंमल होता, त्याप्रमाणे शहांनी ताकीद करून परगणियात अंमल द्यावा."*

माधवरावाने अबदालीस पाठवलेल्या पोषाखासाठी ५००० रुपये खर्च झाला. ही हकिगत येथे देण्याचे कारण म्हणजे मराठ्यांचा दरारा व दबदबा हिंदुस्थानातच नव्हे, तर हिंदुस्थानाबाहेरही पसरत होता. त्यांना दूर ठेवून हिंदुस्थानात कोणालाही कोणतेही राजकारण करता आले नसते.

हिंदुस्थानचा बंदोबस्त हा या काळातील मराठ्यांच्या राजकीय धोरणाचाच भाग होता.

■

६५

अटकेवर झेंडे फडकले तेव्हा...

पानिपतच्या युद्धाची इ.स. १९६१ या वर्षी द्विशताब्दी होती. त्यानिमित्ताने प्रसिद्ध इतिहासकार त्र्यं. शं. शेजवलकर यांनी पानिपतच्या युद्धावर स्वतंत्र शोधग्रंथ लिहिण्याचा संकल्प सोडला. आता असा ग्रंथ लिहिणे म्हणजे प्रत्यक्ष पानिपतच्या युद्धभूमीवर जाऊन तिचे निरीक्षण करणे क्रमप्राप्तच होते. ते त्यांनी केलेच; परंतु त्याच्याही आधी २० वर्षे, शेजवलकर मराठ्यांच्या इतिहासातील अटक नावाच्या ठिकाणी असलेला किल्ला पाहण्यासाठी गेले होते. तेथील अहमदशहा अबदालीच्या तळावर हल्ला करून त्याला पिटाळून लावल्यामुळे पानिपत जणू अपरिहार्य झाले होते.

या प्रदेशाचे वर्णन करताना शेजवलकर काहीसे भावुक झाले :

> *"सिंधू नदी या भागात अटकेपासून दक्षिणेकडे व नैर्ऋत्येकडे शुद्ध खडकातून बहू युगांच्या वाहण्याने मार्ग खोदून एकाकी काळाबादपर्यंत बिनवाळवंटी पाणातून शंभर मैल वाहत जाते. अटकेच्या दक्षिणेकडील हा भाग नदी ओलांडण्यास अत्यंत दुष्कर असा आहे. पश्चिम बाजूस उंच डोंगरांच्या ओळी असून अटकेहून पलीकडे पाहिले, म्हणजे त्यांच्या दूरवर काळ्याकभिन्न दिसणाऱ्या रांगा मनात भय उत्पन्न करतात. मी गेलो त्या दिवशी आकाश बहुतेक ढगांनी व्याप्त होते. वर विचित्र आकाराचे दाट ढग, पलीकडे राक्षसाकृती डोंगर, नदीकाठचा काळा खडक, किल्ल्याच्या तशाच भिंती, मागेही तसाच डोंगर, असे हे एकंदर दृश्य मन चरकेल असेच होते; पण याच वाटेने प्राचीन काळापासून अनेक जेते भारतवर्षात आले होते. त्यांना भय वाटलेले दिसत नाही किंवा खोल खळखळाटी नदीच्या प्रवासाने अटकही झाली नाही आणि याच दुर्लंघ्य मार्गाने काही धाडसी मराठे-*

आपले ऐतिहासिक पूर्वज, दोनशे वर्षांपूर्वी दक्षिणेतून पंधराशे मैल घोडदौड करून, न भीता, पलीकडे वाघाच्या गुहेत त्याच्या मिशा उपटण्यास व दात मोजण्यास शिरले होते. अशी गोष्ट त्यापूर्वी अनेक शतके कोणी स्वतंत्र हिंदू जमातीने करून दाखविली नव्हती. त्यांच्या घोड्यांनी तुडविलेल्या नदीच्या खडकावर मी त्याचे चित्र आठवीत आता उभा होतो."

अटकेपार झेंडे लावणे, ही मराठ्यांच्या इतिहासातील एक रोमांचकारी घटना आहे. मराठ्यांच्या पराक्रमावर व कर्तबगारीवर शिक्कामोर्तब करणाऱ्या या घटनेला दुसऱ्याही एका दृष्टीने महत्त्व आहे. धर्मशास्त्राने निर्बंध घालून निर्माण केलेल्या काही चमत्कारिक रूढींपैकी 'अटक' ओलांडायची नाही, ही एक होती. मराठ्यांनी अधिकृतपणे ती झुगारून लावली. विशेष म्हणजे मराठ्यांच्या या मोहिमेचे नेतृत्व रघुनाथ बाजीराव उर्फ राघोबादादा नावाचा ब्राह्मण सेनानी करीत होता. हिंदूंमध्ये ब्राह्मण जात ही अधिक रूढीप्रिय असल्याचा समजही या कृतीमुळे मोडीत निघाला. मराठ्यांची घोडी यावेळी केवळ गंगेतच नाही, तर सिंधूत न्हाऊन निघाली.

इतिहासकार जदुनाथ सरकार यांनी पूर्वी एकदा काही कागदांचे चुकीचे वाचन केल्यामुळे गैरसमज होऊन मराठ्यांचे सैन्य चिनाब नदी ओलांडून पुढे गेलेच नव्हते, असे विधान केले होते. त्यावर विसंबून *रियासत*कार गो. स. सरदेसाई यांनी जून १९४३मध्ये पुण्यात भरलेल्या महाराष्ट्र साहित्य परिषदेच्या एका संमेलनाचे उद्घाटन करताना यदुनाथांची री ओढली. तेव्हा इतिहाससंशोधक ग. ह. तथा तात्यासाहेब खरे यांनी *'केसरी'* व *'सह्याद्री'*मध्ये लेख लिहून त्याचा प्रतिवाद केला व मराठ्यांच्या पराक्रमाचे यथार्थ दर्शन घडविले. खऱ्यांनी अस्सल कागदपत्रांच्या आधारे दाखवून दिले, की मराठ्यांच्या काही तुकड्या अटकेजवळ सिंधूचे पात्र ओलांडून गेल्या व त्यांनी पेशावर येथे काही काळ मुक्कामही केला. ५ सप्टेंबर १७५८च्या एका पत्रातील उल्लेखानुसार *"पूर्वीच्या मुलुकाखेरीज लाहोरचा सुभा अटकपावेतो दो करोडाचा मुलूक या साली महाराजाचा जाला. आता पश्चमेस मुलतान-काबूल व पूर्वेस बंगाल-अयोध्या-प्रयाग राहिली."* यावरून मराठ्यांची राजकीय कार्यक्रमपत्रिका स्पष्ट होते.

मराठ्यांच्या या राज्यविस्ताराची मीमांसा काही प्रमाणात याअगोदरही आपण केलेली आहे. शाहू महाराजांच्या काळात पहिला बाजीराव आणि श्रीपतराव प्रतिनिधी यांच्यात भर दरबारात झालेल्या वादाचा उल्लेखही झालेला आहे. प्रतिनिधींच्या मते मराठ्यांनी आधी

अटकेपार झेंडे लावणे, ही मराठ्यांच्या इतिहासातील एक रोमांचकारी घटना आहे. या घटनेला दुसऱ्याही दृष्टीने महत्त्व आहे. धर्मशास्त्राने निर्माण केलेल्या काही चमत्कारिक रूढींपैकी 'अटक' ओलांडायची नाही, ही एक रुढी होती. मराठ्यांनी अधिकृतपणे ती झुगारून लावली.

दक्षिण दिशा सुरक्षित करावी व मगच उत्तरेच्या राजकारणात हात घालावा, तर उलट बाजीराव दक्षिणेचा मामला घरचा व म्हणून सोपा आहे; सबब उत्तरेच्या राजकारणास प्राधान्य द्यावे, या मताचा होता. शाहू महाराजांनी बाजीरावास अनुकूल कौल दिला व त्यानुसार मराठे उत्तराभिमुख झाले. पेशव्यांच्या या उत्तरायणावर राजारामशास्त्री भागवत व शेजवलकर यांनी तीव्र आक्षेप घेऊन प्रतिनिधींची बाजू उचलून धरल्याचे जाणकारांना ठाऊक आहेच. या धोरणामुळे निजाम बळावला हे त्यांचे निरीक्षण यथार्थच आहे; परंतु, मराठे जर उत्तरेत गेले नसते, तर संपूर्ण उत्तर हिंदुस्थान नादिरशहा किंवा अबदाली अशा धर्मवेड्या प्रवृत्तींच्या हाती गेला असता, हे ते विसरतात. निजामाचा कायमचा निकाल पेशव्यांना लावता आला नाही, हे खरे आहे; पण त्याला एका मर्यादित रोखून धरण्यात त्यांना यश आले, हेही तितकेच खरे आहे. उत्तरेत मात्र मराठ्यांच्या अभावी उत्पन्न झालेल्या निर्नायकीचा फायदा चुकीच्या शक्तींनी घेऊन हिंदुस्थानचा राजकीय नकाशाच बदलून टाकला असता. बंगालची दिवाणी घेताना इंग्रजांनी दिल्लीचे रक्षण करण्याचे कबूल केले असूनही अबदालीच्या आक्रमणाच्या वेळी ते स्वस्थ व पर्यायाने सुरक्षित राहिले. उलट मराठ्यांनी लाहोर-मुलतानच्या भानगडीत पडून व पानिपतवर धाव घेऊन नुकसान करून घेतले, असा हिशेब मांडणारे शेजवलकरच, जेव्हा मराठे जेथपर्यंतच पोहचले नाहीत, तेथपर्यंत पाकिस्तानच्या सीमारेषा भिडल्या आहेत, असे सांगतात; तेव्हा त्यांच्यातील विसंगती आपली आपोआपच दृश्यमान होते. या व्यवहाराकडे पाहण्याची मराठ्यांची वृत्ती व्यापारी फायद्यातोट्याची नसून, देश व धर्म यांच्या रक्षण्याची होती. त्यांच्या या कृतीला आततायी मूर्खपणा न मानता आत्मबलिदानच मानायला हवे. या बलिदानातूनच भारताचे भवितव्य घडले हे विसरता कामा नये.

मराठे उत्तरेत गेले; तेव्हा त्यांचे कोणी पायघड्या घालून स्वागत केले, असे समजायचे कारण नाही. दिल्लीच्या राजकारणात त्यांचा प्रवेश नको असणाऱ्यांचाही प्रबळ गट होताच; पण त्याला पुरून उरून मराठ्यांनी आपले सामर्थ्य आपल्या तलवारीच्या जोरावर सिद्ध केले. परिणामतः मराठे हेच रोहिले व अबदाली यांच्यापासून आपला बचाव करू शकतील, अशी बादशहाची खात्री पटल्यामुळे मराठ्यांना पातशाही सनदा मिळाल्या व त्यामुळे त्यांना मुलतान, पंजाब, सिंध, राजपुताना, रोहिलखंड यांच्यासह मोगल साम्राज्याच्या सर्व सुभ्यांवरील चौथाईचा हक्क प्राप्त झाला. सार्वभौम सत्तेला करारानुसार महसूल देण्यास नेहमीच टाळाटाळ करण्यास सोकावलेल्या स्थानिक सत्ताधीशांना मराठे न आवडण्याचे कारण हेच होय. बळाचा उपयोग करून वसुली करण्याचे सामर्थ्य मराठ्यांमध्ये होते, हे वेगळे सांगायला नकोच; मात्र मराठ्यांचे सामर्थ्य कितीही असले, तरी दिल्ली आणि उत्तरेतील मराठ्यांच्या फौजा इतक्या प्रबळ नव्हत्या, की दक्षिणेतून कुमक न मागवता त्यांना अबदालीसारख्याचा प्रतिकार करता यावा. पहिल्यांदा हेच घडले. अंताजी माणकेश्वरासारखा दिल्ली प्रदेशातील

मराठा सरदार अबदालीपुढे काय करणार? अबदालीने दिल्ली व आसपासचा प्रदेश लुटला. बादशहा व त्याच्या कुटंबीयांची विटंबना केली. हिंदुधर्मीयांची सरसकट कत्तल केली. पंजाब-लाहोर प्रांत आपल्या घशात घातले. १७५५च्या सुरवातीची ही घटना आहे. अंताजीने नानासाहेब पेशव्यांस लिहिले : *"पातशहा रात्रंदिवस म्हणे, की हे पातशहात बाळाजी रायाची आहे, त्याचे सरदारांस सत्वर बोलावून हे काम सिद्धीस नेणे."*

दरम्यान, यथेच्छ लुटालूट करून अहमदशहा अबदाली काबुलास परतला. शाहजादा तैमूरशहा व जहानखान यांस त्याने लाहोरात ठेवले. पातशहा आलमगिराच्या मुलीशी तैमूरशहाचा निकाह लावून पंजाबचे राज्य त्याच्या नावे चढवण्याचा उपद्व्यापही त्याने जाताना केला. हे सर्व निस्तरण्याची जबाबदारी आता मराठ्यांवर आली. त्यासाठी निघालेला रघुनाथराव ११ ऑगस्ट १७५७ रोजी दिल्लीदाखल झाला. अबदालीच्या वतीने दिल्लीचा कारभार पाहणाऱ्या नजीबखानास मराठ्यांनी पंधरा दिवसांत जेरीस आणले. विठ्ठल शिवदेव विंचूरकर या सेनानीने नजीबास पकडून दिल्लीचा ताबा घेतला.

दिल्लीतील अबदालीच्या नजीबादि हस्तकांना काढून टाकून पूर्ववत व्यवस्था केल्यानंतर राघोबाने नानासाहेबांस लिहिले :

"बावीस सुभ्यांपैकी दक्षिण, माळवा, गुजरात, आगरे, अजमीर हे सहा आपणाकडे आलेच आहेत. लाहोर प्रांती अटकपावेतो सहा सुभे अबदालीकडे आहेत. प्रयागचा कराकुडा, अंतर्वेद पहिलीच आपल्याकडे आहे. राहिले चार अयोध्या, बंगाल, पटणे, दिल्ली. त्यात दिल्लीखालील एक करोडीचा मुलूख सरहिंदपावेतो प्रस्तुत तेशी नव्वदपावेतो वसुलीच आहे. पैकी निमे महाल दोचौ दिवसांत वाटून मिळतील. बंगालचे दरसाल पातशहास चौपन लक्ष येतात ते व अयोध्या दोन जागे निमेनीम घ्यावे. बाकी जाट तरी आगरे सुभ्यात आला. मेहनत केली तर लाहोरदेखील सुटावयाजोगे आहे."

ही मेहनत करायचे दादा अर्थातच मनावर घेतल्याशिवाय राहिला नाही, अबदालीच्या शहाजाद्याविरुद्ध शीख सरदार अलासिंग जाट आणि आदिनाबेग मोगल यांनी संघर्ष जारी ठेवला होता. राघोबा त्यांच्या मदतीसाठी लाहोरकडे रवाना झाला. मानाजी पायगुडे व आदिनाबेग थेट लाहोरवर चालून गेले. मराठ्यांची धास्ती घेऊन तैमूरशहा व जहानखान यांनी पलायनाचा मार्ग चोखाळला. ही घटना २० एप्रिल १७५८ रोजी घडली. पळपुट्या

निजामाचा कायमचा निकाल पेशव्यांना लावता आला नाही, हे खरे आहे; पण त्याला एका मर्यादेत रोखून धरण्यात त्यांना यश आले, हेही तितकेच खरे आहे. उत्तरेत मात्र मराठ्यांच्या अभावी उत्पन्न झालेल्या निर्नायकीचा फायदा चुकीच्या शक्तींनी घेऊन हिंदुस्थानचा राजकीय नकाशाच बदलून टाकला असता

मराठे उत्तरेत गेले; तेव्हा त्यांचे कोणी पायघड्या घालून स्वागत केले, असे समजायचे कारण नाही. दिल्लीच्या राजकारणात त्यांचा प्रवेश नको असणाऱ्यांचाही प्रबळ गट होताच; पण त्याला पुरून उरून मराठ्यांनी आपले सामर्थ्य आपल्या तलवारीच्या जोरावर सिद्ध केले. परिणामतः मराठे हेच रोहिले व अबदाली यांच्यापासून आपला बचाव करू शकतील, अशी खात्री पटल्यामुळेच मराठ्यांना पातशाही सनदा मिळाल्या व त्यामुळे त्यांना मुलतान, पंजाब, सिंध, राजपुताना, रोहिलखंड यांच्यासह मोगल साम्राज्याच्या सर्व सुभ्यांवरील चौथाईचा हक्क प्राप्त झाला.

पठाणांचा मराठ्यांनी चिनाब नदीपर्यंत पाठलाग केला. आपले सामान तेथेच (वजिराबाद) टाकून पठाणांनी पळण्याचा वेग वाढवला व अटकपार करून काबूल गाठले.

दरम्यान, राघोबाने लाहोरचा कब्जा घेतला. तेथील मोगलांच्या प्रसिद्ध शालिमार बागेतील वाड्यात मराठी सैन्याचा शाही पाहुणचार आदिनाबेगने केला. मोठा दीपोत्सव करण्यात आला. त्यासाठी एक लाख रुपयांचा खर्च झाला.

रघुनाथराव दादाने नानासाहेब पेशव्यांस ४ मे १७५८ रोजी लिहिलेल्या पत्रातून काही गोष्टींचा स्वच्छ उलगडा होतो.

> "लाहोर, मुलतान, काश्मीर वगैरे अटकेअलीकडील सुभ्यांचा बंदोबस्त करून अंमल बसवावा. त्यास काही झाला, काही होणे, तोही लौकरच करितो. तयमूर सुलतान व जहानखान यांचा पाठलाग करून फौज लुटून घेतली. थोडीशी झडतपडत अटकेपार पिशावरास ते पोहचले."

दरम्यान, अहमदशहा अबदालीचा पुतण्या पुणे दरबारात नानासाहेब पेशव्यांच्या भेटीस गेला होता. अबदालीविरुद्धच्या राजकारणात त्याचा उपयोग करून घ्यावा या उद्देशाने नावाने त्याला राघोबाकडे पाठवला होता. त्यावर राघोबा लिहितो :

> "इकडून जोरा पोहचवून सरकारचा अंमल अटकेपार करावा. त्याचा पुतण्या व दौलतेचा वारस स्वामीपाशी देशास आला, तो स्वामींनी आम्हाकडे पाठवित होता. त्यास अटकेअलीकडे थोडीशी जागा बसावयास देऊन अटकेपार काबूल पिशावरचा सुभा देऊ."

मराठ्यांचे मनसुबे आता असे आंतरराष्ट्रीय राजकारणाचे होते. त्यांची उमेद रूमशाम उर्फ कॉन्स्टन्टिनोपलपर्यंत झेप घ्यायची होती.

■ **राघोबादादा : अटक विजय**

६६

तत्त्वासाठी लढणारे मराठे

मराठ्यांनी उत्तरेकडील राजकारण हाती घेतल्यामुळे अफगाणिस्तान-इराणकडून येणाऱ्या धार्मिक, मूलतत्त्ववादी सत्तांच्या संकटातून हिंदुस्थानचा बचाव झाला. या संकटाबरोबरच दुसऱ्याही एका परकीय सत्तेचे सावट तेव्हा या देशावर पडत होते. कलकत्ता येथील इंग्रज दिवसेंदिवस प्रबळ होत होते. आपल्या फ्रेंचादि पाश्चात्त्य प्रतिस्पर्ध्यांना मागे टाकून त्यांनी हिंदुस्थानातील आपला पाया बळकट केला होता. बंगालमधील सिराजउद्दौला या मोगल सुभेदाराचा प्लासीच्या लढाईत पराभव करून इंग्रजांनी दिल्लीच्या मोगल बादशहाकडून बंगालची दिवाणी प्राप्त केली होती. या मोबदल्यात त्यांनीही दिल्लीच्या बादशहाच्या रक्षणाची हमी घेतली होती. हा बादशहा ज्याच्या ताब्यात त्याचा हिंदुस्थानवर अंमल, असे तेव्हाचे समीकरण होते; परंतु या बादशहाला ताब्यात घेण्यात मराठ्यांनी यश संपादन केले व इंग्रजांचा अंमल निदान अर्धे शतक तरी पुढे ढकलला गेला. याचेही श्रेय मराठ्यांनाच द्यायला हवे. थोडक्यात, दोन प्रबळ परकीय सत्तांपासून भारताचे रक्षण करणाऱ्या आणि नंतरही इंग्रजी सत्तेच्या अमलाखाली गेल्यावर भारताला परत स्वतंत्र करण्यात महाराष्ट्र

सर्व हिंदी लोकांसाठी म्हणून मराठे पानिपतचे युद्ध लढले

आघाडीवरच होता, एवढे सांगितले म्हणजे पुरे.

पानिपतच्या गर्दीत जीव वाचवून सुखरूप परत आलेल्या मराठ्यांमध्ये महादजी शिंदे आणि नाना फडणीस या दोन कर्तबगार पुरुषांचा समावेश होता. मराठी दौलतीचे नंतर जे काही बरेवाईट झाले त्याचे बरेचसे श्रेय या दोघांना द्यावे लागते. तेव्हा परत एकदा पानिपतच्या युद्धाकडे वळावे लागते.

राघोबादादाच्या भरारीमुळे अहमदशहा अब्दालीच्या सर्व हस्तकांना अफगाणिस्तानकडे पळ काढावा लागला, याचा उल्लेख झालेलाच आहे. रेणको अनाजी, रायाजी सखदेव आणि गोपाळ बर्वे या वीरांकडे लाहोरचा बंदोबस्त देऊन रघुनाथराव पुण्यास परतला; परंतु उत्तरेकडील मराठा मुत्सद्द्यांनी हा बंदोबस्त कायमचा व पक्का हवा, असा आग्रह पुणे दरबाराकडे धरला होता. मराठ्यांकडून डिवचला गेलेला अब्दाली सूड घेण्यासाठी परत आल्याशिवाय राहणार नाही, याची पुरती कल्पना मराठ्यांचा दिल्ली येथील प्रतिनिधी अंताजी माणकेश्वर यास होती. त्याने मे १७५८मध्ये राघोबाला लिहिले :

> *'जरि स्वामीची छावणी लाहोरप्रांती झाली, तरी वजीर पातशहास घेऊन छावणीस आपल्या जवळ घेऊ येतो. जरि करिता आपण काही आपली दहा हजार फौज ठेऊन इकडे येतील तरी हे दोघे सरदार आपल्या सरदारांजवळ ठेवतील. आपण येथे खासा छावणी करतील तेथेच हे खासा वजीर छावणी आपणाजवळ करतील. आपणावेगळे कोठे खासा निराळे रहात नाहीत; परंतु वजिराने व लहान-मोठे सर्वत्र म्हणतात, खासा छावणी न जाली तर पठाण मागती लाहोर प्रांती पावसाळा येतील. उगेच लोक म्हणतात ते सेवेशी लिहिले. करणे न करणे अखत्यार खावंदाचा."*

दुर्दैवाने अंताजीने बिचकत बिचकत दिलेल्या या इशाऱ्याचे गांभीर्य पेशवे दरबारास कळले नाही व मराठ्यांचा लाहोर प्रांतीचा अंमल अल्पजीवीच ठरला.

एरवी अब्दाली हिंदुस्थानवर पुन्हा हमला करण्याचा उत्साह न दाखवता; परंतु याच देशातील काही मूलतत्त्ववादी कट्टरपंथीयांनी अब्दालीच्या धर्मभावनेला साद घातली. लुटीचे प्रलोभन तर पूर्वीपासूनचेच होते. त्यात प्रतिशोधाच्या इच्छेचीही भर पडली होती. आता नजीबखान रोहिला आपल्या शहा वली उल्लाह या धर्मगुरूच्या उपदेशानुसार त्याला भारतातील इस्लामचे धर्माने हिंदू असलेल्या काफीर मराठ्यांपासून रक्षण करण्यासाठी

मराठे हिंदुस्थानचे राज्यकर्ते म्हणून वागत होते. केवळ लुटारू म्हणून दुसऱ्या लुटारूशी ते लढले नाहीत. हिंदुस्थानात सत्ताधीश कोणी व्हायचे याबद्दल वाद असू दे; पण राज्य हिंदी रहिवाशांचेच असले पाहिजे व तेच राज्यकर्ते राहिले पाहिजेत, या तत्त्वासाठी मराठे पानिपतात लढले.

निमंत्रित करत होता. वास्तविक प्रकार असा होता, की खुद्द नजीबालाही दिल्लीचे तख्त ताब्यात घेण्याची तहान होती. त्यात वली उल्लाहने 'इस्लाम खतरे में' असल्याची आरोळी दिली. नजीबाने मग अब्दालीला सर्व प्रकारचे साह्य करण्याचे आश्वासनही दिले. दिल्लीवर वर्चस्व ठेवण्याच्या मार्गातील मराठ्यांचा अडथळा त्याला अब्दालीच्या मदतीने दूर करायचा होता. अब्दाली व नजीब हे दोघे एकाच धर्माचे व एकाच म्हणजे सुन्नी पंथाचे. नबाब सुजाउद्दौला मुसलमान असला, तरी शियापंथीय असल्यामुळे त्याची सहानुभूती मराठ्यांना होती. त्याला आपल्याकडे वळवण्यात नजीब यशस्वी झाला.

संत नामदेव
शीख धर्माचे प्रेरणास्थान

परंतु तेव्हाचे लहान-मोठे हिंदू सत्ताधीशसुद्धा मराठ्यांच्या म्हणजेच आपल्या धर्मबांधवांच्या मदतीला धावले नाहीत, हे येथे नमूद करायला हवे. खरे तर त्यांनाही उत्तरेच्या राजकारणात मराठ्यांचा शिरकाव नको होता. हे सारे राजेरजवाडे तेव्हा स्वस्थ बसून गंमत पाहत राहिले. अब्दालीच्या हातून मराठे परस्पर नर्मदेच्या दक्षिणेस लोटले गेले, की मग परत आपलीच सद्दी चालेल, असाच त्यांचा होरा असावा. थोडक्यात सांगायचे म्हणजे, तेव्हाचे सर्व हिंदू-मुसलमान सत्ताधारी एक तर धर्माच्या किंवा संकुचित स्वार्थाच्या आहारी गेले होते. या पार्श्वभूमीवर मराठ्यांनी केलेल्या संघर्षाचे नीट मूल्यमापन अजूनही झालेले दिसत नाही. धर्माने हिंदू असलेले मराठे धर्माने मुसलमान असलेल्या राजसत्तेचे रक्षण करण्यासाठी स्वतःस पणाला लावतात, ही घटनाच मुळी भारताच्या धर्मनिरपेक्ष धोरणाचा पाया घालणारी आहे. सदाशिवरावभाऊंनी या सर्व सत्ताधीशांना पत्रे लिहून कळवले होते, की अब्दाली हा परकीय शत्रू असून, मोगलांची सल्तनत हिंदुस्थानी म्हणजेच स्वकीय व स्वदेशी आहे. परकीय आक्रमणापासून या स्वदेशी सत्तेचे रक्षण करणे व त्यासाठी आपापसांतील किरकोळ भांडणे दूर ठेवून एकत्रितपणे परकीय सत्तेचा मुकाबला करणे, हे आपल्या सर्वांचेच कर्तव्य आहे. दुर्दैवाने मराठ्यांच्या या व्यापक राष्ट्रीय व धर्मनिरपेक्ष धोरणाचे महत्त्व हिंदुस्थानातील तेव्हाच्या धर्मांध व स्वार्थांध सत्ताधीशांना समजूच शकले नाही, आणि त्यांनी मराठ्यांना एकटे पाडायचे ठरवले.

नजीब आणि काही स्थानिक धर्मांधांच्या आवाहनाला सकारात्मक प्रतिसाद देऊन अहमदशहाने हिंदुस्थानवर पुन्हा एकदा आक्रमण केले. या आक्रमणाची खबर पुणे दरबारी

पोचली व रक्षणासाठी त्वरा करण्याचा बादशाही खलितासुद्धा आला. मात्र या वेळी नानासाहेब पेशव्यांनी राघोबादादाऐवजी सदाशिवरावभाऊ या चिमाजीअप्पाच्या चिरंजीवाकडे सेनेचे आधिपत्य देण्याचा निर्णय घेतला. भाऊने नुकतीच उदगीरच्या लढाईत निजामाला धूळ चारली होती व राघोबाच्या मोहिमेत पेशव्यांचा काही फायदा न होता दौलतीच्या कर्जात मात्र भर पडली असल्याने भाऊची नियुक्ती स्वाभाविकच म्हणावी लागते. भाऊबरोबर नानासाहेबांचा थोरला मुलगा विश्वासरावही मोहिमेवर जाईल असे ठरले.

पानिपतच्या या लढाईत मराठ्यांचा पराभव झाल्याचे व त्यांना त्याचा मोठा धक्का बसल्याचे सर्वज्ञातच आहे. त्याची काही चर्चा आपण यापूर्वी केलेलीही आहे. या संदर्भात इतिहासकार त्र्यं. शं. शेजवलकर लिहितात : *'पानिपत येथे मराठ्यांचा पराभव झाला व तेणेकरून महाराष्ट्रावर दुःख, खेद, विषाद यांची छाया पसरली; पण ती तात्कालिकच होती. या पराभवाचे परिणाम आपणास सर्वस्वी मारक होतील, असे त्यास त्या काळी वाटलेले दिसत नाही.'* अखिल हिंदुस्थानच्या कल्याणाच्या दृष्टीने विचार करता काहींना हा युद्धशास्त्रदृष्ट्या झालेला पराभव नैतिकदृष्ट्या मोठा विजयच वाटला असल्याचे दिसून येते. इव्हॅन्स बेल या विचारवंत इतिहासाभ्यासकाने लिहिले :

> *"पानिपतची लढाईसुद्धा मराठ्यांना अभिमानास्पद व कीर्तिस्पद अशीच घटना समजली पाहिजे! मराठे 'सर्व हिंदी लोकांसाठीच हिंदुस्थान' या ध्येयासाठी लढले! पण दिल्ली, अयोध्या व दख्खन येथील प्रबळ मुसलमान सत्ताधीश मात्र या वेळी कारस्थाने करीत, आपल्या चैनीत दंग होऊन एका बाजूस बसले आणि जरी मराठ्यांचा युद्धात पराजय झाला तरी विजयी अफगाण जे यानंतर एकदा परत गेले ते हिंदी राजकारणात ढवळाढवळ करण्यासाठी पुन्हा दिल्लीस आले नाहीत!"*

शेजवलकर याच संदर्भात प्राचार्य रॉलिन्सन यांनी काशीराजाच्या बखरीस लिहिलेल्या प्रस्तावनेतील मजकूर उद्धृत करतात : *"विशिष्ट परिस्थितीचा विचार करता इतिहासातील एखादा पराजय विजयाइतकाच सन्मानदायक म्हणावा लागतो आणि मराठ्यांच्या सर्व इतिहासात त्यांच्या फौजेने राष्ट्रातील सर्व उत्तम शिलेदारांसह पानिपतच्या घनघोर रणक्षेत्रात आपल्या देशाच्या व धर्माच्या वैऱ्यांशी लढताना जे मरण पत्करले त्याहून जास्त यशदायक मरण इतिहासात क्वचितच नोंदले गेले असेल!"*

एरवी पेशवाईचे कठोर टीकाकार असलेल्या शेजवलकरांनीही हे कबूल केले आहे,

> *"मराठ्यांचा दिल्लीच्या बादशहाच्या छत्राखाली हिंदू-मुसलमानांचे संयुक्त साम्राज्य चालविण्याचा प्रयत्न हाच सर्वांच्या हिताचा होता. अब्दालीस आठवण राहण्यासारखे तोंड मराठ्यांनी पानिपतास दिले. याचा*

परिणाम त्याने दिल्लीचे नाव कायमचे सोडून देण्यात झाला. एवढेच नव्हे, तर भाऊसाहेबाच्या बोलीप्रमाणे पंजाब मराठ्यांकडे ठेवल्यास तो राजी नव्हता, त्याला अखेर तो प्रांत शिखांच्या स्वाधीन करणे लवकरच भाग झाले. शीख धर्मवेडे व शूर असल्यामुळे त्यांना ते राज्य आपल्या ताब्यात आणता आले हे खरे; पण मराठ्यांनी अब्दालीस याद राखण्याची तंबी पोचविली असल्यानेच शिखांचा उदय सर झाला, हे इतिहासास विसरता येत नाही."

शिखांच्या धर्माची प्रेरणा शिखांनी संत नामदेव नावाच्या मराठी माणसाकडूनच घेतली, हे सर्वज्ञात आहे. नामदेवांची पन्नासावर कवने आपल्या पवित्र गुरुग्रंथसाहेब या ग्रंथात समाविष्ट करून व नामदेवांच्या नावाची कितीतरी गुरुद्वारे उभारून शिखांनी त्यांच्याविषयीची आपली कृतज्ञता हातचे काहीही न राखता व्यक्त केलेली आहे; परंतु शिखांच्या राजकारणाचा उगमही मराठ्यांच्या राजकारणात आहे, या वस्तुस्थितीची नोंद गंभीरपणाने घेतली गेलेली दिसत नाही.

पानिपतच्या युद्धावरून शेजवलकरांनी मराठ्यांच्या एकंदरच राजकारणाविषयी काढलेला निष्कर्षही बोधप्रद आहे.

"पानिपतच्या युद्धामुळे सिद्ध झालेली महत्त्वाची गोष्ट ही, की मराठे हिंदुस्थानचे राज्यकर्ते म्हणून वागत होते. केवळ लुटारू म्हणून दुसऱ्या लुटारूशी लढले नाहीत. हिंदुस्थानात सत्ताधीश कोणी व्हावयाचे किंवा राहावयाचे याबद्दल वाद असो, पण हे राज्य हिंदी रहिवाशांचेच असले पाहिजे व तेच येथील राज्यकर्ते राहिले पाहिजेत, या तत्त्वासाठी मराठे पानिपतास लढले. परया अब्दालीला येथे कोणताच नैतिक हक्क नाही असे त्यांचे आव्हान होते. पेशव्याने १७५२च्या अहदनाम्याने सहा सुभ्यांच्या चौथाईच्या बदल्यात दिल्लीच्या पातशाहीचे रक्षण अब्दालीपासून करण्याचे कार्य अंगावर घेतले होते. ते कार्य त्याने यथाशक्य पुढे चालविले. अब्दालीला दिल्लीतून व पंजाबातून हुसकून एकवार तरी त्याला अटकेपार घालवून मुलतान व पंजाब येथील कारभार वर्षभर त्यांनी केला. नंतर आलमगीर बादशहाने भाऊस फर्मान पाठवून स्वतःच्या रक्षणास बोलाविले. त्याप्रमाणे भाऊ दिल्लीस येऊन त्याने अब्दालीचा हस्तक घालवून मृत बादशहाचा मुलगा बादशहा म्हणून जाहीर केला. एवढेच नव्हे, तर त्याला साफ बुडविण्यासाठी कंबर कसली. बादशहास न जुमानणाऱ्या हिंदू व मुसलमान संस्थानिकांवर त्यांनी सारखे शस्त्र

धर्माने हिंदू असलेले मराठे धर्माने मुसलमान असलेल्या राजसत्तेचे रक्षण करण्यासाठी स्वतःस पणाला लावतात, ही घटनाच मुळी भारताच्या धर्मनिरपेक्ष धोरणाचा पाया घालणारी आहे. सदाशिवरावभाऊंनी या सर्व सत्ताधीशांना पत्रे लिहून कळवले होते, की 'अब्दाली हा परकीय शत्रू असून, मोगलांची सल्तनत हिंदुस्थानी म्हणजेच स्वकीय व स्वदेशी आहे. परकीय आक्रमणापासून या स्वदेशी सत्तेचे रक्षण करणे व त्यासाठी आपापसांतील किरकोळ भांडणे दूर ठेवून एकत्रितपणे परकीय सत्तेचा मुकाबला करणे, हे आपल्या सर्वांचेच कर्तव्य आहे.' दुर्दैवाने मराठ्यांच्या या व्यापक राष्ट्रीय व धर्मनिरपेक्ष धोरणाचे महत्त्व हिंदुस्थानातील तेव्हाच्या धर्मांध व स्वार्थांध सत्ताधीशांना समजूच शकले नाही आणि त्यांनी मराठ्यांना एकटे पाडायचे ठरवले.

धरिले. एवढे सर्व त्यांनी आपण दिलेल्या शब्दासाठी व अंगावर घेतलेली जबाबदारी पार पाडण्यासाठी एकट्याने, दुसऱ्याच्या मदतीशिवाय केले. मोगलांच्या ताब्यातून गेलेले काबूल व कंदाहार हे अटकेपारचे दोन सुभेसुद्धा त्यांनी अब्दालीस देऊन टाकले नाहीत. मोगल साम्राज्याचा भाग म्हणून राखण्याचेच त्यांनी ठरविले व यासाठीच पानिपतचा पराभव आपणावर ओढवून घेतला. त्याच्याप्रमाणे एक लाख स्वार तयार ठेवण्याचे सामर्थ्य दुसऱ्या कोणत्याही सत्ताधीशाने त्या काळी दाखविले नाही. धार्मिक बाबतीत ते हिंदू-मुसलमान असा भेद करून वागले नाहीत किंवा त्यांनी आपल्या वागणुकीत कोठे धर्मवेडेपणाही दाखविला नाही. क्लाइव्हप्रमाणे खोटे कागद करून किंवा राजपूत मुसलमानांप्रमाणे मारेकरी घालून त्यांनी आपला हेतू साध्य केला नाही. युद्धानंतर शस्त्रे काढून घेतलेल्या कैद्यांची कत्तल त्यांनी केल्याचे ठाऊक नाही किंवा शत्रूची शिरे अकारण कापून त्यांच्या राशी घालण्याच्या वा ती भाल्यावर मिरवण्याचा रानटीपणाही त्यांनी कधी आचरिला नाही."

शेजवलकरांच्या या विस्तृत उताऱ्यावर आणखी भाष्य करण्याची गरज नाही.

■

६७

इंग्रज-मराठा युद्ध

पानिपतच्या लढाईत हार खाऊनसुद्धा मराठ्यांचे उत्तर हिंदुस्थानातील स्थान अबाधितच राहिले, या वस्तुस्थितीतच मराठ्यांचे मोठेपण सामावले आहे; मात्र या पराभवामुळे झालेल्या खच्चीकरणाचा परिणाम म्हणून मराठ्यांना पूर्व हिंदुस्थानात व विशेषतः बंगालकडे आपला जम बसवता आला नाही तो नाहीच. त्याचा फायदा क्लाइव्ह व हेस्टिंग्ज अशा धूर्त इंग्रज अधिकाऱ्यांनी बरोबर उठवला. ज्याच्या ताब्यात दिल्ली त्याच्या हातात हिंदुस्थानच्या सत्तेची किल्ली, हे सूत्र मराठे आणि इंग्रज या दोन्ही प्रतिस्पर्ध्यांनी बरोबर ओळखले होते व त्याला धरूनच ते राजकारण करत होते. अर्थात इंग्रज परकीय असल्यामुळे त्यांचा या बाबतीतील दृष्टिकोन केवळ नफानुकसानीच्या हिशेबाचा होता. त्याचा फायदा त्यांना मिळाला. उलट मराठे हे एतद्देशीय जबाबदार राज्यकर्ते असल्यामुळे त्यांना चौकटीबाहेर जाऊन विचार करावा लागे व त्याचा तोटा त्यांना सहन करावा लागला.

मराठ्यांचे बळ क्षीण झाल्याचे पाहून इकडे दक्षिणेत निजामानेही उचल खाल्ली. नवा तरुण पेशवा माधवराव कर्तबगार असला तरी सत्तालोलूप चुलता रघुनाथराव याच्या कारवायांना तोंड देण्यातच त्याची बरीचशी शक्ती खर्ची पडली. अशा परिस्थितीत उत्तरेत सुटलेली पकड परत मिळविण्यासाठी आधी मल्हारराव होळकर, रामचंद्र गणेश कानडे, विसाजी कृष्ण बिनीवाले यांनी बरीच खटपट केली. खरे तर हे काम स्वतः राघोबानेच करायचे असे ठरले होते; पण ते त्याला पेलले नाही. दरम्यान, मल्हाररावांचाही मृत्यू

पानिपतच्या लढाईनंतर झालेल्या खच्चीकरणाचा फायदा उठवत इंग्रजांनी दिल्लीवर ताबा मिळविण्याचे प्रयत्न सुरू केले. प्रसंगी त्यासाठी मोगलांशी हातमिळवणीही केली; मात्र महादजी शिंदेंसारखा लढाऊ सेनानी असणाऱ्या मराठ्यांनी इंग्रजांचे हे प्रयत्न वेळोवेळी हाणून पाडले.

झाला. अशा परिस्थितीत उत्तरेच्या राजकारणाची मुख्य जबाबदारी महादजी शिंद्यांवर येणे क्रमप्राप्त होते. महादजीने ती समर्थपणे निभावली.

वस्तुतः शाहू महाराजांच्या मूळ योजनेनुसार बंगाल व एकूणच पूर्वेकडील राजकारण नागपूरकर भोसल्यांनी सांभाळायचे. त्यानुसार ओरिसा प्रांतावर ताबा मिळवण्यात भोसले यशस्वी झाले. त्यांच्या भीतीमुळेच कलकत्तेकर इंग्रजांना कलकत्ता शहराभोवती खंदक खणावा लागला. तथापि मध्यवर्ती - पेशव्यांच्या सत्तेशी - त्यांचा ताळमेळ कधीच बसला नाही. शिवाय पेशव्यांनीही पूर्वेकडील मुलुखाचा हव्यास धरला. याचा परिणाम म्हणून तेथे इंग्रजांचा हिंदुस्थानातील पाया मजबूत झाला व त्याच्या आधारे त्यांनी हिंदुस्थान पादाक्रांत केले. बंगालकडील राजकारण भोसले व पेशवे यांच्या सलोख्यातून व समन्वयातून झाले असते तर इंग्रजांचा पायरोव इतक्या सहजपणे झाला नसता.

प्लासी आणि बक्सर येथील लढाया जिंकून आणि बंगाल व अयोध्या येथील मुसलमान नवाबांना नामोहरम करून इंग्रजांनी दिल्लीला शह देण्याची तयारी केली; पण प्रत्यक्ष दिल्लीवर कब्जा करण्याइतपत आपले सामर्थ्य नसल्याची त्यांना कल्पना असल्यामुळे त्यांनी मोगल बादशहा शहाआलम यास ताब्यात घेऊन त्याला पटणा, अयोध्या करीत शेवटी अलाहाबादेत स्थानापन्न केला.

या वेळी राजधानी दिल्लीचा ताबा नजीबखानाचा मुलगा झाबेतखान याच्याकडे होता. मराठ्यांनी अंतर्वेदीतील या रोहिल्यांचा प्रदेश जिंकून झाबेतला शह दिला व ७ फेब्रुवारी १७७१ या दिवशी दिल्ली शहरात शहाआलमच्या सत्तेची द्वाही फिरवली. झाबेत दिल्लीच्या लाल किल्ल्याचा ताबा द्यायला तयार नव्हता; तेव्हा महादजीने तोफांचा भडिमार करून त्याला नमवले व १० फेब्रुवारीला किल्ल्यावर कब्जा केला. मराठ्यांचे झेंडे शहरात व किल्ल्यावर फडकले. आता मराठ्यांशी करार करण्याखेरीज बादशहाला गत्यंतर नव्हते. या करारामुळे बादशहालाही इंग्रजांकडून मोकळे होऊन दिल्लीला परतणे शक्य झाले. त्याच्या मर्जीविरुद्ध इंग्रजही त्याला अलाहाबादेत रोखू शकत नव्हते. २५ डिसेंबर १७७१ रोजी बादशहाने राजधानीत प्रवेश केला व पुन्हा एकदा आपल्या तखतावर बसला. माधवराव पेशव्याने याबाबत मराठा सरदारांचे अभिनंदन करताना म्हटले, *'इंग्रजांस जी गोष्ट न जाहली ती तुम्ही सिद्ध करून असाधारण लौकिक मिळवला.' 'इंग्रजांचा प्रवेश दिल्लीत होऊ नये. प्रवेश जालिया उखलणार नाही,' असा इशारा द्यायलाही पेशवा विसरला नाही.*

पेशव्यांनी पूर्वेकडील मुलुखाचा हव्यास धरला. याचा परिणाम म्हणून तेथे इंग्रजांचा हिंदुस्थानातील पाया मजबूत झाला व त्याच्या आधारे त्यांनी हिंदुस्थान पादाक्रांत केला. बंगालकडील राजकारण भोसले व पेशवे यांच्या सलोख्यातून व समन्वयातून झाले असते तर इंग्रजांचा पायरोव इतक्या सहजपणे झाला नसता.

वस्तुतः आपल्याला आपल्या राजधानीत घेऊन चला, असा लकडा बादशहाने जवळपास दशकभर इंग्रजांकडे लावला होता; पण इंग्रजांना ते जमले नव्हते. मराठ्यांनी ते करून दाखवल्यामुळे त्यांचा दरारा आपसूकच प्रस्थापित झाला; परंतु महादजी आता येथे थांबणार नव्हताच, त्याने विसाजीपंताच्या समवेत झाबेतखानाच्या मुलखावर स्वारी केली. झाबेत पळत सुटला; मात्र त्याचा कुटुंबकबिला मराठ्यांच्या हाती आला. नजीबाबाद ऊर्फ फत्तरगड हे रोहिल्यांचे मुख्य ठाणे मराठ्यांनी सर केले. स्वतः नजीबखान याआधीच मरण पावला असला, तरी पानिपतमधील त्याची हरामखोरी मराठे विसरू शकत नव्हते. मराठ्यांनी त्याची कबर फोडून नष्ट करत आपला राग व्यक्त केला. महादजीच्या आयुष्यात या मोहिमेला महत्त्वाची घटना मानावे लागते.

इंग्रज आणि मराठे यांच्यातील सत्तासंघर्ष असा रंगात आला असता कर्तबगार माधवरावाचा अकाली मृत्यू ओढवला. त्यानंतरचे राजकारण पेशव्यांचे न राहता कारभाऱ्यांचे झाले. माधवरावाच्या पश्चात त्याच्या धाकट्या भावाला म्हणजे नारायणरावाला पेशवाई मिळाल्यामुळे त्यांच्या कारस्थानांना जोर चढला. पुणे दरबारात सरळ सरळ दोन तट पडले. कोकणस्थ ब्राह्मण विरुद्ध देशस्थ ब्राह्मण व कायस्थ प्रभू असा एक जातीय पदरही त्याला प्राप्त झाला. या साऱ्याचे पर्यवसान पेशवा नारायणराव याच्या खुनात झाले. अशा आणीबाणीच्या प्रसंगी दादांसारख्या लोभी माणसाच्या हाती पेशवाई जाऊ नये म्हणून एकत्र येऊन 'मराठा मंडळा'ने जे कारस्थान केले त्याला 'बारभाईंचे कारस्थान' म्हणतात. या कारभाऱ्यांनी प्रथम नारायणरावाची गर्भवती पत्नी गंगाबाई हिच्या उदरातील गर्भाच्या नावे राज्य चालवले. तिला होणारा पुत्र हाच पेशवा व पुत्र नाही झाला तर दत्तकाचे वगैरे पाहता येईल, अशा समजुतीतून ही खेळी खेळली गेली. गंगाबाईला झालेला पुत्र म्हणजेच पुढचा पेशवा सवाई माधवराव.

बारभाईंच्या हस्तक्षेपामुळे आपली राज्यलालसा भागत नाही हे पाहून रघुनाथरावाने सरळ सरळ इंग्रजांचा आश्रय घेतला. त्याच्या या नीच कृत्यामुळे इतिहासाला वेगळेच वळण लागले. त्यामुळे इंग्रजांचा शिरकाव मराठ्यांच्या राजकारणात झाला. अर्थात या वेळी बारभाईंनी इंग्रजांशी युद्ध करून राघोबाला धडा शिकवायचा निर्णय घेतला. ठाण्याजवळील साष्टी बंदर राघोबाने संभाव्य राज्यप्राप्तीच्या मोबदल्यात इंग्रजांना परस्पर देऊन टाकले होते. त्यामुळे युद्धाला आरमारी बाजही प्राप्त झाला. राघोबाने पुढे पळावे व हरिपंत फडके याने त्याच्या पाठलाग करावा, असा प्रकार सुरू झाला. मराठ्यांच्या मर्जीविरुद्ध राघोबाला गादीवर बसवणे सोपे नाही, याची जाणीव इंग्रजांनाही झाली. गव्हर्नर जनरल वॉरन हेस्टिंग्ज याने मुंबईकर इंग्रजांनी राघोबाशी केलेला करार रद्दबातल ठरवून बारभाईंबरोबर पुरंदरचा तह केला व लौकिक वाचवला. तोंडघशी पडलेला राघोबा अखेरपर्यंत इंग्रजांच्या मदतीसाठी

आग्रही राहिला.

मुंबई किंवा मद्रासच्या इंग्रजांनी स्थानिक सत्ताधाऱ्यांशी करार किंवा तह करायचा व तो अंगलट आला, की कलकत्तेकर वरिष्ठ इंग्रज अधिकाऱ्यांनी तो रद्द करायचा व काही अडचण आली, की इंग्लंडच्या राजाच्या आड लपायचे, हा इंग्रजांच्या नेहमीच्याच लबाड राजकारणाचा भाग होता व राघोबा त्या जाळ्यात अडकला. राघोबाच्या या स्वार्थी राजकारणामुळे मराठ्यांच्या राजकारणामधील कच्चे दुवे इंग्रजांना बरोबर हेरता आले व त्याचा उपयोग त्यांनी यथाकाळ केला. भविष्यकाळात केव्हातरी मराठे व इंग्रज यांच्यातील युद्ध अपरिहार्य होते; परंतु राघोबामुळे ते मराठ्यांवर अकाली लादले गेले. इंग्रजांना लाभलेले हे राघवास्त्र मराठ्यांना चांगलेच महागात पडले. राघोबाचे अपुरे अवतारकृत्य त्याचाच दिवटा मुलगा बाजीराव (दुसरा) याने यथासांग पार पाडले.

पहिले माधवराव पेशवे

डाव अंगावर येतो असे पाहिले, की खेळ मोडायचा व आपणास हवा तेव्हा परत सुरू कयचा, हे कसब इंग्रजांना चांगलेच साधले होते. नाना फडणीसाने फ्रेंच वकील पुणे दरबारात ठेवला. त्यामुळे पुरंदरच्या तहाचा भंग झाला, हे निमित्त करून इंग्रजांनी परत युद्ध उकरून काढले. मुंबईकर इंग्रज पुण्याच्या रोखाने चालून आले व त्यांनी मराठ्यांच्या हातून सपाटून मार खाल्ला.

युद्धाला त्या वेळी स्वतः हेस्टिंगचा पाठिंबा होता. त्याने कलकत्त्याहून मुंबईकरांच्या मदतीला सैन्याच्या तुकड्या रवाना केल्या. त्या पोचेपर्यंत मुंबईकरांना दम नव्हता. कदाचित श्रेयाचा प्रश्नही असेल. मुंबईहून निघालेली इंग्रजी फौज ३० डिसेंबर १७७८ या दिवशी खंडाळ्याहून पुण्याच्या रोखाने निघाली. ४ जानेवारी १७७९ रोजी झालेल्या चकमकीत इंग्रजांचा कॅ. स्टुअर्ट हा सेनानी मरण पावला. याला मराठे इष्टुर फाकडा म्हणायचे. कर्नल की देखील ठार झाला. मराठ्यांकडे भिवराव पानसे यांचा तोफखाना होता.

मुंबई किंवा मद्रासच्या इंग्रजांनी स्थानिक सत्ताधाऱ्यांशी करार किंवा तह करायचा व तो अंगलट आला, की कलकत्तेकर वरिष्ठ इंग्रज अधिकाऱ्यांनी तो रद्द करायचा व काही अडचण आली, की इंग्लंडच्या राजाच्या आड लपायचे, हा इंग्रजांच्या नेहमीच्याच लबाड राजकारणाचा भाग होता व राघोबा त्या जाळ्यात अडकला. राघोबाच्या या स्वार्थी राजकारणामुळे मराठ्यांच्या राजकारणामधील कच्चे दुवे इंग्रजांना बरोबर हेरता आले व त्याचा उपयोग त्यांनी यथाकाळ केला.

तथापि या युद्धाचा मराठ्यांकडूनचा सूत्रचालक स्वतः महादजीच होता. मराठी सैन्याने इंग्रजांची रसद तोडून त्यांची चांगलीच कोंडी केली, तेव्हा शरण आल्याशिवाय त्यांना पर्यायच उरला नाही. शेवटी तहाला कबूल होऊन मुंबई गाठणे त्यांनी पसंत केले.

राघोबाचा विश्वासघात करून त्यांनी त्याला महादजीच्या स्वाधीन केले. त्याने झाशी येथे स्नानसंध्या करून राहावे असे ठरले. त्याप्रमाणे व्यवस्थाही झाली; परंतु पुन्हा एकदा सगळ्यांना चकवा देऊन त्याने पळ काढून पूर्वीचे उद्योग सुरू केलेच. हेस्टिंग्जने मुंबईकरांना मदत करण्यासाठी पाठविलेला सेनानी गॉडर्ड वेळेवर पोचला नव्हता. तो आता सुरतेस होता. राघोबाने त्याचा आश्रय घेऊन कारस्थाने सुरू केली. इकडे हेस्टिंग्जनेही वडगावला झालेला तह आम्हाला न विचारता केला गेल्यामुळे बंधनकारक नसल्याचा पवित्रा घेतला, तेव्हा इंग्रज-मराठा युद्ध संपुष्टात आले नसल्याचेच जाहीर झाले. गॉडर्डमुळे हे युद्ध गुजरात, मध्य प्रांत या भागातही पसरले. दरम्यान, नाना फडणीसाने मराठे, निजाम, हैदर आणि नागपूरकर भोसले यांना एकत्र करून इंग्रजांना शह देण्यासाठी चौकडीचे कारस्थान रचले होते; पण भोसल्यांनी कच खाल्ल्यामुळे ते फसले. वडगावच्या पराभवाचे उट्टे काढण्यासाठी गॉडर्ड मुंबईहून बोरघाटात उतरला. फेब्रुवारी ते एप्रिलच्या मध्यापर्यंत (इ. स. १७८१) तो खंडाळ्यास होता. त्याची रसद तोडून त्याला जेरीस आणण्याचे काम परशुरामभाऊ पटवर्धनांसारख्या धुरंधर सेनानीने पार पाडले. 'हे शिवशाही राज्य आहे' अशी ग्वाही भाऊने दिली. हरिपंत फडक्यांचे हल्ले सुरू झाले व तिकडून कोकणातून तुकोजी होळकरांनी चालून घेतले. तिन्ही बाजूंनी घेरलेल्या गॉडर्डला परत फिरायची इच्छा झाली. या लढाईत इंग्रजांचे भारी नुकसान होऊन त्यांना माघार घ्यावी लागली. या लढाईची बातमी नाना फडणीसाने सातारकर छत्रपतीस सविस्तर लिहून पाठवली आहे. एका बातमीपत्रानुसार 'गाडेराने हिंदुस्थानात जागा जागा लढाया केल्या, त्याच तौराने इकडे मर्दुमकी दाखवावयास आला. परंतु स्वामींच्या तेजप्रतापे त्याचा गर्वपरिहार झाला. अशी जरब आजतागायत इंग्रजांस बसली नव्हती. मुंबईतील सारे जन हासते.'

इंग्रजांनी पुढे हिंदुस्थान जिंकला ही वस्तुस्थिती आहे; पण त्याआधी त्यांना मराठ्यांनी अनेकदा धूळ चारली होती, हे विसरता कामा नये.

मराठ्यांच्या या पराक्रमाची आंतरराष्ट्रीय पातळीवरून नीट नोंद व्हायला हवी व त्यासाठी चित्रपटाचे माध्यम योग्य ठरेल, यात शंका नाही.

६८

हिशेब चुकता केला

अठराव्या शतकातील मोगलांच्या सत्तेचा सार्वभौम बादशहा शहा आलम याची अवस्था बुद्धिबळातल्या राजासारखी झाली होती व ती करणाऱ्या दोन सत्ता म्हणजे ब्रिटिश आणि मराठे. व्यक्तींच्या भाषेत बोलायचे म्हणजे वॉरन हेस्टिंग्ज आणि महादजी शिंदे. महादजीने बादशहास ब्रिटिशांकडून सोडवले खरे; पण ब्रिटिशांनीही धूर्तपणे शहाजादा जवाँबख्त याला आपल्या ताब्यात ठेवून काटशह द्यायचा प्रयत्न केलाच.

दिल्लीवर नियंत्रण ठेवण्याच्या मराठ्यांच्या मनसुब्यातील सर्वांत मोठा अडथळा म्हणजे नजीबचे खानदान. हे वैर मराठ्यांना तीन पिढ्या पुरले, आणि तिन्ही पिढ्यांचा साक्षीदार होता स्वतः महादजी. अर्थात पानिपतच्या वेळी महादजी तसा लहानच म्हणावा लागतो. त्यामुळे नजीबखानाविरुद्ध त्याला फार काही करायची संधी मिळाली नाही; पण नजीबचा मुलगा झाबेताखान व झाबेताखानाचा मुलगा गुलाम कादिर यांचा पुरता नक्षा उतरवण्यात महादजी यशस्वी झाला. दिल्ली मुठीत ठेवायची म्हणजे जाट-राजपूत-शिखांसारख्या स्थानिकांचा बंदोबस्त पहिल्यांदा करायला हवा होता. महादजीने शिखांशी समझोत्याचे धोरण ठेवले. जाट व राजपुतांशी त्याला सतत झुंजावे लागले. ग्वाल्हेरच्या किल्ल्याचा प्रदीर्घ काळ चाललेला वेढा महादजीने जातीने सांभाळला होता. एकदा तर त्याचा जरदा घोडा तोफगोळ्याने जायबंदी होऊन ठार झाला. महादजी हा आघाडीवरून नेतृत्व करणारा सेनापती होता, पिछाडीवरून नव्हे. लालसोट येथे जयपूरकरांशी झालेल्या

दिल्लीवर नियंत्रण ठेवण्याच्या मराठ्यांच्या मनसुब्यातील सर्वांत मोठा अडथळा म्हणजे नजीबचे खानदान. हे वैर मराठ्यांना तीन पिढ्या पुरले आणि तिन्ही पिढ्यांचा साक्षीदार होता स्वतः महादजी. पानिपतनंतर नजीबचा मुलगा व नातू यांचा पुरता नक्षा उतरविण्यात महादजी यशस्वी झाला.

लढाईत महादजीने घेतलेली यशस्वी माघार हा एक वेगळाच विषय होऊ शकतो. स्वतः महादजींच्याच शब्दांत सांगायचे म्हणजे, *"दिल्लीचे राजकारण इंग्रजांचे हातास जाऊ न द्यावे."* हे त्याच्या राजकारणाचे मुख्य सूत्र होते. दिल्लीच्या बादशहाच्या सर्वश्रेष्ठ प्रतिनिधीचे म्हणजेच वकिलीमुत्लक पद किंवा कुलमुख्त्यारी पदरात पाडून त्याद्वारा सर्व हिंदुस्थानचा कारभार ताब्यात घेण्याचा गव्हर्नर जनरल हेस्टिंग्ज ऊर्फ इष्टिनचा कावा होता. तो महादजीने हाणून तर पाडलाच, परंतु हे पद आपणच घेऊन त्याचा डाव उलटवला. या एकूणच प्रकरणाचे चित्र सारांशरूपाने लाला सेवकराम याने ११ नोव्हेंबर १७८४ या दिवशी पुण्यास लिहिलेल्या पत्रात स्पष्ट उमटले आहे. *"बडेसाहेब (हेस्टिंग्ज) मनसुबा करून कलकत्त्याहून लखनौस आले. त्यास करोड-दीड करोड रुपये वजिरापासून हाती लागले; परंतु दिल्लीस जाऊन पातशाही करावी, हे महादजी शिंदे वाटेत आडवे आल्यामुळे घडले नाही."* बादशहा महादजी शिंद्यांच्या लष्कराच्या छावणीतच दाखल झाल्यामुळे कारस्थानांना तात्पुरता का होईना, पूर्णविराम मिळवला. शेवटी हेस्टिंग्जलाच आपला वकील अँडरसन (मराठ्यांनी दिलेले नाव - इंद्रसेन) याच्या विद्यमाने महादजीशी जुळवून घेऊन शहाजादा जवाँबख्त याची स्वगृही परतपाठवणी करावी लागली. महादजीच्या बंदोबस्ताचे समकालीन शब्दांत वर्णन करायचे म्हटले, तर *"बावांचे परवानगीवाचून इकडून तिकडे किंवा पातशहांकडे कोणी जाऊ पावत नाही."*

अशा प्रकारे आग्राजवळ बादशहा व महादजी यांची भेट झाल्यानंतर बादशहाने महादजीस सल्तनतीचा बंदोबस्त करण्यास सांगितले. *"पाटीलबावांनी विनंती केली, काही पदांखेरीज बंदोबस्त कसा होतो? त्यावरून पातशहा बोलिले, 'तुम्हाकडे पद सांगावे आणि वजीर व इंग्रज यादी करून सर्वांवर दाब पडून सल्तनतीचा बंदोबस्त घडला पाहिजे, त्यास वकील-मुतलखी व मीरबक्षीगिरी ही दोन्ही पदे पंतप्रधानांचे नावे देऊन त्यांची नायबकी तुम्हांस देतो,"* महादजीने अर्थातच पुणे दरबारकडे बोट दाखवून पेशव्यांकडून परवानगी घ्यावी लागेल, असे सुचवले. बादशहाला पेशव्यांत तेवढा रस नव्हता. पुण्यातील सत्ताधारी हे त्याच्यासाठी निर्गुण निराकार परब्रह्मासारखे होते, तर महादजी हा साक्षात सगुण साकार रूपातील परमेश्वरासारखा त्राता म्हणून जवळ बसला होता. (मोगल दरबारात बादशहासमोर बसायचा मान फक्त महादजीचाच होता. इतर मानकऱ्यांना उभे राहावे लागे.) *"फौजेत व तोफखान्यात बखेडा जाला आहे. पुण्याहून उत्तरे येण्यास दिवसगत लागेल. सबब तुम्हास दोन्ही पदांची नायबतीची वस्त्रे देतो,"* असे सांगत बादशहाने आर्जव केले तेव्हा महादजीला तसे करावे लागले. याप्रमाणे पेशव्यांच्या वतीने पदे स्वीकारून त्याने ८ डिसेंबर १७८४ या दिवशी पेशव्यांस लिहिले -

"बक्षीगिरी व नायबगिरीसुद्धा वस्त्रे खिळत, सात पार्चे व चार कुबा व दस्तार सरबस्ता, जिगे व कलगी व शिरपेच व माला मयवरीद व समशेर व सिपार, नालकी व मोर्चेले दोन व झालरदार पालखी व माहीमरात व तोग व अलम व साहेब नौबत, नगारे व हत्ती-घोडे याप्रमाणे इनायत हुजरून जहाले ते सेवेसी रवाना केले आहेत. बादशहाची मुख्तारी सर्व स्वामींकडे आहे. नायब मुनायकीचे पदाची वस्त्रे घेतल्यावर वकील मुतलकीचे पद मात्र राहिले होते, त्याविषयीही स्वामीचे नावे बादशहास अर्जी केली, त्यावर त्यांनी दसकत केले जे वकील मुतलकी आपल्याकडून तुमचे नावे दिली व पेशव्यांकडूनही तुम्हास आम्हीच सांगितली. स्वामींचे प्रतापे करून येथील कामकाजाचा बंदोबस्त होईल. इंग्रजांचे खुळात होते, ते सर्व हमदानीसुद्धा मोडून इंग्रजांकडील नाद बादशहाचा तोडिला. इंग्रज बादशहास तीन लक्ष द्यावयास सिद्ध असता, तोडले. यास्तव बादशहाचे खर्चाची पैरकी व फौजेचा उपराळा व्हावा. श्रेष्ठपद वकील-मुतलकी आजपावेतो कोणास दिले नव्हते. पूर्वी महंमदशहाने निजामुलमुल्क यास एकवार दिले होते. त्याच्या खिलत श्रीमंतांकडे रवाना करावयानिशी बादशहांची जल्दी आहे."

मराठा मंडळातील दुफळी जगजाहीर झाली व महादजीला पुणे दरबाराचा पूर्ण पाठिंबा नाही, हे उघड झाले. त्याचा फायदा इंग्रजांनी घेतला. महादजीपुढे डाळ शिजत नाही, हे लक्षात आल्यावर त्यांनी पुणे दरबाराकडे मोर्चा वळवला. याच वेळी महादजीला शह म्हणून नानाने इंग्रज वकिलाला पेशव्यांच्या दरबारात प्रवेश देऊन इंग्रजांचे काम सोपे केले.

अलिजा बहाद्दर महादजी शिंदे

बादशहाकडून मिळालेला मानमरातबाचा व पदांचा हा सारा ऐवज महादजीने पुण्याकडे पाठवला; परंतु पुणे दरबाराचा उत्तरेतील वकील सदाशिव दिनकर आणि खुद्द नाना फडणीस यांनी सनदांमधील मजकुराचा शब्दच्छल करत व त्यामुळे पेशव्यांस गौणत्व येते, अशी सबब सांगत त्यास नकार दिल्यामुळे तो सर्व उज्जैनीस पडून राहिला. इकडे बादशहास त्याची विस्कटलेली घडी लवकर नीट बसवायची असल्यामुळे त्याने महादजीस 'महाराजाधिराज उमराव अलिजाबहाद्दर माधवराव सिंदे' असा फारसी शिक्का करून दिला. वस्तुत: यानंतर हा शिक्का सर्व संबंधित कागदपत्रांवर जाहीरपणे उमटणारच होता; परंतु सदाशिव दिनकराने तो नकलून त्याची माहिती नानास कळवली. मुद्दा हाच, की महादजीचे प्रस्थ वाढले आहे. सावध!

बादशहाने देऊ केलेले पद केवळ त्यामुळे महादजी मोठा होतो आहे म्हणून नाकारून (सात वर्षांनंतर ते स्वीकारणे भाग पडले, हा मुद्दा अलाहिदा) नाना फडणीसाने मोठीच राजकीय चूक केली. एवढा मोठा पराक्रम करून, इंग्रजांना एवढा जबरदस्त शह देणाऱ्या महादजीच्या वाट्याला असे राजकारण यावे, हे मराठेशाहीचे दुर्भाग्य म्हणायचे, की मुत्सद्देगिरीची दिवाळखोरी म्हणायची; व्यक्तिगत असूया म्हणायची, की आणखी काही, हे कळत नाही. काहीही म्हणा, त्याचे परिणाम मात्र चांगले झाले नाहीत. एक तर मराठा मंडळातील दुफळी जगजाहीर झाली व महादजीला पुणे दरबाराचा पूर्ण पाठिंबा नाही, हे उघड झाले. त्याचा फायदा धूर्त इंग्रजांनी बरोबर घेतला. महादजीपुढे आणखी डाळ शिजत नाही, हे लक्षात आल्यावर त्यांनी पुणे दरबाराकडे मोर्चा वळवला. नेमक्या याच वेळी पुणे दरबाराचे सार्वभौमत्व सिद्ध करण्यासाठी महादजीला शह म्हणून नानाने इंग्रज वकिलाला पेशव्यांच्या दरबारात प्रवेश देऊन इंग्रजांचे काम सोपे करून सोडले. मॉस्टिन, मॅलेट इ. इंग्रज वकिलांनी पुण्यातील राजकीय हालचाली मुंबईला इत्थंभूत कळवल्या, एवढेच नव्हे, तर प्रत्यक्ष पुणे दरबारही फितुरीने पोखरून काढला.

दिल्लीचे राजकारण इंग्रजांच्या हातात जाऊ न द्यावे, हे महादजीच्या राजकारणाचे मुख्य सूत्र होते. दिल्लीच्या बादशहाच्या सर्वश्रेष्ठ प्रतिनिधीचे म्हणजेच वकिलीमुत्लक पद किंवा कुलमुखत्यारी पदरात पाडून त्याद्वारा सर्व हिंदुस्थानचा कारभार ताब्यात घेण्याचा गव्हर्नर जनरल हेस्टिंग्ज ऊर्फ इष्टिनचा कावा होता. तो महादजीने हाणून तर पाडलाच; परंतु हे पद आपणच घेऊन त्याचा डाव उलटवला.

इंग्रजांना शह देत उत्तरेतील अवाढव्य राजकारण सांभाळताना स्वसमर्थनार्थ पुणे दरबारच्या नाकदुऱ्या काढण्याची वेळ महादजीवर आली, यातच मराठेशाहीचे भवितव्य ठरले होते. महादजीला खुलासा करावा लागला,

> *"हा खिलत येथेच मथुरेत ठेवितो तर काय अंदेशा बादशहा घेईल न जाणो, म्हणून येथून रवानगी केली. उज्जनीत राहिला, पुढे गेला नाही यावरून तर्क-कुतर्क होतील. सारी राजकारणे श्रीमंतांचे कृपेची. मी हस्तक, आज्ञाधारक, विश्वासू व बळकट समजोन इकडील लोक वश्य आहेत. दाबाने काम चालते. खिलत श्रीमंतांनी न घेतल्यास आमचा दुलौंकिक होऊन चालते क्रमात अंतर पडेल. यास्तव खिलत श्रीमंतांनी घ्यावा. मसलत आहे."*

महादजीच्या दुलौंकिकाचे पुणे दरबारास काही देणेघेणे नव्हते, तरी राजकारणाच्या 'चालते क्रमा अंतर' पडू न देणे हे त्याचे कर्तव्य होते. बालपेशव्यास मुठीत ठेवून राजकारण करणाऱ्या नानास मात्र हे उमगले नाही.

बादशहाचा प्रतिनिधी या नात्याने महादजीने कलकत्तेकर इंग्रजांकडे त्यांनी बादशहाच्या थकवलेल्या खंडणीची, त्याचप्रमाणे नागपूरकर, भोसल्यांच्या चौथाईच्या बाकीचीही मागणी केली; परंतु महादजीच्या अधिकारास पुणे दरबाराची अधिमान्यता नसल्यामुळे या मागणीला नकार देणे इंग्रजांना शक्य झाले. पुण्यातील क्षुद्र कारस्थानी राजकारणाचा हा परिणाम होय.

महादजीने बादशहास इंग्रजांच्या मगरमिठीतून सोडवले तरी त्याला काहीही करून दिल्ली गाठायचीच होती. त्याने महादजीकडे तसा धोशा लावला. शेवटी महादजीने मथुरा येथे छावणी करून तेथून कारभार पाहायचा व बादशहाने दिल्लीत राहायचे असे ठरले. काही काळ मथुरेतील महादजीची छावणी ही भारताची राजधानीच बनली होती, असे म्हणतात त्यात अतिशयोक्ती नाही. शेवटी २७ जुलै १७८५ या दिवशी बादशहाची स्वारी दिल्लीकडे रवाना झाली. दिल्लीच्या बंदोबस्ताचे काम आनंदराव नरसी आणि स्वत: महादजीचा जावई लाडोजी शितोळे-देशमुख यांजकडे सोपवण्यात आले होते. हा लाडोजी पुण्यातील शिवपूर्वकालीन देशमुखांच्या घराण्यातील. त्याच्यावर खूष होऊन बादशहाने सोनपत-पानपतसह दीडेकशे गावे त्याच्या नावे करून दिली. शिखांनी बादशाही मुलुखात घुसू नये म्हणून अंबोजी इंगळे व धाराराव शिंदे नियुक्त होतेच. याशिवाय जिवबादादा बक्षीसारख्या कितीएक शेणवी सरदारांच्या पराक्रमाचे चीज करून त्यांनाही नावारूपास आणले.

महादजीचा वाढता प्रभाव पाहून व पुणे दरबारास त्याचे मीठ आळणीच लागते, याची कल्पना येऊन राजपुतांनी परत एकदा उचल खाल्ली. त्यांनी अबदालीचा पुत्र तैमूरशहा याच्याशी थेट संधान बांधून दिल्लीवर परत एकदा हमला करण्याचे निमंत्रण

दिले. इतकेच नव्हे, तर आपल्या प्रदेशातून त्याचे सैन्याला मार्गच नव्हे, तर सैन्यबल देण्याचेही आश्वासन दिले. अशा प्रसंगी महादजीने पुणे दरबाराकडे मदतीची याचना करणे स्वाभाविक होते. दिल्लीतील पेशव्यांचे वकील हिंगणे यास परिस्थितीचे गांभीर्य प्रत्यक्ष प्रमाणाने कळत असल्यामुळे त्यानेही दरबाराकडे असाच आग्रह धरला. शेवटी नानाने थोरल्या बाजीरावाचा नातू, मस्तानीपुत्र समशेरबहादराचा मुलगा अलिबहादर व तुकोजी होळकर यांना उत्तरेकडे पाठवले; पण त्यांना असा काही कानमंत्र दिला, की त्यांच्यामुळे महादजीची परिस्थिती असून अडचण, नसून खोळंबा अशी व्हावी. ते त्यांच्या तब्येतीने निवांतपणे गेले हा भाग वेगळाच.

जयपूरकरांविरुद्ध लालसोटच्या लढाईत महादजीने यशस्वी माघार घेतली, तरी त्याचे सामर्थ्य कमी व्हायचे ते झालेच. त्याचा फायदा गुलाम कादिराने लगेचच उठवला. त्याने उचल खाल्ल्यामुळे दिल्लीतील लाडोजी देशमुखांना पळ काढावा लागला. कादिरने किल्ल्यात प्रवेश करून बादशहाकडून जबरदस्तीने मीरबक्षीगिरी मिळवली. राजपूत आणि मुसलमान एक होऊन मराठ्यांना नर्मदापार हाकलून द्यायची कारस्थाने करू लागले. गुलाम कादिराने बादशहाच्या बेगमांची विटंबना केली. बादशहाला तख्तावरून ओढून त्याचे डोळे काढले. काही शहाजाद्यांना अल्लाघरी पाठवले. बादशहा व त्याच्या कुटुंबीयांचे अन्नपाणीसुद्धा तोडून त्यांच्याकडून जेवढा उकळता येईल तेवढा पैसा मिळवला.

परिस्थितीचे गांभीर्य उशिरा का होईना, लक्षात आल्यामुळे तुकोजी व अलिबहादर कार्यशील झाले. गुलाम कादिराशी युद्ध झाले. तो पळाला. शेवटी त्याचे कुटुंबीय मराठ्यांना हस्तगत झाले. स्वत: गुलामासही अलिबहादराच्या लोकांनी पकडले.

१ मार्च १७८९ या दिवशी कादिरच्या डोक्याचे पाच पाट वाढून त्यास लष्करातून मिरवण्यात आले. त्याच्या पूर्वकृत्यांचा हिशेब चुकता होईल, अशा रीतीने त्याचे हाल करून त्याचे डोळे काढून ते बादशहाकडे पाठवण्यात आले. ३ मार्च रोजी त्याचा अंतिम निवाडा झाला.

गुलाम कादिरच्या बंदोबस्तामुळे मराठ्यांची गेलेली पत व प्रतिष्ठा परत मिळून उत्तरेत त्यांचा वचक पूर्ववत बसला, हे श्रेय महादजीचेच.

■

६१

इतिहासातील उत्कर्षबिंदू

हिंदुस्थानच्या कारभाराचे मुखत्यारपत्र सवाई माधवराव पेशव्यास सुपूर्त करण्याचे काम सहजासहजी होत नसल्याचे लक्षात आल्यावर महादजीने जातीने पुण्यास प्रस्थान ठेवले. मधल्या काळात बरेच पाणी वाहून गेले होते. इतकेच नव्हे, तर या पाण्यात महादजीचे उत्तरेमधील बरेचसे शत्रूही वाहून गेले होते. तरीसुद्धा नर्मदा ओलांडताना महादजीने उत्तरेतील कारभाराची योग्य ती व्यवस्था लावलीच होती. महादजीच्या सैन्यात जवळपास दोनेकशे युरोपीयन अधिकारी होते. नव्या कवायती पलटणी तत्पर करण्यासाठी त्याने डी बॉयन ऊर्फ डभई या फ्रेंच फिरंग्यास मुक्तहस्ताने पैसे पुरवले होते. इतकेच नव्हे, तर कवायती फौजेस आवश्यक तेवढा दारूगोळा व तोफा मिळाव्यात म्हणून आग्राजवळ मोठा कारखानाही काढला होता. महादजी व त्याचे मराठी सहकारी वारंवार डी. बॉयनच्या पलटणींच्या कवायती पाहायला जायचे व त्याला काय हवे ते पुरवायचे.

उत्तरेतील एवढा मोठा कारभार सोडून दक्षिणेत उतरायचा धोका महादजी पत्करणार नाही, असाच पुण्यातील कारभाऱ्यांचा होरा असणार. त्याने येऊच नये असे ते सुचवतही होतेच; परंतु महादजीकडे भली मोठी रक्कम सरकारात देणे असल्याचा हिशेबही त्यांनी तयार ठेवला होता. पुण्यास गेलो तर त्याच्या समोरासमोर फडशा पाडावा लागेल या भीतीने तरी महादजीने येऊ नये, अशी एक क्लृप्तीही त्यामागे असावी; पण मुळात महादजी काही कच्च्या गुरूचा चेला नव्हता. हिशेबात प्रत्यक्ष पुणे दरबाराकडूनच त्याची बाकी

शिवाजी महाराजांनंतर आलेल्या पेशव्यांच्या काळात मराठ्यांचा झेंडा अटकेपार फडकला. यात मराठ्यांचा लढवय्या सेनानी महादजी शिंदे याचा मोठा वाटा होता. दिल्लीच्या तखतावर ताबा मिळवण्याची दूरदृष्टी त्याच्याकडे होती. त्यामुळे मराठ्यांचा इतिहास अजरामर झाला.

निघणार होती व हे त्याला ठाऊक होते. दुसरे असे, की उत्तरेतील राजपूत, जाट, रोहिले त्याचप्रमाणे पूर्वेकडील इंग्रज यांची, त्याची खोडी काढायची हिंमतच होऊ नये अशी त्याच्या लष्कराची तयारी होती. मग तो स्वतः तेथे असो वा नसो. डी बॉयनची पलटण त्याने गोपाळरावभाऊच्या देखरेखीखाली ठेवली. एरवी जिवबादादा, लखबादादा, अंबूजी इंगळे, अप्पा खंडेराव इ. मातब्बर सरदारही तेथे होतेच. डी बॉयननंतर ही जबाबदारी पेरॉंकडे सोपवण्यात आली. पुण्यातील प्रसिद्ध पेरूगेटचा संबंध पेरूच्या बागेशी नसून फ्रेंच सेनानी पेरॉंशी आहे. पेरॉंवर गी दलरी यांनी लिहिलेल्या फ्रेंच कादंबरीचा मराठी अनुवाद 'गंगेचा रखवालदार' उपलब्ध आहे.

कदाचित 'खाई त्याला खवखवे' या न्यायाने म्हणा किंवा कशाने म्हणा, पुण्यातील कारभाऱ्यांना महादजीच्या सैन्य नर्मदा उतरण्याच्या हेतूबद्दल संशय येऊ लागला. त्यांनी लष्करी तयारी सुरू केली. लॉर्ड कॉर्नवालीस या ब्रिटिश गव्हर्नर जनरलकडे पलटण मागून ती पुण्यात ठेवेपर्यंत त्यांची मजल गेली; परंतु लाटसाहेब पुरेसे मुत्सद्दी असल्यामुळे त्यांनी मराठ्यांच्या अंतर्गत भांडणात पडावयास नकार दिला. घडत असलेला प्रकार पाहून पाटीलबाबाची नक्कीच करमणूक झाली असणार. त्याने मग जाणूनबुजून पुण्याकडे जाणाऱ्या सैनिकांची संख्या होता होईल तेवढी कमी ठेवता येईल असे पाहिले.

१२ जून १७९२ या दिवशी महादजी पुण्यास दाखल झाला. दुसऱ्या दिवशी सायंकाळी पेशवे व महादजी यांची भेट झाली. दरम्यान, दरबारी मुत्सद्द्यांनी एक निराळाच डाव खेळून पाहिला. 'आणलेले सर्व मानमरातब सातारकर छत्रपतींनाच द्यावेत; आपण त्यांचे सेवक आहोत' असे ते म्हणू लागले. एरवी या मंडळींनी सातारकरांची प्रतिष्ठा मोठ्या दक्षतेने जपली होती असे म्हणायला वाव नाही. अर्थात, पाटलांनी या पेचावरही तोड काढली. त्यांनी पेशव्यांनी पदे स्वीकारावीत, अशी छत्रपतींचीच अनुज्ञा आणवली. आता नाना आणि मंडळींना काहीच निमित्त उरले नाही. १४ जून रोजी महादजीने पेशव्याची भेट घेऊन अधिकृतपणे विनंती केली. पेशव्याने ती मान्य केली. शुक्रवार ता. २२ जून रोजी वकील-मुनासिबांचा खास दरबार भरवण्यात आला. गारपीराजवळ या समारंभासाठी खास शामियाना उभारण्यात आला होता. येथेच ती फर्मानबाडीची विशेष घटना घडली.

बादशहाची मुखत्यारी मिळाल्यामुळे पेशवे म्हणजे मराठे दिल्लीच्या मोगल सत्तेचे अधिकृत प्रतिनिधी बनले. हिंदुस्थानच्या सार्वभौम सत्ताधिशात दिल्लीपती मोगल बादशहाचा क्रमांक पहिला व दुसरा क्रमांक आता अर्थातच पेशव्यांचा, हे कर्तृत्व महादजीचे. मराठे हिंदुस्थानच्या कारभाराचे अधिकृत धनी झाले होते. इंग्रजांनाही अडवण्याचा व चाप लावण्याचा अधिकार त्यांना प्राप्त झाला होता.

समकालीन नोंदीनुसार,

"थोरल्या डेऱ्यात बैठक करून मसनद घालून त्यावर पोषाख व मोर्चेल ठेविले. अगोदर शिंदे तेथे जाऊन तयारी केल्यानंतर श्रीमंतांची स्वारी प्रहर दिवस सायंकाळच्या राहताना निघोन तेथे गेले. समागमे सरदार व मुत्सद्दी झाडून गेले. सर्वांस चोपदार बोलावू पाठवून नेले. तेथे गेल्यावर स्वारी अंबारीतून उतरून आत गेली. समागमे मुत्सद्दी व कारभारी गेले. श्रीमंत एक घटकाभर उभेच होते. प्रथम पातशाही फर्मान मस्तकी वंदून मुन्शीजवळ दिला. त्यांनी भर दरबारात वाचला. सर्वांनी श्रवण केला. त्यात मतलब की गुलाम कादिराने बेअदबी केली, त्याचा शिंदे यांनी बंदोबस्त केला. याकरिता हे पद पुस्तदरपुस्त दिले असे. नंतर श्रीमंत बिचव्यात जाऊन पोषाख करून बाहेर आले. शिंदे व हरिपंत एकेक मोर्चेल वारीत होते. नंतर मसनदीजवळ कुर्निसात करून अंतरावर बसले. नंतर बादशाही फर्मानें दोन, एक बहुमानाचे व दुसरे 'गोवधबंदी'चे अशी पारसनिसांनी वाचली. त्यात 'महाराजाधिराज राव पंडित प्रधान सवाई माधवराव बहादूर' येणेप्रमाणे किताब व बहुमान दिला. श्रीमंतांनी १०१ मोहोर पातशहास नजर ठेविली. पाटीलबाबांनी ५१ मोहरा नजर डेऱ्यातच केली. तोफाबंदुकांच्या सिलक जाल्या त्याजवर नालकीत बसून स्वारी थोरल्या रस्त्याने दोन घटका रात्रीस वाड्यात आली समागमे शिंदे आणि चार घटकापर्यंत कुरनिशा व मुबारकीच्या नजरा जाल्या. प्रथम नानांनी, तात्यांनी केल्या. मराठे मंडळी मात्र कोणी नजरा करावयास आले नाहीत. नजरा जाल्यानंतर मग पातशहांनी श्रीमंतांस पद दिले. त्याच्या मुतालकीची वस्त्रे व 'राजे महाराज माधवराव शिंदे मदारुलमहा' हा किताब श्रीमंतांनी सिंद्यांस दिला. नालकी सिंद्यांनी दुसरी आणली होती, ती दिली. तीत बसून आपल्या डेऱ्यात गेले. येणेप्रमाणे समारंभ चांगला झाला."

परशरामभाऊ पटवर्धन हे पेशव्यांचे शूर सेनानी प्रकृती बरी नसल्यामुळे समारंभास येऊ शकले नव्हते; पण त्यांनी पत्रद्वारा व्यक्त केलेली प्रतिक्रिया महत्त्वाची आणि प्रातिनिधिक आहे. *"समारंभ बहुत चांगला झाला. या मोठ्या गोष्टी आहेत. राज्यात कोठे व्यंग पडले नाही. पुढे दिवसेंदिवस श्रीमंतही थोर झाले. पाटीलबाबांनी निष्ठेस योग्य ते केले. दुसऱ्याकडून व्हावयाचे नाही. पाटलांप्रमाणे निष्ठा कोणाचीही पाहिली नाही. वर्णने कोठवर ल्याहावी."*

महाराष्ट्राच्या इतिहासातील या फर्मानबाडी प्रकरणाचे महत्त्व अद्याप नीट ओळखले गेले नाही. बादशहाची मुखत्यारी मिळाल्यामुळे पेशवे म्हणजे मराठे दिल्लीच्या मोगल

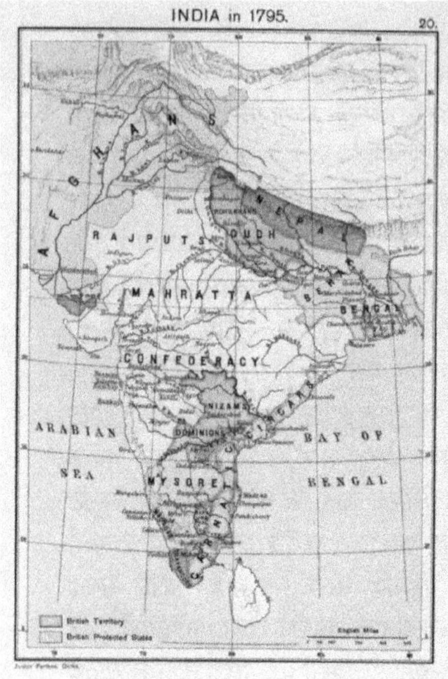

१७९०च्या आसपासचे मराठ्यांचे राज्य

सत्तेचे अधिकृत प्रतिनिधी बनले. हिंदुस्थानच्या सार्वभौम सत्ताधीशात दिल्लीपती मोगल बादशहाचा क्रमांक पहिला व दुसरा क्रमांक आता अर्थातच पेशव्यांचा. हे कर्तृत्व महादजीचे. मराठे हिंदुस्थानच्या कारभाराचे अधिकृत धनी झाले होते. इंग्रजांनाही अडवण्याचा व चाप लावण्याचा अधिकार त्यांना प्राप्त झाला होता. हिंदुस्थानच्या सत्तास्पर्धेत इंग्रजांना बाजूला करून ते 'Preempt' झाले होते.

सातवाहन कुळातील राजा शालिवाहन हा महाराष्ट्राचा पहिला शककर्ता. दुसरा शककर्ता म्हणजे अर्थात छत्रपती शिवराय. त्यानुसार शालिवाहन शक १ (इ.स. ७८) आणि राज्याभिषेक शक १ (इ.स. १६७४) ही महाराष्ट्राच्या इतिहासातील दोन महत्त्वाची वर्षे. महाराष्ट्राच्या इतिहासातील महत्त्वाचे तिसरे वर्ष कोणते असा प्रश्न कोणी विचारला तर ते निःसंशयपणे इ.स. १७९२ असल्याचे उत्तर द्यायला हवे. खुद्द शिवाजी महाराज औरंगजेबाच्या भेटीसाठी आग्र्याच्या दरबारात गेले होते तेव्हा त्यांना पंचहजारी सरदारांच्या रांगेत उभे करून अवमानित करण्यात आले होते. आता त्याच मोगल दरबारात शिवाजी महाराजांच्या राज्याचा प्रतिनिधी महादजी शिंदे बादशहाजवळील आसनावर बसून हिंदुस्थानचा कारभार पाहत होता. कृष्णभक्तीचे वेड असलेल्या महादजीने मथुरा येथे आपली छावणी केली. ही छावणीच जणू तेव्हा भारताची राजधानी बनली होती. दिल्लीच्या दरबारात फक्त बादशहाच तख्तावर बसायचा. बाकी सर्व मानकऱ्यांना उभे राहावे लागे, हे जाणकारांना ठाऊक आहेच. शिवछत्रपतींच्या काळी सुरू झालेले इतिहासचक्र पूर्ण फिरून महादजी शिंद्यांजवळ येऊन थांबले. इतिहासाच्या नियतीचा न्याय पूर्ण झाला. हा महाराष्ट्राच्या इतिहासातील उत्कर्षबिंदूच होय.

दुर्दैवाने या फर्मानाचे राजकीय महत्त्व समजण्याची प्रज्ञा तेव्हाच्या धुरंधर मुत्सद्द्यांनासुद्धा पुरेशा प्रमाणात नव्हती. ते महादजीकडे आपला स्पर्धक व शत्रू म्हणूनच पाहत होते व त्याचे

सातवाहन कुळातील राजा शालिवाहन हा महाराष्ट्राचा पहिला शककर्ता. दुसरा शककर्ता म्हणजे अर्थात छत्रपती शिवराय. त्यानुसार शालिवाहन शक १ (इ.स. ७८) आणि राज्याभिषेक शक १ (इ.स. १६७४)! महाराष्ट्राच्या इतिहासातील महत्त्वाचे तिसरे वर्ष इ.स. १७९२ म्हटल्यास वावगे ठरणार नाही. खुद्द शिवाजी महाराज औरंगजेबाच्या भेटीसाठी आग्र्याच्या दरबारात गेले असताना त्यांना पंचहजारी सरदारांच्या रांगेत उभे करून अवमानित करण्यात आले होते. त्याच मोगल दरबारात शिवाजी महाराजांच्या राज्याचा प्रतिनिधी महादजी शिंदे बादशहाजवळील आसनावर बसून हिंदुस्थानचा कारभार पाहत होता.

पाय ओढण्याचे प्रयत्नही करत होते. महादजी पुण्यात गुंतलेला असताना उत्तरेकडील त्याच्या मुलखाला हात लावण्याची हिंमत इतर कोणाला होत नसली तरी तुकोजी होळकराने ते कृत्य केलेच. मराठी दौलतीचे स्तंभ असलेल्या शिंदे व होळकर या सोबत्यांमधील स्पर्धा व असूया व तिला पुणे दरबाराने घातलेले खतपाणी हा एक विषण्ण करणारा विषय आहे. अर्थात या वेळी महादजी तेथे उपस्थित नसूनही त्याच्या लष्कराने लाखेरी येथील लढाईत तुकोजीला त्याची जागा दाखवली. उत्तरेतील आपला मुलूख धोक्यात आहे हे समजल्यावर महादजी पुण्याचा मुक्काम हलवील, असे समजून तुकोजीला प्रवृत्त करण्याचे काम पुणे दरबारातील महामुत्सद्यांनी केले नसेलच अशी खात्री देता येत नाही; पण महादजीच्या माणसांनी तुकोजीचा पराभव केला हे समजल्यावर त्याच्या सामर्थ्याचा पूर्ण प्रत्यय आलेले पुण्यातील मुत्सद्दी अधिकच अस्वस्थ झाले. इकडे तरुण पेशव्यावर महादजीची छाप बसत चालली होती; हा प्रकार पाहून नाना फडणीस कारभारातून निवृत्ती पत्करून काशीला जाण्याच्या गोष्टी बोलू लागला. पुण्यातील या परिस्थितीचे विदारक चित्र गव्हर्नर जनरल लॉर्ड कॉर्नवालिस याने १० डिसेंबर १७९२ या दिवशी इंग्लंडला रवाना केलेल्या पत्रातून रेखाटले आहे.

> *"पुण्याच्या राजकारणाची प्रस्तुत स्थिती आम्हास फारशी अनुकूल नाही. ब्राह्मणांच्या कपटास महादजीचे सामर्थ्य व अक्कल पुरी पडली. त्याने तरुण पेशव्यावर आपली छाप पूर्णपणे बसविली आहे. यामुळे नाना, हरिपंत व त्यांच्या पक्षातील मंडळी कारभारातून आपले अंग साफ काढून घेणार, हे पाहून पुण्याजवळ आपल्या फौजा जमवून जो तो आपल्या बचावाच्या तजविजीत आहे. अगोदरच नानाचा स्वभाव भित्रा, तशात सिंद्याची फौज बलवान असून, नुकताच त्याने होळकरांचा पाडाव केला असल्यामुळे नानाची हिंमत खचली. हातघाईवर प्रकरण आल्यावर राज्यात सिंद्याचा वरचष्मा लगेच होईल याविषयी संशय नाही. नानाचा पक्ष कमजोर झाल्याबद्दल मला तरी फार खेद होतो."*

हा सर्व प्रकार समजावून घेताना *रियासत*कार सरदेसाईंसारख्या सौम्य प्रकृतीच्या इतिहासकारालाही लिहिल्याशिवाय राहवले नाही, की *"होळकरास उठवून महादजीचा पाडाव करावा आणि त्यासाठी जरूर पडल्यास निजाम इंग्रज यांचीसुद्धा मदत आणावी असा नानाचा निश्चय झाला होता."*

फर्मानबाडीचे महत्त्व व उपयुक्तता मराठी मुत्सद्द्यांना कळली नाही, तरी मॅलेटसारख्या इंग्रजांच्या पुण्यातील वकिलाच्या ती लक्षात आल्याविना राहिली नाही. तो लिहितो, *"मराठ्यांच्या इतिहासातील एक महत्त्वाचा समारंभ. कदाचित तो काही भावी महत्त्वाच्या घटनांची नांदीही ठरू शकेल."* अर्थात या ब्रिटिशांना महादजीचे वर्चस्व नकोच होते. खरा धोका त्याचाच आहे, हे त्यांच्या लक्षात आले होते. *"वलयांकित पृथ्वीचे राज्य, साऱ्यांचे एकमत असल्यास साधेल"* हे महादजीचे सूत्र तेव्हा महाराष्ट्राने नीट समजूनच घेतले नाही.

बादशाही फर्मानांच्या ब्रह्मास्त्राच्या आधारे काय काय करणे शक्य होईल हे आजमावून पाहायची संधी मराठ्यांना मिळालीच नाही. थोड्याच दिवसांत स्वतः महादजींचाच मृत्यू ओढवला. नंतर खर्ड्याच्या लढाईत मराठ्यांनी निजामावर मात केली खरी; पण हा विजय म्हणजे दिवा विझताना मोठा होतो तसा ठरला. त्यानंतर पेशवा सवाई माधवराव याने भ्रमिष्ट होऊन प्राणत्याग केला आणि नंतरच्या बाजीरावशाहीत मराठ्यांच्या राज्याची इतिश्री झाली.

महादजीच्या कर्तबगारीची यथार्थ जाण असलेल्या मॅलेटनने लिहिले आहे,

> *"महादजीच्या मृत्यूने मराठ्यांचा एक उत्कृष्ट योद्धा व मुत्सद्दी नाहीसा झाला. मराठ्यांचे राज्य स्थिर करून इंग्रजांचा प्रतिकार करावा हे त्याचे मुख्य उद्दिष्ट होते, ते त्याने आपल्या हयातीत पूर्ण करून दाखविले. जास्त जगला असता तर हिंदुस्थानातील सत्ताधीशांचे ऐक्य करून त्याने इंग्रजांशी सामना केला असता, यात शंका नाही."*

सरदेसाईंनी महादजीच्या चारित्र्याचे जणू सारच थोडक्यात सांगितले आहे.

> *"साधकबाधक गोष्टींचा विचार मनात आणिता, हिंदूपद पातशाही सिद्धीस*

फर्मानबाडीचे महत्त्व व उपयुक्तता मराठी मुत्सद्यांना कळली नाही, तरी मॅलेटसारख्या इंग्रजांच्या पुण्यातील वकिलाच्या ती गोष्ट लक्षात आल्याविना राहिली नाही. तो लिहितो, "मराठ्यांच्या इतिहासातील एक महत्त्वाचा समारंभ. कदाचित तो काही भावी महत्त्वाच्या घटनांची नांदीही ठरू शकेल." अर्थात या ब्रिटिशांनाही महादजीचे वर्चस्व नकोच होते. खरा धोका त्याचाच आहे, हे त्यांच्या लक्षात आले होते. "वलयांकित पृथ्वीचे राज्य, साऱ्यांचे एकमत असल्यास साधेल" हे महादजीचे सूत्र तेव्हा महाराष्ट्राने नीट समजूनच घेतले नाही.

पोहचविण्याचा मराठशाहीच्या आद्यचालकांचा प्रधान हेतू कोणी सफल केला अशी पृच्छा केल्यास 'महादजीने' असेच उत्तर द्यावे लागेल. यानेच पानिपतचे अपयश धुवून काढले आणि अटकेपावेतो नेलेल्या झेंड्याचे सार्थक केले. नवे मंदिर न स्थापिता जुन्याचाच जीर्णोद्धार करावा, त्यात स्वार्थ व परमार्थ दोन्ही साधतात, ही शाहूची आज्ञा महादजीने पुरी केली."

महादजी योद्धा आणि मुत्सद्दी तर होताच; पण तो रसिक होता आणि मुख्य म्हणजे भागवतोत्तम होता. सात वर्षे मथुरेला राजधानी बनवून त्याने राजकारणाबरोबरच परमार्थ साधनाही केली. त्याने स्वतः मराठी आणि हिंदुस्थानी भाषेतून चांगल्या रचना केल्या आहेत. महादजीने उतारवयात रडके अभंग लिहिले, हा इतिहासाचार्य राजवाडे यांचा अभिप्राय इथूनतिथून अप्रयोजक आहे. एकतर हे अभंग रडके नाहीत. दुसरे असे, की 'उतारवय' या शब्दाने महादजीची कार्यक्षमता व कार्यतत्परता कमी झाली असेल असे कोणाला वाटले तर ते सर्वस्वी चूक ठरेल. महादजी पहिल्यापासूनच भगवद्भक्त व गुरुभक्त होता. स्वतः चिपळ्या घेऊन भजन करण्यात त्याला दिक्कत वाटत नसे. त्याने सुरू केलेली भजनाची परंपरा त्याच्या वारसदारांनी परवापरवापर्यंत जपली होती. अशा अष्टपैलू माणसाचा खरे तर अभिमान वाटायला हवा.

राजवाड्यांनी महाराष्ट्राच्या प्राचीन इतिहासाचा उलगडा करताना मराठ्यांच्या सूर्य, चंद्र आणि शेष (नाग) या तीन कुळांचा उल्लेख करत राजवाड्यांनी अगोदरच्या दोन शुद्ध क्षत्रिय कुळांचा तिसऱ्या शूद्रप्राय, अल्पसंतुष्ट, अकार्यक्षम कुळाशी संकर होऊन नागमहाराष्ट्रिकोत्पन्न मराठ्यांचा तसाच एक वर्ग उत्पन्न झाला, असा एक काल्पनिक वृत्तान्त तयार केला असल्याचे प्रस्तुत लेखमालेच्या प्रारंभीच नमूद केले होते. ज्या नाग कुळाकडे राजवाडे इतक्या तुच्छतेने पाहतात, त्याच कुळातील महादजी शिंदे नामक एका बहाद्दराने केलेले पराक्रम आणि दाखवलेली कर्तबगारी त्यांच्या या विक्षिप्त विचारसरणीचा प्रतिवाद करण्यास समर्थ आहे. महादजीच्या फडफडणाऱ्या नागध्वजाचा ब्रिटिशांनी किती धसका घेतला होता, हे टॉडच्या इतिहासाच्या वाचनावरून लक्षात येण्यासारखे आहे. या नागमहाराष्ट्रिकोत्पन्नांना साम्राज्य स्थापण्याची अक्कल व कर्तृत्व नव्हते, असे सांगताना राजवाड्यांनी शिवछत्रपतींच्या व अशाच काही ठराविक मराठा घराण्यांना बाजूला ठेवून महाराष्ट्रातील जातीच्या राजकारणास खतपाणी घातले. महादजी आणखी काही काळ जगला तर त्याने साम्राज्यही स्थापून दाखवले असते, असे प्रतिवास्तविक (Counterfactual) भाकीत करण्यात काही अतिशयोक्ती नाही; पण त्याचबरोबर त्याने आपले महाराष्ट्रातील धनी पेशवे आणि दिल्लीतील मालक बादशहा यांच्याशी प्रतारणा केली नसती, हेही भाकीत करता येते. आता निष्ठा या प्रकारास दुर्गुण समजून राजवाडे त्यामुळे अशा मंडळींना

साम्राज्य स्थापण्यास अपात्र ठरवणार असतील तर ठरवू देत!

भारतीय इतिहासलेखनात जेम्स मिलचे महत्त्व किती आहे हे जाणकारांना वेगळे सांगायची गरज नाही. *'History of British India'* या ग्रंथात त्याने महादजी शिंद्यांबद्दल केलेले विवेचन महत्त्वाचे आहे. मिल लिहितो,

> *"The Poonach Councils were still governed by Nana Furnavese, who now despairing of assistance from English to support him against the designs of Sindia, opposed to the importunities of the Governor General on the subject of his treaty, envasion and delay. Sindia, whose power had been so greatly increased, how exerted a decisive influence on the Marattha Councils and entertained designs of future grandeur with which the ascendancy, or rather the existence of the English in India was altogether incompatible."*

दिल्लीच्या बादशहाला नियंत्रणात ठेवून महादजीने काय साधले याविषयीचा मिलचा शेरा फारच मार्मिक आहे. त्यानुसार महादजी, *"thus became master of the legitimate sovereign of India and of all the territories which yet owned his sway."*

मराठे हे आमचे 'immediate contendors' होते ही गोष्ट १८२०च्या दरम्यान मराठ्यांच्या साहित्यावर रॉयल एशियाटीक सोसायटीत निबंध वाचणाऱ्या स्टीव्हन्सन या मिशनऱ्याने मोकळेपणाने मान्य केली आहे. इंग्रजांनी भारत घेतला तो मराठ्यांशी लढाया करून; राजपूत, मुसलमान किंवा जाटांशी नव्हे. त्यासाठी त्यांनी जे राजकारण केले तेसुद्धा त्यांनी मराठ्यांकडूनच शिकून घेतले होते. फरक एवढाच की इंग्रज मराठ्यांच्या चुकांपासून शिकत गेले. त्या चुका त्यांनी टाळल्या. हिंदुस्थानची सत्ता घटनात्मकतेने दिल्लीचा बादशहा या प्रतीकात सामावली आहे. तेव्हा ज्याच्या हातात दिल्ली, त्याच्या हातात हिंदुस्थानची किल्ली ही कल्पना मुळातली मराठ्यांची. ती इंग्रजांनी उचलली व मराठ्यांवरच उलटवली!

"The English and the Marattha were the two great powers in India which stood face to face." हे उद्गार आहेत विल्यम विल्सन हंटर या थोर प्रशासकाचे.

■

७०

मराठा कोण?

संयुक्त महाराष्ट्राच्या चळवळीच्या काळात महाराष्ट्रात एक समजूत चांगलीच लोकप्रिय झाली होती. ती म्हणजे महाराष्ट्रात इतिहास आहे आणि इतर प्रांतांना फक्त भूगोल आहे! चळवळीच्या काळात अस्मिता जागवण्यासाठी म्हणून अशा समजुती प्रचलित होणे किंवा करणे स्वाभाविकच असते. हा एक प्रकारचा अर्थवाद समजायला हरकत नाही.

पण मुळात अशी समजूत निर्माणच का झाली असावी याचे उत्तर फार अवघड नाही. महाराष्ट्राने घडवलेला इतिहास लगतच्या भूतकाळातील असल्यामुळे तो ठसठशीतपणे दृग्गोचर होत असतो. काही प्रांतांमधील लोकांनी कर्तृत्व गाजवले ते प्राचीन काळात. दरम्यान त्या आठवणी बुजून गेल्या किंवा धूसर झाल्या. महाराष्ट्राचे तसे नाही. राजस्थानचे उदाहरण घेऊ. वायव्येकडून येणारी परकीय आक्रमणे राजस्थानने बराच काळ थोपवली होती. बाप्पा रावळांसारख्याचे नाव त्या संदर्भात आपण अजूनही घेतो; पण नंतरच्या काळात राणा प्रतापसारखे थोडे अपवाद वगळता राजपूत राजांनी मोगलांचे मांडलिकत्व स्वीकारून त्यांच्याशी मिळतेजुळते घेतले. इंग्रजांच्या काळीही याच इतिहासाची पुनरावृत्ती झाली. इंग्रजांनी मराठ्यांचा पराभव करून दिल्ली ताब्यात घेतली तेव्हा आपापल्या राज्यांचे स्वातंत्र्य पुकारण्याऐवजी राजपूत राजे स्वेच्छेने इंग्रजांचे ताबेदार बनले. याउलट तेराव्या शतकात देवगिरीच्या यादवांच्या राज्याचा पाडाव झाल्यानंतर महाराष्ट्र तीन शतके तरी परकीय सत्तेचे जू निमूटपणे खांद्यावर वागवत होता. पण सतराव्या शतकात शिवाजी महाराजांच्या रूपाने त्याने जी उभारी घेतली ती सर्वांचेच डोळे दिपवणारी ठरली. महाराजांच्या पश्चात मराठ्यांचे राज्य लगेचच विलयाला गेले असते तर शिवकाळातील पराक्रम 'अपघात' म्हणून दुर्लक्षिणे शक्य झाले असते. रणजितसिंगांच्या पश्चात लगेचच शिखांचे राज्य संपुष्टात आले. हैदरअलीच्या राज्याची, त्याचा वारसदार टिपूने दिलेली

झुंज विफळ होऊन लगेचच इतिश्री झाली. मराठ्यांनी शिवरायांच्या मृत्यूनंतर अक्षरशः अंगावर कोसळलेल्या औरंगजेबरूपी संकटाचे यशस्वी निराकरणच केले. आदिलशाही आणि कुतुबशाही या दक्षिणेत दृढमूल झालेल्या सत्ता मोगली आक्रमणाला सहजासहजी बळी पडतात आणि मराठे मात्र निकराची झुंज देऊन पुन्हा उभे राहतात, हा विरोध लक्षणीय आहे. औरंगजेबांच्या रूपाने आलेल्या संकटातून बाहेर पडलेल्या मराठ्यांनी अल्पसंतुष्ट राहून स्वस्थ न बसता हिंदुस्थानच्या सर्व दिशांनी आपल्या पराक्रमकाचा विस्तार करत दिल्लीची सत्ता आपल्या मुठीत ठेवली व जागतिक सत्ता बनू पाहत असलेल्या इंग्रजांपुढे आव्हान उभे केले. इतकेच नव्हे तर या ब्रिटिश रियासतीत झालेल्या भारतीय स्वातंत्र्य लढ्यातही महत्त्वाचे योगदान दिले. भारतीय पातळीवर सर्व देशाचे नेतृत्व करणारे पहिले नेते म्हणून लोकमान्य टिळकांनाच मान द्यावा लागतो. हे विसरता कामा नये.

विसाव्या शतकाच्या पूर्वार्धात तर स्वातंत्र्य चळवळीतील जहाल, मवाळ आणि सशस्त्र क्रांतिकार अतिजहाल या तिन्हीही संप्रदायांचे नेतृत्व करणारे टिळक, गोखले आणि सावरकर महाराष्ट्रामधीलच होते. त्यानंतरही राष्ट्रीय स्वयंसेवक संघ महाराष्ट्रामधील नेत्यांनीच काढला. कम्युनिस्ट पार्टीच्या संस्थापकांमध्ये कॉ. श्रीपाद अमृत डांगे धुरेला होते. समाजवाद्यांमधील गोरे, एसेम, नाथ पै ही नावे भारतीय पातळीवर पोहचली होतीच. पण १९४२ची चले जाव चळवळ मुख्यत्वे अच्युतराव पटवर्धनांच्या नेतृत्वाखालीच चालली हे सर्वज्ञात आहे.

हा झाला राजकीय इतिहासाचा भाग. सामाजिक सुधारणांच्या क्षेत्रातही महाराष्ट्र अग्रेसर राहिला. ज्योतिराव फुले, न्या. म. गो. रानडे, गोपाळराव आगरकर, वि. रा. शिंदे (धोंडो केशव आणि रघुनाथराव) कर्वे पितापुत्र, भाऊराव पाटील यांची नावे घेतल्याशिवाय

विसाव्या शतकाच्या पूर्वार्धात तर स्वातंत्र्य चळवळीतील जहाल, मवाळ आणि सशस्त्र क्रांतिकार अतिजहाल या तिन्हीही संप्रदायांचे नेतृत्व करणारे टिळक, गोखले आणि सावरकर महाराष्ट्रामधीलच होते. त्यानंतरही राष्ट्रीय स्वयंसेवक संघ महाराष्ट्रामधील नेत्यांनीच काढला. कम्युनिस्ट पार्टीच्या संस्थापकांमध्ये कॉ. श्रीपाद अमृत डांगे धुरेला होते. समाजवाद्यांमधील गोरे, एसेम, नाथ पै ही नावे भारतीय पातळीवर पोहचली होतीच. पण १९४२ची चले जाव चळवळ मुख्यत्वे अच्युतराव पटवर्धनांच्या नेतृत्वाखालीच चालली हे सर्वज्ञात आहे. हा झाला राजकीय इतिहासाचा भाग. सामाजिक सुधारणांच्या क्षेत्रातही महाराष्ट्र अग्रेसर राहिला. ज्योतिराव फुले, न्या. म. गो. रानडे, गोपाळराव आगरकर, वि. रा. शिंदे (धोंडो केशव आणि रघुनाथराव) कर्वे पितापुत्र, भाऊराव पाटील यांची नावे घेतल्याशिवाय समाजसुधारणांच्या इतिहासाचे लेखन पुढे सरकरणारच नाही.

समाजसुधारणांच्या इतिहासाचे लेखन पुढे सरकरणारच नाही.

१९२०मध्ये लोकमान्य टिळकांचा मृत्यू झाल्यानंतर देशाचे नेतृत्व अनपेक्षितपणे महात्मा गांधींकडे गेले. या बदलत्या परिस्थितीशी कसे जुळवून घ्यायचे याचा नीट अंदाज न आल्यामुळे जे तारू महाराष्ट्रातील टिळकांच्या अनुयायांचे भरकटले त्याला कधीच किनारा सापडला नाही. पण त्यामुळे देशपातळीवरील नेतृत्व महाराष्ट्राच्या हातून सुटले ते सुटले. तरीसुद्धा गांधीविचारांच्या आध्यात्मिक अंगाचे नेतृत्व विनोबा भावे यांनी केले. आणि गांधींच्या राजकीय तत्त्वज्ञानाची पद्धतशीर वाद किंवा 'इझम' म्हणून मांडणी करणारे जावडेकर, भागवत, धर्माधिकारी महाराष्ट्रीयन होते हे लक्षात घेतले पाहिजे.

कोणी कितीही डोळेझाक केली तरी अगोदर गांधीच्या नेतृत्वात अडथळे आणल्यामुळे (या सर्व प्रक्रियेचा वेध मी *लोकमान्य ते महात्मा* या द्विखंडात्मक ग्रंथात घेतला आहे) आणि नंतर गांधीजींचा प्राणच घेतल्यामुळे टिळकांच्या अनुयायांमधील प्रतिगामी पक्ष पुरेसा बदनाम झाला हे नाकारता येत नाही. पण ही बदनामी त्यांच्यापुरती उरली नाही. तिचा परिणाम म्हणून देशाच्या पातळीवर केंद्रात आणि काँग्रेस पक्षातही महाराष्ट्राकडे काहीसे संशयाने व काहीसे उपेक्षेने पाहिले जाऊ लागले. याचा फायदा महाराष्ट्रातील काँग्रेसविरोधी शक्तींनी बरोबर उठवला. दिल्लीतील 'हायकमांड'वाले महाराष्ट्रातील काँग्रेसश्रेष्ठींना जेवढे कमी लेखतील तेवढा महाराष्ट्रात काँग्रेसचा प्रभाव कमी होईल असा या विरोधकांचा आडाखा असावा. संयुक्त महाराष्ट्राच्या चळवळीत याचा प्रत्यय आला होता. तथापि यशवंतराव चव्हाणांसारखा समतोल बुद्धीचा व प्रगल्भ नेता लाभल्यामुळे दिल्लीत गेलेली पत परत मिळवण्यात महाराष्ट्र बऱ्यापैकी यशस्वी झाला असे म्हणता येईल.

या संदर्भात डॉ. बाबासाहेब आंबेडकर यांचा उल्लेख स्वतंत्रपणे करायला हवा. बहुशाखीय विद्वत्तेच्या बाबतीत बाबासाहेबांशी स्पर्धा करणारे तेव्हा कोणी असेल असे वाटत नाही. पण मुद्दा केवळ विद्वत्तेचा नाही. या विद्वत्तेचा उपयोग करून त्यांनी भारतीय राज्यघटनेच्या निर्मितीत केलेले योगदान अजोड आहे. आणि त्याहीपेक्षा महत्त्वाची गोष्ट म्हणजे भारतात जन्मलेल्या परंतु पुढे भारतातच लुप्तप्राय झालेल्या बौद्ध परंपरेचे त्यांनी केलेले पुनरुज्जीवन. त्यांनी धम्मचक्र पुन्हा फिरवले.

महाराष्ट्राची कामगिरी व योगदान इतके भरीव आणि लक्षणीय असूनही त्याची इतिहासात नीट व्हावी तशी नोंद झालेली नाही ही वस्तुस्थिती आहे.

या वस्तुस्थितीची कारणमीमांसा करणे फारसे अवघड नाही. मुळात इतिहास घडविणारांमध्ये फूट पडली व तिचे प्रतिबिंब इतिहासलेखनात पडल्याशिवाय राहिले नाही. महाराष्ट्राचे इतिहासलेखनही खंडित झाले.

ज्या काळाचा इतिहास फारसा माहीत नाही, निदान जेव्हाचे सामाजिक ताणतणाव

तितकेसे नोंदवले गेले नाहीत, त्या काळाबद्दल लिहायचे वा बोलायचे टाळले तरी निदान शिवछत्रपतींच्या उदयापासून तरी पुरेसे लिहिता बोलता येते. शिवाजी महाराजांचे राज्य हे मुख्यत्वे करून तीन स्तंभांवर उभे होते. मराठे, देशस्थ, ब्राह्मण आणि कायस्थ प्रभू हे तीन स्तंभ होत. विशेष म्हणजे ब्राह्मण आणि प्रभू यांनी या काळात लेखणी आणि तलवार सारख्याच कौशल्याने गाजवली असे दिसते. आता इतिहासलेखनाचेच सांगायचे झाले तर एकूणच लेखन या प्रांताच्या वाटेला न जाणारे मराठे इतिहासलेखन करतील हे तेव्हा संभवतच नव्हते. विशेषतः राज्यकर्ती जमात असल्यामुळे अशा गोष्टी इतरांकडून करवून घेण्याकडे मराठ्यांचा कल होता. त्यामुळे बखरींच्या स्वरूपात जो इतिहास लिहिला गेला तो सहसा कायस्थांकडून. जयराम पिंडे, परमानंद, सकळकळे यांच्यासारख्या ब्राह्मण कवींनी काव्ये लिहिली; पण ती संस्कृत भाषेतून. त्यामुळे त्यांचा प्रसार-प्रचार फारसा झाला नाहीच.

पेशवाईच्या काळात मराठ्यांच्या राज्ययंत्रात व राज्यपद्धतीत लक्षणीय उलथापालथ झाली. देशस्थ ब्राह्मण व कायस्थ प्रभू यांच्या स्थानाला पेशवाईत बऱ्यापैकी धक्का बसला. त्यांची जागा आता त्यांच्यासारख्याच तलवार व लेखणीत बहादुरी गाजवता येऊ लागणाऱ्या चित्पावन ब्राह्मणांनी म्हणजेच कोकणस्थांनी घेतली. या दोन जाती मुख्य प्रवाहातून बाजूला फेकल्या गेल्या. पेशव्यांच्या घरातील भाऊबंदकीत गादीवरील पेशव्यांच्या विरोधात उभे राहायचा प्रयत्न करणाऱ्या रघुनाथ तथा राघोबादादास देशस्थ ब्राह्मण व कायस्थ प्रभू या जातीतील मुत्सद्द्यांचे व सेनानींचे साहाय्य का घ्यावे लागले व त्यांनीही त्याला हे साहाय्य का केले हे लक्षात येईल.

जो प्रकार देशस्थ व कायस्थ यांच्या बाबतीत घडला तसा तो मराठ्यांच्या बाबतीत घडणे शक्य नव्हते. पेशव्यांनी भले सातारच्या छत्रपतींना निस्तेज केले असेल, पण संख्येने विपुल व तलवारबाज मराठ्यांना अशी सरसकट वागणूक देणे कोणालाच शक्य नव्हते. तथापि मराठ्यांमधील पूर्वीच्या शिवकालीन घराण्यांकडे दुर्लक्ष करून नवी घराणी पुढे आणणे पेशव्यांना शक्य होते आणि ही चाल ते बरोबर खेळले. येथे हे जुने कदीम मराठे मुत्सद्देगिरीत कमी पडले असेच म्हणावे लागते. सातारकर शाहू छत्रपतींच्या दरबारात पेशव्यांचे वर्चस्व वाढते आहे, आपल्याला योग्य तो मान मिळत नाही हा प्रश्न भावनिक किंवा प्रतिष्ठेचा करून निजामाचा आश्रय घेण्याऐवजी छत्रपतींनाच चिकटून योग्य संधीची वाट पाहत बसणे व ती आल्यावर गेलेले स्थान परत मिळवणे हे धोरण त्यांनी अवलंबायला हवे होते.

ते काहीही असो, जो काही इतिहास घडायचा तो घडून गेला. त्यात पेशवाईचा उत्कर्ष झाला. 'ब्राह्मणी राज्य जोरदार' असे पोवाडे लिहिणारे शाहीरही पेशव्यांना भेटले. यथावकाश हा जोरही कमी झाला. सद्दी संपली व इंग्रजांचे राज्य आले. हे इंग्रज इतिहास घडवण्यात भारी ठरले; पण त्याचबरोबर ते इतिहासाचे लेखकही होते. मराठ्यांना सरसकट

लुटारू व उपटसुंभ ठरवताना त्यांनी ब्राह्मण, मराठे असा भेद केला नाही. मराठी राज्यातील हे अंतर्गत भेद त्यांनी चांगलेच अभ्यासले होते. त्याचा त्यांनी खुबीने वापरही करून घेतला. पण एरवी त्यांच्या लेखी जसे भोसले तसेच पेशवे.

इतिहास लिहिण्याची ही नवी विद्या अर्थातच ब्राह्मण पहिल्यांदा शिकले. त्यातही चित्पावन. इतिहासाच्या भूमीचे रणांगण बनवता येते व इतिहासाचा हत्यार म्हणून वापरही करता येतो, हे त्यांच्या लक्षात आले. त्यांना या शस्त्राचा उपयोग इंग्रजी राजवटीच्या विरोधात करायचा होता. शिवाजीसारखा महानायक त्यांना अनायसे उपलब्धही होता. पण हे करताना कळत न कळत त्यांच्याकडून एक प्रकार घडला. त्याचे विश्लेषण शेजवलकरांनी फार चांगल्या प्रकारे करून ठेवले आहे. हा प्रकार म्हणजे आपल्या ज्ञातीच्या मुत्सद्द्यांचे व वीरांचे कर्तृत्व फुगवून सांगायचे. हे तसे स्वाभाविक असले तरी भविष्यात त्याचे दुष्परिणामच अधिक भोगावे लागणार होते.

महाराष्ट्राच्या इतिहासाचा सगळा डोलारा शिवछत्रपतीवर आधारलेला असल्याने छत्रपतींच्या स्थानाला धक्का लावणे कोणालाच शक्य नव्हते व ते इष्टही नव्हते. पण मग इतिहासलेखन दोन अंगांनी पुढे गेले. राजवाड्यांनी अनुसरलेल्या मार्गाप्रमाणे शिवाजीचे महत्त्व अबाधित ठेवून इतर मराठ्यांना गौणत्व द्यायचे. दुसरे म्हणजे शिवाजीचे कर्तृत्व मान्य करून त्याचे श्रेय रामदासांना द्यायचे!

अशा प्रकारचे इतिहासलेखन चालू असताना इकडे महात्मा फुले आणि करवीर शाहू छत्रपती यांच्यामुळे निर्माण झालेल्या जागृतीचा परिणाम म्हणून ब्राह्मणेतर चळवळीने जोम धरला. इतिहासाला हत्यार बनवता येते ही ब्राह्मणेतरांमधील जाणीव अगदी प्रारंभापासून म्हणजे जोतिरावांनी लिहिलेल्या 'शिवाजी राजे भोसले यांच्या पोवाड्या'तच प्रगट झालेली दिसून येते. मात्र ज्या हत्याराचा उपयोग इंग्रजांना टक्कर देण्यात (आणि राजवाड्यांसारख्यांसाठी नागमहाराष्ट्रीकोत्पन्न मराठादि जातींना त्यांच्या पायरीवर ठेवण्यात)

डॉ. आंबेडकर

बहुशाखीय विद्वत्तेच्या बाबतीत बाबासाहेबांशी स्पर्धा करणारे तेव्हा कोणी असेल असे वाटत नाही; पण मुद्दा केवळ विद्वत्तेचा नाही. या विद्वत्तेचा उपयोग करून त्यांनी भारतीय राज्यघटनेच्या निर्मितीत केलेले योगदान अजोड आहे. आणि त्याहीपेक्षा महत्त्वाची गोष्ट म्हणजे भारतात जन्मलेल्या परंतु पुढे भारतातच लुप्तप्राय झालेल्या बौद्ध परंपरेचे त्यांनी केलेले पुनरुज्जीवन. त्यांनी धम्मचक्र पुन्हा फिरवले.

करायचे चालले होते त्याचा उपयोग आता ही मंडळी ब्राह्मणांच्या विरुद्ध करणार होती!

इतिहास संशोधनाच्या आणि लेखनाच्या क्षेत्रातील या स्थगितीचे अचूक आकलन केलेल्या विठ्ठल रामजी शिंदे यांनी १९१४ साली पुण्याच्या मराठा भ्रातृमंडळात जमलेल्या आपल्या मराठा ज्ञातिबांधवांना केलेले आवाहन या संदर्भात फार महत्त्वाचे आहे. शिंदे म्हणतात,

> *"महाराष्ट्राचा वैभवशाली इतिहास म्हणजे ब्राह्मण आणि मराठे या दोन वीर बंधूंची संयुक्त कृती आहे. जसा त्या दोघांनी मिळून तलवारीला तलवार किंवा तलवारीला लेखणी भिडवून हा इतिहास निर्माण केला तसे आता यापुढे त्याचे शब्दचित्रही दोन्ही जातींच्या विद्वानांनी लेखणीला लेखणी भिडवून रेखाटले आणि रंगविले पाहिजे. प्रत्यक्ष इतिहासलेखनाचा काळ अद्यापि आला नसला तरी इतिहाससंशोधनाचा काळ हल्ली तरी व्यर्थ जात आहे. या बाबतीत ब्राह्मण शोधक जसे व जितके आपली कंबर बांधून आपल्या ब्राह्मणबंधूंशी व ब्राह्मणगुरूंशीही केवळ सात्विक अशी अहमहमिका चालवली पाहिजे. आज जशी साधने मिळतील तसा उद्या इतिहासग्रंथ वठेल. पुढील चित्रपटाच्या रेखा वक्र होऊ नयेत व रंगात भेसळ होऊ नये यासाठी आत्तापासूनच दोघांनी सावधगिरी व श्रम घेण्यात कसूर करू नये."*

बंधू हा भवाचा किल्ला सर करणे आम्हा सकला ॥धृ॥
सिंहगड तो एकचि नोहे महाराष्ट्रामधला साचा ॥
तान्हाचि नव्हे एकुलता शेलारमामाचा भाचा ॥
श्री शिवाजी होऊनि गेला कधी काळी इतिहासाचा
अशी गोष्ट न बोला कधीही ॥
जीवन हे युद्धचि पाही ॥
दिनरात अंतरी बाही ॥
मग काहो स्वस्थसे बसला ॥ बंधुहो...
जग नव्हे मराठ्यांपुरते, पसरे ते अनाद्यनंती
राहणीचे जे जे साधे, स्वार्थाबाहिर जे पाहती ॥
सत्याची भूक जयांना, अन्याया जे न सहती ॥
ते सर्वची अस्सल मराठे ॥
कालदेश केव्हा कोठे ॥
सोडा हे विचार झुटा ॥
महाराष्ट्र धर्म हा अपुला ॥ बंधुहो....
– महर्षी वि. रा. शिंदे

शिंद्यांची सद्‌भावना आपण समजू शकतो पण जग सद्‌भावनेवर वचित चालते. पुढील घटना विचारात घेतल्या तर असे आढळते की ना ब्राह्मणांनी शिंद्यांचे ऐकले ना मराठ्यांनी. इतकेच नव्हे तर राजवाड्यांसारख्या अतिरेकी ब्राह्मणाचा प्रतिवाद करण्याचे कटू कर्तव्य खुद्द शिंद्यांना पार पाडावे लागले. *राधामाधवविलासचंपू*च्या प्रस्तावनेत राजवाड्यांनी केलेला कल्पनाविलास शिंद्यांनीच खोडून काढला. पण शिंद्यांची करडी नजर ब्राह्मणेतरांवर गेल्याशिवाय राहिली नाही. त्यांना इतरेतर द्वंद्व आता पुरे असे बजावण्यास शिंदेच पुढे आले, तेव्हा प्रकरण आणखी पुढे गेले होते. राजवाड्यांनी आधी कायस्थ प्रभूंना संकर जात ठरवल्याने कायस्थ संशोधक हिरिरीने मैदानात उतारून राजवाड्यांशी दोन हात करू लागले. दरम्यान अस्पृश्यांनी ब्राह्मणेतर चळवळीतून फुटून आपला सवतासुभा मांडला. आणि उर्वरीत म्हणजे सवर्ण ब्राह्मणेतरांमध्ये मराठे विरुद्ध मराठेतर असे नवेच द्वंद्व सुरू झाले होते.

या द्वंद्वाचा परिणाम इतिहासलेखनावर झाल्याशिवाय राहायचा नव्हता. त्यानंतर वेगवेगळ्या जातींच्या दृष्टिकोनातून लिहिलेल्या खंडित इतिहासांची मालिकाच सुरू झाली. समग्र आणि सम्यक इतिहासाची शक्यता दिवसेंदिवस दुरावतच गेली.

आपल्या वर्तमानातील लढ्यात ऐतिहासिक पुरुषांच्या नावाने लढण्याच्या आणि त्यासाठी इतिहासलेखनाला रणमैदान बनवण्याच्या प्रवृत्तीविषयी शिंद्यांनी नापसंती व्यत केलेली आहे. महाराष्ट्र धर्म या संकल्पनेची राजवाडे प्रभृती विद्वानांची चाललेली ओढाताण पाहून ते अस्वस्थ झाले होते. ही आपली अस्वस्थता त्यांनी ब्रह्मदेशातील रंगून येथे स्वरचित पदावर केलेल्या कीर्तनातून प्रगट होताना दिसते. इतिहासात पूर्वजांनी केलेल्या पराक्रमात गुंतून आपल्या वर्तमानातील प्रश्नांकडे व खऱ्या संघर्षाकडे दुर्लक्ष करू नये असे त्यांना सांगावयाचे आहे. त्यांच्या त्या पदातील काही ओळी उद्‌धृत करणे उचित होईल.

बंधू हा भवाचा किल्ला सर करणे आम्हा सकला ॥धृ॥
सिंहगड तो एकचि नोहे महाराष्ट्रामधला साचा ॥
तान्हाचि नव्हे एकुलता शेलारमामाचा भाचा ॥
श्री शिवाजी होऊनि गेला कधी काळी इतिहासाचा
अशी गोष्ट न बोला कधीही ॥
जीवन हे युद्धचि पाही ॥
दिनरात अंतरी बाही ॥
मग काहो स्वस्थसे बसला ॥ बंधुहो...
जग नव्हे मराठ्यांपुरते, पसरे ते अनाद्यनंती
राहणीचे जे जे साधे, स्वार्थाबाहिर जे पाहती ॥

सत्याची भूक जयांना, अन्याया जे न सहती ॥

ते सर्वची अस्सल मराठे ॥

कालदेश केव्हा कोठे ॥

सोडा हे विचार झुटा ॥

महाराष्ट्र धर्म हा अपुला ॥ बंधुहो....

'ज्यांची राहणी साधी असते, जे स्वतःच्या स्वार्थाच्या पलीकडे पाहू शकतात व ज्यांना सत्याची चाड आणि अन्यायाची चीड आहे त्यांना अस्सल मराठे म्हणावे' असे शिंदे सांगतात.

■

७१

राजर्षींचा धर्म

महाराष्ट्र नावाच्या वसाहतीचे मूळ शोधताना इसवी सनापूर्वी किती मागे जायचे याचा निर्णय करताना भागवत-केतकरांना अनुसरायचे झाल्यास बुद्धाच्याही मागे जावे लागते. पण भाषिक आणि राजकीय आत्मभान हा मुद्दा निर्णायक मानला तर शालिवाहन शतकाच्या म्हणजे चैत्र शुद्ध १, शके १ हा दिवस ओलांडून आणखी मागे जायचा प्रयत्न करणे हा दुराग्रह होईल. थोडक्यात सांगायचे म्हणजे चैत्र शुद्ध १, शके १ ते १ मे १९६० हा काळ महाराष्ट्राच्या जडणघडणीचा काळ मानायला हरकत नसावी. या दरम्यान महाराष्ट्रावर अनेक संकटे आली. महाराष्ट्राच्या लोकजीवनात अनेक स्थित्यंतरेही झाली. त्यांना सामोरे जात मराठी लोकांनी आपली निजात्मता कशी राखली व विकसित केली याची पुरेशी चर्चा आपण केली. मराठ्यांची आत्मजाणीव किंवा आत्मप्रतिमा काय होती त्याचबरोबर इतरांना मराठ्यांबद्दल काय वाटत होते हाही या चर्चेचा एक महत्त्वाचा भाग आहे.

मराठ्यांच्या स्वभाववैशिष्ट्यांची वर्णने पूर्वीच्या काळात चिनी प्रवाशी युवान च्वांगपासून अलीकडील हंटरसाहेबांपर्यंत अनेकांनी केलेली आहेत. महानुभावांनी महाराष्ट्राला धर्मभूमी मानले. चक्रधर स्वामींनी त्यांना महाराष्ट्रातच वास्तव्य करण्याचा आदेश दिला होता. त्याची कारणमीमांसा सांगताना भाष्यकारांनी महाराष्ट्र ही सात्विक भूमी असल्याचा निर्वाळा दिला. महाराष्ट्रातील माणसे तर सोडाच पण पाषाणसुद्धा सात्विक असल्याचे त्यांनी म्हटले आहे.

कदाचित यामुळेच महाराष्ट्राच्या राजकारणालाही धर्माचे अधिष्ठान लाभले. पण हा धर्म कर्मठांचा वा सनातन्यांचा नव्हता. इतर धर्मांबद्दल असूया बाळगणारा नव्हता तर त्यांनाही बरोबर घेऊन जाणारा होता.

हिंदुस्थानातील मोगल सत्तेचा नावलौकिक सतराव्या शतकात सर्व जगात पसरला

होता. तेव्हाच्या एका इंग्रजी नाटककाराला औरंगजेब सत्तेवर कसा आला या विषयावर नाटक लिहावेसे वाटावे व त्याने ते लिहावे यातच सर्व काही आले. या काळात इंग्रज व्यापाऱ्यांची हिंदुस्थानात बऱ्यापैकी येजा होती व त्यातूनच येथील बातम्या इंग्लंडमध्ये समजत असत. इंग्रजांना भारताशी व्यापार करून आपला नफा वाढवायचा असल्यामुळे येथील राजकीय सत्तांशी जुळवून घेणे व तरीही आपले हितसंबंध राखणे यात त्यांना बरीच कसरत करावी लागे. उत्तरेतील मोगल सत्ता आणि दक्षिणेतील (आधीच्या तीन व आत्ताच्या) दोन पातशाह्या यांच्याशी त्यांचे संबंध नेहमीच हेलकावे खात असत. या राजवटीमधील परस्परस्पर्धेच्या आणि संघर्षाचा परिणाम त्यांच्यावर होत असे. भरीत भर म्हणून आता मराठ्यांचे राज्य निर्माण झाले होते. त्याची दखल न घेता व्यवहार करणे अशक्यप्राय होते. १६७५च्या मे महिन्यात मुंबईच्या वखारीतील इंग्रजांनी राजापूरच्या इंग्रजांना लिहिलेल्या सूचनावजा पत्रातील मजकूर महत्त्वाचा आहे.

> *"ज्यांच्याशी तुम्हाला वागावयाचे आहे ते लोक (म्हणजे अर्थातच मराठे) चतुर आणि चौकस (searching) आहेत. त्यांच्याशी व्यवहार करताना मर्यादेने व विचाराने वागावे."*

मराठ्यांच्या स्वभावाचा व कर्तृत्वाचा उल्लेख कधी कधी सहजगत्या येऊन जातो तेव्हा प्रामाणिकपणाबद्दल शंका घ्यायला अवसरच राहत नाही. १९२५च्या जुलै महिन्यात बंगालचे प्रसिद्ध पुढारी देशबंधू चित्तरंजन दास यांचे निधन झाले. लोकमान्य टिळकांच्या निधनामुळे झालेले महाराष्ट्राचे नुकसान आणि दासबाबूंच्या निधनाने झालेले बंगाल यांची तुलना करत चक्रवर्ती राजगोपालाचारी यांनी महादेवभाई देसाईंना लिहिले,

> *"Maharashtra's loss in the death of Lokmanya was greater, far greater. But then Maharashtra has brains and sturdy power. Poor Bengal brilliant and ever living in dreams has been not hard."*

महाराष्ट्र आणि बंगाल यांची तुलना करणारा हा उल्लेख महत्त्वाचा यासाठी आहे की हे पत्र तिसऱ्याच एका व्यक्तीने (म्हणजे तमिळीने) चौथ्या एका व्यक्तीला (गुजरात्याला) लिहिले आहे. ते पूर्णपणे तटस्थाच्या भूमिकेतून लिहिले गेले आहे. असे निश्चितपणे म्हणता येते. हंटरसारख्या ब्रिटिश प्रशासकीय अधिकाऱ्याने मराठी भाषेच्या क्षमतेची कशी तरफदारी केली होती हे आपण पाहिलेच आहे. इतर अनेक परकीय अभ्यासकांप्रमाणे हंटरसाहेब मराठीतील संतसाहित्याने प्रभावित झाले होते.

प्रतीकात्मक पद्धतीने सांगायचे झाल्यास राजगोपालचारींनी महाराष्ट्राच्या मेंदूची आणि मनगटाची म्हणजे बुद्धीची आणि बळाची तारीफ केली आहे. ब्रिटिश काळातील ख्यातनाम

समीक्षक प्रा. वासुदेव बळवंत पटवर्धन यांनी मराठी संतांच्या कवितेची समीक्षा करताना ती 'रोमँटिक' असल्याचे म्हटले होते. हा भतीचा रोमान्स असल्याचेही पटवर्धन सांगतात, पण म्हणजेच हा भावनेचा-मनाचा प्रांत झाला. याचा अर्थ असा होतो की मेंदू, मनगट आणि मन म्हणजे बुद्धी, बळ आणि भावना यांचा समतोल राखण्याची क्षमता महाराष्ट्रामध्ये आहे. बळाचा मुद्दाही महत्त्वाचा आहे. बुद्धीला पटलेल्या आणि भावनेने प्रेरेलेल्या एखाद्या गोष्टीला जोपर्यंत प्रत्यक्ष कृतीत आणण्यासाठी सामर्थ्याची जोड मिळत नाही तोपर्यंत ते स्वप्नरंजनच राहते. राजकीय किंवा सामाजिक गुलामगिरी माणसाचे कसे नुकसान करते याचे बारीकसारीक बुद्धिगम्य तपशील काहींना माहीत असतीलच. त्यामुळे काहींच्या अंतःकरणात क्षोभही निर्माण झाला असेल. पण त्या ज्ञानाचे व क्षोभाचे कृती रूपांतर केल्यामुळे शिवाजी, फुले, टिळक, आंबेडकर युगपुरुष ठरू शकतात. हा समत्वयोग इतर कोणाहीपेक्षा महाराष्ट्राला अधिक शक्य झाला.

राज्यकर्त्या वर्गाविषयी कोणाच्या काय कल्पना असतील त्या असू द्या. परंतु भारतीय राजकीय विचारपरंपरेत राजा योगी असावा अशी अपेक्षा केली आहे. येथे योग याचा आसनमांडी घालून साधायची अवस्था असा संकुचित अर्थ घ्यायचे कारण नाही. शरीर व मनावर ताबा मिळवण्यासाठी तशा प्रकारची योगसाधना राजाने करायला काहीच हरकत नाही. पण तेवढ्याने एखादी व्यक्ती राज्य करण्यास प्राप्त झाली असे होणार नाही. भगवद्‌गीतेतील तत्त्वज्ञान उर्फ योग हे राजर्षींच्या परंपरेतील आहे असे कृष्णानेच म्हटले आहे. या संदर्भात राजा जनकाचा आवर्जून उल्लेखही केला गेला आहे. खुद्द शिवाजी महाराजांचे गुणवर्णन करताना समर्थ रामदासांनी 'श्रीमंत योगी' असा शब्दप्रयोग केला आहे. याचीही आठवण ठेवायला हरकत नसावी.

१८१८मध्ये मराठ्यांची सत्ता संपुष्टात येऊन ब्रिटिश अंमल सुरू झाला. सर्व हिंदुस्थानावर प्रत्यक्ष सत्ता गाजवणे हे ब्रिटिशांना सुरुवातीला तरी शक्य नव्हते. शिवाय स्थानिक सत्ताधीशांपैकी काहींशी मैत्री करून त्यांच्या मदतीने इतरांचा काटा काढीत जाणे हाही त्यांच्या डावपेचांचा भाग होताच. त्यांच्या या राजकारणामुळे काही स्थानिक सत्ताधीशांची राज्ये खालसा करून ती ब्रिटिश हद्दीत समाविष्ट करण्याऐवजी मांडलिक संस्थानांच्या रूपात तशीच ठेवायचे धोरण ब्रिटिशांनी पत्करले. या राज्यांमध्ये मराठी संस्थाने व त्यांची व्याप्ती लक्षणीय होती हे वेगळे सांगायची गरज नाही. ब्रिटिशांच्या अंदाजाप्रमाणे या संस्थानिकांना आता आत्मरक्षणासाठी स्वतंत्र फौजफाटा ठेवायची गरज नव्हती. त्याची जबाबदारी ब्रिटिशांनी घेतली होती. साहजिकच बहुतेक संस्थानिक ऐषआरामात दंग झाले. त्यांच्या किती तरी सुरस व चमत्कारिक कथा प्रचलित आहेत.

या कथांना ठळक आणि सन्माननीय अपवाद मराठी संस्थानिकांमध्ये आढळून येतात,

ते उगाच नाहीत. मुळात राज्य ही राजा आणि राजघराण्यातील लोकांनी चैन करण्यासाठी निर्माण झालेली गोष्ट नसून राजा हा प्रजेचा पालकच नव्हे, सेवक असतो ही जाणीव या संस्थानिकांनी जोपासलेली दिसते. बडोद्याचे सयाजीराव गायकवाड, कोल्हापूरचे शाहू महाराज आणि औंधचे भवानराव पंतप्रतिनिधी ही तीन नावे या संदर्भात सहज आठवावीत अशी आहेत. त्यांच्यापैकी सयाजीराव गायकवाडांचे नाव इतिहासाचार्य राजवाडे यांच्या यादीत अखेरच्या फेरीपर्यंत, म्हणजे महाराष्ट्रातील पाच कर्तृत्ववानांच्या यादीत टिकून राहते याची नोंद आपण घेतलेली आहेच.

जगभर दबदबा असलेल्या ब्रिटिश सत्तेपुढे माथा न तुकवता सयाजीरावांनी अनेक प्रसंगी आपल्या अस्मितेचे दर्शन घडवले. दिल्ली दरबारात त्यांनी राजशिष्टाचार मोडून ज्या पद्धतीने ब्रिटिश सत्ताधाऱ्यांचा तोरा उतरवला ती पाहता शिवाजी महाराजांनी आग्रा येथील दरबारात औरंगजेबाला दाखवलेल्या मराठी बाण्याची आठवण झाल्याशिवाय राहत नाही. पण सयाजीरावांच्या राजन्यत्वाचा दावा फक्त परकीय सत्ताधीशांना विरोध करण्यापुरता किंवा आपला अहंकार तृप्त करण्यापुरता मर्यादित नव्हता. महाराजांनी भारत स्वतंत्र करण्याच्या प्रयत्नांना अनेक मार्गांनी साहाय्य केल्याचे इतिहास सांगतो. तेही अशा पद्धतीने की ब्रिटिशांना हे सर्व माहीत होत असूनही कारवाई करणे मात्र शक्य होऊ नये.

मात्र हे, राज्य कोणी चालवायचे एवढ्यापुरते मर्यादित नाही. 'राज्य कसे करावे' या मुद्द्यावर सयाजीरावांनी जितका विचार केला व तो विचार प्रत्यक्षात आणण्यासाठी जे प्रयत्न केले तेवढे अन्य कोणत्या संस्थानिकाने केल्याचे ऐकिवात नाही. प्लेटोने अपेक्षिलेल्या

राजा हा प्रजेचा पालकच नव्हे, सेवक असतो, याची जाणीव असणारे

सयाजी राव

शाहू महाराज

पंत प्रतिनिधी

'तत्त्वज्ञ राजा' या 'कॅटेगरीत' गणले जावेत एवढी त्यांची पात्रता होती.

वस्तुतः शिक्षणाचा फारसा गंध नसलेल्या, गुरे वळता वळता बडोद्याच्या राजघराण्यात दत्तक म्हणून जाण्याचा योग आलेला या मुलाने पुढे जी कर्तबगारी दाखवली त्यावरून (राजवाडेकृत) महाराष्ट्रातीलच काय परंतु जागतिक पातळीवरील कर्तृत्ववानांच्या व प्रतिभावंतांच्या यादीत सयाजीरावांचा निर्विवादपणे समावेश व्हावा. जागतिक धर्म परिषद, प्राच्यविद्या परिषद, साहित्य संमेलन, तत्त्वज्ञ सभा अशा जाड्या जाड्या प्रकरणांनी महाराजांना आपल्या कार्यक्रमाचे अध्यक्ष उद्घाटक म्हणून बोलवावे व महाराजांनीही तेथील जमलेल्या विद्वानांचे समाधान करावे एवढी पात्रता महाराजांनी संपादन केली, ती पुस्तके वाचून, प्रवास करून आणि विद्वानांशी संपर्क संवाद ठेवून. "राज्य चालवणे हे शास्त्र आहे व त्यासाठी राजा ज्ञानी असला पाहिजे आणि मिळवलेल्या ज्ञानाचा त्याला चांगला उपयोग करता आला पाहिजे." असे महाराजांनी म्हटले आहे. त्यांनी स्वतः नेमके हेच केले आणि इतकेच नव्हे तर आपली प्रजासुद्धा तितकीच शिक्षित, सुसंस्कृत व रसिक बनली पाहिजे म्हणून किती तरी योजना आखल्या व राबवल्या.

१८७९ साली महाराजांनी बडोद्यात कॉलेजची पायाभरणी केली तेव्हा त्यांचे वयसुद्धा कॉलेजात जाणाऱ्या विद्यार्थ्यांच्या सरासरी वयापेक्षा कमीच होते! स्वतःला कॉलेजचाच काय हायस्कूलचाही वारा न लागलेला हा मुलगा एकीकडे उच्च शिक्षण व संशोधन यांना प्राधान्य देतो तर दुसरीकडे राज्यात प्राथमिक शिक्षण मोफत व सतीचे करतो यावरून त्याची झेप व पल्ला लक्षात येईल. फुले, राजवाडे, टिळक यांच्यासारखे मातब्बर वेगवेगळ्या प्रकारचे सल्ले देत असताना नीरक्षीरविवेकाने त्यातील पटेल ते घ्यावे व पेलेल ते करावे हा महाराजांचा बाणा होता.

महाराजांनी हजारो पुस्तके प्रकाशित करवली, कित्येकांची भाषांतरे करवून घेतली. दुर्मीळ पोथ्या जमवल्या. या कामात इतिहासकार गो. स. सरदेसाई, प्रकाशक दामोदर सावळाराम यंदे अशा योग्य माणसांचा उपयोग करून घेतला. महाराज आधुनिक काळातील राजर्षीच होते.

महाराष्ट्रातील लोकांना करवीर शाहू छत्रपतींची जेवढी माहिती असते तेवढी सयाजीरावांची सहसा नसते. दुर्दैवाने शाहू महाराजांची बरीच शक्ती सनातनी ब्राह्मणांशी मुकाबला करण्यात खर्च झाली. पण या क्षेत्रातही त्यांनी वेदोत प्रकरण हाताळताना विश्वामित्राच्या प्रतिसृष्टीशी तुलना होईल असे क्षात्रजगद्गुरुचे पीठ निर्माण केले. तुकोबांच्या *'जे का रंजले गांजले । त्यासी म्हणे जो आपुले ॥ तोचि साधु ओळखावा । देव तेथेचि जाणावा ॥'* या सूत्राला धरून राज्य चालवणारा हा एकमेव राजा होय.

गांधीवादाला धरून लोकशाही राबण्याचा प्रयोग आणण्याचा प्रयत्न आपल्या संस्थानात करणाऱ्या औंधच्या पंतप्रतिनिधींनाही राजर्षी म्हणायला हरकत नसावी.

राज्यकारणाचा असा समृद्ध वारसा महाराष्ट्राला मिळाला. तो पेलण्याचे सामर्थ्य असलेल्या महाराष्ट्राच्या पहिल्या मुख्यमंत्र्यांचा उल्लेख केल्याशिवाय महाराष्ट्राच्या जडणघडणीचा वृत्तांत पूर्ण होणार नाही. यशवंतराव चव्हाण हे ते मुख्यमंत्री होत. यशवंतरावांच्या धोरणांमधून व कृतींमधून सयाजीरावांची दृष्टी प्रतिबिंबित होते. 'सेवा हाच राजधर्म' असे सयाजीराव म्हणत. त्यांच्या सेवाकल्पनेची व्याप्ती फारच विशाल होती. त्या विशालतेचे आकलन यशवंतरावांना झाले होते असे निश्चित म्हणता येते.

■

निवडक संदर्भग्रंथ

- आपटे, द. ल. आणि ओतुरकर, रा. वि. (सं.); *महाराष्ट्राचा पत्ररूप इतिहास*
- करंदीकर, अ. ज.; *क्रांतिकारक टिळक नि त्यांचा काळ*
- कर्वे, इरावती; *मराठी लोकांची संस्कृती*
- कीर्तने, नीलकंठ जनार्दन; *मराठ्यांचे बखरीवर टीका*
- कुंटे, म. मो.; *राजा शिवाजी*
- कुलकर्णी, कृ. पां.; *कृष्णाकाठची माती*
- कुलकर्णी, श्री. रं. (सं.); *राज्यव्यवहार कोश*
- केळकर, य. न. (सं.); *ऐतिहासिक पोवाडे अथवा मराठ्यांचा काव्यमय इतिहास*
- केतकर, श्री. व्यं.; *गोंडवनातील प्रियंवदा, ब्राह्मणकन्या*
- केतकर, श्री. व्यं.; *प्राचीन महाराष्ट्र सातवाहन पर्व*
- कोसांबी, डी. डी.; *पुराणकथा आणि वास्तवता*
- कोलते, वि. भि. (सं.); *लीळाचरित्र*
- खरात, शंकरराव; *महाराष्ट्रातील महारांचा इतिहास*
- खानोलकर, गं. दे.; *शेजवलकर लेखसंग्रह*
- गद्रे, नारायण कृष्ण; *महाराष्ट्र महोदयाचा पूर्वरंग*
- घारपुरे न. का.; *कुंटे-स्मृति-प्रबंध*
- चिपळूणकर, वि. कृ.; *निबंधमाला*
- जांभेकर, ग. गं. (सं.); *आचार्य बाळशास्त्री जांभेकर : जीवनवृत्त व लेखसंग्रह*
- जोगळेकर, स. आ. (सं.); *गाथासप्तशती*
- जोगळेकर, स. आ.; *सह्याद्रि*
- जोशी, शं. बा.; *शिवकालीन पत्र-सार-संग्रह*
- जोशी, शं. बा.; *मराठी संस्कृती : काही समस्या*

- टिकेकर, श्री. रा. (सं.); *लोकहितवादींची शतपत्रे*
- ढेरे, रा. चिं.; *शिखर शिंगणापूरचा शंभूमहादेव*
- तुळजापूरकर, दत्तो अप्पाजी; *माझे रामायण*
- तुळपुळे, शं. गो. (सं.); *स्मृतिस्थळ*
- दांडेकर, शं. वा. (सं.); *सार्थ ज्ञानेश्वरी*
- दिवेकर, महादेवशास्त्री; *क्षत्रियवैश्यांचे शास्त्रशुद्ध अस्तित्व व प्रायश्चित्त*
- दिवेकर, ह. रा.; *आमचा महाभारतपूर्व राजकीय व सांस्कृतिक इतिहास*
- देशमुख, गोपाळ हरि (लोकहितवादी); *लक्ष्मीज्ञान*
- देशपांडे, ब्रह्मानंद; *शोधमुद्रा (खंड-१)*
- देशपांडे, ब्रह्मानंद; *शोधमुद्रा (खंड-३)*
- नातू, म. गं. आणि देशपांडे, दि. य. (सं.); *आगरकर वाङ्मय*
- नेने, ह. ना. (सं.); *लक्ष्मण रत्नाकर*
- पंडित, शंकर पांडुरंग, पंडित विष्णु परशुराम (सं.); *श्रीतुकारामबुवांच्या अभंगांची गाथा*
- पंत, अप्पा; *एक प्रवास एक शोध*
- पठाण, यू. म. (सं.); *सभासद बखर*
- पवार, गो. मा.; विठ्ठल रामजी शिंदे; *जीवन व कार्य*
- पाध्ये, प्रभाकर, व टिकेकर, श्री. रा.; *आजकालचा महाराष्ट्र*
- पारीख, गोवर्धन आणि पारीख इंदुमती (सं.); *लोकहितवादी : समग्र वाङ्मय, खंड १*
- *पावगी, भवानराव; भारतीय साम्राज्य*
- पुंडे, द. दि., टिळक विद्यागौरी (सं.); *(मोती बुलासाकृत) सुविचारसमागम*
- पुराणिक, श. श्री.; *तुकाजी आंग्रे : एक विजयदुर्ग*
- पोतदार, द. वा.; *श्रोते हो!*
- फडके, य. दि. आणि नरके हरी; *महात्मा फुले : समग्र वाङ्मय*
- फाटक, न. र.; *लोकमान्य*
- फाटक, न. र.; पगडी, सेतुमाधवराव (सं.); *पानिपतचा संग्राम*
- बिर्जे, वा. लिं.; *क्षत्रिय आणि त्यांचे अस्तित्व*

- भागवत, दुर्गा (सं.); *राजारामशास्त्री भागवत यांचे निवडक साहित्य, खंड १-५*
- भावे, वा. कृ.; *पेशवेकालीन महाराष्ट्र*
- भावे, वि. ल.; *महाराष्ट्र सारस्वत*
- मंगुडकर, मा. पं. (सं.); *शिंदे लेखसंग्रह*
- मोरे, सदानंद; *लोकमान्य ते महात्मा खंड १-२*
- राजवाडे, वि. का. (सं.); *महिकावतीची बखर*
- राजवाडे, वि. का. (सं.); *मेस्तक पुस्तक*
- राजवाडे, वि. का. (सं.); *राधामाधवविलासचंपू*
- राजवाडे, शं. रा. (आहिताग्नी); *आत्मवृत्त*
- वाळिंबे, रा. शं.; *एकोणिसाव्या शतकातील महाराष्ट्राची सामाजिक पुनर्घटना*
- वैद्य, चिं. वि.; *मध्ययुगीन भारत, खंड -१*
- वैद्य, चिं. वि.; *शिवाजी आणि चंद्रराव मोरे*
- शहा, मु. ब. (सं.); *इतिहासाचार्य वि. का. राजवाडे समग्र साहित्य, खंड १-१२*
- शाळिग्राम, शंकर तुकाराम (सं.); *इतिहास प्रसिद्ध पुरूष व स्त्रिया यांचे पवाडे*
- शिंदे, वि. रा. ; *धर्म, जीवन आणि तत्त्वज्ञान*
- सहस्त्रबुद्धे, पु. ग.; *महाराष्ट्र संस्कृती*
- सावरकर, वि. दा.; *हिंदुत्व*
- ज्ञानेश्वर; *ज्ञानेश्वरी*
- Acworth, H. A. (ed); *Ballads of the Marathas*
- Bhandarkar, R. G., *Early History of the Deccan*
- Crowford, Archer; *Our Troubles in Poona and the Deccan*
- Datta, R. C.; *Ancient India*
- Deshpande, Madhav; *Sociolinguistic Attitudes in India An Historical Reconstruction*
- Grant Duff, James; *The History of the Mahrattas*
- Henty, G. A. ; *At the Point of Bayonet*
- Hunter, W. W. ; *Bombay 1885 to 1890*

- Kincaid, Charles; *A History of the Maratha People Forty Four Years : A Public Servant*
- Lyall, Alfred, *English Domain in India*
- Mure, Ramsey; *The Making of British India*
- Polok, Sheldon; *The language of the Gods in the world of men : Sanskrit culture and power in India*
- Ranade, M. G. ; *The Rise of Maratha Power*
- Sarakar, Jadunath; *Shiva and his Times*
- Smith, Vincent ; *Oxford History of India*
- Tikekar, Arun; *The Kincaids*
- Tod, James; *Annals and Antiquities of Rajasthan*

डॉ. सदानंद मोरे यांचा 'गर्जा महाराष्ट्र' हा ग्रंथ म्हणजे प्राचीन काळापासून ते १ मे १९६० या दिवशी यशवंतराव चव्हाणांच्या अधिपत्याखाली स्थापन झालेल्या नव्या महाराष्ट्राच्या भौगोलिक, भाषिक, राजकीय, सामाजिक, सांस्कृतिक, तात्त्विक, सुधारणाविषयक, लष्करी, प्रशासकीय मुत्सद्देगिरीविषयक, साहस, पराक्रम, इतिहासलेखनात्मक इ. सर्व महत्त्वाच्या वैशिष्ट्यांचा लखलखीत आढावा आहे.

प्रा. मोरे यांचा प्रस्तुत ग्रंथ १८व्या शतकातील भारताचा इतिहास हा प्राधान्याने मराठ्यांचा इतिहास असल्याचे निःसंदिग्धपणे शाबित करतो. इ. १८१८मध्ये मराठ्यांची सत्ता संपुष्टात आल्यानंतरच ब्रिटिशांना या देशात आपले राजकीय वर्चस्व व सार्वभौमत्व प्रस्थापित करण्यात यश मिळाले.

दुर्मिळ होत असलेली ऐतिहासिक वस्तुनिष्ठता हे प्रा. मोरे यांच्या ग्रंथाचे वैशिष्ट्य आहे. इतिहासकाराला एकाच वेळी भूतकाळ आणि वर्तमानकाळ या दोन धन्यांच्या सेवेत कसे रुजू व्हावे लागते याचे हा ग्रंथ म्हणजे अभिजात उदाहरण आहे. इतिहासकार पुरावस्तुवेत्त्याप्रमाणे निखळ भूतकाळाचा अभ्यास करत नाही. निवाडा करणे, शिकवण देणे आणि प्रबोधन घडवणे ही इतिहासाची कामे इतिहासकाराला भूतकाळाशी इमान राखून करावी लागतात. या प्रक्रियेत तो न्यायाधीश, शिक्षक आणि सुधारक बनतो. प्रा. मोरेंची प्रस्तुतची महाकृती हे सर्व करण्यात यशस्वी ठरली आहे.

डॉ. जे. व्ही. नाईक
मुंबई

चतुरस्त्र अभ्यास, बहुक्षेत्रीय ज्ञानकणांची जुळवाजुळव, विलक्षण संवेदनशीलता आणि सूक्ष्म चिकित्सेने केलेले समावेशक निष्कर्ष हे प्रा. सदानंद मोरे यांच्या लेखनाचे विशेष. 'तुकारामदर्शन' आणि 'लोकमान्य ते महात्मा' हे त्यांचे दोन्ही बृहद्ग्रंथ याची साक्ष आहेत. प्रस्तुत 'गर्जा महाराष्ट्र' हा त्यांचा याच परंपरेतील तिसरा महत्त्वाचा बृहद्ग्रंथ होय. या तीनही बृहद्ग्रंथांनी महाराष्ट्राचा अंशतः मध्ययुगीन व प्राधान्याने आधुनिक युगाचा इतिहास व्यवस्थितपणे लिहिणे खुद्द प्रा. मोरे व इतर अभ्यासकांना शक्य होत आहे. आपल्या बहुजातिजमातीय व बहुधर्मीय समाजाचा समग्रपणे, साकल्याने व सर्वसमावेशक रीतीने इतिहास लिहिण्याचे कार्य प्रा. मोरे यांच्या या तीन मोठ्या ग्रंथांनी शक्य केले आहे. महाराष्ट्र त्यांचा कायमचा ऋणी राहील, याची मला शंका नाही.

प्रा. रा. ग. जाधव

पुणे

मराठी माणसाचा न्यूनगंड व चुकीच्या अस्मितांचे धुमारे यांची कारणमीमांसा करण्यासाठी, इतिहासाबद्दलची अनभिज्ञता दूर करण्यासाठी आणि स्मरणरंजन व स्वप्नरंजनाची टोके टाळून इतिहासापासून योग्य ती प्रेरणा घ्यावी या उद्देशाने 'गर्जा महाराष्ट्र' हा ग्रंथ अवतरला आहे. हा कालक्रमाने वर्णिलेला महाराष्ट्राचा चाकोरीबद्ध इतिहास नाही. महाराष्ट्रेतिहासाच्या लेखनपरंपरेची समाजशास्त्रीय चिकित्सा करत प्राध्यापक डॉ. सदानंद मोरे हे इतिहासाची आणि इतिहासलेखनाची द्वंद्वात्मक जडणघडण चित्रित करतात. त्यासाठी त्यांनी भव्य सांस्कृतिक रंगपट वापरला आहे. डॉ. मोरे यांचे लेखन म्हणजे महाराष्ट्रविश्वरूपदर्शनच म्हणता येईल. डॉ. मोरे यांची अभ्यासाची बैठक पंडिती आहे; पण त्यांच्या शैलीत हरदासी रसाळपणा आहे. लावणी-पवाड्याचा ठसकासुद्धा आहे. मराठ्यांच्या इतिहासाच्या अन्य अनेक अभ्यासकांसारखे संकुचित चौकटीत न अडकता ते आंतरविद्याशाखीय व तौलनिक दृष्टीच्या विशाल अवकाशात वावरतात. प्रा. मोरे त्यांच्या पोतडीतून तपशिलांच्या अनेक सरस आणि सुरस चीजा बाहेर काढतात; पण त्यात हातचलाखी मात्र नसते. तपशिलांची अक्षरशः रास ते मांडतात; पण तत्त्वाची कास सोडत नाहीत. नियतकालिकातील सदराला केवढी ग्रंथयोग्यता लाभू शकते याचे 'तुकाराम दर्शन', 'लोकमान्य ते महात्मा' आणि 'गर्जा महाराष्ट्र' या त्रिवेणीसंगमावरील दर्शन म्हणजे मराठी साहित्यविश्वातील एक अभंग लेणेच म्हटले पाहिजे. देहूकरांच्या या इतिहासदर्शनाचे अगणित लावण्य म्हणजे तमाम रसिकांनी व अभ्यासकांनी एकदा तरी अनुभवण्याची बाब आहे.

डॉ. राजा दीक्षित

प्राध्यापक व प्रमुख,

आंतरप्रणाली अभ्यासकेंद्र (मानव्यविद्या व सामाजिकशास्त्रे)

पुणे विद्यापीठ, पुणे ४११००७

'गर्जा महाराष्ट्र' ही प्रा. सदानंद मोरे यांची केवळ डफावरील वीरश्रियुक्त थाप नाही तर अखिल भारतीय दृष्टी विकसित करणाऱ्या मराठ्यांच्या राजनीतीचा आणि ज्ञानोबा-तुकारामापासून ते फुले-रानडे, वि. रा. शिंदे-वि. का. राजवाडे आणि आंबेडकर-विनोबा व कॉ. शरद पाटलांपर्यंतच्या वैचारिक प्रबोधनातून प्रगल्भ होत गेलेल्या महाराष्ट्राच्या संस्कृतीचा उद्‌घोष, नीरक्षीरविवेकाने भारतीय व वैश्विक पातळीवर कशा पद्धतीने करता येईल याचे दिशा-दिग्दर्शन करणारे ते एक बृहत् सुभाषित (Discourse) आहे.

आधुनिक कालखंडात महाराष्ट्राच्या राजकीय व सांस्कृतिक ओळखीची चर्चा व त्याविषयीचे विचारमंथन आजपर्यंत दोन पर्वात झाले. पहिले पर्व एकोणिसाव्या शतकातील प्रबोधनाचे होते तर दुसरे पर्व हे संयुक्त महाराष्ट्राच्या चळवळीचे होते. या दोन्ही पर्वात झालेल्या महाराष्ट्रीय संस्कृतीविषयीच्या चर्चाविश्वाचे संदर्भ वेगळे होते. पहिल्या पर्वाचा संदर्भ हा मुख्यत्वे वासाहातिक आणि त्याअंतर्गत निर्माण झालेल्या परंपरा आणि आधुनिकता, पौर्वात्यवाद आणि पाश्चिमात्यवाद, ऐहिकता आणि पारलौकिकता आणि विशिष्टता आणि वैश्विकता यातील द्वंद्वात्मकतेचा होता. या उलट, दुसऱ्या पर्वाचा संदर्भ हा एका बाजूला स्वतंत्र भारताच्या सार्वभौम राज्यसंस्थेची बांधणी संघराज्याच्या माध्यमातून करताना भारतातील भाषिक राष्ट्रकांचे नाते, आपापली प्रदेशनिहाय संस्कृती उन्नत रूपात विकसित करत भारतीय राष्ट्रीयतेशी कसे एकरूप व्हायचे हा होता तर दुसऱ्या बाजूला तो भारतीय समाजाच्या व राज्यव्यवस्थेच्या लोकशाहीकरणाचाही होता. दोन्ही पर्वातील विचार-मंथनाचा मार्मिक वेध घेऊन आपल्या *'तुकाराम-दर्शन', 'लोकमान्य ते महात्मा'* आणि आता *'गर्जा महाराष्ट्र'* या त्रिखंडात्मक वैचारिक कृतीतून प्रा. सदानंद मोरे यांनी महाराष्ट्राच्या संस्कृतीविषयीच्या संभाषिताचे तिसरे पर्व सुरू केले आहे. या पर्वाचा संदर्भ हा केवळ एतद्देशीय व पश्चिमी किंवा राष्ट्रीय व प्रादेशिक अशा द्वंद्वाचा नसून जागतिकीकरणाच्या आजच्या पर्वात राष्ट्र-राज्याची भूमी पायाखालून सरकत

असताना हजारोंच्या त्यागातून, अथक कष्टातून, प्रतिभेतून आणि महत्प्रयासातून समृद्ध होत गेलेल्या महाराष्ट्रीय संस्कृतीची कोणती ओळख आज आपण जगाला सांगायला हवी हा आहे.

अशी ओळख सांगताना आपलाच इतिहास आपल्याला वस्तुनिष्ठपणे माहीत नसेल तर इतिहास हे केवळ स्मरणरंजनाचे स्थळ तरी बनते किंवा निव्वळ आपापल्या हितसंबंधांचेच राजकारण करणाऱ्या गटांचे, वर्गांचे वा नेत्यांचे परस्पर राजकीय हिशेब कधी काव्यगत न्यायाने तर कधी सूडबुद्धीने चुकते करणाऱ्यांच्या हातचे साधन बनते. या अरिष्टातून विद्यमान महाराष्ट्राची त्वरित सुटका व्हावी यासाठी प्रा. सदानंद मोरे हे 'गर्जा महाराष्ट्र' मधून सांगत आहेत की इतिहास हे केवळ जोखड बनता कामा नये. तसेच तो भावनेला हात घालत माणसाला उन्मादी बनवणाराही होता कामा नये. तर तो माणसाला उत्तरोत्तर विवेकी, पोक्त, निर्भय आणि इतरांच्याही कार्यकर्तृत्वाची दखल घेणारा, त्याचा आदर व कदर करणारा ऊर्जा-स्रोत बनला पाहिजे. तरच द्वेषमूलक आणि सूडबुद्धिजन्य इतिहासवादापासून आपली सुटका होईल. लोकशाहीला प्रगल्भ, आशयघन आणि निकोप करण्यासाठी आज त्याची गरज आहे.

डॉ. यशवंत सुमंत

विभागप्रमुख, राज्यशास्त्र विभाग,

पुणे विद्यापीठ

डॉ. सदानंद श्रीधर मोरे, देहूकर

- एम. ए., पीएच.डी. (तत्त्वज्ञान), एम. ए. (प्राचीन भारतीय संस्कृती आणि इतिहास)
- पुणे विद्यापीठात तत्त्वज्ञानाचे प्राध्यापक
- संत साहित्य आणि महाराष्ट्राच्या लोकव्यवहाराचे अभ्यासक.
- *तुकाराम दर्शन* आणि *लोकमान्य ते महात्मा* हे महाराष्ट्राच्या सांस्कृतिक इतिहासाचे विविध पैलू उलगडून दाखवणारे ग्रंथ लिहून इतिहासलेखनाचा एक वेगळा बाज सिद्ध केला. ग्रंथलेखनासाठी साहित्य अकादमीसह विविध मानाचे पुरस्कार.
- *उजळल्या दिशा* आणि *शिवचरित्र* या नाटकांमधून महाराष्ट्राच्या राजकारणाचा कलात्मक पातळीवरून आविष्कार.
- विविध ग्रंथ आणि नियतकालिकांचे संपादन, व्याख्याने, परिसंवाद, चर्चासत्रे यांच्या निमित्ताने सर्वत्र संचार, समकालीन घटनांचे जागरूक भाष्यकार.
- साहित्य अकादमीपासून भाषासल्लागार समितीपर्यंत अनेक शासकीय व अशासकीय संस्थांचे पदाधिकारी.
- पुणे विद्यापीठात तत्त्वज्ञान विभाग, विविध अध्यासने आणि संशोधन केंद्रांचे विभागप्रमख आणि संचालक म्हणून कार्य.
- महाराष्ट्र शासनाच्या विद्यापीठ पातळीवरील उत्कृष्ट शिक्षक पुरस्काराने सन्मानित

मलपृष्ठाविषयी

मराठ्यांच्या इतिहासातील काही महत्त्वपूर्ण टप्पे प्रतीकात्मकरित्या

१. मराठीतील पहिला शिलालेख, श्रवणबेळगोळ

२. गुढी - अर्थात शालिवाहनाचा ध्वज

३. पैठणी - सातवाहन काळात रोमला निर्यात होणारे रेशीम वस्त्र

४. १७९५ च्या आसपासचे भारतभर पसरलेले मराठ्यांचे राज्य

५. सातवाहनकालीन नाणे

६. तंजावरच्या महालाचे प्रवेशद्वार

७. छत्रपती शिवाजीमहाराजांच्या राज्याभिषेकाचे कल्पनाचित्र

८. मराठ्यांच्या आरमारातील गलबत

९. महादजी शिंदे

विशेष सहकार्य : सकाळ ग्रंथालय

या पुस्तकातील चित्रे 'विकिपीडिया'च्या सौजन्याने

www.ingramcontent.com/pod-product-compliance
Lightning Source LLC
Chambersburg PA
CBHW050520240926
51846CB00003B/627
9789349487598